एक सशक्त आणि अभिनव प्रेमकथा.

– पीपल

आवेशपूर्ण कथानक... निफन्नेजर मोठ्या कल्पकतेने तीनही काळांचा आधार घेऊन एक उत्कृष्ट प्रेमकथा विणतात.

– द न्यू यॉर्कर

पहिलंच पुस्तक असून, लेखिकेचं कथानक आणि लिखाण (दोन्ही) चांगलंच भारदस्त झालेलं आहे. बारीकसारीक तपशीलांनाही छानपैकी फुलवून त्या वाचकाला हेन्री आणि क्लेअरच्या आयुष्यांमध्ये अलगद गुंतवून टाकतात; आणि त्यामुळे आपणही त्या दोघांसोबत जीवनातल्या ऊन-पावसाचा खेळ अनुभवत त्यांची प्रेमकथा सर्वार्थाने जगू शकतो.

– द पब्लिशर्स वीकली

जुजबी ऐकताना कदाचित हे कथानक थोडं विचित्र वाटतं; पण निफन्नेजर ज्या तरलतेने ही आगळीवेगळी प्रेमकथा आपल्यासमोर मांडतात, त्यामुळे हे पुस्तक निराळ्याच उंचीवर जाऊन पोहोचतं.

– ओरलॅन्डो सेन्टिनेल

काळप्रवास ही संकल्पना आजवर बऱ्याच लेखकांनी आपापल्या परीने अभिव्यक्त केलेली आहे; मात्र निफन्नेजर ह्यांचा हा पहिलाच पण ताकदीचा प्रयत्न, सदर विषयाला निराळाच रंग चढवून जातो.

– शिकागो ट्रिब्यून

'द टाइम ट्रॅव्हलर्स वाइफ'च्या कथानकाद्वारे, निफन्नेजर आपल्याला नियती, आठवणी, मृत्यू आणि प्रेम ह्या संकल्पनांबाबत पठडीबाहेर जाऊन विचार करायला प्रेरित करतात.

– द ओरेगोनियन

क्लेअर आणि हेन्री ह्या दोन मुख्य पात्रांद्वारे आलटूनपालटून कथा सांगण्याच्या शैलीमुळे, निफन्नेजर एक गुंतवून टाकणारं कथानक विणण्यात यशस्वी होतात. मूळ कथेपेक्षाही रोचक ठरते, ती ह्या दोन पात्रांमध्ये आपली होणारी मानसिक गुंतवणूक.

– डल्लास मॉर्निंग न्यूझ

सदर पुस्तकाद्वारे क्लिष्ट आणि असामान्य परिस्थित्यांमधून वाट काढत घट्ट होत जाणारी प्रेमकथा मांडण्यात ऑड्रे निफन्नेजर निश्चितच यशस्वी झाल्या आहेत; पण त्यामुळे, त्यांच्यावरची जबाबदारी अजूनच वाढलेली आहे. त्यांच्या पुढच्या पुस्तकातही त्या ही किमया साधू शकणार का, ह्याकडे सगळ्यांचं लक्ष लागलं आहे.

– द वॉशिंग्टन पोस्ट बुक वर्ल्ड

विज्ञान आणि प्रेमभावना ह्या दोहोंसारखा परस्परविरोधी घटकांना एकत्र आणून; आणि दोघांमध्ये व्यवस्थित तोल सांभाळत वास्तववादी पण तितकीच रोमांचक प्रेमकथा लिहून, निफन्नेजरने कमाल केली आहे. आपल्या पात्रांच्या दैनंदिन आयुष्यामध्ये आणि त्यांच्या समस्यांमध्ये वाचकाला गुंतवून टाकण्याची त्यांची हातोटी केवळ विलक्षण आहे!

– साऊथ फ्लोरिडा सन-सेन्टिनेल

'THE TIME TRAVELER'S WIFE' या मूळ इंग्रजी पुस्तकाचा मराठी अनुवाद

एक अनादि अनंत प्रेमकहाणी

प्रेमाने काळावर मिळवलेल्या विजयश्रीची अद्‌भुत कथा

लेखक
ऑड्रे निफन्नेजर

अनुवाद
रेश्मा स. कुलकर्णी

मेहता पब्लिशिंग हाऊस

THE TIME TRAVELER'S WIFE by AUDREY NIFFENEGGER

Translated in Marathi Language by Reshma S. Kulkarni

एक अनादि अनंत प्रेमकहाणी / अनुवादित कादंबरी

अनुवाद : रेश्मा स. कुलकर्णी
Email : author@mehtapublishinghouse.com

प्रकाशक : सुनील अनिल मेहता, मेहता पब्लिशिंग हाऊस,
१९४१, सदाशिव पेठ, माडीवाले कॉलनी, पुणे – ४११०३०.

अक्षरजुळणी : एच. एम. टाईपसेटर्स, ११२०, सदाशिव पेठ, पुणे – ४११०३०.

मुखपृष्ठ : चंद्रमोहन कुलकर्णी

प्रथमावृत्ती : जानेवारी, २०१३

P Book ISBN 9788184984422

घड्याळात दिसणारा वेळ किंवा काळ हा आपल्या बँकेतला व्यवस्थापक,
आयकर अधिकारी, पोलीस इन्स्पेक्टर असतो;
आपल्या मनातल्या आरशात दिसणारा वेळ-काळ मात्र आपली पत्नी असते.

– जे. बी. प्रिस्टर्ल
– 'मॅन ॲन्ड टाइम'

प्रेमानंतरचे प्रेम...

एक वेळ अशी येईल जेव्हा,
तू स्वत:ला भेटशील, स्वत:च्याच घराच्या उंबऱ्यावर
वा घरामधल्या आरशामध्ये;
आणि हसशील, खुदकन... आनंदाने

आणि म्हणशील आपल्या प्रतिरूपाला
की, 'ये, बैस इथे माझ्याशेजारी'
मग कौतुकाने न्हाऊ-माखू घालशील त्याला;
त्याच त्या परिचित अपरिचिताला
ज्याने तुझ्या हृदयावर कब्जा केलाय....
ज्याने आयुष्यभर तुझ्यावर प्रेमाचा वर्षाव केलाय;
तुला जाणलंय, ओळखलंय, समजलंय...
आणि ज्याला तू लाथाडलं आहेस; दुखावलं आहेस... कित्येकदा!

उकरून काढ ती जुनी प्रेमपत्रं, ती चित्रं, ती छायाचित्रं,
ज्यामध्ये दडली आहेत, तुमच्या त्या मधुर प्रेमाची गुपितं;
आणि पुन्हा एकदा चिंब भिजून निघा,
त्याच प्रेमाच्या सुखद वर्षावामध्ये
आयुष्या'चा' सण साजरा करत... आयुष्य 'हा' सण साजरा करत!

– डेरेक वालकॉट

एलिझाबेथ हिल्मन टॅमन्डल

(२० मे, १९१५ – १८ डिसेंबर, १९८६)

आणि

नॉर्बर्ट चार्ल्स टॅमन्डल

(११ फेब्रुवारी, १९१५ – २३ मे, १९५७)

ह्यांच्याप्रीत्यर्थ...

उपोद्घात

. . . .

क्लेअर : *एकटं मागे राहणं फार कठीण गोष्ट असते. मी हेन्रीची वाट पाहत राहते; तो बरा असेल, अशी आशा करत. तो कुठे आहे, हे मला ठाऊक नसतं. खरंच, खूप कठीण असतं, अशी वाट बघत राहणं.*

मग मी स्वत:ला कामात गर्क ठेवते. त्यामुळे वेळ कधी आणि कुठे जातो, हे समजत तरी नाही.

मी एकटीच झोपते आणि एकटीच उठते. फिरायला जाते, एकटीच. थकवा येईपर्यंत कामं करत राहते. हिवाळ्यामध्ये बर्फाखाली दडणाऱ्या पालापाचोळ्याशी चाललेला वाऱ्याचा खेळ बघत बसते.

त्याबद्दल विचार करू लागेपर्यंत सगळंच सोपं वाटतं.

खरंच, एखाद्याच्या अनुपस्थितीत प्रेम इतकं तीव्र का बनतं?

पूर्वीच्या काळी पुरुष समुद्रसफारीवर जात, तेव्हा त्यांच्या बायका पाण्याच्या काठावर उभं राहून तासन् तासन क्षितिज निरखत राहत– एखादी नाव दिसतेय का, ह्या आशेने. तशीच आता मी हेन्रीची वाट पाहत राहते. तो कुठल्याही पूर्वसंकेताशिवाय केव्हाही अचानक गायब होतो. मग मी त्याची वाट बघत बसते. वाट पाहतानाचा एकेक क्षण युगांसारखा वाटतो. तो प्रत्येक क्षण काचेप्रमाणे; किंबहुना काचेइतका संथ व पारदर्शक असतो. त्या प्रत्येक क्षणामधून बघताना मला पुढचे अगणित क्षण वाट बघत उभे असलेले दिसतात. का तो अशा ठिकाणी गेलाय, जिथे मी त्याच्यासोबत जाऊ शकत नाही!

हेन्री : *कसं वाटतं? कसं वाटतं बरं?*

कधीतरी असं वाटतं की, क्षणभरासाठी (च) तुमचं लक्ष विचलित झालं आहे. मग, अभावितपणे लक्षात येतं; की तुमच्या हातातलं लाल रंगाचं पुस्तक, पांढरी बटणं व लाल चौकड्या असलेला कॉटनचा शर्ट, तुमच्या सगळ्यात आवडीच्या काळ्या जीन्स, एका टाचेत छोटंसं छिद्र असलेल्या तपकिरी मोज्यांचा जोड, दिवाणखाना, गॅसवर ठेवलेलं चहाचं आधण... हे सगळं गायब झालं आहे. तुम्ही पूर्ण नग्नावस्थेत उभे आहात, एका अनोळखी खेड्यातील वाटेवरच्या डबक्यात साचलेल्या, घोट्यापर्यंत येणाऱ्या बर्फाळ पाण्यात. तुम्ही क्षण-दोन क्षण तिथेच स्तब्ध उभे राहता; ह्या आशेने की हे 'स्वप्न' संपून तुम्ही पुन्हा आपल्या दिवाणखान्यात, गरमागरम चहाची वाट बघत दाखल व्हाल. पण, तसं काही होत नाही. मग थरथरत उगीच शिव्या घालत आणि 'आपण इथून गायब व्हावं' ही प्रार्थना करत पाच मिनिट घालवल्यावर, तुम्ही वाट फुटेल तिथे झपाझप चालू लागता. अखेर तुम्ही एखाद्या फार्महाऊसमध्ये पोहोचता. तुमच्याकडे दोन पर्याय उपलब्ध असतात- चोरी करणं किंवा त्या लोकांना सगळं समजावून सांगणं. चोरी पकडली गेली, तर तुरुंगवास नक्की असतो; पण समजावून सांगणं ही फारच कठीण व वेळखाऊ प्रक्रिया असते. खोटं बोलणं ओघानं येतंच... त्यामुळेही कधी कधी तुरुंगवास घडतोच. मग मरू दे ना...

कधी कधी तुम्हाला वाटतं की, तुम्ही अचानकपणे उभे राहिला आहात- खरं तर त्या वेळी तुम्ही पलंगावर छानपैकी झोपलेले असता. तुम्हाला मेंदूपर्यंत रक्त धावत असतानाचा नाद ऐकू येतो, मग घेरी आल्यासारखी वाटते. हातापायांना मुंग्या येतात आणि मग अचानक ते गळून पडल्याचा भास होतो. क्षणभरातच - तितकाच वेळ असतो तुमच्याकडे आधार शोधायला, हातपाय झाडायला (प्रसंगी ह्या झटापटीत तुम्हाला इजाही होते, आजूबाजूच्या वस्तूंचा निचरा होतो) आणि मग तुम्ही एथन्स, ओहायोमधल्या मोटेल ६ च्या हिरव्यागार गालिच्यावर उभे असता. सोमवार, ६ ऑगस्ट १९८१, पहाटे ४:१६ ची वेळ. अचानकपणे, तुमचं डोकं जोरात कुणाच्या तरी दरवाज्यावर आदळतं. फिलाडेल्फियाची मिस टीना शूल्मन दरवाजा उघडते... आणि तिच्या उंबरठ्यावर बेशुद्ध होऊन पडलेल्या नग्न माणसाला पाहून जोरजोरात चित्कारू लागते.

तुम्ही काऊन्टी हॉस्पिटलमध्ये शुद्धीवर येता- डोक्याला ठणका लागलेला असतो. खोलीच्या दाराबाहेर एक हवालदार, खरखरणाऱ्या रेडिओवर 'फिलीज गेम' ऐकत बसलेला असतो. देवदयेने, तुम्ही पुन्हा बेशुद्ध होता आणि सहा तासांनी शुद्धीत येता, ते स्वतःच्या घरातल्या गुबगुबीत गाद्यांच्या पलंगावर- तुमच्याकडे चिंताग्रस्त चेहऱ्याने बघत बसलेल्या पत्नीकडे पाहत.

कधीतरी तुम्हाला अगदी हर्षवायू झाल्यासारखं वाटतं. सगळीच सृष्टी कशी

उदात्त, उत्कृष्ट आणि वलयांकित आहे, असं वाटू लागतं. मग क्षणार्धात ही मन:स्थिती पालटून, तुम्हाला घुसमटल्यासारखं होऊ लागतं आणि मग, तुम्ही गायब होता! प्रगट होता, तर कुठे? एखाद्या शहरी बागेमधल्या टपोऱ्या जेरॅनियम्सवर किंवा तुमच्या वडलांच्या सुंदर बुटांवर किंवा तीन दिवस अगोदर तुमच्या स्नानगृहाच्या फरशीवर किंवा १९५०च्या एका सुंदर सायंकाळी टेनिसच्या प्रांगणात किंवा १९०३मध्ये इलिनॉईसमधल्या एका बाकड्यावर, भडाभडा ओकत!

कसं वाटतं? कसं वाटतं असं निरनिराळ्या काळात, वेगवेगळ्या ठिकाणी कुठल्याही अवस्थेत प्रगट होताना?

अगदी अशा स्वप्नात असल्यासारखं वाटतं, ज्यात तुमच्यापुढे अशी प्रश्नपत्रिका टाकली आहे, जिचा तुम्ही अभ्यासच केलेला नाहीये- तुम्ही कपडेही घातलेले नाहीत! आणि तुम्ही पैशाचा बटवा घरीच विसरून आला आहात!

ह्या सगळ्या येण्या-जाण्याला, प्रवासाला काही नियम, काही ताळतंत्र आहे का? हे सगळं थांबवण्यासाठी, वर्तमानाला कवटाळून राहण्यासाठी काही उपाय आहे का? मला माहिती नाही. खुणा असतात, संकेत मिळत राहतात- कुठल्याही आजाराप्रमाणे माझ्या ह्या आजारातही काही सूत्रं आहेत, काही शक्यता आहेत. अतीव थकवा, गोंगाट, तणाव, अचानक उभं राहणं, भगभगणारा दिवा- ह्यांपैकी कशामुळेही माझा काळप्रवास सुरू होतो. मी 'संडे टाइम्स' वाचत बसलेलो असतो. कॉफीचे घुटके घेत बाजूला झोपलेल्या क्लेअरकडे कटाक्ष टाकत असतो आणि काही समजण्याच्या आत, मी १९७६ मध्ये पोचतो- माझ्या १३ वर्षांच्या मूर्तीला आजोबांच्या घरासमोरच्या हिरवळीची निगा राखताना पाहतो... म्हणजे कधी असंही होतं, की वर नमूद केलेले कुठलेही घटक नसतानाही, माझा काळप्रवास सुरू होऊ शकतो. माझे काही काही प्रवास अगदी काही क्षणांपुरतेही असतात- जसा एखादा रेडिओ योग्य त्या ध्वनिलहरी शोधताना जरासा चाचपडतो तसा. मी अचानक स्वत:ला मोठ्या गर्दीत अडकलेला पाहतो. सगळीकडे माणसंच माणसं... ही झुंबड! तर कधी मी स्वत:ला एकदम एकटा असलेला पाहतो. एखाद्या शेतात, घरात, गाडीमध्ये, समुद्राकाठी, मध्यरात्री एखाद्या ओस शाळेत... मला भीती वाटत राहते की, कधी मी एखाद्या तुरुंगात वगैरे प्रगट होईन किंवा माणसांनी खच्चून भरलेल्या लिफ्टमध्ये किंवा भरधाव वेगाने गाड्या धावत असणाऱ्या एखाद्या महामार्गावर! मी हा असा... नग्नावस्थेत वाट्टेल तिथे प्रगट होणारा. काय आणि कसं समजावून सांगणार मी लोकांना काळप्रवास करताना मला माझ्यासोबत काहीच नेता येत नाही. कपडे, पैसे, ओळखपत्र... काहीच नाही. त्यामुळे खरंतर माझा सर्वाधिक वेळ कपडे-बिपडे गोळा करण्यात आणि लपवण्यातच जातो. तरी नशीब मला चष्मा नाही!

खरंच, काय गंमत आहे बघा - माझ्या सगळ्या आवडीनिवडी 'घर' ह्या प्रकाराभोवती फिरतात. मला एक छानशी आरामखुर्ची द्या, आजूबाजूला घरातला नेहमीचा गोंधळ, प्रियजनांची वर्दळ सुरू असू देत; की मी खूश. माझ्या आयुष्याकडून फार काही मागण्या नाहीत हो - गुबगुबीत गादीवर पडून रहस्यकथा वाचणं, क्लेअरने आपल्या नुकत्याच धुतलेल्या तांबड्या-सोनेरी केसांचा धुंद सुगंध घेणे, परदेशातल्या एखाद्या मित्राचं छानसं पत्र वाचणं, कॉफीमध्ये विरघळणाऱ्या मलईचं सौंदर्य निरखणं, क्लेअरच्या स्तनांखालच्या मृदूमुलायम त्वचेवर हळुवारपणे हात फिरवत राहणं... ह्या सगळ्या गोष्टी पुरेशा आहेत मला सुखी करायला. मला ग्रंथालयातली गर्दी ओसरल्यावर त्या ढिगावारी पुस्तकांशी गुजगोष्टी करण्यात तर निरातिशय आनंद मिळतो. काळ मला स्वत:च्या तालावर नाचवू लागला की ह्या गोष्टींची सगळ्यात जास्त आठवण येत राहते.

आणि क्लेअर... माझी क्लेअर. झोपेतून उठल्यावर परीसारखी दिसणारी, पेपियर मॅशच्या कुंभामध्ये हात बुडवून-बुडवून मनापासून वस्तू बनवणारी, खुर्चीच्या पाठीवर आपले लांबसडक केस मोकळे सोडून पुस्तक वाचणारी; रात्री झोपताना आपल्या फुटलेल्या हातांना मलम लावणारी क्लेअर. तिचा हळुवार आवाज माझ्या कानात घुमत राहतो.

ती जिथे नसते, जेव्हा नसते; तिथे मला जायला आवडत नाही. आणि तरीही मी तिथे जात राहतो... आणि ती तिथे माझ्यापाठी येऊ शकत नाही.

१

द मॅन
आउट ऑफ टाइम

‘आनंद’ हा भाव खरोखरीच अस्तित्वात असतो; यासाठी नव्हे की आगामी नुकसानीमधून नफ्याला खेचून काढता येतं.

....

पण खरोखरीच नुसतं ‘असणं’ हीच मुळी किती मोठी कसरत आहे, ह्या आयुष्यातली!
ह्या विश्वातल्या कित्येक व्यक्तींना, ठिकाणांना, कारणांना आपल्या अस्तित्वाची गरज असते, नाही का?

....

ह्या सतत बदलणाऱ्या विश्वाला आपल्या अस्तित्वामध्ये आश्वासकता दिसते;
आपलं अस्तित्व; हेच मुळी सगळ्यात अस्थिर आहे!
आणि इथून जाताना, आपण तरी काय नेणार असतो आपल्यासोबत?
ना इथे घडलेलं काही; ना इथे शिकलेले काही; आणि ना इथे लाभलेली दृष्टी वा दृश्ये.
नेणार असतो, ते केवळ इथे भोगलेलं दुःख,
आणि प्रेम ह्या भावनेने मनाच्या नाजूक पटलावर लादलेली ओझी!

– राइनर मारिया रिल्के लिखित ‘नाइन्थ ड्यूइनो एलेजी’ ह्याचा स्टीफन मिशेलने केलेल्या इंग्रजी अनुवादातील काही निवडक ओळी

फर्स्ट डेट, वन

. . . .

शनिवार, २६ ऑक्टोबर १९९१ (हेन्री २८ वर्षांचा, क्लेअर २० वर्षांची)

क्लेअर : ग्रंथालयात छान गारवा पसरलाय; गालिचे साफ करण्यासाठी वापरतात तसल्या द्रव्याचा वास येतोय; पण मला तर चहूबाजूला संगमरवरच दिसतोय फक्त. मी नोंदवहीत माझं नाव नोंदवते 'क्लेअर ॲब्शायर, ११:१५ १०-२६-९१ स्पेशल कलेक्शन्स.' मी ह्या न्यूबेरी ग्रंथालयात पूर्वी कधीच आलेले नाहीये; आणि आता, सुरुवातीच्या अंधाऱ्या, भारावून टाकणाऱ्या प्रवेशद्वारामधून घाबरत घाबरत आत पोहोचल्यानंतर माझं मन उत्साहाने उड्या मारू लागलं आहे. सुंदर सुंदर पुस्तकांनी भरलेले खण आणि कपाटं बघून मला नाताळानंतरच्या सकाळची आठवण येतेय. ख्रिसमस ट्री खाली रचून ठेवलेल्या भेटवस्तू बघताना जो आनंद होतो ना, तसाच आनंद आता होतोय. मी लिफ्टमध्ये चढते – त्यात तसा मिणमिणताच प्रकाश आणि स्तब्ध शांतता आहे. मी तिसऱ्या मजल्यावर पोहोचून 'रीडर्स कार्ड' अर्थात 'वाचकाचं नोंदणीपत्र' भरून दाखल करते. मग वरच्या मजल्यावरच्या 'स्पेशल कलेक्शन्स' ह्या विभागात जाते. लाकडी फरशीवर माझ्या बुटांच्या टाचांचा जरा जास्तच आवाज होतो. वरच्या खोलीत गर्दी असली तरी नि:शब्द शांतता आहे. भल्या मोठ्या लाकडी टेबलांवर भरपूर पुस्तकं रचून ठेवली आहेत आणि त्यांच्या भोवतालचे आतुर वाचक त्या पुस्तकांचा फडशा पाडत आहेत. आजूबाजूच्या उंच काचेच्या खिडक्यांमधून हिवाळ्याचं कोवळं ऊन झिरपत आहे. मी एका टेबलावर ठेवलेल्या कोऱ्या विनंतीअर्जांमधून हातभर अर्ज उचलते. मी 'चित्रकलेचा इतिहास' ह्या विषयासाठी एक प्रबंध लिहीत आहे. प्रबंधाचा विषय

आहे — केल्म स्कॉट प्रेस ह्यांचं 'चॉसर.' मी तेच पुस्तक शोधून काढते आणि त्यासाठीचा विनंती अर्ज भरते. पण मला केल्म स्कॉटमधल्या कागद बनवण्याच्या प्रक्रियेबद्दलही काही माहिती गोळा करायची आहे. छे! ही यादी फार गोंधळून टाकणारी आहे बुवा! मी मदत मागण्यासाठी ग्रंथालयाच्या कर्मचाऱ्याकडे जाते. तिथल्या एका बाईंना माझी अडचण समजावत असताना त्या माझ्या खांद्यावरून मागे बघत उद्गारतात, "कदाचित श्री. डी'टॅम्बल तुम्हाला जास्त मदत करू शकतील." मी त्या श्री. डी'टॅम्बलना पुन्हा सगळं समजावून सांगायला म्हणून वळते आणि समोर बघते ते काय? माझ्यासमोर हेन्री उभा असतो!

माझी वाचाच बंद होते. माझ्यासमोर हेन्री उभा आहे- शांत, पूर्ण कपड्यांतला, मी त्याला आजतागायत कधीच पाहिला नाही इतका तरुण. हेन्री ह्या न्यूबेरी ग्रंथालयात नोकरीला आहे. माझ्यासमोर उभा आहे, वर्तमानात! इथे, आता ह्या क्षणी! मी हर्षोल्हासित होते. हेन्री माझ्याकडे संयमितपणे पाहत आहे- जरासा अनिश्चितपणेच पण तरीही नम्रतेने.

"मी तुम्हाला काही मदत करू शकतो का?" तो विचारतो.

"अरे हेन्री!!" त्याला घट्ट मिठी मारण्याची माझी उर्मी महत्प्रयासाने दाबून धरावी लागतेय. पण त्याने मला आयुष्यात कधी पाहिलेलं नाहीये, हे त्याच्या चेहऱ्यावरच्या भावांवरून स्पष्ट दिसतंय.

"आपण ह्यापूर्वी कधी भेटलोय का? माफ करा, मला तर..." हेन्री जरासा भेदरूनच इथे तिथे बघतोय. तिथले वाचक, त्याचे सहकारी आमच्याकडे टक लावून बघत असल्यानं तो जरासा गांगरला आहे. एकीकडे तो आपल्या स्मरणशक्तीला ताण देऊन आठवण्याचा प्रयत्न करतोय की भविष्यकाळातला तो स्वतः ह्या समोरच्या हसऱ्या, उत्साही मुलीला कुठे बरं भेटला आहे? मी त्याला शेवटचं बघितलेलं; तेव्हा तो गवतावर लोळून, माझ्या पायाचे अंगठे चोखत बसला होता.

मी त्याला समजवण्याचा प्रयत्न करू लागते : "मी क्लेअर ॲब्शायर. मी लहान असल्यापासून तुला ओळखते..." मला पुढे काय बोलावं, हेच सुचत नाही कारण मी ह्या माणसाच्या आकंठ प्रेमात बुडालेले आहे आणि त्याला तर मी आठवतही नाहीये! त्याच्यासाठी सगळंच भविष्यात आहे. मला तर ह्या सगळ्या गोंधळाचं हसूच येतंय. माझ्याजवळ हेन्रीच्या वर्षानुवर्षांच्या आठवणी आहेत; आणि तो मात्र माझ्याकडे गोंधळून, गांगरून बघत बसलाय.

माझ्या वडलांची जुनी विजार चढवून माझे पाढे घेत बसलेला हेन्री, फ्रेंच क्रियापदं, वेगवेगळ्या राज्यांच्या राजधान्या ह्या सगळ्यांचा माझा गृहपाठ घेत बसलेला हेन्री; माझ्या सात वर्षांच्या मूर्तीनं त्याच्यासाठी बांधून आणलेल्या खाऊवर हसत बसलेला हेन्री; माझ्या अठराव्या वाढदिवशी टक्सेडो घातलेला आणि

थरथरत्या हाताने आपल्या शर्टाची बटणं उघडणारा हेन्री; कितीतरी आठवणी आहेत त्याच्या माझ्याजवळ.

"माझ्यासोबत कॉफी प्यायला किंवा जेवायला चल ना..." मी हेन्रीला विचारते. तो 'हो'च म्हणणार... किंबहुना त्याने तसंच म्हटलं पाहिजे. भूतकाळात आणि भविष्यकाळात माझ्यावर प्रेम करणारा हेन्री, वर्तमानात माझ्यावर त्या प्रेमाचा थोडा तरी शिडकावा करेलच ना? नशिबाने, तो होकार भरतो.

आमचं संभाषण ऐकत असलेल्या मदतनीस बाईंची आश्चर्याने विस्फारलेली नजर दुर्लक्षित करून, आम्ही जवळच्याच एका थाई हॉटेलात रात्रीच्या जेवणाला भेटायचं ठरवतो. केल्म स्कॉट आणि चॉसरला पार विस्मरणात टाकून मी संगमरवरी पायऱ्यांवरून तरंगतच बाहेर पडते.

हेन्री : आज ऑक्टोबरमधला छानसा उन्हाळी आणि तरतरीत दिवस आहे. मी न्यूबेरी ग्रंथालयाच्या चौथ्या मजल्यावरच्या एका लहानशा खिडकीविरहित खोलीमध्ये, नुकत्याच आम्हाला भेटीदाखल मिळालेल्या काही कागदपत्रांची नोंदणी करत बसलो आहे. कागदपत्रं खूप सुंदर आहेत, पण हे नोंदणी करण्याचं काम मात्र रटाळच आहे बुवा. मला स्वत:ची दयाच येतेय. खरं तर मला स्वत:ला फार वृद्ध झाल्यासारखं, थकल्यासारखं वाटतंय - एखाद्या अठ्ठावीस वर्षांच्या तरुणाला पहाटेपर्यंत व्होडका ढोसत बसल्यानंतर आणि आपण इंग्रिड कार्मायकलच्या मर्जीत पुन्हा कसे जाऊ शकू ह्याचा डोकं फुटेस्तोवर विचार केल्यानंतर जितकं थकल्यासारखं वाटेल, तितकं! आम्ही कालची अख्खी संध्याकाळ भांडणात घालवली आणि आता तर मला हेसुद्धा आठवत नाहीये की, आम्ही कशाबद्दल भांडत होतो. माझं डोकं नुसतं ठणकतंय. मला कॉफीची नितांत गरज वाटतेय.

तो कागदपत्रांची ढीग तसाच टाकून मी ऑफिसमधून बाहेर पडतो आणि वाचनालयातल्या मदतनिसांच्या पुढून जाणार इतक्यात इसाबेलचा आवाज मला थबकायला भाग पाडतो. ती म्हणत असते "श्री. डी'टॅम्बल तुम्हाला जास्त मदत करू शकतील..." अर्थात ह्याचा मथितार्थ असतो, 'हेन्री लबाडा, पळून कुठे चाललायंस? थांब इथे!'

आणि त्यापाठोपाठ एक सुंदर गोरीपान, उंच, तांबड्या सोनेरी केसांची मुलगी मागे वळून बघते आणि मी तिचा देवच असल्यागत भक्तिभावाने माझ्याकडे टक लावून पाहत बसते. आता आली का पंचाईत? नक्कीच, ही मला चांगलीच ओळखतेय आणि मला तर ती पुसटशीही आठवत नाहीये. देवच जाणे की मी ह्या परीला काय बोललोय, केलंय किंवा वचन देऊन बसलोय... म्हणून मग मी सावध पवित्रा घेऊन औपचारिक आवाजात विचारतो, "मी तुम्हाला काही मदत करू

शकतो का?''

त्यावर ती मुलगी ज्या कळवळ्याने माझं नाव पुकारते, त्यावरून माझी खात्री पटली आहे की, हिच्याशी माझं कधीतरी फार अप्रतिम असं नातं सांधलेलं आहे. आता तर मला माझ्या विस्मरणाची अजूनच लाज वाटू लागते. मी तिला विचारतो, ''आपण ह्यापूर्वी कधी भेटलो आहोत का?'' त्यावर इसाबेल माझ्याकडे 'अरे नालायक माणसा!' ह्या अर्थाचा क्षुद्र कटाक्ष फेकते. पण ती मुलगी, विचलित न होता मला समजावते ''मी क्लेअर ॲब्शायर. मी लहान असल्यापासून तुला ओळखतेय.'' मग ती मला जेवणाचं आमंत्रण देते, मी ते थक्क होऊन स्वीकारतो.

मी इतका अजागळ दिसत असूनही- माझ्या दाढीची खुंटं तर अगदीच खराब दिसत आहेत- ती माझ्याकडे निरतिशय प्रेमाने पाहत आहे. आम्ही आज संध्याकाळीच 'ब्यू थाई'मध्ये जेवायला जाणार आहोत. माझ्याकडून न चुकता तिथे पोहोचण्याचं वचन घेऊन क्लेअर तरंगतच ग्रंथालयाबाहेर पडते.

क्लेअर गेल्यानंतरही मी, का कोण जाणे, पण घडल्या घटनांबद्दल धुंदीतच वावरतोय. अचानक मला कर्मधर्मसंयोगाने हा साक्षात्कार होतो की, नशिबाच्या अजब खेळीमुळे माझ्या भविष्यातल्या एका तुकड्याने मला वर्तमानात गाठलेलं आहे! मला खदखदून हसायला येतंय. मी धावतच ग्रंथालयातून बाहेर पडून त्याच्या मोठ्ठाल्या पायऱ्यांवरून उड्या मारत रस्त्यावर पोचतो. समोर बघतो तर काय? क्लेअर वॉशिंग्टन स्क्वेयरवर धावत उड्या मारत चालली आहे. तिचा हा निरागस आनंद बघून, माझ्या डोळ्यांत, का कोण जाणे, पाणी तरळलं आहे.

त्याच संध्याकाळी

हेन्री : संध्याकाळी ६ वाजता मी धावतच घरी पोचतो आणि माझा 'अवतार' नीटनेटका करण्याच्या प्रयत्नाला जुंपतो. सध्या माझं घर म्हणजे नॉर्थ डिअरबॉर्नमधला एक टीचभर, पण तरीही प्रचंड महागडा असा फ्लॅट आहे. तो इतका टीचभर आहे की, मी सतत भिंतींवर, दरवाज्यांवर, टेबल खुर्च्यांवर आदळत राहतो.

घरी पोहोचल्यावर मी प्रथम मुख्य दरवाज्यावरच्या सतरा (!) कुलपांना उघडण्याची मोहीम फत्ते पाडतो. मग माझ्या दिवाणखाना ऊर्फ शयनगृहात उभं राहून फरफर कपडे उतरवतो. त्यानंतर भराभर अंघोळ-दाढी उरकतो आणि मग हरवल्या नजरेने कपड्यांच्या कपाटासमोर उभा ठाकतो. कपड्यांची बरीच उलथापलथ केल्यानंतर माझ्या लक्षात येतं की, माझ्याकडे एकही चांगला, स्वच्छ पोषाख नाहीये. नशिबाने मला अखेर लॉन्ड्रीतून आणून बाहेरच पडलेला एक पांढरा शर्ट सापडतो. त्यावर मी 'विंग टिप्स'चा काळा कोट व आकाशी रंगाचा टाय घालायचं ठरवतो.

मात्र, तो पेहराव चढवल्यावर लक्षात येतं की मी एखाद्या एफबीआय एजंटसारखा दिसतोय! पण आता इलाज नाही. वेळही नाहीये, दुसरे चांगले कपडेही नाहीयेत आणि घरात प्रचंड पसारा पडला आहे. आज क्लेअरला घरी आणण्याइतपत 'प्रगती' झाली, तरी तसं करायचं नाही, ह्याची मी खूणगाठ बांधली आहे. मी स्नानगृहातल्या मोठ्या आरशात स्वत:ला निरखून पाहतो आणि अंत्यविधी करणाऱ्या 'मिनिस्टर'सारखं माझं रूपडं बघून मनात येतं, 'ह्या मुलीने ह्यापूर्वी मला कुठकुठल्या रूपात बघितलं आहे, देव जाणे! कारण निश्चितच मी माझ्या भविष्यामधून तिच्या भूतकाळामध्ये माझे स्वत:चे कपडे घालून प्रवास करूच शकत नाही. ती काय म्हणाली बरं? ती मला तिच्या बालपणापासून ओळखते?'

अनुत्तरित प्रश्न माझ्या डोक्याचा भुगा करू पाहतात. मी थबकतो आणि एक दीर्घ श्वास घेतो. ओके! ते सगळं राहून देत. आता निघायला हवं. मी घराच्या किल्ल्या आणि पैशाचं पाकीट घेऊन निघतो. सदतीस कुलपं लावून, डुगडुगणाऱ्या लिफ्टमधून खाली जाऊन क्लेअरसाठी गुलाबांचा गुच्छ घेतो. झपाझप चालत दोन चौक पार असलेल्या 'ब्यू थाई'मध्ये पोचतो, पण तसा पाच मिनिटं उशिरानेच. क्लेअर आधीच येऊन माझी वाट पाहत बसली आहे. मला पाहून तिचा जीव भांड्यात पडतो. ती हातानेच खूण करून मला जवळ बोलावते.

मी 'हॅलो!' म्हणत तिच्यासमोर उभा राहतो. क्लेअरनं आमसुली रंगाचा रेशमी झगा आणि त्यावर एक छानसा मोत्यांचा सर घातला आहे. ती जॉन ग्रॅहमच्या कुंचल्यातून उतरलेल्या बोटीसेलीच्या चित्राप्रमाणे दिसतेय- टपोरे करडे डोळे, सरळसोट नाक, गेईशाप्रमाणे इवलीशी जिवणी व नाजूक ओठ. तिचे सुंदर लांब केस तिच्या खांद्यांवरून पाठीच्या मधपर्यंत पोहोचले आहेत. क्लेअर अक्षरश: एखाद्या मेणाच्या पुतळ्याप्रमाणे नाजूक दिसते आहे. मी तिच्यासमोर गुच्छ पुढे करून म्हणतो "तुझ्यासाठी!"

"थँक्यू", ती अत्यानंदाने उद्गारते. माझ्या चेहऱ्याकडे बघितल्यावर तिला समजतं की, मी तिच्या एवढ्या आनंदाने गोंधळून गेलो आहे. "तू मला ह्यापूर्वी कधीच फुलं दिली नव्हतीस." ती फोड करून सांगते.

मी तिच्यासमोरच्या खुर्चीत स्थानापन्न होतो. मी अजूनही भारावलेल्या अवस्थेतच आहे. ही मुलगी मला चक्क 'ओळखते'! आमची ओळख क्षणिक ओझरती नाही.

वेट्रेसने आमच्या हातात मेन्यू थमवल्यावर मी क्लेअरला फर्मावतो, "हां! सांग आता मला!"

"काय?"

"सगळंच! म्हणजे, तुला हे समजतंय का, की मी तुला का ओळखू शकत नाहीये? मी त्याबद्दल दिलगीर आहे पण..."

“नाही, नाही, खरंच त्याबद्दल वाईट वाटून घेऊ नकोस. मला माहितेय, असं का आहे ते...” क्लेअर आवाज हळू करून पुढे बोलते. “कारण तुझ्यासाठी हे आणि ह्यापूर्वीचंही बरंच, कधीच घडलेलं नाहीये; पण मी मात्र तुला बऱ्याच काळापासून ओळखते आहे.”

“किती काळापासून?”

“चौदा वर्षं! मी सहा वर्षांची असताना तुला प्रथम भेटले.”

“देवा!! तू मला बऱ्याच वेळा भेटली आहेस? की थोड्याच वेळा?”

“आपण जेव्हा गेल्या वेळी भेटलो; तेव्हा तू मला, आपण जेवायला भेटू तेव्हा हे घेऊन ये, असं सांगितलेलंस” असं म्हणून क्लेअर माझ्यासमोर एक आकाशी रंगाची वही धरते. “घे” ती माझ्याकडे देत म्हणते. “ठेव तुझ्याजवळ.”

मी वर्तमानपत्राचा तुकडा ठेवलेल्या एका पानाकडे जातो. त्या पानाच्या वरच्या बाजूला दोन गोंडस कॉकर स्पॅनियल कुत्र्याच्या पिल्लांचं चित्र आहे आणि पानावर, तारखांची यादी लिहिली आहे. यादी २३ सप्टेंबर १९७७ ला सुरू होते आणि सोळा पानांनंतर २४ मे १९८९ ला संपते. मी मोजून पाहतो, तर तब्बल १५२ तारखा लिहिलेल्या आहेत. पाल्मर पद्धती वापरून, निळ्या बॉलपेनने निगुतीने लिहिलेली ती यादी बघून, मी आश्चर्याने क्लेअरला विचारतो, “ही यादी तू बनवलीस? ह्या तारखा बरोबर आहेत का सगळ्या?” ह्यावर क्लेअर सांगते, खरं तर, तूच मला लिहायला सांगितल्यास. तू मला काही वर्षांपूर्वी सांगितलेलंस की, तू ह्या यादीमधून तारखा पाठ केल्या आहेत. त्यामुळे मला नीटसं माहीत नाही की, ही यादी अस्तित्वात कशी आली - ही यादी काहीशी मोबियस यादी सारखी दिसते, हो ना? पण, हो, ह्या तारखा बरोबर आहेत. तुला भेटायला घरामागच्या कुरणात कधी जायचंय, हे समजण्यासाठी मी ह्याच यादीचा वापर करायचे.

इतक्यात वेट्रेस येते आणि आम्ही काही पदार्थ मागवतो - माझ्यासाठी टॉम खा काई आणि क्लेअरसाठी गॅन्ग मुस्सामन. एक वेटर आमच्यासाठी चहा घेऊन येतो. मी आमच्या दोघांसाठी कपात चहा भरतो. “हे कुरण काय आहे?” आता तर मला प्रचंड उत्सुकता लागून राहिली होती. आमच्याबद्दल जाणून घेण्याची. ह्याआधी मी माझ्या भविष्यातल्या कुठल्याच व्यक्तीला भेटलो नव्हतो - मला १५२ वेळा भेटलेल्या बोटीसेली चित्राला तर मुळीच नाही.

“माझ्या आई-वडिलांच्या मिशिगनमधल्या घराच्या पाठीमागे हे मोठ्ठं कुरण आहे. त्याच्या एका बाजूला बरीच झाडं आहेत आणि दुसऱ्या बाजूला आमचं घर. कुरणाच्या मधोमध साधारण १० फूट व्यासाची मोकळी जागा आहे आणि त्यामध्ये एक भला मोठा दगड आहे. तुम्ही ह्या मोकळ्या जागेत उभे राहिलात, तर घरातलं कोणी तुम्हाला पाहू शकत नाही. ही जागा एका खळग्यात आहे - त्याआधी मोठी

चढण आहे. मला तिथे खेळायला खूप आवडायचं, कारण मला एकटीने खेळायला आवडायचं आणि इथे मला कोणीच शोधू शकणार नाही, असं वाटायचं. एकदा, पहिल्या इयत्तेत असताना मी शाळेतून घरी आले आणि थेट माझ्या त्या आवडत्या जागेवर गेले, तर तू तिथेच होतास....''

''नग्न आणि कदाचित बकाबका ओकत, हो ना?''

''नाही. उलट तू खूपच अविचल, शांत असा होतास. मला पक्कं लक्षात आहे, की तुला माझं नाव माहिती होतं आणि तू नंतर खूप आश्चर्यकारक पद्धतीने गायब झालास. मागे वळून पाहताना असं लक्षात येतं की, तू त्यापूर्वीही तिथे आलेला होतास....नक्कीच. मला वाटतं, तुझी तिथे येण्याची पहिली वेळ होती १९८१ साली. मी तेव्हा १० वर्षांची असेन. तू माझ्याकडे टक लावून पाहत 'ओ माय गॉड', 'ओ माय गॉड' चा जप लावलेलास. तू तुझ्या नग्नावस्थेबद्दलही खूप अस्वस्थ झालेलास; पण तोपर्यंत मला त्याचं काहीच वाटेनासं झालेलं. मी हे गृहीतच धरू लागलेले की वेळी-अवेळी हा नग्न वृद्ध भविष्यकाळातून प्रवास करत येऊन माझ्याकडे कपडे, जेवण मागणारच.'' क्लेअर हसली.

''हसायला काय झालं?''

''मी तुझ्यासाठी काय चित्रविचित्र पदार्थ बनवले आहेत, ह्याची आठवण आली. पीनट बटर आणि अँनकोव्ही सॅन्डविच; रित्झ क्रॅकर्सवर मांडलेलं बीट आणि पातं; मला वाटतं, एकीकडे मला तुला माझ्या 'पाक-कौशल्याने' थक्क करायचं असायचं आणि दुसरीकडे हेसुद्धा तपासून पहायचं असायचं, मी बनवलेली अशी कुठली गोष्ट आहे जी तू खायला नकार देशील?''

''किती वर्षांचा होतो मी तेव्हा?''

''मला वाटतं, मी तुला सगळ्यात मोठं बघितलंय, ते तू चाळिशीत असताना. सगळ्यात लहान किती वर्षांचा असताना बघितलंय, ते मात्र मला आठवत नाहीये. कदाचित तीस वर्षांचा असशील. आता किती वय आहे तुझं?''

''अठ्ठावीस.''

''बरोबर आहे मग...खूपच तरुण दिसतोयंस तू आज. गेली काही वर्षं आपण जेव्हा भेटत होतो, तेव्हा तू चाळिशीत होतास आणि कदाचित बऱ्याच संकटांतून वाट काढत जगत होतास...नक्की माहीत नाही, पण तुझ्या चेहऱ्याकडे बघून तरी तसंच वाटायचं. तसं नसेलही, काय माहिती? असंही असेल की, आपण लहान असताना आपल्याला सगळीच माणसं वृद्ध आणि गंभीर भासतात.''

''हं! बरं, ते राहू देत. मला सांग. आपण कुरणामध्ये भेटून काय करायचो? आपण तिथं बराच वेळ घालवायचो ना?''

क्लेअर हसली. ''आपण बऱ्याच गप्पा मारायचो. त्या माझ्या वयानुसार

ठरायच्या. तू बऱ्याचदा मला माझ्या गृहपाठात मदत करायचास. आपण वेगवेगळे खेळ खेळायचो. बऱ्याचदा नुसत्या गप्पाही मारत बसायचो. मी खूप लहान होते ना, तेव्हा वाटायचं की तू देवदूतच आहेस. म्हणून मग मी तुला देवाबद्दल प्रश्न विचारून भंडावून सोडायचे. तुला अजून एक गंमत सांगू? मी १२-१३ वर्षांची असताना तू माझ्याशी शारीरिक संबंध ठेवावा, ह्यासाठी खूप हट्ट धरला होता. अर्थात, तू माझ्या हट्टाला कधीच जुमानलं नाहीस आणि तू जितक्यांदा नकार दिलास, तितकीच मी निग्रही बनत गेले. मला वाटतं, तुला अशी भीती होती की, तुझ्यामुळे मी विकृत बनेन. त्या दृष्टीने तू माझ्या बाबतीत फारच संरक्षक होतास."

"ओह! चांगलंच आहे म्हणायचं, पण ह्या क्षणी मात्र मला संरक्षक वगैरे काही वाटत नाहीये, एवढं सांगून ठेवतो!" त्याक्षणी आमची नजरभेट होते, दोघे एकमेकांकडे बघून मिश्किल हसतो - एखाद्या कटात एकत्र सामील असल्यासारखे.

"हिवाळ्यामध्ये मी तुला आमच्या घराच्या तळघरात न्यायचे, गुपचूप. आमच्या तळघरात खूप खोल्या आहेत आमच्या - त्यांपैकी एक कोठार आहे. कोठाराच्या एका बाजूला उबदार शेकोटी बांधलेली आहे. आम्ही त्या खोलीला 'रीडिंग रूम' (वाचनाची खोली) म्हणतो; कारण तिथे बरीच जुनी मासिकं, पुस्तकं इत्यादी भरून ठेवली आहेत. एकदा तू तिथे होतास आणि बाहेर बर्फाचं जोरदार वादळ सुरू होतं. घरची सगळी मंडळी बाहेर न जाता घरीच थांबलेली आणि मी विचार करून करून वेडी झाली होते कारण घरात खाण्याचं काहीच सामान उरलं नव्हतं. एट्टा वाण्याच्या दुकानात जाणार होती; पण वादळामुळे सगळा घोळ झालेला. त्यामुळे तुला खायला काय द्यावं ह्या विचारामुळे मला काही सुचेनासं झालेलं. अखेर तुला तीन दिवस त्या कोठारात काढावे लागले होते - 'रीडर्स डायजेस्ट'चे जुने अंक वाचत आणि सार्डीन मासे व रामेन नूडल्स खात."

"हं! तोंडाला पाणी सुटलं माझ्या!" हेन्री उपरोधाने म्हणाला. तेवढ्यात जेवण आलं. "मग, तू कधी जेवण बनवायला शिकलीस की नाही?"

"नाही, मी असा काही दावा नाही करणार. ह्याचं 'श्रेय' नेल आणि एट्टाला जातं. मी 'कोक' घेण्यासाठीशिवाय इतर कुठल्या कारणाने स्वयंपाकघरात शिरले की, त्यांचं पित्त खवळायचं. आणि मग इथे शिकागोला आल्यानंतर कोणासाठी स्वयंपाक करावा, हा प्रश्न होता - म्हणून मग राहूनच गेलं. तसंही मी अभ्यासात इतकी व्यग्र असते की, इच्छा असूनही स्वयंपाक शिकणं राहूनच गेलंय. मी तर बाहेरच जेवते."

क्लेअरने चमचाभर 'करी' चाखली आणि उद्गारली "वा! सुंदर!"

"हे नेल आणि एट्टा कोण आहेत?"

"नेल आमची स्वयंपाकीण आहे. अप्रतिम स्वयंपाक करते. डेट्रॉइटमध्ये

'कोर्डोन ब्लॉ' स्वयंपाकीण मिळण्याचं भाग्य लाभलंय आम्हाला. ज्यूलिया चाइल्ड जर अरिथा फ्रॅन्कलिन असती, तर कशी असती? तशी आहे आमची नेल. एट्टा खरं तर घरची व्यवस्थापक आहे, पण ती आमच्या सगळ्यांच्या आयुष्याचा इतका अविभाज्य घटक बनली आहे की, तिच्याशिवाय पान हलत नाही. ती अगदी आमच्या आईसारखी आहे. आमच्यासाठी.....म्हणजे, माझी आई आहे, पण ती...ते जाऊन देत. एट्टा नेहमीच आमच्याजवळ आमच्यासाठी हजर राहिली आहे. ती जर्मन आहे, तिचं अस्तित्व माझ्यासाठी फार आश्वासक आहे...खरंतर ती बरीच शिस्तप्रिय आहे, पण तरीही मला ती आवडते. कारण, माझ्या आईत काही फारसा अर्थ नाही. ती....ती सतत स्वत:च्या विश्वात असते...म्हणजे, तुला समजतंय ना मी काय म्हणतेय ते?''

मी सूप भरल्या तोंडाने मान डोलावून होकार भरतो. ''आणि हो, पीटरसुद्धा आहे'' क्लेअर पुढे बोलते. ''तो आमचा माळी आहे.''

''अरे वा! तुमच्याकडे इतके नोकरचाकर आहेत ह्या अर्थी तुम्ही बरेच श्रीमंत दिसताय. हे सगळं माझ्या आवाक्याबाहेरचं आहे. मी कधी....अं...तुझ्या घरच्यांना भेटलोय का?''

''माझी मीग्रम आजी वारण्याच्या नुकताच आधी तू तिला भेटला होतास. ती एकच व्यक्ती होती, जिच्याबद्दल मी तुला सांगितलं होतं. तू तिला भेटलास तोपर्यंत ती बरीचशी आंधळी झाली होती. पण तिला माहीत होतं की, आपण लग्न करणार आहोत आणि म्हणून तिला तुला भेटायचं होतं.''

मी जेवण थांबवून क्लेअरकडे पाहू लागतो. तीपण माझ्याकडे पाहू लागते, पण शांतपणे, अगदी आरामात.

''आपण लग्न करणार आहोत?!''

''मला तरी असंच वाटतंय.'' ती शांत आवाजात उत्तरते. ''तू मला वर्षानुवर्षं सांगतोस की, तू कुठूनही येत असलास, तरी तुझं लग्न माझ्याशीच झालेलं आहे.''

अति होतंय! अति होतय हे सगळं! मी गच्च डोळे मिटून, माझं डोकं पोखरणारे विचार दूर लोटण्याचे प्रयत्न करू लागतो. कारण, काहीही झालं, तरी मला ह्या क्षणावरची, वर्तमानावरची पकड सैलावून द्यायची नाही.

''हेन्री? हेन्री, तुला बरं वाटत नाहीये का?'' क्लेअर माझ्या शेजारी येऊन बसल्याचं मला जाणवतं. मी डोळे उघडतो, तशी ती माझा हात गच्च तिच्या हातात पकडते. मी तिच्या हातांकडे बघतो, तेव्हा जाणवतं की, ते एखाद्या कामगाराच्या हातांसारखे आहेत - कडक आणि खरखरीत.

''हेन्री, मला माफ कर, मला ह्या सगळ्याची सवय होताना जरा वेळ लागतोय. सगळंच किती निराळं आहे. एरव्ही, म्हणजे...माझा आयुष्यभर, आपल्या

दोघांमध्ये तू असा आहेस, ज्याला सगळ्या गोष्टींची माहिती असते आणि आज मी विसरून गेले की, मला थोडं दमानेच घ्यायला हवं.'' क्लेअर स्मित करत पुढे बोलते, ''खरं तर मागच्या वेळी निघताना तू मला विनवलेलंस 'माझ्यावर दया कर, क्लेअर'. तू अगदी तुझ्या उपदेशात्मक आवाजात म्हणाला होतास ते आणि आता विचार करता मला वाटतंय की, तू माझी नक्कल करत असावास.'' क्लेअरने अजूनही माझे हात आपल्या हातात पकडलेले आहेत. ती माझ्याकडे निरतिशय प्रेमाने, आदराने बघते आहे. तिच्या त्या बघण्यामुळे मी पुरता 'थिजून' गेलो आहे.

''क्लेअर?''

''काय?''

''आपण हे सगळं विसरून, सामान्य लोकांप्रमाणे आपण पहिल्यांदाच भेटल्यासारखे वागू शकतो का?''

''बरं.'' क्लेअर उठते आणि मोठ्या प्रयासानं हसू दाबत, पुन्हा स्वत:च्या जागेवर जाऊन बसते.

''हं, चल तर मग....क्लेअर, मला तुझ्याबद्दल काहीतरी सांग ना. तुझे छंद काय आहेत? तुला पाळीव प्राणी आवडतात का? तुझ्या काही...अं...विशेष अशा लैंगिक आवडीनिवडी आहेत का?''

''हा! जसं काय मी तुला त्या सांगत बसणार आहे! तू स्वत: शोधून काढ त्या!''

''बरं! ठीक आहे...मला सांग, तू कुठल्या शाळेत होतीस? कुठल्या महाविद्यालयात आहेस? काय शिकते आहेस?''

''मी स्कूल ऑफ आर्ट इन्स्टिट्यूट'मध्ये मूर्तिकाम शिकत आहे आणि पेपरमेकिंगही शिकायला लागले आहे.''

''उत्तम! पण तुझ्या कामाचं नेमकं स्वरूप काय?''

प्रथमच, मला क्लेअर अवघडल्यासारखी वाटतेय. ''माझं काम....माझं काम बरंच मोठ्या स्वरूपाचं आहे...ते...ते पक्ष्यांवर बेतलेलं आहे.'' ती टेबलाकडे बघत चहाचे घोट घेऊ लागते.

''पक्षी?''

''अं...खरंतर ते परस्पर ओढीबद्दल आहे...'' ती अजूनही माझ्याकडे बघण्याचं टाळतेय, हे लक्षात येऊन मी विषय बदलतो.

''मला तुझ्या कुटुंबाबद्दल काही सांग ना.''

''बरं...'' क्लेअर सैलावते आणि हसून सांगू लागते. ''माझं कुटुंब मिशिगनमध्ये राहतं; तलावाशेजारी वसलेल्या साऊथ हॅवन ह्या छोट्याशा गावात. खरं म्हणजे आमचं घर तसं गावाच्या हद्दीबाहेरच येतं. ते घर माझ्या आईच्या आईवडिलांनी

बांधलं होतं. ग्रॅन्डमा आणि ग्रॅन्डपा मीग्रम ह्यांनी. माझा जन्म होण्यापूर्वीच आजोबा वारले आणि तिचा मृत्यू होईपर्यन्त आजी आमच्याच जवळ राहिली. ती वारली, तेव्हा मी १७ वर्षांची होते. माझे आजोबा वकील होते आणि माझे वडीलही. खरंतर, बाबा जेव्हा आजोबांकडे काम करू लागले, तेव्हाच तर ते आईला भेटले.''

''अच्छा! म्हणजे त्यांनी साहेबांच्या मुलीशीच लग्न केलं तर?''

''हो. पण कधीकधी मला प्रश्न पडतो की, त्यांनी त्यांच्या साहेबांच्या मुलीशी लग्न केलं की त्यांच्या घराशी? माझी आई एकुलती एक आहे आणि आमचं घर खरंच अप्रतिम आहे. आमच्या घरात चित्रकला व हस्तकलेत घडलेल्या क्रांत्यांवर बरीच पुस्तकं आहेत.''

''तुमच्या घराला काही नाव आहे का? कोणी बांधलं ते?''

''त्याचं नाव मेडोलार्क हाऊस असं आहे. ते १८९६ साली पीटर वीन्सने बांधलं.''

''अच्छा! ते घर का? खरंच सुंदर आहे ते; मी चित्रं बघितली आहेत त्याची. ते हेंडरसन कुटुंबातल्या कुणासाठी तरी बांधलं होतं ना?''

''हो. मेरी हेंडरसन आणि डायटर बास्कॉम्बच्या लग्नाची भेट होती ती. पण लग्नानंतर दोन वर्षांतच त्यांचा घटस्फोट झाला आणि घर विक्रीला आलं.''

''सुंदर घर आहे....अगदी चकाचक!

माझं कुटुंबही तसंच आहे - चकाचक! आणि त्या बाबतीत ते जरा विचित्रसुद्धा आहेत.''

''भावंडं?''

''मार्क नावाचा भाऊ आहे, २२ वर्षांचा. तो सध्या हार्वर्डमध्ये कायद्याचं शिक्षण घेत आहे. १७ वर्षांची बहीण आहे, अलीसिया म्हणून. ती सध्या महाविद्यालयात जाते आणि चेलोसुद्धा वाजवते.'' मला क्लेअरचा आवाजात, बहिणीबाबत ओलावा, मात्र भावाबद्दल कोरडेपणा जाणवतो. ''तुला मार्क फारसा आवडत नाही, हो ना?''

''मार्क ना, हुबेहूब बाबांसारखा आहे. त्या दोघांनाही जिंकण्याची झिंग आहे - मग त्यासाठी कितीका किंमत मोजावी लागेना. तुम्ही त्यांच्या मतांमध्ये होकार मिसळेपर्यंत, ते तुम्हाला शब्दांनी अक्षरशः घायाळ करत राहतात.''

''तुला माहितेय क्लेअर, मला भावंडं असणाऱ्या लोकांचा नेहमीच हेवा वाटत आलेला आहे - मग, त्या भावंडांमध्ये फारशी एकी नसली, तरी.''

''तू एकुलता एक आहेस?''

''हो...अरे पण मला तर वाटत होतं की तुला माझ्याबद्दल सगळं माहितेय!''

''खरं सांगू का? मला तुझ्याबद्दल सगळं माहिती आहेसुद्धा आणि नाहीसुद्धा. तू कपड्यांशिवाय कसा दिसतोस, हे मला माहितेय; पण तुझ्या कुटुंबाबद्दल मला

काहीच माहिती नाही - फक्त एवढंच ठाऊक आहे, की तू ६ वर्षांचा असताना, तुझी आई गाडीच्या अपघातात मृत्युमुखी पडली. मला हे ठाऊक आहे की तुला चित्रकलेचं खूप ज्ञान आहे आणि तुला खूप सुंदर फ्रेंच आणि जर्मन बोलता येतं. - पण मला हे अजिबात माहिती नव्हतं की तू ग्रंथालयात काम करतोस. तुला वर्तमानात शोधणं, हे तू माझ्यासाठी अशक्य करून ठेवलं होतंस. तू म्हणायचास, ते व्हायचं तेव्हा होईलच - आणि आज, आपण खरोखरीच वर्तमानात भेटलो आहोत.''

''खरं आहे,'' मी होकार भरत पुढे बोलू लागतो. ''माझ्या कुटुंबाबद्दल सांगायचं तर ते काही चकाचक वगैरे नाही आहेत; ते संगीतकार आहेत. माझे वडील म्हणजे रिचर्ड डी टॅम्बल आणि आईचं नाव होतं ॲनेट लिन रॉबिन्सन.''

''ओह! त्या गायिका होय ना?''

''हो. आणि बाबा व्हायोलिन वाजवायचे. ते शिकागो सिंफनी ऑर्केस्ट्रामध्ये अजूनही व्हायोलिन वाजवतात. पण त्यांना कधीच आईइतकी प्रसिद्धी मिळाली नाही. फार दु:ख होतं मला ह्या गोष्टीचं कारण ते खरोखरीच फार गुणी व्हायोलिनवादक आहेत. आई गेल्यानंतर ते पार हरवूनच गेले बिचारे.''

इतक्यात, बिल येतं. दोघांनीही फारसं काही खाल्लेलं नाहीये, पण ह्या क्षणी मला तरी मुळीच रस नाहीये अन्नामध्ये.

क्लेअर बिल भरायला पर्स उचलते, तसा मी तिच्याकडे पाहून नकारार्थी मान डोलवतो. मी बिल भरतो. आम्ही हॉटेलातून बाहेर पडून, क्लार्क स्ट्रीटवर चांदण्यांखाली उभे राहतो. क्लेअरने लोकरीचा निळा कोट आणि फरचे हातमोजे घातले आहेत. मी मात्र कोट आणायला विसरलो असल्यामुळे, थंडीने कुडकुडत उभा आहे.

''तू राहतोस कुठे?'' क्लेअर विचारते.

आली का पंचाईत! ''मी इथून दोन चौक पलीकडेच राहतो, पण माझं घर अगदीच एवढसं आहे आणि त्यातही आज भयंकर पसारा पडला आहे. तू?''

''मी रॉस्को व्हिलेजमध्ये राहते, हॉरनजवळ. पण माझ्यासोबत तिथे एक मैत्रिणही राहते.''

''तुला जर मी माझ्या घरी नेलं ना, तर तुला डोळे बंद करून, हजारपर्यंत आकडे मोजावे लागतील. कदाचित, तुझी मैत्रीण बहिरी, नाक न खुपसणारी असेल...?''

''छे, छे! मुळीच नाही. खरंतर तिच्या भीतीने मी कुणालाच घरी नेत नाही. शॅरीस तुझ्यावर उडीच मारेल आणि तू सगळं इत्थंभूत सांगेपर्यंत तुला छळत बसेल!''

''शॅरीस नावाच्या मुलीकडून छळ करून घ्यायला, खरं तर आवडेल मला; पण तुला त्यात फारसं गम्य नाही हे दिसतंय मला. त्यामुळे आपण अखेर माझ्याच

घरी जाऊ या.''

आम्ही क्लार्क स्ट्रीटवरून चालू लागतो. मी मध्येच, वाईन मिळेल का हे बघायला क्लार्क स्ट्रीट लिकर्समध्ये डोकावतो. तशी क्लेअर माझ्याकडे गोंधळलेल्या नजरेने पाहत विचारते. ''मला वाटलेलं, तुला हे सगळं वर्ज्य आहे...''

''खरंच?''

''हो. डॉ. केन्ड्रीकने बजावून सांगितलय तुला.''

''कोण डॉ. केन्ड्रीक?'' क्लेअरने उंच टाचेचे बूट घातले असल्याने आम्ही फार धीम्या गतीने चालत आहोत.

''ते तुझे डॉक्टर आहेत आणि क्रोनो इम्पेयरमेंटवरचे मोठे तज्ज्ञही.''

''नीट समजावून सांग बरं मला.''

''मला खूप काही माहिती नाहीये, पण डॉ. डेव्हिड केन्ड्रीक एक विख्यात आण्विक जननशास्त्रज्ञ आहेत. त्यांनी क्रोनो इम्पेयरमेंटवर– अर्थात माणूस काळप्रवास का करू लागतो, ह्यावर फार संशोधन केलं आहे. त्यांचं संशोधनकार्य तसं अजूनही चालूच आहे. पण त्यांनी २००६मध्ये हा शोध लावलेला आहे किंबहुना लावणार आहेत की, काळप्रवास हा मानवी शरीरातल्या एका जनुकामधल्या दोषाशी निगडित आहे.'' क्लेअर उसासा टाकत पुढे बोलते, ''पण मला वाटतं, हे सगळं आता फार अपरिपक्व टप्प्यावर उभं आहे. तू मला एकदा सांगितलं होतंस की दहा वर्षांनंतर, काळप्रवाशांच्या संख्येत खूप भर पडणार आहे.''

''मी तर ह्याआधी कुणामध्ये हा दोष असल्याचं ऐकलेलं नाही...''

''मला तर वाटतं की तू ह्या क्षणी डॉ. केन्ड्रीकना जरी ह्याबद्दल विचारलंस ना, तर ते तुला काहीच सांगू शकणार नाहीत. कारण आता आपण फक्त १९९१ मध्ये आहोत. आणि एका अर्थी ते बरंच आहे. ते तुला आता मदत करू शकले असते, तर आपली भेटच झाली नसती...''

''आता त्याबद्दल कशाला विचार करायचा?''

आम्ही आता माझ्या इमारतीत पोहोचलो आहोत. क्लेअर माझ्यापुढे लिफ्टमध्ये सरसावते. मी तिच्यामागून आत शिरून, लिफ्टचं दार बंद करून, अकराव्या मजल्यासाठीच बटण दाबतो.

जुने कपडे, साबण, घाम व फर ह्यांच्या संमिश्र अशा विशिष्ट गंधात क्लेअर न्हाऊन निघाली आहे. मी दीर्घ श्वास घेतो. अखेर लिफ्ट अकराव्या मजल्यावर येऊन थांबते. आम्ही त्या टीचभर जागेतून बाहेर पडून, अरुंद बोळ पार करत माझ्या दाराबाहेर येऊन थांबतो. दारावरची सतराशे साठ कुलपं उघडून मी जरास आत डोकावतो. छे! आपण असताना, आतल्या पसाऱ्याने दुप्पट जोमाने प्रजनन केलेलं दिसतंय! ''तुझ्या डोळ्यांवर पट्टीच बांधायला हवी बहुतेक!'' असं मी म्हणता

क्लेअर खिदळतच माझ्या पाठोपाठ आत येते. मी वाईनची बाटली टेबलावर ठेवून, गळ्यातला टाय काढतो आणि क्लेअरच्या डोळ्यांवर घट्ट बांधतो. मग मी तिला हात धरून आरामखुर्चीत बसवतो आणि सांगतो, ''हं, लाग आता आकडे मोजायला.''

क्लेअरची मोजणी सुरू होते. तसा मी भराभर इस्ततः पडलेल्या वस्तू आवरू लागतो. मोजे, चड्ड्या, न धुतलेले मग, चमचे....

ती 'नऊशे सदुसष्ट' पर्यंत पोहोचते, तशी मी तिच्या डोळ्यांवरची पट्टी उघडतो. पलंगात रूपांतरित केलेल्या माझ्या सोफ्याला मी पुन्हा सोफा बनवलेला आहे. त्यावर बसत, मी क्लेअरला विचारतो, ''वाईन, संगीत, मेणबत्त्यांचा मंद प्रकाश...चालेल?''

''हो नक्कीच!''

मी उठून मेणबत्त्या पेटवतो...भरपूर. मग वरचा दिवा बंद करतो, तसा सगळ्या खोलीत मेणबत्त्यांचा जादुई प्रकाश लखलखू लागतो. सगळं घर सुंदर दिसू लागतं. मग, मी गुलाब पाण्यात ठेवतो, वाईनची बाटली उघडतो आणि दोघांसाठी वाईनचे चषक भरून आणतो. मग, क्षणभर विचार करून माझ्या आईच्या आवाजातली शूबर्ट लीडरची सी.डी. लावतो. गाण्याचा आवाज हळू करून, पुन्हा सोफ्यावर येऊन बसतो.

''माझं घर म्हणजे मुख्यत्वे एक सोफा, एक आरामखुर्ची आणि ४००० पुस्तकं! बाकी किरकोळ वस्तू...इतकंच.''

''किती छान वाटतंय!'' क्लेअर माझ्याशेजारी सोफ्यावर बसत उद्गारते. काही क्षण आम्ही नुसतेच एकमेकांकडे पाहत बसतो - अगदी सहजपणे. मेणबत्त्यांच्या प्रकाशामुळे क्लेअरचे केस चमकू लागले आहेत. थोड्या वेळाने ती माझ्या गालाला हळुवारपणे स्पर्श करत म्हणते, ''किती बरं वाटलं तुला भेटून. मी खूप एकटी पडले होते.''

मी तिला जवळ ओढतो. आम्ही एकमेकांचं चुंबन घेतो. त्या चुंबनात फक्त दीर्घ ओळखीनेच येऊ शकते, अशी सहजता आहे. 'आमच्यात इतका सहजपणा आला तरी कसा? नेमकं काय करतो आम्ही त्या कुरणामध्ये?' - माझ्या मनात घोंघावू लागलेल्या ह्या विचारांना मी प्रयासाने मागे लोटतो.

जरा वेळाने आमचे ओठ विलग होतात - एरव्ही ह्या वेळेपर्यंत मी 'तिच्या' कपड्यांचे अडथळे कसे दूर करावे, ह्याचा विचार करत असतो. पण आज, मी सोफ्यावर रेलून क्लेअरला मिठीत घेऊ लागतो. तिचा मलमली, सुळसुळीत झगा क्लेअरला निसरडं बनवतो - ती माझ्या आणि सोफ्याच्या पाठीच्या खळीत येऊन घसरते - मखमली ईल माशासारखी! ती माझ्याकडे पाहते आहे आणि सोफ्याच्या हातावर पहुडून मीसुद्धा तिलाच निरखत आहे. झिरझिरत्या झग्यामधून माझ्या

शरीराला आसुसून खेटू पाहणारं क्लेअरचं शरीर मला जाणवतंय. खरं तर मला आता तिच्यावर तुटून पडावसं वाटतंय पण शरीर शिणलंय आणि मन भरून आलेलं आहे - त्यामुळे गात्रं साथ देत नाहीयेत.

"बिच्चारा हेन्री!"

"बिच्चारा कशाबद्दल? मी आनंदाने भारावून गेलो आहे." आणि हे खरंच आहे.

"अरे बिच्चारा ह्यासाठी, की मी तुझ्यावर आश्चर्याच्या धक्क्यांचा वर्षावच करत आले आहे ना दिवसभर..." असं म्हणत क्लेअर माझ्यावर अशा प्रकारे पाय टाकते की आता ती नेमकी माझ्या शिश्नावर आरूढ आहे. माझ्या सर्वांगातल्या चेतना जागृत होतात.

"हलू नकोस अजिबात." मी तिला फर्मावतो.

"बरं...मला ना, आजची ही संध्याकाळ फार मनोरंजक वाटायला लागली आहे. म्हणजे, म्हणतात ना, ज्ञान ही खरी शक्ती असते, वगैरे.....तसंही मला नेहमीच ह्या गोष्टींबद्दल जाणून घ्यायची उत्सुकता होती की तू कुठे राहतोस, कुठल्या प्रकारचे कपडे घालतोस, उपजीविकेसाठी काय करतोस इत्यादी...."

"व्हॉयला!" मी क्लेअरच्या झग्याखाली तिच्या मांड्यांना स्पर्श करत उद्गारतो. तिने पायमोजे (स्टॉकिंग्स) आणि गार्टर घातले आहे - ही आहे माझ्या मनासारखी मुलगी!

"क्लेअर?"

"उई?"

"सगळंच एका वेळी बकाबका कोंबण्यात मजा नाही, नाही का? थोडं धीराने घेतलेलंच बरं...असं मला तरी वाटतं."

क्लेअर गोरीमोरी होऊन म्हणते, "सॉरी! पण काय आहे ना, मी गेल्या कित्येक वर्षांपासून धीरच धरत आलेले आहे आणि ते काही केकसारखं नाहीये - की तुम्ही खाल्ला आणि तो संपला."

"बरं...मग बनव तुझा केक आणि खाऊन टाक त्याला!"

"तेच तर माझं ब्रीदवाक्य आहे." क्लेअर मिश्कील हसत म्हणते आणि तिच्या कमरेला मागे-पुढे हलवू लागते. माझा स्वत:वरचा ताबा सुटत चालला आहे - माझं लिंग तर इतकं ताठ झालंय, की सांगता सोय नाही!

तू नेहमीच अशी स्वत:ची मनमानी करतेस, हो ना?"

"नेहमीच! वाईट्ट आहे मी एकदम! पण, तू मात्र माझ्या ह्या खुशामतींनी अनाबाधित राहिला आहेस. तुझ्या फ्रेंच क्रियापदांनी आणि चेकर्सच्या खेळाने सजलेल्या राज्यात, मी बराच त्रास भोगलेला आहे हं, सांगून ठेवते!"

“चला, मला एवढा तरी दिलासा आहे की, माझ्या ‘भविष्यातल्या मूर्तीकडे तुला नमतं घ्यायला लावण्यासाठी काही तरी अस्त्रं आहेत! तू हे असं, सगळ्याच मुलांबरोबर करतेस का गं?” ह्यावर क्लेअर रागाने (किती खऱ्या, ठाऊक नाही) डोळे वटारून बोलते, “मी हे असं कुठल्या ‘मुला’बरोबर करण्याचा स्वप्नातही विचार करू शकत नाही! काय घाणेरड्या कल्पना आहेत तुझ्या!” असं म्हणतच ती माझ्या शर्टची बटणं उघडते. “देवा!! किती तरुण आहेस तू!” ती माझ्या स्तनाग्रांना चिमटे काढू लागते.

सदाचार गेला खड्ड्यात! तसंही मला क्लेअरच्या झग्याचं तंत्र एकंदरीत अवगत झालं आहे...

दुसऱ्या सकाळी

क्लेअर : मी उठते आणि मला समजतच नाही की मी कुठे आहे. छत अनोळखी दिसतंय. पुस्तकांची कपाटही. दुरून ट्रॅफिकचा गोंगाट ऐकू येतोय - तो ही अपरिचित. एका निळ्या रंगाच्या आरामखुर्चीवर माझा झगा पडला आहे आणि त्यावर एका पुरुषाचा टाय भिरकावलेला आहे. मग मला आठवतं. मी वळून पाहते, तर शेजारी हेन्री झोपलेला आहे. इतक्या साहजिकपणे, जणू काही आम्ही असं आयुष्यभर करत आलो आहोत. तो अगदी बेफिकीरपणे झोपला आहे - समुद्रकाठी झोपला असल्यासारखा. सकाळच्या तिरिपीने जाग येऊ नये, म्हणून त्याने हात डोळ्यांवर ठेवला आहे. त्याचे लांब, काळेभोर केस, उशीवर छानपैकी पसरले आहेत. किती सहजपणे आम्ही आता इथे आहोत. इथे आणि आता. अखेर आता.

मी हळुवारपणे पलंगावरून उठते. हेन्रीचा पलंग म्हणजे पूर्वाश्रमीचा त्याचा सोफा. मी उठते, तशी सोफ्यातल्या स्प्रिंगा कुरकुरतात.

पलंग आणि पुस्तकांच्या कपाटामध्ये फारशी मोकळी जागा नाहीये - त्यामुळे तिथून स्नानगृहात जाते. ते पण लहानसंच आहे. मला एकदम ‘ॲलिस इन वंडरलँड’ झाल्यासारखं वाटू लागतं. जणू काही मी मोठ्ठी होऊन भातुकलीच्या घरात वावरू पाहतेय.

रेडिएटरमधून उष्ण झळा बाहेर पडत आहेत. मी हात-पाय धुवायला बाथरूममध्ये जाते - आणि तेव्हा मला, चिनीमातीच्या उभ्या भांड्यात, दोन टूथब्रश ठेवलेले दिसतात.

मग मी एका बाजूला असलेला औषधांचा खण उघडून तपासणी करू लागते. दाढीचं सामान, लिस्टरीन, टायलेनॉल, आफ्टरशेव्ह, एक निळी गोटी, डीओडरण्ट इत्यादी गोष्टी वरच्या खणात दिसतात. खालच्या खणात मऊ

हातांसाठीचं क्रीम, टॅम्पन, स्त्रियांसाठीचं डीओडरण्ट, लिपस्टिकची कांडी, मल्टिव्हिटॅमिन्स स्पर्मिसाईडची बाटली वगैरे गोष्टी दिसतात. लिपस्टिक अगदी गडद लाल रंगाची आहे.

मी तिथेच उभी राहते, लिपस्टिक हातात धरून! मला कसंनुसंच वाटत राहतं. कशी दिसत असेल ती? नाव काय असेल? हे नेमके किती दिवस एकत्र आहेत? बरेच दिवस असावेत - हिचं सामान ज्याअर्थी इथे आहे, त्याअर्थी. मी ती लिपस्टिक पुन्हा जागेवर ठेवून देते. आरशात डोकावून बघते तर स्वत:चा पांढराफटक चेहरा आणि विस्कटलेले केस दिसतात. 'हे बघ, तू कोणी का असेना, आता मी इथे आलेले आहे. तू हेन्रीचा भूतकाळ असशीलही पण मी भविष्य आहे!' ह्या विचाराने माझ्या चेहऱ्यावर स्मित पसरतं; पण आरशातल्या प्रतिबिंबात मात्र ते जरा कसंनुसंच दिसतं.

मी बाथरूमच्या दरवाज्यापाठून हेन्रीचा शुभ्र टेरिकोटचा बाथरोब उचलून अंगावर चढवते. त्याच आकड्यावर हेन्रीच्या बाथरोबखाली असलेला फिका निळसर सिल्कचा झगा, मला नंतर दिसतो. पण का कुणास ठाऊक हेन्रीचा रोब अजूनच ऊबदार वाटू लागतो.

दिवाणखान्यात परत येऊन पाहते, तर हेन्री अजून झोपलेलाच! मी खिडकीत ठेवलेलं माझं घड्याळ उचलून पाहते, तर फक्त ६.३० वाजलेले असतात. पण आता माझी झोप पार उडून गेली आहे. पुन्हा गादीत शिरणं नकोसं वाटतंय. मग मी स्वयंपाकघरात जाते. स्वयंपाकघराच्या कानाकोपऱ्यात ताटल्या, मासिकं, पुस्तकं इत्यादी गोष्टी भिरकावलेल्या दिसत आहेत. सिंकमध्ये तर मोजेसुद्धा बोळा करून फेकलेले दिसत आहेत. आता माझ्या लक्षात येतं, की काल रात्री हेन्रीने बाहेरचा सगळा पसारा इथे लोटलेला दिसतोय. मला नेहमी असं वाटायचं की, हेन्री फार नीटनेटका मनुष्य असेल. पण आता समजतंय की, तो असा माणूस आहे जो स्वत:च्या दिसण्या-पेहरावाबद्दल चोखंदळ असला तरी, इतर बाबतीत अगदीच गबाळा आहे.

मला शेवटी फ्रीजमध्ये कॉफी सापडते. कॉफीमेकरमध्ये कॉफी बनवायला टाकून, मी हेन्रीचं पुस्तकांचं कपाट बघू लागते.

इथे मला माझ्या ओळखीचा हेन्री सापडतो. डॉन्नचं 'एलेजीज ॲण्ड सॉन्ग्स् ॲण्ड सॉनिट्स्', ख्रिस्टोफर मार्लोचं 'डॉक्टर फॉस्टस'; 'नेकेड लंच', ॲन ब्रॅडस्ट्रीट, इमॅन्यूल कांत, बार्थ्स, फूकॉल्ट, डेरीडा. ब्लेकचं 'सॉन्स ऑफ इनोसन्स ॲण्ड एक्स्पीरियन्सेस. 'विनी द पूह', 'दी ॲनोटेटेड ॲलिस', 'हीडिगेर, रिल्के, 'ट्रीस्टम शॅण्डी', 'विस्कॉनसिन डेथ ट्रिप', ॲरिस्टॉटल, बिशप बर्कले ॲण्ड्र्यू मार्वेल. 'हायपार्थोमिया, फ्रॉस्टबाईट ॲण्ड अदर कोल्ड इंजरीज'.

इतक्यात, स्प्रिंगा कुरकुरतात आणि मी दचकून वळून पाहते. हेन्री जागा झालेला असतो. 'किती तरुण आहे हा; किती...पूर्वीचा....'. त्याला मी कोण आहे, हे लक्षात नाहीये बहुतेक! अरे देवा, तो मला बहुतेक विसरलेला दिसतोय!

इतक्यात, हेन्री बोलतो. ''तुला थंडी वाजतेय वाटतं'' ''ये माझ्याशेजारी पुन्हा झोप, क्लेअर.''

''मी कॉफी बनवली आहे.''

''हं, वास दरवळतोच आहे तिचा. पण आधी इथे ये आणि मला नीट 'गुड मॉर्निंग' म्हण!''

मी त्याचा बाथरोब पांघरूनच हेन्रीशेजारी गादीत शिरते. त्याचा हात बाथरोबखाली सरकू लागतो आणि अचानक एका क्षणी थबकतो. मला लक्षात येतं की हेन्रीच्या डोक्यात, मी बाथरूममध्ये काय काय बघितलं असेल, ह्याबद्दलची चक्रं चालू असतील.

''तुला त्याचा त्रास होतोय का?'' हेन्री अखेर स्पष्टच विचारतो.

मी जराशी अडखळते.

''हो, तुला त्रास होतोय. नक्कीच होतोय. साहजिकच आहे म्हणा ते.'' हेन्री उद्‌गारतो आणि उठून बसतो. मीदेखील उठून बसते. मग माझ्याकडे वळून हेन्री सौम्य आवाजात समजावतो. ''पण तसं सगळं संपलेल्यातच जमा आहे - आमचं नातं...''

''जमा आहे?''

''मी तिला स्पष्टपणे सांगणारच होतो. पण वेळच मिळाला नाही. अर्थात, हे चांगलं की वाईट, हे मला ठाऊक नाही.'' तो माझ्या चेहऱ्यावरचे भाव वाचू पाहतोय. पण कशासाठी? माफी मागता यावी, म्हणून? त्याची तरी काय गरज? ह्यात त्याचा काय दोष? त्याला तरी कुठे माहीत असणार?

''आम्ही तसंही एकमेकांना बरेच छळत आलो आहोत. गेल्या काही महिन्यांत -'' हेन्री भरभर बोलत सांगू लागतो; मग एकदम थांबून विचारतो ''तुला हे सगळं ऐकण्यात गम्य आहे का?''

''नाही.''

''थॅन्क्यू'', हेन्री नि:श्वास टाकत चेहऱ्यावर हात फिरवतो आणि पुढे बोलतो ''मला माफ कर क्लेअर. मला माहीत नव्हतं, की तू घरी येणार आहेस, नाहीतर मी आवराआवर करून ठेवली असती. म्हणजे...माझ्या आयुष्याबद्दल बोलतोय मी, फक्त घराबद्दल नाही.''

हेन्रीच्या कानाखाली लिपस्टिकचा डाग लागला आहे. मी हात पुढे करून तो साफ करायला बघते, तसा हेन्री माझा हात पकडून विचारतो, ''मी खूप वेगळा आहे

का गं? तुझ्या अपेक्षेपेक्षा?''

''हो...तू खूप... स्वार्थी आहेस.''

ह्यावर हेन्री जरासा अंतर्मुख होऊन विचारतो ''हे चांगलं आहे की वाईट?''

''वेगळं आहे, झालं.'' मी हेन्रीच्या खांद्या-पाठीवरून हात फिरवू लागते त्याची शिणलेली गात्रं चोळत, त्यावरील खाचखळगे शोधत. ''तू स्वत:ला बघितलं आहेस का रे, तुझ्या चाळिशीत?''

''हो, जरा जास्तच भरडलेलो दिसतो मी.''

''हो...ते पण. पण मला म्हणायचंय की, तू जरा कमी - म्हणजे जरा जास्त...काय रे? तू ओळखतोस मला. तुला माहितेय मला काय म्हणायचंय ते...?''

''अच्छा. म्हणजे तुला म्हणायचंय, की मी काहीसा गावंढळ आहे.''

मी नकारार्थी मान डोलावते खरी; पण प्रत्यक्षात मला तेच म्हणायचं होतं. ''काय आहे ना, मला ना हे असे निरनिराळे अनुभव आले आहेत आणि त्यात तू... तुला काही आठवत नसताना तुझ्याबरोबर असण्याची मला सवय नाहीये.''

हेन्री गप्पगप्पसाच उभा आहे. मग बोलतो, ''आय ॲम सॉरी. पण तू ओळखत असलेली व्यक्ती अजून अस्तित्वात नाही आहे. थोडा वेळ धीर धर - आज ना उद्या तो येईलच. पण ह्याहून अधिक मी आता काहीच करू शकत नाहीये.''

''ठीक आहे'', मी म्हणते, ''पण तोपर्यंत....''

हेन्री माझ्याकडे वळून हळुवारपणे विचारतो, ''तोपर्यंत काय?''

''मला...''

''तुला काय...?''

माझे गाल आरक्त झाले आहेत. हेन्री सौम्यपणे हसतो आणि मला हलकेच पाठच्या उशांवर ढकलतो.

''तुला माहितीये!''

''मला नीटसं माहिती नाही, पण मी अंदाज करू शकतो....''

नंतर, आम्ही ऑक्टोबरची कोवळी उन्हं खात, एकमेकांना कवेत धरत पहुडलो असताना हेन्री काहीतरी पुटपुटतो.

''काय म्हणालास?''

''मी विचार करत होतो– किती शांत वाटतंय, तू इथे सोबत असताना. खूप छान आश्वस्त वाटतं, ह्या कल्पनेने की, भविष्याची सगळी सोय झालेली आहे.''

''हेन्री?''

''हं?''

''तू मला कधीच स्वत:बद्दल काही सांगितलं कसं नाहीस रे?''

"अगं, मी तसं कधीच करत नाही."

"काय करत नाहीस?"

"मी स्वत:ला सुद्धा भविष्यात घडणार असणाऱ्या गोष्टींची उजळणी करत बसू देत नाही. हो, ती गोष्ट फारच महत्त्वाची अथवा धोक्याची असली तर वेगळी गोष्ट आहे, पण एरव्ही, मी शक्य तितका साधारण व्यक्तीप्रमाणे, वर्तमानात जगणं पसंत करतो. मला माझ्याभोवती घुटमळू पाहणारा 'मी' अथवा इतरही कुणी फारसं आवडत नाही. म्हणून मग मी फारसं कुणाला आसपास फिरकू देत नाही....किमान, जितकं शक्य असेल तितकं तरी."

मी ह्यावर थोडा विचार करते, मग बोलते, "मी तुझ्या जागी असते तर स्वत:ला सगळं सांगितलं असतं."

"नाही. नसतं सांगितलंस. नसत्या अडचणी निघतात त्यातून."

"मी सारखी तुझ्याकडून गोष्टी काढून घेण्याच्या खटपटीत असायचे."

मी पाठीवर झोपते, तसा हेन्री एका हातावर स्वत:चं डोकं टेकवत माझ्याकडे टक लावून पाहू लागतो. आमचे चेहरे एकमेकांपासून साधारणत: ६ इंच दूर आहेत. फार विचित्र वाटतंय, इतक्या सहजपणे गप्पा मारताना - जसं आम्ही नेहमीच करत आलो आहोत - पण हेन्रीच्या इतक्या जवळ असल्यामुळे, माझं चित्त थाऱ्यावर नाहीये.

"मग, मी सांगायचो का तुला गोष्टी?"

"कधी कधी. तुझा मूड असायचा तेव्हा. किंवा मग, सांगणं भागच असायचं तेव्हा."

"म्हणजे कसं?"

"बघ, बघ! तुला पण जाणून घ्यायची उत्सुकता आहे. पण, मी सांगणार नाहीये काहीच!" मी हेन्रीला चिडवत म्हणते.

त्यावर हेन्री हसून म्हणतो, "चांगली अद्दल घडली मला! ए, चल नाश्ता करू या. मला जाम भूक लागली आहे."

बाहेर बराच गारठा आहे. डीअरबॉनवर गाड्या आणि सायकलींची ये-जा सुरू आहे. पदपथांवरून प्रेमी-युगुलं हातात हात घालून रमतगमत चालली आहेत. थोड्या वेळाने, आम्हीही त्यांच्यात जाऊन मिसळतो - अखेर, सगळ्यांसमोर, ताठ मानेनं प्रेमी युगुल आहोत हे दाखवत. मला एखादं गुपित उघडल्यावर वाटणारा रिकामपणा जाणवतो खरा....पण पुढच्याच क्षणी, अंगात उत्साहाची निराळीच लहर दौडून जाते - आता, खऱ्या अर्थाने सगळं सुरू झालं आहे!

अ फर्स्ट टाइम फॉर एवरीथिंग

रविवार, १६ जून १९६८

हेन्री : पहिली वेळ खरंच जादुई होती. मला कसं समजणार होतं, काय अर्थ होता त्याचा? माझा पाचवा वाढदिवस होता आणि आम्ही 'फील्ड म्युझियम ऑफ नॅचरल हिस्ट्री'मध्ये गेलो होतो. मी त्याआधी तिथे गेलो असल्याचं स्मरत नाही. तिथे जाण्याच्या आठवडाभर आधीपासून माझे आईवडील मला तिकडे माझी वाट पाहत असलेल्या गमतीजमतींबद्दल, अद्भुत गोष्टींबद्दल सांगत होते- मोठ्या दालनातले भुसा भरलेले हत्ती, डायनोसॉरचे सांगाडे, प्राचीन पुरुषांचे नमुने इत्यादी. आई नुकतीच सिडनीवरून परतली होती आणि येताना माझ्यासाठी एक सुंदर चौकटीत बसवलेलं 'पॅपिलियो यूलेसस' हे भलंमोठं, निळंशार फुलपाखरू घेऊन आली होती. त्या विशिष्ट निळ्या रंगाने मला इतकी भुरळ घातली होती की, मी ते फुलपाखरू माझ्या डोळ्यांजवळ नाचवत, इतक्या जवळ आणायचो की मला शेवटी त्याच्या निळ्या रंगाशिवाय बाकी काहीच दिसत नसे. हे कृत्य मला एका विशिष्ट भावनेने भारावून टाकत असे - अशी भावना, जिला मी नंतर दारूत शोधण्याचा प्रयत्न केला होता; पण जी अखेर गवसली होती क्लेअरच्या सहवासात. एकरूपतेची, विस्मृतीची, बिनधास्त स्वातंत्र्याची भावना...

माझे आईवडील संग्रहालयात माझी वाट पाहत असलेल्या विविध फुलपाखरं, पक्षी, कीटक इत्यादींबद्दल सांगण्यात रंगले होते. त्यांची ती वर्णनं ऐकून तर मी संग्रहालयात जायला इतका उत्सुक झालो, की पहाट होण्यापूर्वीच उठून बसलो. पायजम्यांवरच बूट चढवून, पॅपिलियो यूलेससला घेऊन घरापाठच्या नदीकिनारी

गेलो होतो. पहाटेच्या सूर्यकिरणांना पाझरत येऊन सारा आसमंत सोनेरी करून टाकताना बघून पार हरखून गेलो. थोड्या वेळाने, बदकांचं एक कुटुंब दिमाखाने पाण्यात विहार करू लागलं. एक रॅकून माझ्याकडे कुतूहलाने डोळे मिचकावून आपला नाश्ता शोधण्याच्या खटपटीला लागला. कदाचित नंतर माझा डोळा लागला असेल - कारण मला दुरून कुठून तरी आईची हाक ऐकू येत होती. मी धावतपळत घरी गेलो. दवाने निसरड्या झालेल्या घरापाठच्या पायऱ्यांवरून तोल सांभाळत... पॅपिलियोला काही होऊ नये, म्हणून त्याला छातीशी धरत... खरंतर मी एकटाच नदीकिनारी गेलो म्हणून माझ्यावर रागावली होती. पण सुदैवाने माझा वाढदिवसच होता, म्हणून तिने ती गोष्ट फार ताणून धरली नाही.

त्या रात्री ते दोघेही मोकळे होते, म्हणून भरपूर वेळ घेत त्यांनी तयारी केली आणि मगच आम्ही बाहेर निघालो. मी बराच वेळ आधीपासून तयार होऊन ताटकळत त्यांची वाट पाहत बसलो होतो. त्यांच्या पलंगावर बसून एक संगीतलिपी वाचण्याचा माझा विफल प्रयत्न चालला होता. ही त्या सुमारची गोष्ट आहे, जेव्हा माझ्या संगीतप्रेमी आईवडिलांना हा दुःखद साक्षात्कार होत होता की, त्यांच्या एकुलत्या एक मुलाला संगीताची काही एक जाण नाही. खरंतर मला संगीत खूप आवडायचं पण ताना-बिना पेलणं मात्र मला काही केल्या जमेना. मी प्रयत्न करत नव्हतो असं नाही; पण त्यांना एखाद्या 'सांगितिक' तुकड्यात जे दिसे, ते मला दिसत नव्हतं, हे खरं. खरंतर मला वयाच्या चौथ्या वर्षापासून वर्तमानपत्र वाचता येऊ लागलं होतं, पण संगीतलिपीतली अक्षरं मात्र मला पुरती गोंधळून टाकत होती. तरीही त्या वेळी मॉम-डॅडना आशा होती, की माझ्यात खोलवर कुठेतरी संगीतकार दडला असेल. त्याला फक्त शोधून काढण्याचा अवकाश आहे. त्यामुळे मी संगीतलिपी वाचत बसलोय, बघितल्यावर आई शेजारी येऊन बसली आणि माझ्यासोबत ती गाऊ लागली आणि मी तिच्यासोबत विव्हळल्यागत आवाज काढू लागलो. थोड्या वेळाने आम्हाला दोघांनाही हसू आवरेना, तसं आई मला गुदगुल्या करू लागली आणि आम्ही खो-खो हसत पलंगावर कोसळलो. जरा वेळाने डॅड, कमरेभोवती टॉवेल गुंडाळून बाथरूमबाहेर आले आणि आमच्यासोबत हसू गाऊ लागले. ते काही क्षण माझ्या कायम स्मरणात राहतील... जेव्हा डॅडनी मला गाता-गाता कडेवर घेतलं आणि मला मध्ये घेऊन मॉम आणि डॅड नृत्य करत होते... तितक्यात, फोनची कर्कश् घंटी वाजली आणि ते अद्भुत क्षण विरून गेले. मॉम फोन उचलायला गेली आणि डॅड तयार व्हायला...

अखेर दोघे तयार झाले. आईने बिनबाह्यांचा लाल झगा आणि सुबक सॅण्डल घातले, तिची नखंही झग्याला साजेशा लाल रंगात रंगवली होती. पांढऱ्या शर्टात आणि निळ्या पॅन्टमध्ये डॅड खूपच राजबिंडे दिसत होते. किंबहुना त्यांचा सौम्यपणा

आईच्या झगमगाटाला नेमकी शोभा देत होता. आम्ही सगळे एकदाचे गाडीत बसून निघालो. मी माझ्या ठरलेल्या पाठच्या सीटवर पहुडून लेक शोर ड्राईव्हवरच्या उत्तुंग इमारती न्याहाळत राहिलो.

"ऊठ हेन्री". आईने थोड्या वेळाने आवाज दिला. "पोहोचलो बघ आपण."

मी निस्सीम कुतूहलाने उठत संग्रहालयाकडे बघत राहिलो. माझं अवघं बालपण युरोपमधील विविध राजधान्यांमध्ये फिरण्यात गेलं असल्यामुळे मला ते संग्रहालय प्रथमदर्शनी आवडलं; पण खरं तर त्याचा दगडी दर्शनी भाग अगदीच साधारण होता. तो रविवार असल्याने आम्हाला गाडीसाठी जागा मिळायला काहीच त्रास झाला नाही, पण तरीही आम्हाला बरंच चालावं लागलं. तलाव, होड्या, चिवचिवणारी मुलं ह्या सगळ्यांना पार करत अखेर भल्या मोठ्या खांबांच्या रांगा पार करून आम्ही संग्रहालयात पोहोचलो.

आत गेल्यावर तर माझं भानच हरपलं!

तिथे जणू अवघ्या सृष्टीला देवाइतक्याच अनंत अशा दैवी तर्क नियमाने बंदिस्त करून नेटकेपणानं मांडलं होतं, असं वाटत होतं... जणू देवाच्या हातून सृष्टीच्या मांडणीचे कागदपत्र हरवले असावेत आणि त्याने ह्या संग्रहालयाच्या अधिकाऱ्यांना ते शोधून, सृष्टीची पुनर्मांडणी करण्यात त्याला मदत करण्याची विनंती केली असावी, असं वाटत होतं. माझ्यासारख्या पाच वर्षांच्या मुलाला– ज्याला एक फुलपाखरू इतकं अचंबित करू शकत होतं– त्याला हे संग्रहालय म्हणजे भूतलावरचं नंदनवन वाटलं, ह्यात काही नवल आहे का?

आम्ही त्या दिवशी कितीतरी गोष्टी बघितल्या. विशेषत: भरपूर फुलपाखरं! ब्राझील, मादागास्कर इत्यादी जगातल्या कानाकोपऱ्यात सापडणारी विविध अप्रतिम फुलपाखरं बघितली. माझ्या पॅपिलियोचं भावंडं असलेलं ऑस्ट्रेलियातलं एक फुलपाखरूही बघितलं.

संग्रहालय खूप जुनं होतं. खूप अंधारलेलं आणि थंडगारही. त्या वातावरणात गूढपणाचा अंशही चांगलाच द्विगुणित झालेला.

फुलपाखरांशिवाय आम्ही अजूनही बऱ्याच गोष्टी बघितल्या. स्फटिक, भुसा भरलेले वाघ-सिंह, काही जलचर आणि भरपूर जीवाश्म.

संग्रहालयाच्या देखण्या हिरवळीवर जेवण करून आम्ही नव्या जोमाने पक्षी, सुसरी आणि निॲन्डरथल माणसांना बघायला गेलेलो.

पूर्ण संग्रहालय बघून संपेपर्यंत मी इतका दमलो की, मला नीट उभंही राहता येत नव्हतं; पण तरीही मला घरी जावंसं वाटेचना. तिकडच्या चौकीदारांनी शेवटी येऊन आम्हाला निघण्याची विनंती केली तेव्हा मी अश्रू लपवण्याचा खूप प्रयत्न केला; पण, थकव्यामुळे आणि दु:खामुळे माझा प्रयत्न फोल ठरला.

शेवटी डॅडने मला उचलून घेतलं आणि गाडीच्या मागच्या सीटवर नेऊन ठेवलं. मी रडता रडता झोपून गेलो आणि जेव्हा जागा झालो, तेव्हा बघितलं की, मी घरात होतो आणि रात्रीच्या जेवणाची वेळ झाली होती.

आम्ही खालच्या मजल्यावरच्या मिस्टर आणि मिसेस किमच्या घरी जेवायला गेलो होतो. ते आमचे घरमालक होते. मि. किम जरा उग्र असे दिसणारे गृहस्थ होते. त्यांना मी कदाचित आवडायचो; पण त्यांनी कधी तसं स्पष्ट बोलून दाखवलं नाही. मिसेस किम (माझ्यासाठी किमी) मात्र माझी दोस्त होती! पत्ते खेळण्यात रंगणारी, माझी गमतीशीर कोरियन मैत्रीण. ती खरं तर माझी बेबीसिटर होती. मला सांभाळायची. मी दिवसातला बराच वेळ तिच्याच सोबत घालवायचो. माझ्या मॉमला फारसा स्वयंपाक यायचा नाही, पण किमी मात्र सूफ्लेपासून बी बिम् बॉपपर्यंत काहीही पदार्थ साकारू शकायची. आज माझ्या वाढदिवसासाठी तिनं पिझ्झा आणि चॉकलेट केक बनवला होता.

आम्ही पिझ्झा आणि केकवर ताव मारला. सगळ्यांनी माझ्यासाठी 'हॅपी बर्थ डे' गायलं आणि मी मेणबत्त्या फुंकल्या. मी काय मागितलं, हे माझ्या लक्षात नाही... पण इतकं आठवतंय की, त्या रात्री मला थोड्या उशिरापर्यंत जागायची परवानगी मिळाली. एक तर मी दिवसभरात बघितलेल्या गोष्टींनी अजूनही उत्साहातच होतो आणि तसंही दुपारी बराच वेळ झोपलो होतो. ह्या दोन्ही कारणांनी झोप येतही नव्हती. मग मॉम-डॅड व मि. आणि मिसेस किम सोबत लेमोनेडचे घुटके घेत, चांदण्यांची लुकलुक पाहत मी बसलो. रातकिड्यांचा किरकिराट आणि शेजारच्या घरांमधल्या टीव्हीचे आवाज ह्याखेरीज सारा आसमंत स्तब्ध, शांत होता.

बराच वेळ असं बसल्यानंतर आम्ही अखेर झोपण्यासाठी घरी निघालो. मी माझे दात घासून प्रार्थना म्हणून गादीत शिरून पांघरुणात गुरफटलो. खरं तर मी खूप थकलो होतो, पण झोप काही डोळ्यांत उतरत नव्हती. डॅडनी माझ्यासाठी थोडा वेळ वाचन केलं, पण तरीही मी जागाच होतो, बघून दिवे मालवले आणि माझ्या खोलीचा दरवाजा उघडाच ठेवून ते दिवाणखान्यात गेले. आमच्यात असा ठराव होता की, मला झोप येत नसली, की आई माझ्यासाठी पियानो वाजवणार आणि वडील व्हायोलिन- फक्त मी ते गादीत पडूनच ऐकावं, ही अट होती. आजही ते आपापली वाद्यं वाजवायला बसले. बराच वेळ त्यांच्या गाण्याचा आणि वाजवण्याचा आवाज येत होता. अंगाई गीतं, 'लीडर', 'नॉक्टर्न्स' सगळं वाजवून झालं त्यांचं; त्यांच्या अतिउत्साही मुलाला झोप यावी ह्यासाठी. मात्र, बऱ्याच वेळाने मॉम माझ्या खोलीत डोकावली, तेव्हा तिला नाईट ड्रेसमध्ये चुळबुळ करणारं तिचं बाळच दिसलं.

"अरे सोन्या, अजून जागाच आहेस का तू?"

मी होकारार्थी मान डोलावली.

"मी आणि डॅड आता झोपायला जातोय. तू एकटा नीट राहशील का?"

"आपण परत जाऊया का त्या संग्रहालयात?"

"उद्याच नाही अगदी, पण जाऊ या लवकरच. नक्की! ठीक आहे?"

"ओके."

"गुड नाईट पिल्लू" असं म्हणत तिने माझ्या खोलीचं दार उघडंच ठेवलं आणि दिवाणखान्यातला दिवा मालवून झोपायला गेली.

जरा वेळासाठी मला काहीबाही आवाज ऐकू आले. पाणी सोडल्याचे, थोडं फार बोलण्याचे. मग, सगळं शांत झालं. मी गादीवरून उतरून खिडकीशी जाऊन गुडघ्यांवर उभा राहिलो. शेजारच्या घरातले दिवे भगभगत होते. दुरून कुठून तरी गाडी जात होती आणि त्यातल्या रेडिओचा आवाज इथपर्यंत येत होता. मी थोड्या वेळासाठी तिथेच उभा राहिलो - निद्रेची आराधना करत- मग जरा वेळाने उठून उभा राहिलो... आणि, त्या क्षणी सगळं बदललं!

शनिवार २ जानेवारी, १९८८ पहाटे ४.०३ वाजता /
रविवार, १६ जून १९६८, सकाळी १०.४६ वाजता
(हेन्री अनुक्रमे २४ वर्षांचा आणि ५ वर्षांचा)

हेन्री : जानेवारीतल्या एका थंडगार पहाटेचे ४.०३ वाजले आहेत आणि मी नुकताच घरात शिरतोय. रात्रभर मी एका पार्टीमध्ये बेधुंद नाचलो आहे. बरीच दारू ढोसली आहे आणि आता प्रचंड थकलेलो आहे. दाराबाहेर किल्ल्यांच्या जुडग्यांशी झटापट करतानाच मला एकदम घेरी येते. मी मटकन खाली बसतो आणि दुसऱ्याच क्षणी मी एका अंधारलेल्या खोलीतल्या चकचकीत फरशीवर उलटी करू लागतो. जरा वेळाने मान उंचावून बघतो, तर 'बाहेर' अशा खुणेची पाटी लाल रंगात भगभगताना दिसते. डोकं जरा अजून ताळ्यावर आल्यावर इथे तिथे बघतो, तसे मला दिसू लागतात– वाघ, भाले उंचावून उभे असलेले आदिमानव, कसंबसं अंग झाकण्यासाठी वस्त्रं घातलेल्या प्राचीन काळातल्या स्त्रिया, सुळे विचकवणारे भलेमोठे रानकुत्रे... माझं हृदय जोरजोरात धडधडू लागतं आणि मनात एक भयचकित करणारा विचार उमटतो, 'अरे देवा! आपण थेट अश्मयुगात पोहोचलो की काय?' पण नशीब दारावर भगभगणारी 'बाहेर'ची पाटी मनातलं हे भय दूर करते... अशी पाटी अश्मयुगात असणं शक्य नाही, नाही का?

लटपटत्या पायाने उभा राहून मी कसाबसा त्या निसरड्या फरशीवरून दारापर्यंत जाऊ लागतो. मी अनवाणी असल्यामुळे फरशीचा गारठा अधिक जाणवतोय.

अंगावर काटा उभा राहिला आहे. त्यात खोलीत वातानुकूलन सुरू असल्यामुळे फारच गारठल्यासारखं होतंय. खोलीत नि:शब्द शांतता पसरली आहे.

मी अखेर दारापर्यंत पोहोचून, शेजारच्या खोलीत डोकावून पाहतो. त्या खोलीत भरपूर काचेच्या पेट्या रचून ठेवल्या आहेत. रस्त्यावरून पाझरणाऱ्या प्रकाशात मला त्या पेट्यांमध्ये ठेवलेली हजारो 'बीटल्स' (एक विशिष्ट प्रकारचा कीटक) दिसतात.

ते बघून डोक्यात प्रकाश पडतो - 'ईश्वरा! मी फील्ड म्युझियममध्ये पोहोचलो आहे!' मी स्तब्ध उभा राहून, दीर्घ श्वास घेऊन मेंदूत गर्दी करू पाहणारे विचार दूर करू लागतो. मला काहीतरी लक्षात येतंय... खूप धूसरपणे.. मला काहीतरी करायचं आहे... पण काय?

हो! आठवलं! माझा पाचवा वाढदिवस... तिथे कोणीतरी होतं... आणि मी आता लवकरच त्या व्यक्तीत परिवर्तित होणार आहे... त्यासाठी मला कपडे हवे आहेत... बरोबर!

मी धावतपळत दुसऱ्या मजल्यावरून पश्चिमेकडच्या जिन्यावरून पहिल्या मजल्यावर येतो. नशीब! त्या काळी माणसाची प्रत्येक हालचाल टिपणारी चोंबडी मशिनं निर्माण झाली नव्हती. नाहीतर माझं काही खरं नव्हतं!

खालच्या मजल्यावर पोचतो तर काय; चंद्राच्या प्रकाशात, भुसा भरलेले हत्ती माझ्याकडे बघताहेत, पण आता मी त्यांना घाबरत नाही. उलट त्यांच्या नाकासमोरून मी मुख्य दरवाज्याच्या उजवीकडे असलेल्या एका भेटवस्तूंच्या दुकानात शिरतो. तिथे मला काही उपयुक्त वस्तू दिसतात. पत्रं उघडण्यासाठीचं कोरीव काम केलेलं यंत्र, फील्डसचा शिक्का असलेला धातूचा बुकमार्क, डायनोसॉरचे चित्र असलेले दोन टी- शर्ट, इत्यादी. दुकानातल्या पेट्यांवर कुलपं आहेत खरी, पण ती हास्यास्पद वाटावी, इतकी तकलादू आहेत, रोखपालाच्या टेबलावर पडलेल्या एका पिनेने मी ती कुलपं उघडतो आणि मला हव्या असलेल्या आधी नमूद केलेल्या गोष्टी बिनधास्त काढून घेतो. ते झाल्यावर पुन्हा पायऱ्या चढून तिसऱ्या मजल्यावर येतो. हा भाग म्हणजे फील्डसचा माळा. इथे त्यांच्या कार्यशाळा आहेत; कार्यालयं आहेत. मी तिकडच्या दारांवरच्या पाट्यांवरची नावं वाचून बघतो पण कुणाचाच संदर्भ लागत नाही. म्हणून मग मी उगीच एक दरवाजा निवडतो आणि बुकमार्कनं त्यावरचं कुलूप उघडून आत शिरतो.

हे कुणा एका व्ही. एम. व्हिलियमसन्‌चं कार्यालय आहे आणि ही व्यक्ती अत्यंत अव्यवस्थित आहे. खरंतर गचाळच! त्यांच्या खोलीभर अस्ताव्यस्त कागद पसरले आहेत. कॉफीचे रिकामे ग्लास इथे तिथे फेकलेले आहेत. ॲश ट्रेमधून सिगारेटची थोटकंच्या थोटकं वाहत आहेत आणि सगळ्यात किळसवाणं म्हणजे, त्यांच्या टेबलावर एका सापाचा सांगाडा कसाबसा पसरवून ठेवला

आहे. मी त्या सगळ्या गोंधळाकडे दुर्लक्ष करून त्यांचं कपड्यांचं कपाट उघडतो, पण नेमकं तिथे काहीच मिळत नाही. म्हणून मग त्यांच्या शेजारच्या कार्यालयाकडे जातो... तर ते नेमकं एका स्त्रीचं निघतं. कुणा एका जे. एफ. बेटलीचं. तिसऱ्यांदा मात्र माझं नशीब उचल खातं. डी. डब्ल्यू. फिचच्या कपाटात एक पूर्ण सूट टांगलेला आहे. मला तो होतोही नीट. म्हणजे अगदीच नीट, असं नाही- हातापायांना थोडा आखूड होतोय खरा, पण ठीक आहे. मी शर्टाच्या ऐवजी जाकिटाखाली डायनोसॉरचा छाप असलेला टी शर्ट घालतो. बूट नाहीयेत, पण हरकत नाही, बाकी अवतार बराच चांगला झाला आहे.

फिच आपल्या टेबलाच्या खणामध्ये ओरीओ कुकीजची पाकिटं ठेवतो, हे पाहून मी त्याला 'भरपेट' दुवा देतो आणि तिथून सटकतो.

'कुठे होतो मी?... मी स्वत:ला बघितलं, तेव्हा कुठे होतो मी?' ह्या विचारांच्या तंद्रीतच मी डोळे बंद करतो आणि प्रचंड थकव्याची एक लाट माझं शरीर काबीज करते. मी खरंतर अगदी गलितगात्र झालो आहे, पण तरीही मी माझ्या मेंदूला शीण देऊन आठवू पाहतो... अचानक, मला लक्षात येतं... किंबहुना मनाच्या आरशात एका माणसाची आकृती दिसते. संग्रहालयाच्या मुख्य दरवाज्यापाठून पाझरणाऱ्या प्रकाशात ती आकृती माझ्याकडे चालत येत आहे. मला मुख्य दालनात परतायला हवं...

मी तिथे गेल्यावर तिथे सर्वत्र नि:स्तब्ध शांतता पसरली आहे. मी त्या भव्य दालनाच्या मधोमध चालून पार पुढच्या बाजूला उभ्या केलेल्या मंचाच्या डाव्या बाजूच्या एका खुर्चीवर बसतो. मला माझ्या मेंदूत घोंघावणाऱ्या रक्ताचा सळसळाट ऐकू येतोय. दालनातल्या प्रखर वातानुकूलनाची घरघर, त्यातून भस्सकन सुटणारा हवेचा झोत ऐकू येतोय, बाहेर लेक शोर ड्राईव्हवर धावणाऱ्या गाड्यांचा गोंगाटही ऐकू येतोय.

मी ओरीओचं पाकीट उघडून दहा ओरीओंचा फडशा पाडतो... पण ते अगदी रमतगमत. अधाशासारखं नव्हे, तर अगदी चवीचवीने, प्रत्येक बिस्किटाचे दोन्ही भाग विलग करून, पुढच्या दातांनी मधलं शुभ्र क्रीम खरवडून, चॉकलेटी भागांना सशाप्रमाणे चिवडत...

किती वाजले आहेत किंवा इथे मला अजून किती वेळ थांबावं लागणार आहे ह्याचं मला काही एक भान वा माहिती नाही. आतापर्यंत माझं डोकं जरा ठिकाणावर आलं आहे, थकवा जाऊन बरीचशी तरतरीही आली आहे. असाच बराच वेळ जातो, पण काहीच होत नाही. अखेर बऱ्याच वेळाने कुणीतरी धप्पकन पडल्याचा आणि धाप लागल्यागत श्वास घेत असल्यासारखा आवाज येतो. मग पुन्हा शांतता. मी वाटत पाहतो. मग उठतो. शांत पावलं टाकत

दालन पार करून, प्रकाशाची तिरीप फरशीला येऊन बिलगतेय त्या ठिकाणी उभा राहून दाराच्या दिशेने दबल्या आवाजात हाक मारतो "हेन्री!"

पण काहीच प्रतिक्रिया येत नाही. हं, गुणी मुलगा आहे- शांत आणि जागरूक. मी पुन्हा हाक मारतो, "ये हेन्री, घाबरू नकोस. मी तुझा इथला मार्गदर्शक आहे. तुझ्यासाठी आज मी इथे एक विशेष फेरी आयोजित केली आहे, फक्त तुझ्यासाठी. घाबरू नकोस हेन्री, ये इथे ये."

मग, मला काहीतरी खसफसल्यासारखा आवाज येतो. "हा घे, मी तुझ्यासाठी टी शर्ट आणलाय हेन्री, म्हणजे मग तुला संग्रहालयात फिरताना थंडी वाजणार नाही. घाल हा, घे..." आता मला त्याची बारकुडी आकृती दिसतेय, अंधारात विरघळून जाऊ पाहणारी... त्याचा अंदाज घेऊन मी हेन्रीच्या दिशेने एक टी शर्ट भिरकावतो. "घे पकड." शर्ट अंधारात गुडूप होतो आणि जरा वेळाने हेन्रीच्या अंगावर तो टी शर्ट प्रगट होतो. तो टी शर्ट त्याच्या गुडघ्यापर्यंत रुळतो आहे. त्याच्या म्हणजे माझ्याच! मी माझीच मूर्ती आहे, वयाच्या पाचव्या वर्षातली. त्या वेळचे माझे केस काळेभोर, बारीक कापलेले आहेत. कांती चंद्राप्रमाणे फिक्कट आणि त्यावर कुतूहलाने भरलेले तपकिरी डोळे आहेत. शरीरयष्टी किडकिडीत पण अंगात उत्साह मात्र ठासून भरलेला आहे. वयाच्या पाचव्या वर्षापर्यंत मी अतिशय निर्व्याजपणे सुखी होतो. आईवडलांच्या मायेच्या पंखाखाली साधं सरळ, सुटसुटीत आयुष्य जगत होतो. पण ह्या क्षणापासून सगळंच बदलतं.

मी लहानग्या हेन्रीकडे जाऊन हळुवार आवाजात त्याचं स्वागत करत म्हणतो "हॅलो! ये हेन्री! आज इथे आल्याबद्दल तुझे आभार. खूप आनंद होतोय तुला इथे पाहून."

"मी कुठे आहे? तू कोण आहेस?" त्याचा घाबरलेला, चिरकलेला किनरा आवाज त्या दगडी इमारतीत घुमू लागतो.

"तू फील्ड म्युझियममध्ये आहेस. मला इथे तुला त्या गोष्टी दाखवण्यासाठी पाठवलंय, ज्या तुला दिवसा दिसणार नाहीत. माझं नावसुद्धा हेन्रीच आहे. गंमत आहे की नाही?"

तो होकारार्थी मान डोलावतो.

"ए! तुला कुकी खायच्या आहेत का? मला असं संग्रहालयातनं वगैरे फिरताना कुकी खायला फार आवडतात. छान तरतरी येते त्यांनी..." असं म्हणत मी त्याच्यासमोर ओरीओचा पुडा धरतो. तो जरासा अडखळतो, घ्यावं की न घ्यावं, ह्या विचारात पडतो. भूक तर लागली आहे, पण नेमक्या किती घ्याव्या, म्हणजे वाईट दिसणार नाही, ह्या संभ्रमात पडतो.

“अरे घे घे, तुला पाहिजे तेवढ्या घे! मी स्वत: दहा कुकीज उडवल्या आहेत- तुला बराच लांबचा पल्ला गाठायचा आहे, सांगून ठेवतो!”

तो तीन कुकीज उचलतो.

“तुला सगळ्यात आधी काही कुठली ठरावीक गोष्ट बघायची आहे का?”

तो मानेनेच नकार भरतो.

“बरं! मग असं करू या... सगळ्यात आधी आपण तिसऱ्या मजल्यावर जाऊ या. तिकडे सगळ्या अशा वस्तू आहेत, ज्या संग्रहालयात प्रदर्शनासाठी मांडलेल्या नाहीयेत. ठीक आहे?”

“हो, चालेल.”

आम्ही अंधारातून वाट काढत जिने चढू लागतो. त्याला फार भरभर चालता येत नाहीये, म्हणून मग मी त्याच्या गतीने चालू लागतो.

“मॉम कुठे आहे?”

“ती घरीच आहे अरे, झोपली आहे. हा अगदी खास फेरफटका आहे. फक्त तुझ्यासाठी. तुझ्या वाढदिवसाप्रीत्यर्थ! आणि तसंही मोठ्या माणसांना असल्या गोष्टींमध्ये रस नसतो!”

“पण तूसुद्धा मोठ्ठाच आहेस की?”

“हो, पण मी फार वेगळ्या प्रकारचा मोठ्ठा माणूस आहे. माझं कामच आहे असले निरनिराळे, चमत्कारिक अनुभव घेणं, म्हणूनच तर मी जेव्हा ऐकलं, की तुला इथे परत यायचंय, तेव्हा मी लगेच संधी साधली, तुला ही खास फेरी मारून आणण्याची.”

“पण... पण मी इथे पोहोचलोच कसा?” तो जिन्यावर थबकून माझ्याकडे गोंधळलेल्या नजरेने पाहत विचारतो.

“हं! ते मात्र गुपित आहे, बरं का? मी तुला ते गुपित सांगीन, पण एका अटीवर- की तू ते कुणाला सांगणार नाहीस.”

“असं का?”

“कारण कुणीच तुझ्यावर विश्वास ठेवणार नाही. हे बघ, फारतर फार तू मॉम आणि किमीला सांगू शकतोस, पण बाकी कुणाला नाही. चालेल?”

“अं.. बरं, चालेल...”

मी त्याच्यासमोर गुडघ्यावर बसून त्याच्या निरागस डोळ्यांत डोकावत विचारतो “शप्पथ?”

“हं...”

“बरं तर मग, ऐक : तू काळप्रवास करू लागला आहेस. त्यामुळेच तर तू तुझ्या खोलीमधून क्षणार्धात अदृश्य होऊन इथे पोहोचलास. आता हे बघ,

अजून बाहेर अंधार आहे. त्यामुळे तुझी घरी जायची वेळ होईपर्यंत आपल्याला बरंच काही बघता येईल.''

ह्यावर तो गप्पच आहे.

''समजतंय का तुला?''

''पण... असं का?''

''ते मलासुद्धा माहिती नाहीये. मला समजलं, तर मी तुला नक्की सांगीन, मग तर झालं? चला, आता फिरायला सुरू करू या का? कुकी खाणार?''

तो एक कुकी घेतो आणि आम्ही फिरू लागतो. नेमकं कुठून सुरुवात करावी, हे मलाही माहिती नाहीये, म्हणून मग मी अंदाजानेच '३०६' असं लिहिलेल्या दरवाज्याचं कुलूप उघडून हेन्रीसोबत आत जातो. दिवे लावल्यावर पाहतो तर काय, भोपळ्यांइतके मोठ्ठे दगड- काही पूर्ण, काही फुटके, बाहेरून ओबडधोबड आणि आतून धातूच्या शिरा असणारे- खोलीभर पसरवून ठेवले आहेत.

''वा! बघ हेन्री, उल्का!''

''उल्का म्हणजे?''

''अरे, अंतराळातून पडणाऱ्या दगडांना उल्का म्हणतात.''

ह्यावर तो माझ्याकडे अशा काही नजरेने बघतो, जणू मीच अंतराळातून पडलो आहे!

''आपण पुढच्या खोलीत जाऊ या का?''

''हो.''

आम्ही उल्कांची खोली बंद करून त्या समोरचा दरवाजा उघडतो. ह्या खोलीत पक्षीच पक्षी दिसताहेत. उडण्याच्या तयारीत असलेले पक्षी, झाडाच्या फांद्यांवर बसलले पक्षी, पक्ष्यांची मुंडकी, त्यांची कातडी... तिकडच्या शेकडो खणांतला मी एक खण उघडतो. त्यात काचेच्या डझनभर नळकांड्यामध्ये एक इवलासा काळा व सोनेरी रंगाचा पक्षी भरून ठेवला आहे. प्रत्येक पक्ष्याच्या पायाला बांधलेल्या चिठ्ठीवर त्याचं नाव आहे. ते पाहून हेन्रीचे डोळे बशीइतके मोठे विस्फारले आहेत!

''तुला हात लावून बघायचंय?''

''हं...''

मी एका नळकांडीवरचा कापसाचा बोळा काढून त्यातला गोल्डफिंच माझ्या तळहातावर घेतो. हेन्री हळुवारपणे त्याचं डोकं थोपटत विचारतो, ''झोपलाय का हा?''

''हं, असंच समज.'' ह्यावर हेन्री माझ्याकडे रोखून बघतो. त्याला माझं भाष्य पटलेलं दिसत नाहीये. मी हलक्या हाताने गोल्डफिंचला पुन्हा नळकांडीत

टाकून, त्यावर कापसाचा बोळा ठेवून, नळकांडीला खणात टाकून देतो. मला प्रचंड थकवा आलेला आहे. निद्रा खुणावते आहे... कसाबसा, मी हेन्रीला घेऊन पुढच्या दालनात येतो आणि एकदम मला आठवतं... ती गोष्ट, जी मला माझ्या लहानपणी ह्या रात्रीबद्दल सर्वाधिक आवडलेली.

"ए हेन्री, चल ग्रंथालयात जाऊ या." तो फारसा उत्साही दिसत नाही. पण मी भरभर पावलं उचलायला लागतो, तसा तो धावत माझ्यापाठी येतो. ग्रंथालय ह्या इमारतीच्या पूर्वेकडच्या भागात तिसऱ्या मजल्यावर आहे. तिथे पोहोचल्यावर मी मिनिटभर तिकडच्या कुलपांचं निरीक्षण करतो. हेन्री माझ्याकडे हताश नजरेने बघू लागतो, पण मी पण कच्च्या गुरूचा चेला नाही. खिसे चाचपडून बघतो, तर हाताला 'लेटर ओपनर' लागतो. सुंदर! नेमकं मला हवं तसं आहे हे उपकरण... धातूची निमुळती तार आहे ह्याला... मग, मी ती तार, शिताफीने कुलपाच्या छिद्रात घालून कुलूप उघडतो. बुकमार्कने दुसरं कुलूप उघडून अखेर त्या अलिबाबाच्या गुहेला सर करतोच!

तेव्हा कुठे माझा दोस्त माझ्यावर जरासा खूश होतो! "तू कसं काय केलंस हे?"

"अरे, एवढं काही कठीण नाहीये ते; तुलाही जमेल. शिकवेन पुढे केव्हातरी. आता पहिले आत चल!" असं म्हणून मी त्याच्यासाठी दार उघडं धरून खोलीचे दिवे लावतो. दिवे लावल्यावर जणू त्या वाचनाच्या दालनात संजीवनच संचारतं - ती भली मोठी लाकडी टेबलं, खुर्च्या, तपकिरी गालिचे जणू जागृत होतात. खरं तर फील्ड म्युझियमच्या संग्रहालयात, पाच वर्षांच्या लहानग्यांना भावेल, असं काहीच नाहीये. बंदिस्त कपाटा-खणांमध्ये, केवळ वैज्ञानिक वा विद्वानांना आवडतील अशी भारदस्त विषयांवरची पुस्तकं आहेत. मला जे पुस्तक पाहिजे आहे ते त्या खोलीच्या मधोमध ठेवलेल्या लाकडी काचेच्या खणात आहे. मी माझ्याकडच्या पिनेनं त्या खणाचं कुलूप उघडू पाहतो, तर ते एका झटक्यात उघडतं. खरंच, फील्ड म्युझियमने आपल्या सुरक्षा यंत्रणेबद्दल काहीतरी करावं बुवा! पण खरं सांगायचं तर मला हे कृत्य केल्याबद्दल फारसं वाईट वाटत नाही- शेवटी, मी पेशाने ग्रंथपाल तर आहे! न्यूबेरीला मी वाचकांना नेहमीच अशी पुस्तकं काढून देत असतो.

मी थोडी शोधाशोध करून बुरणुसाचे काही तुकडे घेऊन येतो आणि एका मोठ्या टेबलावर त्यांना मांडून हलक्या हाताने ते जड पुस्तक त्यावर ठेवतो. एक खुर्ची ओढून हेन्रीला त्यावर उभा करतो. "ये, ह्यावर उभा राहून बघ, म्हणजे तुला नीट पाहता येईल." तो वर चढून उत्साहाने पुस्तक पाहू लागतो.

ते पुस्तक आहे ऑडूबॉनचं 'बर्ड्स ऑफ अमेरिका' - चकचकीत पानांचं,

दोन फुटी उंच पुस्तक आहे ते. मला हे पुस्तक अतिशय आवडतं- कित्येक दुपारी मी त्याची पारायणं करण्यात घालवल्या आहेत. मी पहिलं पान उघडतो, तसा हेन्री माझ्याकडे गोडसं हसत वाचतो "कॉमन लून - बदकासारखं दिसतं हे, नाही का?"

"हो. दिसतं खरं. मी तुला पैजेवर सांगू शकतो की, तुझा सर्वांत आवडता पक्षी कोणता असेल."

तो हसून फक्त मान डोलावतो.

"कसली पैज लावू या, तू सांग."

ह्यावर तो फक्त मान खाली घालून आपले लहानसे खांदे उडवतो. मला ही भावना, हे हावभाव चांगले परिचित आहेत.

"बघ, असं करू या? मी ओळखू शकलो, तर तुला एक कुकी खायला मिळेल... आणि मी नाही ओळखू शकलो, तरी तुला कुकी खायला मिळेल!"

तो विचार करून शेवटी पैज मान्य करतो. तसा, मी 'फ्लॅमिन्गो' असलेलं पान उघडतो. हेन्री हसतो.

"बरोबर आहे?"

"हो."

तुम्हाला एखाद्या गोष्टीचा पूर्वानुभव असला, की त्याबद्दल सर्वज्ञ असणं सोपं जातं.

"बरं तर मग, ही घे तुझी कुकी आणि मी बरोबर उत्तर दिल्याबद्दल मला एक... पण आता, आपलं पुस्तक बघून संपेपर्यंत आपण त्या जरा बाजूला ठेवूया. कुकींचा चुरा पुस्तकांवर पडला, तर ते खराब होईल, हो की नाही?"

"हो."

तो निमूटपणे ओरिओचं पाकीट बाजूला सारतो आणि आम्ही एकेक पान उलटत, त्या नळकांड्यांमधल्यापेक्षाही सजीव वाटणाऱ्या पक्ष्यांचा आस्वाद घेऊ लागतो.

"हा बघ, दी ग्रेट ब्लू हेरॉन. हा फ्लॅमिन्गोपेक्षाही मोठ्ठा असतो. ए, तू कधी हमिंगबर्ड बघितला आहेस?"

"आजच बघितले दोन-चार."

"इथे? संग्रहालयात?"

"हो."

"अरे, बाहेर उडत असतानाचे पहा एकदा. त्यांचे पंख इतक्या अचाट वेगाने फडफडतात ना, जणू एखादं हेलिकॉप्टरच असावं!"

ह्या पुस्तकाचं एकेक पान उलटणं म्हणजे एक दिव्यच आहे. प्रत्येक पान

उलटताना आपण एखादी गादी उलटतोय. असं वाटतं. हेन्री न कंटाळता सगळं बघत राहतो. सॅण्डहिल क्रेन, अमेरिकन कूट, ग्रेट औक, पायलेटेड वूडपिकर बघताना हरखून जातो. पुस्तकाच्या शेवटच्या पानापर्यंत जेव्हा आम्ही पोचतो, तेव्हा तो हळुवारपणे त्यावरच्या स्नो बंटिंगच्या चित्रावर आपली इवलीशी बोटं फिरवतो. मी हेन्रीकडे बघतो, मग त्या पुस्तकाकडे बघतो- मला आठवतो तो क्षण जेव्हा मी प्रथम ह्या पुस्तकाच्या प्रेमात पडलो. मला त्याच्या कुशीत गुरफटून झोपून जावंसं वाटलं होतं.

"कंटाळा आला? थकलास?"

"हं."

"निघायचं का?"

"हो."

मी 'बड्‌र्स ऑफ अमेरिका' बंद करून त्याच्या खणात ठेवायला जातो. काहीतरी सुचल्यागत, फ्लॅमिन्गोचं पान उघडून खण बंद करतो. हेन्री खुर्चीवरून टुणकन उडी मारून ओरीओ खात उभा राहतो. मी बुरणूस गुंडाळून ठेवतो, खुर्ची जागच्या जागी सरकवतो, हेन्री दिवे मालवतो आणि मग आम्ही तिथून बाहेर पडतो.

मग आम्ही कित्येक वेळ, ओरीओ खात, इथे तिथे भटकत, उडणाऱ्या व सरपटणाऱ्या प्राणिमात्रांच्या गोष्टी करत राहतो. मॉम, डॅड आणि त्याला सध्या 'लसानिया' बनवायला शिकवत असणाऱ्या किमीबद्दल हेन्री मला सांगतो; तसंच ब्रेंडा नावाच्या त्याच्या जीवश्च मैत्रिणीबद्दलही सांगतो. अरेच्या! मी तर तिला विसरूनच गेलो होतो. आजपासून तीन महिन्यांनंतर ते सगळं कुटुंब टॅम्पा फ्लोरिडाला स्थलांतरित झाल्यापासून माझ्या तर ती लक्षातच नव्हती.

अखेर, फिरत फिरत आम्ही बुशमन नावाच्या महामाकडाच्या समोर येऊन उभे राहिलो असताना, अचानक हेन्री ओरडतो आणि मला पकडण्यासाठी पुढे झेपावतो; पण मी त्याच्या हाताला लागतो ना लागतो, तोच तो गायब होतो! माझ्या हातात उरतो तो फक्त त्याचा दमटसर, छोटासा टी-शर्ट!

नि:श्वास टाकून, मी वरच्या मजल्यावरच्या इजिप्शियन 'ममीज' पहायला जातो. माझी छोटी मूर्ती आतापर्यंत घरी पोहोचली असेल, पांघरुणात गुरफटून झोपली असेल. मला आठवतंय, सगळं नीट आठवतंय... सकाळी उठून मी आईला सांगितलेलं तेव्हा ती म्हणाली होती "काय मस्त स्वप्न पडलं रे तुला हेन्री! काळप्रवास गमतीशीरच प्रकार दिसतोय. मलापण करता आला, तर किती मजा येईल!"

ही पहिली वेळ होती!

फर्स्ट डेट, टू

शुक्रवार, २३ सप्टेंबर १९७७ (हेन्री ३६ वर्षांचा, क्लेअर ६ वर्षांची)

हेन्री : मी कुरणात उभा आहे. संपूर्ण नग्नावस्थेत, वाट पाहत. खरंतर मी त्या कुरणाच्या जराशा आडोशालाच उभा आहे. कारण क्लेअरने नेहमीप्रमाणे माझ्यासाठी दगडाखालच्या परडीत कपडे ठेवलेले दिसत नाहीयेत. तरी नशीब, ऊन फारसं तळपतं नाहीये, नाहीतर दुपारचं ह्या वेळचं ऊन म्हणजे जीवघेणंच असतं. मी उंच वाढलेल्या गवतात लपून बसतो.

ज्या अर्थी क्लेअरने कपडे काढून ठेवलेले नाहीयेत, त्याअर्थी मी, तिची आणि माझी भेट होण्यापूर्वीच्या काळात येऊन पोहोचलो आहे. कदाचित, ह्या वेळी क्लेअरचा जन्मही झाला नसेल. असं ह्यापूर्वी घडलेलं आहे आणि मला त्याचा त्रास होतो- अशा वेळी मला क्लेअरची खूप आठवण येत राहते. पण मग मी इथेच लपून राहतो- क्लेअरच्या घरच्यांच्या नजरेत येऊ नये, ह्याची सावधानता म्हणून.

आता मला कुरणाच्या पश्चिमेकडे असलेल्या सफरचंदाच्या झाडांची खूप आठवण येतेय. ह्या सुमाराला ती झाडं लालबुंद, रसरशीत सफरचंदांनी नुसती लगडली असतील. त्यातली काही हरणांनी चाखून बघितली असतील, पण तरीही ती खाण्याच्या लायकीची असतीलच!

इतक्यात, मला दूरवर एक दरवाजा धाड्कन बंद केल्याचा आवाज येतो- मी चमकून वर बघतो, तर एक लहानसी पोरगी सुसाट वेगाने उंच गवतातून धावत, माझ्या दिशेने येतेय, असं दिसतं. क्लेअर आली आहे...!

ती खूपच लहान आहे, एकटी आहे, अनभिज्ञही... तिच्या अंगावर अजूनही

शाळेचा गणवेशच आहे- पांढरं पोलकं, हिरवा स्कर्ट आणि गुडघ्यापर्यंत येणारे मोजे... त्याखाली कॅन्व्हासचे बूट. तिच्या हातात, मार्शल फील्ड्सची पिशवी आणि एक टॉवेल आहे. क्लेअर एके ठिकाणी थांबून तो टॉवेल जमिनीवर अंथरते आणि मग पूर्ण पिशवी त्यावर रिकामी करते. काय काय निघतं त्यातून? जुनी बॉलपेनं, पेन्सिलींची थोटकं, रंगीत क्रेयॉन, सुकत चाललेले मार्कर, एक शाईचं पेन आणि वडिलांच्या सामानसुमानातून लंपास केलेले काही कागद. ती सगळ्या उपकरणांना एका ओळीत मांडते, कागदांना एका गठ्ठ्यात मांडते आणि मनातल्या मनात गाणं गात, शांततेने एकेक पेनाने अथवा रंगाने, कागदावर रेघोट्या मारत बसते. तिला जरा निरखून बघितल्यावर, तिचं गुणगुणणं जरासं मोठं झाल्यावर मी ओळखतो, की ती 'दी डिक व्हॅन डाईक शो'चं शीर्षकगीत म्हणते आहे.

मी जरासा अडखळतो, विचारात पडतो. क्लेअर किती संतुष्ट, सुखी दिसते आहे. ती बहुधा सहा वर्षांची असावी आता. सप्टेंबर सुरू आहे, म्हणजे नुकतीच पहिल्या इयत्तेत दाखल झालेली असावी. निश्चितच, ती माझी वाट पाहत नसावी. तिच्यासाठी मी आता अनोळखीच आहे आणि पहिल्या इयत्तेत तर हेच शिकवतात ना, की अनोळखी लोकांशी बोलू नका. किमान अशांशी तर मुळीच नाही, जे उघड्यानागड्या अवस्थेत तुमच्या आवडीच्या गुप्त जागी प्रकट होऊन उभे राहतात; ज्यांना तुमचं नाव-गाव सगळं माहिती आहे आणि जे तुम्हाला बजावून सांगतात, की ह्याबद्दल तुमच्या आईवडिलांना काही सांगू नका. मला समजत नाहीये, की आजचाच तो दिवस आहे का, जेव्हा आम्ही पहिल्यांदा भेटलो; की तसं काही नाही? मला वाटतं, मी इथे अगदी स्तब्ध दडून रहावं, म्हणजे क्लेअर मला न बघताच निघून जाईल आणि मग मी त्या रसरशीत सफरचंदांचा आस्वाद घेत, कुठून तरी कपडे चोरून इथून पळून जाऊ शकेन किंवा माझ्या वर्तमानात तरी परतू शकेन.

कशी कोण जाणे पण एका क्षणी, माझ्या विचारांची तार तुटते आणि समोर बघतो, तर काय? क्लेअर मला कुतूहलभरल्या नजरेने निरखत समोर उभी आहे! तेव्हा कुठे मला लक्षात येतं की, मीसुद्धा तिच्यासोबत गुणगुणू लागलेलो!

"कोण आहेस तू? कोण आहे तिथे? बाहेर ये!" ती करवादून धमकावते. ती खूपच घाबरलेली आणि म्हणूनच वैतागलेली दिसतेय.

मी तिला हसवता यावं, शांत करता यावं म्हणून काय करता येईल, ह्या विचारात पडलोय. अखेर, काही न सुचून मी मृदू आवाजात म्हणतो "हॅलो सुंदरी!"

त्यावर, "मार्क! तूच आहेस ना, मूर्ख मुला?" असं म्हणून क्लेअर आजूबाजूला काहीतरी शोधण्याचा विफल प्रयत्न करून, शेवटी स्वत:चे अणकुचीदार टाचांचे जड बूट काढून अंदाजानेच माझ्या दिशेने भिरकावते. तिच्या नशिबाने (आणि माझ्या दुर्दैवाने) तिचा नेम अचूक ठरतो. माझ्या ओठातून भळाभळा रक्त वाहू लागतं.

“कृपा करून असं करू नकोस”, मी एका हाताने रक्त रोखण्यासाठी तोंडावर हात धरून तिला कळवळ्याने विनवतो. माझा जबडा ठणकू लागला आहे.

“कोण आहेस तू?” आता क्लेअर घाबरलेली आहे... आणि मीसुद्धा.

“हेन्री. मी हेन्री आहे, क्लेअर मी तुला इथे त्रास द्यायला आलो नाहीये... तूसुद्धा मला मारायला नको होतंस गं!”

“माझा बूट परत दे. मी तुला ओळखत नाही. तू लपून का बसला आहेस?” क्लेअर माझ्याकडे संशयाने बघत विचारते.

मी तिचा बूट तिच्याकडे भिरकावतो. ती तो लगेच उचलून, पिस्तुलासारखा समोर धरते.

“अगं, मी लपलोय, कारण माझे सगळे कपडे हरवले आहेत... मला बाहेर यायची लाज वाटतेय. मी खूप लांबून प्रवास करून आलोय, त्यामुळे मला प्रचंड भूक लागली आहे. पण मी इथे कोणालाच ओळखत नाही आणि त्यात आता मला जखम झाली आहे...”

“तू कुठून आला आहेस? तुला माझं नाव कसं माहिती आहे?” मी तिला खरं काय ते सांगायचं ठरवतो.

“मी किनई भविष्यातून आलो आहे. मी काळप्रवासी आहे. भविष्यामध्ये आपण एकमेकांचे खूप चांगले मित्र आहोत.”

“पण असं तर फक्त सिनेमात होतं...”

“असं आम्ही तुम्हाला विचार करायला भाग पाडतो...”

“का?”

“कारण, सगळीच माणसं काळप्रवास करू लागली, तर किती गर्दी होईल, विचार कर बरं? मागच्या वर्षी तुला नाताळासाठी ग्रॅण्डमा ॲब्शायरकडे जाताना ओ'हारे विमानतळावर किती गर्दी लागलेली, आठवतंय ना? आम्हा काळप्रवासांना असली गुदमरवणारी गर्दी आवडत नाही बाबा!”

क्लेअर क्षणभर विचारात पडते, मग म्हणते, “बाहेर ये.”

“तुझा टॉवेल दे मला.”

ती टॉवेल उचलते, तशी सगळी पेनं-पेन्सिली इस्ततः भिरकावली जातात. मी टॉवेल झेलतो आणि तिच्याकडे पाठ करून झटपट कमरेला गुंडाळतो. टॉवेल अगदी भगभगीत गुलाबी आणि नारंगी रंगाचा आहे; त्यावर भली मोठी वर्तुळं, चौकोन वगैरे चितारले आहेत. हं! आपल्या भावी पत्नीला पहिल्यांदा भेटताना घालण्यासाठी अगदी सुरेख पोशाख आहे म्हणायचं! मी कसाबसा बाहेर येऊन, शक्य तितक्या सभ्यतेने एका दगडावर बसतो.

क्लेअर माझ्यापासून शक्य तितक्या दूरवर जाऊन उभी राहते. तो बूट अजूनही

तिच्या हातात आहे.

"तुला रक्त येतंय."

"हो. तू बूट फेकून मारलास ना मला..."

"ओह!"

ती शांतपणे उभी आहे. मी शक्य तितकं निरुपद्रवी आणि प्रेमळ दिसण्याचा प्रयत्न करतो आहे. प्रेमळपणाला क्लेअरच्या आयुष्यात खूप महत्त्व आहे, कारण तिच्या आयुष्यातली बरीचशी माणसं प्रेमळपणा ह्या संज्ञेपासून मैलोन् मैल दूर आहेत.

"तू मला चिडवतो आहेस."

"मी? छे:! मी असं कधीच करणार नाही. तुला असं का वाटलं?" क्लेअर कधीकधी फार हट्टी होऊ शकते.

"असं कोणी काळप्रवास करू शकतं का? तू खोटं बोलतोयंस!"

"सान्ताक्लॉज करतो की काळप्रवास."

"काहीही काय बोलतोस?"

"अगं खरंच. तुला काय वाटतं, तो एवढ्या सगळ्या भेटवस्तू एका रात्रीत कशा काय वाटू शकतो? तो जरा जरा वेळाने घड्याळाच्या काट्यांना मागे फिरवतो आणि आपलं काम संपवतो."

"सॅन्ता जादूगार आहे. तू कुठे आहेस जादूगार?"

"म्हणजे? तुला मी जादूगार वाटत नाही? बापरे परीबाई! तुम्हाला एखादी गोष्ट पटवून देणं फारच कठीण आहे बाबा!"

"माझं नाव परी नाहीये!"

"माहितेय मला. तू क्लेअर आहेस, क्लेअर ॲब्शायर. तुझा जन्म २४ मे १९७१ साली झाला आहे. तुझ्या आईचं नाव आहे ल्यूसिल आणि वडील फिलिप. तू त्या समोरच्या घरात त्यांच्याबरोबर आणि तुझी आजी, भाऊ मार्क आणि बहीण अलीसियासोबत राहतेस."

"तुला हे सगळं माहितेय, म्हणजे तू खरंच भविष्यातून आला आहेस, असं होत नाही..."

"तू जरा वेळ थांबलीस ना, तर तुला मी गायब होताना दिसेन." मला ह्याबद्दल भरवसा वाटतोय (की ती विश्वास ठेवेल), कारण पुढे मला एकदा क्लेअरने सांगितलं की, आमच्या पहिल्या भेटीबद्दल तिला हे सर्वांत आश्चर्यकारक वाटलं होतं.

ती शांत उभी आहे - एका पायावरून दुसऱ्या पायावर आपलं वजन ढकलत, डास मारत.

“तू सॅन्ताला ओळखतोस?”

“जवळून, प्रत्यक्षात? नाही गं...” आता जखमेतून रक्त वाहणं थांबलेलं, पण मी भयंकरच दिसत असेन, हे नक्की.

“क्लेअर, तुझ्याकडे बॅण्डएड असेल का? किंवा काही खायला आहे का? काळप्रवासामुळे खूप भूक लागते गं मला...”

ती विचारात पडते- मग, स्कर्टच्या खिशातून घासभर खाल्लेलं हर्शीज चॉकलेट काढून माझ्याकडे भिरकावते. मी ते अधाशासारखं खातो. माझ्या रक्तातलं साखरेचं प्रमाण फारच खालावलं होतं. आता जरा बरं वाटतंय. मग मी त्या चॉकलेटची चांदी, क्लेअरच्या पिशवीत टाकतो. त्यावर तिची कळी खुलते.

“तू अगदी कुत्र्यासारखा खातोस!”

“छे:! काहीतरीच काय!” मी दुखावल्या स्वरात म्हणतो.

“माझे अंगठे विरुद्ध दिशेने वळू शकतात... मग, मी कुत्र्यासारखा कसा झालो बरं?”

“विरुद्ध दिशेने, म्हणजे?”

“असं कर बरं”, मी ‘थम्ब्स अप’ची खूण करत क्लेअरला म्हणतो. क्लेअर माझी आज्ञा पाळते. “असं ज्याला करता येतं, त्याचे अंगठे विरुद्ध दिशेने वळतात, असं म्हणतात. असे अंगठे असले, की तुम्हाला डब्यांची झाकणं फिरवून उघडता येतात, बुटांच्या नाड्या बांधता येतात... हे सगळं प्राण्यांना करता येत नाही, कारण त्यांचे अंगठे असे वळत नाहीत.”

क्लेअरवर ह्याचा फारसा परिणाम झालेला दिसत नाहीये. “आमची सिस्टर कार्मेलिता म्हणते, की प्राण्यांमध्ये आत्मा नसतो.”

“कोणी सांगितलं हे तिला? वाट्टेल ते सांगते ती... प्राण्यांमध्ये आत्मा असतोच!”

“ती म्हणाली की पोप असं म्हणतात.”

“पोप खडूस आहे, झालं! उलट, प्राण्यांचा आत्मा माणसांपेक्षा खूपच चांगला, निर्मळ असतो. ते कधी खोटं बोलत नाहीत, की कुणाला उगीच त्रास देत नाहीत.”

“ते एकमेकांना खातात की.”

“अगं, त्यांना तसं करण्याशिवाय पर्याय नसतो. ते ‘डेरी क्वीन’मध्ये ऐटीत जाऊन चॉकलेटचे तुकडे भुरभुरलेलं व्हॅनिला आईस्क्रीम मागू शकतात का?” हा लहानग्या क्लेअरचा सगळ्यात आवडता पदार्थ आहे. मोठेपणी मात्र त्याची जागा ‘सुशी’ने घेतली आहे... त्यातही पीटरसन अव्हेन्यूवरच्या ‘कात्सू’मधली सुशी तर तिचा जीव की प्राण आहे.

“ते गवत खाऊ शकतात... एकमेकांनाच खाल्लं पाहिजे का?”

"मग ते तर आपणही करू शकतो... पण आपण असं करतो का? नाही ना? आपणही हॅमबर्गर खातोच की नाही?"

क्लेअर जराशी बिचकत उभ्या जागेवर खाली बसते. "एट्टा म्हणते, मी अनोळखी लोकांशी बोलू नये."

"योग्यच सांगते ती."

ती गप्प बसते.

"तू किती वाजता गायब होणार आहेस?"

"मला जावंसं वाटेल तेव्हा. का गं, कंटाळलीस मला?"

ह्यावर क्लेअर नर्तिकेसारखे डोळे फिरवते.

"तू हे काय करते आहेस?" मी तिच्या भिरकावलेल्या पेनांकडे निर्देश करत विषय बदलायच्या हेतूने विचारतो.

"मी पेनांचा अभ्यास करते आहे."

"मी बघू तुझी पेनं?"

ह्यावर क्लेअर जरा नाइलाजानेच त्यातली काही (खास नसलेली) पेनं गोळा करते. काही कागदंही हातात घेते. मी आशेने तिच्यापुढे माझा हात धरतो, तशी ती गडबडीने ते सगळं सामान माझ्या दिशेने भिरकावून माघारी फिरते. मी त्या कागदांकडे मनापासून निरखून बघतो- जणू काय तिने मला ब्रूस रॉजरने सेन्टॉरसाठी काढलेली चित्रं किंवा 'बुक ऑफ केल्स' दिलंय, असा तिचा आविर्भाव होता. क्लेअरने सगळ्या कागदांवर मोठमोठ्या अक्षरांत 'क्लेअर ॲन ॲब्शायर' असं गिरवलेलं आहे. तिच्या अक्षरामधला बालिशपणा ठायी ठायी जाणवतोय. अगदी पुस्ती गिरवल्यासारखं अक्षर आहे तिचं- मध्ये मध्ये हसऱ्या चेहऱ्यांची ('स्मायलीज') भरपूर पेरणी आहे... पण एकंदर प्रकार सुंदर आहे...

"खूप छान आहे गं हे."

ह्यावर, क्लेअर खूश होते- केलेल्या कामाची स्तुती झाल्यावर आजही होते तशी. "मी तुझ्यासाठीपण बनवून देऊ शकते असं.. देऊ?"

"मला आवडेल ते. पण, काळप्रवास करताना आम्ही सोबत काहीच नेऊ शकत नाही. तू एक काम कर ना... तू बनवून ठेव आणि मी तुला परत भेटायला आलो ना, की ते बघून मी त्याच्या आस्वाद घेत जाईन. चालेल?"

"पण असं का? तुम्ही सोबत का काही नेऊ शकत नाही?"

"तूच विचार करून बघ. आम्ही काळप्रवासी जर ह्या काळातल्या वस्तू त्या काळात नेऊ शकलो, तर जगात किती गोंधळ माजेल सांग? समज, मी भूतकाळात येताना माझ्यासोबत काही पैसे आणले. मग मी पुढे जिंकून येणाऱ्या लॉटऱ्यांचे अंक, रेसमध्ये जिंकून येणार असणाऱ्या घोड्यांचे क्रमांक, सगळं आधीच पाहून

त्यावर पैसे लावू शकेन. ते योग्य होईल का? नाही ना? किंवा, मी फारच चोरट्या प्रवृत्तीचा असेन, तर मी वस्तू चोरून भविष्यकाळात नेऊ शकेन, जिथे मला कोणीच पकडू शकणार नाही.''

''तू सागरी-लुटारू होऊ शकशील!'' स्वत:च्या ह्या नामी कल्पनेने क्लेअर इतकी हरखून जाते की, मी तिच्यासाठी अनोळखी आहे, हे साफ विसरून जाते. ''तू लुटलेलं धन कुठेतरी पुरून, त्याचा नकाशा बनवून लपवून ठेवू शकतोस आणि मग, भविष्यात तो नकाशा उकरून काढून तो खजिना शोधून श्रीमंत होऊ शकतोस.''

खरं सांगायचं तर, वर्तमानकाळात आम्ही आमची अनिर्बंध जीवनशैली जपू शकतो ती ह्याच मार्गाने. क्लेअरला मोठं झाल्यावर हे जरासं गैरच वाटतं, पण सट्टाबाजारात आम्हाला त्याचा खूप फायदा होतो, हे खरं.

''उत्कृष्ट कल्पना आहे ही! पण, खरं सांगायचं, तर मला पैशांची नाही, कपड्यांची गरज आहे.''

क्लेअर माझ्याकडे संशयाने पाहते.

''तुझ्या वडलांकडे त्यांचे काही जुने कपडे असतील का? अगदी फक्त विजार असली तरी चालेल. अर्थात, हा टॉवेल खूपच सुंदर आहे. गैरसमज करून घेऊ नकोस. पण, मी जिथून येतो ना, तिथे मला विजार घालण्याची जास्त सवय आहे.''

फिलिप ॲब्शायर माझ्यापेक्षा बऱ्यापैकी बुटका आणि किमान ३० पौंड जास्त वजन असलेला आहे. त्याच्या विजारी खरंतर गमतीशीरच असतात, पण कशा कोण जाणे मला छान बसतात.

''मला माहीत नाही...''

''ठीक आहे. मला त्या आत्ताच हव्या आहेत, असं नाही. पण मी पुढच्या वेळी येईन तेव्हा आणून ठेवल्यास ना, तर खूप चांगलं होईल.''

''पुढच्या वेळी?''

मी एक कागद उचलून, त्यावर ठळक अक्षरांत पेन्सिलीने लिहितो '२९ सप्टेंबर १९७७, गुरुवार- दुपारच्या जेवणानंतर!' मी क्लेअरच्या हातात तो कागद ठेवतो, ती बिचकून तो हातात घेते. माझी दृष्टी अधू होऊ लागली आहे. एट्टा क्लेअरला हाका मारत असल्याचं मला ऐकू येतंय.

''हे आपलं गुपित आहे हं क्लेअर, कुण्णा कुणाला सांगू नकोस.''

''का?''

''ते मी नाही सांगू शकत. आता, मला जायला हवं. खूप बरं वाटलं तुला भेटून.'' मी शेकहॅण्ड करायला क्लेअरसमोर आपला हात धरतो, ती तो दबकतच पकडते. तेवढ्यात मी अदृश्य होतो.

बुधवार, ९ फेब्रुवारी, २०००
(क्लेअर २८ वर्षांची, हेन्री ३६ वर्षांचा)

क्लेअर : पहाटेचे ६ वाजलेले दिसतायंत; मी ह्या वेळेला हमखास मिळते, त्या साखरझोपेत असतानाच, घराचा दरवाजा धाडकन मिटल्याचा आवाज येतो. नक्कीच हेन्री कुठूनतरी प्रवास करून आलेला आहे! मी हा विचार करत असतानाच तो अचानक माझ्या अंगावर येऊन पडतो... तशी, मी जोरात किंचाळते आणि मग आम्ही एकदम खदाखदा हसू लागतो. तो हसता हसता माझ्या अंगावरून उतरून शेजारी आडवा होतो, तशी मी त्याच्या जवळ सरकते. तेवढ्यात माझं लक्ष जातं त्याच्या रक्ताळलेल्या ओठांकडे. मी चटकन एक रुमाल उचलून त्याची जखम टिपते- बघते, तर हेन्री माझ्याकडे बघून स्मित करतोय.

"हे कसं झालं?"

"तू माझ्यावर बूट भिरकवलास."

मला तर हेन्रीवर कधीही काहीही भिरकवल्याचं स्मरत नाहीये.

"चल, खरं सांग."

"खरंच सांगतोय. आपण नुकतेच पहिल्यांदा भेटलोय आणि तू मला पाहता क्षणीच उद्गारलीस 'मी लग्न करणार तर ह्याचाशीच!' आणि असं म्हणून तू एक बूकी हाणलास मला! मला नेहमीच माहिती होतं की, तुझी माणसांची पारख अद्वितीय आहे!"

गुरुवार, २९ सप्टेंबर, १९७७
(क्लेअर ६ वर्षांची, हेन्री ३६ वर्षांचा)

क्लेअर : डॅडच्या कॅलेन्डरवर आज तीच तारीख आहे, जी त्या माणसाने मला त्या दिवशी लिहून दिली आहे. नेल अलिसियासाठी 'सॉफ्ट एग' बनवण्यात गर्क आहे; तर मार्कने गृहपाठ न करता स्टीव्हसोबत फ्रिस्बी खेळण्यात वेळ घालवला, ह्याबद्दल त्याला ओरडा देण्यात एट्टा गुंतली आहे. मी एट्टाला मध्येच जाऊन विचारते, "एट्टा, मला माळ्यावरून काही कपडे काढून देशील?" आम्ही त्या कपड्यांनी घर-घर खेळतो. एट्टा विचारते "कशासाठी?" ह्यावर मी तिला सांगते, "मला मेगनसोबत घर घर खेळताना घालायचे आहेत." ह्यावर एट्टा भडकून म्हणते, "शाळेला जायच्या वेळेलाच बऱ्या तुम्हाला ह्या नसत्या गोष्टी सुचतात गं! आता काही मिळणार नाही, तू शाळेतून आल्यावर बघू!"

मग मी निमूट शाळेत जाते- तिथे गणित, फ्रेंच, संगीत, चित्रकला इत्यादी विषयांशी दोन हात करताना त्या माणसाला हवी असलेली विजार काही माझ्या

डोक्यातून जायला तयार नाही. बिच्चारा! त्याला खरंच खूप गरज दिसतेय विजारीची.

म्हणून मग मी घरी गेल्या गेल्या एट्टाकडे विजार मागायला जाते, पण ती नेमकी शहरात गेलेली. मग, नेल मला केकचं मिश्रण घोटण्यासाठी वापरलेला डाव चाटायला देते- एट्टा असं कधीच करू देत नाही. मग, मी मॉमकडे गेले. ती लिखाण करण्यात दंग आहे, हे बघून मी काही न बोलताच निघून जाणार होते, पण तिनेच मला बघितलं आणि टोकलं, "काय हवंय बाळा?" मग मी तिला विजारीबद्दल सांगितलं, तशी ती म्हणाली, "लॉण्ड्रीच्या खोलीत जे देऊन टाकण्यासाठी कपडे काढून ठेवले आहेत ना, त्यातून घे." तिथे बघितल्यावर मला डॅडच्या तीन विजारी सापडतात. त्यातल्या एकीला सिगारेटीच्या राखेमुळे बऱ्यापैकी मोठं भोक पडलं होतं, म्हणून मग मी दोनच विजारी घेतल्या. तसंच, डॅडचा एक पांढरा शर्ट, एक लाल रंगाचा स्वेटर आणि माशांचं चित्र असलेला नेकटाय, हे सगळंही घेतलं. निघताना मी लहान असताना डॅड जो पिवळा बाथरोब घालायचे, तोही मिळाला. त्याला डॅडचा सुगंध येत होता... ते सगळे कपडे मी एका पिशवीत कोंबले आणि माजघरात ठेवण्यासाठी गेले. तिथून बाहेर पडताना मला मार्कने बघितलंच आणि विचारलं "का गं बेअक्कल, काय खुडबूड चाललीये तुझी?" ह्यावर मी त्याला वेडावून म्हटलं "काही नाही... किमान, तुला सांगण्यासारखं तर काहीच नाही, समजलं बेअक्कल?" मी असं म्हटल्यावर मार्कने माझे केस ओढले... मग मी त्याच्या पायावर जोरात पाय दिला, तसं त्याने भोकाड पसरलं आणि माझी तक्रार करायला गेला. रडका कुठला! जाऊ देत, मला काय फरक पडतोय? मग, मी माझ्या खोलीत जाऊन मिस्टर बेअर आणि जेन सोबत टीव्ही-टीव्ही खेळू लागते. आजच्या खेळात मिस्टर बेअर जेनची मुलाखत घेत तिला विचारतोय की, तू इतकी सुंदर आहेस, तर मग तू नटी का झाली नाहीस? त्यावर जेन उत्तरते, कारण तिला प्राण्यांची डॉक्टर व्हायचंय म्हणून. त्यावर मिस्टर बेअर तिला सुचवतो की तू मोठी झाल्यावर डॉक्टर होऊ शकतेस; त्याआधी तर नटी बन. माझा हा खेळ सुरू असताना एट्टा माझ्या खोलीचं दार ठोठावत जाब विचारते- "क्लेअर, तू मार्कच्या पायावर पाय का दिलास?" मी उत्तर देते "त्यानं काही कारण नसताना माझे केस ओढले म्हणून." ह्यावर एट्टा प्रचंड थकल्या स्वरात उद्गारते, "तुम्ही दोघं आता पार आवाक्याबाहेर चालला आहात. कठीण आहे सगळं!" मग, ती निघून जाते.

थोड्या वेळाने आम्ही एट्टासोबत जेवायला बसतो. मॉम आणि डॅड पार्टीला गेले आहेत. आज जेवायला फक्त तळलेली चिकन, वाटाण्याचा एक पदार्थ आणि चॉकलेट केक आहे. मार्कला केकचा सगळ्यात मोठा तुकडा मिळतो, पण मी ह्यावर काही बोलत नाही कारण मी डाव चाटलेला असतो ना?

जेवणानंतर मी एट्टाला बाहेर जाण्याची परवानगी मागते. ती मला गृहपाठ आहे

का, म्हणून विचारते. "हो, आहे, पण थोडासाच. स्पेलिंग आणि चित्रकलेसाठी पानं गोळा करणं."

"ठीक आहे, मग जा. पण अंधारून येण्याआधी परत ये." - एट्टा.

मग मी पटकन झेब्रे असलेला माझा लाडका निळा स्वेटर घालते आणि माजघरातून पिशवी घेऊन कुरणात जाते. मला तिथे त्या माणसाला पाहण्याची आशा असते, पण तो आलेला नसतो. मी दगडावर बसून त्याची थोडा वेळ वाट बघते, मग ठरल्या ठिकाणी पिशवी ठेवून परत जायला निघते. चित्रकलेसाठी थोडी पानं खुडावी, म्हणून परतताना घरापाठच्या बगिच्यात थांबते. मॉमच्या लाडक्या गिंको झाडाची पानं तोडते, तशीच मेपल आणि ओकचीसुद्धा. परत एकदा कुरणात जाऊन तो माणूस आला का, हे बघते; पण तो आलेला नसतो. मग, माझ्या मनात येतं 'त्याने मला उगीच काहीतरी सांगायचं म्हणून सांगितलं असेल. बहुतेक तो काही आता येणार नाही. कदाचित, त्याला विजारीची एवढी गरज नसेलही.' मला वाटतं, रूथ म्हणाली, तेच खरं असेल- मी जेव्हा तिला त्या माणसाबद्दल सांगितलं, तेव्हा ती मला म्हणाली, "चल, काहीतरीच फेकते आहेस! लोकं अशी फक्त टीव्हीमध्ये गायब होतात, प्रत्यक्ष आयुष्यात नाही." किंवा मला वाटतं, ते स्वप्न असावं. जसं बस्टर मेला आणि मला स्वप्न पडलं की, तो ठणठणीत आहे आणि त्याच्या पिंजऱ्यात नव्हता. तेव्हा मॉम म्हणालेली 'स्वप्नं, प्रत्यक्ष आयुष्यापेक्षा निराळी असतात; पण ती तितकीच महत्त्वाचीही असतात.'

जाऊ देत आता... थंडी पण वाढत चालली आहे आणि अंधारही. मी ही पिशवी इथेच ठेवलेली बरी- तो माणूस येईल तेव्हा घेऊन जाईल.. घालेल त्यातली विजार. म्हणून मग मी तसं करून घरी परत जायला मागे फिरते आणि तेव्हा कुठून तरी आवाज येतो "अरेरे! छे: किती लागलं मला!" आता मला भीती वाटू लागते!

हेन्री : मी प्रकट होतो, तोच त्या महाकाय दगडावर गुडघा आपटत. मी कुरणात पोहोचलो आहे आणि आसमंत अप्रतिम नारंगी रंगात न्हाऊन निघाला आहे. संध्याकाळ निरोप घेत असतानाची ती जादुई वेळ आहे. कुरण निर्मनुष्य आहे, फक्त एक कपड्यांनी भरलेली पिशवी ठेवलेली दिसतेय. म्हणजे क्लेअरने काम चोख बजावलेलं दिसतंय. ह्याचाच अर्थ, हा दिवस आमच्या पहिल्या भेटीनंतर लगेचच आलेला दिवस दिसतोय. पण क्लेअर तर कुठे दिसत नाहीये. मग, मी तिला हळू आवाजात हाक मारतो. पण काहीच उत्तर येत नाही. मग, मी पिशवीतून कपडे काढून चाळू लागतो. क्लेअरने चांगले कपडे भरलेले दिसताहेत. फक्त त्या पांढऱ्या शर्टाच्या काखांना घामाचे डाग आहेत आणि बाथरोबचा खिसा फाटलेला आहे. ठीक आहे. चालेल मला. जुने असले, तरी मला आनंद वाटतोय ते कपडे बघून. मग मी

क्लेअरच्या उपजत उत्कृष्ट निवडीला दाद देत, ते कपडे चढवतो. मला खूप छान वाटतंय; 'थॅन्क्स क्लेअर, खूप चांगलं काम केलंस तू!'' फक्त बुटांचा अभाव आहे- ते सोडलं, तर ह्या जगात वावरण्यासाठी मी आता एकदम सज्ज आहे.

अचानक मला क्लेअर दिसते. तिला त्या अंधारात दबकलेली बघून मला जरा आश्चर्यच वाटतं. अगदी एवढीशी दिसतेय, घाबरलेली!

''हॅलो''

''हॅलो क्लेअर. कपड्यांबद्दल आभार. बसलेतही छान आणि ह्यांना चांगली उबसुद्धा आहे... रात्री थंडी वाजणार नाही मला.''

''मला लवकर घरी जायचंय आज.''

''चालेल ना. तसाही अंधार पडत चाललाय. उद्या शाळा असेल ना?''

''हं.''

''आज काय तारीख आहे?''

''गुरुवार, २९ सप्टेंबर १९७७.''

''आभार.''

''पण, तुला आजची तारीख कशी माहीत नाही?''

''अगं, कारण मी नुकताच इथे पोहोचलोय ना म्हणून. काही मिनिटांपूर्वी मी २००० सालच्या २७ मार्चच्या सकाळीत होतो. सोमवारची मस्त पावसाळी सकाळ होती आणि मी टोस्ट बनवत होतो.''

''पण, मागच्या वेळी तूच मला ही तारीख लिहून दिलेलीस...'' असं म्हणून क्लेअर ती तारीख लिहिलेलं एक कागदाचा चिटोरं काढून मला दाखवते. मी तिच्याकडून तो कागद घेऊन निरखतो- माझ्याच अक्षरात लिहिलेली ती तारीख पाहून मला गंमतच वाटते. मी विचारात पडतो; काळप्रवासाचे गूढ नियम ह्या अजाण लहानग्या क्लेअरला सोप्या प्रकारे कसे समजवता येतील बरं?

''बघ, हे असं आहे... तुला टेपरेकॉर्डर वापरता येतो?''

''हो.''

''ठीक आहे. मग, तुला हे माहितीच असेल की, आपण त्यामध्ये एक ध्वनिमुद्रित कॅसेट टाकली, की ती चालू होते आणि मग संपेपर्यंत आपल्याला त्यातनं गाणी ऐकू येतात, बरोबर?''

''हो.''

''मग, आपलं– म्हणजे मी सोडून बहुतांशी माणसांचं– आयुष्य हे असंच असतं. तुम्ही सकाळी उठता, दात घासता, आवरता, नाश्ता करून आपापल्या कामाला जाता, बरोबर? कधी असं तर नाही ना होत, की कधी तू रूथ आणि हेलनसोबत शाळेत डबा खात असताना अचानक तिथून अदृश्य होऊन घरी

पोहोचतेस आणि कपडे बदलत असतेस?''

क्लेअर खिदळत उत्तरते ''नाही''

''पण माझ्यासारख्या काळप्रवाशाच्या बाबतीत नेमकं असंच घडतं. मी बरेचदा ह्या काळातून त्या काळात उड्या मारत असतो. म्हणजेच असं, की तू टेपरेकॉर्डरवर कॅसेट लावून गाणी ऐकत आहेस. मग तुला दोन-चार गाणी झाल्यानंतर दुसऱ्या क्रमांकाचं गाणं पुन्हा ऐकावंसं वाटतं, म्हणून तू 'रीवाईन्डचं' बटण दाबून कॅसेटला मागे फिरवतेस. ते गाणं ऐकून तू पुन्हा आधीच्या (म्हणजे दुसऱ्या गाण्याकडे परत जाण्याआधी ऐकत असणाऱ्या) गाण्याकडे जाण्यासाठी 'फास्ट फॉरवर्ड'चं बटण दाबतेस. पण तुझ्या अपेक्षेपेक्षा ती कॅसेट जरा जास्तीच पुढे जाते. म्हणून मग तू पुन्हा थोडी 'रीवाईन्ड' करतेस... असं सगळं आमच्या आयुष्यात चालतं. समजलं का?''

''थोडंफार.''

''अगं, त्यात फार काही कठीण नाहीये. थोडक्यात सांगायचं, तर मी कधी कधी माझ्या नकळत काळामध्ये लुप्त होतो, वेगळ्याच वेळेत पोचतो. फार सोपी ॲनालॉजी वापरली मी तुला ते समजवायला... खास नाही, पण सोपी होती खरी.''

''ॲनालॉजी म्हणजे काय?''

''जेव्हा तुम्ही एखाद्या गोष्टीचं उदाहरण घेऊन दुसरी गोष्ट समजवून सांगू बघता, तेव्हा त्याला ॲनालॉजी म्हणतात. उदाहरणार्थ, जेव्हा आपण म्हणतो, की तू एखाद्या चित्राप्रमाणे देखणी आहेस किंवा तू आता लवकर घरी पोहोचली नाहीस, तर एट्टा ज्वालामुखीसारखी उसळून येईल... ह्याला ॲनालॉजी म्हणतात.''

''तू आज इथेच झोपणार आहेस का? आमच्या घरी ये ना झोपायला, आमच्याकडे पाहुण्यांसाठी खास खोली आहे.''

''तू खूप चांगली आहेस, क्लेअर... खरंच! पण दुर्दैवाने मला १९९१ पर्यंत तुझ्या कुटुंबाला भेटण्याची परवानगी नाहीये.''

ह्यावर क्लेअर बुचकळ्यात पडते. मला वाटतं, तिला १० च्या दशकानंतरच्या तारखांची कल्पना करणं बरंच कठीण जातंय. मी तिच्या वयाचा असताना मला ६०च्या दशकाबद्दल हीच समस्या होती.

''का नाही?''

''ते नियमाबाहेर होईल. काळप्रवाशांना प्रवास करताना वाट्टेल त्याला भेटून त्यांच्याशी गप्पा मारण्याची परवानगी नसते. केवढा गोंधळ माजेल तसं केलं तर.''

खरं सांगायचं तर मला ह्या सिद्धान्तावर फारसा विश्वास नाही. गोष्टी जशा घडतात, त्या एकदाच घडतात- वारंवार नाही. विश्वात असं 'विभाजन पद्धतीने' वावरण्यात मला फारसं गम्य वाटत नाही.

''पण मग तू माझ्याशी कसा काय बोलतोस?''

“तू खास आहेस. तू शूर आहेस, हुशार आहेस आणि गुपितं तुझ्याकडे सुरक्षित राहतात.”

ह्यावर क्लेअर जरा गोरीमोरी होते. “मी रूथला सांगितलं थोडं, तुझ्याबद्दल. पण तिने माझ्यावर विश्वास ठेवला नाही.”

“ओह! ठीक आहे. काळजी करू नकोस. माझ्यावरही फार लोक विश्वास ठेवत नाहीत. जास्त करून डॉक्टर लोक. तसंही ह्या डॉक्टरांना पुराव्याशिवाय काही पटत नाहीच.”

“माझा तुझ्यावर विश्वास आहे.”

क्लेअर माझ्यापासून पाच फूट अंतरावर उभी आहे. पश्चिमेकडून मावळत्या सूर्याची नारंगी प्रकाशकिरणं, तिच्या लहानशा गोऱ्या चेहऱ्याला एक आगळं तेज बहाल करत आहेत. तिने निळ्या जीन्स आणि छातीवर झेब्र्यांचं चित्रं असलेला निळा स्वेटर घातला आहे. केसांचा झुपकेदार ‘पोनीटेल’ बांधला आहे. तिच्या चेहऱ्यावर एक आगळाच निर्धार दिसतो आहे. ‘आमची मुलगी असती, तर ती अशीच दिसली असती.’ माझ्या मनात खिन्न विचार डोकावून जातो.

“थॅन्क यू क्लेअर.”

“मला आता घरी जायला हवं.”

“चालेल.”

“तू येणारेस माझ्याबरोबर?”

“नाही गं.”

“तू परत मला भेटायला येणारेस मग?”

मी मनातल्या मनात ती तारखांची यादी वाचून बोलतो “हो. १६ ऑक्टोबरला परत येईन मी. शुक्रवार आहे. शाळेतून आल्यावर लगेच इथे ये. एक निळ्या शाईचं पेन आणि मेगनने तुला वाढदिवसाला दिलेली ती छोटी निळी डायरी घेऊन ये.” मी क्लेअरला ती तारीख पाठ करायला लावतो. मग निघतो.

“ऑ रिव्हॉयर, क्लेअर”

“ऑ रिव्हॉयर...”

“हेन्री.”

“ऑ रुवॉ हेन्री!”

आतापासूनच क्लेअरचे उच्चार माझ्यापेक्षा कैक पटीने चांगले आहेत. क्लेअर धावत तिच्या उबदार घराच्या बाहुपाशात जाते आणि मी अंधारातून वाट तुडवत वर्तमानाकडे जाऊ लागतो.

त्या रात्री मी तो नेकटाय दीनाज ‘फीश ॲण्ड फ्राय’च्या मागे असलेल्या कचरापेटीत फेकून देतो.

लेसन्स इन सर्व्हायवल

. . . .

गुरुवार, ७ जून, १९७३ (हेन्री २७ आणि ९ वर्षांचा)

हेन्री : मी, जून १९७३ च्या एका सुंदर दुपारी, 'आर्ट इन्स्टिट्यूट ऑफ शिकागो'च्या समोरच्या रस्त्यावर, माझ्या ९ वर्षांच्या मूर्तीसोबत उभा आहे. तो पुढच्या बुधवारातून भूतकाळात प्रवास करत आला आहे, तर मी १९९० पासून मागे आलो आहे! आमच्याकडे भटकायला अख्खी दुपार आणि संध्याकाळ पडली आहे आणि म्हणूनच, आम्ही जगातल्या निवडक कला संग्रहालयातल्या एका श्रेष्ठ संग्रहालयात आलो आहोत - खिसे कापण्याचा सराव करण्यासाठी!

"आपण फक्त चित्रं बघून परतू शकत नाही का?" हेन्री मला विनवतो. तो घाबरलाय. त्याने पूर्वी कधीच केलेलं नाहीये.

"नाही, तुला हे करता येणं गरजेचं आहे. हे आलं नाही, तर तुला पुढे गुजराण करणं किती कठीण जाईल, ह्याचा विचार केला आहेस का?"

"मी भीक मागू शकेन की."

"त्यात काही दम नाही! किती कमवू शकशील भीक मागून? पाच-दहा डॉलर. दिवसाचे? आणि त्यातही, पोलिसांचा ससेमिरा पाठीशी आहेच. ते तर वाटच बघत असतात की कधी कुणी भिकारी आपल्या तावडीत सापडतोय, पोलिस ठाण्यात नेऊन हात साफ करायला. त्यामुळे, आता ऐक- आपण आत शिरल्यानंतर, तू माझ्यापासून शक्य तितका दूर रहा; आपण एकमेकांना ओळखतो, हे कुणालाही लक्षात येता कामा नये. पण तरीसुद्धा तू इतक्या अंतरावर रहा की, तिथून तुला मी काय करतो आहे, हे बघता येईल. पुढे मी जर तुला काही

पकडायला दिलं, तर ते पाडू नकोस; झटकन खिशात टाकून दे. समजलं?''

''बहुतेक. आपण सेंट जॉर्ज बघायला जाऊ शकतो का?''

''हो नक्की.''

बोलता-बोलता आम्ही मिशिगन अॅव्हेन्यू पार करून, संग्रहालयाच्या पायऱ्यांवर उन्हं खात बसलेल्या बायका-पोरांमधून वाट काढून, संग्रहालयाच्या आत पोचतो. आत जाता-जाता, हेन्री, दरवाज्याशी उभ्या केलेल्या सिंहाची पाठ थोपटतो.

मला खरंतर ह्या सगळ्या प्रकाराबद्दल जरासं अपराध्यासारखं वाटतंय खरं. एकीकडे, मी स्वतःला अत्यंत गरजेच्या असलेल्या दैनंदिन उपयोगाच्या गोष्टी अंगी बाणवण्याचा प्रयत्न करत आहे - जशा, दुकानं फोडून चोरी करणं, लोकांना चोपणं, कुलपं फोडणं, घरं फोडणं, गाडी चालवणं, झाडांवर चढणं, कचऱ्याच्या डब्याची झाकणं वगैरे हत्यार म्हणून वापरणं इत्यादी. दुसरीकडे, मी माझ्या लहानग्या मूर्तीला भ्रष्ट करत होतो.....वाईट वाटतं त्याबद्दल 'पण काय करणार? कुणीतरी तरी हे करायलाच हवं....

आजचा दिवस 'विनातिकीट' आहे, त्यामुळे संग्रहालयात भयंकर झुंबड झाली आहे. आम्ही इतर लोकांपाठी रांगेत उभे राहून भल्या मोठ्या पायऱ्यांवरून शिरून, सतराव्या शतकातल्या नेदरलॅण्ड्सच्या चित्रांपासून पंधराव्या शतकातल्या स्पेनच्या चित्रांपर्यंत, सगळ्यांचा समाचार घेतो. सेंट जॉर्जचा पुतळा नेहमीप्रमाणे उभा ठाकला आहे - हातातल्या भाल्याने पायाजवळच्या ड्रॅगनला मारण्याच्या तयारीत! मला आणि माझ्या लहानग्या मूर्तीला तो पिवळ्या पोटाचा ड्रॅगन भारी आवडतो; आणि प्रत्येक वेळेस इथे आल्यावर, ड्रॅगन अजूनही शाबूत आहे, हे पाहून आम्ही (किंवा मी) खूश होतो!

हेन्री आणि मी बर्नार्डो मार्तोरेलच्या चित्रासमोर पाच मिनिटं उभे राहतो आणि मग, तो माझ्याकडे वळून बघतो. आता, दालन आमच्या कह्यात आहे.

''इतकंपण कठीण नाहीये'', मी हेन्रीला सांगू लागतो. ''नीट लक्ष देऊन बघ. कोण इथे तिथे बघतंय, भरकटल्यासारखं दिसतंय? मग बघ, की त्या व्यक्तींचं पाकीट नेमकं कुठे आहे. पुरुष शक्यतो त्यांची पाकिटं विजारीच्या मागच्या खिशात किंवा सुटाच्या आतल्या भागात ठेवतात. बायकांच्या बाबतीत बोलायचं तर, अशा बायका शोध, ज्यांच्या पर्सेस त्यांच्या मागे लटकवलेल्या आहेत. रस्त्यात पर्स चोरताना तू पूर्ण पर्स मारून - खेचून पळू शकतोस, पण हे तेव्हाच करावं, जेव्हा तुला खात्री असेल की, पुढचा रस्ता मोकळा आहे आणि तुझा पाठलाग करणाऱ्या लोकांच्या तावडीतून सुटून तू पळू शकतोस. नाहीतर, गुपचूप कार्यभाग साधण्यातच हुशारी असते.''

''मी एक सिनेमा बघितलेला, ज्यामध्ये ते ठिकठिकाणी घंट्या लावलेला

सूट घालून सराव करत होते. जर चोराने पाकिट चोरताना सूट जरादेखील हलवला, तर घंट्यांची किणकिण व्हायची.''

''हो, मला आठवतोय तो सिनेमा. तू घरी तसं करून बघ. आता ये माझ्यामागे.''

मी आणि हेन्री पंधराव्या शतकापासून थेट एकोणिसाव्या शतकाच्या दालनात पोचतो - फ्रेंच इम्प्रेशनिस्ट चित्रांसाठी ख्यातनाम आहे. मी इथे एखाद्या चित्रावर हात मारू शकतो, पण नेहमीप्रमाणे, दालन खच्चून भरलेलं आहे. लोकं 'मोनेचं हेस्टॅक' किंवा 'ला ग्रॉन्दे जॉत', पाहण्यासाठी जीवाचं रान करत आहेत. हेन्रीला सगळ्या मोठ्या लोकांच्या गर्दीतून आजूबाजूची चित्रं बघणं काही जमत नाहीये - पण तसंही, तो चित्रं-बित्रं निरखण्याच्या मन:स्थितीत नाहीये. मी खोलीभर नजर फिरवून अंदाज घेतो. एक स्त्री आपल्या चुळबुळ करणाऱ्या लहानग्याला सांभाळण्यासाठी वाकून उभी आहे. त्याची झोपायची वेळ झालेली दिसतेय. मी हेन्रीला खूण करून त्या स्त्रीजवळ सरकू लागलो. तिने आपली पर्स बिनधास्तपणे खांद्यावर अडकवलेली आहे आणि ती वाकली असल्यामुळे, पर्स पाठीवर टेकत आहे. पर्सचा चाप साधासाच आहे. ती टाउलू लॉत्रेच्या 'अॅट दी मूलां रूज' समोर उभी राहून, आपल्या रडणाऱ्या बाळाला शांत करण्याचा आटोकाट प्रयत्न करत आहे. तिचं लक्ष नाही, ह्या गोष्टीचा फायदा घेऊन, मी 'अॅट दी मूलां रूज' बघण्यात दंग असल्याच्या आविर्भावात तिच्यावर जाऊन आदळतो. माझ्या अपेक्षेप्रमाणे, स्त्रीचा तोल जातो; तिला पडण्यापासून वाचवण्यासाठी मी पटकन तिचा हात धरून दिलगिरीच्या स्वरात म्हणतो ''माफ करा...मला माफ करा. माझं लक्ष नव्हतं. तुम्हाला कुठे लागलं तर नाही ना? इतकी गर्दी आहे ना इथे...''बाई सुंदर आहे. टप्पोरे तपकिरी डोळे, लांब केस, भरीव स्तन...पण, ती ह्या क्षणी पुरती भांबावलेली आहे...माझा हात तिच्या पर्समध्ये आहे, हे तिच्या लक्षातही आलेलं नाहीये. तिच्याशी बोलता-बोलता मी सफाईनं तिच्या पर्समधलं पैशाचं पाकीट शोधतो, लंपास करतो, माझ्या जाकिटाच्या बाहीत लपवतो...

तरी तिला थांगपत्ता लागत नाही. कार्यभाग साधल्यावर, मी तिच्याकडे एकदा तीव्रपणे बघतो, हसतो आणि चालू पडतो! थोडं पुढे गेल्यावर पुन्हा वळून पाहतो, तर ती माझ्याकडे बघत असते...जराशी आशाळभूतपणेच कदाचित. आता तिने मुलाला कडेवर घेतलं असतं आणि त्याचं रडणंही थांबलेलं असतं. मी तिच्याकडे शेवटचं स्मित फेकून, भराभर चालू लागतो. मी खालच्या 'ज्युनियर म्युझियम'कडे जाणाऱ्या जिन्यांवरून उतरू लागतो, तसा हेन्री धावत-पळत मागून येतो. आम्ही पुरुषांच्या शौचालयासमोर भेटतो.

''विचित्रच होतं ह सगळं. ती तुझ्याकडे अशी का पाहत होती?''

"ती एकटी आहे". मी शक्य तितक्या सौम्य शब्दांत हेन्रीला समजावू लागतो! "तिचा नवरा फारसा तिच्या वाटेला येत नसावा."

मग, आम्ही शौचालयात जाऊन तिचं पाकीट उघडून बघतो. तिचं नाव असतं डेनिजे रॅडके; व्हिला पार्क, इलिनॉईसमध्ये राहणारी. ती ह्या संग्रहालयाची सभासद आहे आणि रूझवेल्ट युनिव्हर्सिटीची माजी विद्यार्थिनी. डेनिजेच्या पाकिटात २२ डॉलर आणि काही चिल्लर आहे. मी ते सगळं हेन्रीला दाखवून, न बोलता सगळे पैसे पुन्हा जिथल्या तिथे ठेवून देतो आणि पाकीट हेन्रीच्या हातात देतो. मग आम्ही शौचालयातून बाहेर पडून, संग्रहालयाच्या मुख्य द्वारापाशी जाऊ लागतो. "हे त्या पहारेकऱ्याला देऊन ये. सांग, तुला आत पडलेलं सापडलं म्हणून...मी हेन्रीला सांगतो.

"का?"

"अरे, कारण आपल्याला हे नको आहे, मी फक्त तुला उदाहरणार्थ दाखवत होतो." मग, हेन्री तिकडच्या एका वयस्कर कृष्णवर्णीय स्त्री-पहारेकरीला पाकीट देऊन येतो. ती त्याला प्रेमाने मिठी मारते आणि मग तो हळूहळू चालत माझ्याकडे येतो. मग आम्ही एकमेकांपासून थोडं अंतर ठेवत त्या अंधाऱ्या बोळामधून चालत येतो, ज्यामध्ये पुढे 'डेकोरेटिव्ह आर्ट्स' प्रस्थापित केलं जाणार आहे. त्याच्या थोडं पुढे, एका पत्रकांनी भरलेल्या खोलीत, थोड्या वर्षांनी 'राईस विंग' स्थापन केली जाणार आहे. पण, माझं ह्या सगळ्याकडे सध्या फारसं लक्ष नाहीये. मी माझं आजचं सावज हेरतोय...आणि...आणि काही मिनिटांतच, ते माझ्या नजरेस पडतं. आज माझं नशीब जोरावर दिसतंय. एक जाडा, बुटका, अतिशहाणासा दिसणारा मनुष्य, त्याच्या खुरटलेल्या मैत्रिणीला 'विन्सेंट व्हॅन गॉफ'च्या चित्राचं महत्त्व बारकाईने समजावण्यात गर्क आहे. बेसबॉल कॅप, पॉलियेस्टरची विजार आणि आकाशी रंगाचा अर्धबाह्यांचा शर्ट घातलेला तो मनुष्य, गमतीशीरच दिसतोय म्हणायचं!

मी त्याच्याजवळ जातो. आता तो त्याच्या दुर्मुखलेल्या मैत्रिणीला, व्हॅन गॉफबद्दलच्या कथा सांगण्यात गुंतला आहे.

"मग तो, आपला कान छाटून, आपल्या मैत्रिणीला पेश करतो.हे, तुला आवडेल मी तुला अशी कुठली भेट दिली तर? माझा कान? हं? सांग, सांग...बरं, ते नंतर बघू. तर मी काय सांगत होतो, की त्याने असं केल्यावर, लोकं त्याला वेडं ठरवतात...."

मला आता हा माणूसच माझं सावज असल्याबद्दल काही एक शंका उरलेली नाहीये. तो आपल्या गाढवासारख्या आवाजात, जोरजोरात व्याख्यान देत, अनभिज्ञपणे इथे-तिथे फिरतो आहे. त्याचं पाकीट, विजारीच्या डाव्या खिशातून बाहेर लोंबकळत

आहे - जणू मला स्वत:कडे आकृष्ट करण्यासाठीच तसं करत असावं. मी त्यांच्या मागे मागे फिरू लागतो. योग्य संधी मिळताच, मी हेन्रीला बरोबर दिसेल, अशा पद्धतीने माझा अंगठा आणि तर्जनी त्याच्या खिशात टाकून, सफाईदारपणे पाकीट उडवतो. त्या जोडगोळीला थांगपत्ता लागत नाही; ते पुढे सरकत राहतात. मी हेन्रीच्या हातात पाकीट देतो, तो ते चटकन स्वत:च्या खिशात टाकतो आणि आम्ही कोऱ्या चेहऱ्याने पुढे चालू लागतो.

मग मी हेन्रीला अजून काही क्लृप्त्या शिकवतो - सुटाच्या चोरकप्प्यातून पाकीट कसं काढावं, बाईच्या पर्समध्ये हात टाकताना त्याला इतर लोकांच्या नजरेतून कसं झाकावं, एखाद्याच्या पाकिटाला हात घालताना त्याचं लक्ष भरकटवण्याच्या सहा पद्धती कुठल्या, एखाद्याच्या पाठीवर लटकवलेल्या पिशवीतून पाकीट कसं काढावं आणि सरतेशेवटी, एखाद्याला स्वत:च आपल्या पाकिटातले पैसे दाखवायला भाग कसं पाडावं. हे सगळं ऐकून हेन्री थोडा सैलावलेला दिसतोय, त्याला हे सगळं जरा गमतीशीरही वाटू लागलं आहे. अखेर, मी त्याला म्हणतो, ''चल, आता तू ह्यातलं काहीतरी करून बघ.''

त्यावर तो दचकतोच! ''छे, छे, मी नाही करू शकणार.''

''का नाही? नक्की करू शकशील. बघ आजूबाजूला. तुला योग्य वाटेल अशा सावजाला टीप.''

आम्ही 'जॅपनीज प्रिंट' च्या दालनात उभे आहोत. ते दालन वृद्ध स्त्रियांनी खच्चून भरलेलं आहे.

''इथे नको.''

''बरं, मग कुठे?''

तो मिनिटभर विचार करून बोलतो ''हॉटेलात?''

आम्ही नि:शब्दपणे हॉटेलात जातो. मला ते सगळं दृश्य जसंच्या तसं आठवतंय. खरंतर मीसुद्धा प्रचंड घाबरलो होतो. लहानग्या हेन्रीचा चेहरा तर भीतीने पांढराफटक पडला होता. मग, मी हसतो; कारण मला माहितीये, पुढे काय होणार आहे ते. आम्ही 'गार्डन रेस्टॉरंट'मध्ये जाण्यासाठीच्या रांगेत उभे राहतो. हेन्री विचार करत इथे तिथे बघत असतो.

रांगेत आमच्यापुढे एक उंच मध्यमवयीन मनुष्य उभा आहे. त्याने अतिशय सुंदर असा तपकिरी रंगाचा सूट घातला आहे. पाकीट कुठे दडवलेलं असेल, हे सांगणं अवघड होतं. हेन्री त्याच्याकडे जातो - हातात, आम्ही आधी मारलेल्यापैकी एक पाकीट घेऊन.

''साहेब, हे तुमचं आहे का?'' हेन्री मृदू आवाजात विचारतो. ''इथे खाली पडलं होतं.''

"हं? उं, नाही, माझं नाहीये हे..." आपल्या विजारीच्या उजवीकडच्या मागच्या खिशातलं स्वत:चं पाकीट सुरक्षित असल्याची खात्री करून, तो माणूस हेन्रीच्या हातातून ते पाकीट तपासतो. "अरे, ह्यात बरेच पैसे दिसत आहेत. जा बरं, पहारेकऱ्याला देऊन ये हे." आपल्या जाड भिंगाच्या चष्म्यातून हेन्रीकडे बघत, तो त्याला फर्मावतो. तो बोलण्यात गुंतला असताना, हेन्री शिताफीने त्या माणसाच्या उजव्या खिशातून त्याचं पाकीट उडवतो. हेन्रीने अर्धबाह्यांचा टीशर्ट घातलाय - त्यामुळे, मी झटकन त्याच्या मागे जातो आणि पाकीट माझ्या ताब्यात घेतो. तो माणूस, गंभीर मुद्रेने हेन्रीला पाकीट कुठे परत करता येईल, हे समजावतो. हेन्री निमूट त्या दिशेने जाऊ लागतो. मी तडक त्याच्या मागे जाऊन पहारेकऱ्यांच्या ऐन नजरेखालून त्याला संग्रहालयातून बाहेर काढून, 'मिशिगन ॲव्हेन्यू ॲण्ड साऊथ'च्या दिशेने नेतो. अखेर, 'आर्टिस्ट कॅफे'ला पोहोचल्यावर आम्ही एकमेकांकडे पाहून मनापासून हसतो आणि आमच्या मिळकतीतल्या थोड्या रकमेने फ्रेंच फ्राईज आणि मिल्कशेकची पार्टी करतो! मग सगळ्या पाकिटांमधले पैसे काढून रिकामी पाकिटं एका टपालपेटीत भिरकावून देतो आणि मी आमच्यासाठी 'पाल्मर हाऊस'मध्ये एक खोली भाड्याने घेतो.

थोड्या वेळाने, बाथटबच्या कडेला बसून बेसिनपाशी दात घासणाऱ्या हेन्रीकडे पाहत मी त्याला विचारतो "मग, काय वाटतं तुला?"

"कशाबद्दल?" तो टूथपेस्ट भरल्या तोंडाने मला विचारतो.

"खिसे कापण्याबद्दल."

"ठीक आहे"... मग, माझ्याकडे वळून तोंडभरून हसून ओरडतो, "मला जमलं! मला जमलं!"

"खरंच, तू खूप लवकर शिकलास. अभिनंदन!"

"हो, थँक्स!"

अचानक, त्याचा चेहरा पडतो. माझ्याकडे बघत तो विचारतो, "हेन्री, मला एकट्याने काळप्रवास करायला आवडत नाही रे. तू सोबत असलास की किती मजा येते. तू प्रत्येक वेळी माझ्यासोबत येऊ शकत नाहीस का?"

हेन्री माझ्याकडे पाठ करून उभा आहे- आम्ही बेसिनवरच्या आरशात एकमेकांकडे बघतो. केवढी छोटी मूर्ती आहे माझी त्या वयात- हडकुळी पाठ, पंखं असल्यागत बाहेर आलेले खांदे.

तो वळतो, माझ्याकडे उत्तराच्या अपेक्षेने पाहू लागतो. मला माहिती आहे की, मला त्याला - मला स्वत:ला काय सांगायचं आहे ते. मी हळुवारपणे त्याचे खांदे पकडून त्याला माझ्याकडे वळवतो. मग काहीतरी सुचून आम्ही दोघेही आरशात दिसू, अशा पद्धतीने त्याला उभं करतो.

"बघ."

आम्ही त्या 'पाल्मर हाऊस'च्या सुंदर, सोनेरी कडांच्या आरशात स्वत:ला निरखू लागतो. आमच्या दोघांचाही केसांचा रंग सारखा आहे. काळपट, तपकिरी असा; डोळे काळेभोर आणि समान थकलेले आहेत. आमचे कानसुद्धा हुबेहूब सारख्या आकाराचे आहेत.

फक्त, मी दाढी करतो आणि त्याच्यापेक्षा जास्त उंच आणि तंदुरुस्त आहे. तो बराच हडकुळा आहे, काहीशा विचित्रच शरीरयष्टीचा म्हणा ना. मी माझ्या चेहऱ्यावर रुळलेले केस मागे सारून त्याला अपघातात झालेल्या जखमेचा व्रण दाखवतो. नकळत तोदेखील तसंच करून मला त्याच्या चेहऱ्यावरचा त्याच ठिकाणावरचा व्रण दाखवतो.

"हा तर माझ्या व्रणासारखाच आहे... अगदी हुबेहूब!" हेन्री महदाश्चर्याने उद्गारतो. "तुला हा व्रण कसा मिळाला?"

"तुला मिळाला तसाच. किंबहुना, हा तोच व्रण आहे, जो आता तुझ्याकडे आहे. आपण एकच आहोत... वेगवेगळे नव्हे!"

एक अर्धपारदर्शक क्षण... आधी मला काहीच समजलं नाही आणि मग एका क्षणी सगळं उलगडत जातं. मी माझ्या डोळ्यांसमोर सगळं उलगडताना पाहतो. मला एकाच वेळी दोन्ही रूपं धारण करण्याची प्रबळ इच्छा होते. मला पुन्हा माझं स्वत्व, माझं अस्तित्व बदलताना बघायचंय; वर्तमान आणि भविष्यकाळ एक होताना बघायचंय. पण, मला ह्या सगळ्याची खूप सवय झाली आहे. मी ह्यामध्ये फारच रमलेलो आहे, स्थिरावलो आहे. म्हणूनच मी काठावरच तळमळतो आहे. नऊ वर्षांचा असतानाचा आनंद आठवू पाहत आहे आणि एकदम माझ्या डोक्यात लख्ख प्रकाश पडतो - की माझा भाऊ, माझा मित्र, माझा सखा... म्हणजे मीच होतो! मी फक्त मीच आहे. आणखी कोणी नाही. किती एकटेपणाची भावना आहे ही!

"तू म्हणजे मी आहेस..."

"मोठेपणचा."

"पण... मग, इतरांचं काय?"

"इतर काळप्रवाशांचं?"

"हं."

"मला नाही वाटत आपल्यासारखे अजून कोणी आहेत. किमान, मला तरी असं कुणी भेटलेलं नाहीये आतापर्यंत."

हेन्रीच्या डोळ्यात पाणी तरळतं. लहान असताना मला वाटायचं की, काळप्रवासांचा एक अख्खा कळप, एक समाज आहे आणि माझ्या मोठ्या मूर्तीला

माझा शिक्षक बनवून त्या कळपाचे नियम समजावून अखेर त्यात सामावून घेण्यासाठी धाडलं आहे.

आता मला फार विचित्रच वाटतंय. एकेकाळी भरपूर सभासदांची संख्या असलेल्या एखाद्या समाजाचा मी अखेरचा उरलेला सभासद असावं, तसं जणू रॉबिनसन क्रूसोला समुद्राकाठच्या वाळूमध्ये पावलांचे ठसे दिसावे आणि थोड्या वेळाने ते आपले स्वत:चेच आहेत, असा साक्षात्कार व्हावा, असं!

माझी लहान मूर्ती, कोवळ्या पानासारखी थरथरत, घळाघळा रडू लागते. मी त्याला- मला - घट्ट मिठी मारून सांत्वन करू बघतो.

नंतर आम्ही खोलीतच हॉट चॉकलेट मागवून टीव्हीवर जॉनी कार्सनचा कार्यक्रम बघतो. हेन्री दिवे न मालवताच मध्येच झोपून जातो. कार्यक्रम संपतो तसा मी त्याच्याकडे बघतो, तर तो गेलेला असतो. माझ्या डॅडच्या घरातल्या माझ्या खोलीतल्या पलंगावर कलंडून झोपलेला असतो. मी टीव्ही आणि दिवे बंद करून टाकतो. खिडकीमधून १९७३ च्या सडकेवरचे आवाज आत येत आहेत. मला घरी जायचंय! पण, मी त्या हॉटेलच्या कडक पलंगावर झोपून राहतो, एकटाच एकाकी. मला अजूनही समजत नाही....

रविवार, १० डिसेंबर १९७८ (हेन्री १५ आणि १५ वर्षांचा)

हेन्री : मी माझ्या 'स्वत:'सोबत माझ्या खोलीत बसलो आहे. 'तो' पुढच्या मार्च महिन्यातून भूतकाळात आला आहे. आम्ही ते करतोय, जे आताशा आम्ही थोडा एकांत असताना, बाहेर गारठा असताना, पौगंडावस्थेत आल्यापासून आणि प्रत्यक्ष मुलींच्या सहवासात आलो नसल्यामुळे बरेचदा करतो. मला वाटतं, माझ्यासारखी संधी मिळाली, तर बरेच लोक हेच करतील. पण मी समलिंगी वगैरे नाहीये हं...

रविवार सकाळ चढत आलेली दिसतेय- सेंट जोज चर्चमधली घंटा वाजताना ऐकू येतेय. डॅड काल रात्री खूप उशिरा परत आले होते- मला वाटतं, कार्यक्रमानंतर ते 'एक्सचेकर'ला थांबले असतील. इतके दारू प्यायलेले की, जिन्यावर पडलेच एकदम- मला त्यांना उचलून पलंगावर ठेवावं लागलं. आता, ते जागे झालेले दिसताहेत. त्यांच्या खोकण्याचा आवाज येतो, स्वयंपाकघरात त्यांची खुडबूड चाललेली दिसतेय.

माझी दुसरी मूर्ती, अर्थात दुसरा हेन्री जरा बावरलेला दिसतोय. त्याचं लक्ष भरकटलेलं दिसतंय- तो वारंवार दरवाज्याकडे पाहतोय.

"काय झालंय?" मी त्याला विचारतो.

"काही नाही."

मी उठून दारावरचं कुलूप तपासून येतो.

''नाही...'' तो म्हणतो- पण त्याच्या बोलण्यात नेहमीची सहजता नाहीये. तो बऱ्याच प्रयासाने बोलतोय असं वाटतं.

''चल!'' मी त्याला आग्रह करतो.

एवढ्यात, मला डॅडची जडशील पावलं माझ्या दाराबाहेर वाजलेली ऐकू येतात. ''हेन्री?'' असं म्हणून ते दाराची मूठ वळवून आत येऊ बघतात. तेव्हा मला लक्षात येतं, की मी चुकून दाराचं कुलूप उघडून आलो होतो. हेन्री प्रसंग सावरण्यासाठी दाराकडे धाव घेतो खरा, पण फार उशीर झालेला असतो. डॅड आत डोकावतात आणि सगळं दृश्य त्यांच्यासमोर लख्ख उभं असतं! त्यांचे डोळे बशीएवढे मोठ्ठे होतात आणि चेहऱ्यावर प्रचंड किळस आल्याचा भाव पसरतो. ''जीझस, हेन्री! काय हे?'' इतकं बोलून ते दार आपटून आपल्या खोलीकडे निघून जातात.

मी हेन्रीकडे एक तीक्ष्ण कटाक्ष टाकून जीन्स आणि टी शर्ट चढवतो. डॅडच्या खोलीकडे जाऊन दार ठोठावतो. काही उत्तर येत नाही. मी वाटत पाहतो. मग हाक मारतो ''डॅड?'' काहीच प्रत्युत्तर नाही. मग मी दार उघडून आत डोकावतो. ''डॅड?''

ते माझ्याकडे पाठ करून आपल्या पलंगावर बसले आहेत. ते माझ्याशी काही न बोलता तसेच बसून राहतात. मी पण बराच वेळ तिथेच उभा राहतो- मला त्यांच्याशी बोलल्याशिवाय तिथून निघायचं नाहीये. पण, बराच वेळ होऊनही ते काहीच बोलत नाहीत, म्हटल्यावर मी नाईलाजाने निघतोच.

''हा सगळा तुझा दोष होता!'' मी माझ्या खोलीत परतल्यावर हेन्रीवर खेकसतो. तो जीन्स घालून डोकं हातात घेऊन खुर्चीवर बसला आहे.

''तुला माहिती होतं.. पूर्ण माहिती होतं की, हे होणार आहे. तरीही तू एका शब्दाने मला काही बोलला नाहीस. काय झालंय तरी काय तुला? अक्कल गहाण ठेवली आहेस का? भविष्य बघू शकण्याचा फायदा काय, जर तू आपल्याला किमान असल्या लाजिरवाण्या प्रसंगांपासून वाचवू शकत नसशील तर...?''

''शट अप! एकदम गप्प बस!'' हेन्री तार स्वरात ओरडतो.

''का गप्प बसू? नाही बसणार!'' मी त्याच्यावर आवाज लावत ओरडतो. ''तू फक्त एक इशारा द्यायचा होता, की काम झालं असतं...''

''हे बघ'', हेन्री माझ्याकडे असहाय्यपणे बघत बोलतो. ''हे त्या दिवशी आईस-स्केटिंग रिंकला झालं, तसं आहे...''

हेन्री असं बोलतो, तेव्हा कुठे माझ्या डोक्यात प्रकाश पडतो! ''अरे देवा!''

काही वर्षांपूर्वी मी 'इंडिया हेड पार्क'मध्ये एका लहान मुलीला हॉकी

खेळतात त्या रबरी चकतीने जखमी झालेलं बघितलेलं. फार भयंकर प्रकार होता तो. नंतर ती हॉस्पिटलात मृत झाल्याची बातमी आली आणि मग, मी वारंवार त्या दिवसाकडे काळप्रवास करू लागलेलो- मला तिच्या आईला घडणाऱ्या घटनेबद्दल सावध करायचं होतं... पण मी तसं करू शकलो नाही! विचित्र भावना असते ती. जणू तुम्ही सिनेमाचे प्रेक्षक आहात आणि सिनेमात जे घडतंय ते बदलू शकत नाही; किंवा कधी कधी तर असं वाटतं की मी भूत आहे! मी लोकांना बघू शकतो; पण ते मला बघू शकत नाहीत. मी त्या मुलीच्या आईजवळ जोरजोरात ओरडायचो 'नाही, तिला लगेच घरी घेऊन जा. तिला बर्फाजवळ जाऊ देऊ नका, तिला मार बसणार आहे, ती मरणार आहे.' पण ते शब्द माझ्या डोक्यातच घुमत राहायचे आणि सगळी दुनिया अनभिज्ञपणे पुढे सरकत राहायची.

हेन्री म्हणतो "तू भविष्य बदलण्याच्या गोष्टी करतोस पण माझ्यासाठी हा सगळा भूतकाळ आहे आणि... आणि मी तो काही केल्या बदलू शकत नाही. खरं सांगायचं तर, तू नीट विचार केलास तर मी खरंतर भूतकाळ बदलण्याचाच प्रयत्न करत होतो- आणि ते करत होतो, म्हणूनच घडलेली घटना घडली. मी जर काही बोललो नसतो, तर तू उठलाच नसतास..."

"मग का बोललास?"

"कारण ते तसंच घडणार होतं. मी बोलणार, तू उठणार..." हेन्री खांदे उडवत पुढे म्हणतो. "आईच्या बाबतीत जसं झालं तसंच हे.. तिच्या अपघातावेळी कसं झालं, आठवतंय ना?"

असं बोलत हेन्री खुर्चीवरून उठून खिडकीपाशी उभा राहून शेजारच्या टॅटिन्गरांच्या बागेकडे पाहत सांगू लागतो. "मी आता १९९२ मधल्या आपल्या एका मूर्तीशी बोलत होतो. त्याने मला एक रोमांचक गोष्ट सांगितली : तो म्हणाला की, मनुष्याला स्वत:ची मर्जी असते, ती फक्त वर्तमानात. आपण भूतकाळात गेल्यावर फक्त तेच करू शकतो जे त्या वेळी केलं होतं. तिथेच असू शकतो, जिथे त्या वेळी होतो."

"पण, आता मी जिथे आहे, तेच तर माझं वर्तमान आहे. मग मला हे ठरवण्याचा हक्क नको..."

"नाही. तसं होत नाही."

"भविष्याबद्दल काय म्हणाला तो?"

"तूच विचार करून बघ ना. तू भविष्यात जाऊन एखादी गोष्ट करतोस आणि पुन्हा वर्तमानात परततोस. म्हणजेच, तू जे केलंस, ते तुझ्या भूतकाळाचं घटकच होतं. म्हणजे तेही अपरिहार्यच होतं की..."

हे सगळं ऐकून मला मुक्ती आणि अतीव दु:ख ह्याची विचित्रशी संमिश्र

भावना दाटून येते. मला घाम फुटतो; तो खिडकी उघडतो, थंड वाऱ्याची झुळूक खोलीत शिरते.

"पण मग, ह्या तर्काने विचार केला, तर मी वर्तमानकाळात नसताना माझ्या हातून ज्या कुठल्या कृती घडतील, त्यासाठी मी जबाबदार ठरत नाही, बरोबर?"

ह्यावर हेन्री हसून म्हणतो "थॅन्क गॉड!"

"आणि सगळं तर आधीच घडून गेलंय."

"वाटतं तरी तसंच." हेन्री आपल्या चेहऱ्यावरून हात फिरवतो, तसं मला लक्षात येतं की, त्याला दाढी करण्याची गरज आहे. तो पुढे म्हणतो, "पण तो हेही म्हणाला, की तुम्ही नेहमी असंच वागलं पाहिजे, जणू तुम्ही तुमच्या प्रत्येक कृतीसाठी जबाबदार आहात."

"का? त्याने काय फरक पडतो?"

"कदाचित, तुम्ही तसं केलं नाही, तर परिणाम फार क्लेशकारक होतात."

"त्याने हे स्वत: अनुभवलंय का?"

"हो."

"मग आता पुढे काय?"

"आता डॅड तुझ्याकडे आठवडाभर दुर्लक्ष करतील- नाही, तीन आठवड्यांसाठी करतील आणि आपण असं" पलंगाकडे निर्देश करत म्हणतो, "भेटणं थांबवलं पाहिजे."

मी नि:श्वास सोडत म्हणतो "ठीक आहे. अजून काही?"

"विवियन टेस्का."

विवियन, माझ्यासोबत भूमितीच्या वर्गात शिकते. मला ती फार आवडते. पण मी तिच्याशी आजपर्यंत एक शब्दही बोललेलो नाहीये.

"उद्या वर्ग सुटल्यावर, तिला गाठ आणि तुझ्याबरोबर 'डेट'ला जाण्याबद्दल विचार."

"मी तिला नीट ओळखतही नाही."

"माझ्यावर भरोसा ठेवा"- असं म्हणताना हेन्री माझ्याकडे अशा काही पद्धतीने बघतो की, मला प्रश्न पडतो, की मी ह्याच्यावर का म्हणून भरोसा ठेवावा? पण मनाला तसं न करणंही पटत नाहीये.

"बरं"

"चल, मला निघायला हवं" हेन्री जायला निघतो. "थोडे पैसे दे बरं." मी त्याला वीस डॉलर देतो.

"थोडे अजून दे ना."

मी त्याच्या हातावर अजून वीस डॉलर टेकवतो. "इतकेच आहेत माझ्याकडे."

“ठीक आहे”, असं म्हणत तो माझ्या कपाटाकडे मोर्चा वळवतो आणि मी कधी न वापरण्यासाठी म्हणून काढलेल्या ढीगभर कपड्यांमधून काही कपडे अंगावर चढवू लागतो.

“तुला कोट देऊ का?” माझा अत्यंत नावडतासा पेरूवियन स्कीइंग स्वेटर हेन्रीसमोर धरत मी त्याला विचारतो. तो चेहरा वाकडा करतो पण तरीही स्वेटर चढवतो. मग आम्ही घराच्या मागच्या दाराकडे जाऊन एकमेकांचा निरोप घेतो.

“अच्छा, भेटू पुन्हा.” हेन्री म्हणतो.

“गुड लक!”

माझ्या स्वतःच्या मूर्तीला एका अनोळखी रविवार सकाळीत शिकागो शहरात लुप्त होताना पाहून माझं मन कातर होतं. तो निघून जातो आणि मी पुन्हा आपल्या खोलीत येतो.

बुधवार, १७ नोव्हेंबर / मंगळवार, २८ सप्टेंबर, १९८२
(हेन्री १९ वर्षांचा)

हेन्री : मी झियॉन, इलिनॉइसमध्ये एका पोलीस जीपमध्ये बसलो आहे. फक्त हातकड्या अडकवल्यात- अजून काही नाही. गाडीमध्ये सिगारेट, घाम, कातडं (लेदर) आणि सगळ्या पोलिस गाड्यांमध्ये असणारा एक विशिष्ट दर्प, ह्या सगळ्याचं मिश्रण भरून राहिलं आहे. तो विशिष्ट दर्प, भयाचा असावा कदाचित, कुणास ठाऊक? माझा डावा डोळा सुजल्यामुळे सारखा बंद होत आहे, अंगावर जखमा आहेत आणि काचांच्या तुकड्यांनी भरलेल्या एका रिकाम्या खोलीत दोन पोलिसांशी झालेल्या झटापटीमध्ये लागलेला मळ आहे.

आता सगळे पोलिस गाडीबाहेर उभे राहून आजूबाजूच्या लोकांशी बोलत आहेत. ह्यापैकीच कुणीतरी मला समोरच्या पांढऱ्या न् पिवळ्या रंगात रंगवलेल्या व्हिक्टोरियन घरात घुसताना बघितलंय. मी कुठल्या काळात वावरतोय, हे कळायला काही मार्ग नाही. गेला तासभर आम्ही इथे उभे आहोत आणि माझी पुरती वाट लागली आहे. मी गलितगात्र झालोय, मला प्रचंड भूक लागली आहे. खरंतर ह्या क्षणी मी डॉ. क्वॉरींच्या शेकस्पियरवरच्या व्याख्यानात असायला हवं; पण ते शक्य झालेलं दिसत नाही. छे! वाईट झालं. आज आम्ही ‘अ मिडसमर्स ‘नाईट ड्रीम’वर चर्चा करणार होतो.

ह्या पोलिसगाडीचा फायदा म्हणावा तर एवढाच, की मला ह्यात उबदार वाटतंय आणि मी शिकागोत नाहीये. शिकागोचे पोलिस माझ्यावर भलताच खार खाऊन आहेत, कारण मी त्यांच्या तावडीत असताना मध्येच गायब होतो आणि

त्यांना काही केल्या कळत नाही की मी जातो कसा आणि कुठे! बरं, त्यात भरीस भर म्हणून मी त्यांच्याशी बोलत नाही- त्यामुळे त्यांना अजूनही माहीत नाही की मी नेमका कोण आहे आणि राहतो कुठे. त्यांना ज्या दिवशी ही माहिती मिळेल, त्या दिवशी माझे दिवस भरतील हे नक्की. कारण, माझ्यावरची कित्येक अटकपत्रं बाकी आहेत. घरफोडीसाठी, दुकानं फोडण्यासाठी, घुसखोरीबद्दल पोलिसांना चुकवून पळाल्याबद्दल, असभ्य वर्तणुकीबद्दल, चोरी केल्याबद्दल... इत्यादी इत्यादी. हे सगळं ऐकून कुणाला असं वाटेल की, मी अगदी निर्ढावलेला गुन्हेगार आहे. पण तसं नाहीये आणि त्यातही नग्नावस्थेत हे गुन्हे करताना कुणाच्या नजरेत न येणं केवळ अशक्य असतं. खरंतर वेग आणि गुपचूपपणे क्रिया करणं, ह्या दोन माझ्या प्रमुख जमेच्या बाजू आहेत. पण मग मी जेव्हा भर दिवसाउजेडी नग्नावस्थेत घरफोड्या करू बघतो, तेव्हा हमखास गणितं चुकतात. आतापर्यंत मला सात वेळा अटक झालेय, पण नशिबाने मी प्रत्येक वेळी त्यांनी माझा फोटो काढण्याआधी किंवा बोटांचे ठसे घेण्याआधी निसटू शकलेलो आहे.

आता, आजूबाजूचे लोक गाडीच्या काचेतून माझ्याकडे कुतूहलाने पाहत आहेत. मला काही फरक पडत नाही. बघू दे किती बघतात ते! किती वेळ लागतोय ह्या पोलिसांना? छे, वैताग आलाय! मी अखेर डोळे मिटून कंटाळून पडून राहतो.

गाडीचं एक दार उघडलं जातं. थंड वाऱ्याचा झोत माझ्यावर येऊन आदळतो तसे माझे डोळे गप्पकन उघडतात. मग मला मधल्या जागी बसवलेली लोखंडी जाळी, फाटक्या सीट्स, माझ्या हातात अडकवलेल्या हातकड्या, अंगावर उठलेला काटा, बाहेरचं निरभ्र आभाळ, एका पोलिसाच्या हातातली कागदपत्रं, त्या पोलिसाचा लालबुंद चेहरा, करड्या जाड भुवया, ओघळलेले गाल... सगळं दिसू लागतं.

मग एकदम सगळं चकाकू लागतं. फुलपाखराच्या पंखांवरच्या रंगांनी खुलून उठतं... आणि दुरून त्या पोलिसाचा आवाज कानात घुमू लागतो ''अरे! ह्याला फिट येतेय वाटतं...'' माझे दात जोरजोरात कडकडत आहेत, पोलिसांची गाडी अचानक गायब होताना दिसते आणि पुढच्या क्षणी मी माझ्या घराच्या परसात पाठीवर उताणा पडलेलो आहे... चला! सुटलो!

सप्टेंबर रात्रीची ती सुगंधी थंड हवा छातीत भरून मी उठून बसतो आणि हातकड्यांनी जखडून लाल पडलेल्या माझ्या मनगटांना चोळतो.

मला एकदम खो-खो करत हसण्याची लहर येते. मी सुटलो. पुन्हा एकदा सुटलो!अरे वा! मी पण हौदिनीसारखा जादूगार बनलो, म्हणायचं!

इतक्यात, मला वेगळीशीच उबळ येते आणि दुसऱ्याच क्षणी परसातल्या

हिरवळीवर माझी आतडी 'उलटून' पडतात.

शनिवार, १४ मे १९८३ (क्लेअरला ११ वं सरून १२ वा लागतंय)

क्लेअर : आज मेरी ख्रिस्टीना हेपवर्थचा वाढदिवस आहे आणि सेंट बसिलमधल्या ५व्या इयत्तेतल्या सगळ्या मुली तिच्याकडे रात्री झोपायला आल्या आहेत. जेवणात पिझ्झा, कोक आणि फ्रूट सॅलड आहे. मेरी ख्रिस्टीनाच्या आईने, युनिकॉर्नच्या डोक्याच्या आकाराचा मोठ्ठाला केकसुद्धा बनवला आहे. त्यावर लाल रंगाच्या आयसिंगने 'हॅपी बर्थ डे मेरी ख्रिस्टीना' असं लिहिलेलं आहे. मेरी, एका फुंकरीत सगळ्या बारा मेणबत्त्या विझवते- मला माहितेय की तिने काय मागणं मागितलं असेल... तिने मागितलं असेल की, तिची उंची वाढणं आता थांबू दे! किमान, मी जर तिच्या जागी असते, तर मी हेच मागितलं असतं. मेरी आमच्या वर्गात सगळ्यात उंच व्यक्ती आहे- ती सगळ्या मुलांपेक्षाही उंच आहे. ५'९'' उंची आहे तिची. तिची आई तिच्यापेक्षा जरा बुटकी आहे, पण तिचे वडील मात्र खूपच उंच आहेत. हेलनने एकदा मेरीला विचारलेलं, तेव्हा तिने सांगितलेलं की तिच्या वडिलांची उंची ६'७'' आहे. मेरी तिच्या भावंडांमधली एकमेव मुलगी आहे. तिचे सगळे भाऊ तिच्यापेक्षा वयाने बरेच मोठे आहेत. ते सगळे दाढी करतात आणि ताडासारखे लंबू आहेत. ते सगळे आमच्याकडे निक्षून दुर्लक्ष करतात आणि केकचा फन्ना उडवतात. पण तरीही ते आजूबाजूला असताना पॅटी आणि रूथ मूर्खासारख्या का खिदळतात, ते मला समजत नाही. मलाच लाज वाटते त्यांच्या ह्या वागण्याची.

मेरी ख्रिस्टीना तिला मिळालेल्या भेटवस्तू उघडू लागते. मी 'लॉरा ॲश्ली'मधून आणलेल्या क्रोशा कॉलरचा हिरवा स्वेटर तिला आवडलेला, म्हणून तिच्यासाठी तसाच स्वेटर घेऊन आलेय.

जेवणानंतर आम्ही सगळ्या जणी व्हिडिओवर 'दी पेरेंट ट्रॅप' नावाचा सिनेमा पाहतो. हेपवर्थ कुटुंबीयही आमच्याबरोबर सिनेमा पाहतात. सिनेमा सुरू असताना आम्ही एकेक करून दुसऱ्या मजल्यावरच्या बाथरूममध्ये जाऊन पायजमे घालून येतो. मग सिनेमा संपल्यावर मेरीच्या गुलाबी शयनगृहात गोळा होतो. मेरीचं शयनगृह पूर्णपणे गुलाबी रंगात सजवलेलं आहे. अगदी त्यातला गालिचासुद्धा गुलाबी रंगाचा आहे. ती खोली पाहून जाणवतं की, इतक्या मुलांनंतर मुलगी जन्माला आल्याचा मेरीच्या आईवडिलांना खरंच आनंद झालेला होता. आम्ही सगळ्यांनी आपापल्या 'स्लीपिंग बॅग्ज' आणल्या आहेत, पण त्यात न झोपता आम्ही त्यांना एका कोपऱ्यात टाकून मेरीच्या पलंगावर आणि गालिच्यावर जागा

मिळेल तिथे पसरतो. नॅन्सीने पेपरमिंट स्नॅप्सची बाटली आणली आहे- आम्ही सगळ्या त्यातनं एकेक घुटका घेतो. मला मुळीच त्या पेयाची चव आवडत नाही- छातीत व्हिक्स व्हेपोरब भिनल्यासारखं वाटलं ते पिऊन.

मग आम्ही 'ट्रूथ ऑर डेअर' खेळू लागतो. रूथ, वेन्डीला आपला शर्ट काढून खोलीभर धावण्याची 'डेअर' (आव्हान) देते. वेन्डी, फ्रांसीला तिच्या मोठ्या बहिणीचं, लेक्सीचं ब्राचं माप काय आहे, हे ओळखायला सांगते (उत्तर असतं ३८ डी). फ्रांसी गेलला विचारते की, ती गेल्या शनिवारी मायकल प्लॅटनरसोबत 'डेरी क्वीन'ला काय करत होती (गेलचं उत्तर- 'आईस्क्रीम खात होते, अजून काय?')

थोड्या वेळाने आम्ही सगळ्या त्या खेळाला कंटाळलो- एकतर आम्हाला एकमेकींबद्दल बहुतेक सगळंच माहिती आहे आणि काय आव्हानं द्यायची हेपण सुचेनासं झालं...

काय करावं सुचत नव्हतं... इतक्यात, मेरीनेच कल्पना मांडली, "चला, प्लॅन्कचेट करू या!"

आम्ही सगळ्या लगेच तयार होतो. एकतर तिची पार्टी आहे, त्यामुळे तिचं म्हणणं ऐकणं भाग आहे आणि प्लॅन्कचेट म्हणजे सॉलिड धमाल असते!

मग मेरी तिचा प्लॅन्कचेटचा तक्ता शोधून काढते. तिने तो कोंबून लपवून ठेवल्यामुळे तो तक्ता पार चुरगळून गेलेला आहे. ज्यातनं त्यावरची अक्षरं दिसतात, ती प्लॅस्टिकची खिडकीसुद्धा मोडलेली आहे.

हेन्रीने मला एकदा सांगितलेलं की तो असाच एका प्लॅन्कचेट करणाऱ्या तांत्रिक स्त्रीकडे गेला असताना तिचं भविष्यकथन सुरू असतानाच तिचं अपेंडिक्स फुटलं आणि तिला इस्पितळात न्यायची वेळ आली.

मेरीचा तक्ता लहान आकाराचा असल्यामुळे त्यावर एका वेळी दोनच व्यक्ती प्लॅन्कचेट करू शकतात. मेरी आणि हेलेनने पहिला डाव मांडला. प्लॅन्कचेटमध्ये जो प्रश्न आहे, तो मोठ्याने विचारायला लागतो- मनातल्या मनात नाही- नाहीतर उत्तर मिळत नाही. दोघी, तक्त्यावरच्या नियोजित ठिकाणी बोट ठेवतात, पण काय विचारावं हे न सुचल्यामुळे एकमेकींकडे पाहत बसतात. मग, नॅन्सी सुचवते "बॉबीबद्दल विचारा ना." म्हणून मग मेरी विचारते "बॉबी डक्स्लरला मी आवडते का?"

सगळ्या जणी फिदीफिदी हसू लागतात. खरं ह्या प्रश्नाचं उत्तर नकारार्थी आहे, पण प्लॅन्कचेट (हेलेनच्या 'थोड्या' मदतीने) त्याचं उत्तर होकारार्थी बनवतं. ह्यावर मेरी इतकं तोंडभरून हसते की, मला तिच्या दातांवरच्या क्लिपांची अख्खी रांग दिसते.

मग, हेलन विचारते की, कुठल्या मुलाला ती आवडते का? प्लॅन्कचेटचं नाणं फिरू लागतं आणि अखेर 'डी' 'ए' आणि 'व्ही' ह्या अक्षरांवर जाऊन थांबतं. "डेव्हिड हॅन्ली?!" पॅटी अचंब्याने उद्‌गारे आणि सगळ्या हसू लागतात. डेव्हिड आमच्या वर्गातला एकुलता एक कृष्णवर्णीय मुलगा आहे. लहान चणीचा, लाजाळू डेव्ह गणितात खूप हुशार आहे. "तो तुला गणित शिकवू शकेल, बघ बाई हेलन!" लॉरा हसत बोलते. हेलन गणितात एकदम ढब्बू आहे!

आता, माझी आणि रूथची पाळी येते. आता, मला काय प्रश्न विचारावा हे सुचत नाहीये! "काय विचारू मी? मला नाही बाबा समजत!"असं मी म्हणताच सगळ्या हसत सुटतात. माझ्या मनात विचार येतो, म्हटलं तर काय विचारावं, हे कळत नाहीये, आणि म्हटलं तर किती तरी प्रश्न आहेत विचारण्यासारखे - जसे 'ममाची तब्येत ठीक होईल का?' 'डॅडी आज सकाळी एड्डावर ओरडत का होते?' 'हेन्री खरंच अस्तित्वात आहे की नाही?' 'मार्कने माझी फ्रेंच गृहपाठाची वही कुठे लपवली आहे?'...

पण, मी काही विचारू शकण्याआधीच रूथ पचकते, "कुठल्या मुलांना क्लेअर आवडते?" मी ह्यावर रूथकडे संतापाने बघते, तशी ती हसत मला विचारते "तुला हे जाणून घेण्यात रस नाही वाटतं?"

"नाही!" मी ठामपणे उत्तरते, पण तरीही तक्त्यावर बोट ठेवते. रूथसुद्धा आपलं बोट ठेवते- पण काहीच हलत नाही. आम्ही मुद्दामच नाण्यावर जोर देत नाही आहोत, आम्हाला प्रामाणिकपणे करायचंय हे सगळं. थोडा वेळ गेल्यावर नाणं हलू लागतं! अगदी हळू का होईना, पण हलू लागतं! गोल-गोल फिरून प्रथम 'एच' मुळाक्षरावर स्थिरावतं. मग त्याच्या फिरण्याचा वेग वाढतो आणि 'ई' 'एन' 'आर' 'वाय' ह्या मुळाक्षरांवर जाऊन ते अखेर थांबतं.

"हेन्री!" मेरी डोळे विस्फारून उद्‌गारते. "हा हेन्री कोण आहे, क्लेअर?" माझ्या तोंडून उत्तर फुटत नाहीये असं बघून हेलन बोलते "मला तरी माहीत नाही बुवा, पण क्लेअर तुझ्या गालावर लाली का चढलीये?" एकच गलबला उडतो... "कोण आहे हा हेन्री, क्लेअर? सांग ना!"

मात्र ह्यावर मी फक्त नकारार्थी मान डोलावते- जणू तो माझ्यासाठीही एक कोडंच असावा आणि रूथकडे वळून तिला म्हणते "तू विचार आता, रूथ!" आश्चर्याची गोष्ट म्हणजे ती विचारते "मला कोणता मुलगा पसंत करतो?" प्लॅन्कचेट उत्तर देतं "रिक" - मला रूथ, नाणं ढकलत असल्याचं जाणवतं. रिक म्हणजे मिस्टर मॅलॉन, आम्हाला विज्ञान शिकवणारे शिक्षक. ते आमच्या इंग्रजीच्या शिक्षिकेवर मिस एंगलवर प्रेम करतात. पॅटी सोडल्यास बाकी सगळ्याजणी हसतात- पॅटीसुद्धा मिस्टर मॅलॉनवर जीव जडवून आहे.

आमच्यानंतर लॉरा आणि नॅन्सी प्लॅन्कचेट करायला बसतात. नॅन्सी माझ्याकडे पाठ करून बसली असल्यामुळे, ती जेव्हा मला पुन्हा विचारते की "हा हेन्री कोण आहे, क्लेअर?" तेव्हा मला तिचा चेहरा दिसत नाही. पण एकदम सगळ्यांची चिवचिव बंद होते. मी तक्त्याकडे पाहते- काहीच हालचाल होत नाहीये. मी अगदी नि:श्वास सोडणार, इतक्यात... इतक्यात नाणं हलू लागतं. प्रथम 'एच' ह्या मुळाक्षरावर जाऊन थांबतं. मला वाटते, पुन्हा 'हेन्री' असंच लिहीलं जाईल- नाहीतरी नॅन्सी आणि लॉराला हेन्रीबद्दल कुठे काही माहिती आहे? पण ते फितूर नाणं फिरतच राहतं... आणि एकदाचं थांबतं, तेव्हा शब्द बनतो 'हज्बन्ड'! (अर्थात पती!)

सगळ्या जणी माझ्याकडे टक लावून पाहू लागतात. मला विचित्र वाटू लागतं. वातावरणाचा भार हलका करावा, म्हणून मी हसत हसत बोलते "अरे! हे प्लॅन्कचेट काहीही सांगतंय! माझं लग्नच कुठे झालंय, माझा कुणी नवरा असायला? तसंपण, माझं वय आहे का लग्न वगैरे करण्याचं? अकरा वर्षांची तर आहे मी!"

"पण मग हा हेन्री आहे तरी कोण?" लॉरा काही आपला चिवटपणा सोडत नाही बुवा!

"मला काय ठाऊक लॉरा? कदाचित तो माझा होणारा नवरा असेल, ज्याला मी अजून तरी भेटलेले नाहीये."

सगळेच जरासे घाबरले आहेत. मीसुद्धा. नवरा?! नवरा!!?

गुरुवार, १२ एप्रिल १९८४ (हेन्री ३६ वर्षांचा, क्लेअर १२ वर्षांची)

हेन्री : क्लेअर आणि मी क्लेअरच्या घरामागच्या जंगलामधल्या एका मोकळ्या ठिकाणी बुद्धिबळाचा पट मांडून बसलो आहोत. वसंत ऋतू सुरू झाला असल्यामुळे वातावरणात एक निराळाच उत्साह भरून राहिलेला आहे. पक्ष्यांचा चिवचिवाट सुरू आहे. ठिकठिकाणी फुलं बहरून आली आहेत... क्लेअरच्या घरचे आज सगळे घरीच असल्यामुळे आम्ही घराच्या आजूबाजूला न वावरता, त्यांच्या नजरेपासून दूर इथे येण्याचं ठरवलं. क्लेअर, बुद्धिबळातल्या एका चालीवर अडकून राहिली आहे. मी तीन चालींपूर्वीच तिचा वजीर उडवलेला असल्यामुळे, ती भारीच संकटात सापडली आहे; पण हार मानणं तिच्या स्वभावातच नाही!

मध्येच, क्लेअर माझ्याकडे बघत विचारते, "हेन्री, तुझा सगळ्यात लाडका 'बीटल' कुठला?"

"अर्थातच, जॉन लेनन."

"अर्थातच, का?"

"अगं, कारण रिंगो तसा बरा आहे, पण जरासा जुनकटच वाटतो तो मला आणि जॉर्ज माझ्यासाठी फारच पुढारलेला आहे बुवा!"

"पुढारलेला म्हणजे?"

"म्हणजे असा मनुष्य, ज्याला विचित्र धर्म संप्रदायांमध्ये आणि रटाळ संगीतामध्ये रुची आहे. ज्याला 'इंडियन्स'शी निगडित प्रत्येक गोष्ट श्रेष्ठ आहे असं वाटतं- किमान तो स्वत:ला तसं पटवून देण्याचा प्रयत्न तरी करतो, की त्याला प्रगत पश्चिमी देशांमधल्या औषधांचं वावडं आहे...!"

"पण तुला तरी तसली औषधं कुठे आवडतात?"

"ते एवढ्याचसाठी, की सगळे डॉक्टर मला सतत वेडं सिद्ध करू पाहत असतात. पण माझा हात-बीत मोडला, तर मला तीच औषधं प्राणप्रिय वाटू लागतील!"

"पॉल नाही आवडत तुला?"

"पॉल फक्त मुलींसाठी योग्य आहे."

क्लेअर गोडपणे लाजून कबुली देते "मला तर पॉल फार आवडतो."

"कारण तू मुलगी आहेस."

"पॉल मुलींसाठी योग्य आहे, असं का म्हणतोस तू?"

'जपून उत्तर दे हेन्री!' मी स्वत:ला बजावतो. "अगं कारण, अं, तो सगळ्या बीटलमधला चांगला बीटल आहे म्हणून."

"मग ते बाकीचे वाईट आहे का?"

"छे छे, मुळीच नाही. पण काय आहे ना, की जॉन 'कूल' आहे- आणि मुलांना 'कूल' माणसं जास्त आवडतात, इतकंच!"

"ओ! पण तो तर मेलेला आहे!"

मी हसतो. "तुम्ही मेल्यानंतरही 'कूल' ठरू शकता. खरं तर ते जास्त सोपं असतं.. कारण मग ना तुमचं वजन वाढत असतं, ना तुमचे केस गळत असतात आणि ना तुम्ही म्हातारे होत असता."

क्लेअर 'व्हेन आय ॲम ६४'चा मुखडा गुणगुणू लागते आणि आपला हत्ती पाच पावलं पुढे सरकवते. मी तिला आता शह आणि मात देऊ शकतो, असं तिच्या नजरेस आणून दिल्यावर मात्र ती घाईघाईने त्याला मागे खेचते.

"बरं मला सांग, तुला पॉल इतका का आवडतो?"

क्लेअरचे गाल आरक्त झालेले असतात... ती उद्गारते "तो... तो किती सुंदर आहे!" ती हे ज्या प्रकारे म्हणते, ते मला जरासं अस्वस्थ करून जातं. मी

पुढे मांडलेल्या पटावर लक्ष केंद्रित करतो; तसं मला लक्षात येतं की, क्लेअरने तिच्या घोड्याने माझा उंट मारला, तर ती मला मात देऊ शकते. तिला हे सांगावं का?... मी संभ्रमात पडतो. ती वयाने थोडी अजून लहान असती, तर सांगितलं असतं. बारावं वर्षं... बरंच मोठं वय झालं की, स्वत:चा इतका तरी विचार करण्याचं. क्लेअर अजूनही स्वप्नाळू डोळ्यांनी तंद्री लावून बसली आहे. मला एकदम लक्षात येतं, की मला असूया वाटतीय. देवा!! मी, क्लेअरच्या वडिलांच्या वयाच्या एका धनदांडग्या पॉप गायकाबद्दल असूया कशी बाळगू शकतो?

"हं!" मी उद्‌गारतो.

ह्यावर क्लेअर माझ्याकडे मिश्कील नजरेने पाहत विचारते "तुला कोण आवडतं?"

मला खरंतर म्हणायचं असतं 'तू'- पण अर्थात मी तसं म्हणत नाही. उलट, तिला विचारतो "म्हणजे, मी तुझ्या वयाचा असतानाचं विचारते आहेस का?"

"अं, हो. तू माझ्या वयाचा होतास तरी कधी?"

मी ह्या प्रश्नाचा रोख आणि त्याच्या संभाव्य उत्तराचा परिणाम नीट तपासून उत्तर देतो "१९७५ मध्ये मी तुझ्या वयाचा होतो. मी तुझ्यापेक्षा ८ वर्षांनी मोठा आहे."

"म्हणजे तू आता २६ वर्षांचा आहेस का?"

"अं नाही, ३६ वर्षांचा आहे मी आता" - 'तुझ्या वडिलांइतका असेन कदाचित' - मी मनातल्या मनात पुटपुटतो.

क्लेअर विचार करू लागते. तिला गणितात फारशी गती नाहीये.

"पण, जर तू १९७५ मध्ये १२ वर्षांचा होतास..."

"अरे सॉरी! तुझं बरोबर आहे. म्हणजे आता मी ३६ वर्षांचा आहे हे खरं, पण प्रत्यक्ष जगात मी २० वर्षांचा आहे."

क्लेअर ही माहिती पचवण्याचा प्रयत्न करत बोलते "ह्याचा अर्थ की तुम्ही दोन रूपं आहात? की दोन वेगवेगळी माणसं आहात?"

"अगदी तसंच नाही. कसं आहे, की खरं मी एकच व्यक्ती आहे. पण, काळप्रवास करताना मी कधीकधी अशा ठिकाणी जातो, जिथे मी आधीच हजर किंवा अस्तित्वात आहे आणि मग आम्ही एकाचे दोन होतो किंवा त्याहून अधिक असं तू म्हणू शकतेस."

"मग मी तुझी कधी दोन रूपं कशी बघत नाही?"

"बघशील तू. तू आणि मी वर्तमानात भेटू ना, तेव्हा असं बरेचदा होईल." तुला कंटाळा येईल इतक्यांदा...

''बरं मग, तुला १९७५ साली कोण आवडायचं, ते सांग?''

''तसं कोणीच नाही. बाराव्या वर्षी मला काळजी करण्यासाठी इतर बऱ्याच गोष्टी होत्या. हो, पण तेराव्या वर्षी मात्र मला पॅटी हर्स्ट नावाची मुलगी खूप आवडत होती.''

ह्यावर क्लेअर वैतागलेली दिसतेय. ''तुझ्या शाळेत होती का?'' मी हसतो. ''नाही! ती कॅलिफोर्नियामधल्या एका श्रीमंत माणसाची कॉलेजात शिकणारी मुलगी होती. तिला काही राजकीय गुंडांनी पळवून नेलं आणि बॅन्कांमध्ये दरोडे घालायला लावले. कित्येक महिने ती बातम्यांमध्ये असे.''

''मग, पुढे काय झालं तिचं? तुला ती का आवडायची?''

''शेवटी त्या गुंडांनी तिला सोडून दिलं- मग तिने लग्न केलं, तिला मुलं झाली आणि आता ती कॅलिफोर्नियामधील श्रीमंत बायकांमध्ये गणली जाते. मला ती का आवडायची? अं, मला खरंच माहीत नाही. त्याला फारसा तर्क नव्हता, कळतंय का तुला? मला वाटतं, मला तिचं दुःख समजत होतं- कुणीतरी आपल्याला आपल्या इच्छेविरुद्ध घेऊन जातं आणि नको असलेल्या गोष्टी करायला लावतं; तेव्हा जे दुःख होतं; ते मी भोगलेलं आहे, भोगतो आहे. म्हणून कदाचित मला तिच्याबद्दल आत्मीयता वाटत होती. पण नंतर तिलाच ते सगळं आवडीचं होऊ लागलं बहुधा...''

''तू अशा गोष्टी करतोस का, ज्या तुला करायच्या नसतात?''

''हो, नेहमीच. कराव्याच लागतात.'' माझ्या पायाला मुंग्या आल्या आहेत. पाय झटकायला म्हणून मी उठतो आणि पुढे बोलतो ''मी नेहमीच तुझ्यासोबत असे शांत, सुरक्षित क्षण घालवत नसतो, क्लेअर. बरेचदा, मी अशाही ठिकाणी जातो, जिथे मला कपडे आणि अन्न मिळवण्यासाठी चक्क चोरीमारी करावी लागते.''

''ओह!'' क्लेअरच्या चेहऱ्यावर दुःखाचं सावट पसरतं. पण दुसऱ्याच क्षणी ती आनंदाने चित्कारते ''चेकमेट! तू हरलास!''

''अरेच्च्या, खरंच की!'' मी तिला सलाम ठोकतो. ''तुम्ही तर बुद्धिबळाच्या अनभिषिक्त सम्राज्ञी आहात, क्लेअर मॅडम!''

''हो, आहेच मुळी!'' क्लेअर उत्फुल्ल चेहऱ्याने उद्‌गारते. मग पुन्हा पटावर मांडणी लावत विचारते ''अजून एक डाव?''

मी माझ्या नसलेल्या घड्याळाकडे पाहण्याचा आविर्भाव करतो आणि म्हणतो ''का नाही?'' आम्ही पुन्हा नवा डाव मांडून बसतो.

''तुला भूक लागली आहे का?''

आम्ही गेले कित्येक तास इथे आहोत आणि खाण्याचं सगळं सामान संपत

आलेलं आहे. 'डोरितोज'च्या पुडक्यातला चुरा तेवढा बाकी आहे.

"अं हं..." क्लेअरचं माझ्या प्रश्नाकडे लक्ष नाहीये. ती दोन्ही रंगांच्या सोंगट्या आपल्या मुठींमध्ये भरून हात पाठीमागे नेते. मी तिच्या उजव्या हाताला स्पर्श करतो- ती माझ्यासमोर एक पांढरा शिपाई धरते. मी माझ्या ठरावीक पद्धतीने खेळाची सुरुवात करतो- 'क्वीन्स पॉन टू क्यू ४'. तीसुद्धा नेहमीप्रमाणे माझ्याचसारखी चाल खेळते. पुढच्या दहा चाली भराभर पार पडतात- थोडाफार रक्तपात होतो, पण फार नाही. आता मात्र, क्लेअर विचार करू लागली आहे. तिला नेहमी असा डाव अर्ध्यावर आल्यानंतर नवनवीन चाली शोधून खेळण्याचा आणि शक्यतो मला बेजार करण्याचा छंदच आहे.

"आता तुला कोण आवडतं?" क्लेअर वर न बघता विचारते.

"म्हणजे विसाव्या वर्षी? की छत्तिसाव्या?"

"दोन्ही."

मी माझ्या वयाची विशी आठवण्याच्या प्रयत्न करतो. पण दिसतं ते फक्त पाय, केस, स्तन, डोळ्यांचं एक फिरतं पटचित्र! सगळ्यांच्या कहाण्या एकमेकांत मिसळलेल्या आहेत आणि एकीचंही नाव आणि चेहरा ह्यांचा ताळमेळ लागत नाहीये. खरं सांगायचं, तर मी विसाव्या वर्षी दुःखी आणि कामात व्यग्र होतो. "माझी विशी काहीच खास नव्हती, मला तर कोणीच आठवत नाही त्या वेळचं."

"आणि छत्तिसाव्या वर्षी?"

मी क्लेअरला निरखून पाहतो. बारा वर्षं लहानपणात गणली जातात का? मला वाटतं, बारा हे वय लहानपणाचंच असावं. काळप्रवासी हेन्रीपेक्षा सुंदर, अप्राप्य पॉल म' कार्टनीबद्दल स्वप्न पाहणं कधीही सुखासीन असतं ना ह्या वयात!? तसंही ती हे सगळं का विचारतेय?

"हेन्री?"

"हो?"

"तुझं लग्न झालंय?"

"हं." मी नाइलाजाने उत्तरतो.

"कुणाशी?"

"एका खूप सुंदर, हुशार, मनमिळाऊ गुणी मुलीशी."

क्लेअरचा चेहरा खर्रकन उतरतो. तिने दोन चालींपूर्वी उडवलेला माझा घोडा हातात घेऊन ती त्याला भोवऱ्यासारखी फिरवत बसते.

"चांगलं आहे..." काय प्रतिक्रिया द्यावी, हे न समजून ती अखेर उसासा टाकत म्हणते.

"काय झालं तुला क्लेअर?"

"काही नाही." क्लेअर मला शह देत उत्तरते.

मी माझ्या राजाला वाचवण्यासाठी उंटाला पुढे करतो.

"माझं लग्न झालंय का?" ती अचानकपणे विचारते.

मी तिच्या डोळ्यात डोळे घालून म्हणतो "तू आज जरा जास्तच चौकसपणा करतेयंस हं."

"का नको करू? तसंही तू मला कधीच काही सांगत नाहीस. सांग ना हेन्री, मी पुढे कोण होईन? कसं होणार माझं पुढे?"

"तू ना, संन्यासीण होणार आहेस" मी तिला चिडवत म्हणतो.

"अरे देवा, नको रे बाबा!" क्लेअर घाबरून उद्गारते. मग तेवढ्यात तिच्या हत्तीने माझं एक प्यादं उडवत विचारते "तुझी आणि तुझ्या बायकोची भेट कशी झाली?"

"सॉरी, ती फार गोपनीय बातमी आहे. मी नाही सांगू शकणार." माझ्या वजिराने तिचा हत्ती उडवत मी म्हणतो.

त्यावर क्लेअर चेहरा वाकडा करत म्हणते "हं! तू काळप्रवास करताना भेटलास का तिला?"

"मी कुणाच्यातही लुडबुडायला गेलो नव्हतो"- क्लेअरने ह्यातनं तरी बोध घ्यावा, म्हणून मी तिच्याकडे रोखून पाहत बोलतो. त्यावर क्लेअर उसासा टाकत, तिच्या दुसऱ्या हत्तीने माझं आणखी एक प्यादं उडवते. माझी प्यादी संपत चालली आहेत- लक्ष द्यायला हवं.

"हे योग्य नाहीये हं हेन्री, की तुला माझ्याबद्दल सगळं ठाऊक आहे आणि तू मात्र मला स्वतःबद्दल काहीच सांगत नाहीस."

"हे खरं आहे म्हणा. अन्यायच आहे हा, तसं म्हटलं तर... पण काय करणार? इलाज नाही..." मी कष्टी चेहऱ्याने उद्गारतो.

"काय रे? रूथ, मेगन, लॉरा, हेलन मला स्वतःबद्दल सगळं सगळं सांगतात आणि मीसुद्धा त्यांना सगळं सांगते."

"अगदी सगळं?"

"हो... हा, पण तुझ्याबद्दल सांगत नाही मी त्यांना."

"अरे! असं का?"

ह्यावर क्लेअर जरासा बचावात्मक पवित्रा घेत म्हणते, "कारण ते माझं गुपित आहे आणि तसंही त्यांचा विश्वास बसणार नाही मी सांगितलं तरी."

असं म्हणता म्हणता ती आपल्या घोड्याने माझ्या उंटाला अडकवून टाकते आणि माझ्याकडे बघून लबाडपणे हसते. मी समोर रंगलेल्या डावाकडे निरखून

पाहतो- तिचा घोडा उडवण्याची किंवा माझा दुसरा उंट खेळण्याची काही संधी आहे का, हे पडताळून पाहतो- पण पांढऱ्या सेनेसाठी युद्ध पडतीचं होईल, असं वाटू लागलंय.

इतक्यात, क्लेअर विचारते, "हेन्री, तू खरंच माणूस आहेस का?" मी उडतोच! "अर्थातच! म्हणजे? अजून कोण असेन नाही तर?"

"माहीत नाही... आत्मा, भूत वगैरे?"

"नाही क्लेअर, मी खरोखरचा मनुष्य आहे." मी क्लेअरला समजावतो.

"मग तसं सिद्ध करून दाखव."

"कसं?"

"ते मला माहिती नाही."

"असं कसं सिद्ध करता येईल, क्लेअर? तुला तरी सिद्ध करता येईल का, की तू मनुष्यच आहेस?"

"हो, येईल."

"कसं?"

"मी अगदी मनुष्यप्राण्यासारखी दिसते."

"मग, ते तर मीसुद्धा दिसतो..."

क्लेअरने आज हा विषय काढावा, हे जरा अजबच आहे. १९९९ मध्ये, मी आणि डॉक्टर केन्ड्रीक एकदा ह्याच विषयावर तात्त्विक वादात गुंतलो होते. केन्ड्रीकला खात्री आहे की मी एका नव्याच प्रकारच्या मनुष्यप्राण्याचा अग्रदूत आहे. जसं पूर्वीच्या काळी क्रो मॅग्नन मनुष्य हा निॲनडरथल मनुष्यापेक्षा सर्वार्थाने निराळा होता, तसाच मी सामान्य मनुष्यापेक्षा निराळा आहे. ह्यावर माझं असं मत होतं, की माझ्यात फक्त जरासा 'तांत्रिक' अर्थात जनुकीय बिघाड आहे; आणि तसंही ज्या अर्थी माझ्यात मूल जन्माला घालण्याची क्षमता नाही, त्याअर्थी हे 'व्यंग' माझ्याच बरोबर संपणार, ते पुढच्या पिढीपर्यंत पोहचत नाही. त्यानंतर आम्ही बराच वेळ कियर कगार्ड आणि हीडेगर ह्यांची वक्तव्यं एकमेकांवर फेकत भांडत बसलो होतो.

असो. आता ह्या क्षणी क्लेअर माझ्याकडे गोंधळल्या नजरेने पाहत आहे.

"मनुष्य कधी गायब होत नाही- तू तर चेशायर मांजरीप्रमाणे आहेस." इति क्लेअर.

"म्हणजे मी परिकथेतलं पात्र आहे?" अखेर माझ्या फायद्याचा एक डाव खेळत मी क्लेअरला विचारतो.

आता तिला माझा उंट घेता येईल, पण त्यात तिच्या वजिराचा बळी जाईल. क्लेअरला हे समजायला अंमळ वेळच लागतो आणि जेव्हा समजतं, तेव्हा ती

मला जीभ काढून वेडावून दाखवते. डोरितोजचा फडशा पाडल्यामुळे तिची जीभ नारंगी रंगाने माखली आहे.

"मला ना, आताशा, परिकथेबद्दल काही प्रश्न पडू लागले आहेत. म्हणजे जर तू खराखुरा माणूस असशील, तर परिकथासुद्धा प्रत्यक्षात खऱ्या व्हायला पाहिजेत ना?" असं म्हणता म्हणता क्लेअर एकदम उडी मारून उभी राहते आणि कमरेला झटके देत नाचू लागते. "आ!! जमीन किती कडक आहे इथली! कुल्ले बधिर झाले माझे!"

"कदाचित, त्या खऱ्या असतीलही किंवा त्यांच्यात थोडंसं काहीतरी खरं असेल आणि मग लोकं त्यात आपापल्या परीने रंग भरत असतील?"

"जसं स्नो-व्हाईट कोमामध्ये गेलेली, असं?"

"हो, आणि स्लीपिंग ब्यूटीसुद्धा."

"आणि जॅक दी बीनस्टॉक हा अव्वल दर्ज्याचा माळी होता!"

"आणि नोआ फक्त एक हाऊसबोट आणि भरपूर मांजरी असलेला विक्षिप्त म्हातारा होता!"

ह्यावर क्लेअर माझ्याकडे रोखून पाहते आणि म्हणते "नोआ, परिकथेतला नाही, बायबलमधला आहे."

"ओ माफ कर. विसरलो मी."

मला भूक लागायला लागली आहे. कुठल्याही क्षणी नेल घंटा वाजवेल आणि क्लेअरला जेवणासाठी आत जावं लागेल.

क्लेअर पुन्हा बुद्धिबळाच्या मांडलेल्या पटासमोर बसते, पण तिचा त्यातला रस संपला आहे, हे मला समजू लागलेलं आहे. ती सगळ्या सोंगट्या घेऊन त्यांची इमारत रचू पाहत आहे...

"तू अजूनही हे सिद्ध केलेलं नाहीयेस की तू खरंच 'मानवी' आहेस."

"ते तर तूसुद्धा नाही केलंयंस."

"तुला मी मानव असण्याबद्दल शंका वाटतेय का?" क्लेअर आश्चर्याने विचारते.

"कदाचित असंही असू शकतं ना, की मी तुझ्या स्वप्नात वावरतोय आणि तू माझ्या. आपण रोज रात्री एकमेकांच्या स्वप्नात येतो, सकाळ झाली की एकमेकांना विसरतो आणि मग पुन्हा रात्री भेटतो..."

क्लेअर ह्यावर थोडी विचारमग्न होते. मग माझ्यासमोर आपला हात धरून म्हणते, "मला चिमटा काढ." मी तिला बारीकसा चिमटा काढतो.

"जोरात काढ की!" ती ओरडते. मग मी तिला अगदी लाल व्रण उठेल असा कचकचीत चिमटा काढतो.

"तुला असं नाही का वाटत, की आता मी जर स्वप्नात असते, म्हणजेच जर झोपलेले असते, तर तू चिमटा काढल्यावर जागी झाली असते? मला तर झोपाळल्यासारखं वाटतही नाही!''

"हे बघ क्लेअर, ते काहीही असो, मला स्वत:ला तरी आत्मा किंवा परिकथेतलं पात्र असल्यासारखं वाटत नाही.''

"तुला कसं माहिती? म्हणजे जर मी तुला 'बनवणारी' असते आणि मी तुला काय बनवलंय, हे तुला सांगितलंच नसतं, तर तुला कसं समजलं असतं? तसंच असेल हे तर...?''

मी तिच्याकडे भुवया उंचावून पाहतो. "हं, म्हणजे देवाने आपल्याला सपशेल 'बनवलंय' आणि अर्थातच तो ते आपल्याला सांगत नाहीये, असंच ना?''

ह्यावर मात्र क्लेअर भीतीयुक्त आश्चर्याने ओरडते "असं बोलू नये हेन्री!!... आणि तसंही, तुझा देवावर विश्वास कुठे आहे, त्याच्या लीला समजायला?'' ह्यावर मी फक्त खांदे उडवून विषय बदलत म्हणतो, "ते जे काय. हे तितकंच खरं की, मी अगदी पॉल म' कार्टनीपेक्षा खरा (मनुष्य) आहे.''

हे ऐकूनही क्लेअरची कळी खुलत नाही. ती बुद्धिबळाच्या सोंगट्यांना आपल्या डब्यात रचून ठेवता ठेवता बोलते "पॉल म' कार्टनीला तर हजारो लोकं ओळखतात. तुझ्याबद्दल मात्र फक्त मला माहिती आहे.''

"पण तू तर मला प्रत्यक्षात भेटली आहेस- त्याला तर भेटलीही नाहीयेस.''

"माझी आई गेलेली एकदा बीटल्सच्या कार्यक्रमाला'' डब्याचं झाकण बंद करत ठाम निर्णयात्मक स्वरात क्लेअर बोलते. मग झाडाच्या छायेत आडवी होऊन पुढे म्हणते, "८ ऑगस्ट १९६५ ला शिकागोमधल्या कॉमिस्के पार्कमधल्या त्यांच्या कार्यक्रमाला गेलेली मॉम. अजून काही पुरावा पाहिजे आहे?'' ह्यावर मी लटक्या रागाने तिच्या पोटाला गुदगुल्या करू लागतो, ती हातपाय झाडत खिदळू लागते. मग आम्ही जरा वेळ नि:शब्दपणे एकमेकांशेजारी पडून राहतो. थोड्या वेळाने क्लेअर विचारते, "तुझी बायकोसुद्धा काळप्रवास करते का?''

"नाही. देवाच्या कृपेने ती काळप्रवास नाही करू शकत.''

"देवाच्या कृपेने का म्हणतोस? किती मजा आली असती- तुम्ही एकत्र फिरू शकला असतात.''

"नको! तसं नाहीये तेच बरं आहे. घरात एक काळप्रवासी आहेच तेच खूप आहे. त्यात धोका असतो क्लेअर, मजा कसली?''

"तू असा फिरत बसतोस, तेव्हा ती तुझी काळजी करत बसते का रे?''

"हो.'' मी मृदू आवाजात म्हणतो "खूप काळजी करते.'' हा विषय

निघाल्यावर मला १९९९ मधल्या क्लेअरची तीव्रतेने आठवण येते. काय करत असेल ती आता? कदाचित झोपली असेल. तिला माहीतही नसेल की मी तिथे नाहीये.

"तुझं तिच्यावर प्रेम आहे का?"

"खूपच!"

मग, आम्ही पुन्हा पक्षी, झाडांची पानं निरखत शांतपणे पडून राहतो. इतक्यात, शेजारून धुसफुसण्याचा आवाज येतो. पाहतो, तर क्लेअरच्या डोळ्यांतून आसवांच्या धारा लागलेल्या असतात! मी तिचा चेहरा हातात घेऊन काळजीच्या सुरात विचारतो "काय झालं क्लेअर?" पण ती काहीच बोलत नाही. मूकपणे फक्त आपले ओठ मुडपून मान हलवत बसते. मग मी तिचे केस सारखे करत, तिला बसतं करून कवेत घेत पुन्हा तोच प्रश्न विचारतो.

ह्यावर मला ऐकू जाईल न जाईल अशा आवाजात ती बोलते- "काही नाही. मला असं वाटलेलं की तुझं लग्न माझ्याशी होणार आहे!!"

बुधवार, २७ जून १९८४ (क्लेअर १३ वर्षांची)

क्लेअर : मी कुरणात उभी आहे, जूनची उन्हाळी दुपार आहे. थोड्याच वेळात नेल किंवा एट्टा नाश्ता करण्यासाठी आत बोलवतील. वातावरणातला गारवा आता वाढायला लागला आहे. अवघ्या दहा मिनिटांपूर्वी आकाश सोनेरी- निळसर दिसत होतं... कुरणावर उन्हाळी वारे धावत होते... एखाद्या काचेच्या भांड्यात बसून बाहेर चमचमणाऱ्या विश्वाकडे बघत असल्यासारखं वाटत होतं. मी कुरणात असलेल्या एका डबक्याच्या काठावर बसून पाण्यावर धावणाऱ्या मोठ्या किड्यांना निरखत हेन्रीचा विचार करत बसले आहे. आज त्याच्या भेटीचा दिवस नाहीये- त्याच्याशी पुढची भेट अजून बावीस दिवसांनी आहे. आह! आता कसं छान गार वाटू लागलंय.

हेन्री म्हणजे माझ्यासाठी एक कोडंच आहे. आता आतापर्यंत हेन्रीचं माझ्या आयुष्यातलं अस्तित्व मी गृहीतच धरत आले आहे. म्हणजे जरी हेन्री माझ्या आयुष्यातलं एक गुपित आहे आणि म्हटलं, तर एक चमत्कारच आहे (किमान माझ्या लेखी तरी), तरी मी त्याला आजपर्यंत फार गंभीरपणे असं घेतलंच नव्हतं कधी. पण, आता कुठे मला समजू लागलं आहे की सगळ्याच मुलींच्या आयुष्यात असा एक हेन्री असतो असं नाही! किंवा जर असला तर त्या बाबतीत त्या सगळ्याच मुली फार हुशाररीत्या गोपनीय असल्या पाहिजेत... पण तसं तर शक्य नाही ना?

हेन्री म्हणतो की, तो भविष्यामधून येतो. मी लहान असताना मला त्यात काही विशेष वाटायचं नाही. पण आताशा मला प्रश्न पडू लागला आहे की हे भविष्य म्हणजे नेमकं काय? हे कुठलं ठिकाण आहे का... मी त्या ठिकाणी जाऊ शकते का? की मी फक्त म्हातारी झाल्यावर तिथे जाऊ शकेन? हेन्री नेईल का मला कधीतरी तिथे?

कुरणावर आता अंधार पसरू लागला आहे. झाडं संथ गतीने 'व्हूश' 'व्हूश' असा आवाज करत डोलू लागली आहेत. किड्यांचा किरकिराट एकाएकी थांबलेला जाणवतोय... गवतही झोपल्यासारखं झालंय.

मला भविष्याची भीती वाटते.. जणू तो मला गिळंकृत करण्यासाठी उघडा असलेला एक मोठ्ठा काळा अथांग पेटारा असावा! हेन्री म्हणतो की, तो मला भविष्यातही ओळखतो... किंबहुना भविष्यापासून ओळखतो.

आता झाडांच्या पाठीमागे मोठ्ठाले काळे ढग दिसायला लागले आहेत. त्यांना असं भरभर धावत येताना पाहून मी हसायला लागते- गमतीशीर वाटतं मला ते... त्यांचं असं कठपुतळ्यांसारखं धावणं...

एकदम, पाचोळ्याचा धुरळा उडतो आणि दुरून कुठून तरी मेघांचा गडगडाट ऐकू येऊ लागतो. मी दचकून एकदम उभी राहते, तेव्हा लक्षात येतं; की अख्खं कुरण स्वत:चा बचाव करण्यासाठी स्तब्ध, आडवं पडून राहिलं आहे. मग मी सुद्धा जमिनीवर आडवी होते. तितक्यात, आभाळातून टपटप पाणी पडू लागतं. मी नखशिखांत चिंब होते आणि अचानक एका क्षणी, मला वाटतं की हेन्री इथे आहे - किमान तो इथे असावा... त्याने मला आपल्या कवेत घ्यावं. पण असं वाटत असतानाच मला हेही वाटतं की हेन्री म्हणजेच पाऊस आहे आणि मी इथे एकटीच आहे... त्याची वाट बघत! मला तो हवा आहे!

रविवार, २३ सप्टेंबर १९८४ (हेन्री ३५ वर्षांचा, क्लेअर १३ वर्षांची)

हेन्री : मी कुरणात उभा आहे. पहाट अजून पुरती फुटायची आहे. भर उन्हाळ्याचे दिवस असल्यामुळे कुरणातलं गवत पार माझ्या छातीपर्यंत येईल, इतकं वाढलं आहे. त्यावर टपोरी रानटी फुलंही फुलली आहेत.

हवेत बराच गारठा आहे, मला थंडी वाजतेय. इथे मी एकटाच आहे. मी गवतामधून वाट काढत कपड्यांची पेटी हुडकून काढतो. त्यामध्ये मला निळ्या जीन्स, पांढरा ऑक्सफर्ड शर्ट आणि चपला सापडतात. हे कपडे मी ह्यापूर्वी कधी पाहिलेले नसल्यामुळे मी कुठल्या काळात पोचलो आहे हे मला समजत नाहीये. क्लेअरने माझ्यासाठी काही खाद्यपदार्थही ठेवलेले आहेत- पीनट बटर आणि जेली

सॅण्डवीच, एक सफरचंद आणि जे पोटॅटो चिप्सचं एक पाकीट. कदाचित क्लेअर शाळेतल्या डब्यात हेच नेते. तिने हे अन्न ठेवलंय. त्या अर्थी मी सत्तरीच्या दशकाअखेरी किंवा ऐंशीच्या दशकाच्या सुरुवातीला पोहोचलो असणं संभाव्य आहे. मी एका दगडावर बसून ते सगळं अन्न संपवतो - खूप बरं वाटतं.

आता, सूर्याची पहिली किरणं कुरणावर पडू लागली आहेत. कुरणावर आधी निळा, मग केशरी आणि मग गुलाबी रंग पसरायला लागतो- सावल्या लांब होऊ लागतात... आणि मग दिवस उजाडतो.

क्लेअर कुठे दिसत नाहीये, म्हणून मग मी दव पडलेल्या गवतावर पसरून झोपून जातो. जाग येते, तेव्हा ऊन बऱ्यापैकी डोक्यावर आलेलं असतं आणि क्लेअर माझ्याशेजारी पुस्तक वाचत बसलेली असते. मी जागा झालोय, हे पाहून हसून बोलते "चला, उठा आता. ऊन डोक्यावर आलंय, पक्षी अन्न शोधायला बाहेर पडले आहेत... आणि तू अजून झोपलेलाच आहेस!"

मी डोळे चोळत तिला विचरतो "हाय क्लेअर! कोणती तारीख आहे आज?"

"२३ सप्टेंबर १९८४, रविवार आहे."

क्लेअर १३ वर्षांची आहे. तसं विचित्र अडनिडंच वय हे; पण माझ्या– नव्हे आमच्या– वर्तमानात सध्या जे सुरू आहे, त्यापेक्षा कमीच विचित्र म्हणायला हवं.

मी अखेर आळस देत उठून बसतो आणि क्लेअर विनंती करतो "क्लेअर माझ्यासाठी एक छान गरमागरम कॉफी घेऊन येशील का, तुझ्या घरातून?"

"कॉफी?!" क्लेअर अशा आविर्भावात ओरडते, जणू तिने पूर्वी कधी हा शब्दच ऐकला नाहीये. खरं सांगायचं तर मोठेपणी, ती माझ्याइतकीच अव्वल कॉफीबाज आहे!

क्लेअर त्यातले संभाव्य धोके पडताळून पाहते.

"आणशील का, प्लीज?"

"बरं, प्रयत्न करते" असं म्हणत क्लेअर घराकडे जायला वळते. ह्या वर्षी क्लेअर बरीच पटकन उंच झालेली दिसतेय- जवळजवळ पाचेक इंच- पण तिच्या हालचालींवरून असं वाटतंय की तिच्या शरीरात झालेल्या बदलांची तिला अजून सवय झालेली नाहीये. तिच्या छातीला चांगला उभार आलाय, कमरेला नवी गोलाई आली आहे, हातपायही वळणदार दिसू लागले आहेत- पण तिला ह्या सगळ्याची सवय झालेली दिसत नाहीये. तिच्या हालचाली अजून अडखळल्यागतच होत आहेत... पण, त्यातही ती सुंदर दिसतेय... ती घराकडे चालत जात असताना तिचं हे सौंदर्य माझ्या नजरेत भरू लागतं, पण मी त्याकडे निग्रहाने दुर्लक्ष करतो आणि क्लेअर वाचत असलेलं पुस्तक हातात घेतो. डोरोथी सेयर्सचं

कुठलंसं पुस्तक आहे... मी वाचलेलं नाहीये अजून. ती परत येईपर्यंत मी त्या पुस्तकाची तेहतीस पानं वाचून काढतो.

क्लेअरने, एका मोठ्या थर्मासमध्ये कॉफी २-३ कप, एक चटई आणि काही डोनट्स विचारपूर्वक आणले आहेत. उन्हामुळे क्लेअरच्या नाकावर तपकिरी ठिपके उठले आहेत. तिचे लांब केस चमचमत आहेत. मला तिच्या त्या सुंदर केसांमधून हात फिरवण्याचा मोह अनावर होतो. पण मी स्वत:ला सावरतो आणि तिने पुढे केलेला कॉफीचा कप हातात घेतो. आम्ही चटईवर बसतो आणि मी आनंदाने कॉफीचा पहिला घोट घेतो... कॉफी प्रचंड कडवट आणि कडक असते! ''क्लेअर! अगं हे आहे तरी काय? रॉकेटचं इंधन शोभेल इतकं कडक आहे हे द्रव्य!''

''इतकं कडक?'' क्लेअर पडलेल्या चेहऱ्याने विचारते... तसं मी भानावर येऊन तिचं कौतुक करू लागतो.

''अगं म्हणजे... मला ते वाईट आहे असं म्हणायचं नव्हतं. फक्त कडक आहे. म्हणजे मी एरव्ही एवढी कडक कॉफी पीत नाही ना, म्हणून... बाकी मस्तच झालीये. मला आवडली! तू बनवलीस?''

''हं. मी ह्यापूर्वी कधी कॉफी बनवली नव्हती आणि त्यात मार्क मध्ये मध्ये तडमडून मला त्रास देत होता. म्हणून चुकलं असेल काही तरी...''

''नाही, नाही. तसं काही नाही.'' मी एका घोटात सगळी कॉफी संपवत बोलतो. कॉफी कडक असल्यामुळे माझी झोप पुरती उडते. छान वाटू लागतं. मग मी अजून एक कप पितो.

क्लेअर माझ्याकडून थर्मास घेऊन स्वत:साठीही एक कप भरते. एक घोट पिते न पिते, तोच तिचा चेहरा कसंनुसा होतो. ''शी! ही तर फारच भयानक कॉफी आहे! अशीच लागते का कॉफीची चव नेहमी?''

''उं, नाही. इतकी कडक नसते कधी. तुला तर तुझ्या कॉफीत भरपूर साखर आणि मलई लागते.''

क्लेअर आपली कॉफी ओतून देते आणि तोंडाची कडवट चव घालवायला एक डोनट उचलून चिवडत म्हणते, ''तू मला वेडं करशील एक दिवस!''

आता हे काय नवीन? मी संभ्रमात पडतो. ''छे! मी असं का करीन?''

''हो, नक्कीच करशील.''

''नाही गं! आणि तू असं म्हणतेयंस तरी का? मी तुला का म्हणून वेडं बनवीन? आणि कसं?''

''मला हे असं सगळं आधीच सांगून! आजपर्यंत मी कॉफी प्यायलीसुद्धा नव्हती आणि तू मला मोठेपणी माझी कॉफी कशी आवडते, ह्याची वर्णनं

सांगतोयंस. आता मला हे कसं समजणार की, माझ्या ह्या सवयी आपसूकच निर्माण होणार आहेत की तू म्हणतोस म्हणून तशा वळणार आहेत?''

"पण क्लेअर, हा तर वैयक्तिक आवडीनिवडींचा प्रश्न झाला. मी किंवा अजून कोणी सांगून ह्या गोष्टी होऊ शकतात का? आणि तसंही तूच तर मला सतत पीडत असतेस, भविष्य सांग, भविष्य सांग करून!''

"भविष्य सांगणं आणि मला काय आवडतं किंवा आवडत नाही, हे सांगणं ह्या दोन सर्वस्वी निराळ्या गोष्टी आहेत.''

"का? दोघांचा संबंध अखेर स्वेच्छेशीच येतो की.''

क्लेअर ह्यावर काही न बोलता शांतपणे आपले बूट मोजे पायातून काढते. मोजे बुटात टाकून त्यांना चटईबाहेर एके ठिकाणी नीटसपणे ठेवते. मग मी आधीच उतरवलेल्या चपलासुद्धा आपल्या बुटाशेजारी ठेवते. मग बोलते "मला वाटलेलं स्वेच्छेने वागणं, अर्थात स्वैरपणे वागणं, हे पाप असतं.''

मी तिच्या ह्या वक्तव्यावर विचार करून म्हणतो "नाही! असं का? स्वत:च्या मर्जीने वागणं ह्यात चूक किंवा बरोबर काय आहे? बघ, तू आत्ताच तुझे बूट उतरवून ठेवलेस, हे स्वेच्छेनेच केलंस ना? कुणी तुला तसं कर किंवा करू नको, असं तर सांगितलं नाही ना? मग आता ह्यात तर काही पाप-पुण्य वगैरे नव्हतं, तरीही तू तुझ्या स्वेच्छेनेच केलंस की ते.''

ह्यावर क्लेअर खांदे उडवत म्हणते, "पण कधीकधी तू मला काहीतरी सांगतोस आणि मला वाटतं की, भविष्यात जे होणार आहे ते आधीच, म्हणजे माझ्या भूतकाळातच घडून गेलेलं आहे आणि मी ते बदलण्यासाठी काहीच करू शकत नाहीये.''

"त्याला पूर्वनियोजनावर किंवा पूर्वनियोजित असल्यानुसारच गोष्टी घडणार ह्या तत्त्वज्ञानावर ठाम विश्वास ठेवणं म्हणतात. इंग्रजीत ह्या गोष्टीला डिटरमिनिझम म्हणतात. मला पण ह्या गोष्टीचा सतत त्रास होत राहतो.''

"तुला? का?'' क्लेअर आश्चर्याने विचारते.

"अगं, बघ ना, तुला तुझं भविष्य बदलता येणार नाही, ह्या कल्पनेनेच तू इतकी बिथरली आहेस; तर मग माझा विचार करून बघ! मी तर सतत ह्या सत्याला पाहत असतो की, मी पुढे घडणारं काहीही बदलू शकत नाही- अगदी, मी ते माझ्यासमोर घडत असताना पाहू शकत असलो तरी.''

"पण हेन्री, तू गोष्टी बदलू शकतोस! मी तुला १९९१ मध्ये त्या डाऊनस सिंड्रोमच्या बाळासाठी काय काय देणार आहे, हे तू मला लिहून दिलं आहेस की! आणि ती यादी? ती यादी तू लिहिली नसतीस, तर मला कसं समजलं असतं, की आपण कधी भेटायचं आहे ते? तू तर सततच घटना बदलत असतोस.''

ह्यावर मी मंद स्मित करत क्लेअरला समजवतो. ‘‘मी फक्त त्याच गोष्टी करू शकतो; ज्या अखेर मला, तुला किंवा इतर कुणाला अगोदरच घडणार असं ठरलेल्या गोष्टीकडे घेऊन जातात. उदाहरणार्थ, तू आता बूट काढलेस, ह्याबद्दल मी काहीच करू शकत नाही.’’

क्लेअर हसते. ‘‘मी बूट काढले किंवा नाही ह्याने तुला काय फरक पडतो?’’

‘‘मला फरक पडत नाही- पण जर पडला असता, तरी मी ते बदलण्यासाठी काहीच करू शकलो नसतो. ही क्रिया अशीच घडणार, हे सृष्टीने आधीच ठरवलेलं होतं, हे विधिलिखित होतं.’’

मी एक डोनट चाखतो. वा, बिस्मार्क! माझं लाडकं! डोनटवरचं फ्रॉस्टिंग उन्हामुळे वितळून माझ्या बोटांना लागू लागलं आहे.

क्लेअर आपला डोनट संपवून, जीन्सना गुडघ्यापर्यंत गुंडाळून मांडी घालून बसते– मग, माझ्याकडे जरा घुश्श्यानेच पाहत म्हणते ‘‘तू ना, आता मला फारच महत्त्व देतोयंस हं! आता मी साधं शिंकले, तरी ती ऐतिहासिक घटना आहे, असं वाटू लागलंय मला.’’

‘‘अगं तसं तर ते आहेच.’’

ह्यावर ती डोळे फिरवत विचारते, ‘‘पूर्वनियोजितपणाच्या विरुद्ध काय असतं?’’

‘‘पुरता गोंधळ.’’

‘‘अरे बापरे, मला ते काही फारसं आवडण्यासारखं नाही. तुला?’’

‘‘अं...हो आणि नाही... दोन्ही! जितका अधिक गोंधळ, तितकंच अधिक स्वातंत्र्य. किंबहुना, अराजकतेकडे झुकणारा गोंधळ म्हणजे खरंतर संपूर्ण स्वातंत्र्य. पण इतक्या टोकाचं स्वातंत्र्यसुद्धा मला अस्वस्थ करतं. मला माझ्या मनाप्रमाणे वागण्याचं स्वातंत्र्य जरूर हवं आहे, पण मला माझ्या त्या कृत्यांना काही अर्थसुद्धा असायला हवा आहे.’’

‘‘पण हेन्री, ह्या सगळ्यामध्ये तू देव ह्या संकल्पनेला विसरतो आहेस. असाही एक देव – किंबहुना, एक दैवी शक्ती असेलच की – जी तुझ्या कृत्यांना अर्थ देऊ शकते.’’

क्लेअरने देवाचं नाव काढता माझ्या हाता-पायाला हलकासा कंप सुटतो. देव-बीव म्हटलं की, मला तर दूर पळून किंवा दडून लपून राहावंसं वाटतं बुवा! पण क्लेअर माझ्याकडे उत्तराच्या अपेक्षेने वाट पाहात आहेस बघून मी निःश्वास टाकत म्हणतो, ‘‘मला नाही माहित क्लेअर. माझ्या आयुष्यातल्या कित्येक गोष्टी इतक्या तर्कविरहीत आणि विचित्र आहेत ना, की आता तर मला देवाच्या अस्तित्वाबद्दल दाट शंकाच येऊ लागली आहे.’’

"अरे? पण आताच तर तू म्हणालास ना, की आयुष्यातल्या सगळ्या गोष्टी कुणीतरी आधीच ठरवून ठेवल्याप्रमाणे घडत असतात?"

"हं... कसं बरं समजवू तुला? बरं, हे बघ; आपण तीन निराळ्या संकल्पनांचा विचार करू या – पहिली ही की; एक विश्व आहे जे भूत, भविष्य आणि वर्तमान ह्या तीन काळांच्या आधारावर फिरत आहे आणि त्यानुसार जायचं म्हटलं, तर सगळं आधीच घडून गेलें आहे किंवा एखाद्या अज्ञात शक्तीने आधीच ठरवल्यानुसार घडणार आहे. दुसरी संकल्पना अशी की, सगळाच गोंधळ आहे आणि पुढे काय होणार आहे, हे कुणालाच सांगता येणार नाही, जे घडेल त्यातून मार्ग काढत पुढे जायचंय. आणि तिसरी संकल्पना अशी, की ख्रिस्ती धर्माच्या योग्य-अयोग्यतेच्या कल्पनेनुसार एक विश्व आहे, जे देवाने निर्माण केलं आहे – त्या विश्वामध्ये जी कुठली गोष्ट घडते, ती काही विशिष्ट कारणासाठी घडते, पण तरीही आपल्याला आपल्या मर्जीनुसार कृत्य करण्याची मुभा आहे.

क्लेअर माझ्याकडे बघत आपले अंगठे वळवते.

"हं, असेल."

"आणि तुझं मत काय आहे?"

क्लेअर शांत आहे. वयाच्या तेराव्या वर्षी, तिच्यातला उपयुक्ततावाद आणि जीझस व मेरीबद्दलच्या मनोहारी कल्पना, हे समप्रमाणात आहे. वर्षभरापूर्वी, ती न बिचकता, 'देव' असं म्हणाली असती. आजपासून, दहा वर्षांनंतर, ती पूर्वनियोजितपणाचा उदोउदो करणार आहे आणि त्यानंतरच्या दहा वर्षांत, ती ह्या सिद्धान्तावर येऊन पोहोचणार आहे की ही सृष्टी स्वच्छंदी आहे आणि देव असलाच, तर तो आपल्या विनंत्या काही ऐकत वगैरे नाही; कारण आणि परिणाम हे अटळ आणि क्रूर आहेत, पण तितकेच निरर्थकही! आणि, त्यानंतर? मला माहीत नाही. पण आता, क्लेअर तारुण्याच्या उंबरठ्यावर बसली आहे, तीच एका हातात विश्वास आणि दुसऱ्या हातात वाढता नास्तिकपणा घेऊन. सध्या तरी, ती ह्या दोघांना फक्त खेळवत तरी ठेवू शकते किंवा दोघांना एकत्र तरी मिसळू शकते.

बराच विचार करून, क्लेअर मान हलवत म्हणते, "मला माहिती नाही. मला देव हवा आहे! चालेल का, मी असं म्हटलं तर?"

मला अगदीच मूर्खासारखं वाटू लागतं. "अर्थात! का नाही म्हणू शकत? तुझा त्यावर विश्वास आहे ना, मग म्हण की!"

"पण मला फक्त त्यावर विश्वास ठेवायचा नाहीये, मला ते खरंच असायला हवं आहे."

मी क्लेअरच्या तळपायावर बोट फिरवतो, तसं ती डोळे मिटते.

"तू आणि सेन्ट अक्विनास दोघे.."

"मी ऐकलंय त्यांच्याबद्दल." आपल्या एखाद्या फार वर्षांनी भेटलेल्या आवडीच्या काकांबद्दल किंवा लहान असताना बघत असणाऱ्या टी.व्ही.वरच्या व्यक्तीबद्दल बोलत असावी, अशा आविर्भावात क्लेअर म्हणते.

"त्यांनाही दोन्ही हवं होतं– देव आणि सुनियोजन व तर्कसुद्धा. ते १३व्या शतकातले संत होते आणि युनिव्हर्सिटी ऑफ पॅरिसमध्ये शिकवायचे. अक्विनासांचा देवदूत आणि ॲरिस्टॉटल, ह्या दोघांवर विश्वास होता."

"मला तर देवदूत फार आवडतात!" क्लेअर उद्‌गारते. "किती सुंदर असतात ते! मला तर कधीकधी वाटतं की, मलाही त्यांच्यासारखे पंख असते, ज्यांनी मी उडू शकले असते, ढगांवर बसू शकले असते, तर किती मज्जा आली असती!"

"एइन जेदऽ एंगेल इस्त स्रेकलिक."

ह्यावर क्लेअर उसासा टाकत मला जाणवून देते, की बाबा, मला जर्मन येत नाही हे माहिती नाहीये का तुला? मग का असा कोड्यात बोलतो आहेस?

"सॉरी, मला म्हणायचं होतं, प्रत्येक देवदूत भयावहच असतो! रिल्के नावाच्या कवीने लिहिलेल्या 'द दुइनो एलेजीज' ह्या काव्य-खंडातली एक कविता आहे ही. तो आपल्या आवडत्या कवींमधला एक आहे."

क्लेअर हसते आणि म्हणते, "बघ, तू पुन्हा तसंच करायला लागलास!"

"काय?"

"मला काय आवडतं, हे सांगणं."

असं म्हणत, क्लेअर आपली नाजूक पावलं माझ्या मांडीत ठेवते. मग, मीही, काही विचार न करता, तिची पावलं माझ्या खांद्यांवर घेतो; पण मग मलाच त्यात जरा जास्तच शारीरिक जवळीक जाणवू लागते – म्हणून मग, मी पटकन तिची पावलं हातात घेऊन उंच धरतो. ती एखाद्या सुंदर निरागस परीसारखी, आपल्या ढोपरांवर रेलून माझ्याकडे पाहात असते – तिचे सुंदर केस वलयासारखे तिच्या पाठी जमिनीवर रुळत असतात. मी तिच्या पायांना गुदगुल्या करतो, तशी ती खिदळते आणि मासोळीप्रमाणे माझ्या हातातून निसटते. मग, टुणकन उडी मारून, कोलांट्या उड्या मारत दूर उभी राहते – जणू मी तिला पकडायला यावं, असं आव्हान देत. मी फक्त तिच्याकडे बघत हसतो, तशी ती परत येऊन माझ्याशेजारी बसते.

"हेन्री?"

"हं?"

"तू मला बदलवत चालला आहेस."

“मला माहिती आहे.”

मी क्लेअरकडे वळून बघतो आणि एक क्षणभर विसरून जातो की ती अजून लहान आहे. तिच्याजागी मला माझी पत्नी क्लेअर दिसू लागते – मोठेपणची क्लेअर... आणि मला कळेनासं होतं की मी ह्या मोठ्या, आणि लहान क्लेअरला – जी इतर सर्व मुलींपेक्षा वेगळीच आहे, जिला माहिती आहे की तसं असणं किती कठीण आहे ते – तिला मी काय म्हणावं... काय सांगावं? पण, क्लेअरला माझ्याकडून उत्तर अपेक्षित दिसत नाहीये. ती माझ्या हातावर रेलते आणि मग मी तिच्या खांद्याभोवती हात टाकतो.

“क्लेअर!!” तितक्यात कुरणाच्या दुसऱ्या बाजूने आवाज येतो. क्लेअरचे वडील, आपल्या भेसूर आवाजात, तिच्या नावाचा पुकारा करत असतात. क्लेअर चट्कन उडी मारत उभी राहते आणि घाईघाईने बूट-मोजे घालू लागते.

“चर्चची वेळ झालेली दिसतेय.” ती बावरल्या आवाजात म्हणते.

“बरं... अच्छा.”

मी तिच्याकडे बघून स्मित करतो; तशी ती जरासं हसत, धावत आपल्या घराकडे निघून जाते. मी जरा वेळ तिथेच ऊन खात, डोरोथी सेयर्स वाचत आणि देवाबद्दल विचार करत पडून राहतो. तासाभराने, मीसुद्धा तिथून गायब होतो आणि आमच्या अस्तित्वाची ग्वाही द्यायला उरते फक्त एक चटई, एक पुस्तक, कपडे आणि कॉफीचे कप!

आफ्टर द एंड

. . . .

शनिवार, २७ ऑक्टोबर, १९८४
(क्लेअर १३ वर्षांची, हेन्री ४३ वर्षांचा)

क्लेअर : मी अचानक जागी होते. कसलातरी आवाज आलेला. कुणीतरी मला हाक मारत होतं. हेन्रीचा आवाज असल्यासारखं वाटत होतं. मी माझ्या गादीवर उठून बसते. आता तर फक्त वाऱ्याचा आणि कावळ्यांच्या ओरडण्याचा आवाज येतोय, पण... हेन्री असला तर? ह्या विचाराने मी पलंगावरून उडी मारते आणि बूट न घालताच, जिन्यावरून सुसाट पळत, मागच्या दरवाज्याने कुरणात येते. बाहेर बराच गारठा आहे – तो गार वारा माझ्या झिरझिरीत झग्यामधून आत शिरून माझ्या अंगाला झोंबतोय. आहे कुठे हा? मी इथे-तिथे पाहू लागते; तर मला दूरवर डॅड आणि मार्क, शिकारीसाठीचे कपडे घालून दुसऱ्या एका माणसाबरोबर बोलताना दिसतात. माझा आवाज ऐकल्यावर, ते तिघे माझ्याकडे वळून बघतात – तर... तर तो माणूस हेन्री असतो! हेन्री काय करतोय डॅडसोबत? पायाला कापणाऱ्या गवताची पर्वा न करता, मी त्यांच्याकडे धावत जाते. डॅड मला जवळ घेत म्हणतात, “स्वीटहार्ट, तू इतक्या सकाळी इथे काय करते आहेस बरं?”

“मी कुणालातरी माझं नाव घेताना ऐकलं”, मी म्हणते. ह्यावर डॅड, ‘वेडी मुलगी,’ ह्या अर्थाने माझ्याकडे बघत हसतात. हेन्री काही बोलेल, ह्या आशेने मी त्याच्याकडे पाहू लागते. “तू मला का हाक मारलीस हेन्री?” मी त्याला नजरेनेच विचारते, पण तो फक्त मान हलवून, ओठावर बोट ठेवत मला खुणावतो “काही बोलू नकोस क्लेअर!” तो फळबागेकडे जाऊ लागतो – मलाही बघायचंय, ते जे

बघत होते ते, पण तिथे काहीच नसतं आणि मग डॅडचा आवाज येतो "जा जाऊन झोप, क्लेअर, स्वप्न पडलेलं दिसतंय तुला." असं म्हणत, डॅड माझ्या खांद्याभोवती हात टाकून मला घराकडे नेऊ लागतात. मी मागे वळून हेन्रीला शोधू लागते, तसा तो हसत माझ्यासमोर येतो आणि हात हलवतो. 'घाबरू नकोस क्लेअर, मी तुला नंतर सगळं नीट समजावून सांगेन.' अर्थात, हेन्रीने असं काही समजवणं ही अशक्य कोटीतलीच गोष्ट म्हणायची – तो मला स्वत:लाच अर्थ शोधायला सांगेल... किंवा मनात आलं, तर सांगेलही कदाचित. मी हेन्रीकडे बघून हात हलवते आणि मार्कने आम्हाला बघितलं का, ते पाहू लागते. पण तो माझ्याकडे पाठ करून उभा आहे, वैतागून माझी जाण्याची वाट बघतोय जेणेकरून, त्याला आणि डॅडना शिकारीला जाता येईल, पण हेन्री इथे करतोय तरी काय? हे सगळे एकमेकांशी काय बोलत होते? मी पुन्हा वळून पाहते, पण मला हेन्री दिसत नाही. डॅड पुन्हा मला घराकडे ढकलतात – ते नाराज दिसतात म्हणून, मग मी काही न बोलता, हलक्या पावलांनी माझ्या खोलीत जाते आणि थरथरणाऱ्या अंगाने पलंगावर बसते. काय झालंय, ते मला माहीत नाही; पण जे झालंय, ते खूप वाईट आहे एवढं नक्की.

सोमवार, २ फेब्रुवारी, १९८७
(क्लेअर १५ वर्षांची, हेन्री ३८ वर्षांचा)

क्लेअर : मी शाळेतून घरी आल्यावर, हेन्री रीडिंग रूममध्ये माझी वाट बघत थांबलेला आहे. मी त्याच्यासाठी तळघरात – सगळे जण सायकली ठेवतात त्या खोलीशेजारी – एक लहानशी खोली तयार करून ठेवली आहे. तसंच मी घरात सांगून ठेवलं आहे की, मला त्या खोलीत बसून वाचन करायला खूप आवडतं आणि कुणी मला तिथे त्रास द्यायला येऊ नये. त्यामुळे आम्हाला सहसा तिथे कुणी टोकायला येत नाही. आज हेन्रीने, दरवाज्याशी खुर्ची टेकून ठेवली आहे. मी चार वेळा दार ठोठावल्यावर तो मला आत येऊ देतो. त्याने खोलीच्या एका कोपऱ्यात उशा, तक्के आणि पांघरुणं वापरून स्वत:साठी एक उबदार घरटंसं बनवून ठेवलं आहे. त्यावर रेलून तो माझी काही जुनी मासिकं चाळत बसला आहे. हेन्रीच्या अंगावर डॅडचा जुना चौकड्यांचा शर्ट आणि जीन्स आहेत, त्याच्या दाढीची खुंटं वाढली आहेत आणि त्यामुळे तो बराच थकलेला वाटतो आहे. मी आज सकाळी त्याच्यासाठी घरापाठचा दरवाजा उघडा ठेवलेला होता – आणि तो आला!

मी ट्रेमध्ये त्याच्यासाठी भरून आणलेले पदार्थ खाली ठेवत, हेन्रीला सांगते, "मी तुझ्यासाठी काही पुस्तकं आणली आहेत."

"अगं, खरंतर, ही छान आहेत..." तो मला ६० सालातली 'मॅड' नावाची

मासिकं हातात धरून म्हणतो. आणि मग १९६८ मधलं वर्ल्ड ॲल्मनॅक पुढे करून म्हणतो, "आणि माझ्यासारख्या काळप्रवाशाला, तर कुठल्याही क्षणी कुठलीही गोष्ट समजण्यासाठी हे फारच उपयुक्त आहे."

मी त्याच्याशेजारी बसत, तो मला तिथून हलवण्याचा प्रयत्न करणार आहे का, ह्याचा अंदाज घेऊ पाहते. त्याचा तसा विचार चालू दिसतोय हे बघून, मी माझ्या हातावर बसते. तसा तो हसतो आणि मला म्हणतो, "आरामात बस."

"कुठल्या काळापासून येतो आहेस तू आज?"

"२००१, ऑक्टोबर."

"दमलेला दिसतोयंस."

मला जाणवतं की तो, आपण का दमलेले दिसतोय, हे मला सांगावं की नाही, ह्याबद्दल द्विधा मन:स्थितीत आहे. अखेर, तो विषय टाळतोच.

मग मी त्याला विचारते, "मग, काय चाललंय आपलं २००१ मध्ये?"

"बरंच काही, अगदी दमछाक होतेय आपली..." असं म्हणत हेन्री, मी आणलेलं रोस्ट बीफ सॅण्डवीच खाऊ लागतो. "वा, उत्कृष्टच आहे हे!"

"नेलने बनवलं."

ह्यावर हेन्री दिलखुलास हसत म्हणतो, "मला हे कधीच उमगणार नाही की, तू मोठमोठे पुतळे बनवू शकतेस, चित्र काढू शकतेस, पण मग तू अन्न का शिजवू शकत नाहीस?"

"एक प्रकारची भीती वाटते... मानसिक अढी आहे त्याबद्दल."

"विचित्रच म्हणायचं!"

"म्हणजे असं आहे, की मी कधी स्वयंपाकघरात गेलेच, तर एक आवाज कानात घुमत राहतो की जा, इथून निघून जा. मग मी तेच करते."

"तू नीट जेवतेस ना? बारीक वाटतेयंस."

मला तर माझं वजन किलो-किलोने वाढल्यासारखं वाटतंय!

"हो, खातेय मी नीट."

अचानक, माझ्या मनात एक भीतिदायक विचार चमकतो. "मी २००१ मध्ये खूप खूप जाड आहे का?? म्हणून मी तुला आत्ता खूप खूप बारीक वाटतेय का?"

ह्यावर हेन्रीला हसायला का येतं, हे काही मला समजत नाही. "अगदीच जाड नाही पण जराशी गुटगुटीत आहेस खरी... पण जाईल तोपण."

"शी!!"

"अगं, काय वाईट आहे थोडं मांसल असण्यात? चांगलीच दिसतेस तू तशीही."

"नाही हं!"

ह्यावर हेन्री माझ्याकडे इतक्या काळजीने बघतो, की मला त्याची समजूत घालावी लागते. ''अरे, म्हणजे मला काही बारीक राहण्याचा रोग वगैरे नाहीये काही! तसली कसली चिंता करू नकोस तू.''

''तसं नाही... पण तुझी आई नेहमी तुला त्याबद्दल टोकत असायची.''

''असायची, म्हणजे?''

''असते, असते!''

''मग तू असायची का म्हणालास?''

''सहज गं, ल्यूसील बरी आहे, काळजी करू नकोस.''

तो खोटं बोलतोय, मला माहितीये, पण का? माझ्या पोटात खड्डाच पडतो, पाय छातीशी घेऊन मी गुडघ्यात डोकं खुपसून पडून राहते.

हेन्री : मला खरंच समजत नाही की मी अशी घोडचूक कशी करू शकलो? मी क्लेअरला डोक्यावर थोपटत बसलो आहे – मनापासून प्रार्थना करतोय की मला अगदी मिनिटभरासाठी वर्तमानात जाता यावं... क्लेअरलाच विचारता यावं की ती १५ वर्षांची असताना, मी तिला कुठल्या प्रकारे तिच्या आईच्या मृत्यूबद्दल सांगावं? हे सगळं मला पुरेशी झोप मिळत नाहीये, म्हणून होतंय. माझी झोप पूर्ण होत असती, तर मी बऱ्याच हुशारीने, विचार करून बोलू शकलो असतो; किंवा किमान झालेल्या चुकांना तातडीने सुधारू शकलो असतो. पण क्लेअर एक अतिशय प्रामाणिक आणि सच्ची व्यक्ती आहे – आणि त्यामुळेच ती छोट्यातल्या छोट्या असत्य गोष्टींनाही चट्कन मनाला लावून घेते. आता माझ्यासमोर तीनच पर्याय उरलेत : काहीच न बोलणं, किंवा खोटं बोलणं, किंवा खरं काय ते सांगून टाकणं. पण काहीच बोललो नाही, तर ती काळजीने वेडीपिशी होईल; खोटं बोललो तर तिचा विश्वास बसणार नाही आणि खरं सांगितलं, तर तिचं तिच्या आईशी असलेलं नातं फार विचित्र बनेल. काय करावं कळत नाहीये..

इतक्यात क्लेअर बोलते, ''सांग मला!''

क्लेअर : हेन्री प्रचंड दुःखी दिसतोय. ''मी नाही सांगू शकत, क्लेअर.''

''अरे, पण का?''

''कारण सगळ्याच गोष्टी वेळेआधी समजणं चांगलं नसतं क्लेअर. त्यामुळे तुमच्या आयुष्याचा खेळखंडोबा होऊन बसतो.''

''बरं, पण मग तू मला काहीच सांगायचं नव्हतंस ना? असं अर्धवट का सांगितलंस?''

''त्यात सांगण्यासारखं काहीच नाहीये.''

आता मला हे सहन होत नाहीये. "तिने आत्महत्या केली, हो ना?" मला खात्री आहे, की हेन्री मला हेच सांगणार आहे. मला तिच्या बाबतीत नेहमी तीच भीती वाटत आली आहे.

"छे, छे, अजिबात नाही!"

मी हेन्रीकडे टक लावून पाहते. तो असं म्हणत असला, तरी तो अजूनही खूप दु:खी दिसतोय. मला समजेनासं झालंय की, तो खरं सांगतोय, की खोटं? छे, मला त्याचं मन वाचता आलं असतं, तर सगळंच किती सोपं झालं असतं. मॉम... मॉम...

हेन्री : हे भयानकच आहे. मी क्लेअरला तिच्या आईच्या गर्भाशयाच्या कर्करोगाबद्दल सांगून असं एकटं सोडून जाऊ शकत नाही...

पण आश्चर्य म्हणजे, क्लेअर हे समजल्यावर मला मिठी मारून फक्त "थँक गॉड, थँक गॉड" असं पुटपुटत राहते.

शुक्रवार, ५ जून १९८७
(क्लेअर १६ वर्षांची, हेन्री ३२ वर्षांचा)

क्लेअर : मी दिवसभर हेन्रीची वाट बघत बसले आहे. आज माझे पाय जमिनीवर टेकतच नाहीयेत. मला कालच माझा वाहन-चालक परवाना मिळाला आहे आणि डॅडने मला आज रुथच्या पार्टीला फियाट घेऊन जायची परवानगी दिली आहे. मॉमला हे खरं तर पसंत नाही, पण डॅडची परवानगी असल्यावर ती फारसं काही बोलू शकत नाही. रात्रीची जेवणं झाल्यावर मला वरच्या खोलीतून त्यांच्या वादावादीचा आवाज ऐकू येतो.

"तुम्ही मला विचारायला नको होतंत का?"

"मला त्यात तितकं काही धोकादायक वाटलं नाही ल्यूसील..."

मी त्यांच्या भांडणांकडे दुर्लक्ष करत, पुस्तक घेऊन कुरणात येते. मऊसूत गवतावर लोळत पुस्तक वाचण्याची मजाच काही और आहे! इथे बरंच गार वाटतंय. आभाळ गुलबक्षी, नारिंगी आणि निळसर रंगात न्हाऊन निघालंय. मी घरात जाऊन स्वेटर आणण्याचा विचारच करत असते, इतक्यात मला गवतामधून माझ्याकडे सरकणाऱ्या पावलांचा आवाज येतो. हेन्री आलाय!

तो माझ्याजवळ येऊन त्या मोठ्या दगडावर बसतो. मी त्याला गवताआडून निरखत बसते. तो बराच तरुण दिसतोय, तिशीत असावा बहुधा. छान काळा टी-शर्ट आणि जीन्स घातल्यात. तो माझी वाट पाहत, शांत बसून आहे. आता मलासुद्धा जास्त वेळ धीर धरवत नाहीये. मी एकदम गवतामधून उडी मारत

त्याच्यासमोर उभी राहते.

“क्लेअर! काय हे? किती दचकलो मी! असं छळतात का म्हाताऱ्या माणसाला?”

“तू म्हातारा नाहीयेस.”

हेन्री ह्यावर फक्त हसतो. आपल्या वयावरनं तो जरा गमतशीरपणेच वागतो.

“चल, माझी पप्पी घे पटकन”, मी त्याला फर्मावते.

तो पप्पी घेतो आणि विचारतो, “आता हे आणि कशासाठी?”

“मला ड्रायव्हिंग लायसन्स मिळालं!”

“अरे देवा!” हेन्री काळजीयुक्त चेहऱ्याने उद्‌गारतो आणि मग म्हणतो, “नाही, म्हणजे तुझं अभिनंदनच गं!”

पण आज मी त्याच्या खवचट बोलण्यावर रागवत नाही. आज कुठलीच गोष्ट माझ्या आनंदात मिठाचा खडा टाकू शकणार नाही. “तू फक्त जळतोयंस माझ्यावर, कबूल कर हेन्री!”

“हो, ते मात्र खरं आहे. मला गाडी चालवायला अतिशय आवडते आणि मला ती कधीच चालवता येत नाही.”

“असं का?”

“फार धोकादायक आहे गं ते.”

“घाबरट कुठला.”

“अगं म्हणजे, इतर लोकांसाठी. विचार करून बघ ना – मी गाडी चालवता चालवता एकदम गायब झालो, तर काय होईल? गाडी पुढे जात राहील आणि एकदम, बूम! सगळीकडे रक्त, मेलेली माणसं! फार छान दृश्य नसेल ना ते?”

मी हेन्रीजवळ जाऊन बसते, तसा तो दूर सरतो. मी त्याकडे दुर्लक्ष करते. “मी आज रुथच्या पार्टीला चालले आहे. तुला यायचंय?”

तो माझ्याकडे भुवया उंचावून पाहतो. ह्याचाच अर्थ, आता तो मला कुठल्याशा पुस्तकातलं वचन ऐकवणार किंवा मला भाषण देत बसणार! पण तसं काहीच होत नाही. उलट तो मला विचारतो, “पण म्हणजे क्लेअर, तुझ्या मित्र-मैत्रिणींना भेटणं आलं...”

“मग त्यात काय झालं? मला आता ह्या सगळ्याबद्दल लपवाछपवी करण्याचा खूप कंटाळा आलाय.”

“बघ, तू आता आहेस १६ वर्षांची आणि मी ३२ वर्षांचा – म्हणजे बरोबर तुझ्या दुप्पट वयाचा. नाही, तुझं योग्यच आहे – हे कुणालाच कळणार नाही आणि तुझ्या आई-वडिलांपर्यंत तर अजिबात पाहेचणार नाही.”

मी उसासा टाकत म्हणते, “ठीक आहे, मला तर तिथे जावंच लागणार. तू माझ्याबरोबर ये, गाडीत बस; मी लवकरात लवकर तिथून पळ काढीन आणि मग

आपण कुठेतरी मस्त फिरायला जाऊ या, चालेल का?''

हेन्री : आम्ही रुथच्या घरापासून थोड्या अंतरावर गाडी लावतो. मला इथपर्यंत तिच्या घरात लावलेलं संगीत ऐकू येतंय – टॉकिंग हेड्स, वन्स इन अ लाइफटाइम इत्यादी. मला पण आता क्लेअरसोबत आत जावंसं वाटतंय, पण ते योग्य ठरणार नाही. ती गाडीतून उडी मारत मला सांगते, ''इथेच थांब...'' – जसा काय मी एखादा मस्तीखोर कुत्राच आहे... आणि स्वत: आपल्या छोट्याशा स्कर्ट आणि उंच टाचांच्या बुटांमध्ये ऐटीत चालत रूथच्या घराकडे निघून जाते. मी गाडीत लपून तिची वाट बघत बसतो.

क्लेअर : रुथच्या घरात शिरल्याक्षणी मला जाणवतं की, तिने ही पार्टी ठेवून मोठीच चूक केलेली आहे. तिचे आई-वडील आठवडाभरासाठी सॅन फ्रॅन्सिस्कोला गेलेत हे बरंच आहे – किमान तिला घर साफ करायला, मोडलेलं सामान आवरून ठेवायला वेळ तरी मिळेल! पण तरीही हे सगळं माझ्या घरात होत नाहीये, ह्या विचाराने मला हायसंच वाटतं. रूथच्या मोठ्या भावाने– जेकने देखील आपले मित्र बोलावून ठेवल्यामुळे घरात शंभरच्या वर लोक आहेत आणि त्यातले बहुसंख्य मद्यधुंद अवस्थेत आहेत. मुलींपेक्षा मुलांची संख्या जास्त आहे आणि मला प्रकर्षाने वाटू लागलं आहे की, मी विजार आणि बिन-टाचांचे बूट घातले असते, तर बरं झालं असतं. मी स्वयंपाकघरात पाणी प्यायला जाते, तेव्हा अचानक माझ्या खांद्यावर कुणाचातरी हात पडतो. पाठीमागून एका मुलाचा लंपट आवाज येतो ''बघा कोण आलंय, 'मिस. मला हात लावू नये!''' बघते तर आम्ही ज्याला पाल म्हणून चिडवतो, तो मुलगा असतो. ''सुंदर दिसतेयंस क्लेअर.''

''थँक्स, पण हे सौंदर्य तुझ्या काहीच उपयोगाचं नाहीय!''

ह्यावर तो माझ्यापाठोपाठ स्वयंपाकघरात येत म्हणतो कसा, ''आता, हे असं म्हणणं तुला शोभत नाही सुंदरी! मी तर फक्त तुझं कौतुक करू पाहतोय आणि तू माझा अपमान करतेयंस?...''

त्याची बकबक संपायचं नावच घेत नाही बघून, मी हेलनला पकडून तिच्यासोबत तिथून सटकते.

''काय कंटाळवाणा माणूस आहे तो.'' हेलन करवादत म्हणते, ''रूथ कुठेय?''

रूथ वरच्या मजल्यावरच्या बेडरूममध्ये लॉरासोबत लपलेली आहे. त्या तिथे बसून चरस पीत, जेकच्या मित्रांना पोहताना न्याहाळत आहेत. थोड्या वेळाने आम्ही सगळ्याच तिथे पोहचून, आ वासून त्या मुलांना बघत बसतो.

''हं, मला तो आवडतोय...'' हेलन उसासा टाकत म्हणते.

"कोण कोण?" रूथ उत्साहाने विचारते.

"तो वरून उडी मारणारा..."

"वॉव!"

"हे, रॉनकडे बघा ना!..." तितक्यात लॉरा चित्कारते.

"तो रॉन आहे?" रूथ खिदळत विचारते.

"वॉव! मला वाटतं, टी-शर्टशिवाय तर कोणताही मुलगा सुंदरच दिसेल!..." इति हेलन. "क्लेअर, तू काहीच बोलत नाहीयेस!"

"हं? हो... असेल कदाचित."

"स्वत:कडे बघ जरा..." हेलन हसत हसत म्हणते. "बुभुक्षितपणा ठायी-ठायी भरलाय तुझ्या नजरेत! तू सरळ खाली जाऊन त्यांना सांगत का नाहीस?"

"मी नाही करू शकत तसं!..." मी अशक्तपणे म्हणते.

"का नाही? जरूर करू शकतेस. फक्त खाली जा आणि 'माझ्यावर तुटून पडा' असं जाहीर कर! पन्नास मुलं धावून येतील!"

"तुला समजत नाहीये हेलन, मला ते... तसं काही नको आहे..."

"मला वाटतं तिला कुठलातरी विशिष्ट मुलगा हवा आहे..." रूथ समोरून नजर न हटवता ज्ञान पाजळते.

"कोण?" हेलन विचारते.

त्यावर मी काही न बोलता फक्त खांदे उडवते.

"सांग ना क्लेअर, इतकं काय लपवण्यासारखं आहे त्यात?"

"ए, तिला त्रास देऊ नका गं..." लॉरा त्यांना ओरडते. "तिला सांगायचं नसेल, तर ठीक आहे ना!" मी प्रेमाने लॉराच्या खांद्यावर मान टाकते.

इतक्यात हेलन टुणकन उडी मारत म्हणते, "मी जरा जाऊन येते..."

"आता तू कुठे निघालीस?"

"मी आपल्याला बेलीनी बनवण्यासाठी शॅम्पेन आणि पिअर ज्यूस आणलाय, तो गाडीतच राहिलाय... जरा घेऊन येते."

इतक्यात, लांब केस असलेला एक देखणा तरुण तळ्यात उडी मारतो आणि पोरींमध्ये एकच गलका उडतो.

हेन्री : बराच वेळ झालाय क्लेअरला जाऊन... तासभर तरी नक्कीच झाला असेल. तिने आणलेल्या बटाट्याच्या चिप्स आणि कोमट झालेलं कोकपण संपवून झालंय माझं, तरी हिचा पत्ता नाही! मग मी थोडा वेळ झोप काढतो. उठल्यावर, जरा पाय मोकळे करून येण्याचाही विचार करतो – मला खरंतर लघवीही करून यायची आहे...

इतक्यात मला माझ्या दिशेने वाजत येणाऱ्या पावलांचा आवाज येतो. मी खुशीने बाहेर बघतो, तर ती क्लेअर नसतेच – ती असते तंग, लाल ड्रेस घातलेली सोनेरी केसांची एक सुंदर मुलगी. निरखून बघितल्यावर लक्षात येतं की, ती क्लेअरची मैत्रीण हेलन पॉवेल आहे. अरे देवा!

ती माझ्या बाजूचा गाडीचा दरवाजा उघडून आत डोकावते. मला तिच्या ड्रेसच्या अगदी आर-पार दिसत आहे. तिचं ते रूप बघून मला काळजीच वाटू लागते...

"हाय, क्लेअरचा बॉयफ्रेंड! मी तिची मैत्रीण हेलन."

"उगीच प्रयत्न करतेयंस हेलन... पण तुला भेटून आनंद झाला."

तिच्या तोंडाला दारूचा भपका येत आहे.

"तू गाडीतून उतरून आत येऊन सगळ्यांशी नीट परिचय नाही करून घेणार का?"

"अगं, नको, मी आहे तिथे ठीक आहे..."

"बरं, मग मीच आत येऊन तुला माझा नीट परिचय करून देते!"

असं म्हणत हेलन लटपटत्या पायांनी गाडीचं पुढचं दार उघडून आत शिरते.

"मला तुला कित्येक दिवसांपासून भेटायची इच्छा होती...." हेलन म्हणते.

"हो का? का बरं?..." ह्या क्षणी खरं तर मला प्रकर्षाने वाटतंय की, क्लेअरने येऊन माझी सुटका करावी; पण तसं केलं तर आमचं पितळ उघडं पडण्याची भीती आहे ना...

हेलन माझ्याजवळ झुकून कुजबुजते, "मला तुझ्या अस्तित्वाची जाणीव झालेली आहे. निरीक्षणाच्या माझ्या तीव्र शक्तींनी मला हे जाणवून दिलेलं आहे की, अशक्य गोष्टींना वगळल्यानंतर जे उरतं, ते फक्त सत्य असतं – मग ते किती का अशक्य असेना! म्हणूनच..."

हेलन ढेकर द्यायला थबकते.... "माफ कर हं हेन्री... हं, तर मी काय म्हणत होते? मी हा निष्कर्ष काढलेला आहे की, क्लेअरचा नक्कीच कुणीतरी बॉयफ्रेंड असावा; कारण, नाहीतर, ती ह्या सगळ्या देखण्या मुलांना शय्यासोबत करण्यासाठी इतकी चाचरली नसती... ती बिचारी पोरं तर ह्या बाबतीत फारच नाराज आहेत! आणि बघ, माझा होरा योग्यच होता... तू आहेस. इथेच!"

मला खरंतर हेलनबद्दल नेहमीच आत्मीयता वाटत आलेली आहे आणि म्हणूनच तिच्याशी खोटं बोलताना मला वाईट वाटतंय; पण त्यामुळे, ती आमच्या लग्नाच्या दिवशी जे बोलली, त्याचा मला आता संदर्भ लागतोय. कोडी अशी उलगडत गेली की, मला फार गंमत वाटते.

"हेलन, तुझा तर्क फारच उत्तम आहे, पण खरा नाही. मी क्लेअरचा बॉयफ्रेंड नाही."

"मग तू तिच्या गाडीत बसून काय करतोयंस?"

मला ह्यावर एक भन्नाट उत्तर सुचतं. मला माहितेय क्लेअरला हे समजलं, तर ती माझा जीव घेईल... पण असो – "मी क्लेअरच्या आई-वडिलांचा मित्र आहे. त्यांना तिची काळजी वाटत होती की, ती दारू वगैरे पिऊन परत येताना गाडी नीट चालवू शकेल की नाही? म्हणून मग त्यांनी मला तिला सुखरूप परत आणण्यासाठी, ड्रायव्हर म्हणून सोबत धाडलं आहे."

हे ऐकून हेलन खट्टू होते. "त्याची काहीच गरज नव्हती. आमची क्लेअर इतकी बेधुंद होईपर्यंत कधीच पीत नाही."

"मी तरी तसं कुठे म्हणालो? कदाचित तिचे पालक अति काळजी करत असतील?"

इतक्यात, अजून कुणाच्यातरी बुटांचा आवाज येतो. ह्या वेळी, क्लेअरच आलेली असते.

तिला पाहून, हेलन गाडीतून उडी मारत चित्कारते, "क्लेअर, हा खट्याळ माणूस म्हणतोय की, तो तुझा बॉयफ्रेंड नाहीये!"

क्लेअर माझ्याकडे एक कटाक्ष टाकत उत्तरते, "मग? खरंच आहे ते."

"ओ! बरं, पण हे काय? तू आता निघतेयंस का?"

"हो, मध्यरात्र होत आली आहे... अजून किती थांबायचं?" असं म्हणत क्लेअर गाडीचा दरवाजा उघडत म्हणते, "चल हेन्री, निघू या."

क्लेअर चालकाच्या स्थानावर बसत गाडी सुरू करते, तशी हेलन भानावर येत माझ्या बाजूला येत म्हणते, "तू हिचा बॉयफ्रेंड नाहीयेस का हेन्री? क्षणभर मला हे खरंच वाटलं हं! अच्छा क्लेअर!"

हेलन हसते आणि क्लेअर अवघडल्या चेहऱ्याने गाडी बाहेर काढते.

आम्ही ब्रॉडवेच्या दिशेने वळतो; तसं लक्षात येतं की, त्या रस्त्यावरचे सगळे दिवे मालवले गेले आहेत. ब्रॉडवे हा दोन पदरी महामार्ग आहे. खरंतर तो अगदी सरळसोट रस्ता आहे, पण दिव्यांशिवाय तिथे वाहन चालवणं म्हणजे शाईच्या बाटलीत पोहण्यासारखं आहे.

"गाडीचे दिवे लाव क्लेअर!" मी असं म्हणताच क्लेअर उलटपक्षी गाडीचे सगळेच दिवे बंद करून टाकते.

"अगं क्लेअर!"

"मला शहाणपणा शिकवायला जाऊ नकोस!"

ह्यावर मी निमूट बसून राहतो. आता मला फक्त गाडीतल्या घड्याळाचे चमचमणारे आकडे दिसताहेत. ११:३६ वाजले आहेत. मला गाडीच्या बाजूने वाहणाऱ्या वाऱ्याचा आवाज येतोय; सिमेंटच्या रस्त्यावर कुरकुरणाऱ्या चाकांची

जाणीव होतेय, पण तरीही आम्ही एकाच ठिकाणी उभे आहोत असं वाटतंय... आमच्याभोवतीचं जग मात्र ताशी ४५ मैलांच्या वेगाने धावत आहे. मी डोळे मिटतो, काही फरक पडत नाही. परत डोळे उघडतो. माझं हृदय धडधडू लागलं आहे.

थोड्या अंतरावर दुसऱ्या गाडीचे दिवे दिसू लागतात. तसं, क्लेअर आपल्या गाडीचे दिवे लावते. आम्ही पुन्हा सुखरूप रस्त्याच्या मधोमध चालू लागतो. ११:३८ वाजले आहेत.

समोरून येणाऱ्या दिव्याच्या प्रकाशातही क्लेअर शांत आहे.

"तू असं का केलंस?" मी कापऱ्या आवाजात विचारतो.

"का नाही?" ती तितक्याच थंडपणे विचारते.

"आपण दोघेही भीषण अपघात होऊन ठार झालो असतो म्हणून?"

क्लेअर गाडीचा वेग कमी करत ब्ल्यू स्टार महामार्गावर शिरत म्हणते, "पण तसं होत तर नाही ना? मी मोठी होते, तुला भेटते आणि आपलं लग्न होतं, बरोबर?"

"तुला कसं माहिती? कदाचित आपला खरंच भीषण अपघात झाला असता, आणि आपण दोघेही वर्षभर इस्पितळात पडून राहिलो असतो तर?"

"तसं होणार असतं, तर तू मला आधीच सावध केलं असतंस."

"मी तसा प्रयत्न केला, पण तू माझ्यावर ओरडलीस..."

"मला म्हणायचंय, की तुझ्या मोठेपणाच्या रूपानं माझ्या लहानपणच्या रूपाला गाडी नीट चालवायला सांगायला पाहिजे होतं..."

"पण, तोपर्यंत खूप उशीर झाला असता..."

बोलता-बोलता आम्ही मीग्रम लेनपर्यंत पोचतो आणि क्लेअर आत वळते. हा तिच्या घरापर्यंत जाणारा खाजगी रस्ता आहे.

"थांब इथे क्लेअर... प्लीज?"

क्लेअर थांबते, गाडीचं इंजिन बंद करते, दिवे मालवते. तसा, पुन्हा सर्वत्र अंधार पसरतो, रातकिड्यांचा आवाज आसमंतात घुमू लागतो. मी क्लेअरला जवळ ओढतो, तशी ती जराशी घाबरून आखडते.

"मला एक वचन दे."

"कसलं?"

"की तू पुन्हा असं कधी करणार नाहीस... म्हणजे, फक्त गाडीशीच असं नाही... कुठलंच धोकादायक काम करणार नाहीस. कारण तुला माहीत नाही... भविष्य फार विचित्र चालीने चालतं; तू अशा अविर्भावात जगूच नकोस, की तू अभेद्य आहेस!"

"पण तू जर मला भविष्यात बघितलं आहेस तर मग..."

"विश्वास ठेव माझ्यावर... माझं ऐक, प्लीज!"

ह्यावर क्लेअर हसत विचारते, "मी असं का करावं बरं?"

"ते मला माहिती नाही... कदाचित, मी तुझ्यावर प्रेम करतो म्हणून?"

ह्यावर, क्लेअर इतक्या जोरात माझ्याकडे वळून बघते की, माझ्या जबड्यावरच आदळते.

"आई गं!"

"सॉरी... तू माझ्यावर प्रेम करतोस??"

"हो."

"आता?"

"हो."

"पण तू तर माझा बॉयफ्रेंड नाहीयेस! तूच हेलनला तसं म्हणालास की नाही?"

अच्छा! तिला ही गोष्ट खात होती तर! "हे बघ, नीटच सांगायचं झालं, तर मी तुझा नवरा आहे, पण आता आपलं लग्न झालेलं नसल्यामुळे, तू माझी गर्लफ्रेंडच म्हणवशील ना?"

क्लेअर, ह्यावर नको त्या ठिकाणी हात ठेवत, मादक आवाजात म्हणते, "मी तुझी मिस्ट्रेसही बनायला तयार आहे!"

"तू फक्त १६ वर्षांची आहेस क्लेअर..." मी तिचा हात हळुवारपणे दूर करत म्हणतो.

"मग? बऱ्यापैकी मोठी आहे की?... शी, तुझे हात इतके ओले का आहेत?"

क्लेअर वरचा दिवा लावते, तसं, मला तिच्या ड्रेस आणि चेहऱ्यावर रक्ताचे चट्टे दिसतात! मी घाबरून माझ्या हातांकडे बघतो, तर तिथेही रक्ताचे चट्टे असतात.

"हेन्री, अरे काय हे??"

"मला नाही माहिती क्लेअर?..." मी माझा तळहात चाटतो, तसं तिथलं रक्त पुसलं जाऊन चार मोठे ओरखडे दिसू लागतात.

मग, मी हसू लागतो! "अगं, हे तुझ्या नखांचे व्रण आहेत! तू दिवे न लावता गाडी चालवत होतीस ना...?"

हे ऐकून क्लेअर संतापाने पुन्हा दिवे मालवते आणि आम्ही अंधारात बसून राहतो. रातकिड्यांचा आवाज पुन्हा घुमू लागतो. 'मला तुला घाबरवायचं नव्हतं."

"हो, आज तू घाबरवलंस खरं मला. पण एरव्ही तू गाडी चालवत असताना मी निर्धास्त असतो. फक्त..."

"काय?"

"मी लहानपणी एका मोठ्या अपघातात सापडलो होतो, तेव्हापासून मला गाडीत बसायला आवडत नाही."

"ओ! सॉरी!"

"ठीक आहे क्लेअर. अगं, वाजले किती बघ बरं?"

"अरे देवा! १२:१२ झाले आहेत. खूपच उशीर झाला! आणि आता मी ह्या अवतारात आत तरी कशी जाऊ?"

मग मी तिच्या वरच्या ओठाखाली माझ्या हातावरचं थोडं रक्त लावत म्हणतो, "घे, तुझ्या नाकातून रक्त वाहायला लागलं, असं सांग."

"ठीक आहे... पण एट्टा मला असं बघून झीट येऊन पडेल, हे नक्की!"... असं म्हणत क्लेअर गाडी चालू करते.

"एट्टा? पण मग तुझे आई-वडील कुठे आहेत?"

"मॉम झोपली असेल आणि डॅड आज पोकर खेळायला गेले असतील."

"माझी मुलगी जर अशी परवाना मिळाल्याच्या पहिल्या दिवशी गाडी घेऊन गेली असती ना, तर मी तिला सुखरूप येताना बघेपर्यंत दाराशी तळ ठोकून राहिलो असतो!"

"आपल्याला मुलं आहेत?"

"सॉरी, ती बातमी गुप्त आहे."

"मी माहिती-अधिकार कायद्याखाली ती बातमी मिळवण्यासाठी अर्ज करीन!"

"नक्की कर!" मी तिचं हलकंसं चुंबन घेत म्हणतो. "तुला जे समजेल ते मलाही सांग! एट्टासाठी तुला शुभेच्छा!"

"गुड नाईट हेन्री!"

"गुड नाईट!..." असं म्हणत मी कमीत कमी आवाज करत गाडीबाहेर पडतो. तशी, गाडी पुढे जाऊन अंधारात लुप्त होते. मी तिच्या पाठोपाठ चालत जाऊन, कुरणात माझ्यासाठी बनवून ठेवलेल्या गादीकडे जातो.

रविवार, २७ सप्टेंबर १९८७
(हेन्री ३२ वर्षांचा, क्लेअर १६ वर्षांची)

हेन्री : मी अचानकपणे कुरणात अवतरतो – त्या मोकळ्या जागेपासून १५ फूट दूर. मला अतिशय मळमळल्यासारखं होतंय – डोकं गरगरतंय, उलटी होईलसं वाटतंय... म्हणून मग मी थोडा वेळ शांतपणे बसून राहतो... हा! आता कुठे जरा बरं वाटतंय. वातावरण गारठ्याचं आणि एकंदरीत रटाळच आहे. मी सुकलेल्या गवतात लपलेला असल्याने, माझ्या अंगाला गवत बोचतंय. थोड्या वेळाने मला

बरं वाटू लागतं, तसा मी उभा राहून, कुरणाकडे चालू लागतो.

क्लेअर मोठ्या दगडापाशी टेकून बसली आहे. ती काही बोलत नाही, पण माझ्याकडे जराशा रागीट नजरेने बघते. अरे बापरे, आता काय गुन्हा केला मी? ती सध्या ग्रेस केलीच्या पेहरावांनी प्रभावित आहे.– म्हणूनच तिने एक निळा लोकरीचा कोट आणि लाल स्कर्ट घातला आहे. मला मात्र इथे हुडहुडी भरली आहे. तशाच अवस्थेत मी कपड्यांचा डबा धुंडाळतो आणि कापऱ्या हातांनी त्यात सापडलेल्या जीन्स, स्वेटर, लोकरीचे मोजे, ओव्हरकोट, बूट आणि हातमोजे चढवतो. एकूण-एक कपडे काळे असल्यामुळे विम वेंडर्सच्या सिनेमातला नट शोभू लागतो! मी क्लेअरजवळ बसून हळुवारपणे विचारतो, "हाय क्लेअर, बरी आहेस ना?"

"हाय हेन्री, हे घे..." माझा प्रश्न टाळत ती माझ्या हातात एक थरमास आणि सॅन्डविच कोंबते.

"थँक्स, पण मला जरा मळमळतंय, त्यामुळे मी हे थोड्या वेळाने खातो... चालेल ना?" असं म्हणत मी ते सामान दगडावर ठेवतो. थरमासमध्ये कॉफी आहे, मला त्याचा वास घेऊनच तरतरी येते.

"आता सांग, तू बरी आहेस का?"

क्लेअर माझ्याकडे बघत नाही; निरखून पाहिल्यावर लक्षात येतं की, ती रडत आहे.

"हेन्री, तू माझ्यासाठी कुणाला मारू शकतोस का रे?"

"काय?"

"मला कुणालातरी बेदम चोपायचंय, पण मी त्या व्यक्तीसमोर खूप खूप लहान आहे आणि तसंपण मला मारामारी करता येत नाही. तू माझं इतकं काम करू शकशील का?"

"काय म्हणतेस काय तू? आणि कशासाठी?"

क्लेअर मान खाली घालत बोलते, "ते मला सांगावंसं वाटत नाही. फक्त माझ्यावर विश्वास ठेव, की त्याला चोप मिळणं अतिशय गरजेचं आहे."

मला वाटतं, मला हे प्रकरण माहितेय. मी ही कहाणी पूर्वी ऐकलीये. मी निःश्वास टाकत क्लेअरच्या खांद्यावर हात टेकतो. ती माझ्या हातावर आपलं डोकं ठेवते.

"हे त्या कुठल्याशा मुलाबद्दल आहे ना, ज्याच्यासोबत तू एकदा डेटवर गेलेलीस?"

"हो."

"आणि तो एकदम नालायक निघाला... मी त्यालाच धडा शिकवावा, अशी तुझा इच्छा आहे ना?"

"हो."

"क्लेअर, बरीचशी मुलं अशीच असतात. मीसुद्धा एके काळी असाच होतो..."

क्लेअर ह्यावर हसत बोलते, "छे! तू जेसन एव्हरलेइतका नालायक असणं शक्यच नाही."

"तो फुटबॉलपटू की कोण आहे ना?"

"हो."

"क्लेअर, तुला असं वाटतं का की मी माझ्यापेक्षा अर्ध्या वयाच्या आणि दुप्पट देहयष्टीच्या मुलाचा पाडाव करू शकेन? आणि तू अशा कुणाबरोबर फिरायला गेलीसच कशी?"

ह्यावर ती खांदे उडवत बोलते. "शाळेत सगळे जण मला चिडवत होते. कारण मी कुठल्याच मुलाबरोबर फिरायला जात नव्हते. अगदी रूथ, मेग आणि नॅन्सीसुद्धा विचारू लागलेल्या की, मी समलिंगी आहे, ह्या माझ्याबद्दलच्या अफवा खऱ्या आहेत का? माझी मॉमसुद्धा विचारत होती की, मी मुलांबरोबर फिरायला का जात नाही? मुलं मला विचारतात आणि मी त्यांना नकार देते. त्यात भरीसभर म्हणजे, बीटराईस दिलफर्ड नावाची, खरोखरंच समलिंगी असलेली मुलगीदेखील मला विचारू लागली की, मी त्यांच्यातलीच आहे का? मी नाही म्हणाले, तेव्हा ती म्हणाली की तिला वाटलंच होतं. पण सगळे जण तसाच कयास बांधत होते, म्हणून तिनं विचारलं. म्हणून मग मी विचार केला की, हा गैरसमज दूर करायला तरी मला मुलांबरोबर फिरायला जायलाच हवं; आणि म्हणूनच, जेसनने विचारलं, तेव्हा मी लगेच हो सांगून टाकलं. तसाही तो दिसायलाही देखणा होता. लोकप्रिय होता... मी अंदाज बांधला की, त्याच्या सोबत गेले, तर आपोआपच सगळ्या शाळेला कळेल आणि माझ्यामागची ही कटकट तरी सुटेल."

"म्हणजे, ही तुझी डेटवर जायची पहिलीच वेळ होती?"

"हो. आम्ही एका छान इटालियन हॉटेलात गेलो. लॉरा, माईक आणि अजून काही जणंही सोबत होती. मी अर्धे पैसे देण्याचं कबूल केलं, तर त्याने नकार देत म्हटलं की तो असं कधीच करत नाही. मग आम्ही शाळा, फुटबॉल अशा बऱ्याच विषयांवर गप्पा मारल्या. नंतर आम्ही 'फ्रायडे दी थर्टीन्थ' बघायला गेलो. –टुकार सिनेमा आहे. कधीही बघू नकोस."

"मी बघितलाय."

"ओ! का? तुला असे सिनेमे आवडत असतील, असं वाटत नाही."

"तू बघितलास त्याच कारणाने; माझ्याबरोबरच्या मैत्रिणीला बघायचा होता."

"कोण ती?"

"होती एक. अॅलेक्स म्हणून."

"कशी होती ती?"

"मोठे स्तन असलेली, बँकेत काम करणारी... तिला चापट्या मारून घ्यायला खूप आवडायचं!" मी हे बोलून गेलो खरा आणि मग लक्षात आलं–समोर माझी बायको नव्हे, तर लहानगी क्लेअर बसली आहे. मी मनातल्या मनात स्वत:ला शिव्या हासडल्या.

"चापट्या? कशाला?"

क्लेअर निरागस चेहऱ्याने विचारते खरी, पण तिच्या गालातल्या गालात हसण्याची लकब काही वेगळंच सांगू पाहते. मी तरीही शिताफीने विषय बदलतोच.

"ते जाऊन दे. मग, पुढे काय झालं?"

"हा, मग त्याला ट्रॅव्हर्सला जायचं होतं..."

"ट्रॅव्हर्स काय आहे?"

"एक ओसाड शेत... जिथे लोक... अं... ते करायला जातात!" क्लेअर बारीक आवाजात कबुली देते.

मी ह्यावर काहीच बोलत नाही.

"पण मला कंटाळा आला होता. मला घरी जायचं होतं. मी त्याला तसं सांगितल्यावर तो... पिसाटलाच."

"मग काय झालं?"

"त्याने मला घरी जाऊ दिलं नाही. आम्ही कुठे होतो, हे मला नीटसं समजत नव्हतं. कदाचित रूट १२ वर होतो. तो फक्त इथे तिथे गाडी फिरवत बसला आणि मग अखेर एका झोपडीवजा घरात घेऊन गेला. जवळून कुठूनतरी तलावाचा आवाज येत होता. त्याच्याकडे त्या घराची किल्ली होती."

आता मला हे ऐकून जरा भीती वाटू लागली आहे. क्लेअरने मला हे सगळं कधीच सांगितलेलं नाहीये. फक्त एवढंच सांगितलेलं आहे की, ती एकदा जेसन नावाच्या मुलासोबत एका अतिशय वाईट डेटवर गेली होती. क्लेअर पुन्हा शांत बसलेली आहे.

"त्याने तुझ्यावर बलात्कार केला का क्लेअर?"

"नाही. तो म्हणाला, मी त्यासाठीही लायक नाहीये... तो म्हणाला... नाही त्याने माझ्यावर बलात्कार केला नाही. त्याने मला फक्त खूप... त्रास दिला... शारीरिक त्रास..."

क्लेअरला पुढे बोलणंही जड जातंय, इतकं काय केलं त्या नराधमाने? मी असा विचार करत असतानाच, क्लेअर आपल्या कोटाची बटणं उघडून मला आपली पाठ दाखवते–तिच्या गोऱ्यापान पाठीवर त्यावरचे काळे-निळे व्रण ठळकपणे उठून दिसतात! ती पुन्हा माझ्याकडे वळते, तेव्हा तिच्या उजव्या स्तनावर एक

विद्रूप, मोठा सिगारेटीचा डाग दिसतो! मी तिला ह्यापूर्वी एकदा त्या डागाबद्दल विचारलेलं, पण तेव्हा तिने तो विषय टाळलेला. मी ह्या माणसाचा खून करणार आहे! मी त्याला आयुष्यासाठी पांगळा करून ठेवणार आहे!

क्लेअर माझ्या पुढ्यात शर्ट न घालता बसून राहिली आहे, मी तिला तिचा शर्ट हातात देतो– तो ती चढवते.

"बरं, मला सांग, हा मुलगा मला सापडेल कुठे?"

"मी नेते तुला तिथे..."

क्लेअर मला आपल्या घरापासून दूर एका ठिकाणी नेऊन तिच्या फियाट गाडीत बसवते. दुपारचा प्रहर असूनही तिने गडद लिपस्टिक लावली आहे, डोळ्यांवर मोठा उन्हाचा चष्मा लावला आहे आणि केस घट्ट बांधून घेतले आहेत. सोळा वर्षांपेक्षा ती बरीच मोठी दिसते आहे... खरं तर, आताच रेअर विंडोजमधून निघाल्यासारखी दिसते आहे.

आम्ही वेगाने, झाडांनी बहरलेल्या रस्त्याने धावू लागलो. पण कुणीही त्याचं सौंदर्य निरखण्याच्या मनस्थितीत नाहीये. माझ्या मनात तर क्लेअरशी त्या दिवशी झालेलं संभाषणच घिरट्या घालून राहिलं आहे.

"किती मोठा आहे तो?"... मी मध्येच क्लेअरला विचारतो.

"तुझ्यापेक्षा काही इंच तरी उंच असेल आणि कदाचित पन्नासेक पौंडांनी जाड!"

"देवा!!!"

"घाबरू नकोस, मी हे आणलंय..." असं म्हणत क्लेअर आपल्या पर्समधून पिस्तुल काढते.

"क्लेअर!!!"

"डॅडचं आहे."

माझ्या डोक्यात विचार गरगरू लागतात. "क्लेअर, ही कल्पना फारशी चांगली वाटत नाहीये मला. म्हणजे असं की, माझं डोकं फिरलं, तर मी ती चालवीनही आणि तो सगळा मूर्खपणा होऊन बसेल... थांब एक मिनिट..." असं म्हणत मी क्लेअरकडून पिस्तुल घेत, त्यातल्या गोळ्या काढून तिच्या पर्समध्ये टाकतो. "हं, आता ठीक आहे, आता तुझी कल्पना उत्तम आहे."

ह्यावर क्लेअर माझ्याकडे प्रश्नार्थक नजरेने पाहते. पण मी तिच्याकडे दुर्लक्ष करत, पिस्तुल माझ्या कोटाच्या खिशात टाकून तिला विचारतो, "तुला मी हे निनावीपणे करावं, असं वाटतं, की ह्यापाठी तू आहेस, हे त्याला समजायला हवंय?"

“मला तिथे असायचंय.”

“अच्छा!?”

क्लेअर एका खासगी गल्लीत गाडी नेऊन थांबते आणि मला म्हणते, “माझी अशी इच्छा आहे की, तू त्याला एका निर्जन ठिकाणी घेऊन जाऊन खरपूस चोपावं आणि मी त्याच्यासमोर उभं राहून ते पहावं. मला त्याला चळाचळा कापताना, गयावया करताना बघायचंय.”

ह्यावर मी नि:श्वास टाकत तिला सांगतो, “क्लेअर, मी एरव्ही कधीच अशा मारामाऱ्या करत नाही गं, मी मारतो ते केवळ स्वसंरक्षणार्थ.”

“प्लीज!!!...” क्लेअर इतक्या कळवळ्याने म्हणते की माझ्यासमोर आता पर्यायच उरत नाही.

“बरं चल.”

आम्ही त्याच गल्लीत पुढे जाऊन एका मोठ्या, नव्याकोऱ्या कलोनियल (इंग्रजी) शैलीत बांधलेल्या घरासमोर जाऊन थांबतो. घरासमोर कुणाच्या गाड्या दिसत नाहीयेत, पण वरच्या मजल्यावरून संगीत ऐकू येतंय. आम्ही मुख्य दरवाजाशी जातो, क्लेअर दार ठोठावते– मी त्या वेळी जरा आडोशात लपतो. जरा वेळाने संगीत बंद होतं आणि पायऱ्यांवरून धपधप करत येणाऱ्या पावलांचा आवाज येतो.

दरवाजा उघडला जातो आणि त्यापाठोपाठ एक भारदस्त आवाज येतो, “काय? तुला अजून प्रसाद हवाय का? म्हणूनच आली आहेस वाटतं परत?”

हे ऐकून माझी तळपायाची आग मस्तकात जाते. मी क्लेअरच्या शेजारी प्रकट होऊन जेसनच्या छातीवर बंदूक रोखतो.

“हाय जेसन... मला वाटतं, तुला जरा आमच्यासोबत सैर करायला आवडेल...” क्लेअर शांतपणे म्हणते.

ह्यावर जेसन स्वत:च्या बचावासाठी तेच करतो, जे मी केलं असतं. खाली पडून एका बाजूला घरंगळू पाहतो, पण मी त्याला चपळाईने जखडून, त्याच्या छातीवर बुक्के हाणून त्याच्यावर मात करतो. मग, उभा राहून, त्याच्या छातीवर पाय रोवून त्याच्या डोक्यापाशी पिस्तुल रोखून क्लेअरला विचारतो, “कुठली जागा खेळतो हा फुटबॉलमध्ये?”

“हाफबॅक.”

“हं... कुणाला वाटलंही नसतं... चला महाशय, पुढे व्हा; हात वर धरा... अशा प्रकारे की, मला ते दिसतील.”

तो निमूट ऐकतो आणि आम्ही त्याला दरवाजाबाहेर काढतो. इतक्यात मला एक कल्पना सुचते. मी क्लेअरला घरात जाऊन एक दोरखंड, कात्री आणि

चिकटपट्टी घेऊन यायला सांगतो.

"कुठे करावं आपण हे काम?"

"चल, जंगलात घेऊन जाऊ या ह्याला!"

आम्ही त्याला जंगलापर्यंत फरफटत नेईपर्यंत, जेसन धपापू लागतो. थोडा वेळ शोध घेतल्यावर आम्हाला पाहिजे तशी जागा सापडते. क्लेअरही त्या जागेला अनुमती देते.

मी तिच्याकडे पाहतो, रेमंड शॅन्डलरच्या रहस्यकथांमधल्या खुन्यांसारखी दिसतेय ती.

"त्याला झाडाला बांधू या" असं म्हणत मी क्लेअरच्या हातात पिस्तुल देतो आणि जेसनचे हात झाडापाठी बांधतो. मग मी माझं लक्ष चिकटपट्टीकडे वळवतो– सगळी पट्टी संपवण्याचा इरादा आहे माझा. इतक्यात लक्षात येतं की जेसन जोरजोराने श्वास घेऊ लागला आहे. मी क्लेअरकडे प्रश्नार्थक नजरेने पाहत विचारतो, 'हा अस्थमाचा रुग्ण आहे का?" क्लेअर जेसनकडे तुच्छतेने पाहत त्याला तोच प्रश्न विचारते. तो उत्तरादाखल होकार भरतो. त्याला तर आता बोलवतही नाहीये. त्याचे डोळेही दिसेनासे झाले आहेत.

"मी त्याचा पंप घेऊन येते", असं म्हणत, क्लेअर माझ्या हातात पिस्तुल देत आत जाते. जेसन मोठाले श्वास भरत बोलण्याचा प्रयत्न करतो.

"तू...तू कोण आहेस?"

"मी क्लेअरचा बॉयफ्रेंड आहे, समजलं? आणि मी इथे तुला काही शिष्टाचार शिकवायला आलो आहे. कारण तुला त्यांची तातडीने गरज आहे." मग मी माझा दम देण्याचा आवाज बदलत, शांतपणे त्याला विचारतो, "तू तिच्याशी असं वागूच कसा शकलास? ती इतकी लहान, इतकी निरागस आहे... आणि तू आता सगळं बरबाद करून ठेवलयंस."

"ती... ती आम्हा सगळ्यांना खेळवत राहते... आमच्या विनवण्यांना दाद देत नाही."

"अरे, तिला समजतही नाहीत तुमच्या विनवण्यांचे अर्थ! हे म्हणजे एखाद्या मांजरीच्या पिल्लाने तुम्हाला ओरखाडलं, म्हणून त्याचा जीव घेण्यासारखं झालं."

ह्यावर जेसन गप्प बसतो. त्याचा श्वास आता अजूनच दीर्घ येत आहे. माझी काळजी वाढीला लागते तोच, क्लेअर पंप घेऊन येते. माझ्याकडे प्रेमळ नजरेने पाहत विचारते, "हे कसं वापरतात तुला माहितीये का डार्लिंग?"

"मला वाटतं, तो पंप जरा हलवून त्याच्या तोंडात टाक आणि वरून दाब." क्लेअर सांगितल्याप्रमाणे करते; त्याला अजून हवंय का ते विचारते. तो होकार भरतो, तसं ती पुन्हा ती प्रक्रिया करते. चार वेळा तसं केल्यावर जेसनचा श्वास जरा

ताळ्यावर येतो.

"चल, तू तयार आहेस?" मी क्लेअरला विचारतो.

तशी ती कात्री हवेत फिरवून दोन-चारदा तिला कचकवते. जेसन घाबरतो. क्लेअर त्याच्याकडे लक्ष न देता, जेसनजवळ जाते आणि शांतपणे त्याचे कपडे कापू लागते.

"अगं... अगं"

"शांत रहा जेसन, तुला कोणी त्रास देत नाहीये. किमान, सध्यातरी."

इतकं बोलणं होईपर्यंत क्लेअर त्याच्या जीन्स कापते आणि टी-शर्टकडे आपला मोर्चा वळवते. मी, चिकटपट्टी उलगडून जेसनच्या घोट्यापासून जांघेपर्यंत त्याला बांधून टाकतो. तिथपर्यंत पोहोचल्यावर क्लेअर मला थांबवण्याचा इशारा करते. मग ती त्याचं अंतर्वस्त्र कापून काढते, मग मी त्याच्या कमरेपासून वर पट्टी बांधू लागतो. आता जेसनच्या सर्वांगाला घाम फुटतो. मी तरीही आपलं काम चालूच ठेवतो. पार त्याच्या खांद्यापर्यंत जेसनला डकवून टाकतो! जेसनला आता फक्त श्वास घेता येतोय, त्याच्या सर्वांगाला चिकटपट्टी बांधलेली आहे... फक्त चेहरा आणि त्याचं घाबरून ताठरलेलं लिंग सोडल्यास! आम्ही कौतुकाने आमची उत्कृष्ट कामगिरी न्याहाळतो. क्लेअर एकाएकी खदखदून हसू लागते... एखाद्या चेटकिणीसारखी! मी तिच्याकडे तीव्र कटाक्ष फेकतो. कारण ह्याच हास्यात दडलेली आहे ती विभक्ती रेष, जी क्लेअरमधल्या लहान मुलीला संपवून तिला एक स्त्री बनवते.

"आता पुढे काय?" खरंतर मला त्याला अक्षरश: सोलून काढायचाय. पण मग मला अशा दयनीय अवस्थेत बांधलेल्या माणसाला मारायचंही जिवावर आलंय. नशिबाने, क्लेअर अजून कुठल्या भन्नाट कल्पना न काढता, म्हणते "अं, मला वाटतं, ह्याला एवढी शिक्षा पुरे झाली."

मला हायसं वाटतं. म्हणून मग मी फुशारक्या मारायला म्हणतो, "नक्की? तुला पाहिजे तर मी अजून बऱ्याच गोष्टी करू शकतो... ह्याचे कान फोडू शकतो... किंवा नाक... नको, त्यापेक्षा ह्याच्या घोट्याची ॲचिलस नसच कापतो. म्हणजे ह्याला फुटबॉलच खेळता येणार नाही."

"नाही!!!" जेसन हे ऐकून जोरात ओरडतो.

"मग माफी माग हिची."

जेसन आधी आढेवेढे घेतो, मग म्हणतो, "मला माफ कर क्लेअर."

"छे, ह्यात काही दम नाही बाबा!..."

"तेच तर! थांब हेन्री..." असं म्हणत क्लेअर आपल्या पर्समधून एक पार्कर पेन काढते आणि जेसनच्या छातीवरच्या पट्टीवर लिहिते. तिने त्यांच्या डेटचं वर्णन लिहिलेलं असतं. मग पेन आपल्या पर्समध्ये टाकून म्हणते, "चल हेन्री, निघू या.

“अगं, त्याला असं इथे ठेवलं आणि त्याला पुन्हा अस्थमा झाला तर?”

“बरं, मग मी काही लोकांना बोलावते.”

“थांब!” जेसन ओरडतो.

“काय?”

“कुणाला बोलावते आहेस? रॉबला बोलाव.”

ह्यावर क्लेअर हसते आणि बोलते, “मी आपल्या ओळखीच्या सगळ्या मुलींना बोलवते आहे.”

मी जेसनच्या डोक्याशी पिस्तुल लावत दरडावतो, “माझ्याबद्दल कुणालाही सांगितलंस, तर मी परत येऊन तुझे असे हाल करीन की, तू ना जेवू शकणार, ना झोपू शकणार, ना कुठल्या मुलीला हात लावू शकणार! ह्यापुढे क्लेअर तुझ्या दृष्टीने फक्त एका चांगल्या घरातली मुलगी आहे. ती तिच्या व्यक्तिगत मतामुळे मुलांबरोबर फिरत नाही. काय समजलास?”

जेसन माझ्याकडे तीव्र संतापाने पाहत उद्गारतो, “समजलं.”

“आज आम्ही तुला फारच स्वस्तात सोडलंय. पण ह्यापुढे जर तू क्लेअरला त्रास देतोयंस असं माझ्या कानावर आलं तर... समजतंय ना मी काय म्हणतोय ते?”

“हो.”

“उत्तम! चला, मजा आली तुला भेटून.”

“ए शहाण्या...”

जेसनचा मग्रूर आवाज येताच मी संतापाने मागे धावत जातो आणि त्याच्या जांघेत करकचून लाथ घालतो! जेसन किंचाळू लागतो. क्लेअर थरथरत्या चेहऱ्याने पुतळ्याप्रमाणे शेजारी उभी राहते. मला वाटतं की, कुठल्याही क्षणी जेसन चक्कर येऊन पडणार की काय?!

“चल क्लेअर.”

क्लेअर निमूटपणे माझ्या मागे येऊन गाडीत बसते, जेसन ओरडतच राहतो! आम्ही त्याच्याकडे दुर्लक्ष करून गाडी सुरू करतो.

क्लेअर गाडी चालवत असताना मी तिला निरखत राहतो. “तुला हेच हवं होतं ना?”

“हो, अगदी माझ्या मनाप्रमाणे झालं सगळं. थॅन्क्यू.”

“अगं ठीक आहे...” मला चक्कर येऊ लागली आहे. “मला वाटतं, मी जातोय की क्लेअर...”

क्लेअर रस्त्याच्या कडेला गाडी लावते आणि मला फर्मावते, “माझा किस घे.”

मी तिने फर्मावल्याप्रमाणे करतो आणि अदृश्य होतो.

सोमवार, २८ सप्टेंबर १९८७, (क्लेअर १६ वर्षांची)

क्लेअर : सोमवारी शाळेत सगळ्या जणी माझ्याकडे पाहत आहेत, पण कुणीच बोलत नाहीये. मला गुप्तहेर हॅरियटची वही इतरांना सापडल्यावर तिला जसं झालं असेल, तसं वाटतंय. मी इंग्रजीच्या तासाला रूथशेजारी येऊन बसते, तेव्हा ती माझ्याकडे मंद बघून हसते. पण तिच्या चेहऱ्यावर काळजी का दाटून आलेली दिसेतय? मी तिला काही बोलत नाही. पण मग तिचा लहानसा, कोमट हात माझ्या हातावर पडलेला जाणवतो. इतक्यात, पारटाकी सर वर्गात येतात, तशी रूथ माझा हात सोडून देते. पारटाकी सरांना सगळा वर्ग अनपेक्षितरीत्या शांत असल्याचं जाणवतं. "सुटी छान गेली का सगळ्यांची?" ते आपल्या सौम्य आवाजात विचारतात. त्यावर स्यू वॉन्ग उद्गारते, "हो... गेली की!" आणि मग वर्गात एकच खसखस पिकते. पारटाकी सर गोंधळून इथेतिथे बघतात आणि मग म्हणतात, "बरं, उत्तम मग; चला आता बिली बडकडे वळू या. १८५१ मध्ये हर्मन मेलविकने मोबी डिक, अर्थात 'द व्हेल' प्रकाशित केलं. पण अमेरिकन जनतेने त्याला काडीचंही महत्त्व दिलं नाही..." पारटाकी काय बोलतात, याकडे माझं काही लक्ष नाहीये. आत शर्ट घातला असूनही, माझा स्वेटर मला टोचतोय. माझ्या बरगड्या दुखत आहेत. माझ्या वर्गमैत्रिणी हिरीरीने बिली बडबद्दलच्या चर्चा करत आहेत... पण मला काहीच सुचत नाहीये. शेवटी एकदाची वर्ग संपल्याची घंटा वाजते आणि त्या सगळ्या वर्गाबाहेर पळतात. मी मागून हळूहळू चालत जाते. रूथ एकटी माझ्यासोबत थांबते.

"तू ठीक आहेस का?"

"बरीचशी."

"तू सांगितलंस ते केलं मी."

"किती वाजता?"

"सहाच्या सुमारास. मला भीती वाटत होती की, त्याचे आईवडील घरी आले आणि त्याला त्या अवस्थेत पाहिलं तर काय? चिकटपट्टी काढणं तसं कठीणच गेलं. त्याच्या छातीचे सगळे केस उपटले गेले."

"बरं झालं! त्याला कुणी बघितलं का?"

"हो! सगळ्यांनीच! म्हणजे सगळ्या मुलींनी तरी. मुलं नव्हती कुणी."

आता सगळे वर्ग रिकामे झाले आहेतसं बघून रूथने मला विचारलं, "क्लेअर, तू हे का केलंस हे मला समजलं, पण कसं केलंस हे नाही समजलं!"

"मला एका व्यक्तीने मदत केली..."

इतक्यात पुढच्या तासाची घंटा वाजते आणि रूथ टुणकन उडीच मारते!

“देवा! मला जिमला जायला पुन्हा उशीर झाला! ह्या आठवड्यात पाचव्यांदा होतंय हे!”

असं म्हणत ती “मला उरलेली गोष्ट जेवताना सांग नक्की!” असं वचन घेत, जिमच्या दिशेने पळू लागते.

मीदेखील मग माझ्या फ्रेंचच्या वर्गाकडे वळते.

“आह! या, या मदाम ॲब्शायर!” सिमोन मदाम माझं स्वागत करत म्हणतात.

मी लॉरा आणि हेलनच्या मध्ये बसते. हेलन मला चिठी लिहिते, ‘जे झालं ते बरंच झालं.’

आज वर्गात मॉन्तेच्या लिखाणाचा अनुवाद सुरू आहे. आम्ही शांतपणे काम करत आहोत आणि सिमोन मदाम वर्गात फिरून मुलींना आपल्या चुका काढून दाखवत आहेत. पण माझं लक्ष लागत नाहीये. हेन्रीच्या चेहऱ्यावरचा तो भाव... जेव्हा त्याने जेसनला लाथ मारलेली–जणू तो त्याच्यासाठी हातचा मळच होता! आणि मग माझ्या चेहऱ्यावरचा भाव पाहून, त्याला वाटलेली चिंता... की आता माझी काय प्रतिक्रिया होईल? मला त्या क्षणी जाणवलं होतं की, हेन्रीला जेसनला मारण्यात मजा येत होती... पण ते, जेसनला मला मारण्यात वाटलेल्या मजेप्रमाणेच होतं का? नाही, तसं वाटत नाही. हेन्री चांगला माणूस आहे. पण म्हणून, त्याचं वागणं योग्य ठरतं का? आणि त्याने तसं करावं, ही माझी इच्छा तरी योग्य होती का?

“क्लेअर, लक्ष कुठे आहे?” सिमोन मदाम दटावतात, तसं मला भान येतं.

घंटा वाजल्यावर पुन्हा आम्ही सगळ्या वर्गाबाहेर पडतो. मी हेलनसोबत बाहेर पडते. लॉरा मला मिठी मारून तिच्या संगीताच्या वर्गाकडे धाव घेते. मला आणि हेलनला तिसऱ्या तासाला जिममध्ये जायचंय. तोपर्यंत आमच्याकडे मोकळा वेळ आहे.

अखेर हेलनला राहवत नाहीच! हसत हसत मला विचारते, “सांग, सांग मुली, तू त्या नराधमाला त्या झाडाला बांधलसंच कसं? माझा तर माझ्या डोळ्यांवर विश्वासच बसेना!”

मला आता ह्या प्रश्नाचा कंटाळा येत जाणार, हे उघड आहे.

“असले प्रकार करण्यात माहीर असलेला एक माणूस माहितेय मला. त्याने मदत केली माझी.”

“कोण हा मदतनीस?”

“आहे, माझ्या डॅडचा एक अशील.”

"क्लेअर, तू खोटं बोलण्यात किती कच्ची आहेस गं!!"

ह्यावर मी फक्त हसते. काहीच बोलत नाही.

"हेन्रीने मदत केली ना तुला?"

मी ह्यावरही फक्त मान हलवून, ओठावर बोट ठेवत हेलनसोबत लेडीज जिममध्ये येते. आम्ही आत येतो... आणि काय आश्चर्य! सगळ्या मुली एकाएकी गप्प होऊन माझ्याकडे पाहू लागतात. मग थोड्या वेळाने हलक्या आवाजात कुजबूज सुरू होते. मी त्याकडे लक्ष न देता माझ्या लॉकरमधून जिमचे कपडे आणि बूट काढते. मग माझे बूट-मोजे काढून माझ्या अंतर्वस्त्रांवर उभी राहते. मी ब्रा घातलेली नाहीये, मला आवडत नाही ती... फार टोचते.

"हे हेलन!" असा हेलनच्या नावाने पुकारा करत, मी शर्ट काढून तिच्या समोर उभी राहते.

ती आ वासून माझ्या काळ्या-निळ्या व्रणाकडे बघतच राहते. "क्लेअर!!! अगं काय आहे हे?" काही व्रण तर कालच्यापेक्षाही वाईट दिसतायंत. हिरवेच पडले आहेत. माझ्या मांड्यांवर जेन्सनच्या बेल्टने पडलेले चट्टे आहेत.

हेलन भानावर आल्यावर माझ्याजवळ येत, मला मिठी मारते–अर्थात, मला दुखू नये, ह्याची काळजी घेत. सगळ्या खोलीत शांतता पसरली आहे. मी हेलनच्या मिठीमधून मागे बघते, तर सगळ्या मुलींची नजर माझ्यावरच खिळलेली आहे. माझी अवघडलेली अवस्था लक्षात येऊन, हेलन मला मिठीतून मुक्त करत, मुलींकडे पाहत उद्‌गारते, "मग? कशी वाटली शिक्षा?"

ह्यावर एकच जल्लोष उडतो आणि वातावरणातला ताण मोकळा होऊन, सगळ्या जणी हसत, उड्या मारत, जेसनला घडलेल्या अद्दलीबद्दल आनंद व्यक्त करायला लागतात.

बुधवार, १२ जुलै, १९९५

(क्लेअर २४ वर्षांची, हेन्री ३२ वर्षांचा)

क्लेअर : मी अर्धवट झोपेत, गादीवर पडून राहिले आहे. इतक्यात मला हेन्रीचा हात माझ्या पोटावर फिरताना जाणवतो. तेव्हा लक्षात येतं की, तो परत आलाय. मी डोळे उघडते, तसा तो त्या सिगारेटच्या पुसटशा उरलेल्या डागाचा मुका घेतो. मी प्रेमाने त्याच्या चेहऱ्यावर हात फिरवते आणि म्हणते, "थँक्यू." त्यावर तो उत्तरतो, "ठीक आहे गं." झाल्या प्रकरणावर आमच्यात घडलेलं हे अखेरचं संभाषण.

रविवार, ११ सप्टेंबर, १९८८
(हेन्री ३६ वर्षांचा, क्लेअर १७ वर्षांची)

हेन्री : एका सुंदर सप्टेंबरच्या दुपारी, मी आणि क्लेअर सोनेरी सूर्यकिरणांच्या छायेत, फळबागेत पहुडलो आहोत. सर्वत्र स्तब्धता पसरली आहे. दूरपर्यंत, गवताची पाती डोलत आहेत. आम्ही सफरचंदाच्या झाडाखाली बसलो आहोत. क्लेअर, पाठीमागे ठेवलेली उशी नीट करत, झाडाच्या बुंध्याला अजून आरामात टेकून बसते. मी तिच्या मांडीवर डोकं ठेवून पहुडलो आहे. आम्ही नुकत्याच संपवलेल्या जेवणाचे अवशेष, अर्ध्या खाल्लेल्या सफरचंदांबरोबर आजूबाजूला विखरून पडले आहेत. मला निरतिशय तृप्त वाटतंय. माझ्या वर्तमानात सध्या जानेवारी महिना सुरू आहे आणि मी आणि क्लेअर बऱ्याच अडचणींना तोंड देत उभे आहोत.

"मला तुझं चित्र काढावंसं वाटतंय."

"असं? उलटं आणि झोपलेल्या स्थितीत?"

"हो! का? किती तृप्त, शांत दिसतोयंस तू."

"बरं, मग काढ."

खरं तर इथे आम्ही आलोय, ते चित्रं काढण्यासाठीच. कारण क्लेअरला चित्रकलेच्या वर्गासाठी निरनिराळ्या झाडांची चित्रं काढायला सांगितली आहेत.

ती गुडघ्यांवर आपली वही बसवत, खडू हातात घेते.

"मी वेगळ्या पद्धतीने बसू का?"

"नको. ते फारच कृत्रिम दिसेल. आहेस तसाच बस."

मग, मी झाडांच्या पानांकडे पाहत तसाच बसून राहतो.

स्तब्ध बसणं ही खरंतर एक सवय आहे. मला ती सवय आहे. वाचताना, विचार करताना मी स्तब्ध बसू शकतो; पण क्लेअरसाठी तसं करणं मला, का कुणास ठाऊक, बरंच जड जातंय. अगदी आरामदायक वाटणारी मुद्रासुद्धा पंधरा मिनिटांपेक्षा जास्त वेळ धरणं, त्रासदायक होतंय.

मी फक्त डोळे हलवून क्लेअरकडे पाहतो. ती चित्रं काढण्यात पूर्णपणे मग्न झालेली आहे. तिचं हे नेहमीचंच आहे. चित्र काढताना ती जणू सारं जग विसरते... समोर उरतं ते फक्त तिचं चित्रं. ज्यावर चित्र बेतलंय, ती वस्तू किंवा व्यक्ती, आणि ती! म्हणूनच मला क्लेअरकडून माझं चित्र काढून घेणं आवडतं. ती माझ्याकडे इतक्या तन्मयतेने पाहते की जणू तिच्या विश्वात माझ्याशिवाय अजून कुणी अस्तित्वातच नाहीये. आम्ही प्रणयात गुंतलो असतानाही ती माझ्याकडे त्याच नजरेने पाहते... मी तो विचार करत असतानाच, क्लेअर माझ्याकडे पाहून गोडपणे हसते.

"मी आज तुला विचारायचं विसरले; कुठल्या काळातून येतोयंस तू आज?"

''जानेवारी, २०००.''

हे ऐकून तिचा चेहरा उतरतो. ''मला वाटलं जरा नंतरच्या काळातून येतोयस.''

''का? मी इतका म्हातारा दिसतोय का?''

क्लेअर माझ्या नाकावरून, भुवयांवरून बोट फिरवत म्हणते, ''नाही, तसं नाही. पण तू आज बराच आनंदी, शांत दिसतोयंस. एरव्ही जेव्हा तू १९९८, ९९ किंवा २००० सालातून येतोस; तेव्हा तू बराच संत्रस्त, दुःखी दिसतोस, आणि तू मला त्याबद्दल काही सांगतही नाहीस. मग, २००१ मध्ये तू परत ठीक असतोस.''

मी हसतो. ''तू म्हणजे एखाद्या भविष्यवेत्यासारखीच बोलते आहेस. मला कधी वाटलं नव्हतं की, तू माझे बदलणारे रागरंग इतक्या बारकाईने टिपत असशील.''

''तू नसताना अजून करण्यासारखं तरी काय असतं माझ्याजवळ?''

''एक लक्षात ठेव... मला तुझ्याकडे धाडणारं मुख्य कारण असतं, तणाव. पण तू असा काही ग्रह करून घेऊ नकोस की, आपल्या आयुष्यात त्या काळात फक्त समस्याच आहेत म्हणून. बरीच मजाही करतोय आपण!''

क्लेअर ह्यावर काही न बोलता पुन्हा चित्र काढण्यात गर्क होते. तिने मला भविष्याबद्दल विचारणं सोडून दिलेलं आहे.

थोड्या वेळाने, क्लेअर मला विचारते, ''तुला कशाची भीती वाटते हेन्री?''

मला असला प्रश्न अनपेक्षित असतो. विचार करून मी उत्तर देतो, ''थंडीची!'' मग अजून थोडा विचार करून म्हणतो, ''मला हिवाळ्याची भीती वाटते, तशीच पोलिसांचीसुद्धा. तशीच मला, नको त्या वेळी, नको त्या ठिकाणी काळ-प्रवास करून गाडीने वगैरे उडवलं जाण्याची भीती वाटते.... सगळ्यात जास्त मला तुला गमवण्याची भीती वाटते.''

क्लेअर ह्यावर मंद स्मित करत विचारते, ''तू मला कसा गमावशील? मी तर इथेच आहे की, तुझ्याजवळ.''

''मला भीती वाटते की, तू माझ्या बेभरवशाच्या कारभाराला कंटाळून मला एक दिवस सोडून निघून जाशील.''

हे ऐकून क्लेअर आपली वही बाजूला ठेवत, माझ्याकडे निग्रहीपणे बघत म्हणते, ''मी तुला कधीही सोडून जाणार नाही. तू मला सतत सोडून जात असलास तरी!''

''पण मी तसं कधी माझ्या मर्जीने करत नाही गं...''

ह्यावर क्लेअर काहीच बोलत नाही. फक्त, मला पूर्ण झालेलं चित्र दाखवते. मी ते चित्र पूर्वी बघितलेलं आहे. आमच्या घरातल्या तिच्या कार्यशाळेत, एका टेबलावर ठेवलं आहे तिने ते. चित्रामध्ये मी बराच थकलेला दिसतोय.

क्लेअर चित्रावर सही करून, तारीख लिहायला जाते, तसा मी तिला थांबवत

म्हणतो "नको, त्यावर तारीख लिहिलेली नाहीये!"

"नाही?"

"मी हे चित्र पूर्वी बघितलंय. त्यावर तारीख नाहीये."

"बरं."

क्लेअर तारीख पुसते आणि त्या जागी 'मेडोलार्क' असं लिहिते. मग माझ्याकडे गोंधळून पाहत विचारते, "तू कधी तुझ्या वर्तमानात जाऊन असं पाहतोस का, की आधीचं काही बदललेलं आहे? जसं, आता मी ह्या चित्रावर तारीख लिहिली असती, तर काय झालं असतं?"

"मला माहीत नाही. लिहून बघ बरं." आता माझीही उत्सुकता चाळवली जाते. मग क्लेअर, मेडोलार्क हा शब्द पुसून ११ सप्टेंबर, १९८८ असं लिहिते.

"घे, झालं! सोपं होतं की!"

आम्ही मग एकमेकांकडे गमतीशीर नजरेने पाहत राहतो. क्लेअर हसते आणि म्हणते, "मी जर माझ्या ह्या कृतीने काळ-वेगाचं गणित बदललंच असेल, तर ते फारसं ठळकपणे जाणवत नाहीये, नाही का?"

"तुझ्या ह्या कृतीने जर तिसरं महायुद्ध घडलं असेल, तर मी तसं कळवेन हं तुला." मी क्लेअरचं चुंबन घेत म्हणतो.

इतक्यात मी थरथरू लागतो. "चल क्लेअर, निघतो मी."

क्लेअर माझा मुका घेते आणि मी गायब होतो.

गुरुवार, १३ जानेवारी, २०००
(हेन्री ३६ वर्षांचा, क्लेअर २८ वर्षांची)

हेन्री : रात्रीची जेवणं झाल्यावर मी क्लेअरच्या त्या चित्राचाच विचार करण्यात गढलो आहे. म्हणून मग मी शेवटी, ते चित्र बघायला, तिच्या कार्यशाळेत जातोच. क्लेअर, तिथे जांभळ्या कागदाच्या तुकड्यातून एक भलामोठा पक्षी बनवण्यात गुंतलेली असते. खरं सांगायचं तर तो कठपुतली आणि पक्ष्याच्या घरट्याच्या मधला असा काहीतरी प्रकार दिसत असतो! मी त्याला काळजीपूर्वक वळसा घालून क्लेअरच्या टेबलाशी येऊन बघतो... तर काय? ते चित्र तिथे नसतंच!

इतक्यात क्लेअर तिथे ॲबाका फायबरचा ढीग हातात धरून पोहचते आणि तो जमिनीवर फेकत, मला विचारते, "काय चाललंय?"

"अगं, तू इथे ठेवलेलं ते चित्र कुठे गेलं? तू माझं रेखाटलेलंस ते?"

"हं? माहीत नाही रे. पडलं असेल कुठेतरी..." असं म्हणत क्लेअर टेबलाखाली वाकून बघते.

“दिसत नाहीये रे... ओ, थांब, मिळालं...” असं म्हणत क्लेअर तिच्या हातात, जळमटांनी माखलेलं ते चित्र धरत, बाहेर येते. मग त्यावरची जळमटं झटकून चित्र माझ्याकडे सुपूर्द करते.

मी त्या चित्राला निरखतो आणि क्लेअरला विचारतो, “अगं, ह्यावरची तारीख कुठे गेली?”

“कुठली तारीख?”

“असं काय करतेयस? तू लिहिलेली तारीख... ह्या इथे, खालच्या बाजूला, तुझ्या नावाखाली. कापल्यासारखा का वाटतोय हा भाग?”

ह्यावर क्लेअर हसत कबूल करते. “मी कापून टाकली ती!”

“का?”

“मी तुझ्या त्या तिसऱ्या महायुद्धावरच्या भाष्याने जरा बिथरून गेले... माझ्या मनात आलं की, मी अशी परीक्षा घ्यायचा हट्टच केला आणि त्यामुळे आपण भेटलोच नाही तर?”

“बरं झालं तू तसं केलंस ते.”

“का?”

“माहीत नाही... पण मला असं वाटतं खरं.”

आम्ही एकमेकांकडे बघत राहतो आणि मग क्लेअर एकदम छानसं स्मित करते... आणि तो विषय तिथेच संपतो.

पण मग, मला असं का वाटत राहतं की काहीतरी अघटित होता होता राहिलं म्हणून. मला इतकं हायसं का वाटतंय?

ख्रिसमस ईव्ह, वन (ऑल्वेज क्रॅशिंग इन द सेम कार)

. . . .

शनिवार, २४ डिसेंबर, १९९८ (हेन्री ४० वर्षांचा, क्लेअर १७ वर्षांची)

हेन्री : अंधारी हिवाळी दुपार आहे. मी मेडोलार्कच्या तळघरातल्या रीडिंग रूममध्ये लपलो आहे. क्लेअरने माझ्यासाठी काही खायच्या वस्तू ठेवल्या आहेत. रोस्ट बीफ, चीझ ऑन होल व्हीट ब्रेड विथ मस्टर्ड, एक सफरचंद, पाव शेर दूध, ख्रिसमस कुकीजचा एक अख्खा डबा. स्नोबॉल्स, सिनेमन नट्स डायमंड आणि हर्शीज किसेस डकवलेल्या पीनट कुकीज. मी माझ्या लाडक्या जीन्स आणि 'सेक्स पिस्टल' टी शर्ट घातलेला आहे. क्लेअरने माझ्यासाठी आजचा 'साऊथ हॅवन डेली'सुद्धा आणून ठेवला आहे. खरंतर मी खूप खूश असायला हवं, पण तसं होत नाहीये. ह्या संध्याकाळी, माझं वर्तमानातलं २५ वर्षांचं रूप शिकागोतल्या 'गेट मी हाय' लाऊंजमध्ये बेधुंद होईपर्यंत पिणार आहे. आणि त्यानंतर मला मर्सी हॉस्पिटलमध्ये नेण्यात येणार आहे... पोटातली दारू काढण्यासाठी... आज माझ्या आईची एकोणिसावी पुण्यतिथी आहे.

मी शांतपणे बसून माझ्या आईबद्दल विचार करू लागतो. किती गंमत आहे पहा– मनुष्याची स्मरणशक्ती कशी अशक्त होत जाते. मी जर फक्त माझ्या बालपणच्या आठवणीतून माझ्या आईचं रेखाचित्र काढायचं म्हटलं, तर तिच्याबद्दलच्या माझ्या बहुतांशी आठवणी नगण्य ठरून काही ठळक क्षणच स्पष्टपणे उभे राहतील. जसं, मी पाच वर्षांचा असताना, तिने लिरिक ओपेराला गायलेलं, 'लुलू.' मला आठवतंय, ती ते गात असताना, डॅड माझ्याशेजारी बसून मॉमकडे इतक्या भक्तिभावाने पाहत होते की, बस!... मग मला आठवतंय, ऑर्केस्ट्रा

हॉलमध्ये बसून डॅडना बिथोवेन वाजवताना बघणं... मला आठवतंय, आमच्या घरातल्या एका पार्टीच्या वेळी मला पाहुण्यांसमोर येऊन 'टायगर, टायगर बर्निंग ब्राईट' गाऊन दाखवण्याची मिळालेली संधी... मी त्या वेळी चार वर्षांचा होतो. माझी कविता म्हणून झाल्यानंतर, मॉमने मला कडेवर घेऊन माझे खूप मुके घेतले होते आणि सगळ्यांनी जोरजोरात टाळ्या वाजवलेल्या. मॉमने गडद लाल रंगाची लिपस्टिक लावलेली आणि मी माझे गाल न पुसता झोपण्याचा हट्ट धरलेला... तसंच मला आठवतंय, तिचं वॉरन पार्कातल्या बेंचवर बसून, डॅड मला झोका देत असताना, कृतकृत्य चेहऱ्यानं बघणं...

काळप्रवासाबद्दल माझ्यासाठी सगळ्यात चांगला आणि सगळ्यात त्रासदायक भाग कुठला असेल, तर तो भूतकाळात जाऊन माझ्या आईला पुन्हा जिवंत पाहणं! मी अशा प्रवासादरम्यान काही वेळा तिच्याशी बोललोसुद्धा आहे–महत्त्वाचं काही नाही. फक्त, "आज वातावरण फारच ढगाळ आहे नाही?" अशासारख्या निरर्थक गप्पा. मी अशा वेळी तिच्यासोबत बाजारातही जातो, तिला गाताना ऐकत बसतो... कधीकधी, आमच्या जुन्या घराबाहेर उभं राहून, तिला आणि डॅडला (कधीमधी माझ्या लहानपणाच्या मूर्तीसोबत) फिरायला जाताना, सिनेमाला जाताना, गप्पा मारतानाही अनुभवतो. हे सगळं १९६० च्या दशकात होत असतं. ते दोघे हुशार, सुंदर, लोकप्रिय संगीतकार असतात; आणि त्यामुळेच त्यांचं आयुष्य, आनंदाने, कौतुकाने दुथडी भरून वाहणारं असं असतं.

आम्ही कधी एकमेकांना सामोरे आलोच, तर ते माझ्याकडे बघून अभिवादन करतात–त्यांना वाटतं, मी त्यांच्या घराजवळ राहणारा, भरपूर फिरणारा, विचित्र पद्धतीने केस कापणारा आणि रहस्यमय पद्धतीने लहान-मोठा दिसणारा कुणी युवक आहे! एकदा तर मी डॅडना असंही बोलताना ऐकलेलं की, मी कर्करोगाचा रुग्ण तर नसेन? मला कमाल वाटते, की डॅडना आयुष्यात कधीच हे लक्षात कसं आलं नाही की, तो युवक म्हणजे आपला मुलगाच होता!

मला माझी आई, माझ्यासोबतच्या प्रत्येक स्थितीत दिसते. गर्भार असताना, मला इस्पितळातून घरी नेताना, मला बागेत फिरवताना, माझ्यासमोर बसून आपली गाणी पाठ करताना, माझ्याशी दंगामस्ती करताना... मला चालता येऊ लागल्यावर, आम्ही हात धरून बाहेर फिरायला जाऊ लागतो... खारी, गाड्या, कबुतरं, सगळ्यांशी गुजगोष्टी करू लागतो...

आईचा ठरलेला पेहराव म्हणजे कोट, बूट आणि केप्री. तिच्या भावपूर्ण चेहऱ्याचं सौंदर्य त्यावरच्या काळ्याभोर केसांनी अजूनच खुलून येतं. तिचे टप्पोरे डोळे, आखूड केस, सुंदर जिवणी, ह्यामुळे ती इटालियन वाटते खरी, पण खरंतर ती ज्यू आहे. तिला मेकअपचा भारी सोस. अगदी वाण्याकडे जातानाही

ती लिपस्टिक, मस्कारा, आयलायनर, ब्लश सगळं व्यवस्थित लावून जाईल. डॅड मात्र साधे राहतात. उंच शिडशिडीत डॅडना साधे कपडे आणि त्यावर टोपी घालायला फार आवडतं. फक्त त्यांच्या चेहऱ्यावर एक आत्मिक समाधान पसरलेलं असतं, जे त्यांना एक आगळंच सौंदर्य बहाल करतं. आम्ही तिघे बरेचदा हातात हात घालून फिरायला जातो. समुद्राकाठी एकसारखे गॉगल लावून जातो. मला एक हास्यास्पद निळी टोपीही घातली जाते. मग आम्ही बेबी ऑईल चोपडून उन्हं खात आणि रम, कोक, हवाईयन पंच पीत वाळूत लोळत राहतो.

माझ्या आईच्या कारकिर्दीची कमान झरझर उंचावत चालली आहे. तिला जेहान मेक, मेरी टेलाक्रॉयसारखे गुरू लाभले आहेत; जे तिला यशाच्या अधिकाधिक जवळ नेत आहेत. ती लहानशाच पण सशक्त भूमिका घेते. ज्यामुळे ती लिरीकच्या लुई बेहायरच्या नजरेत येते. मग तिला कार्मेन गाण्यासाठी निवडलं जातं. त्यामुळे ती इतर मोठ्या कंपन्यांच्याही नजरेत भरते आणि तिथपासून सुरू होतो आमचा जगप्रवास.

आई 'ई.एम.आय'साठी डेक्का, वर्दी आणि वीईल गाते. आम्ही लंडन, पॅरीस, न्यूयॉर्क, बर्लिन फिरतो. मला मात्र त्यातलं आठवतंय, ते फक्त सततची बदलणारी विमानं आणि हॉटेलच्या खोल्या. मग तिचा लिंकन सेंटरमधला कार्यक्रम टी.व्ही.वर दाखवला जातो. मी आजी-आजोबांसोबत तो मनसीमधल्या आमच्या घरात पाहतो. मी त्या वेळी सहा वर्षांचा असतो आणि मला विश्वासच बसत नाही की, समोर दिसणारी स्त्री माझी आईच आहे म्हणून! ती 'मडामा बटरफ्लाय' गात असते.

लिरीकमधल्या ६९-७० च्या शेवटाला ते व्हिएन्नाला स्थलांतरित होण्याचा निर्णय घेतात. डॅड फिलहार्मोनिकला चाचणी परीक्षा देऊन येतात; पण प्रत्येक वेळी फोन खणखणतो तो आईसाठीच. तिचा व्यवस्थापक ईश किंवा रेकॉर्ड कंपन्यांमधलं कुणीतरी तिला सारखं फोन करतच असतं...

इतक्यात माझ्या विचारांची तार तुटते. मला वरचा दरवाजा उघडून मिटल्याचा आवाज येतो आणि मग खाली उतरणाऱ्या पावलांचाही. क्लेअर चार वेळा दार ठोठावते आणि मगच मी दार उघडतो. तिच्या केसात बर्फ आहे आणि तिचे गाल लालबुंद झाले आहेत. ती ह्या क्षणी १७ वर्षांची आहे.

क्लेअर माझ्या गळ्याभोवती घट्ट मिठी मारून चित्कारते, "मेरी ख्रिसमस हेन्री! किती बरं झालं तू आलास ते!"

मी तिच्या गालाचं चुंबन घेतो. तिच्या उत्साहाने माझ्या विचारांची धारा थोडी तुटलीये खरी, पण तरीही थोडं दुःख आणि काहीतरी गमावल्याची भावना

कायम आहे. मी क्लेअरच्या केसातून हात फिरवतो आणि माझ्या हातभर बर्फ लागतो.

काही क्षणांतच क्लेअरला माझ्या उदास आविर्भावाचं आणि न खाल्लेल्या अन्नाचं भान येतं. ‘‘काय झालं? मायो नाहीये, म्हणून उदास आहेस का तू हेन्री?’’

‘‘अगं नाही, तसं काही नाही... ये, इथे बस बरं...’’ असं म्हणत मी माझ्या नेहमीच्या मोठ्या खुर्चीत बसतो आणि क्लेअरलाही माझ्या शेजारी बसवून, तिच्या खांद्यावर हात टाकतो. तशी, ती माझ्या मांडीवर नको तिथे हात ठेवते... मी तो हलकेच बाजूला सारतो आणि माझ्या हातात धरतो. तिचा हात अगदी थंडगार आहे. मग, मी क्लेअरला विचारतो, ‘‘मी तुला कधी माझ्या आईबद्दल सांगितलंय का ग?’’

‘‘नाही! सांग ना.’’ क्लेअर उत्साहात येऊन उदगारते. तिला तसंही माझ्या आयुष्याबद्दल कुठलीही ‘रहस्य’ ऐकण्यात भारी रस असतो. त्या यादीमधल्या तारखा जसजशा कमी होत जात आहेत आणि आमच्यातला दोन वर्षांचा दुरावा जवळ येत जात आहे, तसतसं क्लेअरला खात्री पटत चालली आहे की; तिला माझ्याबद्दल काही ‘गुप्त’ गोष्टी ठाऊक असतील, तरच ती मला वर्तमानात शोधू शकेल. अर्थात तसं होत नाही आणि ती तसं करतही नाही.

आम्ही एकेक कुकी खाल्ल्यानंतर मी माझं कथन सुरू करतो. ‘‘बरं, तर त्याचं असं आहे की, कोणे एके काळी, मला एक आई होती आणि एक वडीलसुद्धा. त्या दोघांचं एकमेकांवर खूप प्रेम होतं. मग मी जन्माला आलो. आणि आम्ही सगळे खूप आनंदात नांदत होतो. त्या दोघांच्याही कारकिर्दी उत्तम चालत होत्या. आम्ही देशी-विदेशी भटकत होतो... मग, एकदा नाताळ आला...’’

‘‘कुठल्या साली?’’

‘‘मी तेव्हा सहा वर्षांचा होतो. नाताळची पहाट होती. माझे डॅड व्हिएन्नाला गेले होते. कारण आम्ही लवकरच तिथे रहायला जाणार होतो. म्हणून, ते तिथे आमच्यासाठी योग्य असं घर शोधायला गेले होते. आम्ही अशी योजना केलेली की, डॅड विमानतळावर परततील, तेव्हा मी आणि मॉम त्यांना आणण्यासाठी गाडीने विमानतळावर जाऊ आणि तिथून आम्ही तिघे माझ्या आजीच्या घरी जाऊ. त्या पहाटे नेमका खूप बर्फ पडला होता. वातावरण ढगाळ होतं. माझ्या आईला गाडीत बसायला फारसं आवडायचं नाही. आणि त्यातही महामार्गावरून विमानतळापर्यंत जाणं तर मुळीच नाही. पण त्या दिवशी तिला नेमकं तेच करावं लागतं. कारण ते सगळ्यांसाठीच सोयीचं पडत होतं. आम्ही पहाटे लवकर उठलो होतो. मी

हिवाळ्याचा कोट, टोपी, बूट, पायमोजे, हातमोजे असा सगळा जामानिमा केला होता. आई पूर्णपणे काळ्या कपड्यात होती. त्या काळी तसं करणं बरंच विचित्र मानलं जायचं.''

क्लेअर मध्येच बाटली तोंडाला लावून दूध पिते. बाटलीच्या कडेला तिच्या तपकिरी लिपस्टिकचा रंग पडतो.

''कुठली गाडी होती तुमची?''

''६२' ची फोर्ड फेयरलेन.''

''ही कुठली गाडी आहे.?''

''पुस्तकात वाचून पहा. रणगाड्यासारखी भलीमोठी, पंख असलेली मस्त गाडी होती. आमची खूप लाडकी होती ती. विशेषत: माझ्या आई-वडिलांची. त्यांचा बराच इतिहास बघितलेली गाडी होती ती... असो. तर, मग आम्ही गाडीत बसलो. मी पुढे आईशेजारीच बसलो. आम्ही दोघांनी सुरक्षापट्टे बांधले आणि मग चालू पडलो. वातावरण फारच खराब होतं, पुढचं काहीच दिसत नव्हतं. शहर सोडून आम्ही महामार्गाला लागलो. घाईची वेळ टळली असूनही वातावरणामुळे आणि सुट्टीचा मोसम असल्यामुळे वाहतुकीची बरीच कोंडी झालेली. आम्ही अक्षरश: ताशी पंधरा-वीस मैलाच्या वेगाने पुढे सरकत होतो. मॉम उजवी बाजू पकडूनच चाललेली, जेणेकरून आम्हाला लवकरात लवकर महामार्गावरून उतरून विमानतळाकडे जाता येणार होतं. आमच्यापुढे एक ट्रक चाललेला. खरंतर मध्ये व्यवस्थित अंतर होतं. इतक्यात आमच्या पाठी एक लाल कॉर्वे गाडी आली. ती गाडी चालविणारा दंतवैद्य, सकाळी १०.३० च्या प्रहरीही बेधुंद दारू प्यायलेला होता. त्यामुळे त्याचं त्याच्या गाडीवर काहीच नियंत्रण नव्हतं. रस्त्यावरच्या बर्फामुळे त्याची गाडी अचाट वेगाने येऊन आमच्या गाडीवर आदळली. एरव्ही, त्या लहानशा कॉर्वेमुळे आमच्या गाडीला खरचटलंही नसतं, पण त्या दिवशी रस्ता फारच घसरडा झालेला आणि त्यामुळे कॉर्वेने दिलेल्या धडकेने आमची गाडी पार त्या समोरच्या ट्रकवर जाऊन आदळली. आई ब्रेक मारत होती. पण त्याचा काहीच उपयोग होत नव्हता. खरंतर ठोकल्यानंतरही आम्ही फक्त ताशी ४० मैलांच्या वेगाने जात होतो. पण ट्रकची मागची बाजू उघडी होती आणि त्यामध्ये गाडीचं धातूंचे तुकडे, सळ्या इत्यादी सामान होतं. ते सरळ सरळ आमच्या गाडीची काच तोडून आत घुसलं आणि माझ्या आईला जेरबंद करून गेलं!''

क्लेअरने भितीने डोळे मिटून घेतले. ''छे! काही काय?''

''हे खरं आहे क्लेअर.''

''पण तू पण तिथेच होतास ना? हो, समजलं... तू बुटका होतास त्यामुळे

तुला लागलं नाही.''

"नाही, तसं नव्हतं. एक तुकडा माझ्या कपाळाला चाटून गेला खरा, पण मी टोपी घातली होती. माझ्या कपाळावर त्याचा व्रणसुद्धा आहे... पण माझ्या टोपीवरच निभावलं. पोलिसांना नंतर गाडीच्या सीटवर साधे कपडे सापडले... आणि मी रस्त्याच्या कडेला नग्नावस्थेत सापडलो.

"म्हणजे... म्हणजे तू तेवढ्यात काळ-प्रवासाला लागलास!''

"हो!''

क्षणभर कुणीच काही बोललं नाही. मग मी म्हणतो, "तोपर्यंत हे माझ्याबरोबर फक्त दुसऱ्यांदा घडत होतं. मला हे काय घडतंय, कसं घडतंय, काहीच समजेना. मला फक्त आठवत होतं की आम्ही त्या ट्रॅकवर आदळलो आणि मग मला परस्पर इस्पितळात नेलं गेलं. मला खरंतर फारसं लागलंही नव्हतं. फक्त जबर मानसिक धक्का बसला होता.''

"का... तुला काय वाटतं? असं का घडलं असावं?''

"तणाव! प्रचंड भीती. त्यापासून वाचण्यासाठी माझ्या देहाने तीच एक जादू केली जी त्याला येत होती!''

क्लेअर माझ्याकडे बघते, तेव्हा तिचा चेहरा एकदम उदास आणि कुतूहलभरला असतो.

"मग पुढे?''

"मग काय? आई गेली आणि मी वाचलो. गाडीचा पुढचा भाग पूर्णपणे चेपला गेला. एक सळई आईच्या पार हृदयातच घुसली. तिचं डोकं ट्रकच्या मागच्या बाजूत आदळलं आणि सगळीकडे रक्ताचं थारोळं झालेलं... आश्चर्य म्हणजे, त्या कॉर्वेतल्या माणसाला साधं खरचटलंही नाही. ट्रकचालक, काय झालं, हे बघण्यासाठी उतरला. आईला बघून चक्कर येऊन पडला आणि पाठून येणाऱ्या बसखाली चिरडला गेला! नशीब, त्याचं तरी फक्त दोन तुटलेल्या पायांवरच निभावलं... हे सगळं रामायण घडत असताना मी १० मिनिटं, ४७ सेकंदांसाठी तिथून गायब होतो. कुठे गेलो होतो, ते आता मला लक्षात नाही. इथे सगळी वाहतूक ठप्प झाली. तीन दिशांनी रुग्णवाहिका येऊन पोचल्या, पण झाल्या गोंधळामुळे त्यांना प्रत्यक्ष घटनास्थळी पोचायला अर्धा तास लागला. शेवटी डॉक्टर तर पायीच धावत आले. मला पुन्हा प्रकट होताना फक्त एका लहान मुलीने बघितलं. ती तिच्या शेवरॉले गाडीत बसलेली आणि मला पाहून तिने जे तोंड वासलं, ते कित्येक वेळ मिटलंच नाही!''

"पण हेन्री!... तू तर... तू तर म्हणालास की तुला काहीच आठवत नाहीये. मग तुला हे १० मिनिटं, ४७ सेकंद वगैरे कसं काय ठाऊक?''

मी ह्यावर थोडा विचार करून, क्लेअरला सोप्या भाषेत समजावतो, ''तुला गुरुत्वाकर्षणाचा सिद्धान्त माहितेय ना? एखादी गोष्ट जितकी मोठी असेल, तितकंच तिचं वस्तुमान असतं आणि तितकीच तिच्या गुरुत्वाकर्षणाची शक्ती. त्यामुळे ती वस्तू, तिच्या परिघात फिरणाऱ्या लहान वस्तूंना आपल्याकडे खेचते आणि त्यांना आपल्या अवतीभवती फिरायला लावते...''

''हो माहितेय...''

''मग त्याच सिद्धान्ताला धरून सांगायचं तर, माझ्या आईचा मृत्यू हा केंद्रस्थानी होता आणि बाकी सगळं त्याच्या अवतीभवती फिरत होतं... परत परत.. मला कैकदा त्या घटनेची स्वप्नं पडतात. मी काळप्रवास करूनसुद्धा ती घटना अनुभवतो... पुन्हा पुन्हा... तू जर तिथे कधी गेलीस... त्या घटनास्थळी... आणि वरून बघितलंस, तर तुला मी सगळीकडे दिसेन... गाड्यांमध्ये, झाडांवर, पुलांवर... मी ती घटना आतापर्यंत सगळ्या कोनांमधून बघितलेली आहे. इतकंच काय, मी त्यानंतरच्या घडामोडींमध्येही सामील झालोय. मीच जवळच्या पेट्रोलपंपावरून विमानतळाला खबर देऊन माझ्या वडिलांना तातडीनिशी इस्पितळात बोलावून घेतलंय, त्यांच्यासोबत इस्पितळात मलाच शोधण्यासाठी फिरलोय... ते त्या वेळी पार उद्ध्वस्त झाले होते. मीच माझ्या लहान मूर्तीची वाट पाहून, तो आल्यावर त्याच्या खांद्याभोवती चादर घातली आहे. त्याच्या निरागस, हरवलेल्या चेहऱ्याकडे पाहून विचार केलाय... की... की...''

आता माझ्या अश्रूंचा बांध फुटला आहे. क्लेअर मला घट्ट मिठी मारते आणि मी तिच्या उबदार छातीवर विसावून रड रड रडतो!

''काय झालं? काय झालं हेन्री?''

''मला सारखं वाटत राहतं... मीसुद्धा का नाही मेलो त्याच वेळी?''

आम्ही थोडा वेळ तसेच बसून राहतो, एकमेकांना आधार देत. मी माझ्या अश्रूंनी क्लेअरचा स्वेटर पार खराब करून टाकलाय. मग ती तो बदलून येते. अलीसियाचा एक पांढरा शर्ट घालून येते. अलीसिया फक्त चौदा वर्षांची आहे. पण आताच ती क्लेअरपेक्षा उंच आणि मोठी दिसते. मी क्लेअरकडे टक लावून पाहतो. मग दिलगीर स्वरात बोलतो, ''मला माफ कर क्लेअर! मला तुझ्यावर माझं दुःख रितं करून तुझा नाताळ असा बिघडवून टाकायचा नव्हता... पण मला... माझ्यासाठी हा सण नेहमी असंच दुःख घेऊन येतो...''

''हेन्री! असा विचारही करू नकोस! मला तू हे सगळं सांगितलंस ते बरं केलंस... म्हणजे असं की, तू एरव्ही फक्त कुठूनसा येतोस आणि जरा वेळाने गायब होतोस... असं तुझ्याबद्दल काही समजलं की तू जास्त खरा... प्रत्यक्ष वाटू लागतोस. त्यामुळे, तू मला सांग... तुझ्या आयुष्याबद्दल काहीही

सांग... अगदी वाईट भागसुद्धा सांग. मला तुझ्याबद्दल जास्तीत जास्त माहिती असणं गरजेचं आहे.''

इतक्यात अलीसियाचा आवाज येतो. ती क्लेअरला सगळ्यांसोबत नाताळ साजरा करण्यासाठी वर बोलावत असते. क्लेअर माझा मुका घेते आणि एक छानसं स्मित करून वर पळते. मी पुन्हा दरवाजा लावून झोपण्याच्या तयारीला लागतो.

ख्रिस्मस ईव्ह, टू

. . . .

शनिवार, २४ डिसेंबर, १९८८ (हेन्री २५ वर्षांचा)

हेन्री : मी डॅडना फोन करून नाताळच्या दुपारच्या संगीत कार्यक्रमानंतर, माझ्याकडे रात्री जेवायला येण्याबद्दल विचारतो. ते मला उलट त्यांच्याकडे जेवायला येण्याचं (तोंडदेखलं) आमंत्रण करतात; पण मला त्यांच्या एकंदरीत उत्साहाची कल्पना असल्यामुळे, मी त्यांचं आमंत्रण नाकारतो. ह्या वर्षीचा नाताळचा दिवस, अर्थात डी टॅम्बलांसाठीचा शोक करण्याचा दिवस, निरनिराळ्या ठिकाणी व्यतीत करण्यात येणार आहे. किमी तिच्या बहिणींना भेटायला कोरियाला गेली आहे. माझ्यावर तिच्या रोपट्यांना पाणी घालण्याची आणि तिची पत्रं वगैरे घ्यायची जबाबदारी आहे.

मी इंग्रीड कारमायकलला फोन करून माझ्यासोबत नाताळ साजरा करण्याबद्दल विचारतो, तर ती मोठ्या टेचात उत्तर देते की, ''आपल्यापैकी काही जणांना तरी अशा सणावारी ज्यांना नमस्कार करायला जावं लागतं, अशी कुटुंबं वगैरे असतात!'' मग मी माझ्या डायरीमधली सगळी नावं तपासून बघतो. सगळे जण कुठेना कुठेतरी नातेवाईकांना भेटायला गेले आहेत किंवा त्यांच्या घरी नातेवाईकांचा पाहुणचार करत आहेत. मलापण खरंतर आजी-आजोबांना भेटायला जायला हवं होतं... अरे, पण ते तर फ्लोरिडात आहेत.

आता, दुपारचे २:५३ वाजलेले आहेत आणि एकेक करून सगळी दुकानं बंद होऊ लागली आहेत. मी ॲल्सच्या दुकानातून 'श्नॅप्स'ची एक बाटली घेतो आणि मग बेलमॉन्टला गाडी पकडून, शहराच्या दुसऱ्या बाजूला जायला निघतो. वातावरण बरंचसं ढगाळ आणि उदासीन आहे. गाडीत जास्त करून, मार्शल फील्ड्स

ख्रिसमस विंडो पाहण्यासाठी वा वॉटर टॉवर प्लेसला शेवटची उरलेली खरेदी करण्यासाठी जाणाऱ्या लोकांची व त्यांच्या मुलांची गर्दी आहे.

मी रॅन्डॉल्फला उतरून पूर्वेकडच्या ईस्ट पार्ककडे चालत जातो. थोडा वेळ, माझं पेय संपवत उभा राहून मग स्केटिंग रिंककडे वळतो. काही उत्साही लोक आणि लहान मुलं तिथे बर्फात उलटं घसरणं, ८ चा आकडा बनवणं इत्यादी खेळ खेळत आहेत. मग मीसुद्धा भाड्याने बूट घेऊन त्यांच्यामध्ये सामील होतो. कशाबद्दल फारसा विचार न करता, पुढचा एक तास तरी मी त्या छानशा गार वातावरणात, मंद गतीने स्केटिंग करत मजा करतो. जरा वेळाने, सूर्य मावळतीला आल्यावर पुन्हा चालू पडतो. रॅन्डॉल्फवरून पश्चिमेकडे आणि मिशिगन ॲव्हेन्यूवर दक्षिणेकडे चालत मी आर्ट इन्स्टिट्यूटवरून पुढे जातो. कोलंबस ड्राईव्हवरूनही पुढे जात ग्रॅन्ड पार्कला लागतो. त्या सगळ्या बागेत शुकशुकाट पसरला आहे; वरून घिरट्या घालणाऱ्या कावळ्यांशिवाय तिथे चिटपाखरूही नाहीये. रस्त्यावरच्या दिव्यांमुळे आभाळाला नारिंगी रंग चढला आहे. तर, पाण्याचा निळा रंग फक्त देवाच्या जादुई कुंचल्यातूनच येऊ शकतो, इतका अप्रतिम दिसतो आहे.

बकिंगहॅम कारंज्यापाशी, मी थंडीने गारठेपर्यंत, सीगल पक्ष्यांचा खेळ पाहत थांबतो. कुणीतरी त्यांच्यासाठी पावाचा तुकडा ठेवलाय. तो संपण्यासाठीची त्यांची धडपड पाहण्यासारखी असते. एक पोलीस मला पाहून जरा वेळ थांबतो, मग पुन्हा आपल्या मार्गाला लागतो.

मग मी परत एकदा चालू पडतो. माझ्या बुटातून आता थंड पाणी आत झिरपू लागलं आहे. स्वेटर घातला असूनही त्याची ऊब पुरेशी नसल्यामुळे मला आता हुडहुडी भरायला लागली आहे. माझ्या अंगात फारशी चरबी नसल्याने, नोव्हेंबर ते एप्रिल ह्या महिन्यात मी थंडीने नेहमीच पुरता बेजार होत असतो.

मी चालत-चालत हॅरीसनवरून स्टेट स्ट्रीटला येतो. पॅसिफिक गार्डन मिशनला अन्ननिवाऱ्याचं मागणं मागायला आलेल्या गोरगरिबांना पाहून मला प्रश्न पडतो की, ह्यांना आजच्या दिवशी काय मिळत असेल?

रस्त्यावर तुरळक गाड्या धावत आहेत. माझ्याकडे घड्याळ नाहीये. पण सात वाजलेले असावेत. मला लक्षात येतं की, इतर लोकांच्या तुलनेत आताशा माझ्यासाठी वेळ जरा जास्तच हळू पुढे सरकतो. एक दुपार माझ्यासाठी पूर्ण दिवसासारखी भासू शकते. आजचा दिवस तर अक्षरश: न संपणारा वाटतोय.

दिवसभर मी स्वत:ला कशा ना कशात गुंतवून आईबद्दल, तिच्या अपघाताबद्दल विचार न करता राहू शकलो आहे. पण आता ते विचार पुन्हा पाठी लागलेले जाणवतायत. मला भूक लागली आहे. मद्याची नशा उतरत चालली आहे. इतक्यात मला लक्षात येतं की, मी चालत-चालत ॲडम्सपर्यंत पोचलेलो आहे. खिशातल्या

पैशांचा अंदाज घेत, मी स्वत:ला 'बर्गहॉफ' नावाच्या नावाजलेल्या जर्मन हॉटेलात मेजवानी द्यायचं ठरवतो.

बर्गहॉफ हे एक जुनं, सदैव भरपूर लोकांनी भरलेलं असं हॉटेल आहे. त्यांचे वेटर आजही नेहमीच्या उत्साहाने खमंग खाद्यपदार्थांची ने-आण करत, लगबग करत आहेत. मी माझा नंबर येण्याची वाट बघत तिथे आलेल्या उत्साही लोकांच्या कुटुंबियांसोबत उभा राहतो. अखेर एकदाची मला जागा मिळते. मी एक मस्त थंडगार बियर आणि डक वर्स्टस विथ स्पेत्झल मागवतो. एकेक पदार्थाचा आस्वाद घेत मी माझं जेवण संपवतो. तेव्हा लक्षात येतं की, मी दुपारी काही खाल्लंच नव्हतं. चला, एक बरं आहे की उशिरा का होईना, मला अजून स्वत:ची काळजी करण्याचं भान तर आहे!

मी आजूबाजूला निरखून बघतो– सगळीकडे गप्पांमध्ये, खाण्या-पिण्यात रंगलेली जराशी वयस्करशी दांपत्यं असतात. बहुतांशी लोकांनी आजची दुपार खरेदी करण्यात घालवलेली दिसतेय. त्यांच्या बोलण्यात, घरच्यांसाठी आणलेल्या भेटवस्तूंचा, दुपारी बघितलेल्या संगीत कार्यक्रमांचा, मोआर्टचा आणि त्यांच्या लाडक्या लोकांना घेऊन येणाऱ्या विमानाच्या वेळापत्रकांचा विषय आहे. त्यांचं बोलणं ऐकून मलाही आता संगीताच्या एखाद्या कार्यक्रमाला जावंसं वाटतंय, पण संध्याकाळी कुठला कार्यक्रम असेल, असं वाटत नाही. मला आठवतंय, मी पूर्वी संगीत-दालनाच्या सगळ्यात वरच्या गॅलरीत बसून बीथोवेन वा दास लाईद वॉन दर अर्दे, वगैरे ऐकायचो... मजा यायची...

काही हरकत नाही. पुढच्या वर्षी ठरवून जाईन.

मला एकदम मी आयुष्यभर दु:खाच्या छायेत घालवलेल्या सगळ्या नाताळाचं चलच्चित्र माझ्या डोळ्यांसमोर दिसू लागतं... आणि कधी नव्हेतो माझ्या मनात विचार येतो की, कधीतरी काळाने माझ्यावर मेहेरबानी करून, माझ्यासाठीसुद्धा हा सण आनंद घेऊन येणारा ठरवला, तर किती बरं होईल! पण मग दुसऱ्याच क्षणी, मला माझ्या ह्या स्वार्थी विचारांचा राग येतो. आपल्या मृत नातेवाईकांना त्यांच्या मरणदिनी स्मरणं हे आपलं कर्तव्य असतं... मग आपल्याला त्यात कितीही दु:ख होत असलं तरी...

पण, मला माझ्या मनातल्या दु:खाचं सावट ह्या हॉटेलातल्या आनंदी वातावरणावर पसरवायचं नसतं. पुढच्या वेळी मी इथे आजी-आजोबांसोबत आलो, तर मलाही मग तेच आठवत राहील... म्हणून मग, मी पैसे भरतो आणि चटकन बाहेर पडतो.

बाहेर आल्यावर, मी पुन्हा विचारात गढून जातो. मला घरी जावंसं वाटत नाहीये, मला लोकांजवळ रहायचंय... मला ह्या विचारांपासून मुक्ती हवीये.

मला एकदम 'गेट मी हाय' लाऊंजची आठवण होते– एक अशी जागा जिथे

लोकांच्या वेडेपणाला सीमाच उरत नाही; जिथे काहीही, म्हणजे काहीही होऊ शकतं. मग मी वॉटर टॉवर प्लेसपर्यंत चालत जाऊन, ६६ नंबरची शिकागो ॲव्हेन्यूची बस पकडतो. डेमेनला उतरून ५० नंबरची बस पकडतो. बसमध्ये उलटीचा दुर्गंध भरून राहिला आहे आणि मी एकटाच प्रवासी आहे. बसचालक आपल्या मंद आवाजात 'सायलन्ट नाईट' गातोय. मी त्याला 'मेरी ख्रिसमस' असं अभिवादन करून वाबानसियाला बसमधून उतरतो. हलकेच भुरभुरणारा बर्फ हातावर खेळवत मी अखेर लाऊंजजवळ पोचतो. आतून संगीताचा कर्णकर्कश आवाज येतो आहे. मी दार उघडून आत शिरतो, तेच जॅझच्या सुरात गुरफटून आज इथे बेधुंद व्हायचं, अशी प्रतिज्ञा करून.

आतमध्ये, मिया नावाची बारटेंडर धरून, एकूण दहा लोक दिसत आहेत. ट्रम्पेट (TRUMPET), क्लॅरिनेट आणि बास वाजवणारे तीन वादक स्टेजवर आपापली वाद्यं वाजवण्यात दंग आहेत. मिया मला पाहून जवळ येते, तसा मी तिला ऐकू जाईल, अशा स्वरात ओरडतो, ''एक व्हिस्की पाणी दे.'' त्यावर ती ओरडून विचारते, ''हाऊस?'' मी तिला होकार भरतो तशी ती माझ्यासाठी पेय बनवायला जाते. इतक्यात, अचानकपणे संगीत थांबतं, फोन वाजतो; मिया तो उचलते आणि माझ्यासमोर माझं पेय ठेवत, फोनमध्ये चित्कारते, ''चल आज धमाल करू या!!'' समोरची व्यक्ती कदाचित तिला नकार देते. कारण मिया जरा घुश्श्यातच फोन आपटून पुन्हा कामाला लागते. थोड्या वेळाने सिगारेट शिलगावून, राग विसरत मला म्हणते, ''सॉरी, जरा जास्तच ओरडले ना मी?''

जरा वेळाने आपलं वादन संपवून वादक बारकडे येतात, तशी मिया त्यांना बियर देते. मी जरा बाथरुमला जाऊन येतो; येऊन पाहतो, तर काय? मियाने माझ्यासाठी अजून एक चषक बियर भरून ठेवलेला असतो.

''अरे, तुला माणसाचं मन वाचता येतं की काय?''

''तुझं मन वाचणं फार कठीण नाहीये.''

मग ती तिचा ॲश ट्रे टेबलावर आदळून जरा वेळ विचार करून मला विचारते, ''नंतर काय करतोयंस?''

मीपण मग विचार करतो. ह्या आधी मी एक-दोनदा मियासोबत रात्र घालवलीय. तिच्यासोबत मजाही येते... पण आज मला असल्या थिल्लरपणात गुंतायची इच्छा होत नाहीये. पण, तरीही, शेजारी एखादं उबदार शरीर असण्याची कल्पनाही कमी आकर्षक नाहीये.

''मी आज बेधुंद होईपर्यंत पिणार आहे. का? तुझ्या मनात काय आहे?''

''तू जरासा तरी शुद्धीत असशील, तर घरी ये आणि सकाळपर्यंत जिवंत राहशील, तर माझ्यासाठी एक उपकार कर– माझ्यासोबत माझ्या आई-वडिलांच्या

ग्लेंको इथल्या घरी रात्री जेवायला येऊन तू रॅफ नावाचा मुलगा आहेस, असं नाटक कर!''

''काहीतरीच काय मिया? मला तर विचार करूनही घाम फुटतो. सॉरी, मी हे नाही करू शकत.''

इतकं बोलूनही मिया काही आपली चिकाटी सोडत नाही. ''चल ना हेन्री, मला मदत कर ना! तू इतका सुशील तरुण दिसतोस, तू तर चक्क ग्रंथपाल आहेस! माझ्या आईवडिलांनी आपल्या चांभारचौकश्या सुरू केल्या की, तू गडबडून तरी जाणार नाहीस!''

''खरं सांगू का? मी गडबडून जाईन! मी सरळ तुमच्या बाथरुममध्ये जाऊन माझा गळा चिरून घेईन! तसंही, हे नाटक करण्यात तुला तोटाच होईल. समज, त्यांना मी आवडलोच, तर पुढे ते वर्षानुवर्षं; 'काय झालं तुम्हा दोघांचं?', 'लग्न का नाही केलंत तुम्ही?' असं विचारून तुला भंडावून सोडतील. आणि पुढे ते कधी खऱ्या रॅफला भेटलेच, तर काय होईल, ह्याचा विचार केलायंस का?''

''मला नाही वाटत, मला त्याची काळजी करण्याची गरज आहे. चल, मी तुला आज असं काही 'खूश' करते, की तू नाही म्हणूच शकणार नाहीस!''

आजपर्यंत मी इंग्रिडच्या आईवडिलांनाही भेटायचं टाळत आलेलो आहे. मी उद्या त्यांच्या घरी जेवायला यायचं आमंत्रणही नाकारलं आहे. मग मी मियासाठी तसं करण्याचा तर प्रश्नच उद्‌भवत नाही. मी तर तिला पुरेसं ओळखतही नाही.

मी तिला ठामपणे सांगतो, ''मिया, पुन्हा कधीतरी मदत करीन तुला. आज नको. आज मी पक्कं ठरवलंय की, फक्त बेशुद्ध होईपर्यंत दारू प्यायची! तुझ्या घरी फोन करून सांग की, रॅफला टॉन्सिलायटीस झालाय आणि म्हणून तो येऊ शकत नाही!''

मिया ह्यावर काही न बोलता, बारच्या दुसऱ्या बाजूला जाऊन तीन तरुणांची सरबराई करायला लागते. मग, उगीच सगळ्या बाटल्यांना इथे-तिथे करत, अखेर बऱ्याच गोष्टी मिसळून एक भलंमोठं पेय बनवते. गुलाबी रंगाचं ते पेय माझ्यासमोर ठेवत म्हणते, ''हे घे. तुझ्यासाठी खास बनवलंय.''

''आहे काय हे?'' मी चव घेत विचारतो. सेव्हन-अपसारखी चव असते त्याची.

ह्यावर मिया मिश्किल स्मित करत उत्तरते, ''माझी खास निर्मिती आहे ती. तुला बेधुंद व्हायचंय ना? हे त्यासाठी चपखल पेय आहे!''

''असं का? वा! मग तुझे आभारच मानले पाहिजेत.'' असं म्हणत मी तिच्याकडे पाहत माझा चषक उंचावत आणि एका घोटात ते पेय संपवून टाकतो. एकदम, माझ्या अंगात निस्सीम आनंदाची लहर दौडून जाते!

"वा मिया! तू तर ह्याचा विक्री-हक्क घेतला पाहिजेस! कमाल केलीस तू आज! हे पेय इतकं मस्त आहे की, तू शिकागोभर ठेले लावून हे विकलं पाहिजेस! करोडपती बनशील, करोडपती!"

"अजून एक देऊ?"

"हो, हो..."

आमच्या घराण्यातच, वाट्टेल तेवढं मद्य रिचवण्याचा गुण आहे. त्यामुळे मला इतक्याशा दारूने फारसं काही होत नाही. पण मी अजून थोडे चषक रिचवल्यावर, मिया माझ्याकडे काळजीने पाहू लागते.

"हेन्री?"

"हं... काय?"

"आता मी तुला आणखी दारू नाही देणार."

मला खरंतर ह्यावर मियाला सांगायचं असतं की, तिचा निर्णय एकदम योग्य आहे... पण तसं करू शकण्याआधीच, मी बेशुद्ध होऊन जमिनीवर लोळण घेतो.

बऱ्याच वेळाने शुद्ध येते, तेव्हा मी मर्सी हॉस्पिटलमध्ये पडलेला असतो. मिया माझ्या शेजारी बसलेली दिसते. रडूनरडून तिच्या डोळ्यांतला सगळा मस्कारा तिच्या चेहऱ्यावर उतरलेला असतो. माझ्या हाताला सलाईन लावलेलं असतं आणि मला प्रचंड मळमळल्यासारखं होत असतं. अखेर मी शेजारच्या बेसिनमध्ये भडभडा उलटी करतो. मिया प्रेमाने माझं तोंड पुसते.

"हेन्री!..." मिया हळुवार आवाजात हाक मारते.

"काय!... काय???"

"हेन्री, मला माफ कर..."

"जाऊ देत. तुझी चूक नाहीये. काय झालं मला सांग नीट..."

"तू चक्कर येऊन कोसळलास आणि मी तुझ्या वजनाचा माझ्या हिशोबाने अंदाज लावला. तसं, मला सांग, तुझं वजन असेल तरी किती?"

"१७५ पौंड."

"बापरे! तू जेवलेलास का?"

मी आठवून उत्तर देतो, "हो."

"जाऊ देत, तसंही तू जे पीत होतास, त्यात फारतर ४०% मद्य होतं आणि तू दोन व्हिस्क्याही प्यायलेलास... पण तरीही तू ठणठणीत वाटत होतास. पण मग अचानक तुझा चेहरा कसनुसा झाला आणि तू खाली कोसळलास! मग मीच शक्कल लढवून ९११ ला फोन करून रुग्णवाहिका मागवली आणि तुला इथं आणलं."

"थँक्स!... बहुतेक!"

"का? तुला मरायची इच्छा होती का?"

"असं वाटतं..." असं म्हणून मी भिंतीकडे तोंड करून झोपल्याचं नाटक करत पडून राहतो.

शनिवार, ८ एप्रिल १९८९ (क्लेअर १७ वर्षांची, हेन्री ४० वर्षांचा)

क्लेअर : मी ग्रॅन्डमा मीग्रमच्या घरात तिच्यासोबत न्यूयॉर्क टाईम्समधली कोडी सोडवत बसले आहे. सुंदर, ताजीतवानी सकाळ आहे आणि बाहेर बागेमध्ये, लाल ट्युलिप फुलं वाऱ्यासोबत डोलताना दिसताहेत. मॉम तिथे बसून तिच्या फॉरसिथीया फुलांजवळ, अजून कुठल्याशा बारीक, पांढऱ्या फुलांची लागवड करण्यात गुंतली आहे. तिची टोपी वाऱ्याबरोबर सारखी उडून तिला त्रास देत आहे. टोपीला जागीच धरत, तिचं तरीही शक्य तितक्या तन्मयतेने काम सुरू आहे. शेवटी ती टोपी भिरकावूनच देते.

मी हेन्रीला गेल्या दोन महिन्यांत पाहिलेलं नाहीये. भेटण्याची पुढची तारीख अजून तीन आठवडे दूर आहे. आम्ही आता त्या पडावाजवळ पोचत आहोत. जिथे मी त्याला दोन वर्षं पाहणार नाहीये. लहान असताना मी हेन्रीबाबत किती सहज असायचे! तो भेटला काय, न भेटला काय, मला फारसा फरक पडायचा नाही. पण आताशा त्याच्या भेटीची हुरहूर वाढत जात आहे. तो बरेच दिवस भेटला नाही, तर मी बेचैन होते... आमच्यातलं समीकरणही बदलत चाललं आहे. मला त्याच्याकडून काहीतरी हवंय, त्याने काहीतरी असं म्हणायला हवंय, जेणेकरून मला खात्री होईल की, आतापर्यंत जे चालत आलेलं आहे, तो निव्वळ एक विनोद नाहीये... बस, इतकंच आश्वासन हवंय मला.

ग्रॅन्डमा मीग्रम खिडकीपाशी तिच्या ठरावीक निळ्या खुर्चीत आणि मी खिडकीच्या सज्ज्यावर बसलेली आहे. आमचं कोडं अर्ध्यावर आलेलं आहे आणि माझं लक्ष पूर्णपणे भरकटलेलं आहे.

"ते जरा पुन्हा वाच बेटा..." ग्रॅन्डमाच्या आवाजाने मी भानावर येते.

"वीस उभं, मॉन्कीश मंकी... ८ आकडी, दुसरं व्यंजन 'अ', शेवटचं व्यंजन 'एन.'

"कापुचिन!" ग्रॅन्डमा चटकन शब्द ओळखून तिच्या अधू डोळ्यांनी माझ्याकडे प्रेमाने पाहते. "छान प्रगती आहे नाही आज आपली?"

"हो! बरं, आता हे बघू या... एकोणीस आडवं, 'डोन्ट स्टिक युवर एल्बो आऊट सो फार'... १० आकडी, दुसरं व्यंजन यू."

"सोप्पं आहे! बर्मा शेव्ह."

"देवा!!! मला हे कधीच जमलं नसतं...." असं म्हणत मी उठून आळस देते. मला आता जास्त वेळ ह्या खोलीत बसवत नाहीये. बाहेर हिंडायला जावंसं वाटतंय. आजीची खोली उबदार आहे, पण तितकीच कंटाळवाणीसुद्धा. निळ्या-पांढऱ्या रंगात सगळी सजावट असलेल्या ह्या खोलीत सतत पावडरीचा, कवळ्यांचा आणि एकूणच, वार्धक्याचा दरवळ येतो. ग्रॅन्डमा मात्र त्या खोलीत शोभून दिसते. बारीक, शिडशिडीत ग्रॅन्डमाचे केस पांढरेशुभ्र, पण तरीही एक लालसर छटा असलेले आणि नेहमी व्यवस्थित बांधलेले असे असतात. माझ्या केसांनाही तिच्याचसारखी लालसर छटा आहे. ग्रॅन्डमाचे डोळे निळ्या ढगांसारखे आहेत, ती गेले नऊ वर्षं दृष्टिहीन आहे, पण तिने स्वत:ला ह्या अपंगत्वातही छान सावरलंय. कुणाच्या आधाराशिवाय ती घरात व्यवस्थित वावरू शकते. ती मला कधीपासून कोडी सोडविण्यातली गोडी शिकवू पाहत आहे. पण आतापर्यंत तरी, ती त्यात सफल झालेली नाहीये. हेन्रीला मात्र कोडी सोडवायला फार आवडतं.

"सुंदर दिवस आहे नाही?" ग्रॅन्डमा आपले गुडघे चोळत विचारते.

"हो, पण बराच वाराही सुटलाय. आई इतक्या वाऱ्यातसुद्धा बागेत काम करतेय."

"ल्यूसीलचं हे नेहमीचंच असतं... बाळा, मला जरा फिरायला जावंसं वाटतंय..."

"मलाही तसंच करावंसं वाटत होतं ग्रॅन्डमा..."

मी तिला असं म्हटल्यावर ग्रॅन्डमा स्मित करते आणि मला तिला उठण्यासाठी मदत करायला सांगते. मग मी आमच्या दोघींचे कोट घेऊन येते आणि ग्रॅन्डमाच्या केसांसाठी स्कार्फसुद्धा. मग आम्ही हळूहळू पायऱ्या उतरून खाली येतो आणि मुख्य दाराबाहेर पडल्यावर मी ग्रॅन्डमाला विचारते, "कुठे जाऊ या?"

"चल. फळबागेत जाऊ या."

"ते तर बरंच दूर पडेल... हे बघ, आई हात दाखवतेय आपल्याला... तू पण हात दाखव..."

मॉम आमच्या पीटर माळ्यासोबत बागेत काम करण्यात मश्गुल आहे. आम्ही आल्यानंतर, त्यांच्यात कुठल्याशा डॅफोडील वा पियोनीबद्दल चाललेला वाद, जरा वेळ बंद होतो. पीटरला मॉमसोबत वाद घालायला मजा येते, पण अखेर नेहमी तीच जिंकते.

"ग्रॅन्डमा, ती बाग इथून एक मैल दूर आहे गं..." मी करवादत म्हणते.

"मग काय झालं? माझे पाय अगदी शाबूत आहेत..."

"बरं, चल मग..." असं म्हणत मी तिला घेऊन फळबागेकडे जाऊ लागते. कुरणापाशी आल्यावर मी तिला विचारते, "उन्हातून जाऊ या की सावलीतून?"

"उन्हातून!"

मग आम्ही कुरणाच्या मधला रस्ता पकडून पुढे जाऊ लागतो. रस्ताभर माझं धावतं समालोचन सुरूच असतं... "आता आपण शेकोटी केलेली आहे ना, त्या बाजूने जातोय... तिथे आता बरेच पक्षी दिसतायंत."

"कावळे, कबुतरं असतील ना?"

"हो... चल, आता दारापाशी आलोय आपण... जपून चल. रस्त्यावर चिखल आहे... एका मोठ्या कुत्र्याच्या पावलांचे ठसे दिसतायंत. बहुतेक ॲलिंगहम्सच्या जोडीचे असावेत... खूप छान हिरवळ दाटून आली आहे..."

"गवत किती उंच वाढलंय गं?"

"फूटभरच वाटतंय, पण छान हलक्या हिरव्या रंगाचं आहे... पाचूच्या रंगाचं.'

"चल, जवळ जाऊन बघू या..." ग्रॅन्डमा माझ्याकडे बघून गोड हसत फर्माईश करते.

मग मी तिला, ग्रँडपाने लावलेल्या तीन ओकच्या झाडांवरून पुढे नेते. ही झाडं आजोबांनी १९४० च्या सुमारास लावली होती. ग्रॅन्डमाच्या टेडी नावाच्या भावाच्या स्मृतिप्रीत्यर्थ. ग्रेट अंकल टेडी दुसऱ्या महायुद्धात मृत्युमुखी पडले होते. हे वृक्ष फार उंच वाढलेले नाहीयेत. फार तर १५ फूट उंच आहेत. ग्रॅन्डमा त्यापैकी एका झाडाच्या खोडावर हात ठेवून, मृदू आवाजात म्हणते, "हॅलो!" ती ते त्या झाडाला म्हणते की, तिच्या भावाला, समजत नाही.

आम्ही पुढे चालत राहतो. अचानक मला दूरवर हेन्री दिसतो. मी दचकून थबकते, तशी ग्रॅन्डमा विचारते, "काय गं! काय झालं?"

"काही नाही!"

"काय दिसलं तुला?"

"काही नाही गं. मोठा ससाणा दिसला, म्हणून दचकले जरा... चल तू पुढे."

"किती वाजले आहेत?"

"बारा वाजत आले आहेत..." मी माझ्या घड्याळाकडे बघत म्हणते.

आता आम्ही हेन्रीच्या अगदी जवळ पोचलो आहोत. तो अगदी स्तब्ध उभा आहे. खूप थकलेला दिसतोय... त्याचे केसही पिकत चाललेले दिसताहेत. त्याने काळा ओव्हरकोट घातलेला आहे, ज्यामुळे तो त्या हिरवळीमध्ये उठून दिसतोय. हेन्री माझ्याकडे बघून हसतो.

इतक्यात आजी विचारते, "तो दगड कुठे गेला गं, क्लेअर? मला जरा टेकावंसं वाटतंय."

आणि एकदम हेन्रीच्या दिशेने बघत उंच आवाजात दरडावते, "कोण आहे तिथे?"

"कोणी नाहीये ग्रॅन्डमा..." मला खोटं बोलावंच लागतं.

“आहे, तिथे कोणीतरी पुरुष आहे...” ती हेन्रीच्या दिशेने खुणावत पुन्हा नेट धरून म्हणते. हेन्री माझ्याकडे ‘सांग तिला’ ह्या अर्थाने बघतो. पण माझं धैर्य होत नाही.

“क्लेअर...” आता ग्रॅन्डमाच्या आवाजात भीती डोकावू लागते.

“आमची ओळख करून दे क्लेअर...” हेन्री मला शांतपणे फर्मावतो.

ग्रॅन्डमा श्वास रोखून थांबली आहे. मी तिच्या खांद्याभोवती हात टाकून तिला धीर देत म्हणते, “घाबरू नकोस, ग्रॅन्डमा. हा माझा मित्र हेन्री आहे... मी सांगितलेलं ना तुला त्याच्याबद्दल. तोच.”

इतक्यात हेन्री पुढे येऊन ग्रॅन्डमासमोर आपला हात पुढे करतो. मी तिचा हात त्याच्या हातात देत म्हणते, “ग्रॅन्डमा मीग्रम.”

“अच्छा, तर तू आहेस तो...” ग्रॅन्डमाची भीड आता पूर्णपणे चेपली आहे.

“हो. मीच तो” हेन्री ते शब्द ज्या प्रकारे उच्चारतो, त्याने माझ्या मनावर अक्षरशः मोरपीस फिरतं.

“माझ्याजवळ ये हेन्री...” ग्रॅन्डमा त्याला बोलावत म्हणते.

“मी तुमच्याशेजारी बसलो, तर चालेल का?” असं म्हणत हेन्री दगडावर बसतो. मी आजीचा मऊ तळहात त्याच्या चेहऱ्याकडे नेते. ती त्याच्या चेहऱ्यावर हात फिरवते. तसा हेन्री म्हणतो, “गुदगुल्या होतायंत मला!”

“हं... खरखरीत चेहरा आहे तुझा. तू पोरगेलासा वाटत नाहीयेस.”

“नाहीच आहे मी तसा.”

“किती वय आहे तुझं?”

“मी क्लेअरपेक्षा आठ वर्षांनी मोठा आहे.”

“म्हणजे २५ वर्षांचा?...” ग्रॅन्डमा गोंधळलेल्या आवाजात विचारते.

मी हेन्रीला निरखून पाहते... त्याच्या डोळ्याभोवतीच्या रेषा, पिकणारे केस बघून तर तो चाळिशीचा किंवा त्याहीपेक्षा मोठा वाटतोय आता.

“हो, २५!” हेन्री ठाम स्वरात म्हणतो... आणि कुठेतरी वर्तमानात, ते खरंही असेल, पण हे फक्त मला माहितेय.

“क्लेअर म्हणते की ती तुझ्याशी लग्न करणार आहे म्हणून?”

“हो... खरं आहे ते.” हेन्री माझ्याकडे पाहत हसत उत्तर देतो. “तिचं शिक्षण संपल्यावर आम्ही लग्न करणार आहेत.”

“आमच्या काळी ह्या गोष्टींची चर्चा करायला तरुण मुलं रीतसर येऊन मुलीच्या पालकांना भेटायची...”

“कसं आहे ना, आमच्या बाबतीत तसं करणं शक्य नाही... आमची सगळी परिस्थिती तशी निराळीच आहे.”

“मला तर काहीच विचित्र वाटत नाहीये. तू जर हिला भेटायला पार आमच्या बागेपर्यंत येऊ शकतोस, तर घरी येऊन हिच्या पालकांनाही भेटू शकतोसच की.”

“मला खरंच आवडेल तसं करायला... माझी काहीच हरकत नाहीये... पण पुन्हा कधीतरी... आता मला निघायला हवं... मला गाडी पकडायची आहे.”

“एक सेकंद थांब पोरा...” ग्रॅन्डमा त्याला थांबवू लागते, तोच हेन्री तिला अडवत म्हणतो, “तुम्हाला भेटून खूप आनंद झाला ग्रॅन्डमा... पण मी आज अजून नाही थांबू शकत... लवकरच पुन्हा भेटू... क्लेअर, मला माफ कर आज.”

मी त्याच्यापर्यंत पोचणार तोच कुठल्याशा अज्ञात शक्तीने खेचल्यासारखा, अदृश्य होतो. मी ग्रॅन्डमाकडे वळून पाहते, तर ती दगडावर, चेहऱ्यावर काहीतरी अघटित घडल्याचा भाव घेऊन, सुन्न बसलेली असते.

“काय झालं?” ती मला विचारते... तसं मी तिला सगळं समजावून सांगू लागते. माझं बोलणं संपेपर्यंत ती आपल्या संधिवात झालेल्या बोटांना एकमेकांत गुंफून बसून राहते. अखेर, बऱ्याच वेळाने माझ्याकडे भयचकित नजरेने पाहत उद्गारते, “पण क्लेअर, ह्याचा अर्थ तो भूत-आत्मा असला तर?” ती इतक्या सहजपणे म्हणते, जणू मला ‘जेवायला चल’ किंवा ‘कोटाची बटणं उलटसुलट लावली आहेत’ असं सांगत असावी.

आता मी यावर काय म्हणणार? मग तिचे हात हातात घेऊन मी अखेर बोलते, “मी त्या दृष्टीनेही विचार केलेला ग्रॅन्डमा. पण हेन्री तसा नाहीये. तो खूप चांगला माणूस आहे. तो भूत आत्म्यासारखा दिसत तरी नाही!”

ह्यावर ग्रॅन्डमा हसून मला म्हणते, “तू तर असं बोलतेस, जसं काय तू डझनभर भुतांना भेटली आहेस.”

“तुला असं नाही वाटत की, खरं भूत दिसायला भयंकर वगैरे असेल?”

“मला तर वाटतं की, भुतं, राक्षस वगैरे मंडळी ना, पाहिजे तेव्हा फार मिठ्ठास वागू शकतात.”

मी ह्यावर नीट विचार करून उत्तर द्यायचं ठरवते. “हेन्रीने मला एकदा सांगितलं होतं की त्याच्या डॉक्टरांच्या मतानुसार, तो एक नवीन प्रकारचा मनुष्यप्राणी आहे. म्हणजे... तुझ्या लक्षात येतंय ना मी काय म्हणून पाहतेय ते? तो मनुष्याच्या उत्क्रांतीचा पुढच्या पडावावर उभा असलेला इसम आहे.”

ग्रॅन्डमा हे ऐकून खूश होण्याऐवजी, अजूनच घाबरून उद्गारते, “मग हे तर काहीसं अमानवी असल्यासारखंच झालं की! क्लेअर, तुला ह्या अशा माणसाशी लग्न करण्याचे डोहाळे का लागलेत गं पोरी? तुला अजून कोणी सापडलं नाही का? विचार कर, तुमची मुलं कशी निपजतील? पुढच्या आठवड्यात फेरफटका मारून, पुन्हा नाश्त्याच्या वेळी हजर!”

मला ह्यावर हसू आवरत नाही! ''मग किती छान होईल की ते! पीटर पॅनच्या गोष्टीतल्यासारखा!''

पण आजीला काही माझी कल्पना आवडलेली दिसत नाही. ''जरा नीट विचार कर क्लेअर! आयुष्य म्हणजे पोरखेळ वाटला का तुला? त्या परीकथांमध्ये सुद्धा लहान मुलांची मजा असते. पण त्यांच्या आयांच्या नशिबी, डोळ्यांत प्राण आणून त्यांची वाट बघणंच लिहिलं असतं!''

मला आता हा विषय वाढवण्यात अर्थ नाही, हे लक्षात येतं. म्हणूनच मी, हेन्रीने तिथेच टाकलेले कपडे उचलत, त्यांच्या घड्या घालते आणि त्याच्या डब्यात भरून ग्रॅन्डमाला म्हणते, ''चला, आत जाऊ या. जेवणाची वेळ झाली.'' तिला दगडावर हात देऊन मी खाली उतरवते आणि आम्ही घराच्या दिशेने चालू पडतो. थोड्या अंतरावर जाऊन मी मागे वळून बघते, तर तिथे चिटपाखरूही नसतं.

त्या दिवसानंतर एका रात्री मी ग्रॅन्डमाच्या उशाशी बसून तिला 'डॅलोवे' वाचून दाखवत असते. संध्याकाळची वेळ असते. मी थोड्या वेळाने तिच्याकडे पाहते, तर तिचे डोळे मिटलेले असतात. ती झोपली आहे, असं समजून मी वाचणं थांबवते, तर ती डोळे उघडते!

''अग, तू जागी आहेस?''

माझ्या प्रश्नाकडे दुर्लक्ष करत, ग्रॅन्डमा मला विचारते, ''तुला त्याची कधी आठवण येते?''

''सततच! दररोज, दर मिनिटाला.''

''हं... दर मिनिटाला!! असंच असतं नाही?'' इतकं बोलून ती कूस वळवून झोपण्याची तयारी करू लागते.

''गुड नाईट ग्रॅन्डमा...'' असं म्हणत मी तिच्या खोलीचा दिवा मालवत बाहेर पडू लागते. ग्रॅन्डमाकडे पाहताना तिचे शब्द आठवून मला एकदम स्वत:चीच कीव दाटून येते. असंच असतं नाही?! हो, असंच असतं, नाही का?

ईट ऑर बी ईटन

. . . .

शनिवार, ३० नोव्हेंबर, १९९१ (हेन्री २८ वर्षांचा, क्लेअर २० वर्षांची)

हेन्री : क्लेअरने मला शहरातल्या, तिच्या स्वत:च्या घरी जेवायला बोलावलं आहे. क्लेअरच्या वर्गातली शॅरीस आणि तिचा बॉयफ्रेंड गोमेझही जेवायला येणार आहेत. संध्याकाळी बरोबर ६.५९ वाजता मी माझे सगळ्यात उत्तम कपडे घालून, एका हातात सुवासिक पिवळी क्रिसीयाची फुलं आणि दुसऱ्या हातात ऑस्ट्रेलियन कॅबरनेटची बाटली घेऊन क्लेअरच्या दाराशी येऊन ठाकतो. मी तिच्या ह्या घरी यायची–किंबहुना तिच्या कुठल्या मित्र-मैत्रिणींना भेटायची ही माझी पहिलीच वेळ. त्यामुळे माझ्या पुढे आज काय वाढून ठेवलं आहे, ह्याची मला उत्सुकता लागून राहिली आहे.

इतक्यात, मला आत येऊ देणाऱ्या घंटीचा कर्कश्श आवाज येतो आणि त्या पाठोपाठ 'एकदम वर ये,' असं सांगणाऱ्या एका पुरुषाचा भारदस्त आवाज. मी चार मजले चढून वर पोचतो आणि पाहतो की, त्या भारदस्त आवाजाचा धनी आहे एक उंच, सोनेरी केसांचा देखणा युवक. त्याने आपल्या केसांचा सुरेख कोंबडा काढला आहे. त्याच्या ओठातून सिगारेट लटकते आहे आणि अंगावर सॉलीडार्नोस्कचा टी-शर्ट आहे. त्याचा चेहरा मला ओळखीचा का वाटतोय, हे लक्षात येत नाहीये... पण, ते एक असो! गोमेझ नावासाठी तो फार... 'पालिश' वाटतोय. नंतर मला समजतं की, त्याचं खरं नाव जॅन गोमोलिन्स्की आहे.

"ये, लायब्ररी बॉय, तुझं स्वागत असो!"

"नमस्कार मित्रा", असं त्याला अभिवादन करत मी त्याच्या हातात ती फुलं

आणि वाईन देतो, आणि गोमेझपाठी घरात शिरतो.

क्लेअरचं घर म्हणजे २० व्या दशकातल्या रेलरोड अपार्टमेंटसारखं आहे. एक लांबलचक बोळ आणि त्याला दोहो बाजूंनी जोडलेल्या खोल्या. घराची सजावट व्हिक्टोरियन आणि अद्ययावत, अशा दोन्ही पद्धतीने केली आहे. मखमली एल्विस पेंटिंग्जच्या जोडीला पारंपरिक खुर्च्या, असं काहीसं विचित्र पण तरीही सुशोभित दिसणारं रूप आहे तिच्या घराचं.

घरातून ड्यूक एलिंग्टनचं 'आय गॉट इट बॅड' ह्या गाण्याचे बोल ऐकू येत आहेत. गोमेझ मला त्या दिशेने घेऊन जातो.

क्लेअर आणि शॅरीस दोघी स्वयंपाकघरात काम करत आहेत. ''माझ्या राण्यांनो, मी आज तुमच्यासाठी एक नवं खेळणं घेऊन आलो आहे. ते 'हेन्री' ह्या नावाला 'ओ' देतं. पण तुम्ही त्याला 'लायब्ररी बॉय' असंही म्हणू शकता.'' गोमेझ आपल्या खुमासदार शैलीत माझा परिचय करून देतो.

मी क्लेअरकडे कटाक्ष टाकतो. तशी ती खांदे उडवत, माझ्यासमोर आपला गाल पुढे करते. मी शिष्टाचारापुरता एक लहानसा मुका घेत, शॅरीसशी हस्तांदोलन करतो. शॅरीस अगदी गोंडस मुलगी आहे. ठेंगणी, लांब काळेभोर केस व छान मादक वळणं असलेल्या शरीराची. तिच्या चेहऱ्यावर इतका प्रेमळ भाव आहे की, मला फक्त तिची प्रतिक्रिया पाहण्यासाठी तिला काहीतरी गुपित सांगावंसं वाटतंय. ती अक्षरशः एका फिलीपिनो मॅडोनासारखी दिसते.

गोमेझचं गुऱ्हाळ संपल्यावर ती तिच्या साखरेच्या पाकात घोळवल्यासारख्या आवाजात त्याला म्हणते, ''ए गोमेझ, गप्प बस रे! त्याला त्रास देऊ नकोस. हॅलो हेन्री. मी शॅरीस बोनावॉ. गोमेझकडे जास्त लक्ष देऊ नकोस. ह्या मठ्ठ मुलाला मी फक्त माझं जड सामान उचलण्यासाठी गाठीशी ठेवलंय.''

''आणि अफलातून सेक्ससाठीसुद्धा! ते विसरू नकोस!'' गोमेझ तितक्याच थंडपणे तिला प्रत्युत्तर देतो.

मग मला विचारतो, ''बियर पिणार तू?''

''हो, जरूर!''

तो मला फ्रिझमधून ब्लॅट्झची बाटली काढून हातात देतो. मी त्या सुखद पेयाचा एक मोठ्ठा घोट घेतो.

स्वयंपाकघरात, पिठाची गिरणी फुटल्यावर होईल, तसं दृश्य असतं. माझं तिथे लक्ष गेलंयसं पाहून क्लेअर माझ्याकडे बघत बोलते, ''काम सुरू आहे.'' मला एकदम लक्षात येतं की, तिला स्वयंपाकातला ओ की ठो माहीत नाहीये.

इतक्यात शॅरीस बोलते, ''आम्ही एक चविष्ट पदार्थ बनवण्यात गुंतलो आहोत. त्याला व्हायला वेळ लागेल, समजलं?''

''आम्हाला हा पदार्थ खावाच लागणार आहे का?'' गोमेझ घाबरल्या स्वरात विचारतो.

ह्यावर आम्ही क्षणभर एकमेकांकडे पाहत, खो खो हसू लागतो.

''तुमच्यापैकी कुणालातरी स्वयंपाक करता येतो का?''

''नाही.''

''गोमेझला भात शिजवता येतो.''

''अंहं, फक्त राईस-अ-रोनी.''

''क्लेअरला पिझ्झा मागवता येतो.''

''आणि थाईसुद्धा. मला थाई जेवणही मागवता येतं!''

''शॅरीसला हे सगळं खाता येतं!!''

''गप्प बस गोमेझ!!'' क्लेअर आणि शॅरीस एकत्र ओरडतात.

''अं, तसं, हा पदार्थ काय म्हणून प्रकट होणार होता?'' मी वातावरण निवळवण्यासाठी, स्वयंपाकघरातल्या त्या उद्ध्वस्ततेकडे पाहत विचारतो. क्लेअर मला एका मासिकात छापलेली पाककृती आणून दाखवते. ती 'गोरमा' नावाच्या मासिकातली, चिकन ॲन्ड शीताके विथ विंटर स्क्वॅश ॲन्ड पाईन नट ड्रेसिंगची पाककृती असते आणि त्यात तब्बल वीस पदार्थांचा वापर असतो.

''तुमच्याकडे हे सगळं साहित्य आहे?''

क्लेअर होकारार्थी मान हलवत सांगते, ''मी साहित्य खरेदी करू शकते. पण त्याला एकत्र करण्याचं गमक मात्र मला जमत नाही.''

मी त्या गोंधळाकडे पुन्हा निरखून पाहत बोलतो, ''मी ह्यातनं काहीतरी बनवू शकेन.''

''तुला स्वयंपाक करता येतो?''

मी होकार भरतो.

''चला!!! ह्याला स्वयंपाक करता येतो. म्हणजे आज आपण उपाशी मरणार नाही तर! चला एकेक बियर मारू या!'' गोमेझचा जल्लोष सुरू होतो. शॅरीसच्या चेहऱ्यावरही प्रसन्न भाव उतरतात. मला आतापर्यंत लांबूनच निरखत असलेली क्लेअर, माझ्याजवळ येत विचारते, ''तू रागावला नाहीस ना?''

मी ह्यावर काही न बोलता फक्त तिचं दीर्घ चुंबन घेतो आणि कामाला लागतो. मुख्य स्वयंपाक्याचं रूप धारण करून, इतरांना हुकूम सोडायला लागतो. ''चला, मला ॲप्रन द्या! गोमेझ, तू ती वाईन उघडून ठेव. क्लेअर, तू त्या सांडलेल्या पिठाचा दगड होण्याआधी सगळं साफ करून घे. आणि शॅरीस, तू तोपर्यंत पानं मांडायला लाग.''

पावणे-दोन तासांनंतर आम्ही सगळी मद्यधुंद मंडळी गरमागरम आणि भरपूर

मस्का असलेलं चिकन रिसॉट्टो स्ट्यू विथ प्यूरीड स्क्वॅश जेवायला बसतो.

क्लेअर : हेन्री जेवण बनवत असताना सगळा वेळ गोमेझ तिथे दारू पीत, सिगारेट फुंकत, फालतू विनोद करत आणि कुणी बघत नसताना माझ्याकडे वेडेवाकडे चेहरे करत बसतो. शेवटी एकदा शॅरीस त्याला बघतेच आणि त्याला दरडावून गप्प बसवते. आमच्यात एकदम रटाळ गप्पा चालू आहेत. आमच्या नोकऱ्या, शाळा, आमचं बालपण, आम्ही एकमेकांना कुठे भेटलो इत्यादी. त्याच सर्वसाधारण गप्पा, ज्या लोक एकमेकांना पहिल्यांदाच भेटल्यावर करतात. गोमेझ हॅन्रीला आपल्या वकिलीबद्दल सांगतो. तो सरकारच्या ताब्यात असलेल्या अनाथ, निर्वासित मुलांसाठीचा वकील आहे. शॅरीस, 'ल्यूसस नॅटरे' नावाच्या संगणक कंपनीमधल्या नोकरीबद्दल सांगते. तिची कंपनी असा संगणक बनवण्यात गुंतली आहे, ज्याला मनुष्याची भाषा समजेल. तसंच, ती आपल्या चित्रकलेबद्दही बोलते. न्यूबेरी ग्रंथालयाबद्दल आणि तिथे येणाऱ्या विक्षिप्त लोकांबद्दल सांगून, हेन्री सगळ्यांचं मनोरंजन करतो.

"हेन्री, तुझ्या न्यूबेरीत खरंच मानवी कातडीपासून बनवलेलं पुस्तक आहे का?" शॅरीस विचारते.

"हो. द क्रॉनिकल्स ऑफ नावत वझीर हैदराबाद. १८५७ साली ते दिल्लीच्या बादशहाच्या घरात सापडलं. ये कधी न्यूबेरीत, मी दाखवीन तुला."

ह्यावर शॅरीस शहारल्यासारखं करून हसू लागते. हेन्रीचं शेवटचं ढवळणं झाल्यावर तो सगळ्यांना टेबलापाशी यायची विनंती करतो. इतका वेळ गप्पा मारताना आम्ही सतत बियर आणि वाईन पितोय. गप्पांच्या नादात हे लक्षात येत नाही. पण आता, हेन्रीने माझ्यासाठी धरलेल्या खुर्चीत बसण्याऐवजी मी खाली पडू लागते आणि गोमेझ, मेणबत्त्या लावण्याच्या नादात स्वतःचे केस जाळून घेऊ लागतो, तेव्हा समजतं की सगळे किती मद्यधुंद आहेत ते!

"क्रांतीच्या नावाने!" असं अचानक चित्कारत, गोमेझ आपला चषक उंचावतो.

मी, शॅरीस आणि हेन्रीही मग तसंच करतो आणि उत्साहाने (व प्रचंड भुकेने) जेवणावर तुटून पडतो. सगळं अन्न अप्रतिम झालेलं असतं... इतकं की, मला आनंदाने रडूच येतं. रिसॉट्टो व्यवस्थित मऊ आणि अळणी असतो, स्क्वॅश गोड असतं आणि चिकन तर मस्क्यात तरंगत असतं!

हेन्री जरा वेळाने, मनापासून जेवत बसलेल्या गोमेझला विचारतो, "कुठली क्रांती म्हणालास?"

"काय?!"

"अरे, तू कुठल्या क्रांतीच्या नावाने चषक उंचावलास, ते विचारतोय."

ह्यावर मी आणि शॅरीस एकमेकींकडे घाबरून पाहतो, पण बराच उशीर झालेला असतो. कारण इतक्यात गोमेझ बोलून जातो, ''पुढची. येणारी!''

''म्हणजे ती, ज्यात कामगारवर्ग भांडवलशहांचा खातमा करणार आहे.''

''हो, तीच.''

ह्यावर हेन्री माझ्याकडे डोळे मिचकावत बोलतो, ''क्लेअरला हे सगळं पचनी पडणं जडच दिसतंय. आणि तसंही तू बुद्धिवाद्याचं काय करणार?''

''ओ. त्यांना तर आम्ही खाऊन टाकू बहुधा. पण तुला आम्ही जिवंत ठेवू. आमचा आचारी होण्यासाठी. मस्तच स्वयंपाक केलायंस तू!''

गोमेझची मुक्ताफळं ऐकल्यावर, शॅरीस माझ्या हातावर संरक्षकरीत्या आपला हात ठेवत बोलते, ''आम्ही काही खरंच कोणाला खाणार नाही आहोत. फक्त त्याच्या संपत्तीचं वाटप मात्र करू.''

''चला, हे एक बरं झालं...'' हेन्री म्हणतो. ''मला क्लेअरला शिजवताना फारसा आनंद झाला नसता!''

गोमेझ ह्यावर बोलतो, ''छे! हे मात्र फारच वाईट झालं हं. क्लेअरची चव अद्वितीय असती, ह्यात मला शंकाच नाही!''

''ए, खरंच विचार केला, तर मानवभक्षकांचं अन्न कसं लागत असेल? त्यांचंही पाककृतीचं वगैरे कुठलं पुस्तक असू शकेल का?''

''हो! द रॉ अॅन्ड द कुक्ड!'' शॅरिस हसत हसत म्हणते.

ह्यावर हेन्री आपलं मत प्रदर्शित करत म्हणतो, ''हे काय, कुठला पदार्थ कसा करावा, ह्यासाठीचं पुस्तक वाटत नाही. लेवी-स्ट्रॉस काही कुठल्या पाककृत्या देत असेल, असं वाटत नाही.''

''मग आपण आपल्या हिशोबाने पाककृत्या निर्माण करू या.'' गोमेझ चिकनचा दुसरा डाव वाढत सुचवतो. ''जसं, क्लेअर विथ पोरकिनी मश्रूम्स अॅन्ड मरिनारा सॉस ओव्हर लिनग्विनी, किंवा मग, ब्रेस्ट ऑफ क्लेअर अ ला ऑरेंज; किंवा–''

''ए, मला भक्ष्य बनवायचं नसेल तर?!'' मी उद्गारते.

''सॉरी क्लेअर! ते शक्य नाही. जगाच्या भल्यासाठी तुला हा त्याग करणं भाग आहे!'' गोमेझ गंभीर आवाजात बोलतो.

ह्यावर हेन्री माझ्याकडे हसून बघत दिलासा देतो. ''काळजी करू नकोस क्लेअर, क्रांती झाली ना, की मी तुला न्यूबेरी ग्रंथालयात दडवून ठेवीन. तू तिथे पुस्तकांच्या खणांमध्ये आरामात रहा आणि मी तुला कॅन्टीनमधून स्निकर चॉकलेट आणि डोरीतो खिलवत जाईन. तू कुणाला सापडूच शकणार नाहीस.''

मी नकारार्थी मान हलवत हेन्रीला विचारते, ''पण सर्वात आधी आपण सगळ्या वकिलांना मारून टाकायचं ठरवलं होतं, त्याचं काय?''

“नाही, ते शक्य नाही!” गोमेझ ओरडतो. “वकिलांशिवाय सगळी क्रांतीच बारगळेल. वकील नसतील, तर सगळी क्रांती दहा मिनिटांत कोसळेल!”

“पण तसंही, माझे वडीलच आहेत, म्हटल्यावर तू वकिलांना खाऊ शकत नाहीस!”

“ते वाईट वकील आहेत,” गोमेझ बोलतो. “ते भांडवलशहांच्या बाजूने लढतात. मी मात्र गरीब, अनाथ मुलांच्या कल्याणासाठी माझं रक्त आटवतो...”

“गोमेझ, गप्प बस हं आता. तू क्लेअरला दुखावतो आहेस!”

“मुळीच नाही! क्लेअरलाच क्रांतीत बळी जाण्याची हौस आलीय. हो की नाही क्लेअर?”

“नाही!”

“असं?!”

“ते जाऊ देत. कॅटेगोरिकल इम्पेरेटिव्हचं काय?”

“काय??”

“अरे, तुला माहीतेय ना? तो नियम... जर तुम्ही स्वतः कुणाचं भक्ष्य बनायला तयार नसाल, तर इतरांना आपलं भक्ष्य बनवूही नका.”

“तुला असं नाही वाटत की भक्ष्य बनण्यात किंवा कुणालातरी आपलं भक्ष्य बनवण्यातच सृष्टीच्या चलनाचं गमक आहे?” काट्याने आपली नखं साफ करत गोमेझ, विचारतो.

“हो, बरेचदा. पण तू स्वतःच जनकल्याणाचं उदाहरण नाहीयेस का?” हेन्री गोमेझला विचारतो.

“हो, पण त्यामुळे मला बरेचदा एक घातकी वेडासुद्धा मानण्यात येतं...” गोमेझ हे सहजपणे म्हणतो खरा, पण त्याच्या मनातलं हेन्रीबद्दलचं गोंधळलेपण लपत नाही. विषय बदलण्यासाठी म्हणून तो म्हणतो, “क्लेअर, अगं काही गोडधोड, कॉफी वगैरे आहे की नाही?”

“अरे बापरे! बघा मी विसरलेच होते! थांब आणते...”

“मी तुला मदत करतो,” असं म्हणत गोमेझ माझ्यापाठोपाठ आत येतो. मी उंच टाचांचे बूट घातले असतात, त्यामुळे स्वयंपाकघरात जाताना मी नेमकी अडखळते. तोंडावर पडणार, इतक्यात गोमेझ मला शिताफीने हात देतो. क्षणभर, आम्ही एकमेकांना बिलगून तसेच उभे राहतो आणि मग मला त्याचे, माझ्या कमरेकडे जाऊ पाहणारे हात जाणवतात... पण तो पुढे काही न करता, मला सोडून देतो.

“तू खूपच प्यायलेली वाटतेस क्लेअर!”

“हो माहितेय! आणि तूसुद्धा!” असं म्हणत, मी कॉफी-मेकर सुरू करते. मग

काही ब्राऊनीज ताटलीत मांडून ठेवते. इतक्यात, गोमेझ माझ्या कानाजवळ येऊन खुसफुसतो, "हाच तो माणूस आहे!"

"काय? म्हणजे काय?"

"मी तुला ज्याच्याबद्दल सावध केलं होतं ना? हा तोच आहे... हेन्री."

इतक्यात शॅरिस स्वयंपाकघरात येते. तिची चाहूल लागून गोमेझ चटकन माझ्यापासून दूर जातो आणि फ्रीजमध्ये डोकावू लागतो.

"मी काही मदत करू का?" शॅरीस विचारते.

"हो. ह्या कपबशा घेऊन जा..." मग आम्ही सगळ्या कप, बशा, ब्राऊनीज, इत्यादी टेबलावर मांडतो. हेन्रीच्या चेहऱ्यावर तर असा भेदरलेला भाव आहे, जणू तो दंतवैद्याच्याच खुर्चीत बसला असावा!

त्याचा तो चेहरा पाहून मला खूप हसायला येतं. असाच भाव त्याच्या चेहऱ्यावर असायचा, जेव्हा मी त्याच्यासाठी कुरणात जेवण घेऊन जायचे... पण अर्थात, त्याला ते आता आठवणं शक्य नाही. अजून तो तिथपर्यंत गेलेला नाहीये.

"इतकं घाबरायची गरज नाहीये हं हेन्री! फक्त ब्राऊनीज आहेत– त्या तर कुणालाही करता येतात; मलासुद्धा!"

सगळे हसत हसत कॉफी आणि ब्राऊनीजचा आस्वाद घ्यायला बसतात.

पण, त्या ब्राऊनीज नेमक्या कच्च्या निघतात!

"ह्या तर ब्राऊनीज टारटार झाल्या आहेत"–इति शॅरिस!

"नाही! साल्मोनेला फज्"–गोमेझची टिप्पणी.

"मला तर आधीपासूनच कच्चं पीठ खायला आवडतं..." फक्त हेन्री आपली बोटं चाटत, माझी बाजू घेत म्हणतो!

गोमेझ अखेर सिगारेट शिलगावून आराम करत बसतो.

हेन्री : ह्या गोमेझबद्दल मला काहीतरी खटकतंय... काय, ते नेमकं सांगता येत नाही. कदाचित तो क्लेअरशी दाखवत असलेली जवळीक? की त्याचा भंपक मार्क्सवाद! एक मात्र नक्की– मी त्याला ह्यापूर्वी कुठेतरी बघितलेलं आहे. पण, भूतकाळात की भविष्यात? चला शोधून पाहू या!

"गोमेझ, तुझा चेहरा मला खूप ओळखीचा वाटतोय."

"असं? हं, कदाचित आपण एकमेकांना शहरात कुठेतरी बघितलेलं असेल."

आता मला आठवलं. "रिवीयेरा थिएटरला? इग्गी पॉपच्या कार्यक्रमाला?"

हे ऐकून गोमेझ दचकतो. मग स्वत:ला सावरत म्हणतो. "हो, असेल. तू त्या सोनेरी केसांच्या इंग्रिड कारमायकलसोबत होतास ना तिथे? मी तुला नेहमी तिच्यासोबत बघायचो."

मी आणि गोमेझ एकदमच क्लेअरकडे पाहतो. ती गोमेझकडे टक लावून पाहत असते. गोमेझ तिच्याकडे बघून हसतो. पण ती तोंड फिरवते.

शॅरीसला प्रकरण हाताबाहेर चालल्याचं लक्षात येतं तसं, ती ते सावरण्याचा प्रयत्न करत गोमेझला विचारते, ''तू मला न घेता इग्गीच्या कार्यक्रमाला गेलासच कसा?''

''तू बाहेरगावी गेली होतीस.''

''शी! बाबा! नेमक्या गमतीच्या वेळी, मी पाहिजे तिथे नसतेच कधी!'' शॅरीस माझ्याकडे पाहून, दयनीय चेहरा करत सांगू लागते. ''मी पॅट्टी स्मिथचा कार्यक्रमही चुकवलेला आणि आता तर तिने निवृत्ती घेतलीये. टॉकिंग हेड्स आपल्या शहरात कार्यक्रम करायला आलेले, तर मी त्यालाही जाऊ शकले नव्हते.''

''पॅट्टी परत कार्यक्रम करेल...'' मी एकदम बोलून जातो.

''असं? तुला कसं माहिती?'' ह्यावर क्लेअर आणि मी एकमेकांकडे कटाक्ष टाकतो.

''मी फक्त अंदाज बांधतोय ग...'' असं म्हणत मी शॅरीसला तिच्या संगीतातल्या आवडीनिवडींबद्दल विचारू लागतो. गोमेझ आणि क्लेअरही आमच्यात सामील होतात. त्या चर्चेत आम्हाला चौघांना पंक संगीताची आवड असल्याचं उघडकीस येतं. गोमेझ आम्हाला, जॉनी थंडर्सने त्यांचा बॅण्ड सोडण्यापूर्वी फ्लोरीडामध्ये केलेल्या न्यूयॉर्क डॉल्सच्या कार्यक्रमाबद्दल सांगतो. शॅरीस आणि क्लेअर काही आठवड्यानंतर ॲरागॉन बुल्समध्ये होणाऱ्या व्हयोलंट फेमेज्च्या कार्यक्रमाची शॅरीसला फुकट मिळालेल्या तिकिटांबद्दल अत्यानंद व्यक्त करतात.

अखेर, ती संध्याकाळ संपुष्टात येते. क्लेअर मला सोडायला खालपर्यंत येते.

''मला माफ कर हेन्री!''

''अगं, त्यात काय एवढं? मला स्वयंपाक करायला खूप मजा आली.''

''नाही...गोमेझबद्दल!''

मी क्लेअरला मिठीत घेतो आणि विचारतो ''गोमेझचं काय?''

तिच्या मनात काहीतरी चाललंय हे नक्की; पण ती काही न बोलता फक्त खांदे उडवत मला म्हणते, ''काही नाही, होईल ते सगळं व्यवस्थित.''

मग मीसुद्धा तो विषय अधिक वाढवत नाही. तिचं चुंबन घेऊन जायला निघतो. थोड्या अंतरावर गेल्यावर मागे वळून बघतो, तर क्लेअर माझ्याचकडे पाहत दारात उभी असते. मला पुन्हा मागे फिरून तिच्याजवळ जायची, तिला मिठीत घ्यायची तीव्र इच्छा होते; पण मी तसं करू शकण्याआधीच, ती वर निघून जाते.

शनिवार, १४ डिसेंबर, १९९१/मंगळवार, ९ मे, २०००
(हेन्री ३६ वर्षांचा)

हेन्री : मला हिजडा म्हणणाऱ्या आणि त्याचं हे विधान खरं आहे, हे दाखवण्यासाठी मला ठोकू पाहणाऱ्या एका दारूड्याला मी बेदम हाणतोय. आम्ही विक थिएटरच्या शेजारच्या गल्लीत आहोत. आतून मला स्मोकिंग पोप्सच्या बास संगीताचा आवाज ऐकू येत आहे. त्या तालावर मी त्या मूर्खाचं आधी नाक तोडून मग त्याच्या बरगड्या तोडण्याच्या कामात गुंतलो आहे. एक तर आधीच माझी संध्याकाळ बेकार गेलीये– त्यात हा बिनडोक आयताच सापडला सगळा राग काढायला. तर कोण सोडेल असली संधी?

इतक्यात मला हाक ऐकू येते, "हे, लायब्ररी बॉय!" बघतो, तर गोमेझच असतो. भिंतीशी टेकून माझ्याकडे गंभीर चेहऱ्याने पाहत असतो.

मी माझ्या सावजाला सोडून देत, गोमेझला "काय मित्रा, कसं चाललंय?" असं अभिवादन करतो. खरं म्हणजे मला गोमेझला पाहून फारच आनंद झालाय; पण त्याचा चेहरा मात्र गंभीर का दिसतोय, समजत नाही.

"हे बघ हेन्री, मला तुझ्या ह्या कामात अडथळा आणण्याची इच्छा नाहीये; पण तू ज्याला इतका बेदम मारतोयंस ना, तो माझा मित्र आहे."

"त्याचं असं आहे ना गोमेझ, की हे त्यानेच स्वत:वर ओढवून घेतलंय! म्हणजे अक्षरश: माझ्या पायावर लोळण घेत मला विनंती केली त्याने, की मला मार हेन्री, मला बेदम मार!"

"असं होय?? वा! मग तर तुझं काम चोख बजावलंयसं तू!"

"धन्यवाद!"

"आता, तुझी परवानगी असेल, तर मी ह्या ठोंब्या निकला घेऊन गेलो, तर चालेल का?"

"जरूर, जरूर..."

छे! मी त्या निकचे कपडे आणि विशेषत: त्याचे बूट लांबवण्याचा विचार करत होतो. किती छान, कोरे-करकरीत लाल, डॉक मार्टेन्सचे बूट आहेत त्याचे! माझा तर जीवच जडला त्यांच्यावर!

"गोमेझ!"

"ओ, काय?" त्याच्या मित्राला उचलायला वाकलेला गोमेझ, माझ्याकडे पुन्हा वळून विचारतो.

"आजची तारीख काय?"

"१४ डिसेंबर."

“वर्षं कोणतं?”

ह्यावर तो माझ्याकडे अशा तऱ्हेने पाहतो, जणू त्याला माझ्यासारख्या वेड्या लोकांना दाद देण्यापेक्षा इतर बरीच चांगली कामं आहेत. मग तो निकला खांद्यावर भिरकावून न्यायला लागतो आणि उपकार केल्यागत जाता-जाता सांगतो “१९९१, तू दिसतोस त्यापेक्षा फारच जास्तच प्यायलेला वाटतोयंस!”

मी भराभर गणित मांडून बघतो... म्हणजे आज त्या दिवशीच्या बऱ्याच जवळची तारीख आहे, ज्या दिवशी मी आणि क्लेअर डेटिंग करू लागलो. ह्याचा अर्थ, गोमेझ मला फारसा ओळखत नाहीये... बरोबर आहे, तो माझ्याकडे रागारागाने बघत होता ते!

गोमेझ थोड्या वेळाने परत येऊन मला म्हणतो, “मी निकला त्याच्या भावाकडे, ट्रेंटकडे सोपवलं. तो बराच संतापलेला दिसला.”

आम्ही दोघं आता एकत्र चालायला लागलो. थोड्या वेळाने गोमेझ मला विचारतो, “मला एक सांग लायब्ररी बॉय, तू असे विचित्र कपडे का घातले आहेत?”

मी निळ्या जीन्सवर, पिवळी बदकं असलेला आकाशी रंगाचा स्वेटर आणि त्याखाली लालभडक बिनबाह्यांचा टी शर्ट घातला होता. कहर म्हणजे, पायात गुलाबी रंगाचे बूट होते! बरोबर आहे, निकला मला सावज बनवावंसं वाटलं ते.

“मला त्या वेळी ह्यापेक्षा चांगलं काही मिळालं नाही...” मी गोमेझला गूढ उत्तर दिलं. ज्याच्याकडून हे कपडे चोरले, तो मुलगा आपल्या घराजवळच असेल, तर ठीक! बाहेर २० डिग्रीचा गारवा पसरला आहे.

मग मी गोमेझला विचारतो, “तू ह्या विचित्र पोरांसोबत काय करत होतास?”

“ते माझ्यासोबत वकिली शिकायला होते.”

एवढ्यात आम्ही एका कपड्यांच्या दुकानावरून जातो. मला तिथल्या खिडकीतले कपडे पाहून माझ्या अंगावरचे हे विचित्र कपडे काढून टाकण्याची ऊर्मी येते. गोमेझला हे आवडणार नाही, याची खात्री असूनही मी तो धोका पत्करायचं ठरवतो. त्याला म्हणतो “मित्रा, तू जरा लांब जाऊन उभा राहशील का? मी एक लहानसं काम आटोपून येतो.”

“कसलं काम?”

“काही नाही. हे दुकान फोडण्याचं. तू मनावर घेऊ नकोस.”

“मी तुझ्यासोबत आलो तर चालेल?”

“नाही.”

ह्यावर तो जरा दुखावल्यासारखा होतो.

“बरं, ये...” मी त्याच्यावर दया दाखवत म्हणतो.

हे दुकान फोडण्याची ही माझी तिसरी वेळ. मला त्याची सगळी कुलपं, सेफ्टीपिन, पेन, ह्यासारख्या किरकोळ वस्तूंनीही कशी फोडायची, हे पक्कं लक्षात आलेलं आहे. अवघ्या तीन मिनिटांचा खेळ!

गोमेझ माझ्याकडे आदरयुक्त कौतुकाने पाहत असतो.

“तू हे कधी शिकलास? आणि कुठे?”

“अरे, कला असते ती...” मी त्याच्या प्रश्नाचं उत्तर देण्याचं टाळत बोलतो.

मग, आम्ही आत शिरतो. खूप अंधार असतो.

“कशालाही हात लावू नकोस गोमेझ...” असं त्याला बजावून मी मला आवडतील, असे कपडे शोधू लागतो. काळ्या लीव्हाईजच्या जीन्स, गडद निळा शर्ट, लोकरीचा सुंदर कोट, लोकरीचे मोजे, अंतर्वस्त्रं, हातमोजे आणि कान झाकणारी टोपी (अगदी निकने घातलेली तशीच). झालो मी तयार!

गोमेझ पैशांच्या खणात शोधाशोध करू लागतो, तसं मी त्याला बजावतो, “चल, चल निघू या... इथे ते रात्रीचे पैसे ठेवून बंद करत नाहीत.” माझे जुने कपडे मी एका बॅगेत भरतो आणि दुकानाचा दरवाजा हळूच लावून बाहेर पडतो.

मला एकदम भूक लागते. मी गोमेझला म्हणतो, “चल, ॲन स्लॅथर्सला जेवायला जाऊ या!”

“ॲन स्लॅथर्सला? मला तर वाटलेलं की, आता तू बँक फोडू या किंवा कोणाचा तरी खून करू या, असं म्हणशील! आता थांबू नकोस रे मित्रा! आताच तर काम सुरू केलंयंस तू!”

“मला पुढचं काम करण्यासाठी इंधनाची गरज आहे! चल!” आम्ही ॲन स्लॅथर्सच्या दिशेने चालू लागतो. मध्ये रस्त्यात बेल्मॉन्ट क्लब लागतो.

रस्त्यावर नेहमीप्रमाणे क्लबमध्ये नाचायला येणारे, भिकारी, गर्दुल्ले सगळयांचीच रेलचेल होती. आजूबाजूच्या टॅटू पार्लर आणि कॉन्डम बुटीक्सच्या गराडयात ॲन स्लॅथर्सचं एक सभ्य असं ठिकाण दिसत होतं. आम्ही आत शिरतो आणि जागा मिळण्याची वाट पाहू लागतो. हॉटेलातल्या सुंदर सजावटीने माझं मन प्रसन्न होतं.

शेवटी एकदाची आम्हाला धूम्रपान निषिद्ध नसलेल्या भागात जागा मिळते आणि आम्ही तिथे अगदी थाटात बसून, इथले सराईत असल्यासारखे मेन्यू वाचू लागतो.

गोमेझ माझी परवानगी घेऊन लागलीच सिगारेट फुंकू लागतो.

गोमेझच्या संगतीत असण्याचा हा एक तोटा असतो बुवा! सतत सिगारेटीचा तो नकोसा धूर सोसावा लागतो. गोमेझ सतत सिगरेट ओढतो-त्याला सवयच आहे ती- सिगारेटीशिवाय त्याला अर्ध्या तासाच्यावर चैनच पडत नाही. त्याच्या त्या ‘ड्रम टोबॅको’ ओढण्याच्या सवयीमुळे, त्याच्या बोटांवर विचित्रसा तपकिरी पिवळसर रंग

चढलेला आहे.

पण मला जरी त्याची सवय आवडत नसली, तरी त्याला तन्मयतेने सिगारेट ओढताना पाहून मला बरं वाटतं. खरंतर मला कोणालीही अशी आपली सवय तन्मयतेने जोपासताना आणि त्याचा आनंद घेताना पाहून बरं वाटतं.

गोमेझ मला एक सिगारेट देऊ करतो. मी ती नाकारतो.

"काय? तू सिगारेट ओढत नाहीस?? मग तुझं व्यसन तरी कुठलं?"

"धावण्याचं!"

"हा! तरीच! तू इतक्या चांगल्या तब्येतीचा आहेस. मला प्रश्नच पडलेला, की तू निकला इतकं चोपूनही, तुला साधं खरचटलंसुद्धा कसं नाही?"

"तो इतका प्यायलेला होता की, त्याला धड उभंपण राहाता येत नव्हतं. तो काय मला मारणार?"

"पण मला सांग, तुमच्यात इतकं झालंच काय, की तू त्याला इतकं हाणलंस?"

"काही नाही रे, मूर्खपणा सगळा! जाऊ दे..."

इतक्यात वेटर येतो - त्याचं नाव लान्स असतं. आजचा खास पदार्थ 'सॅल्मन ॲण्ड क्रीम पीज' असल्याचं सांगून तो आमच्या हातात मोठं मेन्यूकार्ड कोंबून निघून जातो. गोमेझ मला पुन्हा टोकतो - "सांग ना"

"अरे, विशेष काही नाही. त्याने माझा तो स्वेटरधारी अवतार बघितला आणि त्याला वाटलं की, मी अगदीच लेचापेचा असेन - किंवा खरं सांगायचं तर, गे असेन.मग त्याने मला पिडायला सुरुवात केली आणि थोड्या वेळाने, मला मारू लागला. आधी मी काही बोललो नाही, पण हा थांबायचं नावच घेईना; मग म़ात्र मला माझं खरं रूप दाखवावंच लागलं. मी खरंतर त्याच्या अध्यातमध्यात नव्हतो, मी माझ्या कामात व्यग्र होतो."

"कुठलं काम?"

"म्हणजे? असं का विचारतोयंस?"

"हेन्री, मी कदाचित मूर्ख दिसत असेन, पण मी तसा नाही आहे. माझा तुझ्यावर बऱ्याच दिवसांपासून डोळा आहे-बेबी क्लेअरने तुला घरी आणण्यापूर्वीपासून. बरीच ख्याती ऐकून आहे मी तुझी. तुला माहीत आहे की नाही ठाऊक नाही, पण काही विशिष्ट लोकांमध्ये तू बराच बदनाम आहेस... विशेषत:, काही स्त्रियांमध्ये. काही फार विचित्र गोष्टी समजल्यात मला त्यांच्याकडून...."

इतक्यात, गोमेझची कॉफी आणि माझ्यासाठी दूध घेऊन लान्स येतो. आम्ही त्याला जेवणाची यादी सांगतो- गोमेझसाठी चीझबर्गर व फ्राईज, आणि माझ्यासाठी स्प्लिट पी सूप, सॅल्मन, स्वीट पोटॅटोज व मिक्स फ्रूट. मला तातडीनिशी

अन्नउर्जेची गरज आहे, नाहीतर मी कुठल्याही क्षणी इथेच चक्कर येऊन पडेन!

मला स्वत:शीसुद्धा माझ्या पूर्वायुष्यातल्या पापकृत्यांबद्दल विचार करायला आवडत नाही-मग,गोमेझशी त्याबद्दल चर्चा करणं दूरच राहिलं. तसंही, त्याला काय देणंघेणं आहे या सगळयाशी?

पण, तो माझ्या उत्तराची वाट पाहात बसलाय. मग,मी कॉफी ढवळता-ढवळता विचार करतो, की ह्याला मी सगळं सांगितलं, तरी कायसा फरक पडणार आहे? जाऊ देत. सांगतोच.

"काय माहिती पाहिजेय तुला मित्रा?"

"सगळीच. मला जाणून घ्यायचंय की, एक बावळट दिसणारा ग्रंथपाल, क्षुल्लक कारणावरून एखाद्याला, तो मरायला येईपर्यंत का मारतो? इंग्रिड कारमायकलने आठवड्याभरापूर्वी आत्महत्या करण्याचा प्रयत्न का केला? मागच्या वेळी मी तुला बघितलं, त्यापेक्षा तू आज दहा वर्षांनी मोठा का दिसतो आहेस? तुझे केस पिकलेले का दिसत आहेत? तू सगळयात माहीर चोरांनाही जमणार नाही, अशी कुलपं,इतक्या लीलया कशी फोडू शकतोस? आणि सगळयात महत्त्वाचं म्हणजे, क्लेअरकडे, ती तुला भेटण्याआधीपासून तुझा फोटो कसा?!"

क्लेअरकडे १९९१ च्या आधीपासूनचा माझा फोटो आहे?! अरे देवा!

"कसा दिसतोय मी त्या फोटोमध्ये?"

गोमेझ ह्यावर माझ्याकडे निरखून पाहात बोलतो "तू आता दिसतोयंस ना, तसाच; दोन आठवडयांपूर्वी तू क्लेअरकडे जेवायला आला होतास, तेव्हा दिसत होतास, तसा नाही."

म्हणजे हे जेवण होऊन फक्त पंधरवडा लोटलाय?! देवा, म्हणजे माझी आणि गोमेझची ही दुसरीच भेट!

"तो फोटो घराबाहेर कुठेतरी काढलाय ...बागेत वगैरे. तू त्यात छान हसतो आहेस आणि त्यापाठी तारीख लिहिली आहे. जून १९८८."

तेवढयात, लान्स आमचं जेवण घेऊन येतो. मी त्यावर अक्षरशः तुटून पडतो. गोमेझ मात्र आपल्या जेवणाला हात न लावता, माझ्याकडे एकटक बघत राहातो. पण मी त्याची काळजी करण्याच्या मनःस्थितीत नाहीये. मी त्याला कोर्टात अशाच प्रकारे अपराध्याची उलटतपासणी करताना बघितलेलं आहे. मला खरंतर आता त्याला सगळं सांगण्यात काही हरकत नाहीये, कारण पुढे तो बऱ्याचदा मला अतिशय क्लिष्ट प्रसंगी मदत करणार आहे; पण सध्या मला फक्त पोटभरून जेवायचंय !

माझं अर्धंअधिक सॅल्मन संपूनसुद्धा तो तसाच बसला आहे. मी त्याला पहिले जेवण संपवण्याचा आग्रह करतो — "काळजी करू नको, मला जेवू दे, मग मी

तुला सगळं सविस्तर सांगेन'' — मी त्याला दिलासा देत म्हणतो. मग तो हळूहळू जेवू लागतो. अखेर, आमचं जेवण संपतं, कॉफीसुद्धा पिऊन होते, फळं खाल्ली जातात... पण तरीही मी काही बोलत नाहीसं पाहून, गोमेझचा पारा चढू लागलाय, हे मला जाणवतं. शेवटी मी त्याला गौप्यस्फोट करत सांगतो, ''ह्यामागचं रहस्य आहे कालप्रवास!''

गोमेझला ही थाप वाटतेय, हे मला त्याच्या आविर्भावावरून लगेच समजतं. मग मी त्याला फोड करून सांगू लागतो— ''मी काळप्रवासी आहे. ह्या क्षणी वर्तमानात मी ३६ वर्षांचा आहे. वर्तमानातली आजची दुपार ९ मे २००० ची होती. मंगळवार होता. मी कामावर होतो. कॅक्सटन क्लबच्या सभासदांसाठी मी 'शो ॲण्ड टेल' चा कार्यक्रम संपवून पुस्तकं परत खणांमध्ये लावण्यात गुंतलो होतो, इतक्यात मी १९९१ सालात स्कूल स्ट्रीटवर पोचलो. नेहमीप्रमाणे, माझ्या अंगावर एकही कपडा नव्हता. थोडा वेळ, मी लपून, ज्याचे कपडे चोरता येतील, अशा माणसाची वाट बघत बसलो. बरीच थंडी होती. अखेर बऱ्याच वेळाने तो मुलगा आला. मी त्याचे पैसे, कपडे सगळं चोरलं. तो खूप घाबरला होता. बहुतेक त्याला वाटलं की मी त्याचा बलात्कार करण्याच्या विचारात होतो. शेवटी तो अक्षरश: त्याच्या अंतर्वस्त्रांवर घरी पळत गेला. मी त्याचे कपडे घातले खरे, पण तुला तर माहितेय, ह्या अशा जागेत असे कपडे घालणं म्हणजे कसलं लक्षण समजलं जात ते. मग मी दिवसभर सगळया लोकांकडून मार खात राहिलो आणि तुझ्या मित्रावर सगळा राग निघाला. त्याला खूप लागलं असेल तर मला माफ कर -तसा इरादा नव्हता माझा. मला खरंतर फक्त त्याचे कपडे आणि विशेषत: त्याचे बूट हवे होते.''

ह्यावर गोमेझ माझ्या पायांकडे निरखून पाहातो.

''मी सततच अशा प्रसंगांमध्ये गोवला जात असतो. त्यात माझी काही चूकही नसते अन् मर्जीही. हा माझ्यात कुठला दोष आहे, असंही नाही.मी काळचक्रातून मध्येच कधीतरी अधांतरी होऊन वेगळयाच कुठल्यातरी काळात भिरकावला जातो. माझं त्यावर कसलंही नियंत्रण नसतं. मी कुठे पोचणार आहे, तिथे काय करणार आहे, कशावरही. म्हणून मग त्या प्रसंगात तग धरण्यासाठी मला चोऱ्या-माऱ्या कराव्याच लागतात.चोरी,लूट,दुकानं फोडणं, गाड्या पळवणं मी सगळं केलंय - नव्हे, मला करावं लागलंय!''

''खून? तोसुद्धा केलायंस तू?''

''माझ्या माहितीप्रमाणे तरी नाही. मी कुणावर बलात्कारही नाही केलाय. बरं, मला सांग,इंग्रिडचं काय? तू तिला ओळखतोस?''

''मी सीलिया ॲटलीला ओळखतो.'' गोमेझ कोऱ्या चेहऱ्याने उत्तर देतो.

“वा! एकाहून एक सरस मैत्रिणी दिसतायंत तुझ्या! इंग्रिडने आत्महत्या करण्याचा प्रयत्न कसा केला?”

“विष खाऊन. व्हॅलियम खाल्लं तिने.”

“१९९१ साल ना? ठीक आहे. म्हणजे हा इंग्रिडचा चौथा प्रयत्न असेल आत्महत्या करण्याचा.”

“काय?!”

“म्हणजे ?तुला हे ठाऊक नाही ? बरोबरच आहे म्हणा.सीलिया कधीच पूर्ण खबर सांगत नाही.इंग्रिडच्या अथक प्रयत्नांना अखेर १९९४ मध्ये, २ जानेवारीला यश आलेलं आहे. तिनं स्वतःच्या छातीत गोळी घालून घेतलीये.”

“हेन्री! काय बोलतोस काय?”

“सहा वर्षं झाली ती घटना होऊन आणि तरी माझा अजून तिच्यावरचा राग कायम आहे. एका चांगल्या मुलीच्या सोन्यासारख्या आयुष्याची निरर्थक वाताहात लागली. पण, ती त्यापूर्वी बराच काळ नैराश्याने ग्रासलेली होती; आणि त्यातनं वर येण्याऐवजी ती त्यात गुरफटतच गेली. मी तिच्यासाठी काहीही करू शकलो नाही, वाईट वाटतं मला ह्या गोष्टीचं. आम्ही त्या मुद्द्यावरून खूप भांडायचो.”

“हा विनोद असेल, तर तो फार नीच दर्जाचा विनोद आहे, सांगून ठेवतो हेन्री!”

“तुला पुरावा हवाय ना?”

ह्यावर गोमेझ फक्त हसतो.

“तो फोटो चालेल? तू म्हणालास, क्लेअरकडे आहे तो?”

ह्यावर गोमेझचा चेहरा जरा उतरतो. “बरं, मी मान्य करतो, त्या फोटोमुळे मी जरा बुचकळ्यात पडलोय.”

“मी सांगतो काय ते. मी क्लेअरला प्रथम भेटलो ऑक्टोबर १९९१ मध्ये; ती मला प्रथम भेटली सप्टेंबर १९७७ मध्ये. ती सहा वर्षांची होती; मी आता ३८ वर्षांचा होईन. ती मला तिच्या संपूर्ण आयुष्यभर ओळखत आलेली आहे. मी १९९१ मध्ये तिला नुकताच ओळखू लागलेलो आहे. खरंतर, तू हे सगळं क्लेअरलाच विचारायला हवं. ती अधिक नीट सांगू शकेल.”

“ते मी केलंय. तिने सांगितलं मला सगळं.”

“अरे! मग मला हे सगळं गुऱ्हाळ पुन्हा लावायला लावून, वेळ दवडवण्यात काय मिळालं तुला? तुझा तिच्यावर विश्वास बसला नाही?”

“नाही. तुझा बसला असता?”

“का नाही? हे बघ, क्लेअर एक अतिशय प्रामाणिक मुलगी आहे. तिच्यावरचे संस्कारच तसे आहेत.”

इतक्यात लान्स अजून कॉफी घेऊन येतो. देवासमानच भासतो मला तो त्या क्षणी!

“मग तुला कसा पुरावा हवाय, जेणेकरून तुला माझं म्हणणं पटेल?”

“क्लेअर म्हणालेली की तू गायब होऊ शकतोस.”

“हो, ती माझी एक विस्मयचकित करणारी कला आहे खरी. माझ्याबरोबर गोंद लावल्यागत चिकटून राहिलास ना, की कधी ना कधी तुलापण माझा हा चमत्कार दिसेल. कधी हे व्हायला दिवसच्या दिवस जायला लागतात, पण तुझं नशीब जोरावर असेल, तर हे काही क्षणांतही होतं. पण होतं हे नक्की...”

“आपण एकमेकांना २००० सालामध्ये ओळखतो का?”

“हो, आपण अगदी जवळचे मित्र आहोत.”

“मला माझं भविष्य सांग.”

अरे बापरे! हे संभाषण आता चुकीच्या वळणावर चालू लागलंय. “नको रे.”

“का नको?”

“गोमेझ, गोष्टी जशा घडायच्या तशाच घडतात. त्याबद्दल आधीपासून माहिती असणं, हे त्या गोष्टींना विचित्र बनवतं. तसंही, तू काही बदलू तर शकत नाहीस.”

“असं का?”

“कारण, कार्यकारणभाव नेहमी पुढेच धावतो. गोष्टी फक्त एकदाच घडतात, वारंवार नाही. म्हाणून तुम्हाला पुढे काय घडणार, हे आधीच माहिती असलं, की तुम्ही...तुम्ही त्यामध्ये जखडून जाता. मला स्वत:बाबतीत तसंच वाटत राहातं. विश्वास ठेव, तू त्या तुलनेत फारच सुखी आहेस. तुला भविष्यातल्या कुठल्याही घटनेचा विचार करून पावलं टाकावी लागत नाहीत. तुला समजणार नाही, की ही किती भाग्याची गोष्ट आहे!”

गोमेझला हे पटलेलं दिसत नाही, खरंतर तो चडफडल्यासारखाच दिसतोय.

“मी तुला एवढंच सांगू शकेन गोमेझ, की तू आमच्या लग्नात मानाचा पाहुणा असणार आहेस आणि मी तुझ्या. तसंच, तुझं सगळं आयुष्य अतिशय सुंदर जाणार आहे. बास, आता ह्यापुढे मी काही सांगणार नाहीये.”

“रोखेबाजाराबद्दल काही टिपा दे ना.”

“बरं, ऐक. २००० सालामध्ये रोखेबाजार अतिशय विचित्र, गोंधळवून टाकणारा होणार आहे, पण काही लोकांना त्यात भरघोस फायदा होणार आहे. तू त्या काही भाग्यवंतांपैकी असणार आहेस. तू इंटरनेट नावाच्या प्रकाराबद्दल ऐकलं आहेस?”

“नाही. काय असतं हे?”

“हा एक संगणकाशी निगडित असलेला प्रकार आहे. ह्या तंत्रामध्ये, फोन लाईनींना संगणकांशी जोडून अवघ्या जगभरच्या लोकांना एकमेकांशी संपर्क साधता

येतो. तू तंत्रज्ञान कंपन्यांचे रोखे विकत घे. नेटस्केप, अमेरिका ऑनलाईन, सन मायक्रोसिस्टीम्स, याहू, मायक्रोसॉफ्ट, ॲमॅझॉन डॉटकॉम... इत्यादी.''

''डॉटकॉम? म्हणजे काय?''

''त्याचा विचार आता करू नकोस. वेळ आली, की कळेलच तुला. बरं, आता तुला परीकथांवर विश्वास असेल, तर टाळी वाजव.''

''मला वाटलेलं की, सकाळपासून तू पऱ्यांचा विषय काढणाऱ्यांना हाणण्याच्या मोहिमेवर होतास...''

''तशा पऱ्या नाही मूर्खा...'' मला मळमळायला लागलं आहे आणि मला आता इथे तमाशा उभा करायचा नाहीये. म्हणून मी कसंबसं गोमेझला माझ्यासोबत ये, असं सांगून बाथरूममध्ये घुसतो आणि मला तिथे भडाभडा उलटी होते.

''देवा हेन्री, काय...'' पण गोमेझ काय बोलतोय, हे समजण्याआधीच मी नग्नावस्थेत, एका थंडगार कडक फरशीवर गरगरल्या डोक्याने येऊन पडतो. थोडया वेळाने हात उंचावून चाचपडतो, तर पुस्तकांचे कणे हाताला लागतात — तेव्हा लक्षात येतं की, मी न्यूबेरी ग्रंथालयात येऊन पडलोय. मी उभा राहून दिवा लावतो. माझे कपडे आणि मी गायब होण्यापूर्वी लावत असलेली पुस्तकं, शेजारच्या बोळात पडलेली आढळतात. मी भराभर ती पुस्तकं खणात लावतो आणि दबक्या पावलांनी त्या खोलीचा दरवाजा उघडतो. किती वाजलेत हे कळायला मार्ग नाहीये; कदाचित, सुरक्षायंत्रणा सुरू करून शिपाई घरीही गेले असतील. पण, मी दार उघडून पाहातो, तर अजून ग्रंथालय उघडच आहे; सगळं जसंच्या तसं सुरू आहे. इसावेल, एका नव्या सभासदाला वाचनाच्या दालनाचे नियम समजावून देत आहे. मॅट शेजारून जातो तेव्हा नेहमीप्रमाणे हात उंचावून अभिवादन करतो. मी घड्याळाकडे निरखून बघतो तेव्हा लक्षात येतं की, मी फक्त १५ मिनिटांसाठी गायब झालेलो. इतक्यात, अमेलिया माझ्याजवळ येऊन विचारते, ''मी स्टारबक्सला जाते आहे. तुला काही हवंय? जावा कॉफी?''

''नाही, नको. तू जा. थँक्स, विचारल्याबद्दल.''

माझं डोकं फुटण्याच्या मार्गावर आहे. मी रॉबर्टोच्या कचेरीत डोकावून मला बरं वाटत नसल्याचं त्याला सांगतो — तो फोनवर बोलत असल्याने, मला मानेनेच 'रजा घेतलीस तरी चालेल' असं खुणावतो. मी माझ्या वस्तू गोळा करून पळ काढतो.

एकूण काय? आजचा दिवस काही फारसा खास गेला नाही! लायब्ररी बॉयसाठीचा नेहमीचाच कामाचा दिवस.

रविवार, १५ डिसेंबर, १९९१ (क्लेअर २० वर्षांची)

क्लेअर : रविवारची सुंदर सकाळ आहे. मी हेन्रीच्या घरून माझ्या घरी येते आहे. रस्त्यांवर अजून तशी थंडीच आहे. नुकताच बर्फ पडलेला दिसतोय. त्यामुळे सगळीकडे पांढरंशुभ्र, स्वच्छ, ताजंतवानं वाटत आहे.

कालच्या रात्रीची धुंदी अजूनही मनात जागी आहे — म्हणूनच, ओठांवर अरीथा फ्रॅन्कलीनचं गाणं आहे आणि पावलाला मस्त ठेका! त्यात, गाडीला छान ठिकाणी पार्किंग मिळाल्यामुळे, मी अजूनच खूश आहे. मला हे असं फार आवडतं — रात्र हेन्रीच्या घरी सत्कारणी लावून सकाळी माझ्या घरी परतणं. मी तरंगतच घरच्या पायऱ्यांवरून येते. शॅरीस चर्चला गेली असेल. मी लगेच 'न्यूयॉर्क टाईम्स' घेऊन अंघोळीच्या टबात तासभर डुंबून राहायचा कार्यक्रम ठरवते. पण, वर येऊन बघते तर, बघते की मी घरात एकटी असणार नाहीये. सगळया खिडक्या बंद करून, गोमेझ सिगारेट फुंकत दिवाणखान्यात बसलेला असतो. मी त्याच्याकडे बघते — पण तो माझ्याशी काहीच बोलत नाही. म्हणून मग, मी पण त्याच्याशी एक शब्दही न बोलता माझ्या खोलीकडे जाऊ लागते.

मी अजूनही त्याच्यावर प्रचंड संतापलेली आहे.

"क्लेअर."

"काय आहे?"

"मला माफ कर. मी चुकलो." गोमेझने आजतागायत कुणाची, कशाहीबद्दल माफी मागितल्याचं ऐकिवात नाही. त्यामुळे त्याची ही कबुली माझ्यासाठी विस्मयकारकच आहे.

मी उत्तर न देता, खिडक्या उघडत त्याला विचारते, "तू एवढ्या धुरकांडात कसा बसू शकतोस रे? आणि स्मोक डिटेक्टर वाजला कसा नाही इतक्या धुरात?"

"मी त्याची बॅटरी काढली." गोमेझ माझ्यासमोर त्या यंत्राच्या नऊ व्होल्टच्या बॅटऱ्या धरत कबूल करतो.

मग मी, पुढे काही न बोलता, गोमेझसमोर त्याचं पुढचं *व्याख्यान* ऐकायला बसून राहते. मला उत्सुकता लागून राहिलेय, की इतकं काय झालंय, ह्याचं एवढं मनपालट व्हायला? गोमेझ अजून एक सिगारेट शिलगावून मला सांगू लागतो "मी काल रात्री हेन्रीसोबत होतो."

"मीसुद्धा."

"अच्छा? काय केलंत तुम्ही?"

"फेसेट्सला गेलो, पीटर ग्रीनवेचा सिनेमा बघितला, एका छान मोरोक्कन हॉटेलात जेवलो आणि मग, तिथून त्याच्या घरी गेलो..."

''आणि मग तिथून आता येते आहेस?''

''हो, बरोबर.''

''आमची भेट तुमच्याइतकी सांस्कृतिकरीत्या प्रगल्भ नसली, तरी तितकीच रोमांचक होती. तिथे निकवर आपले हात साफ करताना तुझा लाडका भेटला. ट्रेंटने मला आज सकाळी सांगितलं की, निकचं नाक मोडलंय, तीन बरगडया तुटल्या आहेत, हाताची पाच हाडं मोडली आहेत आणि मुका मार तर विचारूच नका... ४६ टाके पडले आहेत आणि त्याला नवीन दातसुद्धा बसवावा लागणार आहे.''

हे ऐकून माझं मन द्रवत वगैरे नाही — निक गुंड प्रवृत्तीचाच मुलगा आहे.

गोमेझ बोलतच असतो... ''ज्या प्रकारे हेन्री निकला मारत होता ना, तू ते बघायला हवं होतं, क्लेअर! हेन्री त्याला इतक्या सहजपणे मारत होता — जणू काही निक कोणी निर्जीव पुतळा असावा. एकदाही त्याचा हात थरथरला नाही.''

''पण हेन्रीने असं का केलं?''

ह्यावर गोमेझच्या चेहेऱ्यावर जरा अपराधी भाव येतात. ''त्याचं काय आहे ना, म्हटलं तर दोष निकचाच होता. त्याला, हेन्रीने घातलेल्या कपड्यांवरून तो समलिंगी (गे) असावा असं वाटलं आणि तो त्यावरून हेन्रीला चिडवू लागला. अती झाल्यावर, हेन्रीचं डोकं फिरलंच...''

समजू शकते मी. बिच्चारा हेन्री.

''आणि मग?''

''मग आम्ही एक दुकान फोडलं...''

''आणि त्यानंतर?''

''ॲन स्लॅथर्सला जेवायला गेलो.''

मी ह्यावर खो-खो हसत सुटते. गोमेझही हसू लागतो.

''तिथे त्याने मला, तूच सांगितलेली भन्नाट गोष्ट सांगितली.''

''मग तू त्याच्यावर विश्वास ठेवलास ना? का?''

''अगं तो इतक्या सरळ चेहऱ्याने, कुठलीही बढाई न मारता मला सांगत होता ना... की हे समजत होतं की, तो मला खरंच वर्षानुवर्षं ओळखत आलेला आहे. त्याला माझ्याबद्दल इतकं माहिती होतं, पण त्याला त्याचं काहीच अप्रूप वाटत नव्हतं आणि मग तो... एकदम... गायब झाला! असाच! बोलता बोलता! मी तिथे उभा राहिलो आणि हा गेला! मला विश्वास ठेवण्यावाचून पर्यायच नव्हता ना?''

मला गोमेझच्या मनातला संभ्रम समजतोय. ''मला माहितेय गोमेझ, त्याला असं अदृश्य होताना पाहणं किती अविस्मरणीय असतं ते. मला आजही ते दृश्य आठवतंय, जेव्हा तो माझ्यासमोरून पहिल्यांदा अदृश्य झाला. त्याचा हात माझ्या हातात होता आणि अचानक, तो गेला!! बरं, ते सोड. तो आज कुठल्या काळातून

येत होता?''

''२०००. वयाने बराच मोठा दिसत होता.''

''हं... त्याला खूप सोसावं लागतं रे... ते शेवटी दिसतंच ना चेहऱ्यावर?''

हेन्रीला माझ्याप्रमाणेच ओळखणाऱ्या व्यक्तीशी, त्याच्याबद्दल अशा गप्पा मारण्यात मला खूप मजा येतेय. मी गोमेझकडे त्याबद्दल कृतज्ञपणे पाहत असतानाच, तो पुढे होऊन मला आग्रही स्वरात म्हणतो, ''त्याच्याशी लग्न करू नकोस क्लेअर!''

''त्याने मला असं काही विचारलंही नाहीये अजून!''

''उगीच वेड पांघरून पेडगावला जाऊ नकोस! तुला माहितेय मी काय म्हणतोय ते.''

मी ह्यावर शांत बसून राहते. मला गोमेझप्रती क्षणभरापूर्वी वाटत असलेली कृतज्ञता विरून जाऊन, त्याच्याबद्दल मनात प्रचंड संताप खदखदू लागतो. मी गोमेझकडे पाहते, तर तो माझ्याकडे काळजीने पाहत असतो.

''हे बघ गोमेझ, हेन्रीवर माझं निरतिशय प्रेम आहे. तो माझा प्राण आहे. मी त्याची आयुष्यभर वाट पाहतेय आणि आता अखेर तो आलाय.'' मला हे सगळं गोमेझला कसं समजवावं, कळत नाहीये. ''हेन्रीसोबतचं माझं आयुष्य... माझा भूत आणि भविष्यकाळ एखाद्या नकाशाप्रमाणे आखलेला आहे. मला त्याच्यासोबतचं माझं अवघं आयुष्य दिसतंय...''

मला हे नीट शब्दात मांडून सांगता येत नाहीये. तरी, मी प्रयत्न करतेय.

''मी त्याच्या आत, त्याच्या अंतरंगात पोचून, काळाला भिडू शकते. त्याचं माझ्यावर प्रेम आहे. आम्ही भविष्यात एकमेकांशी लग्न केलंय कारण आम्ही एकमेकांच्या आयुष्याचे, नशिबाचे अविभाज्य भाग आहोत... समजतंय का तुला?''

''क्लेअर, तू एक गोष्ट समजून घे. मलाही हेन्री आवडतो. खूप आवडतो. पण तो घातक आहे. तो आजतागायत ज्या कुठल्या मुलींसोबत राहिलाय, त्या सगळ्या ह्या ना त्या प्रकारे मोडून निघाल्या आहेत. त्याच्या गोड बोलण्याला भुलून, तुझीसुद्धा तीच गत व्हावी, अशी माझी इच्छा नाहीये.''

''अरे पण गोमेझ, तुला कसं कळत नाही? तू हे सगळं मला फार उशिरा सांगतो आहेस. तू अशा व्यक्तीबद्दल सांगतो आहेस, ज्याला मी वयाच्या सहाव्या वर्षांपासून ओळखते. मी त्याला पूर्णपणे ओळखते! मी त्याला आरपार जाणते. तू तर त्याला फक्त दोनदा भेटलायंस आणि त्या आधारावर तू मला माझं मत बदलायला सांगतोयंस. नाही, मला हे जमणार नाही. मी माझं भविष्य जाणलंय आणि मला ते बदलण्याची इच्छा नाही. तसं मी करूही शकत नाही आणि करता आलं असतं, तरी मी ते केलं नसतं.''

ह्यावर गोमेझ विचारात पडल्यासारखा दिसतो. मग बोलतो, "त्याने मला माझं भविष्य सांगितलं नाही."

"कारण त्याला तुझी काळजी वाटते...."

"पण मग, तुला कसं सांगितलं?"

"अरे त्याला इलाजच नव्हता. आमची आयुष्यंच अशी एकत्र विणली गेलेली आहेत... माझं सगळं बालपण त्याच्यामुळे सगळ्यांपेक्षा अगदी निराळं गेलं आणि तो त्याच्याबद्दल काही करू शकला नाही. त्याने तरीही प्रयत्न खूप केला, पण...." इतक्यात शॅरीस आत येत असल्याचं जाणवतं.

"क्लेअर, माझ्यावर रागावू नकोस. मी तुला फक्त मदत करण्याचा प्रयत्न करत होतो."

ह्यावर मी त्याच्याकडे स्मित करत बोलते, "तू आम्हाला मदत करणारच आहेस. बघशीलच तू...."

इतक्यात शॅरीस येतेच. "गोमेझ डार्लिंग, तुला बराच वेळ थांबावं लागलं ना?"

"हरकत नाही. मी क्लेअरशी गप्पा मारत होतो, हेन्रीबद्दल,"

"तुला तो किती आवडतो, हेच सांगत असशील ना?"

"छे, छे, उलट त्याला तातडीनिशी सोडून दे, असं सांगत होतो तिला."

"काय रे गोमेझ?! क्लेअर, ह्याच्याकडे अजिबात लक्ष देऊ नकोस. त्याला तर ह्या बाबतीत काही अक्कलच नाहीये." असं म्हणत शॅरीस गोमेझपासून दूर जाऊन बसते. गोमेझ लगेच तिच्याजवळ जाऊन तिला आपल्या मांडीत बसवतो.

"चर्चला जाऊन आल्यावर ही नेहमी अशीच वेड्यासारखी करते!"

"मला भूक लागलीये! मला नाश्ता हवाय."

"मग चल ना, खाऊ या काहीतरी..." असं म्हणत ते दोघं धावतच स्वयंपाकघरात जातात. जरा वेळाने दोघांच्या हसण्या-खिदळण्याचा आवाज ऐकू येऊ लागतो, तशी मी माझ्या खोलीत जाते. टबमध्ये गरम पाणी सोडून, काल रात्रीपासून घातलेले कपडे उतरवते. आरशाकडे लक्ष जातं, तसं स्वतःच्या पुष्ट, भरीव देहाकडे पाहून मलाच आनंद होतो. मी टबमधल्या पाण्यात अलगद उतरते आणि... पाण्याच्या सुखद स्पर्शात न्हाऊन निघते. हेन्रीचं माझ्यावर प्रेम आहे. हेन्री आलाय... अखेर तो आलाच आहे! माझ्यासाठी! आमच्या प्रेमासाठी. माझंसुद्धा त्याच्यावर जीवापाड प्रेम आहे. मी माझ्या स्तनांवर अलगद हात फिरवू लागते. पण सगळं इतकं क्लिष्ट का असायला हवं? आता तर सगळा क्लिष्ट भाग आमच्या आयुष्यातून निघून गेला आहे ना? मी माझं डोकं पाण्यात बुडवते, तसे माझे केस, वलयासारखे पाण्यात तरंगू लागतात. मी हेन्रीला निवडलं नाही, की त्याने मला निवडलं नाही. हे तर विधिलिखित होतं; मग ह्यात चूक कशी होईल? परत हेच खरं, की आम्हाला हे

समजायला मार्ग नाही. मी असाच विचार करत, पाणी अगदी गार होईपर्यंत, टबमध्ये लोळत राहते. शेवटी, मी आत मेलेय का, हे बघायला आणि मेले नसेन तर दात घासावे, म्हणून आलेल्या शॅरीसच्या हाकाट्यांना मला प्रतिसाद द्यावाच लागतो. टॉवेलमध्ये केस गुंडाळताना, मला वाफेमुळे धूसर झालेल्या आरशात माझा चेहरा दिसतो आणि एकदम वाटतं, की मी अदृश्य झालेय! पण ती भावना क्षणभरच टिकते आणि मी घाईघाईने केस पुसून बाहेर ताटकळत उभ्या असलेल्या शॅरीससाठी दरवाजा उघडते.

शनिवार, २२ डिसेंबर, १९९१ (हेन्री २८ आणि ३३ वर्षांचा)

हेन्री : पहाटे ५.२५ ला दारावरची घंटी वाजते - फारसा शुभसूचक नाहीये हा आवाज... अनुभवावरून म्हणतोय.

मी इंटरकॉमवरून माझ्या पाहुण्याला वर यायचं आमंत्रण देतो आणि त्याची वाट पाहात लिफ्टपाशी जाऊन उभा राहतो. हो, मीच आलोय! माझी दुसरी मूर्ती लिफ्टचं दार उघडून बाहेर पडते - नग्न, दाढीची खुंटं वाढलेली, बारीक कापलेल्या केसांची माझी ती मूर्ती, चट्कन पळत लिफ्टसमोरच्या माझ्या घरात शिरते. मी त्याच्यासाठी घरात शिरून, दरवाजा बंद करतो, तसे आम्ही एकमेकांना निरखत काही वेळ स्तब्ध उभे राहतो.

जरा वेळानी मीच त्याला विचारतो ''काय मग? कसं चाललंय?''

''बरं आहे. आज तारीख काय?''

''२२ डिसेंबर, १९९१ शनिवार.''

''ओ! ॲरागॉनला आज व्हायोलंट फेमेज्चा कार्यक्रम आहे ना?''

''हो.''

''बापरे!'' तो हसत उद्गारतो, ''कसली भयंकर संध्याकाळ होती ती!'' असं म्हणत तो पलंगावर-माझ्या पलंगावर-आडवा होतो. मी त्याच्या शेजारी बसून विचारतो, ''आज कुठल्या काळातून आलायंस तू?''

''१३ नोव्हेंबर, १९९६. हे बघ. इथे येण्यापूर्वी मी अगदी झोपण्याच्या तयारीत होतो त्यामुळे मला जरा झोपू दे. नाहीतर पाच वर्षांनंतर तुला फार पश्चात्ताप हाईल या गोष्टीचा.''

मला त्याची कल्पना आवडते, कारण तसा मीही आता अर्धवट झोपेतूनच जागा झालेलो की! म्हणून मग मीसुद्धा त्याच्या शेजारी गादीत शिरतो. तेव्हा माझ्या लक्षात येतं की, गादीवरच्या माझ्या नेहमीच्या जागेवर आज त्याने कब्जा केलाय. ही बाजू आता क्लेअरची असते. जागेत असा बदल झाल्यावर, मला झोप येत नाही.

सगळं निराळंच दिसतंय - जसं तुम्ही एक डोळा बंद करून बघितल्यावर सगळं वेगळं दिसतं आणि दुसरा डोळा बंद करून बघितल्यावर अजूनच वेगळं दिसतं. मी तसाच पडून राहून माझ्या खोलीतल्या आरामखुर्चीकडे, त्यावर पसरलेल्या कपड्यांकडे, खिडकीजवळ पडलेल्या वाईनच्या चषकाकडे पाहायला लागतो. घरावर नजर फिरते, तसं लक्षात येतं की, माझं घर सध्या आपादग्रस्तांच्या घरापेक्षाही अवकळा आल्यागत दिसतंय. माझ्या ह्या दुसऱ्या मूर्तीनेही थोडं कामधाम करून, काही पैसे कमवून आणले, तर किती बरं होईल नाही?

मग माझे विचार जातात फ्रिजकडे. उत्तम फळं, चीझ, ज्यूस इत्यादींचा पुरवठा आहे त्यात. आज गरज पडेल त्याची - क्लेअर आज घरी येणार आहे. ती आल्यावर माझ्या ह्या दुसऱ्या मूर्तीचं काय करावं बरं? असा विचार करतानाच लक्षात येतं की, कदाचित क्लेअरला माझी दुसरी मूर्तीच अधिक भावेल. कारण १९९६ मध्ये आम्ही एकमेकांना खूप जवळून ओळखतोय.

का कुणास ठाऊक, पण ह्या विचाराने मला जरा नैराश्य येतं; जे बुडवायला मी पंक संगीताचा आधार घेतो, वेळ येईल तेव्हा काय करायचं ते बघू; असा विचार करत मी ते सगळं विसरायचा प्रयत्न करू लागतो.

इतक्यात माझं लक्ष जातं, शेजारी झोपलेल्या माझ्या दुसऱ्या मूर्तीकडे. किती शांत झोपलाय हा! मला हेवा वाटू लागतो त्याच्या त्या शांत झोपेचा. त्याने आतापर्यंत पुढची पाच वर्षं अनुभवली आहेत, जी माझ्यासाठी अजून रहस्यातच दडलेली आहेत. अर्थात, त्यामध्ये त्याने ज्या गमतीजमती केल्या आहेत, त्या माझ्यासाठी अजून न उघडलेल्या चॉकलेटच्या पुडक्यासारख्या आहेत - आकर्षक, जवळ बोलावणाऱ्या.

मग मी त्याच्याकडे क्लेअरच्या नजरेने पाहू लागतो. केस इतके बारीक का कापलेत? मला माझे दाट, काळेभोर, खांद्यापर्यंत केस फार आवडतात; शाळेपासून मी ते तसेच ठेवले आहेत. पण ह्याच्याकडे पाहून लक्षात येतंय की, मी ते पुढे कापणार आहे. इतक्यात मला लक्षात येतं की, माझे केस ही एक अशी गोष्ट असेल, ज्यामुळे क्लेअरला माझ्यात होणारा बदल लक्षात येत असेल. ह्याचाच परिणाम म्हणजे, ती मला तिच्या मन:चक्षूत बसलेल्या माझ्या मूर्तीकडे सतत न्यायचा प्रयास करत असेल.

तिच्याशिवाय मी कसा बरं बनलो असतो?

नक्कीच ह्या समोर झोपलेल्या व्यक्तीसारखा बनलो नसतो. ह्याची त्वचा गुळगुळीत, घट्ट, बिनकेसांची - हाडं व स्नायूंवर नेमकी बसवलेली. तो दमलेला आहे, त्यामुळे गाढ झोपलेला आहे; पण तोही असा की, जरा काही खुट्टं झालं तर तडक उठेल आणि चालू पडेल. मीसुद्धा अशाच तणावाखाली वावरतो का?

असेल. क्लेअर नाहीतरी नेहमी म्हणतच असते की, मी प्रचंड थकलो असल्याशिवाय नीट झोपत नाही म्हणून. पण खरं सांगायचं तर, मी तिच्यासोबत असतो ना, तेव्हाच सगळ्यात शांत असतो. माझी ही मोठी मूर्ती आतापेक्षा बारीक, थकलेली पण अधिक आश्वस्त, कणखर वाटतेय. पण अर्थात, हा सगळा त्याचा माझ्यासमोरचा देखावाही असू शकतो - त्याला माहितेय की, तो मला इतकं अंतर्बाह्य जाणून आहे, की मी त्याच्या हो मध्ये हो मिळवीनच....अर्थात, त्यात माझंच भलं आहे म्हणा.

सकाळचे ७:१४ वाजलेत. आता परत झोप लागणं कठीणच आहे. म्हणून मग मी आळस झटकून कॉफी बनवू लागतो. अंगभर कपडे चढवून, पाय झटकतो. गुडघ्यातून, आजकाल नेहमीच जाते, तशी कळ जाते. मी गुडघेदुखीसाठी आणलेले नवे मोजे चढवतो. बूटसुद्धा नवेच आणले पाहिजेत बहुधा - त्याच्यामुळेच पाय दुखत असतील. माझ्या पाहुण्याला विचारलं पाहिजे, शिकागोतलं वातावरण सध्या कसं आहे ते? डिसेंबरमध्ये कसं असणार म्हणा? गोठवणारी थंडीच असेल.

मी जाकीट वगैरे चढवून, हातमोजे घालून, घराच्या किल्ल्या घेऊन बाहेर पडतो.

हिवाळा असून वातावरण तसं बरं आहे. जरासा बर्फ पडलाय आणि जरा वारा वाहतोय इतकंच. आभाळाचा करडा रंग मावळत चालला आहे. डीयरबॉर्नला वाहनांची कोंडी वाढत चालली आहे.

मला अचानक तलावाकाठी धावण्याची लहर येते. मग मी डेलावेयरवरून मिशिगन ॲव्हेन्यूला येऊन, ओक स्ट्रीट बीचला जाणाऱ्या निमुळत्या रस्त्यावरून धावू लागतो. माझ्यासोबत इतरही धावपटू आणि सायकलस्वार फिरत आहेत. मिशिगन तलाव स्तब्ध, सुंदर दिसतो आहे. वरून भिरभिरणारे सीगल्स तलावाची शोभा अधिक वाढवत आहेत. मला इथल्या थंडीचा त्रास होऊ लागला आहे. थंडी मला सोसत नाही हेच खरं; माझ्या हाडांना, सांध्यांना लगेच थंडी ग्रासते. इथली कोरडी हवा माझ्या फुप्फुसांमध्ये भरून मला त्रास देऊ लागल्यावर, मी धावण्याचा वेग वाढवतो. नॉर्थ ॲव्हेन्यूला पोचल्यावर मला बरं वाटू लागतं.

मला खरंतर धावायला फार आवडतं - धावणं माझ्यासाठी माझं अवघं अस्तित्व आहे, माझा आनंद आहे, माझा एकांत आहे, माझी शांती आहे. काळामधून नाही, तर किमान अवकाशामधून मी माझ्या हालचालींवर नियंत्रण ठेवू शकतो, ह्या गोष्टीचा आणि तसंच काही क्षणांसाठी का होईना, माझं शरीर हे माझ्या मनाच्या ताब्यात राहू शकतं, ह्याही गोष्टीचा; धावणं हा पुरावा आहे.

मी धावत असताना, माझ्या आजूबाजूची हवासुद्धा माझ्यासोबत धावते, पाला-पाचोळा, कागद ह्यासारख्या हलक्या वस्तूंना इतस्तत: भिरकावू लागते आणि माझ्या पायाखालचा रस्ता एखाद्या सिनेमाच्या रिळासारखा खालून धावू लागतो. ते पाहून मला माझ्या लहानपणी प्रोजेक्टरवर पाहिलेल्या सिनेमाच्या रिळांची आठवण

होते. तसंच, धावताना एक अनामिक भावना जागृत होते - की जणू मी ह्या वाऱ्यालासुद्धा मात देऊ शकतो! मला काहीही थांबवू शकत नाही, मी अजिंक्य आहे, अमर्त्य आहे, अढळ आहे, अग्रगण्य आहे!!!

त्याच दिवशी संध्याकाळी
(हेन्री २८ आणि ३३ वर्षांचा, क्लेअर २० वर्षांची)

क्लेअर : आम्ही ॲरागॉन बॉलरूममध्ये होणाऱ्या व्हायोलंट फेमेजूच्या कार्यक्रमासाठी आलो आहोत. हेन्री इथे यायला आज फारसा उत्साही का नव्हता, समजत नाहीये. खरंतर त्याला ल' फेमेजूचे कार्यक्रम फार आवडतात. नेमकं आज गाडी ठेवण्यासाठी चांगली जागासुद्धा मिळत नाहीये! छे बाबा! कंटाळले मी.... चला, एकदाचं आरगाईलला पार्किंग मिळालं.

तिथून आम्ही चालत, थंडीमध्ये कुडकुडत ॲरागॉनकडे जाऊ लागतो. हेन्री फार भराभर चालतो. त्याच्यासोबत चालताना मला नेहमीच दम लागतो. पण आजकाल, त्याला हे लक्षात आल्यापासून तो माझ्या वेगाने चालायचा प्रयत्न करायला लागलाय.

थोड्या वेळाने, मी माझा हातमोजा काढून त्याच्या कोटाच्या खिशात हात टाकते. तसा तो माझ्या खांद्यावर हात टाकतो. आज मला विशेष उत्साह वाटतोय. आज आम्ही पहिल्यांदाच एकत्र नृत्य करायला जात आहोत आणि त्यात, ॲरागॉन माझं लाडकं ठिकाण आहे. ग्रॅन्डमा मीग्रम मला नेहमी इथे ३० च्या दशकात निरनिराळ्या बॅण्डच्या तालावर चालणाऱ्या नृत्याच्या कार्यक्रमांबद्दल सांगायची. त्यावेळी इथली शान काही औरच होती - सगळं नवंकोरं, चकचकीत होतं; लोकं गावंढळांसारखी आरडाओरडा करणारी नव्हती; पुरुषांच्या खोल्यांच्या मुताऱ्या झाल्या नव्हत्या....पण काय करणार? काळ आहे, तो बदलणारच!

आम्हाला जरा वेळ रांगेत उभं रहावं लागतं. हेन्री, का कुणास ठाऊक, जरा तणावाखाली वाटतोय आज. तो माझा हात पकडून उभा आहे, पण त्याचं आज माझ्याकडे कमी आणि इतर लोकांकडे जास्त लक्ष आहे. मी तेवढं निमित्त साधून त्याला निरखून पाहते. किती देखणा आहे हेन्री-उत्साहाने लवलवत असलेलं त्याचं ते आखीव-रेखीव शरीर, मांजरीसारख्या चपळ हालचाली, मागे वळवलेले काळेभोर लांब केस...

हेन्रीने आज छान पांढरा शर्ट, त्यावर काळा कोट आणि सोबत हिरवा टाय, काळ्या जीन्स व महागडे काळे बूट असा जामानिमा केलेला आहे. त्याने टायला असं काही सैल सोडलंय की, मला त्याच्या मानेचे स्नायू आकर्षित करतायंत.

इतक्यात, मी त्याच्यात गुरफटली असतानाच, हेन्री माझे केस आपल्या हातात घेतो. क्षणभरासाठी मी त्याच्या विळख्यात अडकते आणि इतक्यात आम्हाला आत जाण्याची परवानगी मिळते.

ॲरागॉन आपल्या मोठमोठ्या व्हरांड्यांसहित, दालनांसहित इतकं प्रशस्त ठिकाण आहे की, तिथे हरवून जाणं सहज शक्य आहे. आम्हाला स्टेजजवळच्या व्हरांड्यात छान जागा मिळते आणि आम्ही त्यातल्या एका लहानशा टेबलावर स्थिरावतो.

हेन्री माझ्याकडे एकटक बघत बसलाय. "सुंदर दिसतेयंस आज. हा झगा तर फारच अप्रतिम आहे. पण, तुला ह्यात नाचता येईल का नीट?"

मी अगदी अंगाशी घट्ट बसणारा निळसर जांभळा झगा घातलेला आहे; पण, तो घट्ट असला, तरी मला त्यात व्यवस्थित हालचाल करता येतेय. ह्याच कारणासाठी मी तो घरी घालून बघितला होता.... मला काळजी वाटतेय ती माझ्या केसांची. हिवाळ्यात कोरड्या हवेमुळे ते अगदी 'कॅन्डी फ्लॉस'सारखे फुलून आलेले आहेत! वैतागून मी त्यांची वेणी घालायला लागते, तसा हेन्री मला थांबवत उद्गारतो, "अगं! तसं नको करूस! मला तुझे केस मोकळेच जास्त आवडतात!"

शेवटी एकदाचा बॅण्ड आपला कार्यक्रम सुरू करतो. आम्हाला त्यांचं वादन शांतपणे ऐकण्याची खूप इच्छा आहे. पण आजूबाजूला इतका गोंगाट सुरू झालाय, की विचारता सोय नाही! लोकं हसतायंत, गप्पा मारतायंत, ओळखीच्या लोकांना हाकाट्या मारून जवळ बोलावतायंत...

इतक्यात हेन्री माझ्या कानाजवळ येऊन ओरडतो, "तुला काही प्यायला हवंय का?"

"कोक चालेल."

मग तो कोक आणण्यासाठी बारच्या दिशेने जातो आणि माझं लोक-निरीक्षण सुरू होतं! थोडीफार वयस्कर जनता सोडल्यास, एकंदरीत तरुणांचीच वर्दळ अधिक दिसतेय. टी-शर्ट व जीन्स घातलेली काही मुलं-मुली, मोहॉक पद्धतीने केस कापलेले युवक, सुंदर लांबलचक झगे घातलेल्या काही मुली...छान दिसतायंत सगळे.

एकदम लक्षात येतं की, हेन्रीला जाऊन बराच वेळ झालाय. बॅण्डचा पहिला कार्यक्रम संपून, दुसऱ्या कार्यक्रमाची तयारीसुद्धा होत आलीये, तरी ह्याचा पत्ता नाही. अखेर मला तिथे बसून हेन्रीची वाट पाहण्याचा कंटाळा येतो, तशी मी त्या मंद प्रकाशात लोकांच्या गर्दीतून वाट काढत, बारपाशी पोचते. बघते, तर हेन्री तिथे नसतोच! मग मी त्याला इतर ठिकाणी शोधू लागते. शेवटी तो मला सापडतो, तो एका अप्रतिम सुंदर मुलीसोबत! ते इतके जवळ उभे असतात, की आधी तर मला वाटतं की, त्यांनी एकमेकांना मिठीच मारली आहे. पण तसं नसतं; ती भिंतीशी

टेकून उभी असते आणि हेन्री एक हात तिच्यापाठच्या भिंतीवर टेकून तिच्यावर झुकून उभा असतो. त्यांच्यातल्या सहज जवळिकीला पाहून मला काही सुचेनासंच होतं. ती खूपच सुंदर आहे - उंच, गोरीपान, सोनेरी केसांची...

अजून जवळ गेल्यावर मात्र मला लक्षात येतं की, ते प्रेमाच्या गप्पा नाही मारत आहेत - उलट, ते तर भांडत आहेत. हेन्री जोरजोरात हातवारे करत त्या मुलीवर ओरडतोय. शेवटी एका क्षणी तिचा भावनाशून्य चेहरा रागाने लालबुंद होतो, डोळ्यांत आसवांची गर्दी दाटून येते. ती हेन्रीकडे पाहत काहीतरी ओरडते. त्यावर, हेन्री मागे होऊन हताश आवाजात तिला समजावतो, ''नाही इंग्रिड, मला हे नाही जमणार. मला माफ कर...''

असं म्हणत, तो उलटा चालू लागतो. तशी ती त्याच्यापाठी ''हेन्री, हेन्री'' करत धावत येते. इतक्यात त्यांना मी दिसते. हेन्री माझा हात धरत मला पुढे न्यायला लागतो. मी मागे वळून पाहते, तर इंग्रिड हताश चेहऱ्याने, पण प्रखर नजरेने हेन्रीकडे पाहत उभी असते.

आम्ही परत येतो, तर नशिबाने आमचं टेबल अजून आमचीच वाट पाहतंय, असं आढळतं. हेन्री म्हणतो, ''माफ कर क्लेअर. मी बारपर्यंत पोचूच शकलो नाही. मध्येच इंग्रिड भेटली आणि...''

मला खरंतर त्याला विचारायचं असतं की, ही इंग्रिड कोण? मला त्याच्या घरात, मी लिपस्टीकची कांडी घेऊन उभी असल्याचं चित्र डोळ्यासमोर तरळतं. पण मी त्याला काही विचारणार, ह्याच्या आधीच दिवे मालवले जातात आणि पुढचा कार्यक्रम सुरू होतो. तो असतो व्हायोलंट फेमेज्चा!

गॉर्डन गॅनो त्याच्या भारदस्त आवाजात 'ब्लिस्टर इन दी सन' गाऊ लागतो आणि एकच हलकल्लोळ माजतो. सगळे लोक नाचण्यासाठी गर्दी करू लागतात. मी आणि हेन्री मात्र बसून राहतो.

''तुला घरी जायचंय का क्लेअर?''

''छे! काहीतरीच काय? चल, नाचू या!''

माझ्या ह्या उत्तराने हेन्रीचा जीव भांड्यात पडल्यासारखा वाटतो. ''चल मग! इथे का थांबलोय?'' असं म्हणत हेन्री मला नृत्य सुरू असलेल्या मुख्य दालनात घेऊन येतो. तिथे आम्हाला शॅरीस आणि गोमेझसुद्धा दिसतात. शॅरीस मनापासून नाचतेय. पण गोमेझ मात्र सिगारेट तोंडात धरून उगीच अंग हलवत बसलाय. मला पाहून तो अभिवादनासाठी हात उंचावतो. इथल्या गर्दीमधून वाट काढत नाचणं, म्हणजे मिशिगन तलावाच्या पाण्यामधून वाट काढण्यापेक्षाही बिकट आहे. हळूहळू नाचणाऱ्यांच्या उत्साहाला उधाण येत जातं. वादकांना, ''वाजवा, वाजवा, अजून जोरात वाजवा'' असं सांगत, सगळे लोक हात-पाय झाडत, एकमेकांत आदळत,

बेभान होऊन थिरकत राहतात.

माझ्याही अंगात फेमेजूचं जोरकस संगीत भिनू लागतं. 'ब्युटिफुल गर्ल'च्या तालावर मी खांदे उडवून, कमरेला झटके देत नाचू लागते. एकदम डोळे उघडते, तर हेन्री माझ्याकडे एकटक पाहत असतो. मी नाचता-नाचता हात उंचावते, तसा तो माझ्या कमरेला विळखा घालतो आणि मला हवेत उंचावतो. क्षणभर, मला कुणीतरी माझ्याकडे पाहून हात उंचावतंय, असं वाटतं, पण कोण आहे, हे नीट बघण्यापूर्वीच, मी पुन्हा खाली येते. मग मी आणि हेन्री कधी वेगवेगळे, तर कधी एकमेकांना बिलगून नाचू लागतो. आता आमच्या शरीराला प्रचंड थकवा जाणवू लागला आहे. पण मनाला त्याचा स्पर्शही झालेला नाही! आम्ही त्या वेड लावणाऱ्या संगीतात पार बुडून गेलो आहोत - माझे पाय गळून पडण्याच्या मार्गावर आहेत, केस घामाने थबथबलेले आहेत, पण शरीर मात्र ताल सोडायला तयार नाहीये... शेवटी एकदाचं संगीत बंद होतं आणि आम्ही धडधडत्या हृदयाने जागेवर जाऊन बसतो.

थोड्या वेळाने, मी बाथरूमला जाते, तर इंग्रिड तिथे बसून रडताना आढळते. एक लहान चणीची कृष्णवर्णीय मुलगी, तिच्या डोक्यावरून हात फिरवून, मृदू आवाजात तिची समजूत घालत असते. पण, इंग्रिडचे हुंदके थांबायचं नावच घेत नाहीत! मी हळूच बाहेर पडण्याचा प्रयत्न करू लागते, पण नेमकी माझी हीच हालचाल त्यांच्या नजरेत येते. दोघी माझ्याकडे टक लावून पाहू लागतात. इंग्रिडचा आधीचा शांत चेहरा विस्कटून, त्या जागी रडून-रडून सुजलेला, मेकअप ओघळून गेलेला, डोळे लाल झालेला चेहरा असतो. ती माझ्याकडे हरलेल्या, थकलेल्या भावाने पाहते; तशी, तिची मैत्रीण माझ्याजवळ येऊन, त्याच मृदू आवाजात विचारते, "तुझं नाव काय?"

"क्लेअर..." मी अडखळत सांगते.

त्यावर, ती इंग्रिडकडे पाहून मला सांगू लागते, "क्लेअर, तू अशा ठिकाणी मध्ये यायला पाहते आहेस, जिथे तुझी गरज नाहीये. हेन्री काही फार सद्गुणी नाहीये, पण तो कसाही असला, तरी तो फक्त इंग्रिडचा आहे, हे लक्षात असू देत. तू त्याच्यात जितकी गुंतत जाशील, तितकं ते तुझ्यासाठीच हानिकारक आहे. मला वाटतं, सूज्ञास अधिक सांगणे न लगे... काय?"

मला खरंतर हे करायचं नसतं, पण का करते समजत नाही.... "तुम्ही कशाबद्दल बोलताय? नीट सांगाल का मला?"

"हे दोघं लग्न करणार होते. सगळं ठरलं होतं. मग एक दिवस, हेन्रीने अगदी सहजपणे ते लग्न मोडलं! इंग्रिडला म्हणाला, मला माफ कर! विसरून जा सगळं! मी तिला सतत सांगत असते की, तो गेलाय, हेच तिच्यासाठी चांगलं आहे, पण

ती ऐकेल तर शप्पथ! हेन्री इंग्रिडला इतकं वाईट वागवतो, की सांगता सोय नाही. तिच्याशी नीट बोलत-वागत नाही, कोसळून पडेपर्यंत दारू पितो, कोणत्याही मुलीबरोबर बिनदिक्कत फिरतो, दिवसेंदिवस गायब होतो आणि परत आल्यावर असं वागतो, जसं काही घडलंच नाहीये...किती आणि काय सहन करावं हिने? आणि कशासाठी? मग, आता तरी समजलं तुला? तो तुला सतत रडवेल ना, तेव्हा म्हणू नकोस, की तुला कुणी सावध केलं नव्हतं...'' इतकं बोलून ती मुलगी पुन्हा इंग्रिडकडे आपल्या सांत्वनाचा मोर्चा वळवते. इंग्रिड माझ्याकडे निराशपणे पाहत असते...

मला काय बोलावं सुचत नाही. मी 'सॉरी' इतकंच काहीतरी बडबडून तिथून पळ काढते.

बाहेर पडल्यावर, मी दिशाहीन माणसासारखी इथे-तिथे भरकटत बसते. एका कोचावर जळती सिगारेट हातात घेऊन झोपून गेलेल्या मुलीच्या हातातली सिगारेट घेऊन, ती रागाने विझवून टाकते. मग, कोचावर बसून अंगात भिनणारं जोरकस संगीत ऐकत बसते. मला बाथरूमला जायचंय पण हिंमत होत नाहीये. नेमकं काय झालं आता तिथे? ते खरं होतं की स्वप्न? मला जोरजोरात रडावंसं वाटतंय. मला समजतच नाहीये, तिथे नेमकं काय घडलं? म्हणजे, काय घडलंय, ते मला समजतंय; पण त्याबद्दल काय करावं, हे समजत नाहीये. ते सगळं डोक्यातून काढून टाकावं? की हेन्रीवर राग काढून त्याला जाब विचारावा? करावं तरी काय? माझी अपेक्षा तरी काय होती? मला प्रकर्षाने वाटलं की, मला भूतकाळात पत्र पाठवता आलं असतं, तर किती बरं झालं असतं... मी, मला सर्वस्वी अनोळखी असलेल्या ह्या हेन्रीला पत्र लिहून कळवलं असतं, की कुठलाही चावटपणा करू नकोस, माझ्यासाठी थांब....

इतक्यात, हेन्री माझ्यासमोर येतो. ''बघ, तू इथे आहेस आणि मी तुला सगळीकडे शोधतोय...''

ह्याचे केस बारीक झाले आहेत. म्हणजे हा गेल्या अर्ध्या तासात कुठूनतरी केस कापून आलाय किंवा काळप्रवास करून मागे आलेला माझा लाडका हेन्री आहे...मी आनंदाने त्याच्या अंगावर उडीच मारते!

''अगं, अगं हो...मला पण तुला पाहून खूप आनंद झालाय. पण हे काय?''

''मला तुझी आठवण येत होती...'' नकळत माझ्या डोळ्यांत पाणी तरळतं.

''अरे! आठवडाभर तर आहेस माझ्यासोबत!''

''हो, पण तो तू म्हणजे आताचा तू नव्हतास...म्हणजे...छे बुवा, हे समजावणं फार कठीण आहे!''

ह्यावर हेन्री मला भिंतीशी ढकलून माझ्या चेहऱ्याला चुंबू लागतो. मी हसत हसत त्याला बोलते, ‘‘हेन्री! असं करून तू मला तुझ्या वाईट्ट वागण्यापासून लक्ष विचलित करायला लावतोयंस!’’

‘‘कसलं वाईट वागणं? मला तर त्या वेळी तुझं अस्तित्वही ठाऊक नव्हतं. मी इंग्रिडसोबत होतो खरा, पण मनाविरुद्धच. मग मी तुला भेटलो आणि चोवीस तासांच्या आत इंग्रिडला डच्चू दिला! आता, व्यभिचार हा पूर्वलक्षी नसतो, नाही का?’’

‘‘ती म्हणाली...’’

‘‘कोण ती?’’

‘‘ती कृष्णवर्णीय मुलगी, बारीक डोळ्यांची, केसांच्या असंख्य वेण्या घातलेली...’’

‘‘देवा!!! ती सीलिया ॲटली आहे. तिचं इंग्रिडवर प्रेम आहे, म्हणून माझ्यावर राग आहे!’’

‘‘तिने मला सांगितलं की, तू इंग्रिडशी लग्न करणार होतास, पण मग तू तिला सोडून दिलंस; तू सतत दारू पीत असतोस, वाट्टेल त्या मुलीला शय्यासोबत करतोस... थोडक्यात, तू एक अतिशय वाईट माणूस आहेस आणि मला जर माझं आयुष्य बरबाद करायचं नसेल, तर मी तुला लागलीच सोडून द्यावं.’’

हेन्रीच्या चेहऱ्यावर प्रचंड आश्चर्य पसरलेलं दिसतंय. तो मला समजावतो, ‘‘हे बघ क्लेअर, मी तुझ्याशी खोटं बोलणार नाही. हे खरं आहे की, मी बऱ्याच मुलींशी शय्यासोबत केलेली आहे आणि हो, माझं मद्यसेवनही तसं सभ्य पातळीपेक्षा अधिकच होतं. पण मी आणि इंग्रिड कधीच लग्नाचा विचार करण्याइतपत जवळ आलेलो नव्हतो. मी इतका मूर्ख नाही, की इंग्रिडसारख्या मुलीबरोबर लग्न करायला तयार झालो असतो... आम्ही जितका काही वेळ सोबत होतो, तो सगळा काळ आमच्या दोघांसाठी अतिशय क्लेशकारक होता!’’

‘‘पण मग....’’

‘‘क्लेअर, एक लक्षात ठेव. खूप कमी लोक असतात ज्यांना त्यांच्या आयुष्याचे जोडीदार वयाच्या सहाव्या वर्षीच भेटलेले असतात. तू त्या भाग्यवंतांपैकी आहेस, मी नाही. आमच्यासारख्यांना तो जोडीदार भेटेपर्यंत कुणा ना कुणासोबत वेळ घालवावा लागतो आणि इंग्रिड खूपच संयमी होती - जरा जास्तच. मी कधी ना कधी तिच्या बलिदानाची परतफेड म्हणून तिच्याशी लग्न करीन, ह्यासाठी ती माझ्या कुठल्याही थरातल्या कृतीला सहन करायला तत्पर असायची. पण, कुणी इतकं संयमी, इतकं क्षमाशील असलं ना, की तुम्ही आधी त्यांचे ऋणी बनता आणि मग तुम्हाला त्यांना छळावंसं वाटतं! तुला समजतंय का, मी काय म्हणू पाहतोय ते?’’

‘‘हं...बहुतेक. मी तुझ्या विचारांशी पूर्णपणे सहमत नाहीये.’’

ह्यावर, हेन्री मोठा उसासा टाकत बोलतो, ‘‘बहुतेक नाती अशीच गुंतागुंतीची

असतात, क्लेअर. तू त्यापासून अनभिज्ञ आहेस, ही फार भाग्याची गोष्ट आहे.... माझ्यावर विश्वास ठेव. आपण जेव्हा भेटलो, तेव्हा मी पूर्णपणे उद्‌ध्वस्त झालेलो होतो; तुटून गेलेलो होतो; पण तरीही स्वत:ला पुन्हा उभं करण्याच्या प्रयत्नाला जुंपू शकलो होतो. का माहितेय? कारण मला तुझ्यातली माणुसकी, तुझं मनुष्यपण, पुन्हा माणूस बनण्याची प्रेरणा देत होतं. मी हे सगळं तुझ्यापासून लपून करण्याचा प्रयत्न करतोय. पण अजून माझ्या हे डोक्यात झिरपत नाहीये की, आपल्यात कुठलाही आडपडदा फार काळ टिकत नाही! पण हेही खरं, की तू १९९१ मधल्या ज्या हेन्रीला ओळखतेस, तो १९९६च्या हेन्रीपेक्षा फार वेगळा आहे. तुला माझ्यावर खूप मेहनत घ्यावी लागणार आहे, क्लेअर. मी तुझ्याशिवाय स्वत:त सुधारणा करू शकत नाही.''

''हं, कठीणच आहे ते; मला तर शिक्षिका व्हायची सवय नाही....''

''हे बघ, तुला फारच कंटाळा यायला लागला ना, की त्या सगळ्या वेळेचा विचार कर; जो मी तुला, तुझ्या लहानपणी गणित, विज्ञान, फ्रेंच शिकवण्यात घालवला... बघ ना, आज तू मला फ्रेंचमधून शिव्या देऊ शकतेस, ते केवळ मी तुला त्या काळी ती भाषा शिकवली म्हणून! हो की नाही?''

''हो, ते मात्र खरं आहे बुवा! पण, तरीही हे सगळं शिकवणं तितकं कठीण नाहीये, पण एखाद्याला सुखी होण्याचं शिक्षण देणं कठीण आहे...''

''पण तू मला सुखी बनवतेस क्लेअर! खूप सुखी बनवतेस. ते सुख टिकवणं हा कठीण भाग आहे....'' हेन्री माझ्या केसांशी खेळत बोलतो.

एकदम, तो मला म्हणतो, ''हे बघ क्लेअर, आता मी पुन्हा तोच मूर्ख हेन्री बनणार आहे, ज्याच्यासोबत तू इथे आलेलीस. मी वर बसून, तू कुठे गायब झालीस, ह्याचा ओढलेल्या चेहऱ्याने विचार करत बसणार आहे... समजलं?''

मला तेव्हा लक्षात येतं, की भविष्यातला माझा लाडका हेन्री पाहून मी वर्तमानातल्या हेन्रीला साफ विसरून गेले होते. मला स्वत:ची लाज वाटू लागते. मला उगीच, माझ्यासमोर मुलापासून पुरुष बनणाऱ्या ह्या विचित्र मुलाचं, एखाद्या आईच्या ममतेने चुंबन घ्यावंसं वाटतं. मी असा विचार करत असतानाच, तोच माझं हलकंसं चुंबन घेतो आणि मला नीट वागण्याची तंबी देऊन, लोकांच्या घोळक्यात सामील होतो. मी त्याच्या मागे जाते... त्या हेन्रीच्या शोधात, जो आता ह्या क्षणी माझ्या वर्तमानात आहे!

ख्रिस्मस ईव्ह, थ्री

मंगळवार, बुधवार, गुरुवार, २४, २५, २६ डिसेंबर, १९९१
(क्लेअर २० वर्षांची, हेन्री २८ वर्षांचा)

क्लेअर : २४ डिसेंबरला सकाळचे ८:३२ वाजले आहेत. मी आणि हेन्री नाताळसाठी मेडोलार्क हाऊसला चाललो आहोत. सुंदर वातावरण आहे. नाताळ असूनही शिकागोमध्ये बर्फ पडलेला नाहीये. आम्ही प्रवासाला निघण्यापूर्वी हेन्रीने सतरा वेळा गाडीची चाकं, बॉनेट इत्यादींची तपासणी केली आहे! त्याला त्यातलं कितपत समजलं हे तोच जाणे! माझ्याकडे १९९० ची गोंडस, लहानशी होन्डा सिविक गाडी आहे. मला ती अतिशय आवडते, पण हेन्रीला मात्र लहान गाड्यांमधून प्रवास करायला अजिबात आवडत नाही. तसं तर त्याला गाड्यांमध्ये प्रवासच करायला आवडत नाही. प्रवासभर तो सतत घाबरून, बिथरून वागत असतो. कदाचित त्याला गाडी चालवता येत असती, तर तो इतका घाबरला नसता; पण त्याच्या विशिष्ट जीवनपद्धतीमुळे परवाना मिळणं कदापि शक्य नव्हतं. त्यामुळे, गाडी चालवण्याचं काम नेहमी माझ्याकडे असतं.

आज आम्ही इंडियाना टोल रोडवरून प्रवास करत आहोत. मी माझ्या कुटुंबियांना भेटणार, म्हणून उत्साहात आहे. पण हेन्री मात्र बराच चिडचिडल्यासारखा करत आहे. मला वाटतं, आज तो धावायला गेलेला नाही, म्हणून हे जास्त होतंय. माझ्या लक्षात आलंय की, अंगमेहनत केली किंवा खेळ खेळला की, तो खूश राहतो. मला तर त्याच्या ह्या सवयीमुळे कधीकधी ग्रेहाऊंड कुत्र्यासोबत असल्यासारखं वाटतं!!

पण खरंच, हेन्रीसोबत प्रत्यक्ष आयुष्य घालवणं ही त्याला तास-दोन तासांसाठी

भेटण्यापेक्षा खूप वेगळी गोष्ट आहे. पूर्वी तो यायचा नी जायचा; त्या भेटीगाठी माझ्यासाठी तरी फार नाट्यमय, अद्भुत आणि थोड्याशा नाराज करणाऱ्याही असायच्या. हेन्री मला बऱ्याचशा गोष्टी सांगायचा नाही आणि कैकदा तर मला त्याच्या जवळही येऊ द्यायचा नाही. त्यामुळे मी बरेचदा अपुऱ्या भेटीगाठींच्या अनुभवात तळमळत रहायची... अर्थात, त्या वेळी मला फारसं समजायचं नाही, ही आणखी वेगळी गोष्ट. पण नंतर, जसं समजू लागलं, तशी ती जाणीव अधिक बोचू लागली आणि म्हणून, मी त्याला जेव्हा वर्तमानात भेटले, तेव्हा पुन्हा तेच सत्र चालू होईल की काय, असं वाटत होतं. पण, तसं न होता मला सुखद आश्चर्याचा धक्काच मिळाला! जिथे हेन्री मला पूर्वी हातही लावू द्यायचा नाही, तिथे तोच मला मिठ्या मारायला लागला, चुंबू लागला. आमच्यात शारीरिक संबंध वाढू लागले... मला तर नव्याने जन्म घेतल्यासारखं वाटायला लागलं... आणि आता तर तो मला सगळं सांगतोसुद्धा! त्याच्याबद्दल, त्याच्या कुटुंबाबद्दल, त्याच्या आयुष्याबद्दल - अगदी नावागावानिशी सगळं सांगतो! लहानपणी मला ज्या गोष्टी गूढ वाटायच्या, त्या आता मला सुसूत्रपणे समजतात. पण ह्या सगळ्यापेक्षाही आनंदाची गोष्ट कुठली असेल, तर ही की, आता मला हेन्रीची सोबत भरपूर वेळेसाठी मिळते! कित्येक तास, कित्येक दिवस... आणि मुख्य म्हणजे तो माझ्याजवळ नसताना, कुठे असेल, हे मला नेमकं ठाऊक असतं! तो आता इतर लोकांसारखाच कामावर जातो, घरी येतो. त्याचा आता एक पत्ता आहे, फोन नंबर आहे... सगळ्या अशा गोष्टी आहेत ज्या त्याला काही अंशी का होईना, स्थैर्य देतात. मला ही गोष्ट आजही अद्भुत वाटते की, मी त्याला चक्क फोन करू शकते!! मला तर 'विझर्ड ऑफ ओझ'च्या कथेमधली डोरोथी झाल्यासाखं वाटतं! विचार करता करता कान्सास उलटून मिशिगन केव्हा आलं, समजलंच नाही. आम्ही, जवळच असलेल्या एका आराम-थांब्यावर पाय मोकळे करण्यासाठी गाडीतून उतरतो. आत गेल्यावर, हेन्री तिथे पर्यटकांसाठी ठेवलेले तक्ते, नकाशे निरखण्यात मग्न होतो. मग, माझ्याकडे बघत अचानक ओरडतो, "ए, चल फ्रॅन्केमाऊथला जाऊ या!"

मी त्याच्याकडे बघून हसते आणि पाकिटातून चिल्लर काढून दोन कोक, हर्शीज बार आणि डबाभरून गुड ॲन्ड प्लेंटी खायला आणते. मग आम्ही हातात हात घालून, मिशिगनच्या कोरड्या हवेची मजा लुटत पुन्हा गाडीत बसतो. आनंदाने त्या खाद्यपदार्थांवर तुटून पडतो.

"काय हा उथळपणा! तोही सकाळच्या ९:१५ वाजता?" हेन्री मला चिडवायला म्हणतो.

"चालतं रे. जराशा वेळात १०:१५ वाजतील!"

"बरोबर आहे म्हणा. तासाभरात आपण तुझ्या घरी पोचलेलो असू."

हेन्रीने असं म्हटल्यावर मी त्याच्याकडे अनिमिष नेत्रांनी पाहत म्हणते, "हेन्री, हे सगळं माझ्यासाठी किती स्वप्नवत आहे, तुला ठाऊक नाही. तू आज चक्क माझ्या घरच्यांना भेटणार आहेस! गेली कित्येक वर्षं मी तुला त्यांच्यापासून लपवत आलेय. त्यामुळे, आज तू त्यांना भेटतोयंस, तर ते मला स्वप्नवतच वाटतंय!"

"मी हे केवळ तुझ्यावरच्या प्रेमाखातर करतोय. मी इतक्या मुलींच्या पालकांना भेटण्याचं टाळलेलं आहे, की त्याची विक्रमी यादी बनेल! पण तू एकटी अशी आहेस, जिच्यावर मी बेहद्द प्रेम केलंय! आणि म्हणूनच तुझ्या घरच्यांना भेटण्यासाठी मी नाताळ आणि गाडीचा प्रवास, हे दोन्ही सहन करून इथे आलोय... ह्यावरूनच तू ताडू शकतेस, की माझं तुझ्यावरचं प्रेम किती सच्चं आणि तीव्र आहे ते...."

"हेन्री!!!" मी ह्यापुढे काही बोलण्याच्या स्थितीतच उरत नाही. आम्ही एकमेकांच्या बाहुपाशात विरघळून जात, दीर्घ चुंबनात अडकतो. बऱ्याच वेळाने, मला आमच्याकडे टक लावून बघणाऱ्या तीन पोरांची चाहूल लागते, तसे आम्ही जरा विलग होतो.

"बरं क्लेअर, तू मला सांगितलं नाहीस, की तिथे माझ्या झोपण्याची सोय काय?"

"अरे हो, विसरलेच. कालच मला एट्टाने सांगितलं की, मी माझ्या खोलीत आणि तू वरच्या निळ्या खोलीत, अशी व्यवस्था केलेली आहे. म्हणजे मी एकदम खालच्या मजल्यावर, तू एकदम वरच्या मजल्यावर आणि मध्ये आई-बाबा आणि अलीसिया अशी रचना दिसतेय."

"आणि ती आपण कितपत पाळणार आहोत?"

"मला काय माहिती? मी ह्यापूर्वी कुठल्या मुलाला असं घरी नाही घेऊन आलेय. मार्क मात्र आपल्या मैत्रिणींना घेऊन येतो आणि पहाटेच्या प्रहरी, त्यांचे कोचावर काहीबाही प्रकार सुरू असतात! आम्हाला हे माहिती असूनही आम्ही त्याकडे कानाडोळा करतो. आपल्याला तसं जमलं नाहीच, तर आपण तळघरातल्या रीडिंग रूममध्ये जाऊ शकतो. मी तुला तिथेच लपवायचे, आठवतंय?"

"हं...बरं..." असं म्हणत, हेन्री विचारात पडतो. मग अचानक बोलतो, "तशी, ही कल्पना वाईट नाहीये!"

"कोणती?"

"हीच, गाडीतून फिरण्याची."

"अरे वा! बराच सुधारलास म्हणायचं की तू! आता विमानातसुद्धा बसायला लागशील लवकरच..."

"छे, छे कधीच नाही!"

"का? मस्त पॅरिस, लंडन, टोक्यो, कैरो फिरून येऊ शकशील."

“शक्यच नाही! मी ऐन प्रवासात काळप्रवास करू लागेन आणि पुन्हा परतेन, तर तो विमानातच असेन की भर आकाशात कुठेतरी, हे देवच जाणे! अर्थात, माझ्या हिशोबी, दुसरा पर्यायच खरा ठरण्याची जास्त शक्यता आहे.”

“खरंच?”

“हे बघ, ते खरं असो ना नसो, मी विषाची परीक्षा घ्यायला तयार नाही, समजलं?”

“मग तू ह्या सगळ्या ठिकाणी काळप्रवास करून तरी जाऊ शकतोस का?”

“हं... आता ह्यापाठी माझा एक सिद्धांत आहे. अर्थात, हा काळप्रवासाचा सर्वमान्य सिद्धांत नसेल, पण माझा वैयक्तिक मात्र आहे...”

“सांग बरं.”

“काळप्रवास हह मुख्यत्वे मेंदूशी निगडित असलेली घटना आहे - जशी एखाद्याला फिट येते. समजतंय ना? जेव्हा मी खूप दमलेलो असतो तेव्हाच मी काळप्रवास करायला लागतो आणि त्याहीसाठी काही विशिष्ट गोष्टी चालना देणाऱ्या ठरतात - उदाहरणार्थ, भगभगणारे दिवे... उलटपक्षी, धावणं, ध्यान-चिंतन करणं, किंवा संभोग करणं, ह्या गोष्टी मला वर्तमानात रोखून ठेवतात. आता, मी काळप्रवास करत कुठे जातो, किती वेळासाठी जातो आणि मूळत: माझा काळप्रवास कधी सुरू होतो व कधी संपतो, ह्यावर माझं जाणीवपूर्वक तरी काहीही नियंत्रण असू शकत नाही; त्यामुळे मी पुढच्या वेळी रिव्हिएरालाच जाईन ह्याची शाश्वती नाही. पण, हे जरी खरं असलं, तरी हेही तितकंच खरं की, माझ्या सुप्त मनाचं माझ्या ह्या प्रवासांवर बरंच नियंत्रण असतं. त्यामुळेच तर मी बऱ्याचदा माझ्या भूतकाळातल्या महत्त्वाच्या वा रोमांचक घटनांकडे परतत असतो. तसंच, ह्यापुढे, मी तुझ्याबरोबरचे बरेच क्षण पुन्हा जगणार आहे, कारण मला तुझ्याबरोबर वेळ घालवणं फार आवडतं. तसंच, जे क्षण मी तुझ्याबरोबर भविष्यकाळात व्यतीत करणार आहे, तेसुद्धा मी आधीच जगू शकतो. थोडक्यात, मी भूत आणि भविष्य ह्या दोन्ही काळात विहार करून तिथल्या घटना पुन्हा किंवा त्या घडण्यापूर्वी अनुभवू शकतो. पण, मी भविष्यापेक्षा, भूतकाळात अधिक जातो.”

“तू चक्क भविष्यकाळात जाऊन आलायंस? तू असं करू शकतोस, हे मला माहिती नव्हतं!”

मी असं म्हटल्यावर हेन्री स्वत:वर खूश दिसतो. “आतापर्यंत मी दोन्ही काळात पन्नास वर्षांच्या पल्ल्यात फिरून आलोय. पण, मी भविष्यकाळात फार कमी जातो आणि आतापर्यंत त्यामध्ये जे काही पाहिलंय, ते फारसं महत्त्वाचं नाहीये. तशाही, माझ्या तिथल्या फेऱ्या बऱ्याच कमी कालावधीच्या असतात आणि कदाचित असंही असेल, की तिथे काय शोधायचं, हेच मला समजत नाही म्हणूनही मला

फारसं महत्त्वाचं काही दिसत नसेल. मला ना, भूतकाळच अधिक आकर्षित करतो; तिथे मला अधिक...कसं समजवू तुला?... ठोस, अधिक प्रत्यक्ष असल्यासारखं वाटतं. कदाचित, ह्याचाच अर्थ की, भविष्य तितकंसं महत्त्वाचं नसेल? मला माहीत नाही. पण हे खरं, की भविष्यात विहरताना मला माझं अस्तित्व भास किंवा स्वप्नासारखं वाटायला लागतं. त्या दृष्टीने मी नक्की सांगू शकेन की, हा भविष्यकाळ आहे - वेगळंच वाटतं तिथे. तिथे धावणं कठीण जातं....'' हेन्री स्वत:शीच बोलत असल्यागत कुजबुजतो. तसं, मला अचानक, त्याची तिथे काय स्थिती होत असेल, ह्याची जाणीव होते. बिनकपड्यांचा, बिन बुटांचा, सगळ्या अनोळखी लोकांमध्ये, अनोळखी जागांमध्ये आणि सर्वात महत्त्वाचं म्हणजे अनोळखी काळामध्ये भिरकवलं गेल्यावर, किती विचित्र वाटत असेल त्याला!

''म्हणूनच तुझे पाय...''

''चामड्यासारखे आहेत.''

हेन्रीचे पाय अक्षरश: एखाद्या बुटाच्या तळव्यासारखे टणक, ओबडधोबड आहेत.

''माझे पाय नाजूक असून चालणारच नाही! ज्या दिवशी माझ्या पायांना काही इजा होईल ना क्लेअर, त्या दिवशी तू मला गोळी घाल! कारण, त्या दिवशी माझ्या आयुष्याचा अर्थच संपून जाईल!''

पुढचा रस्ताभर आम्ही नि:शब्दपणे जात राहतो. काही बोलण्याच्या मन:स्थितीतच नसतो दोघं...

घरी जाणं, हा माझ्यासाठी आंबट-गोड अनुभव आहे. मला अलीसिया आणि एट्टाला कधी एकदाचं बघतेय असं झालंय; आईचीसुद्धा खूप काळजी वाटतेय; पण डॅड आणि मार्कला भेटण्यात मला विशेष रस नाहीये. मात्र, ते दोघं हेन्रीशी आणि हेन्री त्यांच्याशी कसा वागतो, हे बघण्याची उत्सुकता मात्र मला नक्कीच आहे. मी हेन्रीबद्दलचं गुपित चौदा वर्षं लपवून ठेवू शकले, ह्याबद्दल मला स्वत:चा सार्थ अभिमान वाटतो!

आम्ही वॉलमार्ट, डेरी क्वीन, मॅक्डॉनल्ड्सवरून पुढे जात असतो. पुढे लागतात– मक्याची शेतं, काही फळबागा, 'यू-पिक-मी-स्ट्रॉबेरीज', इत्यादी. उन्हाळ्यात ह्या रस्त्याची शोभा बघण्यासारखी असते. आता मात्र सगळीकडे ओसाड आहे.

शिकागोला स्थलांतरित होईपर्यंत मला कधीच साऊथ हॅवनबद्दल विशेष कौतुक वाटलं नव्हतं. पण नंतर मात्र त्यातलं सौंदर्य हळूहळू लक्षात येत गेलं. आमचं घर एका बेटावर असल्यासारखं होतं - शेतं, फळबागा, रानावनामध्ये गुरफटलेलं! बाकीचं साऊथ हॅवन आमच्यासाठी शहर होतं. शहर म्हणजे जिथे किराणा मिळतो, मॅकन्झीची बेकरी आहे, अलीसियाचं लाडकं म्युझिक एम्पोरियम

आहे.... जिथे आम्ही आईस्क्रीम खायला जायचो, जिथलं ॲपलयार्ड फोटोग्राफी स्टुडिओ आमच्यासाठी एक अद्भुत दुनिया निर्माण करणारं ठिकाण होतं, जिथलं ग्रंथालय ग्रीक स्थापत्यशैलीत असूनही व तिथलं जेवण बिनचवीचं असूनही, आमचं फार आवडीचं ठिकाण होतं, जिथलं मिशिगन थिएटर, एकापेक्षा एक कंटाळवाणे सिनेमे लावत असूनही, आम्हाला फार प्रिय होतं...

पण आधी हे विचार सुप्त होते, त्यांच्यातली जाणीव जागृत झाली ती शिकागोत राहायला आल्यानंतर. खऱ्या अर्थाने शहरी जीवन जगू लागल्यावरच मला माझ्या त्या शहरी रूपातला आणि पूर्वीच्या क्लेअरमधला फरक लक्षात येऊ लागला. शेतात रमणाऱ्या, देवावर गाढ विश्वास असणाऱ्या, शाळेला दांडी मारून नॅन्सी ड्रू वाचत बसणाऱ्या मुलीची मला प्रकर्षाने आठवण यायला लागली.

माझी विचारांची तार तुटते, तशी मी हेन्रीकडे पाहते; तो गाढ झोपलेला असतो. साऊथ हॅवन ५० मैल दूर असतं... अखेर, आम्ही ते अंतरसुद्धा कापून मीग्रम लेनमध्ये दाखल होतो. मी हेन्रीला उठवायला जाते, तर तो आधीच जागा झालेला असतो. तो माझ्याकडे बघून घाबरल्यासारखा हसतो.

घराकडे जाणारा दरवाजा उघडतो, तसा हेन्री दीर्घ श्वास घेतो.

"काय झालं?"

"मला कधी लक्षातच आलं नाही की तुझं घर इतकं मोठं आहे! खोल्या तरी किती आहेत ह्या राक्षसाच्या पोटात?"

"चोवीस."

इतक्यात, एट्टा समोरून हात हालवताना दिसते. मागच्या वेळेपेक्षा तिचे केस ह्या वेळी जास्त पिकलेले वाटतायत. पण चेहरा मात्र बराच टवटवीत दिसतोय. आम्ही गाडीतून उतरेपर्यंत, ती हळूहळू घरापुढल्या मोठाल्या पायऱ्या उतरायला लागते. तिने आज लेसची कॉलर असलेला गडद निळ्या रंगाचा तिचा लाडका झगा घातलाय. मी तिला हात देण्यासाठी पुढे धावते, पण ती माझ्याच हातावर फटका मारून झिडकारत, स्वत:हून खालच्या पायरीपर्यंत येते आणि मला घट्ट मिठी मारते. तिचा ठराविक नॉक्स्झेमा आणि टाल्कम पावडरीचा सुगंध मला पुन्हा माझ्या बालपणात घेऊन जातो. ही सगळी भरतभेट होईपर्यंत हेन्री शांतपणे बाजूला उभा असतो. शेवटी एकदाचं, एट्टाचं त्याच्याकडे लक्ष जातं.

"आणि हा पाहुणा कोण, क्लेअर?"

"हा...हेन्री डीटॅम्बल...आणि हेन्री, ह्या श्रीमती एट्टा मिलबॉर."

एट्टाला पाहून मला हेन्रीच्या चेहऱ्यावर ओळखीचा भाव दिसतो, पण तो काही बोलत नाही. आम्ही घरात जाण्यासाठी पायऱ्या चढू लागतो. इतक्यात हेन्री मला विचारतो, "आपल्या सामानाचं काय?"

"पीटर बघेल त्याकडे...तू चल आत, काळजी करू नकोस."

"सगळे आहेत कुठे?" मी घरात शिरता-शिरता जोरात हाक मारते. जेवण पंधरा मिनिटांत लावलं जाईल, असं सांगून एट्टा घाईघाईने स्वयंपाकघरात जाते. मी माझा कोट काढून तो ठेवण्यासाठी कपाटाकडे जाते, मागे वळून पाहते, तर हेन्री कुणाकडेतरी पाहत हात हलवत असतो. मी त्या दिशेने बघते, तर नेल आपलं वांग्यासारखं नाक स्वयंपाकघराच्या दरवाज्याशी लावून आमच्याकडे पाहत हसत असते! मी धावत जाऊन तिच्या गालाचं चुंबन घेते, तशी ती 'देखणा माणूस, माकडासारखी मुलगी' असं म्हणत धूम ठोकते!

"नेल ना ही?" हेन्री बरोबर अंदाज लावतो.

"ती लाजाळू वगैरे नाहीये हां, फक्त आता जरा कामात अडकलेय," असं म्हणत मी हेन्रीला दुसऱ्या मजल्यावरच्या त्याच्या खोलीपर्यंत नेते. तो तिचं निरीक्षण करून माझ्यासोबत, तळमजल्यावरच्या माझ्या खोलीत येतो.

"ही माझी खोली..."

हेन्री मला वळसा घालून, माझ्या खोलीत शिरतो. तिकडे ठेवलेल्या सगळ्या वस्तू पाहून, पुन्हा माझ्याकडे पाहतो तेव्हा मला लक्षात येतं की, त्याला इथली एकही वस्तू ओळखीची वाटत नाहीये. हे जाणवल्यावर, माझ्या मनात खंजीर खुपसल्यासारखं होतं! हेन्रीसाठी, आमच्या संलग्न भूतकाळाच्या ह्या खाणाखुणा म्हणजे अशिक्षित माणसासाठी प्रेमपत्राइतपत क्षुल्लक ठरल्या होत्या तर!

इतक्यात, व्रेन पक्ष्याचं एक घरटं उचलून हेन्री म्हणतो, "छान आहे हे!" हे घरटं खरंतर हेन्रीने मला दिलेल्या असंख्य सुंदर घरट्यांपैकी पहिलं घरटं होतं! मी त्याला ह्याची अगदी आठवण करून देणार, इतक्यात तो ते पुन्हा निर्विकारपणे जागेवर ठेवतो. मग आम्ही खाली जेवायला जातो.

हेन्री : क्लेअरच्या मागून खाली जाताना मी महत्प्रयासाने शांत राहण्याचा प्रयत्न करतो आहे. जेवणाची खोली छान उबदार आहे - कोपऱ्यात लावलेल्या शेकोटीमुळे असेल कदाचित. पण काचांवर मात्र बर्फाचा थर साचलेला आहे.

सगळे जण आधीच टेबलाशी येऊन बसले आहेत. क्लेअर एका लाल केसांच्या कृश स्त्रीच्या जवळ जाऊन तिच्या कपाळाचं प्रेमाने चुंबन घेते - ही तिची आई असावी बहुधा. ती स्त्री माझ्याशी हस्तांदोलन करत असताना, क्लेअर तिची ओळख "मिसेस ॲब्शायर, माझी आई," अशी करून देते.

"पण तू मला ल्यूसील म्हण, सगळे तेच म्हणतात..." ती माझ्याकडे सुंदर हास्य करत म्हणते.

आम्ही टेबलावर आमच्या जागांवर बसतो. क्लेअर, मार्क व तिची मावसपणजी

डल्सीच्या मध्ये बसते. अलीसिया आणि मार्कची मैत्रीण शॅरन ह्यांच्यामध्ये मी बसतो. शॅरन अगदी बाहुलीसारखी दिसणारी ठेंगणी, सोनेरी केसांची मुलगी आहे. क्लेअरचे डॅड टेबलाच्या टोकाला बसलेले असतात आणि प्रथमदर्शनी मला असं जाणवतं की, ते माझ्या येण्याने बरेच त्रासलेले आहेत. देखणा, एरव्हीचा भांडकुदळ मार्कही तितकाच हतबल दिसतोय. ह्या दोघांनी मला ह्या पूर्वी बघितलेलं आहे. त्यावेळी मी काय करत होतो कोण जाणे. त्यामुळे मला आता क्लेअरसोबत पाहून ते फार हादरले आहेत.

पण, फिलीप ॲब्शायर अखेर नामी वकील आहेत - मनातले भाव लपवणं हा त्यांच्या हातचा मळ आहे. ते आपले त्रासलेले भाव पुसून, चांगला यजमान, त्यांच्या मुलीचे वडील हा चेहरा लेवून माझ्याकडे (जराशा अजूनही घाबरलेल्या पण बऱ्याचशा) सावरलेल्या, आनंदी चेहऱ्याने पाहू लागतात. क्लेअरचे डॅड दिसायला अगदी चारचौघांसारखे आहेत. डोक्याचा अर्धचंद्र झालेला आहे; पूर्वीचं कसदार शरीर नाहीसं होऊन आता त्यांचं शरीर पिळपिळीत झालं आहे. पोट सुटलंय. टेनिस खेळून त्यांचे हात टणक झाले आहेत. ते जाणत्या, करड्या डोळ्यांचे मध्यमवयीन गृहस्थ आहेत. त्यांच्या चेहऱ्यावर पसरलेल्या हसऱ्या तेजामागे त्यांच्या डोळ्यांतली मुलीसाठीची काळजी काही लपत नाहीये. मार्कच्या चेहऱ्यावरही तसाच काहीसा भाव आहे. मी त्याच्याकडे जेव्हाजेव्हा बघतो, तेव्हातेव्हा तो मान खाली घालून जेवतोय. अलीसिया, माझ्या अपेक्षेपेक्षा बरीच वेगळी निघालीये. ती बरीच सडेतोड पण चांगल्या स्वभावाची आहे; जराशी विचित्र, विसराळूही आहे. तिचे केस फिलीपसारखे काळेभोर आणि नाकीडोळी ल्यूसीलसारखी आहेत. थोडक्यात, मार्क आणि क्लेअरला एकत्र मिसळून त्यात थोडे एलीनॉर रूझवेल्ट टाकले, तर जे ध्यान तयार होईल, ते म्हणजे अलीसिया. पण इतक्यात फिलीप काहीतरी म्हणतात आणि अलीसिया हसते, तेव्हा ती एकदम सुंदर दिसू लागते.

''मला सेंट बसिलला जायचंय, तालीम आहे माझी. तू चर्चला येणारेस का?'' अलीसिया मला विचारते. मी क्लेअरकडे उत्तराच्या अपेक्षेने पाहतो, ती मानेनेच होकार भरते. मी तसं अलीसियाला सांगतो, तर सगळे जण माझ्याकडे बघत एकदम उसासा टाकतात - बहुतेक सुटकेचा! तेव्हा लक्षात येतं, की नाताळ हा माझ्यासाठी जरी दुःखाचा दिवस असला तरी इतर सर्वांसाठी आनंदाचा दिवस असतो. मला माझी आई आकाशातून मला चिडवत हसतेय, असा भास होतो. तिच्या अर्ध-ज्यू मुलाला ह्या कट्टर ख्रिस्ती लोकांच्या घोळक्यात बघून तिला गुदगुल्या होणं साहजिकच आहे म्हणा... पण मॉम, तू ह्या बाबतीत काही न बोललेलंच बरं! तू तर चर्च चालवणाऱ्या एका सभासदाशीच लग्न केलं होतंस!

अखेर माझं लक्ष माझ्यासमोर वाढलेल्या जेवणाकडे जातं. त्यात हॅम विथ पीज

आणि मरगळलेल्या पानांचं कुठलंसं सॅलड असतं. माझी भूकच मरते!

इतक्यात फिलीप, काहीतरी संभाषण करावं, ह्या हेतूने मला विचारतात, ''क्लेअरने मला सांगितलं की, तू ग्रंथपाल आहेस..''

इथून गाडी वळते न्यूबेरी ग्रंथालयाकडे, फिलीपचे पक्षकार असलेल्या ग्रंथालयाच्या काही विश्वस्तांकडे, फिलीपच्या शिकागोमधल्या कार्यालयाकडे...अर्थात, मिशिगनला राहून फिलीप शिकागोत कार्यालय का उघडून बसले आहेत, हे माझ्या समजुतीपलीकडे आहे.

मला आठवतंय, क्लेअर मला एकदा म्हणाली होती, की तिचे वडील मृत्युपत्र व विश्वस्तांकडे सोपवलेल्या मालमत्तेच्या विषयांवरचे तज्ज्ञ वकील आहेत. मला एकदम, समुद्रावरच्या वाळूत लोळून, धाकट्याला मृत्युपत्रातून बेदखल करण्याच्या गप्पा करणाऱ्या वृद्ध दांपत्याचं चित्र डोळ्यासमोर तरळतं.

मग, मला एकदम माझ्या वडलांसोबत काम करणारे ॲवी इथेच कुठेतरी राहतात, ह्याची आठवण होते. मी तसं बोलून दाखवल्यावर सगळे जण कान टवकारतात.

''तू त्यांना ओळखतोस?''

''हो! ते माझ्या वडलांशेजारीच बसतात.''

''शेजारी बसतात? कुठे?''

''व्हायोलिन वाजवताना...''

''तुझे वडील व्हायोलिन-वादक आहेत?''

''हो...'' मी क्लेअरकडे प्रश्नार्थक नजरेने बघतो, तर ती ल्यूसीलकडे मला लाज आणू नकोस, ह्या अर्थाने पाहत असते.

''आणि ते शिकागो सिंफनी ऑर्केस्ट्रासाठी वाजवतात का?''

''हो.''

ल्यूसीलच्या चेहऱ्यावर लाली पसरते. क्लेअरच्या लालीचं स्त्रोत हे आहे तर! ''ते अलीसियाचं वादन ऐकू शकतील का जरा? आम्ही त्यांना कॅसेट दिली, तर चालेल?'' अलीसिया खरोखरीच खूप चांगली वादक असली तर बरं; नाहीतर, लोकं अशा डझनवारी कॅसेटी आणून देत असतात माझ्या डॅडना... मग, मला एकदम एक कल्पना सुचते.

''अलीसिया चेलो वाजवते ना?''

''हो.''

''तिला कुणी शिक्षक हवाय का?''

इतक्यात फिलीप मध्ये बोलतात, ''ती आधीच कालामाझूमधल्या फ्रॅन्क वेनव्राईटकडे शिकतेय.''

"नाही. विचारण्याचं कारण हे की, नाहीतरी मी तिची कॅसेट योशी आकावाला देऊ शकतो. त्यांचा एक विद्यार्थी नुकताच पॅरिसला शिकण्यासाठी गेलाय... त्यांच्याकडे जागा असेल."

मला माहितेय, योशी किमान ती कॅसेट ऐकेल तरी. माझे वडील शिकवत तर नाहीतच, पण ते धड ती कॅसेट ऐकणारही नाहीत. तशीच टाकून देतील. मार्क, फिलीप, क्लेअर आणि सगळ्यात जास्त ल्यूसील ह्यावर खूप खूश दिसतात. डल्सी मात्र काहीच प्रतिक्रिया देत नाहीत - बहुतेक त्या बहिऱ्या असाव्यात आणि शॅरनही काहीच बोलत नाही. दुःखी चेहऱ्याने तशीच बसून राहते. फिलीप आणि ल्यूसीलमध्ये, मला कुठली कॅसेट देणं सगळ्यात योग्य ठरेल ह्यावर वाद सुरू होतो.

त्यांचा हा वाद सुरू असताना, मी वेळ घालवायचा, म्हणून शॅरनशी गप्पा मारू लागतो. इतक्यात, फिलीप मला विचारतात, "तुझी आई काय करते?"

मला क्षणभर काय उत्तर द्यावं, हेच समजत नाही. मी क्लेअरकडे हतबलपणे पाहू लागतो. पण तिच्याकडून काही उत्तर येत नाहीसं बघून, मी शेवटी खरं काय ते सांगतो : "माझी आई गायिका होती. आता ती ह्या जगात नाही."

मग क्लेअर बोलते, "हेन्रीची आई म्हणजे ॲनेट लिन रॉबिनसन."

ह्यावर फिलीप आणि ल्यूसीलचा चेहरा असा काही चमकू लागतो की, जणू माझी आई साक्षात मदर मेरी आहे असंच क्लेअरने सांगितलं असावं!

"काय सांगतेस काय क्लेअर? आमच्याकडे तिच्या सगळ्या रेकॉर्ड्स आहेत..."

ल्यूसील मध्येच बोलते, "मी बऱ्याच वर्षांपूर्वी त्यांना भेटले होते. माझे वडील मला मडामा बटरफ्लाय बघायला घेऊन गेले होते. कुणाच्यातरी ओळखीने आम्ही कार्यक्रमानंतर तिला भेटायला गेलो होतो. तेव्हा ती एखाद्या राणीसारखी, भेट म्हणून आलेल्या गुच्छांनी भरलेल्या खोलीत, एका लहान मुलासोबत बसलेली... अरेच्च्या, तो मुलगा म्हणजे तूच, नाही का?"

"हो..."

क्लेअरची उत्सुकता आता वाढायला लागली आहे. "कशा दिसत होत्या त्या?"

मार्कला मात्र ह्या संभाषणात काही रस नाहीये. तो उगीच मध्ये बोलायचं म्हणून म्हणतो, "चला, स्कीईंगला कोणकोण येतंय?" पण त्याच्याकडे कोणीच लक्ष देत नाही. ल्यूसील तर कधीच भूतकाळात पोचलेली असते. "किती सुंदर होती तुझी आई! लांब केसांचा तो टोप तिला फारच शोभत होता. ती ह्या हेन्रीला तो टोप हातात घेऊन चिडवत होती, तेव्हा एखाद्या परीसारखीच दिसत होती. तिचे ते लांबसडक, गोरेपान हात, नाजूक बोटं, लहान चण...ती ज्यू होती पण सांगून खरं

वाटलं नसतं! इटालियनच वाटायची ती...''

''म्हणजे, तू ज्यू आहेस?'' मार्क खोट्या चांगुलपणाने विचारतो.

''मला वाटलं असतं, तर मी ज्यू झालोही असतो; पण आई माझ्या सहाव्या वर्षीच वारली आणि वडील तर चर्चचे सभासद होते...नंतर त्यांनी सभासदत्व सोडलं, पण तरी ख्रिस्ती पगडा राहिलाच आमच्यावर.''

''पण तू दिसतोस तुझ्या आईसारखाच...'' ल्यूसील म्हणते.

इतक्यात, एट्टा टेबल आवरायला आत येते. तिने मला आणि शॅरनला ''तुम्ही कॉफी पिता का?'' असं विचारल्यावर आम्ही दोघे एकत्र इतक्या जोरात 'हो' म्हणतो, की सगळे खोखो हसू लागतात आणि वातावरण पुन्हा हलकंफुलकं बनतं. विषय स्कीईंग वगैरेसारख्या मुद्यांकडे वळतो. क्लेअर मला विचारते की, मला स्कीईंग करायला आवडतं का? मी नकारार्थी उत्तर दिल्यावर तीसुद्धा न जाण्याचा निर्णय घेते, पण शेवटी तिला ल्यूसीलच्या मदतीसाठी जावंच लागतं.

नंतर, सगळे स्कीईंगला गेल्यावर मी ऊब आणि कॉफीच्या शोधात स्वयंपाकघरात जातो. तिकडे टापटीपपणे मांडलेलं काचसामान, चांदीची भांडी, निरनिराळे तवे, सोलून-चिरून ठेवलेल्या फळभाज्या, ताजी रसरशीत फळं इत्यादींनी मी हुरळून जातो. ह्या सगळ्या गदारोळात नेल अनभिज्ञपणे, हातातला कालथा फिरवत, कमरेला झटके देत रुडॉल्फ दी रेड-नोज्ड रेनडीयर गाताना दिसते. तिच्यासोबतची लहान मुलगी माझ्याकडे तिचं लक्ष वेधून देते, तेव्हा ती टिपेच्या आवाजात मला विचारते, ''तुम्ही माझ्या प्रांतात काय करायला आला आहात, मिस्टर बॉयफ्रेंड?''

''थोडी कॉफी उरली आहे का, ते बघायला आलोय.''

''उरलीये! तुला काय वाटतं, मी ड्रमभर कॉफी बनवून ती मुरवत ठेवते काय? चल, बाहेर हो! तुला कॉफीच हवी असेल, तर मी तुला ताजी बनवून देते. तुझ्या आईने तुला कॉफीबद्दल काहीच शिकवलं नाही का रे?''

''माझ्या आईला स्वयंपाकाची फारशी आवड नव्हती...'' असं मी बोलत असतानाच, मला कसलातरी खमंग वास येतो. ''काय बनवतेस तू नेल?''

''थॉम्पसन्स टर्की!'' असं म्हणत, नेल मोठ्या अभिमानाने ओव्हनचं दार उघडून मला त्यात मांडलेला भलामोठा टर्की पक्षी दाखवते. ''पण, हा तर काळा-ठिक्कर पडलाय नेल!''

''वरच्या रूपाला इतका भुलू नकोस पोरा! त्या काळ्या पापुद्र्याखाली पृथ्वीतलावरचा सर्वात श्रेष्ठ टर्की शिजतोय.''

ती म्हणतेय, ते खरं असणं कठीण नाहीये; स्वयंपाकघरात सध्या तो सुगंध दरवळतोय, तो खरंच स्वर्गीय म्हणता येईल, असा आहे. ''पण नेल, हा थॉम्पसन्स टर्की काय प्रकार आहे?''

उत्तरादाखल नेल, १९३० साली, मॉर्टन थॉम्पसन नावाच्या वर्तमानपत्र विक्रेत्याने निर्माण केलेल्या टर्कीच्या ह्या प्रकाराबद्दल सांगते, ज्यात बरंच साहित्य भरून त्याला मोठ्या आचेवर बराच वेळ भाजत ठेवावं लागतं. आजही तो प्रकार त्याच पद्धतीने बनवला जातो. पण फक्त आधुनिक सोयींचा वापर करून माझ्यासाठी कॉफी बनवून नेलं आता कुरकुरीत भाजलेल्या टर्कीला बाहेर काढून, त्यावर सिडर ग्रेव्हीचा शिडकावा करते. बाहेर जाता-जाता माझं लक्ष एका टबात नांग्या नाचवत फिरणाऱ्या १२ झिंग्यांकडे जातं. ''हे काय आहे नेल? तुझे पाळीव प्राणी?''

''नाही. हा तुझ्या नाताळच्या जेवणाचा खास बेत आहे. तुला निवडायचाय का, ह्यातला तुझा लाडका झिंगा? तू शाकाहारी नाहीयेस ना?''

''नाही नाही. मी ताटात जे पडेल, ते निमूट खाणारा गुणी मुलगा आहे!''

''चांगलं आहे. नाहीतर आजकाल कुणाचं काही सांगता येत नाही आणि तसंही तू इतका हडकुळा दिसतोस, त्यामुळेही मला वाटलं की, तुझ्या खाण्याचे बरेच नखरे असतील... पण काळजी करू नकोस, मी तुला भरपूर खिलवून चांगला जाडजूड करीन!''

''मला वाटतं, क्लेअरनेही मला त्याच हेतूने इथे आणलंय!''

''हं, चांगलं केलं पोरीने! आता चल, गप्पा पुरे झाल्या. मला काम करू देत... तू बाहेर जा!''

मग मी माझ्या वाफाळत्या कॉफीचा मग घेऊन दिवाणखान्यात येतो आणि नाताळाचं प्रतिकात्मक रोपटं ठेवल्यामुळे चित्रवत वाटणाऱ्या त्या खोलीतल्या नारिंगी खुर्चीवर जाऊन बसतो. इतक्यात, कुणाचातरी आवाज येतो, ''हे काय? तुला कॉफी कुठे मिळाली?'' बघतो, तर शॅरन माझ्यासमोर खुर्चीवर येऊन बसलेली असते!

''अरे, सॉरी, माझं लक्षच नव्हतं.''

''ठीक आहे.''

''मला ही स्वयंपाकघरात मिळाली, पण नेलने सांगितलं की, ह्यापुढे काही हवं असेल, तर घंटी वाजवायची. आता ही घंटी कुठे आहे बरं?''

आम्ही शोधू लागलो, तर खरंच खोलीच्या एका कोपऱ्यात घंटीला बांधलेली दोरी आढळते. ''म्हणजे, ही दोरी ओढली की आत घंटी वाजते तर...'' मी शॅरनला सांगतो.

''किती विचित्र वाटतंय ना? किमान, मला तरी वाटतं आहे. मी कालपासून इथे आहे आणि घरात दबकूनच वावरते आहे. न जाणो, मी काहीतरी चूक केली आणि ह्या लोकांना राग आला तर?''

मी ह्यावर हसून तिला विचारतो, ''तू कुठून आली आहेस?''

''फ्लोरीडाहून. मी हार्वर्डला जाण्यापूर्वी कधी बर्फाळलेला नाताळ अनुभवलेला नव्हता. माझ्या वडिलांचा जॅक्सनविल्हेमध्ये पेट्रोल पंप आहे. मला वाटलं होतं की, शिक्षण संपलं की मी तिथे जाईन, पण आता मी इथेच अडकून पडणार असं दिसतंय.''

''का?''

शॅरन ह्यावर माझ्याकडे आश्चर्याने पाहत उद्‌गारते, ''तुला माहिती नाही? मी आणि मार्क लग्न करणार आहोत!''

क्लेअरला हे ठाऊक आहे, असं वाटत नाही; ती मला न सांगता राहिलीच नसती. पण मग शॅरनच्या बोटावर चमचमणारी हिऱ्याची अंगठी पाहून माझी खात्री पटते.

''अरे वा! अभिनंदन!''

''हं... ठीक आहे. नाही, म्हणजे मला म्हणायचं होतं थँक्यू!'' शॅरन अशी अनिच्छेने का बोलतेय, मला समजत नाही.

''तुला नक्की हे लग्न करायचंय ना?''

असं विचारल्यावर शॅरन रडू लागते. ''त्याशिवाय काही पर्यायच नाहीये माझ्याकडे! मी गरोदर आहे.''

''म्हणून तू लग्नच करायला हवं असं जरुरी नाहीये...''

''आमच्या ख्रिस्ती धर्मात तेच करावं लागतं...'' शॅरन हताश आवाजात बोलून खुर्चीवर रेलून राहते. मला खरंतर अशा कैक ख्रिस्ती मुली माहिती आहेत, ज्या अशा स्थितीत सरळ गर्भपाताचा रस्ता निवडून मोकळ्या होतात. पण शॅरनचा धर्मावरचा विश्वास जरा जास्तच गाढ दिसतोय.

''बरं मग, ह्याबद्दल अभिनंदन! चांगलीच बातमी आहे ना ही... तारीख काय...?''

''११ जानेवारी... ओ अच्छा, बाळाच्या जन्माची तारीख विचारतोयंस का? एप्रिल...''

मग ती तोंड वाकडं करत करवादते, ''कॉलेजला सुट्टी असेल, तर बरं होईल बाबा त्या वेळी; नाहीतर मला सगळं कसं झेपणार आहे, कळत नाहीये! अर्थात त्या शिक्षणाचा आता कितपत उपयोग होणार आहे म्हणा...'' ती स्वत:शीच बोलत असल्यागत, रडवेल्या स्वरात म्हणते.

''मुख्य विषय कोणता आहे तुझा?''

''मी डॉक्टरी शिकतेय. माझे आई-वडील माझ्यावर प्रचंड संतापलेले आहेत. ते तर गर्भपात करवून घेण्यासाठी हात धुवून माझ्या पाठी लागले आहेत...''

''का? त्यांना मार्क पसंत नाही का?''

''तसं काही नाही. ते तर त्याला कधी भेटलेसुद्धा नाहीयेत. त्यांना चिंता वाटते, ती ह्या गोष्टीची की, मी एकदा मुला-बाळांमध्ये अडकले, की डॉक्टरकीला सोडचिठ्ठी

देण्यातच जमा आहे सगळं....''

आम्ही पुढे काही बोलणार, इतक्यात मुख्य दरवाजा उघडल्याचा आवाज येतो. स्कीईंगला गेलेली मंडळी परतलेली दिसताहेत.

''इथे जेवणं किती वाजता सुरू होतात?'' मी शॅरनला विचारतो.

''७ वाजता. पण काल रात्री आम्ही जेवणाआधी जरा मद्यपानात वेळ घालवला होता. मार्कने त्याच्या आई-वडिलांना आमची बातमी सांगितली. ते काही मला डोक्यावर घेऊन नाचले नाहीत! म्हणजे, तसे ते माझ्याशी चांगले वागतायंत, पण तुला माहितेय ना, लोकं कधीकधी नम्र वागूनही कसे दुष्टपणा करू शकतात? आता, मी गर्भार झाले, ह्यात त्यांच्या मुलाचा काहीच सहभाग नाही का? पण ते तसं मानायलाच तयार नाहीत... सगळा दोष माझ्या माथी लावून मोकळे.''

इतक्यात, क्लेअर आत येते आणि मी सुटकेचा नि:श्वास टाकतो. निळ्या जीन्सवर घातलेल्या मळकट पिवळ्या स्कीईंगच्या पोशाखात ती तशी विचित्रच दिसतेय, तिचे केसही ओलेचिंब झालेले आहेत. पण त्या क्षणी मला तिला पाहून इतकं बरं वाटलंय की, विचारता सोय नाही! क्लेअर त्या महागड्या पर्शियन गालिच्यावरून धावत आमच्याजवळ येते आणि आधी मला व नंतर शॅरनला मिठी मारत चित्कारते, ''मला आताच समजलं! मन:पूर्वक अभिनंदन शॅरन!!'' त्या आकस्मिक आनंदोत्सवाने गांगरलेली शॅरन, जरा ताळ्यावर आल्यावर माझ्याकडे पाहत बोलते, ''तू खूप नशीबवान आहेस हेन्री!'' मला नेमकं ठाऊक आहे, ती कशाबद्दल बोलते आहे ते!

क्लेअर : जेवणाला अजून तासभर उशीर आहे. आम्ही गायब झाल्याचं कुणाला लक्षातही येणार नाहीये. ''चल हेन्री, जरा बाहेर जाऊन येऊ या!''

मी असं म्हटल्यावर हेन्री तोंड वाकडं करत विचारतो, ''जायलाच हवं का?''

''हो, मला तुला काहीतरी दाखवायचंय. चल ना!''

मग, तो नाखूशीनेच कोट, हातमोजे वगैरे जामानिमा चढवतो आणि आम्ही मागच्या दरवाजाने घराबाहेर पडतो. मी त्याला आमच्या ठरावीक भेटण्याच्या ठिकाणी, अर्थात त्या मोकळ्या जागेकडे घेऊन जाऊ लागते. तिथे जाणारा नागमोडी रस्ता सध्या बर्फाने खच्चून भरलेला आहे. मला त्या सगळ्या प्रसंगांची आठवण होते, जेव्हा मी हा रस्ता तुडवत गेलेले आहे.

आता आम्ही पाला-पाचोळा, बर्फ तुडवत अखेर आमच्या जुन्या भेटीच्या ठिकाणी पोचतो. हेन्री आपल्या कोटाच्या खिशात हात टाकून नि:शब्द उभा राहतो. मग, थोड्या वेळाने माझ्याकडे वळून विचारतो, ''अच्छा! तर हे बघायला खेचून आणलंस तू मला इथे?''

मला ह्यावर काय बोलावं हे सुचतच नाही. "काय रे हेन्री? तुला कधी आयुष्यातले काही क्षण पुन्हा जगायला मिळाले, तर आनंद होत नाही का रे?"

"क्लेअर, माझं अख्खं आयुष्यच मी सतत पुन्हापुन्हा जगत असतो. मला काय अप्रूप असणार ह्या गोष्टींचं?"

त्याने असं म्हटल्यावर आम्ही काही न बोलता मागे फिरून घराकडे जाऊ लागतो.

थोड्या वेळानंतर :

मी हेन्रीला आधीच तंबी देऊन ठेवलीये, की आमच्याकडे नाताळच्या जेवणासाठी खास कपडे घालून झकपक तयार होण्याची प्रथा आहे. नशिबाने, त्याने माझी तंबी गांभीर्याने घेतली आहे. काळा सूट, पांढरा शर्ट, तपकिरी रंगांचा टाय, त्यावर मोत्याची टाय-पीन घालून तो माझ्यासमोर उभा राहतो; तेव्हा मी आश्चर्याने डोळे विस्फारून बघतच राहते! "हेन्री! तू चक्क तुझ्या बुटांना चमकवलेलं आहेस? स्वप्न तर नाही ना पाहत आहे मी?"

"नाही गं बाई! माझ्या दुर्दैवानं आणि तुझ्या सुदैवानं तू जे पाहतेस, ते खरंच आहे!"

"तुला माहितेय का, किती देखणा दिसतोयंस तू त्यामुळे? अगदी सुयोग्य लग्नाळू मुलगा दिसतोयंस!"

"खरं तर मी एक थोडा विचित्र, पण बराचसा साधासुधा ग्रंथपाल आहे!"

"हे बघ, त्यांना तू खूप आवडशील... मला पूर्ण खात्री आहे!"

"मला तू आवडतेस! जवळ ये माझ्या!" असं म्हणत, हेन्री मला कवेत घेतो आणि आम्ही समोरच्या उंच आरशात एकमेकांना निरखत उभे राहतो.

मी माझ्या आजीचा बिनबाह्यांचा फिकट हिरव्या रंगाचा गाऊन घातला आहे.

माझ्याकडे, आजीचा तोच गाऊन घालून काढलेला एक सुंदर फोटो आहे. त्यात तिने ओठांना गडद लाल लिपस्टीक लावलेली आहे आणि त्याच रंगवलेल्या ओठांमध्ये बेफिकीरपणे सिगारेट धरून ती दिलखुलासपणे हसते आहे. त्या फोटोत तिच्यासोबत तिचा धाकटा भाऊ टेडीसुद्धा आहे. हा फोटो काढल्याच्या सहा महिन्यांनंतर, तो फ्रान्समध्ये लढाईत मृत्युमुखी पडला.

मी त्या तसबिरीच्या विचारात गढलेली असताना, हेन्री माझ्या कमरेभोवती हात टाकतो आणि त्या तलम रेशमाखाली हाताला लागणाऱ्या उरोवस्त्रांची जाणीव होऊन, आश्चर्योद्गार काढतो! मग मी त्याला त्या गाऊनच्या इतिहासाबद्दल सांगू लागते.

"ग्रॅन्डमा चणीने माझ्यापेक्षा बरीच लहान होती, त्यामुळे तिला असेच गाऊन लागायचे. मला ह्याचा त्रास होत नाही. फक्त बसताना जरा गैरसोय जाणवते, इतकंच... कमरेला ह्या बाजूंना असलेली शिवण रुतत बसते."

माझं इतकं होण्याआधी, हेन्रीचं लक्ष माझ्या शब्दांवरून उडून माझ्या मानेकडे गेलेलं असतं. तो माझ्या मानेचं चुंबन घेण्यातच गुंतलेला असतो, इतक्यात मार्क आणि शॅरन खोलीच्या दरवाज्यापाशी येऊन उभे राहतात. खरंतर, ती खोली मॉम-डॅडची आहे, पण मार्क आणि शॅरनने त्याचा ताबा घेतलेला आहे आणि त्याबद्दल, मॉम-डॅड फारसं काही करूही शकत नाहीयेत.

"अंहं. अंहं...काय चाललंय हे?" मार्क मोठ्ठ्या भावाचं रूप धारण करत, खोलीत येत बोलतो. "तुम्हा मुलांनी आम्हा मोठ्यांकडून काही शिस्त शिकली नाहीये का रे?"

ह्यावर हेन्री हसतो आणि आम्ही खालच्या दिवाणखान्याकडे जाऊ लागतो.

आम्ही तिथे पोचेपर्यंत, घरातले बाकीचे आधीच येऊन मद्याचा आस्वाद घेत बसले आहेत. अलीसिया मला खुणेनेच सांगते, 'मॉमचं जरा बिनसलंय हं. सांभाळून घे.' अबोली रंगाचा सुंदर गाऊन, त्यावर साजेसे मोत्यांचे दागिने आणि केसांचा नेटका शि'न्यॉन बांधून सोफ्यावर बसलेल्या मॉमकडे पाहून असं वाटत नव्हतं की, तिचं काही बिनसलं असेल. खरं तर मार्क मॉमच्या शेजारी बसत तिच्या कानात काहीतरी विनोद कुजबुजून सांगतो; तेव्हाची तिची प्रतिक्रिया तर एखाद्या अत्यंत सुखावलेल्या, संतुष्ट स्त्रीची असते. ते पाहून तर मला क्षणभर खात्रीच वाटते, की नक्कीच अलीसियाचा काहीतरी गैरसमज झालेला दिसतोय. पण मग, डॅड मॉमकडे अशा काही तिखट नजरेने पाहतात, की मला लक्षात येतं, की आम्ही येण्यापूर्वी तिने नक्कीच काहीतरी जहाल वक्तव्यं केलेली आहेत.

डॅड आमच्यासाठी चषकांत पेयं भरायला लागतात. मी कोक घेते, मार्क बीयर, तर शॅरन ल'क्रॉई घेते. हेन्री बराच विचार करून स्कॉच व पाणी निवडतो. डॅड त्याच्यासाठी स्कॉचचा भलामोठा पेग लावतात, हेन्री तो एका घोटात रिचवतो! त्याचा तो वेग पाहून डॅडचे डोळे फिरतात, पण ते काही वावगं बोलत नाहीत. उलट, चांगल्या यजमानासारखे त्याला अजून एक पेग हवा का, असं विचारतात.

"नको, धन्यवाद..." मला माहितेय, ह्या वेळी हेन्रीला खरं तर त्या स्कॉचची अख्खी बाटली व सोबत एक छानसं पुस्तक घेऊन, एखादा निर्जन कोपरा गाठायची प्रबळ इच्छा होत असेल. तो स्कॉचचा दुसरा पेग नाकारतोय, कारण त्याला माहितेय की तसं केलं नाही; तर तिसरा, चौथा पेग पिण्यापासून त्याला स्वत:ला अडवता येणार नाही. मी त्या सगळ्यांना एकटं सोडून डल्सी मावशीच्या खुर्चीशी जाऊन बसते.

"ये बेटा ये... किती छान दिसतोय गं हा झगा तुला! एलिझाबेथने तारांगणाच्या आवारात असलेल्या एका पार्टीला घातलेला तेव्हा हा झगा मी पाहिला होता. त्यानंतर हा झगा पाहायलाच मिळाला नव्हता."

इतक्यात, अलीसिया तिथे येते. तिने डॅडना मुद्दाम डिवचण्यासाठी विचित्रसा निळ्या रंगाचा पोशाख केलेला आहे.

"मॉमचं काय बिनसलंय गं?"

"ती शॅरनवरून चिडलेय..."

आमच्या ओठांच्या हालचालींवरून संभाषणाचा रोख लक्षात येत डल्सी मावशी मध्येच बोलते, "शॅरनमध्ये काय वाईट आहे? छानंच आहे की ती, निदान मार्कपेक्षा तरी नक्कीच!"

"ती गरोदर आहे..." मी डल्सी मावशीला स्पष्टपणे सांगून टाकते. "आणि ते लग्न करणार आहेत. पण मॉमला शॅरन पसंत नाही, कारण तिच्या कुटुंबात कॉलेजात जाणारी ती पहिली मुलगी आहे. मॉमच्या लेखी त्यामुळे ती वाया गेलेली ठरते!"

ह्यावर मावशी माझ्याकडे तीव्र कटाक्ष टाकत बोलते, "किमान ल्यूसीलकडून तरी मला असल्या बुरसटलेल्या विचारांची अपेक्षा नव्हती!" अलीसिया मावशीला ह्याबद्दल अधिक काही विचारणार, इतक्यात जेवायला बोलावण्यासाठीची घंटा किणकिणते आणि आम्ही सगळे निमूट डायनिंग-रूमकडे जाऊ लागतो. "डल्सी मावशीने पण जास्त प्यायलेय वाटतं?" मी अलीसियाकडे डोळे मिचकावत विचारते. "मलासुद्धा तसंच वाटतंय..." अलीसिया माझ्याकडे बघत मिश्किल आवाजात उत्तरते.

मग आम्ही जेवणाच्या टेबलावर, आमच्यासाठी नियोजित केलेल्या जागांवर स्थानापन्न होतो. खोलीभर ठिकठिकाणी मेणबत्त्या लावलेल्या आहेत, काचेच्या सुबक भांड्यांमध्ये फुलांच्या पाकळ्या सोडलेल्या आहेत. आजीने विणलेल्या नाजूक टेबलक्लॉथवर एट्टाने चांदीची आणि चिनीमातीची सुंदर भांडी रचून ठेवलेली आहेत. सगळं अगदी वर्षानुवर्षं चालत आलेल्या प्रथेनुसारच आहे - फरक इतकाच की, ह्या वेळी हेन्री माझ्या शेजारी आहे!

डॅड नेहमीप्रमाणे जेवणाआधीची प्रार्थना म्हणतात; फरक इतकाच, की ह्या वेळी ते त्यात हेही जोडतात की, "हे येशू, मार्क आणि शॅरन ह्या विश्वात आणणार असणाऱ्या बाळालाही तुझा आशीर्वाद लाभू दे. तुझ्या ह्या वरदानाचा स्वीकार आम्ही सगळे अतिशय प्रेमाने व परस्पर सामंजस्याने करू शकू दे."

अरे देवा! झालं! आता काहीतरी उद्रेक होणार हे निश्चित! मी असा विचार करताकरताच मॉमकडे पाहते... तर ती खरंच रागाने अक्षरशः धुमसत असते!

मॉमला ओळखत नसणाऱ्यांना तिने घेतलेल्या पावित्र्यावरून लक्षातही आलं नसतं की, ती संतापलेली आहे; पण प्रत्यक्षात मात्र ती एखाद्या ज्वालामुखीसारखी अगदी नि:स्तब्ध बसून आपल्यासमोरच्या थाळीकडे एकटक पाहत, रागाने धुमसत बसलेली असते.

इतक्यात, सूपचे बाऊल आणून शिष्टाचारानुसार प्रत्येकासमोर एट्टा मांडू लागते. त्या व्यत्ययाचं निमित्त साधून मी मार्कला भुवया उंचावून वातावरणातला ताण हलका करण्याचा इशारा देते. मग, तो मॉमला ह्या वर्षी शेतात कोणकोणती पिकं आली आहेत, ह्याबद्दल काहीतरी विचारतो. मॉम उत्तर देते. ती मार्कशी बोलतेय, हे बघून मी आणि अलीसिया जरा मोकळा श्वास घेतो. शॅरन आमच्याकडे बावरल्या नजरेने पाहात असते. आम्ही तिलाही 'सगळं ठीक आहे' असं नजरेनेच आश्वस्त करतो.

चेस्टनट आणि पारस्निपचं सूप आहे. ऐकायला भयंकर वाटलं, तरी नेलच्या हातचं हे सूप म्हणजे पर्वणी असते. आम्ही आनंदाने त्या सूपचा आस्वाद घेतो. मग एट्टा आमच्यापुढचे रिकामे बाऊल काढते आणि मागनं नेल टर्की आणते! गरमागरम, मोठी सोनेरी रंगाची ती टर्की पाहून सगळ्यांच्या तोंडाला पाणी सुटतं. ''सांगा कसं वाटतंय?'' नेल दर वर्षीप्रमाणे विचारते. त्यावर आम्हीही दर वर्षीप्रमाणे नेलसाठी कौतुकाने टाळ्या वाजवतो. मॉम तर आनंदाने रडूच लागते, ''नेल! अगं उत्कृष्टच बनवलंस गं हे!'' ती गहिवरून नेलला शाबासकी देत म्हणते. नेलसुद्धा मग फुललेल्या चेहऱ्याने आमचे आभार मानते आणि आम्ही एट्टा वाढत असलेल्या ग्लेझ्ड कॅरट्स, मॅश्ड पोटॅटोज, लेमन कर्ड आणि डॅड शिताफीने कापून वाढत असणाऱ्या टर्कीवर ताव मारतो!

हेन्री त्या टर्कीचा एक घास घेतो आणि घोषित करतो, ''मला आज माझं भविष्य दिसलेलं आहे!'' ह्यावर मी (जरा काळजीनेच) कान टवकारते.

''मी ग्रंथालयातली माझी नोकरी सोडून, तुमच्या स्वयंपाकघरात डेरा टाकून रोज नेलच्या पायाचं तीर्थ पिणार आहे किंवा त्यापेक्षाही उत्तम पर्याय म्हणजे, मी नेलशी लग्न करणार आहे!'' हे ऐकून माझा जीव भांड्यात पडतो!

''तू यायला जरा उशीर केलास, हेन्री...'' मार्क बोलतो, ''नेलचं लग्न झालंय.''

''ठीक आहे; मग मी तीर्थप्राशनावर भागवीन!'' ह्यावर सगळे खोखो हसत सुटतात.

मग हेन्री विचारतो, ''नेल इतका सुंदर स्वयंपाक करते, तर तुमच्या कोणाचं वजन अजून ३०० पौंडांच्या वर कसं काय गेलेलं नाहीये? आश्चर्यच आहे बुवा!''

''मी पोचतोय तिथे हेन्री...'' आपल्या ढेरपोटावर तृप्तीने हात फिरवत डॅड

कबूल करतात.

"मी म्हातारपणी ३०० पौंडांचीच होणार आहे. तेव्हा मला चेलो घेऊन इथे-तिथे वणवण करावी लागणार नाही, की कुठल्या फालतू कामांमध्ये गुंतून पडावं लागणार नाही. आता मात्र मी तितकी जाड होणं शक्यच नाही. मी पॅरिसला राहते आणि फक्त चॉकलेटवर दिवस काढते! म्हातारपणी मात्र मी सिगार पिणार आहे, चरस ओढणार आहे, जिमी हेन्ड्रीक्सची गाणी ऐकणार आहे....थोडक्यात, ऐश करणार आहे! हो की नाही मॉम?" अलीसिया ओठांचा लाडिक चंबू करत बोलते.

"हो सोन्या! आणि तू एकटीच का? मीसुद्धा तुझ्यासोबत ऐश करणार आहे, पण मला बाई, जॉन मॅथीस ऐकायला जास्त आवडतं हं..."

"पण एक लक्षात ठेव अलीसिया... चरस प्यायलीस ना, तर तू काहीच खाऊ शकणार नाहीस. भूकच मारतं ते. त्यापेक्षा गांजा पी." हेन्रीचं हे ज्ञान पाजळणं ऐकून मुलीच्या काळजीने डॅडच्या भुवया चटकन उंचावतात! मग मार्क शिताफीने विषय बदलत म्हणतो, "मी आज रेडिओवर ऐकलं की, ८ इंच बर्फ पडण्याची शक्यता आहे."

"८ इंच!!" आम्ही एकदम किंचाळतोच! फक्त शॅरन, स्वप्नाळू डोळ्यांनी उद्गारते, "किती छान! मी बर्फातला नाताळ कधीच अनुभवलेला नाहीये..."

अलीसिया मात्र करवादते, "आपण चर्चला गेल्यावर बर्फ पडून रस्ते बंद झाले नाहीत, म्हणजे मिळवलं! मला तिकडच्या प्रार्थनेनंतर जाम झोप येते... चर्चमध्ये अडकून रहावं लागलं तर सत्यानाश!"

मग आम्ही सगळे बर्फाच्या वादळांचे अनुभव सांगू लागतो. डल्सी मावशी, ती १९६७ मध्ये शिकागोतल्या 'बिग ब्लिझर्ड'मध्ये अडकल्याची गोष्ट सांगते, "मला रस्त्यातच कुठेतरी माझी गाडी सोडून देऊन, कित्येक किलोमीटर चालत जावं लागलेलं! तेसुद्धा, गुडघ्यापर्यंत बर्फात! विचार करा, काय भयानक परिस्थिती झाली असेल माझी?"

"मीसुद्धा त्या वादळात अडकलो होतो." हेन्री पटकन बोलून जातो. "थंडीने अक्षरशः गारठून मरून पडण्याच्या परिस्थितीत होतो."

"किती वर्षांचा होतास तू तेव्हा?" डॅडने असं अचानक विचारल्यावर हेन्री जरा गांगरून जातो, मग भार सावरत म्हणतो, "तीन वर्षांचा... माझे वडील सोबत होते म्हणून नशीब! नाहीतर काय झालं असतं, देवच जाणे!" माझ्याकडे टाकलेल्या कटाक्षावरून मला लक्षात येतं की, हेन्रीला हा अनुभव काळप्रवास करताना आलेला आहे; फक्त तो विचार न करता बोलून गेल्यामुळे, त्याला आता खोटं बोलणं भाग पडतंय. नशिबाने, ही गोष्ट कोणाच्या लक्षात आलेली दिसत नाहीये.

इथे, पुन्हा एकदा एट्टा आमच्या मदतीला देवासारखी धावून येते. डॅडने अजून

काही चौकशा करण्याआधीच, एट्टा आमची ताटं आवरायला घेते आणि मग तिच्या पाठोपाठ, नेल आमच्यासमोर स्वादिष्ट प्लम पुडींगचे बाऊल आणून ठेवते. मग, डॅड नेहमीच्या सफाईदारपणे शॅम्पेन उघडतात आणि आम्ही अधीरपणे त्यांच्यापुढे आपापले चषक धरतो. डॅड त्यांत शॅम्पेन भरेपर्यंत मॉम पुडींगचे सुबक तुकडे करून सगळ्यांना वाटते - एट्टा आणि नेलसुद्धा आता आमच्यात सामील होतात.

डॅड आपला चषक उंचावून 'टोस्ट'ची प्रस्तावना मांडतात. "हा चषक, आपल्या कुटुंबासाठी!"

मग मॉम म्हणते, "इतक्या मेहनतीने, कौशल्याने आणि प्रेमाने आपलं हे घर सांभाळणाऱ्या नेल व एट्टासाठी."

"शांती व न्यायासाठी" - इती डल्सी मावशी.

एट्टा म्हणते, "कुटुंबासाठी."

मार्क म्हणतो, "नव्या आरंभांसाठी; नव्या आगमनांसाठी..."

त्यावर शॅरन म्हणते, "नव्या संधीसाठी!"

त्यावर हेन्री गंभीर चेहेऱ्याने म्हणतो, "अवांतर सृष्टीसाठी, काळासाठी!" (ट्‌ वर्ल्ड इनफ ॲण्ड टाइम) हे ऐकून माझ्या हृदयाचा ठोकाच चुकतो! त्याला हे कसं माहिती? पण मग एकदम लक्षात येतं की, मार्वेल हा त्याच्या लाडक्या कवींपैकी एक आहे आणि तो फक्त त्याच्या एका कवितेच्या काही ओळींचा उल्लेख करतोय.

"मॉम, डॅड, बर्फ, चॉकलेट, साखर आणि माझ्या नव्या लाल बुटांसाठी!" अलीसिया आपली जंत्री वाचून दाखवते, तसे आम्ही खदखदून हसू लागतो!

अखेर नेल माझ्याकडे तिचं रुंद, गोड हास्य फेकत म्हणते, "प्रेमासाठी!!... आणि ह्या पृथ्वीतलावरचं सर्वोत्कृष्ट टर्कीची पाकक्रिया निर्माण करणाऱ्या मॉर्टन थॉम्पसनसाठी!"

हेन्री : जेवणाचा कार्यक्रम संपेपर्यंत अत्यानंद, नैराश्य आणि अपार दु:ख, ह्यांमध्ये ल्यूसीलचे मूड्स हेलकावे खात आहेत. तिच्या घरच्यांनाही तिच्या ह्या बदलणाऱ्या मन:स्थितीची पूर्ण जाणीव आहे. त्यामुळेच, ते तिला खूश ठेवण्यासाठी, तिच्या दु:खाचा उद्रेक न होऊ देण्यासाठी सर्वार्थाने प्रयत्न करत आहेत. पण अखेर, आम्ही पुडींग खायला बसतो, तेव्हा तिचा बांध फुटतोच! तोंड फिरवून हळू आवाजात हुंदके देणाऱ्या ल्यूसीलकडे, दंगामस्तीत गुंतलेल्या तिच्या घरच्यांचं आधी लक्षच जात नाही. मलाच तिचं हुंदक्यांनी गदगदणारं शरीर प्रथम जाणवतं, पण ह्या नाजूक परिस्थितीत काय करावं, हे न उमजून मी गप्प राहतो. अखेर फिलीपलाही परिस्थितीची जाण होते, तशी खोलीत नि:स्तब्ध शांतता पसरते. ते लागलीच आपल्या पत्नीशेजारी येऊन तिला प्रेमाने समजावू लागतात. "काय झालं ल्यूसील? सांग बरं मला..."

क्लेअरसुद्धा आपल्या मॉमला प्रेमाने जवळ घेत तिला समजावू लागते. ''अगं मॉम, का इतकं मनाला लावून घेतेस? नीट होईल सगळं.''

तरीही ल्यूसीलचं जोरजोरात मान हलवून, ''नाही, नाही मला हे कदापि मान्य होणार नाही.'' असं म्हणणं सुरूच आहे. शेवटी फिलीप, क्लेअर सगळे दमून बाजूला सरतात. ल्यूसील असंबद्धपणे बोलतेच आहे - ''स्वत:च्या आयुष्याची वाट लावलीये ह्याने... चुकीचं आहे हे सगळं... माझं ह्या कुटुंबावरचं मनच उडालंय! सर्रास दांभिकपणा चालवलाय सगळ्यांनी!'' असं म्हणत ल्यूसील धो-धो रडू लागते. सगळे अवाक् होऊन पाहत असतानाच, डल्सी मावशी पुढे होऊन ल्यूसीलला ठाम स्वरात सुनवते, ''ल्यूसील, ह्या सगळ्यांमध्ये सर्वात जास्त दांभिक कोण असेल, तर ती तू आहेस! तूही काही वर्षांपूर्वी हाच प्रकार केलेलास आणि त्यामुळे फिलीपचं काही वाईट झालंय, असं मला वाटत नाही. उलट भलंच झालंय...'' हे ऐकून ल्यूसील रडणं थांबवून आ वासून डल्सीकडे पाहू लागते! इतक्यात, मार्क डॅडकडे तिरक्या नजरेने पाहतो; डॅड त्याला खुणेनेच, हे खरं आहे, असं सांगतात. शॅरनच्या खुललेल्या चेहऱ्यावरून तर तिचे सगळे नाताळ एकत्र आल्यासारखे वाटत असतात!! मात्र क्लेअरच्या चेहऱ्यावर फारसं आश्चर्य दिसत नाहीये. मला प्रश्न पडतो, की जे मार्क, अलीसिया कुणालाच माहीत नव्हतं, ते क्लेअरला कसं माहिती? अजून अशा किती गोष्टी आहेत, ज्या ह्यांपैकी फक्त क्लेअरला ठाऊक आहेत? विचार करताकरता माझ्या डोक्यात एकदम प्रकाश पडतो की, क्लेअरला सगळंच तर माहीतेय! आमचा भूतकाळ. भविष्यकाळ...सगळंच! ह्या विचाराने मला नाही म्हटलं तरी जरा कापरंच भरतं. इतक्यात, एट्टा कॉफी घेऊन येते. भराभर कॉफीचे कप रिते करून आम्ही आमच्या खोल्यांमध्ये पळून जातो.

क्लेअर : मला आणि एट्टाला मॉमला अखेर शांत करून झोपायला भाग पाडण्यात यश आलं. ती खरं तर नेहमीप्रमाणे, घडल्या प्रकाराबद्दल सतत माफी मागून आम्हाला तिची काळजी सोडून चर्चला जाण्याचा आग्रह करत होती. पण आम्हाला तिला ह्या मन:स्थितीत एकटं सोडवेना. शेवटी, ती झोपल्यावर आम्ही चर्चला जायला निघालो... खरं तर, मी एकटीच निघाले. कारण एट्टाने शेवटच्या क्षणी मॉमजवळ थांबण्याचा निर्णय घेतला. मी तिला 'तू जा, मी थांबते' असं सांगून पाहते. पण हट्टी एट्टा कुणाचं ऐकेल तर शप्पथ! शेवटी ती थांबते आणि मी चर्चला जायच्या तयारीला लागते. मी हेन्रीला शोधायला त्याच्या खोलीत जाते, तर तो तिथे नसतोच. मग, माझ्या खोलीत येऊन बघते, तर तो माझ्या पलंगावर झोपून 'अ रिंकल इन टाइम' वाचत पहुडलेला दिसतो. मी दरवाजा बंद करून त्याच्या शेजारी येऊन पडते.

“तुझ्या आईला झालंय तरी काय?” हेन्री विचारतो.

“मॅनिक डिप्रेशन. घोर नैराश्याची शिकार आहे ती.”

“ती नेहमीच अशी होती की नुकतंच ग्रासलंय ह्या रोगानं तिला?”

“मी लहान असताना तशी बरी होती ती. पण मग मी सात वर्षांची असताना, तिला बाळ झालं आणि लगेच मेलं. त्या वेळी तिने आत्महत्या करायचा प्रयत्न केला... माझ्या आठवणीत तरी पहिल्यांदाच. मीच बघितलं तिला... बाथ-टबमध्ये रक्ताच्या थारोळ्यात बेशुद्धावस्थेत पडलेली. तिला तसं पाहून माझ्या जिवाचा थरकाप उडाला होता. मी जोरजोरात मदतीसाठी हाका मारायला लागले. पण घरी कोणीच नव्हतं.”

हेन्री छताकडे पाहत माझं बोलणं ऐकत असतो. मग, माझ्याकडे वळून बोलतो, “क्लेअर, तू मला कधीच कसं सांगितलं नाहीस? मला वाटतं, तुमच्या कुटुंबात अशा बऱ्याच गोष्टी आहेत, ज्या मला आधीपासून माहिती असत्या, तर खूप बरं झालं असतं गं...”

“अरे, पण तुला हे माहितेय....” मी म्हणते आणि एकदम थांबते. नाही, त्याला हे कसं माहिती असणार? “मला माफ कर हेन्री. काय आहे ना, माझा कधीकधी खूप गोंधळ उडतो. मी हे सगळं घडलं, तेव्हा तुला सांगितलं होतं. पण मी विसरते की, आताचा हा काळ त्या पूर्वी जगतोय आपण.... म्हणून माझा गोंधळ झाला.”

हेन्री ह्यावर काहीतरी विचार करतो. मग बोलतो, “काय आहे ना, मी तुला माझ्या कुटुंबाच्या बाबतीत एकूण एक गोष्टी सांगून टाकलेल्या आहेत... लहान, मोठ्या सगळ्या गोष्टी मी तुला सांगितलेल्या आहेत त्यांच्याबद्दल. त्यामुळेच कदाचित, मला तुझ्या बाबतीतली ही गोष्ट माहीत नाही हे मला जरा खटकलं....”

“पण तू तर मला त्यांना आजतागायत कधी भेटवलंसुद्धा नाहीयेस....” मला कधीपासून हेन्रीच्या वडिलांना भेटण्याची इच्छा आहे, पण आजपर्यंत तो विषय काढण्याचं धारिष्ट्य माझ्यात नव्हतं.

“नाही...नाही भेटवलंय.”

“भेटवणार आहेस का?”

“हं.... पुढे कधीतरी.”

“कधी?”

मला समजतंय की, आत्ता हेन्री तो प्रश्न पुरता टाळू पाहतोय आणि म्हणूनच की काय, मी त्याला जरा जास्तच पिडतेय. कुठेतरी मला आशा आहे की, हेन्री नेहमीप्रमाणे मला प्रेमाने तंबी देऊन गप्प बसायला सांगेल. पण आज तो तसं करत नाही, फक्त शांतपणे उभा राहून मला गंभीर आवाजात सांगतो, “मला माहीत नाही

क्लेअर... खरंच माहीत नाही. कदाचित, मी जेव्हा त्यांना तेवढ्या वेळेपुरता सहन करू शकेन ना, तेव्हा भेटवेन तुला त्यांना...''

इतक्यात, मला माझ्या खोलीच्या दारासमोर पावलं वाजल्याचा आवाज येतो आणि मग दाराची मूठ चाचपडली जाते. दार उघडत नाही, असं पाहून डॅड आपल्या भारदस्त आवाजात विचारतात, ''क्लेअर! तुझं दार बंद का आहे?'' मी चट्‌कन उठून दार उघडते. डॅड आत डोकावून पाहतात. हेन्रीला आत बघून म्हणतात, ''क्लेअर, तुला माहीतेय, की मला आणि तुझ्या आईला तुमच्या खोल्यांमध्ये बॉयफ्रेंडसोबत एकटं राहणं आवडत नाही...''

''पण आम्ही फक्त गप्पा मारत होतो डॅड...''

''ते तुम्ही दिवाणखान्यात बसूनही करू शकत होता ना क्लेअर?''

''नाही. मी हेन्रीला मॉमच्या आजाराबद्दल सांगत होते आणि तो विषय दिवाणखान्यात बसून बोलण्यासारखा नव्हता!''

''बेटा, खरं तर... खरं तर तू त्याला मॉमच्या आजाराबद्दल सांगण्याची गरजच काय होती, हे मला समजत नाहीये.''

''गरज होती!! मॉमने बाहेर जो तमाशा उभा केला, त्यावरून तिचं मानसिक संतुलन कामातून गेलंय हे न समजण्याइतपत हेन्री मूर्ख नाहीये! मी फक्त त्याला सगळं स्पष्ट करून सांगत होते...'' माझा स्वर चढतोय, हे लक्षात येत असूनही मी स्वत:ला थांबवू शकत नाही. माझा आवाज ऐकून अलीसिया आत येते.

''तुझी मॉम मानसिक रुग्ण नाहीये!'' डॅड आता माझ्या वरचा सूर लावत ओरडतात.

''हो, ती तशीच आहे....'' मी काही बोलण्याच्या आत अलीसिया मला साथ देत ठामपणे बोलते.

''अलीसिया, तू ह्यामध्ये पडू नकोस, सांगून ठेवतोय!'' डॅड आपला मोर्चा तिच्याकडे वळवत ओरडतात.

''का म्हणून? मी पडणारच!''

''अलीसिया!!'' डॅड इतक्या रागाने ओरडतात की, त्यांचा चेहरा लालबुंद होतो. डोळे खोबणीतून बाहेर पडतील की काय, असे दिसायला लागतात...

इतक्यात, एट्टा आत येते आणि आमच्याकडे संतापाने बघत उद्‌गारते, ''तुम्हाला अक्कल नाही का, की तुमची आई झोपली आहे! बंद करा ही भांडणं! आत्ताच्या आत्ता!''

हे ऐकून आमची मान शरमेने खाली जाते. अखेर, मी डॅडकडे बघून त्यांना सांगते, ''जा डॅड, तुम्ही खाली जा. मला काय त्रास द्यायचाय तो नंतर द्या...'' तरीही डॅड तिथून हलत नाहीत, हे पाहून मी इतका वेळ निमूटपणे गादीवर बसलेल्या

हेन्रीकडे पाहात त्याला फर्मावते, "चल हेन्री, आपण इथे बसायलाच नको! दुसऱ्या खोलीत जाऊ या." हेन्री एखाद्या पाच वर्षांच्या पोरासारखा माझा हात धरून माझ्या मागे खोलीबाहेर येऊन जिना उतरू लागतो. शेवटच्या पायरीवर पोहोचल्यावर मी मागे वळून पाहते तर, डॅड हताशपणे आमच्याकडे पाहत वर उभे असतात. शेवटी ते काही न सुचून माझ्या खोलीशेजारीच असलेल्या मॉमच्या खोलीचं दार ठोठावायला लागतात.

अचानक, अलीसिया उड्या मारत बोलते, "चला, चला 'इट्स अ वंडरफूल लाईफ' पाहू या! चॅनल ६० वर पाच मिनिटांत सुरू होईल..."

"पुन्हा? हजार वेळा तरी पाहिला असशील तो कार्यक्रम!" अलीसियाचा त्यातल्या जिमी स्ट्यूअर्टवर भारी जीव जडलाय.

"पण मी नाही पाहिलाय..." हेन्री मध्येच बोलतो.

"कधीच नाही? काय सांगतोस काय?" अलीसिया डोळे विस्फारून विचारते.

"अगं हो, खरंच. माझ्याकडे टी.व्हीच नाहीये, तर बघणार कुठून?" हेन्री शांतपणे खुलासा करतो.

त्यावर अलीसिया अजूनच सर्द होते. "टी.व्ही नाहीये म्हणजे? तुला असं म्हणायचंय का, की आता नाहीये? बिघडलाय का?"

ह्यावर हेन्री हसत हसत बोलतो, "नाही नाही, मला टी.व्ही सहनच होत नाही. डोकं ठणकायला लागतं त्यामुळे. म्हणून मी घेतलाच नाहीये..."

खरी गोष्ट अशी की टी.व्हीमुळे हेन्री काळप्रवासाला लागतो. त्यातली चलच्चित्र बघून त्याच्या मेंदूवर ताण पडतो आणि त्यामुळे त्याचा काळप्रवास चटकन सुरू होतो. हे ऐकून अलीसियाचा चेहरा पडतो. "म्हणजे, तू आता बघणार नाहीस तो कार्यक्रम?"

हेन्री माझ्याकडे पाहत, माझ्या मनाचा कौल घेत अखेर बोलतो, "असं काही नाही! थोडा वेळ बघायला हरकत नाही. तसंही पूर्ण कार्यक्रम बघता येणारच नाही. आपल्याला चर्चमध्ये जायचंय ना?"

मग, आम्ही टी.व्ही समोर ठाण मांडतो. अलीसिया कार्यक्रम सुरू करते आणि त्याचबरोबर तिची टकळीसुद्धा! ती अगदी सहजपणे हेन्रीच्या शेजारी मांडी घालून बसली आहे, पण इथे आल्यापासून हेन्रीशी वागण्याबद्दल माझ्या मनातल्या गोंधळामुळे आलेलं अवघडलेपण कायमच आहे. घरच्यांसमोर मी हेन्रीशी कितपत सलगीने वागावं, हे मला उमजतच नाहीये. आता इथे अलीसिया नसती, तर मी हेन्रीच्या मांडीवर डोकं ठेवून झोपले असते किंवा हेन्री माझ्या खांद्यावर हात टाकून बसला असता. अर्थात, ते फक्त टी.व्ही बघताना हं. एरवी त्याने तसं काही केलं असतं, ह्याबद्दल मला खात्री नाही. पण तसंही एरवी आम्ही टी.व्ही बघत बसलो असतो का,

ह्याबद्दल शंका आहे म्हणा! कदाचित, आम्ही टी.व्ही बघणारं जोडपं असतो, तर तसं बसलोही असतो... काय माहिती?

इतक्यात, कार्यक्रमाचं प्रस्तावनेचं संगीत संपून, जाहिरातींचा लोंढा सुरू होतो. पिल्सबरी आटा, मॅक्डॉनल्ड्स, बूइक गाडी, रेड लॉब्स्टर इत्यादी उत्पादनांच्या जाहिरातींकडे हेन्रीला आ वासून बघताना पाहून मला आश्चर्यच वाटतं.

"काय पाहतोयस इतक्या तन्मयतेने?" मी त्याला हळू आवाजात विचारते.

"हा वेग! किती फटाफट बदलतायंत समोरची दृश्यं! माझं डोकं ठणकू लागलंय! मी आत जाऊन काहीतरी वाचत पडतो..."

हेन्री डोळे चोळत आपल्या खोलीत जाऊ लागतो, तशी मी देवाला पटकन आळवते, "देवा, प्लीज, हेन्री काळप्रवासाला नको लागू दे! आता चर्चला जायची वेळ होईल आणि तो इथे का नाही, हे माझ्या घरच्यांना समजवणं म्हणजे माझ्यासाठी दिव्य ठरेल!"

इतक्यात कार्यक्रम सुरू होतो आणि अलीसिया टी.व्हीवर लक्ष केंद्रित करते. एकदम तिच्या लक्षात येतं, की हेन्री तिथे नाहीये. "अगं, हा गेलासुद्धा?"

"हो गं, त्याला खरंच सहन होत नाही टी.व्ही बघणं. लगेच डोकं ठणकायला लागतं त्याचं..."

"ओ!! असं का?"

इतक्यात, पडद्यावर जिमी स्ट्यूअर्ट अवतरतो. अलीसिया त्याच्याकडे पाहत उसासा टाकत उद्गारते, "किती गोड आहे ना?"

"जिमी स्ट्यूअर्ट?"

"हो... तो तर आहेच गं. पण मी तुझ्या त्या पोराबद्दल बोलत होते. हेन्रीबद्दल."

हे ऐकून माझा चेहरा अभिमानाने इतका फुलून येतो, जणू मीच हेन्रीला कोरून काढलं असावं!

टी.व्हीवर डॉना रीड आणि जिमीचं नृत्य चाललेलं असतं. ते पाहता-पाहता माझ्या आणि अलीसियाच्या गप्पाही रंगात यायला लागतात.

"मॉमला हेन्री खूप आवडतो."

"अरे वा! मग बरंच झालं की!" अलीसिया आनंदाने टाळ्या पिटत उद्गारते, "तुला माहितेय का, नेल आणि एट्टालासुद्धा तो खूप आवडलाय."

"चला! सुटलो! आता पुढचे छत्तीस तास कुठल्याही गोंधळाशिवाय निभावले म्हणजे देव पावला!" मी न राहवून म्हणते.

"त्यात काय कठीण आहे? तुम्ही काही मूर्खपणा करण्याचं प्रयोजन मांडलं नसलं म्हणजे मिळवलं!" असं बोलून अलीसिया माझ्याकडे भयभीत नजरेने बघत विचारते, "तसले मूर्ख विचार नाहीयेत ना तुमच्या डोक्यात?"

“नाही गं वेडाबाई! तू काळजी करू नकोस.”

“काळजी करू नको म्हणे... त्या मार्कने केलेला मूर्खपणा बघितलास ना? मूर्खपणा कसला? शुद्ध बेअक्कलपणा केलाय त्याने! तू काल नव्हतीस इथे, म्हणून तुला माहीत नाहीये... मार्कने बातमी सांगितल्यावर डॅडना असा जबर धक्का बसला की, विचारता सोय नाही! मला तर आधी वाटलं, की त्यांना हृदयविकाराचा झटका येतोय की काय! माझ्या डोळ्यासमोर पुढचं सगळं दृश्य तरळायला लागलं...आपल्या घरात डॉक्टरांची फौज अवतरतेय, त्यांच्या तोंडावर पाण्याचे हबके मारतेय, नानाविध औषधांचा मारा करतेय, त्यांचा श्वास सुरू ठेवण्यासाठी जिवाचं रान करतेय...”

“अगं पण ह्या सगळ्यात तू काय करणार होतीस.”

“मी मॉमला सावरण्यात गुंतले नसते का? कल्पना करून बघ, तिची काय भंबेरी उडाली असती? किती गोंधळ माजला असता?”

“बरं, ते जाऊ दे. मला सांग, हे सगळं होत असताना, शॅरन तिथेच होती का?”

अलीसिया कटूपणे हसत उत्तरते, “काही काय विचारतेस तू? ह्या सगळ्यांचा कोलाहल सुरू असताना मी आणि शॅरन इथे बसून गप्पा मारत होतो. नंतर तर बाहेरचा आवाज इतका वाढला की, आम्ही फक्त स्तब्ध बसून सगळं ऐकत राहिलो...”

अलीसियाने असं म्हटल्यावर माझ्यात आणि तिच्यात एक सामंजस्याची नजरभेट होते. आम्ही आयुष्यभर मॉम आणि डॅडचा आरडा-ओरडा ऐकत आलेलो होतो. कधी ते एकमेकांवर ओरडायचे, तर कधी आमच्यावर... अजूनही तोच रतीब सुरू आहे. मला तर कधीकधी प्रकर्षाने वाटतं की, ह्यापुढे मॉमला एकदा जरी रडताना बघितलं, तर मी घर सोडून निघून जाईन! कायमची!

आता ह्या क्षणी तर मला हेन्रीला धरून शिकागोला पळून जावंसं वाटतंय... ते माझं घर नसलं तरी तिथे किमान कोणी असला रानटीपणा तरी करत नाही... कडाक्याची भांडणं करून, मग सगळं आलबेल असल्याचं नाटक तरी करत नाही!

माझं विचारचक्र सुरू असतानाच, जाहिरातींसाठी कार्यक्रमात व्यत्यय आणला जातो. संधी साधून, टी.व्हीचा आवाज कमी करून अलीसिया मला विचारते, “क्लेअर, मला तुला काही विचारायचं होतं...”

“काय!”

“हेन्री पूर्वी कधी इथे आलेला आहे का?”

अरे देवा! काळजीने हाताळायला हवा हा विषय... “नाही गं. पण तू असं का विचारते आहेस?”

मी असं विचारल्यावर, अलीसिया कसनुसा चेहरा करत सांगू लागते, ''बघ, तुला वाटेल मी वेड्यासारखं काहीतरी बरळतेय, पण काय...कसं सांगू तुला?''

''नीट सांग ना अलीसिया!''

''अगं काय आहे ना, मी शाळेत असताना - सातवीत असेन बहुधा - मला कुठेतरी जायचं होतं आणि त्यासाठी स्वच्छ शर्टाची गरज होती. कपाटात बघितलं, तर एकही चांगला शर्ट मिळेना. घरी कोणीच नव्हतं... एट्टा, नेल सगळे बाजारात गेले होतो आणि मार्कने नेहमीप्रमाणे कुणीतरी मैत्रीण घरी आणली होती. तो आपल्या खोलीमध्ये तिच्यातच गुंतलेला! मग मी लाँड्रीच्या ढिगाऱ्यात शर्ट शोधावा, म्हणून खालती गेले, तर मला काहीतरी खुडबुडण्याचा आवाज आला. काय आहे, बघायला पुढे गेले; तर तुला खरं नाही वाटणार क्लेअर, पण खरंच, हुबेहूब हेन्रीसारखा दिसणारा एक माणूस नग्नावस्थेत तिथे उभा होता!''

मी ह्यावर जोरजोरात हसायला लागते. पण ते हास्य माझ्याच कानाला खोटं लागतं! तरीही, त्याकडे दुर्लक्ष करत मी अलीसियाला म्हणते, ''चल गं, काहीतरीच काय?''

अलीसिया उद्गारते, ''बघ मी तुला म्हटलं होतं ना, की तू मला वेडी समजशील? पण मी खरंच सांगतेय... तो माणूसदेखील बराच चपापला होता मला पाहून. पण नंतर, तो भानावर आला. खरं तर, तो ह्या गोष्टीतला सगळ्यात मजेशीर भाग होता. झालं असं, की मी भयचकित होऊन त्याच्याकडे पाहत जमिनीला खिळून उभी होते; की न जाणो, ह्या माणसाचा माझ्यावर बलात्कार करण्याचा किंवा माझा खून वगैरे करायचा इरादा आहे की काय? तर, तो माझ्याकडे बघत, माझा मित्र असल्यासारखा हात हलवत, ''हाय अलीसिया'' म्हणत खोलीच्या बाहेर निघून गेला!!''

''काय?!''

''हो ना! मग, मी धावत मार्कला बोलवायला त्याच्या खोलीत गेले पण त्याला त्याच्या मैत्रिणीशी प्रेमलीला करण्यातून वेळ मिळाला असता तर ना? त्याने आधी तर किती वेळ दारच उघडलं नाही, जेव्हा उघडलं तेव्हा तो दारूमुळे इतका बधिर झालेला होता की, मी काय बोलतेय हे त्याला कळलंच नाही. कळलं तेव्हा त्याचा विश्वासच बसेना. शेवटी मी कसंबसं त्याला खालती खेचून आणलं. तर तो माणूस तिथे नव्हताच! ते बघून मार्क माझ्यावर प्रचंड भडकला, मी कहाण्या रचून त्याला त्रास देतेय, असं म्हणाला... पण मग आम्हाला वाटू लागलं की, तो वरच्या मजल्यावर गेला असेल. म्हणून मग आम्ही नेलचा, भाज्या कापण्याचा मोठ्ठा सुरा घेऊन स्वयंपाकघरात दबा धरून बसून राहिलो...''

''तू मला हे सगळं कधी सांगितलं कसं नाहीस?''

"तू घरी येईपर्यंत मला तो सगळा माझा बावळटपणा वाटायला लागला आणि मला हेही माहिती होतं की, डॅड सगळा दोष माझ्या अफाट कल्पनाशक्तीला देऊन, मलाच गुन्हेगाराच्या पिंजऱ्यात उभे करतील. म्हणून मग मी तो विषय बंदच करून टाकला. पुढे एकदा मी ग्रॅन्डमाला विचारलेलं, की आपल्या घरात भुतं-खेतं आहेत का? पण, ती म्हणालेली की तिच्या माहितीनुसार तरी नव्हती..."

"आणि तुला खात्री आहे, की हा माणूस... किंवा भूत.... जे काही ते असेल ते, हेन्रीसारखंच दिसत होतं? तुला खात्री आहे? म्हणजे, तुला नक्की लक्षात आहे? की अंदाज बांधते आहेस?"

"क्लेअर, अगं मी शपथेवर सांगते! तुम्ही आलात, तेव्हा मी हेन्रीला पाहून चक्कर येऊन पडण्याचीच बाकी होते! अगं मी नक्की सांगते- हा तोच माणूस आहे! तोच आवाज, तीच शरीरयष्टी... हो, हे मात्र खरं की, ज्या माणसाला मी त्या दिवशी बघितलेलं, त्याचे केस बारीक कापलेले आणि तो वयानेही बराच मोठा वाटत होता - चाळीशीचा तरी असेल."

"पण अलीसिया, पाच वर्षांपूर्वी तो माणूस जर चाळीशीचा होता, तर तो आज पंचेचाळीशीचा तरी हवा की नाही? हेन्री तर आज फक्त अठ्ठावीस वर्षांचा आहे."

"हं, ते मला समजतंय गं क्लेअर, पण सगळं विचित्रच आहे बुवा! हेन्रीचा कोणी मोठा भाऊ आहे का?"

"नाही आणि त्याचे वडीलही त्याच्यासारखे दिसत नाहीत."

"जादूटोणाच वाटतो मला तर हा सगळा प्रकार किंवा मग त्याला काहीतरी शास्त्रीय आधार असावा..."

"काळप्रवासाचं उदाहरण असू शकतं हे... हो की नाही?"

"हं... हो..." अलीसिया गोंधळून होकार भरते. "तसं काही असलं, तर किती विचित्र असेल सगळं!"

इतक्यात टी.व्हीवर डॉना आणि जिमीमधला कसलासा भावुक प्रसंग दाखवला जातो. तो पाहून मला माझी आणि हेन्रीचीच आठवण होते आणि नकळत माझ्या डोळ्यांत पाणी तरळतं. ते पाहून अलीसिया मला बिलगत बोलते, "ए क्लेअर, अगं रडू नकोस! येईल तो परत..." (तिला वाटतं, मी जिमीसाठीच रडतेय). मग मी डोळे पुसून अलीसियासोबत पुढचा कार्यक्रम पाहण्यात मग्न होते.

हेन्री : आम्ही मध्यरात्रीच्या सुमारास अखेर चर्चला जायला निघतो. सगळेजण आनंदात दिसताहेत, पण माझ्या पोटात मात्र गोळा आलाय. मी ह्यापूर्वी कधीच कॅथलिक लोकांच्या प्रार्थना-सभेला गेलेलो नाहीये. किंबहुना, मी त्यांच्या चर्चमध्येच फारसा कधी गेलो नाहीये. शेवटचा गेलो होतो तो आईच्या अंत्ययात्रेसाठी. त्यामुळे

मी आता इथे सर्वस्वी क्लेअरवर अवलंबून आहे. आम्ही अखेर चर्चमध्ये पोचतो. क्लेअर मला तिकडच्या एका बाकड्यावर बसायला सांगून आपल्या कुटुंबियांसोबत प्रार्थना करायला पुढे जाते. माझ्यासोबत नेल तिच्या नवऱ्याबरोबर आणि मुलाबरोबर बसली आहे; डल्सी मावशी आपल्या मैत्रिणींसोबत एका बाजूला बसली आहे. क्लेअरच्या घरच्यांच्या चेहऱ्यावर विविधरंगी भाव आहेत. मार्क अलिप्त, क्लेअर आत्ममग्न, शॅरन शांत, फिलीप थकलेले...

चर्चमध्ये हळूहळू लोकांची गर्दी होऊ लागलीये. अभिवादनं, हलक्या स्वरांतल्या गप्पा सगळ्यांना रंग येत चालला आहे. प्रार्थना संपवून ॲब्शायर कुटुंबीय माझ्याशेजारी स्थानापन्न होतं. थोड्या वेळाने चर्चमधला एक माणूस समोरच्या रंगमंचावर येतो आणि माईकची तपासणी करून आत जातो. मग, अलीसिया आणि तिचे दोन-चार सहवादक आपापली वाद्यं घेऊन रंगमंचावर येतात. त्या सगळ्यांनी गणवेशासारखे काळे कपडे घातले आहेत. अखेर, त्यांची वाद्यं जुळवून झाल्यावर, अलीसिया आपल्या चेलोवर पहिला सूर छेडते. मग थांबते. त्या दैवी सुरानंतरची नीरव शांतता ठळकपणे जाणवते. मग एकदम चार वादक उत्साहाने वादन करू लागतात. 'सायलन्ट नाईट'चं त्यांचं वादन चर्चच्या वातावरणाला भारावून टाकतं. अखेर त्यांचा कार्यक्रम संपतो, तसे आम्ही सगळे गहिवरल्या अवस्थेत उभे राहतो. आता पुढे काय, असा प्रश्न माझ्या मनात डोकावू लागला असतानाच, क्लेअर माझ्याकडे बघून स्निग्धपणे हसत माझा हात हातात घेते. आम्ही त्या गर्दीमध्ये तसेच हातात हात गुंफवून उभे राहतो. त्या क्षणी माझ्या मनात येतं की; देवा, तू जर खरंच अस्तित्वात असशील तर मला आता हा क्षण पूर्णपणे साजरा करू दे! शांतपणे, स्तब्धपणे, कुठल्याही अडथळ्याशिवाय!

क्लेअर : हेन्रीकडे बघून वाटतंय की तो कुठल्याही क्षणी गायब होईल! अरे देवा! तसं होऊ देऊ नकोस! समोर फादर क्रॉम्पटनचं भाषण सुरू आहे, त्यामुळे मी हेन्रीला भानावर आणण्यासाठी फारसं काही करूही शकत नाहीये. काय करावं? काय करावं? आह! सुचलं काय करावं ते. मी चटकन हेन्रीच्या कोटाच्या खिशात हात टाकून, त्याच्या लिंगाला करकचून दाबते. त्याने तो माझ्या अपेक्षेपेक्षा लवकर भानावर येतो. थोड्या वेळाने, फादर आपलं भाषण आटोपतं घेतात. सगळं दृश्य दर वर्षी असतं, तसंच आहे. त्यात काही बदल नाहीये. पण तरीही हे वर्ष माझ्यासाठी खास आहे. कारण ह्यावेळी हेन्री, सगळ्यांसमक्ष, माझ्यासोबत, माझ्या शेजारी आहे!

मला मागून रुथची नजर माझ्यावर खिळलेली जाणवत आहे. ती तिच्या घरच्यांसोबत, पाच ओळी मागे बसलेली आहे. नॅन्सी, लॉरा, मेरी ख्रिस्टीना, पॅटी,

डेव्ह आणि अगदी जेसन ऐव्हर्लेसुद्धा. माझे सगळे शाळासोबती आज इथे जमलेले दिसत आहेत. मी हेन्रीकडे पाहते, तर तो ह्या सगळ्याशी अनभिज्ञ दिसत आहे. मात्र, त्याला घाम का फुटलाय देवच जाणे? मध्येच, तो माझ्याकडे बघून भुवया उंचवतो. पण मी त्याला काही विचारण्याआधीच पुढची प्रार्थनासभा सुरू होते. हेन्रीचं फादरच्या बोलण्याकडे काहीही लक्ष नाहीये. किंबहुना तो बराच अस्वस्थ वाटतोय. थोड्या वेळाने, तो मला हलक्या आवाजात विचारतो, "बाथरूम कुठेय?" मी त्याला एका दरवाज्याकडे निर्देश करत सांगते, "तिथे."

"पण तिथून कसं जायचं?"

"सरळ पुढे जा आणि मग एक वळण लागेल, तिथे आत वळ."

"मी परत येऊ शकलो नाही तर...?"

"चालायचं नाही! तुला परत यायलाच हवं! समजलं?"

मग, हेन्री उठतो आणि दाराबाहेर जाऊ लागतो. फादर त्याच्याकडे निक्षून पाहतात, पण तो थांबत नाही. दार उघडून बाहेर पडतो. त्याच्यामागे दरवाजा बंद होतो.

हेन्री : मी, एखाद्या लहान मुलांच्या शाळेत शोभेल, अशा बोळात येऊन पोचलो आहे. मी स्वत:ला समजावतो- घाबरू नकोस, तुला कोणी पाहत नाहीये. लप कुठेतरी पटकन. मी इथे-तिथे शोधतो, मग एका कोपऱ्यात मला पुरुषांचं शौचालय दिसतं. तपकिरी रंगाच्या फरशा बसवलेलं ते शौचालय. खरं तर तिथल्या स्वस्तातल्या साबणाच्या आणि फिनाईलच्या उग्र दर्पामुळे एखाद्याला असह्यच झालं असतं. पण मला तिथे सध्या तरी चर्चमधल्यापेक्षा सुरक्षित वाटतंय. मी तिथल्या फरशीवर छातीशी गुडघे दुमडून बसून राहतो. किती छान वाटतोय हा अनुभव - इथे असण्याचा! खरं म्हटलं तर किती क्षुल्लक गोष्ट आहे ही. अनाबाधितपणे आयुष्यातून प्रवास करणं. देवाला जर आपण सगळ्यांनी चांगुलपणाने वागावं असं (खरंच) वाटत असेल तर त्याने त्याप्रमाणे मनुष्याला प्रेरित करण्यासाठी काहीतरी सोय केली असेल की. त्यातही क्लेअर इतकी चांगली मुलगी आहे, तिचा देवावर इतका दृढ विश्वास आहे... मग तो तिला सर्वांसमोर मान खाली घालायला लावणार नाही...

पण...पण... मग हे काय होतंय? सगळं अंधुक का होऊ लागलंय? नाही! नाही देवा! हे चूक आहे... मला गायब करू नकोस... नको देवा... देवा! देवा!

क्लेअर : प्रार्थनासभा संपते, तसे डॅड मला विचारतात, "तुझ्या मित्राला बरं वाटत नाहीये का?"

"हो" मी मलूल आवाजात उत्तर देते. "त्याला डोकेदुखीचा त्रास आहे आणि कधीकधी तर तो फारच असह्य होतो. त्याला प्रचंड मळमळायला लागतं..."

"मी जाऊन बघू का? त्याला काही मदत करता आली तर?"

"नको!" मी जोरात ओरडते. मग भानावर येत म्हणते, "म्हणजे... मला म्हणायचं होतं, तुम्ही का त्रास घेताय? त्याला हे असं नेहमीच होत असतं. तो होईल बरा..."

डॅडना माझं बोलणं पटलेलं दिसत नाहीये; पण ते पुढे काही न बोलता, जागेवर बसून राहतात. मला खरं तर बाहेर धावत जाऊन हेन्रीला शोधायची उर्मी दाटून आलीय, पण मी तसं करू शकत नाहीये. चडफडत, मी तशीच बसून राहते. इथे अलीसिया, बाक्खचं चेलो स्यूट क्र.२ वाजावायला लागते. पण माझं त्यावरचं लक्ष उडालेलं असतं. माझ्या मनात आता एकच मंत्रघोष असतो - हेन्री, परत ये! परत ये!

हेन्री : मी माझ्या शिकागोमधल्या घरात येऊन पडलोय. घरात अंधार पसरलाय, मी गुडघ्यांवर बसलेलो आहे. कसाबसा उठण्याचा प्रयत्न करतो, तर नेमकं शेजारच्या खणाला हाताचा कोपरा आपटून, डोक्यात अक्षरश: कळ जाते. न राहवून अगतिकपणाने मी जोरात ओरडतो, "फक्!!" काय आहे हे? मी अवघा एक दिवस नीट एके ठिकाणी घालवू शकत नाही म्हणजे काय? तेपण, पहिल्यांदा क्लेअरच्या घरी तिच्या आई-वडिलांना भेटण्यासाठी गेलो असताना नेमकं असं व्हावं?

इतक्यात, माझी ही चिडचिड सुरू असतानाच, शेजारून आवाज येतो, "ए! काय झालं? इतका का चिडलायंस?" वळून पाहतो, तर माझीच मूर्ती सोफ्यावर पेंगुळल्या अवस्थेत बसलेली असते.

"आजची तारीख काय?" मी त्याच्या प्रश्नाचं उत्तर न देता त्याला दरडावून विचारतो.

"२८ डिसेंबर, १९९१." म्हणजे आजपासून चार दिवसांनंतर.

"मला आता हे सहन होत नाहीये! संताप संताप होतोय नुसता!" मी ओरडतो.

"हे बघ, शांत हो. तू थोड्या वेळात परत जाशील आणि कुणाला काही लक्षातही येणार नाही. बस आता इथे शांतपणे."

"खरंच?"

"हो बाबा! आता किरकिर करणं बंद कर बघू!"

ह्यावर मला त्याच्याशी बराच वाद घालायचा असतो, पण पुढे काही बोलण्याआधीच मला सुंदर संगीत ऐकू येऊ लागतं!

"हे! ह्या बाक्खच्या सुरावटीच आहेत ना?"

"हं? हा, हो, हो... तुझ्या डोक्यात वाजतायंत त्या. अलीसियाचं वादन सुरू झालंय...

"अरे! कमालच म्हणायची!" असं माझं बोलून संपेपर्यंत मी कसाबसा परत त्या बाथरूममध्ये पोचतोच!

क्लेअर : चर्चमधली सभा संपतच आली असते, तेव्हा नशिबाने हेन्री दारातून आत येतो! (प्रकट होतो म्हणणं अधिक योग्य ठरेल, मला वाटतं!) कुणाला काही कळण्याच्या आत तो पटकन माझ्याशेजारी येऊन बसतो. शेवटी, फादरचं भाषण संपतं आणि सगळे जण बाहेर पडायला लागतात. वातावरण आनंदाने, उत्साहाने भरलेलं आहे. सगळेजण एकमेकांना नाताळच्या शुभेच्छा देण्यासाठी उत्सुक आहेत.

शॅरन हेन्रीला त्याच्या तब्येतीबद्दल विचारते, पण त्याने काही उत्तर देण्याआधीच हेलन आणि रूथ आमच्याजवळ येतात आणि हेन्रीचा अक्षरशः ताबाच घेतात!

मी हेलनला हेन्रीची ओळख करून देत असता ती म्हणते, "त्याची काय गरज आहे? आम्ही पूर्वी भेटलोय की!"

हे ऐकून हेन्री माझ्याकडे घाबरून पाहू लागतो. तशी, मी हेलनला मानेनेच नकारार्थी खूण करते. ते पाहून ती शिताफीने आपला पवित्रा बदलत म्हणते, "नाही! कदाचित मी काहीतरी चूक करतेय... तो दुसरा कुणीतरी असेल. बरं जाऊ दे, तुला भेटून मला खूप आनंद झाला हेन्री!" मग रूथ जराशी लाजतच हेन्रीकडे हस्तांदोलनासाठी आपला हात सुपूर्द करते. हेन्री तिचा हात हातात घेऊन बोलतो, "हॅलो रूथ!" खरं तर मी अजून हेन्रीला तिचं नाव सांगितलेलं नसतं, पण हेलन शहाणपणाने त्यावर काही टिप्पणी करत नाही.

इतक्यात, लॉरा आणि तिच्यापाठोपाठ आपल्या चेलोचा डबा सांभाळत, अलीसिया तिथे पोचतात.

"उद्या ठीक ४ वाजता माझ्या घरी या हं. माझे मॉम-डॅड बहामाला चालले आहेत." लॉराच्या मॉम-डॅडचा हा वार्षिक रतीब आहे. ते न चुकता नाताळनंतर कुठेतरी फिरायला जातात. दर वर्षी, ते घरातून निघता क्षणी आम्ही सगळ्या मुली लॉराच्या घराकडे धम्माल करायला जमा होतो.

सगळ्यांना अखेरचं 'मेरी ख्रिसमस' करून मी, अलीसिया व हेन्री चर्चच्या बाहेर पडतो. बघतो, तर सगळीकडे बर्फच बर्फ पसरलेला असतो. गाड्यांवर, रस्त्यांवर, झाडांवर... ते पाहून अलीसिया नाक मुरडत बोलते, "शी बाबा! मला माहिती होतं असाच काहीतरी घोळ होणार!"

पण कितीही करवादलं, तरी इलाज नसतो! शेवटी बर्फ तुडवत आम्ही सगळे घरी जायला निघतो.

हेन्री : आम्ही मेडोलार्कला पोचतो, तेव्हा रात्रीचे १.३० वाजलेले असतात.

रस्ताभर अलीसियाची, तिने एका गाण्यात केलेल्या क्षुल्लक चुकीबद्दल फिलीप कानउघडणी करत असतात. ती काहीही प्रतिक्रिया न देता शांतपणे गाडीच्या खिडकीबाहेर बघत घरापर्यंत येते.

शेवटी आम्ही सगळे घरी पोचतो. शंभरदा एकमेकांना 'मेरी ख्रिसमस' करत सगळे जण आपापल्या खोल्यांमध्ये निघून जातात - क्लेअरसुद्धा. मी एकटाच दिवाणखान्यात उभा राहतो. काय करावं काही समजत नाही... मग मी, बाकी काही न सुचून क्लेअर आणि अलीसिया गेल्या त्या खोलीत जातो.

मी त्यांच्या खोलीत डोकावतो तेव्हा अलीसिया तावातावाने क्लेअरला कोणीतरी पक्कं जहांबाज असल्याचं सांगत असते. त्या खोलीत एक मोठ्ठं स्नूकर टेबल आहे. अलीसिया खोलीमध्ये अस्वस्थ येरझाऱ्या घालत असताना, क्लेअर त्यावर शांतपणे बॉल रचून निशाणा मारत खेळत असते.

"हे बघ अलीसिया, तू कुणाला मुद्दाम डिवचत राहिलीस, तर ती व्यक्ती कधी ना कधी चिडून असं वागणारंच ना? मग तुझं रागावणं कितपत रास्त आहे, हे तूच सांग बरं."

"ते काही मला माहीत नाही. किती तो उद्दामपणा!! उफ्फ! मला त्याचाच संताप येतो!"

अलीसिया हवेत बुक्के मारत ओरडते आणि मला पाहून एकदम थबकत बोलते, "अरे हेन्री, तू? ये ना ये..."

मग, क्लेअर उद्गारते, "बरं झालं तूच आहेस. मला क्षणभर वाटलं, की डॅडच आले!"

"खेळणार?" अलीसिया स्नूकर टेबलाकडे निर्देश करत मला विचारते.

"नाही, मी तुमचा खेळ पाहत बसतो इथे..." असं म्हणत मी जवळच्या एका स्टूलवर जागा पटकवतो.

मग, त्या दोघींचा खेळ सुरू होतो आणि लवकरच रंगूही लागतो.

थोड्या वेळाने खेळायचा कंटाळा आल्यावर अलीसिया आम्हाला विचारते, "ए, तुम्हाला काही प्यायचंय का?"

क्लेअर नकार देते, पण मी विचारतो, "काय आहे तुझ्याकडे?

उत्तरादाखल अलीसिया खोलीच्या दुसऱ्या बाजूला असलेला दिवा लावते. बघतो तर, समोर असतो एक सुसज्ज बार; ज्यामध्ये मद्याचा प्रत्येक प्रकार हजर असतो. अलीसिया स्वत:साठी रम आणि कोक भरते. मी आधी त्या श्रीमंतीपुढे गांगरतो, पण मग एक झोकदार व्हिस्कीचा प्याला भरतो. क्लेअरही शेवटी आपला नकार बाजूला ठेवत भरपूर बर्फ टाकलेला काहलुआ घेते.

आम्ही अगदी आमचे चषक ओठाला लावणार, इतक्यात मार्क आत येतो.

क्लेअर त्याला विचारते, "शॅरन कुठेय?"

फ्रिजमधून हेनीकेन बीयरचा डबा काढत मार्क उत्तरतो, "शॅरन झोपलीये... ते जाऊ देत, कोण खेळतंय?"

"अलीसिया आणि हेन्री."

"हं... त्याला सावधान केलंयंत ना?"

"ए, गप्प बस रे मार्क." अलीसिया त्याला दरडावत बोलते.

पण मार्कवर त्याचा काही परिणाम होत नाही. "ही वेशांतर करून आलेली जॅकी ग्लीसन आहे हं हेन्री! सांगून ठेवतोय, सांभाळून खेळ बाबा! हरलास की म्हणू नकोस की, मी तुला सावध केलं नव्हतं म्हणून!" मार्क मला सावध करत म्हणतो.

बघू या, माझ्या नशिबात काय वाढून ठेवलंय ते. नशिबात आहे ते होणारच... "चल अलीसिया, खेळ सुरू करू या," असं म्हणत आम्ही खेळायला सुरुवात करतो. व्हिस्कीमुळे मला त्या रंगीत चेंडूचे रंग अधिकच ठळकपणे दिसू लागले आहेत. मी जोमाने खेळायला लागतो. सटासट हातातली लांबुडकी काठी चालवत एकेक चेंडू काबीज करू लागतो. हाताची घडी घालून शांतपणे आमचा खेळ पाहत क्लेअर उभी असते. एका विशिष्ट अवघड खेळीला शिताफीने खेळल्यानंतर, अलीसिया माझ्यावर फारच खूश होते.

"हेन्री, पुन्हा खेळून दाखव ना तो शॉट!" ती मला विनवू लागते.

तर, मार्क अलीसियाला डिवचत बोलतो, "नेहमीप्रमाणे नाही खेळलीस आज!"

"कारण, आज माझं नीट लक्ष लागत नाहीये. खूप थकलेय आणि चिडलेयसुद्धा!"

"डॅडमुळे?"

"हो!"

"अगं, तू त्यांना डिवचलंस, तर ते शांत राहणार आहेत का?" त्यावर अलीसिया फुरंगटून बोलते, "चुका तर कुणाकडूनही होऊ शकतात."

"पण हे तितकंच खरं की तिथे तुझं वादन थोडं टेरी रायलीच्या शैलीकडे झुकलं होतं!" मी म्हणतो.

तर, ती खुदकन हसत बोलते, "वाटणारच! त्याचीच नक्कल करत होते मी... 'सॅलोम डान्सेस फॉर पीस'मधल्या त्याच्या गाण्याची!"

ह्यावर क्लेअर हसत विचारते, "सायलंट नाईटमध्ये सॅलोम आलं तरी कसं? संबंधच काय?"

"नीट ऐकलंत ना, तर दोघांमधल्या थोड्या सुरावटींत साम्य आहे, हे लगेच लक्षात येईल..."

"पण तरी, डॅड रागावले, ह्याबद्दल तू त्यांना दोष देऊ शकत नाहीस..." मार्क

आपलं मत मांडतो. "त्यांना खात्री आहे की, तू मुद्दाम असं काही वाजवणारच नाहीस, जे त्या पठडीत बसत नाही किंवा पारंपरिकदृष्ट्या त्या तुकड्यात नाही... तू तसं करणं म्हणजे कुठल्याशा आकसानेच करणं, हे ओघानं आलं!"

क्लेअर मध्येच विचारते, "फ्रॅन्क काय म्हणाला?"

"ओ, त्याला तर माझी कल्पना फारच आवडली! तो तर त्यामधून प्रेरणा घेऊन पूर्णत: नवा तुकडा तयार करायचं म्हणतोय. सायलन्ट व स्त्राविनस्की ह्या दोघांचा मेळ साधून. हे बघ क्लेअर, काय आहे ना, फ्रॅन्क आहे ८७ वर्षांचा. जोपर्यंत मी चांगलं, कानाला सुरेल असं वाजवतेय. तोपर्यंत मी पठडीला धरून वाजवतेय की सोडून, ह्याच्याशी त्याला गम्य नसतं. हो, मात्र आराबेला आणि ॲश्लीने त्यावरून मला बरेच टोमणे मारले."

"तू काही म्हण अलीसिया, तू जे केलंस ते व्यावसायिकतेच्या नियमांना धरून नव्हतं!" इति मार्क.

"मग एवढं काय बिघडलं त्यात? चर्चमध्ये तर वाजवत होते, कुठल्या नावाजलेल्या कलादालनात तर नाही ना? मग काय फरक पडतो? तुझं काय मत आहे हेन्री?" ती एकदम माझ्याकडे वळत विचारते.

मला काय बोलावं ते सुचत नाही. पण मग मी माझं स्पष्ट मत मांडायचं ठरवतो. "हे बघ, मला फारसा काही फरक पडत नाही; पण माझ्या डॅडने जर आज तुला ऐकलं असतं, तर ते तुझ्यावर अतिशय रागावले असते हे निश्चित."

"खरंच? का बरं?"

"त्यांची अशी धारणा आहे, की संगीताच्या प्रत्येक तुकड्याला त्याचं योग्य ते महत्त्व, योग्य तो आदर दिलाच पाहिजे... मग तो तुकडा लहान असो वा मोठा, संगीतकाराच्या आवडीचा असो वा नावडीचा. आता डॅडचं स्वत:चंच बघ ना - त्यांना स्ट्रॉस किंवा चायकोव्स्की ह्यांच्या रचना अजिबात आवडत नाहीत. पण त्या कार्यक्रमात वाजवताना डॅड त्यांना पूर्ण न्याय देतच सादर करतात. त्यात मग ते स्वत:च्या कल्पना घुसडवत नाहीत. म्हणूनच कदाचित ते इतके नावाजलेले वादक बनू शकले असतील. त्यांचं त्यांच्या संगीतावर मनापासून प्रेम आहे! त्याचं पावित्र्य राखणं हे त्यांनी त्यांचं कर्तव्य बनवून घेतलंय."

"ओ!" अलीसिया उद्‌गारते आणि माझ्या बोलण्यावर जरा विचार करत म्हणते, "चला, एक मात्र चांगलं आहे की तुझ्या वडलांना पैशाशिवाय इतर कशावर तरी प्रेम आहे!"

मी क्लेअरशेजारी उभं राहून, अंधाराचा फायदा घेत, तिच्या पाठीवरून हात फिरवतोय. शेवटी, ती मला थांबवण्यासाठी तिचा हात मागे आणते, तर मी तो घट्ट पकडून ठेवतो.

मग मी अलीसियाकडे वळत, साळसूद चेहऱ्याने संभाषणाचा धागा सुरू ठेवत बोलतो, ''तू जर माझ्या घरच्यांना नीट ओळखत असतीस ना, तर तू असं बोलण्याचं धारिष्ट्य केलं नसतंस हं आणि तसंही, मला तर वाटतं, की तुझ्या डॅडना तुझी खूप काळजी वाटते. खूप प्रेम करतात ते तुमच्यावर.''

''नाही!'' अलीसिया मान हलवत ठामपणे बोलते, ''त्यांना फक्त त्यांच्या मित्रांसमोर मला सादर करता यावं यासाठी मी सर्वार्थाने योग्य असावं, असं वाटतं! त्यांना फक्त तेवढीच काळजी असते. बाकी त्यांना कशाचीही फिकीर नाही, समजलं? पण जाऊ दे ना, आपण ह्या निरर्थक गोष्टींवर का बोलतोय? चला, आपला खेळ चालू ठेवू या...'' रागाने फुगलेल्या चेहऱ्याने, अलीसिया टेबलावर चेंडू मांडत बोलते.

''कोण कोण खेळणार आहे?''

''मी... हेन्री तू खेळणार?'' मार्क विचारतो.

''हो, का नाही? चला...'' असं म्हणत, आम्ही नवा डाव मांडत खेळू लागतो. खेळ चांगलाच रंगतो... मार्कला तगडी टक्कर देत, मी खेळ आटोपता घेतो, तशी अलीसिया मला कौतुकाने विचारते, ''अरे वा हेन्री, तू इतका छान स्नूकर खेळायला शिकलास तरी कुठे?''

''कॉलेजात असताना बराच खेळायचो मी हा खेळ... अनुभवाने शिकत गेलो, झालं!'' खरं तर, कॉलेजात मी स्नूकरशिवाय अजूनही बऱ्याच गोष्टी शिकलेलो– उदाहरणार्थ - मद्यसेवन, जर्मन कविता, ड्रग्ज घेणं... पण हे सगळं अलीसियाला सांगण्यात काय गम्य म्हणा!

थोड्या वेळाने आम्ही स्नूकरचे चेंडू, काठ्या आवरून पुन्हा आपापले चषक घेऊन स्वयंपाकघरात जाऊन गप्पा मारायला बसलो.

''कॉलेजमध्ये तुझा मुख्य विषय कोणता होता?'' मार्क मला विचारतो.

''इंग्लिश वाङ्मय.''

''संगीत नाही? आश्चर्य आहे!'' अलीसिया उद्गारते.

मी हसत उत्तर देतो, ''अगं, तुला माहीत नाही मी किती बेसुरा आहे तो! माझ्या आई-वडिलांवरून माझी पारख करण्याची चूक करू नकोस! माझ्या 'गायन-कले'चा अंदाज आल्यावर मॉम-डॅडना तर खात्री झालेली की नक्की माझ्या जन्माच्या वेळी इस्पितळातल्या लोकांनी काहीतरी अदलाबदल केलेय!''

''बाप रे! कठीणच झालं असेल ना तुझ्यासाठी?'' मार्क बोलतो. ''एक बरं आहे अलीसिया, की आपले डॅड वकील बनण्यासाठी तरी तुझ्या मागे लागले नाहीत.''

''त्याबाबतीत तर ते तुझ्याही पाठी लागलेले नाहीयेत आणि तुला तर त्याचा

आनंदच होतोय, हो ना?''

''अगं, तेच म्हणतोय मी. ते आपल्या कुणाच्याच मागे लागून तुम्ही हेच केलं पाहिजे, तेच केलं पाहिजे असा लकडा लावत नाहीत!''

''पण हेन्री, मी तुझ्या जागी असते ना, तर माझ्या आई-वडिलांनी माझ्या पाठी लागून त्यांच्यासारखं मोठं संगीतकार बनवलं असतं तर मला फार आनंद झाला असता.''

''कसं आहे ना अलीसिया, बरेच कंगोरे असतात गं ह्या गोष्टींना. मॉम जिवंत असेपर्यंत सगळं आलबेल होतं. ती गेल्यावर मात्र गोष्टी फारच बिघडत गेल्या. डॅडना मला कधी समजूनच घेता आलं नाही. कदाचित मीसुद्धा त्यांच्यासारखा उत्कृष्ट व्हायोलिन-वादक होऊ शकलो असतो, तर त्यांनी मला डोक्यावर घेतलं असतं किंवा नसतंही. काय माहीत? सगळ्या जर-तरच्या गोष्टी आहेत. वस्तुस्थिती अशी आहे की माझं आणि डॅडचं अजिबात पटत नाही!''

''का असं?''

विषय वाढतोय असं बघून क्लेअर शिताफीने, ''चला, चला झोपायची वेळ झाली, आधीच उशीर झालाय...'' असं म्हणून आटोपतं घ्यायला लागते, पण मी तिच्याकडे दुर्लक्ष करत, अलीसियाकडे वळत तिला विचारतो, ''तू माझ्या आईचा फोटो बघितलायंस?''

''हो.''

''मी पूर्णपणे तिच्यासारखा दिसतो...''

''हो, मग?''

''मग असं, की त्यामुळे, डॅडना माझा चेहरा बघणं सहन होत नाही! त्यांना माझ्यात सतत आईचा चेहरा दिसत राहतो. अर्थात, हे बऱ्याच कारणांपैकी एक कारण आहे.''

''पण...''

''अलीसिया, बास ना आता...'' क्लेअर अलीसियाला थांबवू पाहते, पण आज तिला कुणी थांबवू शकेल, असं वाटत नाही.

''पण, ते तुझे डॅड आहेत!''

ह्यावर मी कडवटपणे हसत तिला समजावतो, ''तुझी आणि तुझ्या डॅडची जी वादावादी होते, ती फारच क्षुल्लक कारणांवरून होते... त्यामुळेच, तुम्हाला एकमेकांना माफ करणंही तितकंच सोपं जातं. आमच्यातल्या भांडणांची कारणं फार मोठी होती...''

''जशी?''

''जशी... त्यांनी मला कित्येकदा हाडं गोठवणाऱ्या थंडीत घराबाहेर काढणं,

मी त्यांच्या गाडीची चावी तलावात फेकून देणं...''

''पण तू असं केलसंच का? कुणीही रागावेल असं केल्यावर...''

ह्यावर मी अलीसियाला थंड स्वरात सांगतो, ''मी असं केलं नसतं तर त्यांची गाडी कुठेतरी निश्चित धडकली असती! ते अक्षरशः माशासारखे प्यायलेले होते.''

ह्यावर सगळे जणं एकमेकांकडे पाहत समजूतदारपणे माना डोलावतात. कुणाला काय बोलावं हे सुचत नाही. शेवटी अलीसियाच ''चला, झोपू या आता.'' असं म्हणत सगळ्यांची तंद्री भंग करते. आम्ही मग एकमेकांना 'शुभरात्री' म्हणत आपापल्या खोल्यांमध्ये निघून जातो.

क्लेअर : मला झोप लागत नाहीये. घड्याळाकडे लक्ष जातं, तर पहाटेचे ३:१४ वाजलेले दिसतात. इतक्यात, माझ्या खोलीचं दार हळूच उघडलं जातं आणि हेन्री आत येतो. तितक्याच चपळतेने माझ्या पांघरुणात शिरतो.

''हेन्री! अरे हे काय? कोणी पाहिलं म्हणजे?'' त्याच्या येण्याबद्दलचा आनंद लपवत मी लटक्या रागाने त्याला विचारते.

''माझ्या खोलीतली थंडी असह्य झाली म्हणून आलो इथे...'' असं म्हणत, हेन्री माझ्या गालावर आपला तळवा ठेवतो आणि मी किंचाळतेच! बर्फासारखा थंड असतो त्याचा हात. मी लागलीच त्याचा हात माझ्या हातात घेऊन चोळू लागते, त्याला आपल्या पांघरुणात गुरफटून घेते. मग, त्याला घट्ट आपल्या मिठीत घेते.

''बरं वाटतंय का जरा?'' मी हेन्रीला काळजीने विचारते. तर तो उत्तरादाखल मलाच उलटं विचारतो, ''तू मोजे घातलेत का?''

''हो! पण का?''

हेन्री काही न बोलता माझ्याकडे स्मित करत हळूच माझे मोजे उतरवतो आणि मग एकेक करून दोघांच्या अंगावरचे सगळे कपडे खाली येतात!

मग, तो मला आपल्या कवेत घेतो आणि मी त्याला विचारते, ''चर्चमधून गायब झालास, तेव्हा कुठे गेलेलास?''

''माझ्या शिकागोतल्या घरी. आजपासून चार दिवसांवर. पाचच मिनिटांसाठी होतो तिथे...''

''का?''

''माहीत नाही. कदाचित खूप थकलो होतो, काळजीत होतो, म्हणून असेल.''

''नाही, ते नाही. तिथे का गेलेलास?''

''देव जाणे. काळप्रवासाच्या देवतांना कदाचित मी आज तिथे शोभून दिसेन, असं वाटलं असेल म्हणून...!''

''काय रे हेन्री? प्रत्येक गोष्ट गमतीतच घेतली पाहिजे का रे?''

ह्यावर हेन्री दिलखुलास हसतो आणि आम्ही काही न बोलता एकमेकांच्या मिठीत गुरफटून पडून राहतो. बऱ्याच वेळाने मी हेन्रीला 'मेरी ख्रिसमस' म्हणते, तेव्हा तो गाढ झोपून गेलेला असतो. मी त्याचा लयबद्ध श्वासोच्छ्वास ऐकत, आमच्या भविष्याबद्दल विचार करत टक्क जागी राहते.

हेन्री : सकाळच्या प्रहरी मी उठतो आणि पोटात तुंबून राहिलेल्या लघवीला वाट देण्यासाठी, नग्नावस्थेत क्लेअरच्या बाथरूममध्ये जातो. बाथरूमचं दारही बंद करण्याइतपत धीर धरवत नाही मला! पण, तेच नेमकं चुकीचं ठरतं. कारण तितक्यात, क्लेअरच्या नावाचा पुकारा करत अलीसिया धाड्कन खोलीत प्रवेश करते आणि मला त्या अवस्थेत पाहून एकदम शरमून जाते. मी चटकन हाताला लागेल तो टॉवेल कमरेभोवती लपेटत, तिच्याकडे बघून हसतो. तशी ती जरा मोकळी होते आणि माझ्याकडे पाहून हसत, आली तशी खोलीतून निघून जाते.

क्लेअर : घराला जाग आली आहे, पण मला आज गादीतून उठावंसंच वाटत नाहीये. नेलच्या भसाड्या आवाजातल्या गाण्याचा आवाज येतोय, एट्टाचा भांड्यांशी चाललेल्या झटापटीचा आवाज येतोय, माझ्या खोलीबाहेरून कुणीतरी गेल्याचा आवाज येतोय... पण तरी, मला तिथेच लोळत रहावंसं वाटतंय. इतक्यात, माझं लक्ष शेजारच्या गादीवर झोपलेल्या हेन्रीकडे जातं आणि माझी झोप खाड्कन उडते. ह्याला इथून बाहेर काढलं पाहिजे! पण कसं? कसं?

विचार करता-करता मी हेन्रीपासून स्वत:ला सोडवत, आधी गादीच्या बाहेर पडते. रात्री जमिनीवर भिरकावलेला माझा गाऊन अंगावर चढवतच असते, इतक्यात एट्टाचा सुपरिचित आवाज येतो, - ''उठा, क्लेअर बाई! सूर्य डोक्यावर आला.'' खोलीच्या दारातून डोकवत, ती नेहमीप्रमाणे मला जागं करण्यासाठी आलेली असते. माझं हृदय क्षणभर थांबतंच! एट्टाने आत्ता हेन्रीला इथे पाहिलं तर गहजब होईल! नशिबाने, इतक्यात अलीसिया एट्टाला हाक मारते. तिला काय हवंय, हे बघण्यासाठी, एट्टा मला लवकर उठण्याची तंबी देत, बाहेर निघून जाते. मी सुटकेचा नि:श्वास टाकत गादीकडे वळते, तर हेन्री तिथे नसतोच! जमिनीवर पडलेला त्याचा पायजमा मी लाथेने पलंगाखाली ढकलतच असते, इतक्यात एट्टा पुन्हा माझ्या खोलीत येते. मी तिला 'मेरी ख्रिसमस' करते, तशी ती मला मॉमबद्दल काहीतरी सांगू लागते. पण माझं लक्ष केव्हाचं भरकटलेलं असतं. मला काळजी लागून राहिलेय, ती हेन्री एकदम एट्टासमोर प्रकट झाला, तर काय गोंधळ होईल ह्याची!

इतक्यात, एट्टाच्या आवाजाने मी माझ्या तंद्रीतून जागी होते. ''क्लेअर! अगं,

लक्ष कुठेय तुझं? कधीची बडबडतीय मी!''

''हं? सॉरी एट्टा, मी अजून नीट जागीच झालेली नाहीये आज! काय म्हणत होतीस तू?''

''काही नाही. कॉफीसाठी खाली ये लवकर...'' एट्टा माझ्याकडे संशयास्पद नजरेने बघत फर्मावते.

''मी येते लगेच... तू हो पुढे'' खोलीत येऊन पलंगापाशी घिरट्या घालू लागलेल्या एट्टाला बाहेर काढण्याचा विफल प्रयत्न करत मी म्हणते.

इतक्यात, मॉम आत येते. ती इतकी सुंदर दिसत असते की, कालचा तिच्यावरचा राग एकदम विरघळूनच जातो. ती मला प्रेमाने मिठी मारत, 'मेरी ख्रिसमस' म्हणते आणि एट्टाला विचारते, ''एट्टा, जरा माझ्याबरोबर खाली येतेस का?'' एट्टा, तेव्हा गादीवरच्या उशा झटकण्यात गुंतलेली असते. उशांवर आमच्या दोघांच्या डोक्यांमुळे निर्माण झालेले खड्डे बघून, एट्टा माझ्याकडे बघून प्रश्नार्थकपणे भुवया उंचावते, पण काही बोलत नाही.

''एट्टा येतेस ना?'' मॉमचा आवाज येतो, तशी एट्टा नाईलाजाने बाहेर जाते. मी धडधडत्या हृदयाने दरवाजा बंद करते. इतक्यात, हेन्री पलंगाखालून बाहेर पडतो.

''अरे, होतास कुठे तू इतका वेळ?''

''पलंगाखाली!''

''पूर्ण वेळ? हा सगळा गोंधळ संपेपर्यंत?''

''अर्थातच!''

का कुणास ठाऊक, पण मला सगळा प्रकार आता खूपच हास्यास्पद वाटू लागतो. मी गडबडा लोळत हसू लागते, तसा हेन्रीसुद्धा माझ्याकडे पाहत खोखो हसत सुटतो!

हेन्री : कालच्या धमाकेबाज दिवसानंतर, आजचा प्रत्यक्ष नाताळचा दिवस बराच संथ, थंड वाटतोय. आम्ही सगळे ख्रिसमस ट्रीपाशी येऊन आपापल्या भेटवस्तू उघडायला लागतो. एकमेकांच्या भेटवस्तूंवर मल्लिनाथी करून नाश्ता करतो. अर्धा दिवस असाच गप्पा मारण्यात, खेळण्यात, बागडण्यात घालवल्यावर दुपारी नेलने बनवलेल्या चविष्ट झिंग्यांचा आस्वाद घ्यायला बसतो. सगळे जण आनंदी आहेत, हसत आहेत, एकमेकांबद्दल चांगल्या गोष्टी बोलत आहेत. अगदी आदर्श कुटुंबाचं प्रतीक वाटतोय आम्ही सगळे! हे तेच दृश्य आहे, जे मी लहानपणापासून डॅड आणि किम दाम्पत्यासोबत 'लकी वोक' हॉटेलात नाताळ साजरा करताना (म्हणजे आनंदी असण्याचं नाटक करत असताना), आपल्याला आयुष्यात कधीतरी अनुभवता यावं,

ह्यासाठी मनापासून प्रार्थना करायचो.

मात्र आज इथे, इतकं सगळं छान चाललं असूनही, सगळे जण हसत-खेळत असूनही; कुठेतरी परस्परांमध्ये तणाव जाणवतोय, हे निश्चित. असं वाटतंय, की जणू सगळ्यांनी ठरवून आजच्यापुरतं आपापली शस्त्रं खाली ठेवून शत्रूशी तह केलेला आहे. मात्र उद्या नवीन मुद्दे मिळाल्यावर, पुन्हा ती अस्त्रं नव्या जोमाने उचलली जातील हे निर्विवाद आहे.

आज सगळे जण स्वत:ला आदर्श पिता, माता, भाऊ, बहीण म्हणून सादर करण्यात गुंतले आहेत. ती भावना कितीही सुखावह असली, तरी त्यामागचा फोलपणा मला आता असह्य होऊ लागला आहे. त्यामुळेच, जेव्हा क्लेअर अखेर लॉराच्या घरी जायची टूम काढते, तेव्हा मला अक्षरश: कैदेतून मुक्त झाल्यासारखा आनंद होतो.

क्लेअर : आम्ही पोचेपर्यंत, लॉराची पार्टी जोमात आलेली आहे. इथे येईपर्यंत, हेन्री खूपच अस्वस्थ झालेला होता; त्यामुळे त्याने आल्या आल्या बारकडे धाव घेतलीये. मला मात्र काल रात्रीची वाईनच अजून भारी पडतेय, म्हणून मी कोकशिवाय काहीही घ्यायचं नाकारते. हेन्री आपल्या बीयरचा चषक सांभाळत मला तंबी देतो, ''क्लेअर, कुठेही गेलीस तरी मला एकट्याला सोडून जाऊ नकोस!''

मी त्याला होकार देत असतानाच, हेलन तिथे पोचते.

''काय मग हेन्री, आम्ही ऐकलंय की तू ग्रंथपाल आहेस? पण तू ग्रंथपालासारखा दिसत तरी नाहीस!''

''बरोबर आहे तुझं! कसा दिसणार? मी खरं तर कॅल्व्हीन क्लीन अंतर्वस्त्रासाठीचा मॉडेल आहे; ह्या आपल्या सभ्य समाजाच्या मन:स्थितीला धक्का पोचू नये, म्हणून फक्त मी हे ग्रंथपालाचं रूप घेतलेलं आहे.''

हे ऐकल्यावर, हेलनचा चेहरा अगदी बघण्यासारखा होतो. माझ्याकडे ह्या क्षणी कॅमेरा असायला पाहिजे होता! तिचे भाव टिपता आले असते तर धमाल आली असती.

शेवटी काही न सुचून हेलन, आपली हार कबूल न करण्याच्या आविर्भावात कबूल करत, मला म्हणते, ''ठीक आहे क्लेअर! तूच ठेव ह्याला! तुलाच जास्त शोभतो नाहीतरी!''

''चला, सुटले एकदाची!'' मी हळूच बोलते. हेलनच्या तीक्ष्ण कानांतून ते सुटत नाही. पण त्यावर ती काही बोलू शकण्याआधीच आमच्यावर लॉरा, नॅन्सी व रुथची धाड पडते. त्या तडक हेन्रीला गराडा घालून आम्ही कुठे भेटलो, कधी भेटलो, तो काय काम करतो, इत्यादी प्रश्न विचारून आम्हाला भंडावून सोडतात.

मला कधी आयुष्यात वाटलं नव्हतं की, मी आणि हेन्री जेव्हा कधी समाजात जोडीनं म्हणून बाहेर पडू, तेव्हाचा अनुभव हा इतका जेरीस आणणारा व कंटाळवाणा ठरू शकेल!

मी तर कंटाळून आडवंच पडायच्या तयारीत असते, इतक्यात नॅन्सी बोलते, ''किती विचित्र योगायोग आहे ना? की तुझं नाव हेन्री असावं!'' गोंधळून हेन्री विचारतो, ''असं का?''

मग नॅन्सी त्याला मेरी ख्रिस्टीनाकडे केलेल्या प्लॅन्चेटबद्दल सांगते, ''त्यामध्ये आम्ही क्लेअरच्या होणाऱ्या नवऱ्याचं नाव विचारलेलं, तर उत्तर आलेलं– हेन्री!''

ह्यावर हेन्रीचा चेहरा खुलतो. तो माझ्याकडे बघत उद्गारतो, ''खरंच?''

''हं, हो... जरा येते हं मी...'' असं म्हणत मी हेन्रीच्या विनवणाऱ्या डोळ्यांकडे दुर्लक्ष करत, बाथरूमच्या दिशेने धाव घेते. हेलन चपळाईने माझ्या मागे तिथे येतेच, पण मी शिताफीने तिच्या तोंडावरच बाथरूमचा दरवाजा बंद करण्यात यशस्वी होते.

हेलन बाहेरून ओरडू लागते, ''दार उघड क्लेअर!'' पण मी तिच्या आरडाओरड्याकडे साफ दुर्लक्ष करायचं ठरवून, संथपणे बाथरूमला जाऊन येते, हात धुते, लिपस्टिकचा नवा थर चढवते... शेवटी जेव्हा हेलन आपलं अखेरचं अस्त्र बाहेर काढत, ''तू आता बाहेर आली नाहीस, तर तुझ्या मित्राला तुझी सगळ्यात घृणास्पद गुपितं सांगून टाकेन.'' अशी धमकी देते, तेव्हा मी एकदाचं दार उघडून तिच्यावर नजर रोखून दारात उभी राहाते.

हेलन आत येत मला वेठीस धरत विचारते, ''चला तर मग क्लेअर ॲब्शायर मॅडम, तुझ्यात आणि त्या हेन्रीत नेमकं काय चाललंय, ते खरंखरं सांगा! तू तिथे जे बरळलीस, ते धादांत खोटं आहे, हे मला नव्याने सांगायला नकोय! तू त्याला तीन महिन्यांपूर्वी नाही, तर कित्येक वर्षांपूर्वी भेटलेली आहेस, बरोबर की नाही? चला, चटचट खरं काय ते सांगा आता.''

हेलनच्या बोलण्यावर मी विचारात पडते. हिला किती आणि काय सांगावं आणि त्याहीपेक्षा महत्त्वाचं म्हणजे, सांगू नये? तिला हेन्रीच्या काळप्रवासाबद्दल खरं काय ते सांगावं का? काय हरकत आहे? तसंही, तिने हेन्रीला ह्या आधी एकदाच बघितलंय आणि त्या वेळी तो आजच्यापेक्षा फारसा वेगळा दिसत नव्हता. माझं हेलनवर खरंच प्रेम आहे. ती हुशार आहे, भन्नाट आहे, फसवायला कठीण आहे. मुख्य म्हणजे ती माझी खूप जवळची मैत्रीण आहे. पण तरीही, काळप्रवासाबद्दल तिला काही पटणार नाही, हेही मला माहितेय. तुम्ही तो प्रकार प्रत्यक्षात बघेपर्यंत त्यावर विश्वास बसणं अशक्य असतं.

मग, मी तिला नेमकं काय सांगायचं, हे ठरवून कबूल करते, ''बरं, मी मान्य करते की, मी त्याला बऱ्याच काळापासून ओळखते.''

"किती वर्षांपासून?"

"मी सहा वर्षांची असल्यापासून."

हे ऐकून, हेलनचे डोळे एखाद्या व्यंगचित्रातल्या पात्राप्रमाणे मोठ्ठाले होतात. ते पाहून मला हसूच येतं!

"पण...पण हे कसं शक्य आहे? म्हणजे तू नेमकी किती वर्षं त्याच्याबरोबर डेटिंग करत आहेस?"

"माहीत नाही! म्हणजे, आमचं नातं ठरावीक वळणांवरून फारसं धावलेलंच नाहीये आजपर्यंत. म्हणजे मी लहानपणापासून त्याच्यावर फिदा होते, पण हेन्री ह्या बाबतीत ठाम होता की; मी पुरेशी मोठी होईपर्यंत, आम्ही मोठ्यांसारखं वागणार नाही म्हणून!"

"पण मला समजत नाही... तू आम्हालाही त्याच्याबद्दल कधीच काही कसं सांगितलं नाहीस? इतकं लपवण्यासारखं काय होतं त्यात? मला तरी सांगायचं होतंस ना..." हेलन दुखावल्या सुरात म्हणाली.

"तसं माहितीच होतं की तुम्हाला..." मला माहितेय, माझं हे स्पष्टीकरण फोल आहे, पण हेलनसमोर माझी चूक मान्य करण्यात मला कमीपणा वाटतोय.

"निश्चितच," हेलन हे ऐकून अधिकच दुखावते. "तुला तरी तुझं हे बोलणं पटतंय का?"

"हो, नाही पटत. मला माफ कर हेलन, माझं चुकलंच. पण प्लीज, मला समजून घे. माझ्या ह्या वागण्यामागे काही विशिष्ट कारणं आहेत, जी मी सध्या तरी तुला नाही सांगू शकत."

"हं! इतकं तर सांगशील, की नेमका प्रकार तरी काय आहे?"

"तो माझ्यापेक्षा आठ वर्षांनी मोठा आहे."

"मग काय झालं?"

"मग झालं असं की, मी बारा वर्षांची असताना, तो वीस वर्षांचा होता. हीच मोठी समस्या आहे." मी हेलनला हे सांगत नाही की, त्याहीपेक्षा मोठी समस्या ही आहे की, मी सहा वर्षांची असताना, तो चाळीस वर्षांचा होता!

"मला अजूनही नीट समजत नाहीये. तुला एक वेळ तुझ्या आई-वडिलांना तुमच्याबद्दल सांगणं कठीण गेलं असेल, हे समजू शकते, पण आम्हाला सांगायला काय हरकत होती? आम्ही उलट तुला साथ दिली असती. म्हणजे बघ ना; ह्याचाच अर्थ, इतकी वर्षं तुझी काळजी करून, तुझ्या एकटेपणाबद्दल वाईट वाटून, शेवटी आम्हाला काय समजतं? की त्या सगळ्या काळात तू मस्तपैकी त्या ग्रंथपालासोबत मजा मारत होतीस!"

माझ्या गालावर नकळत लाली चढते. "तसं नाहीये हेलन! म्हणजे, मी पूर्ण

वेळ त्याच्या बरोबर मजा मारत होते, हा भाग खरा नाहीये..''

''चल, चल, हे दुसऱ्या कुणालातरी सांग! मी इतक्या सहजी फसणार नाही!''

''अगं शप्पथ, खरं सांगतेय मी! मी अठरा वर्षांची होईपर्यंत आम्ही थांबलो होतो. माझ्या अठराव्या वाढदिवशी आम्ही पहिल्यांदा एकत्र झोपलो!''

''तरीही क्लेअर...'' हेलन पुढे बोलणार इतक्यात दारावर थाप पडते आणि कुणीतरी पुरुष विचारतो, ''तुम्ही मुली इथे आत आहात का?''

नाईलाजाने आम्हाला बाहेर पडावं लागतं. पण बाहेर येता येता हेलन मला तंबी द्यायला विसरत नाही - ''विषय संपलेला नाहीये हं!'' बाहेर पडतो, तर पाच मुलं आमचं टाळ्यांनी स्वागत करतात. आम्ही लाजून बाहेर धावतो.

मला हेन्री स्वयंपाकघरात सापडतो. लॉराच्या एका बिनडोक फुटबॉलपटू मित्राशी गप्पा मारण्यात दंग झालेला असतो तो. मी तिथे पोचल्यावर, त्या मुलाची त्याच्याइतकीच बिनडोक मैत्रीण त्याला खेचत बाहेर नेते.

इतक्यात हेन्री उद्गारतो, ''क्लेअर बघ, बेबी पंक्स!'' बघते, तर लॉराची १४ वर्षांची धाकटी बहीण ज्योडी, लिडीया लंचसारखा नखरा करून बॉबी हार्डग्रोव्ह नावाच्या तिच्या मित्रासोबत नृत्याच्या नावाखाली उड्या मारताना दिसते. खरं तर ते फारच हास्यास्पद दिसतायत, पण हेन्री त्यांना बघून फारच चकित होतो.

''किती छान दिसतायंत ना ते दोघं? किती वर्षांचे असतील बरं?''

''चौदा.''

''हं... म्हणजे... त्यांचा जन्म १९७७ साली झाला असेल!'' हेन्री पटकन गणित मांडत उद्गारतो, ''बाप रे! मला तर पार वृद्ध झाल्यासारखं वाटतंय! छे, काहीतरी प्यावं बाबा लगेच!'' असं म्हणत हेन्री त्या पोरांचं अनुकरण करत जेली-ओचे दोन लहानगे चषक एका घोटात रिचवतो. मग तोंड वेडवाकडं करत बोलतो, ''शी! कसं काय ही पोरं हे असले प्रकार पितात, कोण जाणे?''

''त्यांनाच जाऊन विचार ना!'' मी शांतपणे बोलते.

''नको रे बाबा, ते घाबरूनच जातील माझ्यासारख्या वयोवृद्ध माणसाला पाहून!''

''मला तर वाटतंय, की तुला त्यांची भीती वाटतेय...''

''खरं सांगू? हे खरं आहे. बघ ना, किती तरुण, रसरशीत... जिवंत दिसतायंत दोघं!''

''तू कधी त्यांच्यासारखे कपडे घातलेत का रे?''

''काहीतरीच काय? मुळीच नाही! ते ब्रिटिश पंकचं अनुकरण करताहेत; मी अमेरिकन पंकचा भक्त होतो. मी जास्त करून रिचर्ड हेलसारखे कपडे घालायचो.''

''तू त्यांच्याशी जरा गप्पा का मारत नाहीस? एकटे पडलेले दिसतायत

बिचारे!''

''मारीन ना! पण जर तू मला त्यांच्याशी ओळख करून दिलीस तरच आणि माझा हात पकडून तिथे उभी राहिलीस, तरच!''

''काय हेन्री! लहान मुलासारखं वागतोस तू कधी कधी! चल...'' असं म्हणत, मी त्याला त्या विचित्र दिसणाऱ्या पोरांपाशी घेऊन जाते. ज्योडी आणि बॉबीच्या चेहऱ्यावर वाघाच्या तावडीत सापडलेल्या हरणाचे भाव आहेत!

''हाय ज्योडी...बॉबी!''

''हाय क्लेअर...'' मी ज्योडीला तिच्या जन्मापासून बघत आलेली आहे. पण आज का कोण जाणे, ती माझ्यासमोर अशी काय लाजतेय की, जणू मला पहिल्यांदाच भेटली असावी! मग मला एकदम लक्षात येतं की, असले विचित्र कपडे घालण्याची कल्पना बॉबीची असावी आणि मी तिला त्या रूपात बघितल्यामुळे ज्योडीला लाज वाटत असेल!

मी तिचं अवघडलेपण दूर करण्यासाठी म्हणते, ''मला वाटलं तुम्ही दोघं इथे एकटे कंटाळले असाल, म्हणून मी हेन्रीला तुम्हाला भेटण्यासाठी आणलं. त्याला तुमचे कपडे खूप आवडले...''

ह्यावर हेन्रीही सपशेल अवघडल्यासारखा होतो. पण मी त्याच्याकडे दुर्लक्ष करते. मग तोच परिस्थितीचा ताबा घेत त्या दोघा पोरांना म्हणतो, ''नाही, म्हणजे मला तुमचे कपडे बघून खूप उत्सुकता वाटतेय, की तुम्ही नेमकं काय ऐकत असाल?''

''ऐकत असू? म्हणजे?'' बॉबी मूर्खासारखा ओठाचा चंबू करत विचारतो.

''अरे म्हणजे... कुठल्या प्रकारचं संगीत ऐकत असाल?''

''आह, असं होय!'' आता कुठे त्याच्या डोक्यात प्रकाश पडतो. ''आम्ही जास्त करून सेक्स पिस्टल्स ऐकतो.''

''वाटलंच मला!'' हेन्री उसन्या उत्साहात उदगारतो, ''आणि द क्लॅश?''

''हो आणि निर्वाणासुद्धा!''

''वा! निर्वाणाला तर तोडच नाही!''

इतक्यात, ज्योडी मध्ये तोंड घालत बोलते, ''ब्लॉन्डी? तुम्हाला ब्लॉन्डी आवडते?''

''मला आवडते...आणि हेन्रीला डेबोरा हॅरीसुद्धा आवडते.''

''रेमोन्स?'' हेन्री आता पटापट नावं घेऊ लागतो. पण बच्चेकंपनीला ते नाव अपरिचित दिसतंय. ते नकारार्थी मान डोलावतात. ''बरं, मग पॅटी स्मिथ?''

पुन्हा शांतता.

''इगी पॉप?''

बॉबी परत नकार देतो आणि सुचवतो, ''पर्ल जॅम?''

''काय आहे ना हेन्री, इथे आम्हाला शहराप्रमाणे बक्कळ रेडिओ स्टेशन्स मिळत नाहीत. त्यामुळे ह्यांना एवढी सगळी नावं माहिती असणं शक्य नाही...'' मी ज्योडी-बॉबीची बाजू मांडत हेन्रीला सांगते.

''ओ, असं का? बरं, तुम्हाला मी काही ऐकण्यासारखी नावं लिहून दिली तर चालेल?'' हेन्रीच्या ह्या कल्पनेवर ज्योडी फारशी काही प्रतिक्रिया देत नाही, पण बॉबी मात्र उत्साहाने होकार भरतो. मग मी त्यांना कागद-पेन शोधून आणते आणि बॉबीला समोर बसवून हेन्री ६० व्या दशकातल्या लोकप्रिय संगीतकार, गायकांची यादी लिहू लागतो. ''हे बघा, माझं मत आहे की, तुम्ही न्यूयॉर्कमधल्या वेल्व्हेट अंडरग्राऊन्डने सुरू करून, मग डेट्रॉइटमधल्या इगी पॉप, एम.सी फाईव्ह आणि स्टूजेसना ऐका.''

''टॉम पेटी कसा राहील?'' ज्योडी एकदम जागी होत विचारते ''मी ऐकलंय त्याच्याबद्दल.''

''अंहं, त्यांचा बॅन्ड एकदम निराळा होता ह्या सगळ्यांपासून. त्यांपैकी बहुतेक जण ८० च्या दशकात मरून गेले.''

''विमान अपघातात का?'' बॉबी निरागस चेहऱ्याने विचारतो.

''नाही. अतिप्रमाणात चरस घेऊन. ते जाऊ दे.... अजून तुम्ही टेलिव्हिजन, रिचर्ड हेल, वोईडोइड्स आणि पॅटी स्मिथला ऐकू शकता.''

''टॉकिंग हेड्सचं काय?'' मी हेन्रीला विचारते.

''तू त्यांना पंक संगीतकार मानशील?''

''हो, का नाही?''

''बरं, मग ते सुद्धा. तिथून पुढचं पंक आलं इंग्लंडमधून...''

''पंक लंडनमध्ये निपजलं?'' बॉबी प्रश्नार्थक चेहेऱ्याने विचारतो.

''नाही. म्हणजे हो... खरं सांगू का, जागा महत्त्वाची नाही. मला वाटतं जगातल्या सगळ्या गोष्टी पार लयाला गेल्या आहेत आणि ह्या बुरसटलेल्या कल्पनांना चिकटून बसण्यापेक्षा, त्यांना निडरपणे नाकारा या विचारधारेतून पंक जन्मलं. आपला आवाज चढवा, सगळ्यांना ऐकू द्या तुमचं म्हणणं... ती धारणा महत्त्वाची आहे.''

बॉबी आता हेन्रीकडे तो कुणी सर्वज्ञ देवमनुष्य असल्यासारख्या आदराने पाहत बसलाय!

पण मी हेन्रीला सावध करत बोलते, ''हेन्री, कोवळ्या मनांवर नसते संस्कार नकोत.''

''अगं, कसले संस्कार आणि कसलं काय? तो माझ्याशिवायही असा विचार

करू लागलाच असता लवकरच... कदाचित लागलाही असेल. काय बॉबी?''

''प्रयत्न चालू आहेत... पण सोपं नाहीये ते, किमान इथे राहून तरी...'' बॉबी कबूल करतो.

''मला समजतंय, तुला काय म्हणायचंय ते...'' असं म्हणत हेन्री आपल्या यादीत अजून काही नावं खरडतो– सेक्स पिस्टल्स, द क्लॅश, गॅन्ग ऑफ फोर, बझ-कॉक्स, डेड केनेडीज, एक्स, मेकॉन्स, रेनकोट्स, स्मिथ्स, लोरा लॉजिक... मी ती नावं बघून हेन्रीला सांगते, ''अरे हेन्री, ह्यांना ह्या सगळ्यांच्या रेकॉर्ड्स कुठे मिळणार इथे?''

ह्यावर तो कागदाच्या खालच्या बाजूला 'विंटाज व्हिनाईल' ह्या दुकानाचा पत्ता व फोन नंबर लिहून देतो आणि त्या पोरांना विचारतो, ''तुमच्याकडे रेकॉर्ड-प्लेयर तर असेलच ना?''

''माझ्या मॉम-डॅडकडे आहे'' बॉबीनं असं उत्साहाने सांगितल्यावर हेन्रीचा चेहेरा कसनुसा होतो.

इतक्यात माझं लक्ष इतका वेळ शांत बसलेल्या ज्योडीकडे जातं. मुलांच्या गप्पांमध्ये तिच्याकडे दुर्लक्ष झालेलं असतं. म्हणून मग मी तिला विचारते, ''तुला काय आवडतं ज्योडी? म्हणजे मनापासून हं?''

त्यावर ती लाजून ''प्रिन्स'' असं उत्तर देते. ते ऐकून मी आणि हेन्री इतक्या मोठ्याने टाळ्या वाजवत, '१९९९' गात नाचू लागतो, की लॉरा आमचा गोंधळ बघायला बाहेरचं संगीत बंद करून आत येते आणि आकस्मिकरीत्या, तिथेच पुढची पार्टी रंगते!

हेन्री : आम्ही लॉराच्या पार्टीवरून क्लेअरच्या घरी परतत आहोत. मध्येच क्लेअर मला विचारते, ''आज बराच शांत बसलायंस, काय झालं?''

''काही नाही गं. मी त्या पोरांचा विचार करत होतो... त्या बेबी पंक्सचा.''

''हं, त्यांचं काय?''

''मी विचार करत होतो, की असं काय कारण असेल की, त्या बॉबीला आजचं आधुनिक संगीत सोडून त्याच्या जन्माच्याही आधीचं संगीत ऐकण्यात गम्य वाटत असेल?''

''त्यात काय एवढं? मलासुद्धा बीटल्स आवडायचे. वास्तविक माझा जन्म होण्याआधीच त्यांची ताटातूट झालेली असली तरी...''

''मग तू सांग. तुझ्याबाबतीतही असं का घडलं? खरं तर तू डेपेचे मोड किंवा स्टिंगवर फिदा असायला हवं होतंस ना? तसंच, बॉबी-ज्योडीसारख्या मुलांनी क्यूर ऐकायचं सोडून, ६०च्या दशकातल्या पंक संगीतात रस का घ्यावा? तसले कपडे

का घालावे? विशेषत: त्यांना त्या संगीताबद्दल काही माहिती नसतानाही...''

"मला वाटतं, ते जास्त करून त्यांच्या आई-वडिलांना चिडवण्यासाठी असं करत असावेत. लॉरा सांगत होती, की ज्योडीने असले विचित्र कपडे घातलेले त्यांच्या डॅडना अजिबात खपत नाही. ते तिला तसे कपडे घालून घराबाहेरही पडू देत नाहीत. ज्योडी घरातून निघताना बॅगेत ते कपडे लपवते आणि शाळेच्या बाथरूममध्ये जाऊन बदलते.''

"पण क्लेअर, त्यात नवीन काय आहे? आपल्या पिढीतसुद्धा हे चालायचंच की? अशा प्रकारे स्वत:चं स्वत्व दाखवून देणं, ही आम बाब होती. मला आश्चर्य वाटतं ते ह्या गोष्टीचं की, ते १९७७ चं आपलं स्वत्व का दाखवून देत आहेत? आजचं का नाही?''

"जाऊ दे ना हेन्री, तुला इतका काय फरक पडतोय?'' क्लेअर अखेर मला वैतागून विचारते.

"मला त्यांच्या वागण्याने नैराश्य येतं! मला त्या सत्याची आठवण होते की, मी त्या पिढीचा घटक आहे, जी फक्त विसरलेलीच नाही, तर मृत झालेली आहे! त्या काळातली कुठलीच गाणी आता रेडिओवर ऐकवली जात नाहीत - का ते, ते रेडिओवालेच जाणे! पण मला त्यांच्या त्या वागण्याचा त्रास होतो. ते असं वागतात जणू ती गाणी कधी अस्तित्वातच नव्हती, कधी लोकप्रिय झालीच नाहीत. म्हणून मग बॉबी-ज्योडीसारखी पोरं दिसली ना, की ज्यांना त्या संगीताबद्दल ओढ वाटतेय, की मी मोहरून जातो! कारण मला ते संगीत विस्मरणाच्या अडगळीत गेलेलं नकोय!''

"पण हेन्री, तू हे का विसरतोस की तुलातर पाहिजे तेव्हा त्या काळात परतून, त्या संगीताचा आनंद घेण्याचं वरदान लाभलंय! किती जणांना तसं करणं शक्य आहे, सांग बरं?''

मी क्लेअरच्या ह्या निराळ्या दृष्टिकोनावर विचार करतो, मग म्हणतो, "ते जरी खरं असलं ना क्लेअर, तरी त्याला दु:खाची झालर ही असतेच. मी कैकदा मागे जाऊन, त्या वेळी न बघू शकलेले संगीत कार्यक्रम बघतो; वर्तमानात विखरून गेलेल्या पण त्या काळी जोमात असलेल्या बॅन्ड्सना किंवा आता मृत झालेल्या संगीत सिताऱ्यांना ऐकतो. पण त्यात मला जितकी मजा येते, तितकंच दु:खंही होतं. कारण मला माहिती असतं, की नंतर ह्यांचं काय होणार आहे ते!''

"पण हे तर तुझ्या अवघ्या आयुष्याचं सूत्र आहे...''

"हो, आहे ना...'' आमचं हे बोलणं संपेपर्यंत आम्ही क्लेअरच्या घरापर्यंत पोचतो. आत शिरताशिरता क्लेअर माझ्याकडे प्रश्नार्थक नजरेने पाहत विचारते, "हेन्री?''

''काय?''

''समज, तुला जर आता थांबता आलं...म्हणजे...तुझा हा काळप्रवास थांबवता आला, तेसुद्धा कुठल्याही विपरीत परिणामांशिवाय...तर तू थांबशील?''

''असं थांबूनही तुला भेटू शकलो तर?''

''तू मला आधीच भेटला आहेस...''

''हो, मग मी थांबेन!'' क्षणभर आम्ही दोघे एकमेकांकडे नि:शब्दपणे पाहत बसतो.

मग, क्लेअर आमची तंद्री भंग करत म्हणते, ''पण तू विचार करून बघ. किती मजा येईल? माझ्याकडे इतक्या सगळ्या आठवणींचं गाठोडं असेल आणि तुझ्याकडे मात्र काहीच नाही! विस्मृतीने पछाडलेल्या माणसासोबत राहिल्यासारखं होईल ते! खरं सांगायचं, तर मला आताही असंच वाटतंय की, मी एखाद्या स्मृतिभ्रंश झालेल्या व्यक्तीसोबत वावरतेय. आपण इथे आल्यापासूनच मला असं वाटत राहिलेलं आहे.'' तिच्या ह्या बोलण्यावर मी मनापासून हसतो आणि आम्ही घरात शिरतो.

थोड्या वेळाने आम्ही आपापल्या खोल्यांमध्ये जाऊन पायजमे चढवून, दात घासून वगैरे तयार झाल्यावर मी दबक्या पावलांनी क्लेअरच्या खोलीत येतो. दाराची कडी (कालच्याप्रमाणे न विसरता) व्यवस्थितपणे लावून, क्लेअरच्या निमुळत्या पलंगात शिरून, तिच्या मऊसूत शरीराला बिलगतो. तसं, ती माझ्याजवळ खेटत कुजबुजते, ''तू त्या सगळ्या गोष्टी विसराव्या, असं मला वाटत नाही.''

''कुठल्या गोष्टी?''

''त्या सगळ्याच गोष्टी, घटना ज्या माझ्या लहानपणी घडल्या आहेत. आतापर्यंत, त्या फक्त मी अनुभवल्या आहेत. तूसुद्धा त्यांना अनुभवशील, तेव्हाच तर त्या पूर्णत्वाला जातील ना?''

''असं असेल, तर मी त्या प्रवासाला सुरुवात करतो आहे...आता...'' असं म्हणत मी क्लेअरच्या पोटावर आणि मग त्याही खाली हात फिरवू लागतो.

क्लेअर जोरात कण्हते.

''शू! हळू!''

''मी काय करू? तुझा हात बर्फासारखा गार आहे!''

''सॉरी!'' असं म्हणत मग आम्ही काळजीपूर्वक, आवाज न करता एकमेकांना अक्षरश: पितो!

उत्तेजनाच्या अखेरच्या टप्प्याला पोचल्यावर माझं डोकं इतकं जोरजोरात ठणकू लागतं, की क्षणभर मला वाटतं की, मी आता गायब होणार! पण नशीब, तसं होत नाही.

मग मी वेदनेच्या त्या झळा झेलत, क्लेअरच्या मिठीत पडून राहतो. थोड्या वेळाने क्लेअर तृप्तीने घोरू लागते. तिचा तो रणगाड्यासारखा आवाज ऐकून मात्र मला तिथून पळून जावंसं वाटू लागतं. मला घरी जायचंय, माझ्या पलंगावर झोपायचंय! खरंच, स्वत:च्या घरात झोपण्यासारखी आनंदाची गोष्ट नाही! पण म्हणतात ना, की जिथं माणसाचं हृदय असतं, तिथेच त्याचं घर वसतं. मग, माझं हृदय तर इथे आहे... मग, हेच माझं घर ना? चला, मी घरीच आहे तर!

क्लेअर : आजची सकाळ फारच टवटवीत उजाडलेली दिसतेय. मस्त वातावरण आहे. आमचा सगळ्यांचा भरपेट नाश्ता करून झालाय आणि सगळे जण आता निघण्याच्या तयारीत आहेत. पहिले, मार्क आणि शॅरन डॅडसोबत कालामाझू विमानतळाकडे रवाना होतात. थोड्या वेळाने माझी आणि हेन्रीचीसुद्धा निघायची वेळ होते. हेन्री अलीसियाचा निरोप घेत असताना, मी मॉमच्या खोलीत जाते.

मी निघण्याच्या तयारीत आहे, असं पाहून, आपल्या टेबलापाशी बसून काम करत असलेली मॉम मला विचारते, ''अरे हे काय? तुम्ही निघालातसुद्धा? मला वाटलं, जेवणं होईपर्यंत तरी थांबाल.''

मी काही उत्तर न देता मॉमजवळ जाऊन उभी राहत, तिच्या मोठाल्या हस्ताक्षराने भरलेल्या कागदांच्या ढिगाला निरखत राहते. मॉम पटकन ती लिहित असलेला कागद उलटवून ठेवते. का कुणास ठाऊक, पण ती तिच्या लिखाणाबाबतीत नेहमीच रहस्यमय वागत आलेली आहे.

आताही ती मला म्हणते, ''काही नाहीये गं, बर्फाखाली गेलेल्या बागेबद्दल कविता लिहितेय पण अजिबात चांगली झाली नाहीये... काय गंमत आहे ना, कितीही सुंदर शब्द वापरा; पण त्या बागेच्या सौंदर्याची सर काही कवितेला येत नाही, हेच खरं! किमान, माझ्या कवितेला तरी नाही!'' असं बोलत, मॉम आपल्याच तंद्रीत खिडकीपाशी जाऊन उभी राहते.

मला माहितेय, ती माझ्या प्रतिक्रियेची वाट बघतीय पण, आता मी तिच्या बोलण्यावर काय टिप्पणी करणार? मी आजपर्यंत तिच्या कुठल्या कविता वाचल्या असतील तर टिप्पणी करू शकेन ना? मग मी काहीतरी बोलायचं म्हणून म्हणते, ''पण बाग खरंच सुंदर झालीये हं आता!'' मात्र मॉमला स्तुतीचं कौतुक नसल्यामुळे ती त्यावर काही बोलत नाही. मॉमचं लक्ष वेधायचं असलं तर टिकेसारखं अस्त्र नाही! तिचा स्तुती व स्तुती करणाऱ्यांवर कधीच विश्वास बसत नाही, पण तिच्यावर काहीतरी टीका करा, मग ती तुम्हाला आयुष्यभर विसरणार नाही!

माझ्या विचारचक्रातून मी भानावर येते, तेव्हा लक्षात येतं की, मॉम अवघडून माझ्या जाण्याची वाट बघत थांबली आहे; जेणेकरून तिला तिचं लिखाण पुन्हा सुरू

करता येईल.

मग मी तो इशारा घेऊन, तिचा निरोप घेते.

हेन्री : आम्हाला क्लेअरचं घर सोडून तास उलटलाय. झाडा-झुडपांनी वेढलेला प्रदेश संपून आम्ही माळरानातून जाणाऱ्या रस्त्याला लागलोय, तरी आमच्यात एका शब्दाचीही देवाणघेवाण झालेली नाही.

त्या असह्य शांततेचा भंग करावा, म्हणून मी क्लेअरला म्हणतो, "मजा आली, नाही का?" तर ती काहीच उत्तर देत नाही. मी तिच्याकडे निरखून पाहतो, तेव्हा लक्षात येतं की ती रडतेय. मी ह्यापूर्वी क्लेअरला कधीच रडताना बघितलेलं नाहीये, त्यामुळेच की काय, तिचं ते बिनआवाजाचं संथ रडणं माझं कुतूहल अधिकच जागं करतं. मला काय करावं काही सुचेनासं होतं. अखेर मी तिला सुचवतो, "क्लेअर, गाडी बाजूला लावून जरा वेळ थांबायचं का?"

ती काही न बोलता निमूटपणे रस्त्याच्या कडेला गाडी लावते आणि आम्ही पाय मोकळे करायला खाली उतरतो.

"क्लेअर, काय झालंय, मला नीट सांगशील का? माझ्याकडून काही चूक झाली का? तसं असेल तर मी माफी मागतो..."

"तुझी काही चूक नाहीये..." क्लेअर रडवेल्या स्वरात म्हणते आणि पुन्हा गप्प होते. अखेर मी हिंमत करून तिच्या दाट केसांवरून हात फिरवत, शक्य तितक्या मृदू स्वरात विचारतो, "मग काय झालंय क्लेअर?" ह्यावर ती माझ्या कुशीत शिरून ढसाढसा रडू लागते. रडण्याचा भर जरा ओसरल्यावर बोलते, "माझी मॉम! शी! लाज वाटते मला!... हेन्री, तू...तू तुझ्या मनाला जास्त लावून घेतलं नाहीस ना?"

"कशाबद्दल बोलतेस तू?"

"माझ्या घरच्यांचं...विशेषत: मॉमचं विचित्र वागणं?"

"मला त्यांच्या वागण्यात काहीएक खटकलेलं नाहीये क्लेअर!" मी तिला ठाम स्वरात समजावतो. "मला ते सगळे खूप आवडले. विशेषत: अलीसिया."

"कधीकधी मला त्यांना सगळ्यांना एखाद्या तलावात ढकलून, त्यांना बुडताना पाहून टाळ्या पिटाव्याशा वाटतात!" क्लेअर हे इतक्या संतापाने म्हणते की, क्षणभर मी हबकतोच! पण मग, तिला ह्या मन:स्थितीत समज देण्याचा प्रयत्न करणं फोल आहे, हे जाणून मी म्हणतो, "अगं, मलापण माझ्या घरच्यांबद्दल असं बरेचदा वाटायचं. इतकं मनावर घेऊ नकोस. बरं आणि मला सांग, तुला एक लक्षात आलं का? तुझ्या डॅड आणि मार्कने मला ह्यापूर्वीही बघितलेलं दिसतंय आणि आपण निघत असताना अलीसिया काहीतरी विचित्र बडबडली."

"हं, मला माहितेय असं का झालं ते. मी तुला एकदा मार्क आणि डॅडसोबत कुरणात फिरताना बघितलं होतं आणि अलीसियाने तुला एकदा तळघरात पुस्तक वाचत बसलेलं पाहिलं होतं."

"त्याने काही समस्या उद्भवू शकते का?"

"नाही, कारण त्यामागचं स्पष्टीकरण कुणालाही विश्वास ठेवण्यासाठी जडच जाईल!" असं तिने म्हटल्यावर, आम्ही दोघं हसत सुटतो आणि क्लेअर आपलं दुःख विसरते. मग आम्ही पुन्हा गाडीत बसतो आणि काही तासांतच क्लेअरने मला माझ्या घरापर्यंत आणलेलं असतं. मी माझं सामान उतरवून क्लेअरचा निरोप घेतो, तशी ती आपल्या वाटेला निघून जाते. बऱ्याच तासांनंतर, मला तो सुपरिचित एकटेपणा पुन्हा पछाडायला येतो, तेव्हा मी मनाशी नाईलाजाने कबूल करतो, की अजून एक नाताळ संपला!

होम इज एनीव्हेअर यू हँग यूवर हेड

. . . .

शनिवार, ९ मे १९९२ (हेन्री २८ वर्षांचा)

हेन्री : मी आता ठरवलंय, की स्पष्टपणा हाच उत्तम इलाज आहे. मी त्यांना स्पष्ट काय ते विचारणार, मग ते हो म्हणो अथवा नाही, ती त्यांची मर्जी! असं ठरवून, मी डॅडच्या घरी– म्हणजे माझं बालपण गेलं, त्या घरी– येऊन पोचतो. खरं तर मी इथे बऱ्याच महिन्यांनी (किंवा कदाचित वर्षांनी) आलेलो आहे. एकतर डॅडने मला स्वत:हून बोलावणं म्हणजे अशक्य कोटीतली गोष्ट आणि मी न सांगता, न विचारता तिथे जाणं हे त्याहूनही अशक्य! पण आज मी नेमकं तेच करतोय! पण मग मी करू तरी काय? ते जर दिवसेंदिवस त्यांचा फोन उचलत नसतील, तर मला असं करणं भाग आहे ना?

अखेर, मी बसने मग थोडं अंतर चालत, व्हर्जिनियामधल्या त्यांच्या घरी पोचतो. दाराबाहेर उभं राहून मी माझ्याकडच्या चावीने दार उघडण्याचा प्रयत्न करत असताना, किमी आपल्या दारातून डोकावून मला चिंतातुर चेहऱ्याने हातवारे करत तिच्या घरात बोलावते. आता मला जरा काळजी वाटू लागली आहे. एकतर, किमी कधीच एवढ्या चिंतातुर चेहऱ्याने वावरत नाही, ती सदैव हसतमुख असते आणि दुसरं म्हणजे, तिला आमच्या घरातल्या सगळ्या घडामोडींबद्दल ठाऊक असूनही ती त्यात कधी लक्ष घालत नाही. म्हणजे, ती अलिप्त वगैरे मुळीच नसते! किंबहुना, तिला आमच्या सगळ्यांच्याच आयुष्यात भारी रस असतो. पण ती कधी नसता चोंबडेपणा करत नाही. म्हणूनच तिने मला असं बोलावल्यावर मी चिंतेत पडतो.

''तुला कोक प्यायला देऊ?'' मी किमीच्या घरी पोचल्यावर ती मला चांगल्या यजमानासारखी विचारते.

''हो!''

मग, ती मला मस्त बर्फ घातलेलं कोक आणून देते. किमी आता सत्तर वर्षांची तरी असेल, पण तिच्यातला उत्साह तरुणांना लाजवेल असा आहे. अजूनही ती माझ्या लहानपणी दिसायची तशीच दिसते, थोडे केस पांढरे झालेत इतकंच! मी लहानपणी किम दाम्पत्याच्या घरात बराच वेळ घालवला आहे. किंबहुना, माझ्या घरापेक्षा जास्त मी त्यांच्याच घरात असायचो, असं म्हणायला हरकत नाही. माझ्या लाडक्या किमीला श्रीयुत किमसाठी जेवण बनवण्यासाठी मदत करत, अभ्यास करत, वाचन करत, टी.व्ही बघत, मी इथेच पडलेलो असायचो. त्यामुळे ह्या घराशी माझ्या खूपशा सुंदर आठवणी निगडित आहेत. श्री.किम पाच वर्षांपूर्वी वारल्यानंतर, किमी इथे एकटी पडली होती. पण तिने स्वत:ला छानच सावरलंय. त्यात फारसं आश्चर्य नाहीये म्हणा. ती आहेच तशी सकारात्मक दृष्टिकोनाने जीवन जगणारी. मी ह्या विचारात गुंतलो असताना, किमी माझ्यासाठी अजून एक ग्लास कोक घेऊन येते आणि स्वत:साठी तिच्या ठरावीक चिनीमातीच्या कपामध्ये कॉफी! मला आठवतंय जेव्हा तिने मला पहिल्यांदा कॉफी प्यायची परवानगी दिली तेव्हा मी तेरा वर्षांचा होतो. अगदी मोठ्ठं झाल्यासारखं वाटलेलं मला!

''काय मित्रा, बऱ्याच दिवसांत काही खबरबात नाही?'' असं किमी तिच्या ठरावीक हसऱ्या मुद्रेने मला विचारते, तसा मी वरमतो.

''हो गं...सॉरी. पण एकदा रोजच्या रहाटगाड्याला जुंपल्यावर, वेळ कसा जातो कळतच नाही!''

ती माझ्याकडे आपल्या काळ्याभोर डोळ्यांनी निरखून पाहते, जणू माझं अंतर्मनच वाचत असावी. तसं तिला ते वाचताही येतं म्हणा! ती मला इतक्या जवळून ओळखते की, मला तिच्यापासून काही लपवणं अशक्यच असतं. पण किमी आपल्या मनचे भाव लपवण्यात मात्र तरबेज आहे. तिच्या कोऱ्या चेहऱ्यावरून तिच्या मनात काय चाललं असेल, ह्याचा थांगपत्ताच लागत नाही. उगीच नाही ती इतकी कुशल ब्रिज-पटू झाली ते!

''काळप्रवास सुरू आहे का तुझा?''

''नाही. खरं तर मी गेल्या कित्येक महिन्यांत कुठे गेलेलो नाहीये. इतकं बरं वाटतं सांगू?''

''तुझी कोणी गर्लफ्रेंड झाली का?''

ह्यावर मी फक्त रुंद स्मित करतो. त्यावरून किमी समजते.

“अरे वा! नाव काय तिचं? तिला इथे का आणलं नाहीस?”

“तिचं नाव क्लेअर आहे. मी बरेचदा तिला इथे घेऊन येण्याबद्दल डॅडना विचारलंय, पण ते प्रत्येक वेळेस नकारच देतात. त्यामुळे राहून गेलंय...”

“मग तू मला विचारायचंस ना? मी लगेच होकार दिला असता...नाही, किंबहुना मी आत्ताच होकार देतेय. तू पुढच्या वेळी तिला इथे घेऊन येच. मग रिचर्डसुद्धा बघ कसा निमूट खाली येईल ते. मी मस्त डक ॲल्मन्डाईन बनवेन...”

मला माझ्या बुद्धीची कीव आणि किमीच्या बुद्धीचा अभिमान वाटतो. डॅड माझ्याशी कितीही खराब वागले, तरी ते किमीला नकार देणार नाहीत हे नक्की! त्यांच्या एकुलत्या एक मुलाला त्याच्या आईच्या पश्चात मायेने वाढवणाऱ्या आणि आजच्या काळातही बाजारभावापेक्षा कैक पटीने कमी भाड्यात त्यांना भाडेकरू म्हणून ठेवणाऱ्या स्त्रीबद्दल कृतज्ञता दाखवण्याइतपत ते अजून शहाणे आहेत.

“किती हुशार आहेस तू किमी! मला हे सुचलंच नसतं!”

“माहितेय मला, मी खूप हुशार आहे ते! खरं तर मला आतापर्यंत माझ्या हुशारीसाठी कितीतरी बक्षीसं मिळायला हवी होती.”

ह्यावर आम्ही दोघं हसायला लागतो. मग, किमी मला विचारते, “मग लग्न कधी करताय?”

तिचा प्रश्न ऐकून माझं कोक माझ्या घशात दाटून येतं आणि मला जोराचा ठसका लागतो. किमी माझ्या पाठीवर धपके मारत फुरंगटून विचारते, “इतकं चकित व्हायला काय झालं? मी फक्त विचारलं...तेवढी मुभा आहे ना मला?”

“नाही, नाही मी तुला हसत नव्हतो. मला कमाल वाटते, ती तू नेहमीच माझं मन कसं वाचू शकतेस ह्याची! मी आज इथे आलोय ते डॅडकडून मॉमच्या अंगठ्या घेण्यासाठीच.”

“अच्छा!!! उत्तम! किती आनंदाची बातमी सांगितलीस हेन्री! तिने होकार दिलाय का आधीच? की अजून तू तिला विचारायचं बाकी आहे?”

“अजून मी तिला विचारलेलं नाहीये. पण ती होच म्हणेल, याची खात्री आहे.”

“बरंच होईल रे बाबा! तसंच होवो! बरं, मला तुझ्या आईच्या अंगठ्यांबद्दल काही माहीत नाही, पण मी तुला इथे बोलावलं, ते तुझ्या डॅडबद्दल काहीतरी सांगायला... त्यांची परिस्थिती काही फारशी चांगली दिसत नाही मला. ते सतत ओरडाआरडा करत असतात, वस्तूंची फेकाफेकी करत असतात... गेले कित्येक दिवस त्यांचा रियाझसुद्धा बंद आहे.”

“हं, आश्चर्याच्या गोष्टी नाहीयेत ह्या, पण चांगल्याही नाहीयेत. तू नुकतीच कधी गेलेलीस आमच्या घरी?”

किमी बरेचदा डॅडच्या घरात जात असते. मला तर संशय आहे की, डॅडच्या नकळत ती घराची साफसफाईसुद्धा करते. मी तिला ह्यापूर्वी एकदा डॅडच्या शर्टांना इस्त्री मारताना बघितलंय.

“ते मलाही आत घेत नाहीयेत!” हे कबूल करताना किमीच्या डोळ्यांत अश्रू तरळतात आणि ते पाहून मला राग अनावर होतो. मान्य आहे की डॅडना काही वैयक्तिक समस्या असतील, पण त्याचा परिणाम किमीवर होऊ देणं हे कदापि अयोग्यच आहे.

“पण मग ते घरात नसताना...?” खरं तर किमीने मला हे कधी उघडपणे सांगितलेलं नाही, पण मी ताडलंय की ती डॅड घरात नसताना बरेचदा तिथे जाते आणि खरं सांगायचं, तर मी तिला ह्यावरून कधी टोकलेलं नाही, कारण माझ्या गैरहजेरीत ह्या निमित्ताने डॅडवर लक्ष ठेवलं जातं, हेच माझ्यासाठी पुरेसं आहे.

पण, मी त्या गोष्टीचा उल्लेख केल्यावर, किमी जरा दचकते...वरमते. मग अपराधी नजरेने माझ्याकडे बघत कबूल करते, “हो, मी त्यांच्या गैरहजेरीत वर जाते... पण मी तसं नाही केलं तर घराचा उकिरडा होईल रे हेन्री! तुला माहीत नाही, ते कधी घर साफच करत नाहीत. असं कसं चालेल? किड्या-मुंग्यांनी भरून जाईल घर अशाने! वर, त्यांच्या फ्रिजमध्ये कधीही बघितलं, तर बीयर आणि लिंबाशिवाय काही नसतं. त्यांच्या गादीवर तर इतके कपडे असतात, की ते त्याच्यावर झोपत असणं केवळ अशक्यच आहे. मला तर समजतच नाही की, त्यांचं काय चाललंय? ह्यापूर्वी मी त्यांना इतकं विस्कटलेलं पाहिलेलं ते फक्त तुझी आई वारल्यानंतर काही महिन्यांसाठी.”

“अरे बापरे! तुला काय वाटतं, काय बिनसलं असेल एवढं?” मी असं विचारत असतानाच वरच्या मजल्यावर काहीतरी आदळल्याचा आवाज येतो. “किमी, मी वर गेलेलं बरं...”

“जा. जा...” किमीचा चेहरासुद्धा दुःखी दिसतोय. “ते असं का वागतात. देवच जाणे! इतक्या चांगल्या माणसाचा, कलावंताचा असा ऱ्हास होणं बघवत नाही...”

“काही नाही किमी. ते चक्क दारुडे आहेत आणि दारुडे असंच वागतात. रोज नवनव्या खालच्या पातळ्या गाठत राहायचं, हेच तर त्यांचं काम असतं. तुला त्यांची कणव वाटायची काही गरज नाहीये.”

“कामावरून लक्षात आलं...” किमी दबक्या स्वरात सांगू लागते.

“काय? बोल ना.”

“ते कामाला जातात का, ह्याबद्दल मला शंकाच आहे!”

“कार्यक्रमांचा मोसम नाहीये सध्या, म्हणून असेल. तसंही ते मे महिन्यात काम करत नाहीत.”

“बघ बाबा. मी तुला सांगितलं, कारण त्यांचा अख्खा वाद्यवृंद युरोपच्या दौऱ्यावर गेलाय आणि ते इथेच आहेत. वर, मागच्या दोन महिन्यांचं भाडं तुंबलंय...”

“छे!! कठीण आहे ह्या माणसाचं! किमी, अगं तू मला का नाही सांगितलंस हे कधी? मी भरलं असतं ना भाडं!” असं म्हणत मी माझ्या बॅगेमधून चेकबुक काढत, किमीला विचारतो, “किती बाकी आहे त्यांची?”

किमी मात्र आता फारच अवघडल्यासारखी होते. “अरे हेन्री, जाऊ दे रे! मी ह्यासाठी नाही सांगितलं तुला! बोलण्याच्या नादात तोंडातून निघून गेलं इतकंच! देतील ते जरा ताळ्यावर आल्यावर, पैसे कुठे पळून जाताहेत?”

“किमी, तू का चाचरतेस? तुझं बरोबरच आहे. मला निःसंकोचपणे आकडा सांग.”

“१२०० डॉलर्स...” मी खूप आग्रह केल्यावर, किमी अपराधी स्वरात सांगते.

“बास? इतकंच? तू काय इथे डी टॅम्बलांसाठी धर्मशाळा चालवली आहेस का?” असं उद्गारत, मी तिच्या हातात १२०० डॉलरचा चेक ठेवतो आणि तिला बजावतो, “हा लवकरात लवकर बँकेत टाक, समजलं? नाहीतर मी तुझी मानगूट धरायला परत येईन.”

“मग तर मी हा अजिबात बँकेत टाकणार नाही. त्या निमित्ताने का होईना, तुझे पाय पुन्हा इथे वळतील तरी.”

“तुला भेटण्यासाठी मला निमित्तांची गरज नाहीये किमी!” मी भरल्या आवाजाने किमीला मिठी मारत उद्गारतो. “आणि मी लवकरच इथे परत येणार आहे, ते पण क्लेअरला घेऊन!”

हे ऐकून किमीचा चेहरा खुलतो. “चला, म्हणजे मी तयारीला लागायला हरकत नाही म्हणायचं तर! सगळ्यात आधी मी स्वतःसाठी एक सुंदर नवा झगा घेणार आहे.”

“किमी! जरा धीराने घे. मी तुला सांगेपर्यंत नवा झगा घेऊ नकोस, समजलं? चला, आता वर जाऊन काय परिस्थिती आहे, बघतो जरा...” असं म्हणत, मी जड पावलांनी बाहेर जायला निघतो. किमी मला सोडायला दरवाजापर्यंत येते, मी तिला प्रेमाने मिठी मारतो. क्षणभर मला तिच्या एकाकी

आयुष्याबद्दल खूप कणव दाटून येते. पण दुसऱ्याच क्षणी सध्या माझ्यासमोर वाढून ठेवलेल्या दिव्याची मला आठवण होते आणि मी निग्रहाने वर जाऊ लागतो. पण तरी, जाताना स्वत:च्या मनाशी, क्लेअरला इथे लवकरात लवकर घेऊन येण्याची खूणगाठ बांधतोच! अखेर, आयुष्यभर तर मी क्लेअरच्या शयनगृहात लपून तिच्याशी चोरट्या प्रेमलीला करू शकत नाही ना?

ह्याच विचारात बुडालो असताना, मी डॅडच्या दाराशी पोचतो.

माझ्याकडच्या चावीने दार उघडत, त्यांना हाक मारतो, "डॅड, घरात आहात का?"

क्षणभराने त्यांचं उत्तर येतं, "चालता हो इथून!"

मी त्याकडे दुर्लक्ष करत, दरवाजा बंद करतो. तसा किमीचा दरवाजासुद्धा बंद झाल्याचा आवाज येतो. घरात शिरतो तोच, मला सडलेल्या अन्नाचा भपका येतो. दिवाणखान्याची अवस्था तर वादळाने थैमान घातल्यावर होते, तशी झालेली असते. सगळीकडे वर्तमानपत्रांची कात्रणं, इतर कागदपत्रं, न उघडलेली पत्रं इत्यादी विखुरलेली दिसतायत. खिडकीवरच्या फुलदाणीत कैक दिवसांपूर्वी मरून पडलेली ग्लॅडिओला आहेत. मॉमच्या पियानोवर धुळीचे थरच्या थर साचलेले आहेत. सगळ्यात आश्चर्याची गोष्ट म्हणजे, मॉम-डॅडने इतक्या निगुतीने जमा केलेल्या फ्रेंच, जर्मन, इटालियन पुस्तकांपैकी एकही पुस्तक दृष्टीस पडत नाहीये! रेकॉर्ड्स आणि सी.डींचा खणही बऱ्यापैकी रिकामा दिसतोय. कपडे, वर्तमानपत्र, अन्न, कचरा... ह्या सगळ्याचे ढीगच्या ढीग पडलेले दिसताहेत घरभर! कहर म्हणजे, बाथरूममध्ये मला व्हिस्की आणि बीयरच्या बाटल्यासुद्धा लोळत पडलेल्या दिसतात.

शेवटी, डॅड मला सापडतात ते स्वयंपाकघराच्या खिडकीशी, शून्यात नजर लावून बसलेले! मी आत गेल्यावर ते माझ्याकडे वळून बघण्याचेसुद्धा कष्ट घेत नाहीत. मी त्यांच्यासमोर जाऊन बसल्यावरही ते माझ्याकडे लक्ष देत नाहीत. पण किमान उठून निघूनही जात नाहीत. माझ्यासाठी तीच जमेची बाजू आहे; कारण त्याचाच अर्थ असा होतो की, ते किमान माझं (बरंचसं एकतर्फी) बोलणं ऐकून घेण्याच्या तरी मन:स्थितीत आहेत.

"डॅड, बरे आहात का?"

काही उत्तर नाही.

"मी आता किमीकडून येतोय. ती म्हणाली, तुमची तब्येत फारशी बरी दिसत नाहीये."

पुन्हा शांतता.

"ती म्हणाली, की तुम्ही कामावरही जात नाही."

“मे महिना आहे.”

“पण बाकीचे सगळे तर युरोप दौऱ्यावर गेलेले आहेत...?”

हे ऐकल्यावर, ते अखेर माझ्याकडे वळून पाहातात आणि म्हणतात, “मी आजारपणाच्या कारणास्तव रजा घेतलीये.” त्यांचा आवाज जितका हट्टी, तितकाच भेदरलेलाही वाटतोय.

“कधीपासून?”

“मार्चपासून.”

“पगारी रजा आहे का?”

त्यावर ते काही बोलत नाहीत.

“नेमकं काय झालंय तुम्हाला? खरंच आजारी आहात का?”

मी हा प्रश्न विचारतो खरा, पण ते उत्तर देणार नाहीत, ह्याबद्दल मला खात्री असते. पण, ते माझा हा होरा हाणून पाडत, माझ्यासमोर आपले सुरकुतलेले हात धरतात. त्या हातांना इतकं कापरं भरलेलं असतं की, जणू त्यांच्या आत भूकंप होत असावेत. डॅडची ती स्थिती पाहून मी मटकन खालीच बसतो. २३ वर्षांच्या उमद्या कारकिर्दीनंतर त्यांनी त्यांच्या दारूच्या व्यसनापायी वादन करण्याची क्षमता घालवून टाकलेली असते.

“डॅड!! अहो काय हे? स्टॅन काय म्हणाला?”

“तो काय म्हणणार? मज्जातंतू पार कामातून गेले आहेत आणि त्यावर काही उपाय नाही.”

मी ह्यावर नि:शब्द होतो. काय बोलावं, कुठल्या शब्दांत त्यांचं सांत्वन करावं, काहीच समजत नसतं. मी तर त्यांना कधीच जवळचा नव्हतो, मॉम गेल्यानंतर त्यांच्या संगीताच्या आधारावर डॅड इथपर्यंत तगले. आता तेही हातातून निसटलं, म्हटल्यावर त्यांना मनातून जाणवणारा एकटेपणा आणि त्यामागचं हृदय पिळवटून टाकणारं दु:ख ह्यांच्या जाणिवेने मला पार हादरवून टाकलंय.

शेवटी, बराच वेळ त्या भयावह शांततेत काढल्यावर मी डॅडना विचारतो, “आता पुढे काय करायचं ठरवलंयत?”

ते काहीच बोलत नाहीत.

“पुढे आयुष्यभर, तुम्ही असंच दारू पीत आपल्या दु:खाला गोंजारत बसणार आहात का?”

पुन्हा शांतता.

“बरं... तुमच्या निवृत्तीवेतनाचं काय? वैद्यकीय भत्त्यांचं काय? इतर भत्त्यांचं काय?”

त्यांचा अबोलपणा मला सांगून जातो की, ते सगळे पैसे कधीच फुंकून

संपले आहेत किंवा कदाचित, त्यांनी ते मिळवण्याचेही कष्ट केलेले नाहीत! बापरे! इतकं सगळं होत असताना, मला समजलं कसं नाही? मी होतो तरी कुठे ह्या सगळ्यात?

"मी तुमचं भाडं भरलं हं."

"ओ?" डॅड गोंधळलेल्या नजरेने माझ्याकडे पाहत विचारतात, "मी भरलं नव्हतं का?"

"नाही, दोन महिन्यांचं भाडं बाकी होतं. किमीला मला सांगतानाही कसंसंच होत होतं. पण तिने अनाहूतपणे का होईना मला सांगितलं ते बरंच झालं. आपल्या समस्यांचं ओझं तिनं का वाहावं, हो की नाही?"

हे ऐकून, "बिच्चाऱ्या किमबाई!!" असं म्हणत डॅड चक्क रडायला लागतात. त्यांच्या गालांवरून घळाघळा ओघळणारे अश्रू पाहून मला त्यांची खरंच दया येते. खूप थकलेत ते आता! वृद्ध झालेत. मला आता त्यांचा राग न येता, कीव येतेय आणि मला आता त्यांच्याबद्दल थोडी जास्तच चिंता वाटू लागली आहे.

शेवटी, पुन्हा शून्यात नजर लावून बसलेल्या डॅडचे थरथरणारे हात हातात घेऊन मी त्यांना बोलतो, "डॅड, माझ्याकडे लक्ष द्या. हे बघा, मला आता तुमच्यासाठी काहीतरी केलंच पाहिजे. मला तुमचे निवृत्तीवेतनाचे कागदपत्र दाखवा. बँकेची खाती बघू द्या... किमीला आणि मला तुमचं घर साफ करू द्या....आणि कृपा करून दारू पिणं जरा बंद करा!"

"नाही!"

"काय नाही? सगळंच, की फक्त दारू पिणं?"

पुन्हा तीच नीरव शांतता!

आता माझा पारा चढायला लागलाय. त्याचा उद्रेक होण्याआधी मी विषय बदलत म्हणतो, "बरं, ते सध्या राहू द्या. मी तुम्हाला सांगितलं का, की मी लग्न करतोय?"

हे ऐकून, ते माझ्याकडे झटकन वळतात.

"कुणाबरोबर? तुझ्याशी कोण मुलगी लग्न करायला तयार होईल?"

त्यांच्या ह्या बोलण्याचा मला फारसा राग येत नाही, कारण मला खात्री असते की ते हे आकसाने नव्हे, तर प्रांजळ कुतूहलाने विचारत असतात. मी माझ्या पाकिटात असलेला क्लेअरचा फोटो काढून त्यांना दाखवत म्हणतो, "ही ती मुलगी! क्लेअर ॲब्शायर नाव आहे तिचं."

केस मोकळे सोडून सकाळचा वारा खात प्रसन्न मुद्रेने उभ्या असलेल्या क्लेअरच्या फोटोला निरखत डॅड अखेर बोलतात, "पोरगी गोड आहे."

माझ्यासाठी त्यांची ही कबुली, आशीर्वादापेक्षा कमी नसते. मी संधी साधून त्यांना विचारतो, ''डॅड, मला क्लेअरला देण्यासाठी मॉमच्या साखरपुड्याच्या आणि लग्नाच्या अंगठ्या द्याल? मॉम आज असती, तर तिला तसं करण्यात खूप आनंद झालं असता.''

''तुला काय माहीत? तुला तर तिचा चेहरासुद्धा धड लक्षात नसेल!''

मला खरं तर ह्या विषयाला तोंड फोडायचं नव्हतं. पण डॅडच्या बोलण्यापुढे नाईलाज होता. म्हणून मी त्यांचा तो गैरसमज दूर करण्याच्या इराद्याने त्यांना ठामपणे सांगतो, ''असं तुम्हाला वाटतं, पण ते चूक आहे. मी मॉमला दररोज बघतो. ती गेल्यापासून मी तिला हज्जारदा बघितलेलं आहे - तुमच्याबरोबर बागेत फिरताना, गाण्याचा रियाझ करताना, खरेदी करताना, मारासोबत टिया कॅफेमध्ये कॉफी पिताना...मी तिला कित्येकदा अंकल ईशबरोबर कामाच्या चर्चांमध्ये असताना बघतो, ज्यूलियड्र्समध्ये बघतो...इतकंच काय, मी तिला कार्यक्रम करतानासुद्धा पाहतो, ऐकतो!''

डॅड माझ्याकडे आ वासून पाहत असल्याचं मला लक्षात आलंय. मी त्यांना खूप मानसिक त्रास देतोय, हेदेखील मला माहिती आहे. पण माझा नाईलाज आहे! मला आता थांबताच येत नाहीये. ''मी तिच्याशी बोललोही आहे. इतकंच काय, एकदा एका भरलेल्या ट्रेनमध्ये मी तिला खेटून उभा होतो - फक्त तिचा स्पर्श अनुभवता यावा म्हणून!''

डॅडच्या डोळ्यांतून आता अश्रूंच्या धारा वहायला लागल्या आहेत. तरीही मी माझं बोलणं चालूच ठेवतो.

''आता तरी समजलं तुम्हाला? काळप्रवास नेहमीच शाप ठरतो असं नाही. माझ्यासाठी तो मॉमच्या बाबतीत तरी वरदानच ठरलाय. मला आयुष्यभर तिची गरज भासत आलेली आहे आणि ह्या वरदानामुळे, मी काही अंशी का होईना, माझी ही गरज पूर्ण करू शकलेलो आहे. तिला इतका वेळ बघितल्यानंतरच मी इतक्या ठामपणे म्हणतोय, की मॉमला क्लेअर अतिशय आवडली असती; तिने आम्हाला आनंदी ठेवण्याचा खूप प्रयत्न केला असता आणि सर्वांत मुख्य म्हणजे, ती गेल्यामुळे तुम्ही ह्या घराचा आणि स्वत:चा करून घेतलेला हा ऱ्हास पाहून ती प्रचंड संतापली असती.''

डॅड हे सगळं ऐकून टेबलाशी बसून रडत बसतात. ते चेहरा झाकण्याचेही कष्ट घेत नाहीत, फक्त आपल्या अश्रूंना वाट मोकळी करून देत राहतात! थोड्या वेळाने माझा राग ओसरल्यावर, मी त्यांना रुमाल आणून देतो. ते निमूटपणे आपला चेहरा पुसतात आणि मला विचारतात, ''तू मला कधी सांगितलं का नाहीस?''

"कशाबद्दल?"

"हेच...तू तिला पाहू शकतोस त्याबद्दल...मला आवडलं असतं तुझं वर्णन ऐकायला."

हं...म्हणे, मी त्यांना का सांगितलं नाही? कारण...कारण, कुठल्याही सामान्य, सूज्ञ बापाला हे कधीतरी लक्षात आलं असतं की, त्यांच्या लग्नाच्या सुरुवातीच्या काळात त्यांना अधूनमधून भेटणारा युवक, हा त्यांचाच मुलगा होता जो एका जगावेगळ्या व्याधीने पछाडलेला होता!...कारण, मला हे सगळं त्यांना सांगायची भीती वाटायची - त्यांना तसंही माझं अस्तित्व इतकं खटकायचं... कारण, मला मनातून का होईना, माझ्या ह्या व्याधीतून मिळालेल्या वरदानामुळे त्यांच्यापेक्षा कुठेतरी श्रेष्ठ असल्याची भावना फार सुखावत होती...बस डॅड बाकी काही नाही; ही आणि अशीच काही क्षुल्लक कारणं होती तुम्हाला न सांगण्यापाठी!

अर्थात हे सगळं मी मनातच बोलतो. उघडपणे, त्यांना इतकंच म्हणतो, "मी तुम्हाला सांगितलं नाही, कारण तुम्हाला वाईट वाटलं असतं..."

"नाही नाही! मला वाईट वाटलं नसतं. उलट मला हे जाणून आनंद झाला असता की, ती आपल्यात नसली तरी, आसमंतात कुठेतरी तिचं अस्तित्व आहे. मी तिला पाहू शकलो नाही तरी काय झालं? ती आहे, हेच माझ्यासाठी पुरेसं असतं!"

"मी तिला जेव्हा कधी बघितलंय, तेव्हा ती मला नेहमी खूशच दिसली."

"हो...कारण ती मरेपर्यंत खूशच होती, आम्ही खूप खूश होतो!"

"हो...तुम्हीसुद्धा आतापेक्षा किती वेगळे होतात. मला नेहमी वाटत आलंय की, तुमच्या त्या रूपाबरोबर जर मी मोठा झालो असतो, तर मी कसा बनलो असतो? आपलं नातं कसं बनलं असतं?"

ह्यावर डॅड काही प्रतिक्रिया न देता आपल्या खोलीत जातात आणि एक लहानसं मखमली पाकीट घेऊन येतात. मग, त्यातली एक छोटीशी डबी काढून, त्या डबीत असलेल्या दोन नाजूक अंगठ्या काढून, आपल्या थरथरत्या हातात घेतात. बराच वेळ अनिमिष नेत्रांनी अंगठ्या निरखत, त्यांच्यावर मायेने हात फिरवून मग हळुवारपणे माझ्या हातावर ठेवतात.

साखरपुड्याची अंगठी पाचूची आहे. दोन्ही अंगठ्या चांदीत बनवलेल्या आहेत. त्यांना आता लवकरात लवकर साफ करून घालायची वेळ आलेली आहे आणि त्यांना घालणारी भाग्यवान मुलगी कोण असेल, हे मला नेमकं ठाऊक आहे!

बर्थ डे

. . . .

रविवार, २४ मे १९९२ (क्लेअर २१ वर्षांची, हेन्री २८ वर्षांचा)

क्लेअर : आज माझा २१ वा वाढदिवस आहे आणि आजची संध्याकाळ माझ्यासाठी सर्वार्थाने अविस्मरणीय ठरणार, असं मला मनापासून वाटतंय. मी हेन्रीच्या घरात, हेन्रीच्या पलंगावर लोळत 'द मूनस्टोन' नावाचं रोमांचक पुस्तक वाचतेय. तर तिथे, हेन्री माझ्यासाठी खास जेवण बनवण्यात मश्गुल आहे. मी त्याचा बाथरोब अंगाभोवती लपेटून अंघोळ करण्यासाठी बाथरूमकडे जात असताना, मला हेन्री मिक्सरशी झटापट करत शिव्या हासडताना दिसतो! मी हसतच बाथरूममध्ये शिरते आणि गरमागरम शॉवरच्या पाण्याने मनसोक्त अंघोळ करते. नंतर धुतलेले केस आरशासमोर वाळवताना माझ्या डोक्यात विचार येतो, की मी माझे हे लांबसडक केस जरा आखूड कापले तर? आवरण्यासाठी लागणारा रोजचा वेळ किती पटीने वाचेल? आणि मला शोभतीलही तसे केस! पण मग, मी माझ्या स्वप्नरंजनाला आळा घालते; कारण मला माहितेय की, हेन्रीचा माझ्या केसांवर पोटच्या मुलाइतका जीव आहे. त्याला मी जितकी एक पूर्ण व्यक्ती म्हणून आवडते, तितकेच त्याला माझे मुक्त केसही आवडतात. त्यामुळे त्याला माझे केस कापलेले बघून हृदयविकाराचा झटकाच बसेल बहुधा!!! आणि अगदी खरं सांगायचं तर मलाही त्यांची खूपच आठवण येत राहील. पण मला माझे केस कितीही आवडत असले, तरी हे तितकंच खरं की, कधीकधी मला ते टोपासारखे काढता-घालता आले असते, तर किती बरं झालं असतं, असं वाटल्यावाचून राहत नाही.

मी माझ्या केसांतून हळुवारपणे कंगवा फिरवू लागते. ओले असताना तर ते

सांभाळायला अजूनच कठीण आणि जड होतात. त्यांचा इतका विचित्र गुंता होतो की, प्रत्येक वेळी विंचरताना मला ब्रह्मदेव आठवतो.

अखेर माझे सगळे सोपस्कार संपवून मी बाहेर येते, तेव्हा हेन्री आपल्या बेसूर आवाजात तन्मयतेने कुठलंसं गाणं गुणगुणत टेबल लावत असतो.

"हेन्री, मी आलेच हं पटकन तयार होऊन!" असं म्हणत मी त्याच्या खोलीत जायला लागते, तसा तो बोलतो, "अगं नको, ये तू इथे! तू आहेस तशी छान दिसतेस! ये..."

पण मी तरीही संकोच करतेय, असं पाहून तो माझ्या जवळ येतो आणि बाथरोब उघडून माझ्या ओलसर स्तनांवरून हात फिरवतो.

"हेन्री!" मी उसासत बोलते, "जेवण गार होईल रे..."

"ते तर गारच आहे!...म्हणजे मी सगळे थंड पदार्थ बनवले आहेत."

"पण तरी आधी जेवू या ना! मला जाम भूक लागली आहे." मला एकाएकी खरंच खूप थकल्यासारखं वाटायला लागतं.

"बरं..." हेन्री मला आपल्या मिठीतून सोडवत काटे-चमचे मांडायला लागतो. मीसुद्धा मग त्याचं होईपर्यंत जमिनीवर इथेतिथे भिरकावलेले कपडे एकेक करून घालू लागते. मग, हेन्री स्वयंपाकघरातून कुठल्याशा फिकट, जाडसर सूपचे दोन बाऊल भरून आणतो, "विशीसॉई सूप आहे हे. माझ्या आजीची पाककृती आहे ही."

मी एक घोट घेऊन पाहते, तर सूप खरंच सुंदर असतं! अगदी मऊसूत, थंड, चविष्ट... मग सॅल्मन विथ लॉन्ग पीसेस ऑफ ॲस्परॅगस इन ऑलिव्ह ऑईल ॲन्ड रोझमेरी मॅरिनेड नावाचा एक पदार्थ घेऊन हेन्री येतो. तोही फारच चवदार झालेला असतो.

मी हेन्रीच्या पाककौशल्याचं कौतुक करण्यासाठी तोंड उघडते, पण नेमकं काहीतरी वेगळंच बाहेर येतं. मी माझ्या नकळत त्याला विचारते, "हेन्री, इतर लोकसुद्धा आपल्या इतक्या प्रमाणात संभोग करत असतील का रे?"

हेन्री त्यावर विचार करून उत्तर देतो, "सगळे नाही, तरी बरीच लोक...नाही, तसंपण नाही. मला वाटतं, फक्त ती लोकं जी एकमेकांना नुकतीच भेटली आहेत आणि अजून त्यांना आपल्या थोर नशिबावर विश्वास बसत नाहीये, तेच असं करत असतील. का गं? तुला आपलं अति होतंय असं वाटतंय का?"

"हं, नक्की नाही सांगता येणार, पण बहुतेक..."

मला स्वत:च्या बोलण्यावर विश्वासच बसत नाहीये! म्हणजे मी... मी असं कसं बोलू शकते? मीच का ती मुलगी जी अठरा वर्षांची होईपर्यंत हेन्रीला तिच्याशी संभोग करण्यासाठी अक्षरश: मिनतवाऱ्या करायची? आता मलाच हे सगळं अति

वाटतंय?

हेन्रीसुद्धा माझ्याकडे अपराधी नजरेने पाहत असतो. मग बोलतो, ''मला असं कधी लक्षातच आलं नाही गं क्लेअर, मला माफ कर.''

त्याचा तो लहान मुलासारखा कोमेजलेला चेहरा पाहून मला हसूच येतं! मग, हेन्रीच्या चेहेऱ्यावरही हसू उमलतं - त्यात थोडा अपराधी भाव शिल्लक असतो, पण डोळ्यांतली हरवलेली चमक पुनश्च आलेली असते.

''काय आहे ना, कधीकधी तर मला बसणंही मुश्किल होऊन जातं...''

''मग त्या वेळी तू स्पष्ट सांगत जा ना, की आज नको; आपण आधीच तेवीस वेळा करून झालेलं आहे... तर आता आपण शांतपणे एखादं पुस्तक वाचत पडू या.''

''आणि तू हे निमूट ऐकून घेऊन थांबू शकशील?''

''मी आत्ता थांबलो, हो की नाही? काही विरोध दर्शवला का?''

''नाही, थांबलास खरा; पण मग मला अपराध्यासारखं वाटत राहील, त्याचं काय?''

ह्यावर हेन्री हसतो आणि बोलतो, ''त्या बाबतीत मी काही करू शकणार नाही बुवा! कदाचित तुझा नकार हा माझ्या आयुष्याचा प्रेरणास्रोत बनेल. मी तुझ्या त्या एका चुंबनासाठी, एका संभोगासाठी, झुरत का होईना, जिवंत राहीन. मग तुला कधीतरी सहा-आठ महिन्यांनी तुझ्या पायाशी मरायला टेकलेल्या ह्या वेड्या प्रेमिकाचा आठव होईल. तो तुझ्या विरहामुळे खरं तर मरायला टेकला असेल पण तरी तोंडातून ब्र काढणार नाही. अगदीच असह्य झालं, तर थोडंफार कण्हून दाखवेल...इतकंच!''

''मजा पुरे झाली रे हेन्री! मला खरंच सांग, तू इतका ताजातवाना राहू शकतोस, तर मग मी इतकी का थकते? माझ्यात काही दोष असेल का?''

हे ऐकून हेन्री हळुवारपणे माझा हात आपल्या हातात घेत बोलतो, ''क्लेअर?''

''काय?''

''कदाचित मी असं म्हणणं शिष्टाचाराला धरून नसेल, पण खरंच सांगायचं, तर तुझी संभोग-क्षमता, मी आतापर्यंत बघितलेल्या सगळ्या मुलींपेक्षा श्रेष्ठ आहे! किंबहुना, त्या सगळ्यांची क्षमता तुझ्यात एकवटून आलीये की काय, असं मला कधीकधी वाटत राहतं. बाकी मुलींनी आतापर्यंत माझे फोनही घ्यायचं नाकारलं असतं, पण तू...तू ती क्रिया माझ्याइतक्याच आवडीने उपभोगतेस. मला तर तुझी कमाल वाटते. पण आजच्यासारखी, जर कधी तुझी इच्छा होत नसेल, तर बिनधास्त सांगत जा. कारण नाहीतरी मी सतत ह्या भीतीत राहणार की, मी माझ्या मागण्यांनी तुला जेरीस तर आणत नाहीये ना?''

“पण संभोगाची योग्य पातळी कुठली? कितीदा संभोग केला की तो योग्य ठरतो?”

“देवा! मला विचारशील तर मी अख्खं आयुष्य बिछान्यात काढण्यासाठी तत्पर असेन. फारतर जेवणखाण करायला, चादरी बदलायला आणि एक वेळ दाढी वगैरे करायला उठून परत कार्याला लागतो, असं जर करता आलं, तर मला तर स्वर्गच सापडल्यासारखं होईल. अर्थात ह्यामध्ये मला रोज धावायला जावंच लागेल आणि हो, एखादा सिनेमा बघणंही गरजेचं राहील. जेणेकरून सततच्या संभोगाने माझं डोकं धरणार नाही.”

“धावण्याची काय गरज? तुला बिछान्यातच इतका व्यायाम मिळेल ना?”

ह्यावर हेन्री आकस्मिकरीत्या गंभीर होत बोलतो, “कारण माझं बरंचसं आयुष्य माझा पाठलाग करत असलेल्या लोकांपासून स्वत:चा बचाव करण्यासाठी धावण्यात जातं. मला त्याची सवय ठेवावीच लागते.”

“ओ!” मी हे ऐकून जरा वरमते; कारण मला माहिती असतं आणि तरीही मी त्याला असला मूर्खासारखा प्रश्न विचारला असतो. “पण हेन्री...” माझा प्रश्न कुठल्या शब्दांत मांडायचा, ह्याचा विचार करत त्याला विचारते, “आपण भेटल्यापासून तू तर मला कधीच कुठे काळप्रवास करताना दिसलेला नाहीयेस. तू खरंच तसं करतोस का?”

“का? नाताळात बघितलंस की तू आणि त्यापूर्वी थँक्स गिव्हिंगच्या वेळेलासुद्धा मी काळप्रवास करत होतो, पण मी तुला तसं सांगितलं नाही. कारण मी जे बघितलं ते फारच नैराश्यजनक होतं. तू त्या वेळी मिशिगनला होतीस, आठवतंय?”

“म्हणजे...म्हणजे तू तो अपघात बघत होतास, हो ना?”

हेन्री माझ्याकडे आश्चर्याने पाहत उद्‌गारतो, “हो! पण तुला कसं समजलं?”

“काही वर्षांपूर्वी तू नाताळाच्या सुमारास मेडोलार्कला आला होतास आणि मला घडल्या प्रकाराबद्दल सांगितलं होतंस. खूप दु:खात होतास तू तेव्हा!”

“हो, हो आता आठवलं मला! त्यातही, मी त्या वेळी मेडोलार्कला आलो तेव्हा इतकी दारू प्यायलो होतो की, मला इस्पितळात न्यायला लागलं होतं. तुझा तो नाताळ पार नासून गेला असेल नाही?”

“नाही, तसं काही नाही. उलट मला तुला पाहून खूप आनंद झाला होता आणि त्यातही तू कधी नव्हे तो मला स्वत:बद्दल काहीतरी महत्त्वाचं सांगत होतास. कुणा व्यक्तीची, गावांची नावं मला न कळू द्यायची काळजी घेत होतास. पण माझ्यासाठी तू इतकं सांगतोयंस हेच खूप होतं. कारण त्या काळात, तू माझ्या मनचा भास नसून खरोखरीच अस्तित्वात असलेला माणूस आहेस, ह्याची खात्री होण्यासाठी माझ्या हाती लागणारा प्रत्येक पुरावा माझ्यासाठी अमूल्य होता! तुला आठवत नसेल

कदाचित, पण ह्याच कारणास्तव मी त्या काळात तुला सतत हात लावत असायचे, तुझ्या अंगाला झोंबत असायचे...'' मी हसत बोलले, ''मला त्या वेळी कधी हे लक्षात आलं नाही की, मी तुझ्यासाठी सगळ्या गोष्टी किती कठीण करून ठेवत होते ते! तूसुद्धा मला कधी तसं जाणवून दिलं नाहीस. आता समजतंय, की वास्तविक तू आतून किती तडफडत असशील.''

''म्हणजे? मला नाही समजलं.''

''सांगते. आधी, घरात काही गोड आहे का ते सांग.''

हेन्री आज्ञाधारकपणे उठून रासबेऱ्यांनी मढलेलं मॅन्गो आईस्क्रीम घेऊन येतो. त्यावर एक गोंडस मेणबत्ती अडकवलेली असते. त्याच्या त्या कल्पनेने मी हुरळून जाते आणि अक्षरशः लहान मुलीसारख्या टाळ्या वाजवते. हेन्री आपल्या बेसुऱ्या आवाजात 'हॅपी बर्थ डे' गातो आणि मी ती मेणबत्ती विझवून आईस्क्रीमवर ताव मारते. खाताखाता, मी हेन्रीला सगळ्यात मोठ्या अडचणीत टाकण्याचा किस्सा कोणता, ह्यावर विचार करू लागते.

''हं, आठवलं. मी सोळा वर्षांची असताना एका रात्री कुरणातच तुझी वाट पाहत बसले होते. अमावस्येची रात्र असल्याने मिट्ट अंधार होता आणि तसंही रात्रीचे अकरा वाजत आले होते. तुझी वाट बघताबघता, मला एकदम तुझा राग येत गेला - की इथे मी सतत तुला माझं कौमार्य देऊ करण्यासाठी तत्पर असते आणि तू मला लहान मुलीसारखा वागवत असतोस. जणू तुला माझं म्हणणं समजतच नसावं असंच वागत असतोस. मग मी सूड घ्यायचा ठरवून, तुझे कपडेच लपवून ठेवले.''

''अरे देवा!!''

''हो. तुला ते मिळणं शक्यच नव्हतं अशा ठिकाणी लपवले...'' खरंतर आता हेन्रीला हे सगळं सांगतानाही मला त्या वेळच्या स्वतःच्या वागण्याची इतकी लाज वाटतेय, की विचारता सोय नाही!

''आणि मग?''

''मग काय? मग तू आलास आणि मी तुला कपडे कुठे आहेत, ह्याचा थांगपत्ताच लागू देईना. शेवटी तू माझ्या चिडवण्याला वैतागून माझ्या अंगावर झेप घेऊन मला जमिनीवर लोळवलंस आणि काही वेळापुरती माझ्या मनाने उचल खाल्ली की, मी ज्याची वाट पाहत होते तो क्षण अखेर आलाच. माझा आनंद गगनात मावेनासा झाला. पण मग, अचानक तुझ्या चेहऱ्यावरचे भाव बदलले आणि तू 'नाही क्लेअर'' असं म्हणून उठून सरळ चालत, शेजारच्या झुडपांमध्ये लुप्त झालास. त्यानंतर तब्बल तीन आठवड्यांनंतर आपली भेट झाली.''

''वा! हे ऐकून मी माझ्याच नजरेत उंचावलो गं क्लेअर!''

''पण मी ह्या सगळ्या प्रकारामुळे इतकी खजील झाले की, पुढची दोन वर्षं

मी निमूटपणे वागायचं ठरवून टाकलं.''

''बापरे! मी इतक्या दृढनिश्चयाने कधीच वागू शकलो नसतो हं!''

''अरे, पण उलट तू तसं केलंस. तू तर माझ्यापेक्षाही निग्रहीपणाने वागलास. इतकं की, आपलं मीलन होईपर्यंत तर मला वाटायला लागलं होतं की तुला मी आकर्षक वाटतच नाही. अर्थात आता मात्र खरंच त्यापैकी थोडातरी निग्रह पुन्हा दाखवण्याची वेळ आलेली आहे हं आपल्या दोघांना!''

''क्लेअर, मला तुझं म्हणणं समजतं अणि पटतंदेखील. मला माहितेय की, आपण ज्या हिशोबाने संभोग करतो, तो नॉर्मल नाहीये. पण मला त्याची गरज आहे - फक्त काळप्रवासापासून वाचण्यासाठी नव्हे, तर...कारण, ते मला एक निराळीच सुखासीन अनुभूती देतं. मला त्यामुळे तुझ्या सर्वार्थाने जवळ असल्याची भावना मिळते. तुझ्याशी असं शारीरिकदृष्ट्या जोडलेलं असणं हे माझ्या बुद्धीलाही तल्लख ठेवायला खूप मदत करतं.'' असं म्हणत, हेन्री एकदम उठतो आणि मला सांगतो, ''एक मिनिट बाहेर चल. तुला काहीतरी दाखवायचंय.'' मी त्याच्यामागे दिवाणखान्यात येते. तो मला सोफ्यावर बसवतो आणि त्याच्या कपाटामधून एक लहानसं मखमली पाकीट बाहेर काढतो. मग, नि:शब्दपणे माझ्याशेजारी येऊन बसतो. मला एकंदरीत परिस्थितीचा अंदाज येतोच. माझं हृदय इतक्या जोराने धडधडायला लागतं की, मला वाटतं ते हेन्रीलाही ऐकू जात असेल. मी ह्या क्षणाची इतकी वर्षं वाट बघितली, पण तो प्रत्यक्षात खरा ठरत असताना, मला का कुणास ठाऊक खूप घाबरल्यासारखं झालंय.

''क्लेअर?''

''काय?'' मी किनऱ्या आवाजात विचारते.

''तुला माहितेय की, मी तुझ्यावर जिवापाड प्रेम करतो. तू माझ्याशी लग्न करशील?''

''हो हेन्री, निश्चितच!'' मी भरल्या आवाजात म्हणते, ''पण अर्थात तुला...तुला माहितेय की, मी खरंतर ते केलेलंच आहे म्हणा!''

रविवार, ३१ मे १९९२ (क्लेअर २० वर्षांची, हेन्री २८ वर्षांचा)

क्लेअर : हेन्री आणि मी त्याच्या वडिलांच्या घराखाली उभे आहोत. खरं तर आम्हाला इथे पोचायला आधीच उशीर झालाय, पण हेन्री वर जायलाच तयार होत नाहीये.

''अरे, इतकी काळजी करू नकोस.'' मी त्याला आश्वस्त करत म्हणते. माझ्या आईवडिलांशी तुझ्या झालेल्या भेटीपेक्षा तरी ही भेट नक्कीच चांगली होईल.''

“प्लीज! तुझे आईवडील माझ्याशी खूपच चांगले वागले हं.”

“पण मॉम किती विक्षिप्त वागली.”

“मग, माझे डॅडसुद्धा तसेच आहेत...” असं म्हणत हेन्री मला एका घरासमोर उभं करत दार ठोठावतो. जरा वेळाने, एक लहान चणीची कोरियन स्त्री दार उघडते. ही नक्कीच किमी असावी. तिने निळ्या रंगाचा रेशमी झगा घातला आहे, ओठांना गडद लाल लिपस्टीक लावलेली आहे आणि तिचे पिकत चाललेले केस, नेटकेपणाने वेणीत बांधून अंबाड्यात वळवलेले आहेत. का कुणास ठाऊक, पण मला तिला पाहून रुथ गॉर्डनची आठवण येतेय. किमी माझ्याजवळ येत, मला निरखत, अखेर तिच्या त्या विशिष्ट कोरियन हेलात उद्‌गारते, “हेन्री!!! अरे, साक्षात कुणी परी लागलीये की तुझ्या हाती!” ह्यावर मी लाजेने चूर होते आणि ते पाहून हेन्री लटक्या रागाने किमीला दरडावतो, “काय हे किमी? पाहुण्यांशी असं वागतात का?”

मग किमीसुद्धा त्याला खूश करण्यासाठी माझ्याकडे वळत म्हणते, “बरं तर मग, हॅलो, मिस क्लेअर ॲब्शायर!”

“हॅलो मिस किम!”

“तुलासुद्धा ह्या शहाण्याने सौजन्याचा पाठ पढवून इथे आणलंय वाटतं? हे बघ, सगळे मला किमी म्हणून ओळखतात, तूसुद्धा मला तेच म्हणायचंस, समजलं?”

ओळखी-पाळखीचा हा कार्यक्रम संपल्यावर आम्ही आत येतो, तर समोरच्या खुर्चीत हेन्रीचे डॅड बसलेले असतात.

ते माझ्याशी काही बोलत नाहीत. फक्त मला निरखत बसतात. हेन्रीचे डॅड त्याच्यासारखे अजिबात दिसत नाहीत. ते उंच उठावदार नाक-डोळे असलेले पण थकलेल्या चेहऱ्याचे गृहस्थ आहेत. त्यांचे करड्या रंगाचे केस बारीक कापलेले आहेत. त्यांचे डोळे खोल, नाक लांब व ओठ पातळ आणि जरासे टोकांना मुडपलेले असे आहेत. पण त्यांच्या बाबतीत माझं सर्वात जास्त लक्ष वेधून घेतात ते त्यांचे सुंदर, लांबसडक हात आणि गुलाबी, निमुळती बोटं! खऱ्या कलाकाराचा हात असतो तो!

हेन्री आपला घसा साफ करून माझी आणि त्यांची ओळख करून देतो. “डॅड, ही क्लेअर ॲब्शायर, क्लेअर, हे माझे डॅड रिचर्ड डी’टॅम्बल.”

हेन्रीचे डॅड माझ्यासमोर आपला एक सुरकुतलेला हात धरतात. मी तो माझ्या हातात घेत बोलते, “तुम्हाला भेटून आनंद झाला मिस्टर डी’टॅम्बल.”

“खरंच? मग मला वाटतं, हेन्रीने तुला माझ्याबद्दल फारसं सांगितलेलं दिसत नाहीये!”

ते आपल्या भारदस्त आवाजात मिश्किलपणे उद्‌गारतात. मला ह्यावर काय

बोलावं, समजतच नाही. मग ते मला ह्या द्विधा मनःस्थितीतून वाचवत म्हणतात, ''चला, एका अर्थी बरंच झालं म्हणायचं... आता मला तुझ्या सकारात्मक दृष्टिकोनाचा फायदा तरी घेता येईल. ये, इथे माझ्याशेजारी. किमी, आम्हाला काही घसा ओला करायला मिळेल का?''

''हो, हो... मी आता सगळ्यांना तेच विचारणार होते... क्लेअर, तुला काय घ्यायला आवडेल? सांग्रीया चालेल? तुलासुद्धा हेन्री? सांग्रीया आवडतं ना? रिचर्ड, तुमच्यासाठी बियर आणून ठेवलीये...''

मला का ते समजत नाही, पण हेन्री आपल्या डॅडकडे एकटक बघत राहतो. थोड्या वेळाने ते बोलतात, ''नको किमी, तुझी हरकत नसेल, तर मी फक्त चहाच घेईन. अर्थात तुला तो बनवायला त्रास पडणार नसेल तर...''

ह्यावर किमी फक्त मंदपणे हसत स्वयंपाकघरात जाते. तसे, हेन्रीचे डॅड माझ्याकडे वळून बोलतात, ''काय आहे ना, मला खूप सर्दी झालीये. ती बरी करायला मी जे औषध घेतलंय, त्याने मला पेंग येतेय. चहा घेतला नाही, तर तुम्ही सगळे गप्पा मारत असताना मी मध्येच कधी झोपून जाईन, माझं मलाच कळणार नाही.''

हेन्री आमचं हे संभाषण ऐकत शांतपणे कोचावर बसलेला असतो. किमीचं घर छान सजवलेलं आहे. कोच, खुर्च्या, टेबलं...अगदी यांत्रिक शेकोटीसुद्धा आहे इथे!

थोडा वेळ, कोणीच काही बोलत नाही. मग मीच काहीतरी बोलायचं, म्हणून एका चित्राकडे निर्देश करत म्हणते, ''खूप सुंदर आहे चित्र!''

हे ऐकून हेन्रीच्या डॅडचा चेहरा आनंदाने फुलून येतो, ''तुला आवडलं ते चित्र? मी आणि ॲनेटने ते १९६२ साली जपानवरून आणलं होतं. वास्तविक ते चायनामधलं चित्र आहे - सतराव्या शतकातल्या एका नावाजलेल्या चित्राची प्रतिकृती आहे ती. पण आम्ही ते क्योतोमध्ये विकत घेतलं. किम दाम्पत्याला ते नक्की आवडेल, हा आमचा होरा अचूक ठरला.''

''क्लेअरला त्यामधल्या कवितेबद्दल सांगा ना डॅड...'' हेन्री मध्येच बोलतो.

''अरे हो, ते तर सांगायलाच विसरलो. त्यामध्ये दू चेनची नावाचं बांबूचं झाड माणसाला किती मोठी शिकवण देतं, ह्यावर एक खूप हृदयस्पर्शी कविता चितारलेली आहे. वाचण्यासारखी आहे अगदी...''

''जरूर! अगदी वाचेन नंतर...'' असं मी बोलत असतानाच, किमी सांग्रीया आणि चहा घेऊन येते आणि आम्ही ते प्यायला बसतो. मी माझ्या सांग्रीयाचा एक घोट घेते, तसं लक्षात येतं की ते फारच उग्र आहे. पण, किमीने ते इतक्या प्रेमाने बनवलेलं आहे म्हटल्यावर, त्याबद्दल काही बोलण्याचा प्रश्नच येत नाही. म्हणून मग मी काही न बोलता ते निमूट पीट बसते.

इतक्यात, किमी मला विचारते, “तुला बागा आवडतात का क्लेअर?”

“हो! माझ्या आईला बागकामाची खूप हौस आहे. त्यामुळे आमच्या घराभोवती सदैव सुंदर फुलांनी बहरलेल्या बागा बघतच मी मोठी झालेली आहे.”

“मग तुला जेवणाआधी घरामागच्या माझ्या बागेत येऊन बहरलेल्या पियोनी बघितल्याच पाहिजेत. तुला खूप आवडतील त्या आणि आमची नदीसुद्धा!”

“मग आत्ताच जाऊ या की!” मी असं म्हटल्यावर किमी उत्साहाने पायऱ्या उतरवून मला घरामागे घेऊन जाते. मला ती नदी आणि फुलं दोन्ही खरोखर खूप आवडतात. मी पियोनींना न्याहाळत असता किमी मला विचारते, “तुमच्या बागेत कुठली फुलं आहेत? गुलाब आहेत का?” किमीने एक लहानशी चायना-गुलाबांची बागसुद्धा तयार केली आहे. त्यावरून तिचं गुलाबप्रेम दिसून येतं.

“हो, गुलाब तर आहेतच, पण मॉमची सगळ्यात लाडकी फुलं म्हणजे आयरिस!”

“अरे वा! ती तर मलाही आवडतात. माझ्याकडे त्यांचीसुद्धा थोडी लागवड आहे...” असं म्हणत किमी मला तिथपर्यंत घेऊन जाते. “खरं तर ह्या वेळी जरा जास्तच आयरिस फुलं आली आहेत. तुझ्या मॉमला थोडी देऊ का यातली?”

आता आली का पंचाईत? मॉमकडे आयरिस फुलांच्या तब्बल २०० प्रकारांची लागवड आहे, हे मी किमीला कसं सांगणार? हेन्री माझी द्विधा मन:स्थिती ओळखून, किमीच्या मागून माझ्याकडे बघत हसत असतो. मग मी शक्कल लढवत किमीला म्हणते, “मी तिला विचारून तुला सांगितलं तर चालेल का? ती तसंही ह्या फुलांची रोपटी वाढवून मैत्रिणींमध्ये वाटत असते. तिला विचारीन की, ह्यातली काही रोपटी तिला कुणाला द्यायची आहेत का? चालेल?”

किमी ह्यावर काही बोलण्याआधीच हेन्रीचे डॅड मला विचारतात, “तुझी आई आयरिसची लागवड करते?”

“हो, ती ट्यूलिप्सचीसुद्धा लागवड करते, पण आयरिस तिचे सगळ्यात लाडके आहेत.”

“ती व्यावसायिक बागकाम करते का?”

“नाही नाही, फक्त आवड म्हणून...तसं तिला मदत करायला एक माळी आणि दोन-चार नोकरसुद्धा दिमतीला असतात.”

“हं... म्हणजे तिची बाग बरीच मोठी दिसतेय...” किमी उद्‍गारते आणि सगळ्यांना जेवणासाठी आत चलायला सांगते.

“मी तुला काही मदत करू का?” मी किमीला विचारते.

“छे गं, आजचा बेत खास तुझ्यासाठी आहे. तू आजची खास पाहुणी आहेस. तू फक्त ताटावर बस. ये इथे, तुझं पान हेन्रीसमोर मांडलंय मी, चालेल ना?” असं

म्हणत किमी मला हाताला धरून माझ्या जागेवर बसवते. बाकी सगळेही आपापल्या जागा घेतात. मग चिनीमातीच्या सुबक भांड्यांमध्ये जेवण घेऊन किमी येते आणि त्यासोबत व्हाईट वाईनची एक बाटलीसुद्धा. मग, ती आमच्या सगळ्यांचे चषक भरायला घेते. डॅडपाशी येते, तेव्हा जरा अडखळते. पण डॅडच तिला 'मला नको' अशी खूण करतात. उलट ते आपला पाण्याचा पेला उंचावत, आनंदाने ओथंबलेल्या चेहऱ्याने मला व हेन्रीला शुभेच्छा देतात. किमीसुद्धा आपला वाईनचा चषक उंचावत तसंच करते. मग आमच्या गप्पा पुन्हा सुरू होतात. किमी मला विचारते, "क्लेअर, हेन्री सांगत होता की तू चित्रकार आहेस? कुठल्या प्रकारची चित्रं काढतेस तू?"

"मी कागदाची चित्रं बनवते. खरं तर त्यांना हस्तकला म्हणणं जास्त योग्य ठरेल."

"अच्छा? मी ह्या प्रकाराबद्दल पहिल्यांदाच ऐकतेय. नवीन दिसतोय... हे ओरिगामीसारखं काही असतं का?"

"अं, नाही तसंच नाही म्हणता येणार..."

मग हेन्री किमीला समजावतो, "अगं, आपण त्या दिवशी आर्ट इन्स्टिट्यूटमध्ये आन्सेल्म कीफर नावाच्या त्या जर्मन कलाकाराचं काम बघितलं ना? ते भलेमोठे कागदी पुतळे नव्हते का बनवले त्याने? क्लेअर तेच बनवते..."

ह्यावर किमी माझ्याकडे गोंधळल्या नजरेने बघत म्हणते, "पण का? म्हणजे... तुझ्यासारख्या सुंदर मुलीने असल्या विद्रूप गोष्टी का बनवाव्या?"

हेन्री किमीचं बोलणं ऐकूण खोखो हसत सुटतो. मग मी त्याच्याकडे रागाने बघतेय, हे जाणवल्यावर, तो किमीला समजावतो, "त्यालाच तर चित्रकला म्हणतात ना किमी! आणि खरं सांगायचं तर क्लेअर ज्या कलाकृती बनवते ना, त्या खरंच सुंदर असतात."

"मी माझ्या कामात बऱ्याचदा फुलांचाही वापर करते. म्हणजे, जर तू मला आता तुझ्याकडची सुकलेली फुलं दिलीस ना, तर मी सध्या बनवत असलेल्या कलाकृतीत त्याचा वापर करीन."

"काय बनवतेयंस तू?"

"गुलाब, रजनीगंधातले तंतू आणि मानवी केस वापरून एक विशाल कावळा बनवतेय!"

"कावळा? तो तर अशुभ मानला जातो!!"

"अशुभ? मला तर कावळा फार शानदार पक्षी वाटतो."

ह्यावर हेन्रीचे डॅड (अगदी हेन्रीच्याच लकबीने) एक भुवई उंचावत टिप्पणी करत बोलतात, "सौंदर्याबद्दलच्या तुझ्या कल्पना जरा निराळ्याच दिसतायंत, नाही?"

इतक्यात किमी उठते. आमच्या सॅलडच्या ताटल्या उचलून आमच्यासमोर ग्रीन बीन्स आणि गरमागरम रोस्ट डक विथ रासबेरी पिंक पेपरकॉर्न सॉस आणून ठेवते.

"कसं झालंय?" किमी उत्साहाने विचारते.

"अप्रतिम!" मी मनापासून दाद देत म्हणते आणि खरंच, सगळा स्वयंपाक अप्रतिम असतो. आता मला समजलं की, हेन्री इतका चांगला स्वयंपाक करायला कुठून शिकलाय ते!

"किमी, खरंच अत्यंत चविष्ट झालाय सगळा स्वयंपाक! वा, मजा आली." हेन्रीचे डॅडसुद्धा तिचं कौतुक करत म्हणतात.

"साखरेचा वापर थोडा कमी केलायंस का किमी?" हेन्री विचारतो.

"हो, पण तरी शिजलंय ना नीट?"

"हो हो..."

इतक्यात मी वाईनचा चषक घ्यायला हात पुढे करते, तसे हेन्रीचे डॅड माझ्या हाताकडे पाहत मृदू आवाजात म्हणतात, "खरंच, छान दिसतेय हं ॲनेटची अंगठी तुला!"

"डॅड, ती अंगठीच इतकी सुंदर आहे ना, की ती कुणाच्याही हातात छानच दिसली असती. मला ती देऊ केल्याबद्दल तुमचे मनापासून आभार!"

"त्या अंगठीमागे आणि त्यासोबतच्या लग्नाच्या अंगठीमागेसुद्धा बराच इतिहास आहे, बरं का क्लेअर! त्या, १८२३ साली जीन नावाच्या माझ्या खापर-खापर पणजीसाठी बनवल्या गेल्या होत्या. १९२० साली य्वेट नावाच्या माझ्या आजीसोबत त्या अमेरिकेत आल्या आणि १९६९ मध्ये ॲनेट वारल्यापासून त्या माझ्या कपाटात भकासपणे पडून होत्या, बरं झालं! तुझ्या निमित्ताने त्या परत तिथून बाहेर तरी पडू शकल्या."

हे ऐकून मी त्या अंगठीला मनापासून निरखायला लागते. माझ्या मनात सतत हाच विचार येत असतो की मरता क्षणी हेन्रीच्या आईच्या हातात हीच अंगठी होती का आणि मला माहितेय, हेन्रीच्या मनातही तोच विचार चालला असेल.

मग मी हेन्रीच्या डॅडना एकदम विचारते, "मला ॲनेटबद्दल काही सांगू शकाल, प्लीज?"

ते आपला काटा-चमचा खाली ठेवून माझ्याकडे रोखून पाहत बोलतात, "हेन्रीने तुला काहीतरी सांगितलं असेलच की!"

"थोडंसंच... आणि आमच्या घरी त्यांच्या गाण्यांच्या बऱ्याच तबकड्याही होत्या. मी त्यांचीच गाणी ऐकत मोठी झाले असं म्हणायला हरकत नाही. आमच्या घरचे सगळेच त्यांच्या आवाजाचे चाहते होते!"

हे ऐकून हेन्रीच्या डॅडच्या चेहऱ्यावर प्रेमळ स्मित उमलून येतं, "म्हणजे मग,

हे तर तुला माहितीच आहे की तिचा आवाज अक्षरश: स्वर्गीय म्हणावा असा होता. एकदम सच्चा, स्पष्ट, सुरेल...काय फेक होती तिच्या आवाजाची! आहाहा! तिच्या संगीतातून तिचा आत्मा दिसायला लागायचा. तिचं गाणं ऐकून मला माझं आयुष्य सर्वार्थाने समृद्ध झाल्यासारखं वाटायचं. ॲनेट खूप भावूक व्यक्तिमत्त्वाची होती. त्यामुळे तिला गाण्याच्या बोलांपलीकडे जाऊन त्याच्या अंतरात्म्यात डोकावता यायचं. तिच्या गाण्याने ती ऐकणाऱ्यांच्या हृदयाच्या तारा अशा काही छेडायची की गाण्यात न जाणवणारे भावही जागृत व्हायचे. म्हणूनच, ती गेल्यानंतर माझ्यातली संवेदनशीलताही संपून गेली, असं म्हणायला हरकत नाही.''

असं बोलून ते थबकतात. मला त्यांच्याकडे बघण्याची हिंमत होत नाही, म्हणून मी हेन्रीकडे पाहते. तर तो आपल्या डॅडकडे इतक्या व्याकूळ नजरेने पाहत असतो, की मला भडभडून येतं.

हेन्रीचे डॅड मात्र स्वत:ला लगेच सावरत, हेन्रीकडे न बघता म्हणतात, ''पण तू मला ॲनेटबद्दल विचारलेलंस, नाही का? मी माझ्याबद्दल बोलत राहिलो. ॲनेट एक अत्यंत चांगली कलाकार आणि त्याहीपेक्षा श्रेष्ठ व्यक्ती होती. असं रसायन फार कमी वेळा तयार होतं. तिला लोकांना खूश करण्याची दैवी देणगी होती, कारण तिला स्वत:ला आनंदी राहण्याची देणगी होती. मी तिला आयुष्यात फक्त दोनदा रडताना बघितलं - एकदा, मी तिला ही अंगठी घातली त्या वेळी, आणि दुसऱ्यांदा हेन्रीचा जन्म झाला त्या वेळी!''

मी डॅडच्या ह्या बोलण्याने भारावून गेलेली असते. कसाबसा माझा आवाज शोधत मी त्यांना म्हणते, ''तुम्ही खरंच खूप भाग्यवान होता!''

त्यावर ते आपला चेहरा आपल्या ओंजळीत लपवत म्हणतात, ''म्हटलं तर होतो, म्हटलं तर नव्हतोही! एका क्षणी आमच्याकडे आयुष्यातलं प्रत्येक वरदान होतं आणि दुसऱ्याच क्षणी सगळ्याचा निचरा झाला. तिचं शरीर बेवारशासारखं त्या थंड महामार्गावर विखरून पडलं होतं!!''

''पण तुम्हाला असं नाही वाटत की, निर्जीवपणे आयुष्य रेटण्यापेक्षा काही क्षणाचं का होईना, भरभरून जीवन जगणं हे केव्हाही चांगलं असतं? मग ते भले तुमच्याकडून हिसकावलं जावो, त्या आठवणी तर तुमच्यासोबतच राहतात ना?''

हेन्रीचे डॅड, चेहऱ्यावरचे आपले हात काढत माझ्याकडे बघत विचारतात, ''मी त्याबद्दल नेहमी विचार करत आलेलो आहे. तुम्हाला असंच वाटतं? तुझाही ह्याच धारणेवर विश्वास आहे?''

मला एकदम माझ्या बालपणीची आठवण होते - जेव्हा मी तासन्तास हेन्रीची वाट बघत कुरणात बसून रहायचे आणि तो जेव्हा कैक दिवसांनी, महिन्यांनी प्रकट व्हायचा, तेव्हाचा माझा आनंद त्या सगळ्या त्रासाला क्षणार्धात पुसून टाकायचा.

मला त्या वेळेची आठवण होते, जेव्हा मी हेन्रीला पूर्ण दोन वर्षांसाठी बघितलेलं नव्हतं आणि अकस्मात तो मला दिसला, न्यूबेरी ग्रंथालयात उभा असलेला! त्या वेळचा माझा आनंद तर हृदयाचा बांध तोडून बाहेर येईल की काय, इतक्या तीव्रतेचा होता! मला ते सगळे प्रसंग आठवतात, जेव्हा मी हेन्रीला स्पर्श करू शकते, तो कुठे आहे हे सांगू शकते, तो फक्त माझ्यावर प्रेम करतो, ह्याबद्दल ठाम राहू शकते, हे समजल्यावर मला गगनात मावणार नाही इतका आनंद होतो.

ते सगळं आठवून मी हेन्रीकडे पाहत हळुवारपणे म्हणते, ''हो, माझा त्या धारणेवर पूर्ण विश्वास आहे.''

हेन्रीचे डॅड माझं उत्तर ऐकून बोलतात, ''हेन्रीची निवड उत्तम आहे! पण मला कधीचा एक प्रश्न पडलाय क्लेअर...हेन्री कुणाच्याही आयुष्याला स्थैर्य, शांती देण्यासाठी अजिबात सक्षम नाहीये. खरंतर, स्पष्टच सांगायचं, तर त्या बाबतीत तो त्याच्या आईच्या अगदी उलट आहे - बेभरवशाचा, चंचल आणि फक्त स्वत:चा विचार करणारा. असं असताना क्लेअर, मला सांग तुझ्यासारख्या सर्वार्थाने उत्कृष्ट असलेल्या मुलीने, लग्न करण्यासाठी ह्या मुलाची निवड का करावी?''

खोलीत नि:स्तब्ध शांतता पसरते - जणू त्यातल्या सगळ्या वस्तू श्वास रोखून आमच्याकडे पाहू लागल्यात, असा भास होऊ लागतो. हेन्री तर गोठल्यासारखाच झालेला असतो. शेवटी, मी हेन्रीच्या डॅडकडे झुकत, कुठलंसं मिश्किल गुपित सांगत असल्याच्या आविर्भावात कुजबुजते, ''कारण तो उत्कृष्ट शय्यासोबती आहे!!'' ह्यावर किमीचं स्वयंपाकघर हास्याच्या कारंज्यांनी फुलून निघतं. हेन्री आधी लाजून चूर होतो, पण जसं त्याचे डॅड त्याच्याकडे बघून हसतात, तसा तोही दिलखुलासपणे हसू लागतो.

असंच हसत-खेळत आमची जेवणं संपतात. मग किमी, कॉफी आणि तिची खासियत असलेले ॲल्मण्ड टॉर्टे घेऊन येते. त्याचा फडशा पाडल्यावर, ती मला हेन्रीचे बालपणीचे, शाळेतले वगैरे फोटो दाखवते. हेन्री खरं तिच्या ह्या प्रदर्शनामुळे बराच अवघडल्यासारखा झालेला असतो, पण किमी त्याच्याकडे मुळीच लक्ष देत नाही. मग, ती आपला मोर्चा माझ्याकडे वळवत; माझ्या घराबद्दल, घरच्यांबद्दल चौकशी करू लागते. माझ्या घराला किती खोल्या आहेत हे कळल्यावर, शीळ घालत हेन्रीला लटक्या रागाने विचारते, ''काय रे मित्रा? तू मला सांगितलं नाहीस की, तुझी मैत्रीण सुंदरच नाही, तर खूप श्रीमंतही आहे!'' ह्यावर हेन्री अक्षरश: शरमेने जीव द्यायच्या तयारीत दिसतो.

शेवटी आम्ही एकदाचे घरी जायला निघतो. मी किमीचे, आमच्यासाठी इतकं चविष्ट जेवण बनवल्याबद्दल आभार मानते आणि हेन्रीच्या वडीलांना ''गुडनाईट मिस्टर डी टॅम्बल, तुम्हाला भेटून खरंच खूप आनंद झाला'', असं अभिवादन करते.

''मलाही तुला भेटून खूप बरं वाटलं क्लेअर; आणि तू मला रिचर्ड म्हटलेलं मला जास्त आवडेल.''

''थँक्यू...रिचर्ड!'' असं म्हणत मी जेव्हा त्यांनी पुढे केलेल्या हातात आपला हात देते, तेव्हा मला क्षणभरासाठी ते तसे दिसतात, जसे ते काही दशकांपूर्वी ॲनेटला दिसले असतील! पण मग ते हेन्रीकडे बघून मान डोलावून आणि किमीचे आभार मानत आपल्या घराकडे जायला वळतात, तसा तो क्षण विरून जातो आणि आम्हीसुद्धा त्यांच्यापाठोपाठ बाहेर पडतो. असं वाटतं, जणू आम्हाला आत जाऊन कैक शतकं लोटली असावीत.

''बापरे! काय झालं तरी काय आज? हे सगळं माझ्या स्वप्नात तर नाही ना घडलं?'' हेन्री बाहेर आल्यावर सुटकेचा नि:श्वास टाकत उद्‌गारतो.

''मी नीट वागले ना हेन्री?'' मी त्याला चाचरत विचारते.

''नीट? तू उत्कृष्ट वागलीस! ते तुझ्या चक्क प्रेमात पडलेत!''

आमच्या आनंदाला पारावर उरलेला नाहीये. दोन्हीकडच्या मोठ्यांचे आशीर्वाद मिळाल्यामुळे आम्ही आज इतके खूश आहोत की, तो आनंद शब्दांत सांगताच येणार नाही!

त्याच आनंदाच्या भरात आम्ही हातात हात घालून रस्त्यावर हसत-खिदळत धावायला लागतो. एके ठिकाणी दोन झोपाळे लावलेले दिसतात. त्याकडे धावत जाऊन बसत उंच उंच झोके घेऊ लागतो. प्रत्येक वाढणाऱ्या झोक्याने आमच्या मनातला विश्वास द्विगुणित होत राहतो की, आता ह्यापुढे आमच्या आयुष्यातली दु:खं संपली. ह्यापुढे आमच्यापैकी कुणी उदास होणार नाही, दूर जाणार नाही, काळाच्या पडद्याआड लुप्त होणार नाही...थोडक्यात आमच्या ह्या परिपूर्णतेला आता कुठल्याही प्रकारचं गालबोट लागणार नाही!!

बुधवार, १० जून, १९९२ (क्लेअर २० वर्षांची)

क्लेअर : मी कॅफे पेरेगोलिसी नावाच्या एका टिनपाट (पण उत्कृष्ट कॉफी असणाऱ्या) कॅफेमध्ये बसलेले आहे. खरं तर इथे बसून मी इतिहासाच्या तासासाठी 'ॲलीस इन वंडरलँड' वर प्रकल्प तयार करण्यासाठी, टिप्पण्या काढत असायला हवं; पण आज माझं लक्षच लागत नाहीये. त्या प्रकल्पापेक्षा मला बाहेरच्या हॅल्स्टेड स्ट्रीटवर फिरणारी लोकंच अधिक लक्षवेधी का वाटतायंत, देव जाणे! मी खरं तर घरापासून लांबच्या कॅफेवर आलेय, जेणेकरून मला कुणी ओळखीची व्यक्ती भेटून गप्पा मारत वेळ खात बसणार नाही आणि मला माझं काम शांतचित्ताने करता येईल. पण त्याचा फारसा उपयोग होतोय, असं वाटत नाहीये.

हेन्री आज घरी नव्हता आणि कामावरसुद्धा गेला नाही. तो कुठे असेल, ह्याची चिंता न करण्याचा आटोकाट प्रयत्न मी करत आहे. म्हणजे, मला चिंता करण्याची गरजच काय? हेन्री सज्ञान आहे, स्वत:ची काळजी घ्यायला सक्षम आहे... मला तो कुठे असेल, ह्याची माहिती नाही ह्याचा अर्थ असा नाही की, तो कुठल्या समस्येतच असेल. कदाचित तो माझ्याबरोबरही असू शकतो.

इतक्यात मला जाणवतं, की कुणीतरी कॅफेच्या बाहेर रस्त्यावर उभं राहून माझ्याकडे बघत हात हलवत आहे. बघते तर, त्या रात्री ॲरागॉनला इंग्रिडसोबत असलेली ती कृष्णवर्णीय मुलगी! सीलिया! मी शिष्टाचार म्हणून तिच्या अभिवादनाला प्रतिक्रिया देते, तर ती सरळ कॅफेत येऊन माझ्यासमोरच बसते.

"हाय क्लेअर!" ती तिच्या मऊसूत, मलाईदार, आकर्षक अशा आवाजात मिठ्ठासपणे बोलते.

"हॅलो सीलिया", मी शक्य तितक्या अलिप्तपणे म्हणते.

"तुझा साखरपुडा झाला असं ऐकलं...!"

उत्तरादाखल मी तिला माझ्या डाव्या हाताच्या बोटावर असलेली अंगठी दाखवते.

इतक्यात आम्हाला काय खायला हवंय हे विचारण्यासाठी वेटर तिथे येतो. सीलिया मला न विचारता टर्कीश कॉफीची मागणी करते. मग, माझ्याकडे वळत तिचं ते ठेवणीतलं लबाड स्मित करते.

तिचा हा सगळा शहाणपणा सुरू असेपर्यंत मी सीलियाला निरखत असते. तिचे दात पांढरेशुभ्र, जराचे लांबुडके आणि वेडेवाकडे आहेत. तिचे डोळे टप्पोरे आहेत, पण अर्ध्यापेक्षा जास्त मुडपलेल्या तिच्या पापण्यांमुळे ते सतत बंदच असल्यासारखे वाटतात आणि त्यामुळे ती सतत पेंगुळल्यासारखी दिसते! एरव्ही घट्ट वेण्यांमध्ये बांधलेले केस आज अंबाड्यात बांधलेले आहेत आणि त्यात कहर म्हणजे, तिने त्यात तिच्या गुलाबी रंगाच्या झग्याशी मेळ साधता यावा म्हणून की काय, भडक गुलाबी रंगाच्या चॉपस्टिक्ससारख्या काड्या रोवलेल्या आहेत! शी!!!

"क्लेअर, तुला एक सांगू?" माझी समाधीअवस्था भंग करत सीलिया विचारते,

"काय?"

"तू एकतर खूप शूर आहेस नाहीतर खूप मूर्ख तरी!"

"बरेच लोक मला हेच सांगतात!"

"मग, आतापर्यंत तू त्यातनं काहीतरी संदेश घ्यायला पाहिजे होतास ना?" माझ्याकडे अर्थपूर्णरीत्या भुवया उंचावत, सीलिया विचारते.

त्यावर मी काही न बोलता, सीलियाकडे गोड स्मित फेकत माझी कॉफी पीत बसते.

"हेन्री आत्ता, ह्या क्षणी कुठे आहे, हे तुला माहितेय?" ती आपलं घोडं दामटत मला लबाड आवाजात विचारते.

"नाही. इंग्रिड ह्या क्षणी कुठे आहे हे तुला माहितेय?"

"हो!" सीलिया ठामपणे उत्तर देते. "ती माझ्यासाठी बर्लिनमध्ये वाट पाहत बसलेली आहे." मग तिच्या हातावरच्या घड्याळाकडे कटाक्ष टाकत बोलते, खरं तर, मला उशीरच झालाय तिथे पोचायला, निघायला हवं..." असं म्हणत, पुन्हा आपले वेडेवाकडे दात दाखवत स्मित करत, सीलिया निघण्याच्या तयारीला लागत मला सांगते, "तसं, तुझ्या माहितीसाठी, हेन्री ह्या क्षणी अंगावर एकही कपडा न घालता ब्रॉडवेवर धावतो आहे आणि काही पोरं त्याच्या मागे लागलेली आहेत!"

अरे देवा!!

इतक्यात वेटर सीलियाची कॉफी घेऊन येतो. मी त्याला माझा कपसुद्धा पुन्हा भरण्याची विनंती करते आणि मग त्यात एक चमचाभर साखर ढवळते. सीलिया तिच्या काळ्याभिन्न, कडू टर्कीश कॉफीत निगोड प्रतीची डेमिताज साखर मिसळते. मग माझ्याकडे उत्तराच्या अपेक्षेने रोखून पाहायला लागते.

अलिप्तपणाची परिसीमा गाठत मी निष्काळजीपणे उद्गारते, "हो का?" मला हेन्रीची कितीही काळजी वाटत असली, तरी ती सीलियाला दाखवण्यापेक्षा मी आत्महत्या करणं पसंत करीन.

"तुला फारशी काळजी वाटलेली दिसत नाहीये... मी तुझ्या जागी असते, तर मी चिंतेने वेडीपिशी झाली असते."

"हं... पण कसं आहे ना सीलिया, हेन्री इतर सर्वसामान्य मुलांसारखा नाहाये मुळी!"

ह्यावर सीलिया हसायला लागते आणि म्हणते, "ते मात्र एकदम कबूल हं क्लेअर!"

म्हणजे? म्हणजे? तिला असं किती माहितेय हेन्रीबद्दल? आणि इंग्रिडला? तिला तरी किती माहितेय? माझे हे विचार सुरू असताना, सीलिया चमचमणाऱ्या डोळ्यांनी माझ्याकडे पाहत असते. मग तिला अगदी न शोभणारे भोळसट भाव चेहऱ्यावर आणत मला विचारते, "तू त्याच्याशी खरंच लग्न करणार आहेस क्लेअर?"

हे ऐकून, क्षणभर माझ्या डोक्यात इतकी तिडीक जाते की, मी बोलून जाते, "तुला विश्वास बसत नसेल, तर मला हेन्रीशी लग्न करताना बघायलाच ये ना! तुला आत्ताच आमंत्रण देते!"

ह्यावर सीलिया मान हलवत त्याच भोळसट भावाने बोलते, "मी? नाही गं बाई! तुला माहितेय ना हेन्रीला मी किती नकोशी असते ते! त्याला मी मुळीच

आवडत नाही.''

"आणि तूसुद्धा त्याची फार मोठी चाहती आहेस, असं वाटत नाही!'' मी फट्‌दिशी बोलते.

सीलिया रुंद स्मित करत उत्तरते, "आधी नव्हते, पण आता आहे. त्याने इंग्रिडला कचऱ्यासारखं आपल्या आयुष्यातून बाजूला काढलं आणि मी त्याची फळं भोगतेय.'' असं बोलून ती आपल्या घड्याळाकडे पाहत उद्‌गारते, "चला फारच उशीर झालाय! इंग्रिड माझी वाट पाहत असेल.'' मग एकदम, माझ्याकडे बघत म्हणते, "तू का नाही येत माझ्यासोबत?''

"नको नको...तू जा.''

"अगं चल गं...तुझी आणि इंग्रिडची ओळख असलेली बरी. अखेर, तुमच्या दोघींत किती साम्य आहे. चल, छान मुलींमुलींची पार्टी करू या!''

"कुठे, बर्लिनमध्ये?'' मी डोळे विस्फारत विचारते.

त्यावर सीलिया माझ्या बुद्धीची कीव केल्यागत हसते आणि म्हणते, "हो! पण शहर नव्हे, बार! ते एका मस्त बारचं नाव आहे.'' तिचं हास्य खरं तर माझी टर उडवणारं असतं, पण का कुणास ठाऊक, मला ते फार मोहक वाटतं. तिने हसतच रहावं, असं वाटत राहतं...

पण मग, मी माझे हे वेडे विचार झटकून सीलियाला ठामपणे सांगते, "नको, मला तसं करणं फार क्रूरपणाचं वाटतंय आणि तसाही, मला वेळ नाहीये. मला माझं काम संपवायचंय.''

"काय आहे काय हे?...थांब, सांगू नकोस, मी ओळखते! शाळेचा गृहपाठ आहे ना? बघू, तुझ्या सीलिया ताईला दाखव बरं काय आहे ते. नाहीतर ते जाऊ दे. मला सांग, तुला मद्यसेवन करण्याचा परवाना तरी मिळालाय का?''

"हो!!'' मी मोठ्ठं स्मित करत म्हणते, "आत्ताच तीन आठवड्यांपूर्वी मिळालाय.''

"मग तर तुला आलंच पाहिजे हं क्लेअर! लायब्ररी बॉयसोबत प्रपंचाला लागण्याआधी, तू थोडी तरी मजा करायलाच हवी ना? कारण एकदा का संसाराला लागलीस की घरकाम, मग ओघाने येणारे लहानगे लायब्ररी बॉईज ॲण्ड गर्ल्स ह्या सगळ्यांमध्ये तू इतकी अडकून जाशील की, मान वर करायला वेळ मिळणार नाही!''

"पण सीलिया...''

"आता पण नाही नि बीण नाही!'' असं म्हणत सीलिया माझी वह्या-पुस्तकं झटपट आवरत कॅफेच्या बाहेर पडते. मी तिच्या पाठी धावत बोलते, "सीलिया, थांब! ती पुस्तकं खूप महत्त्वाची आहेत. ती घेऊन जाऊ नकोस...''

"नाही!! तू येण्याचं कबूल करेपर्यंत मी तुला ती परत देणार नाही.''

"हे बघ, मला यायला काही हरकत नाहीये, पण इंग्रिडलाच ते आवडणार नाही. खरं सांगायचं तर, मलाही इंग्रिडला पाहण्याची हौस नाहीये."

"असं काही नाही. तिला उलट तुझ्याबद्दल उत्सुकता लागून राहिली आहे." आम्ही ही वादावादी करतकरत बेल्मॉन्टच्या दिशेला आत वळत, टॅटू पार्लर, भारतीय हॉटेलं, चामड्याच्या वस्तूंची दुकानं इत्यादी पार करत बर्लिनला पोचतोसुद्धा. बाहेरून तरी बर्लिनचं स्वरूप फारसं काही रोमहर्षक वाटत नाहीये. पण आता इलाज नसतो. मी सीलियाच्या पाठोपाठ, दारावरच्या माणसाकडून हातावर शिक्का मारून घेत आत शिरते.

आत गेल्यावर, आतल्या अंधाराशी जरा मैत्री झाल्यावर मला लक्षात येतं की तो बार पूर्णपणे केवळ मुलींनी भरलेला आहे. बऱ्याचशा मुली, एका फिरत्या रंगमंचावर लालभडक, अत्यंत तोकड्या कपड्यात नाचणाऱ्या एका मदनिकेचं जोमदार नर्तन पाहत धम्माल करत आहेत. लेडीज नाईट दिसतेय बहुधा.

सीलिया मला जवळजवळ ओढतच, एका टेबलापाशी कसलंसं निळं पेय पीत बसलेल्या इंग्रिडकडे खेचत नेते. इंग्रिडचं माझ्याकडे लक्ष जातं, तेव्हा तिच्या चेहेऱ्यावर पसरलेल्या भावावरून लक्षात येतं की, मला पाहून तिला फारसा आनंद झालेला नाहीये. सीलिया मला शेजारच्या खुर्चीत बसायचा निर्देश करते, पण मी उभं राहणंच पसंत करते.

"हाय बेबी! कशी आहेस?" सीलिया इंग्रिडला नाटकीपणाने विचारते, पण इंग्रिड तिला तसंच प्रत्युत्तर देण्याची तसदी घेत नाही. उलट, करवादत म्हणते, "तुला वेड लागलंय की काय? हिला इथे का आणलंस?"

आता दोघी माझ्याकडे दुर्लक्ष करत, आपसात वादावादी करू लागतात. सीलिया अजूनही माझ्या पुस्तकांवरचा आपला विळखा कायम ठेवून आहे.

"ठीक आहे गं इंग्रिड!..." सीलिया इंग्रिडला शांत करण्याच्या प्रयत्नात म्हणते, "ती तशी चांगली आहे. आपल्याला वाटलेलं तेवढी कपटी वगैरे नाहीये." सीलियाचा आवाज आता जरा दिलगिरीचा वाटू लागला आहे, पण एका बाजूला ती इंग्रिडचं अवघडलेपण बघून सुखावलेलीसुद्धा दिसतेय.

इंग्रिड आता मोर्चा माझ्याकडे वळवत गुरगुरते, "हिने लाख तुला इथे आणलं, पण तू का आलीस?" तिच्या त्या संतापलेल्या आविर्भावात ती मला एखाद्या भुतासारखी दिसायला लागते. मी चटकन, सीलियाच्या हातातून माझी पुस्तकं सोडवून घेत, "मला हिने इथे जबरदस्तीने आणलं. मला यायची हौस नव्हती काही!" असं म्हणत सटकायला बघते. पण इतक्यात, इंग्रिड शिताफीने माझा हात धरते.

"थांब, एक मिनिट थांब!" इंग्रिड माझा डावा हात जोरात स्वत:कडे खेचत

किंचाळते, "तुझा साखरपुडा झाला?" तेव्हा माझ्या लक्षात येतं की, ती हेन्रीने दिलेल्या अंगठीकडे पाहत असते.

मी काहीच बोलत नाही. ते पाहून इंग्रिड सीलियाकडे वळत दबक्या पण काळीज कापणाऱ्या आवाजात विचारते, "तुला हे माहिती होतं ना? म्हणूनच तू हिला इथे घेऊन आलीस ना? माझ्या जखमेवर मीठ चोळण्यासाठी? नालायक कुठली!" सीलिया ह्यावर थोडा वेळ काहीच बोतल नाही. फक्त खजिलपणे मान खाली घालून बसते. मग, इंग्रिडचा राग शांत झालाय, असा अदमास घेऊन चाचरायला लागते. "तू समजतेस तसं नाहीये..."

पण तिचं वाक्य पूर्ण होण्याआधीच इंग्रिड गरजून बोलते, "हरामखोर निघालीस तू सीलिया!!" मग, माझ्या अगदी जवळ येत बोलते, "तू हेन्रीला माझा एक निरोप देशील? त्याला सांग, की तू तुझ्या ह्या पापासाठी नरकात जाशील. माझे तळतळाट आहेत तुला! आणि मी तुला लवकरच तिथे छळायला येईनच!" असं म्हणत ती पाय आपटत बाहेर पडते.

मी जरा वेळाने भानावर आल्यावर माझी पुस्तकं आवरायला लागते, तेव्हा सीलिया आपला चेहरा हाताच्या ओंजळीत धरून नि:शब्द बसलेली असते.

पण मी जायला निघते, तशी मला अडवत बोलते, "थांब क्लेअर!"

मी थांबते.

"सॉरी क्लेअर, मला माफ कर."

मी त्यावर काही न बोलता, खांदे उडवत दरवाज्याकडे जायला लागते. थोडं दूर गेल्यावर मागे वळून पाहते, तर सीलिया इंग्रिडचं निळं पेय पीत, शून्यात नजर लावून बसलेली असते.

मी झरझर पावलं उचलत माझ्या गाडीकडे येते. भरधाव गाडी हाकत घरी येते आणि कपडे-बिपडे न बदलता, पलंगावर कोसळत हेन्रीला त्याच्या घरी फोन लावते, पण फोन फक्त वाजत राहतो; उचलला जात नाही. ह्याचाच अर्थ, तो घरी नाहीये. मग मी शेवटी कंटाळून दिवे मालवते पण रात्रभर टक्क जागी राहते!

बेटर लिव्हिंग थ्रू केमिस्ट्री

. . . .

रविवार, ५ सप्टेंबर, १९९३ (क्लेअर २२ वर्षांची, हेन्री ३० वर्षांचा)

क्लेअर : हेन्री 'फिजीशियन्स डेस्क रेफरन्स' ह्या पुस्तकाची पानं उलटतोय. म्हणजे नक्कीच काहीतरी गडबड आहे.

"तुला औषधांचा इतका नाद आहे हे मला माहिती नव्हतं."

"मला औषधांचा नाद नाहीये. फक्त मद्याचा आहे."

"छे! तुला कोण अट्टल मद्यपी म्हणेल?"

"का नाही? तेवढी दारू तर पितोच की मी!"

तो बसलेल्या सोफ्यावर रेलत, माझे पाय त्याच्या मांडीवर ठेवत मी बोलते, "मला नाही वाटत तू इतका पितोस."

"तू माझं आधीचं पिणं बघितलेलं नाहीस म्हणून असं बोलतेयंस. मी स्वत:ला अगदी संपवण्याच्या सीमेला पोचलो, तेव्हा जरा कमी केली आणि तसंही डॅडचं उदाहरण होतंच की समोर..."

"बरं, ते जाऊ दे. मला सांग, तू काय शोधतोयंस त्या पुस्तकात?"

"लग्नाच्या वेळी काही औषध घेता येईल का ते बघतोय. चारशे लोकांसमोर तुला मंचावर एकटं सोडून मध्येच गायब झालो, तर पंचाईत व्हायची!"

मी ते दृश्य डोळ्यांसमोर येताच दचकतेच. "नाही नाही, चांगलं करतोयंस काय करतोयंस ते!..." मग जराशाने, मी हेन्रीला सुचवते, "ए हेन्री, त्यापेक्षा आपण पळून जाऊन लग्न केलं तर?"

तो माझ्याकडे हसऱ्या मुद्रेने बघत म्हणतो, "उत्तम कल्पना आहे! तसंच

करू या!''

''आहाहा! म्हणे तसंच करू या! माझे आईवडील मला फाडून खातील.''

''काहीतरीच काय?''

''तू नीट लक्ष देत नाहीयेस. म्हणून तुला समजत नाहीये. हे त्यांच्यासाठी एक दिमाखदार नाटक आहे. माझ्या डॅडना त्यांच्या उच्चभ्रू वकीलमित्रांचा ऐटीत पाहुणचार करून त्यांच्यासमोर आपली शान मिरवण्याची एक नामी संधी आहे. आपण जर ह्या टप्प्यापर्यंत येऊन पळून वगैरे गेलो ना, तर ते आपल्या जागी भाडोत्री कलाकार आणून उभे करायलाही कमी करणार नाहीत. पण अशी संधी सोडण्याचा मूर्खपणा करणार नाहीत.''

''मग एक काम करू या...कायद्याने लग्न तरी करून ठेवू या. उद्या काही विचित्र घडलंच, तर किमान आपलं लग्न तर लागलेलं असेल.''

''अं...कल्पना तशी वाईट नाहीये... पण मला तसं करणं पटत नाहीये हेन्री. खोटंच बोलल्यासारखं होईल ना ते? त्यापेक्षा जर प्रत्यक्ष लग्नात काही वावगं घडलंच, तर हा पर्याय आपण निवडू.''

''बरं, चालेल!''

''अच्छा मला सांग, तुला कुठलं औषध सापडतंय का?''

''हो. माझ्या मते रिस्पर्डाल नावाचं हे औषध खूप योग्य आहे, पण १९९४ पर्यंत ते बाजारात येणार नाहीये. म्हणून मग क्लोझारिल किंवा हाल्दोल घ्यावं असं म्हणतोय.''

''वा! ही तर कुठल्याशा श्रीमंती खोकल्याच्या औषधांची नावं वाटतात.'' मी हसत बोलते.

''नाही, ती वास्तविक बऱ्याच वरच्या पातळीला पोचलेल्या मानसिक रोगांवरची औषधं आहेत.''

''हेन्री! तू मानसिक रुग्ण नाहीयेस रे!''

ह्यावर हेन्री माझ्याकडे बघून मानसिक रुग्णासारखे चेहरे करत बोलतो, ''कसं आहे ना, की वर्तमानकाळातल्या मानसोपचार तज्ज्ञांच्या दृष्टीने मी स्क्रिझोफ्रेनियाची शिकार आहे. त्यांच्या लेखी, मला जे मी काळप्रवास करत असल्याचे भास होतात, ते ह्याच रोगाने ग्रासल्यामुळे होतात. क्लोझारिल, हाल्दोल इत्यादी औषधं मेंदूतले डोपामाईन रेसेप्टर्समध्ये अडथळा निर्माण करून स्किझोफ्रेनियाचे झटके कमी करतात.''

''ह्या औषधांचे दुष्परिणाम कोणते?''

''डिस्टोनिया, आकाथीसिया, मध्यम तीव्रतेचं पार्किन्सन्स, त्यामुळे होणारा निद्रानाश, स्नायूंची आखड, थरथर, चेहऱ्यावरचे भाव लुप्त होणं....त्याशिवाय टायदाईव्ह डिस्कायनीसिया आणि अग्रॅन्यूलोसायटॅसिस अर्थात पांढऱ्या रक्तपेशी

तयार करण्याचं शरीराचं तंत्र बंद पडणं, हेही होऊ शकतं. भरीसभर, त्यामुळे लैंगिक क्षमताही खूप खालावते आणि सतत गुंगी आल्यासारखंच वाटत राहतं...''

''तू खरंच ही औषधं घेण्याचा विचार करत नाहीयेस ना?'' मी हेन्रीची यादी ऐकून घाबरून विचारते.

''अगं, तसं मी पूर्वी हाल्दोल घेतलेलं आहे आणि थोराझाईनसुद्धा.''

''आणि...कसं वाटलेलं तुला ते घेऊन?''

''भयंकर!! कित्येक तासांसाठी माझ्या सगळ्या जाणिवाच बधीर होऊन गेल्या होत्या.''

''बाकी कुठली औषधं नाहीयेत का?''

''तशी आहेत. व्हेलियम, लिब्रियम, झॅनॅक्स.''

''हा! झॅनॅक्स आणि व्हेलियम मॉम घेते खरी.''

''हो, ल्यूसीलसाठी ते हवंच म्हणा!'' असं म्हणत हेन्री मला वेडावून दाखवतो आणि मग म्हणतो, ''चल सरक जरा.'' मग, आम्ही सोफ्यावर एकमेकांना बिलगून गप्पा मारायला लागतो.

''तू काहीच घेऊ नकोस.''

''का?''

''तू आजारी वगैरे नाहीयेस ना? मग कशाला उगीच?''

हेन्री माझ्या बोलण्यावर दिलखुलास हसत बोलतो, ''मला तू ह्याच कारणास्तव सगळ्यात जास्त आवडतेस. तुला माझ्यात कुठले दोषच दिसत नाहीत.'' असं म्हणत तो आपल्या शर्टाची बटणं उघडून, त्याच्या छातीवर माझा हात ठेवतो. पण मी काहीच प्रतिक्रिया देत नाही, हे बघून विचारतो, ''आता काय झालं?''

''तू स्वत:बद्दल नेहमी असं का बोलतोस, हे मला समजतंच नाही. तू सतत स्वत:बद्दल वाईटच बोलत असतोस. असं करणं चांगलं नाही. तू खूप चांगला आहेस. कधीतरी हे मान्य करून स्वत:बद्दल काहीतरी चांगलंही बोलत जा की.'' मी फुरंगटून बोलते.

हेन्री मला जवळ ओढत बोलतो, ''तुला वाटतो तितका मी चांगला नाहीये, पण तसा होण्याचा मी नक्की प्रयत्न करीन, ठीक आहे?''

''तू तसं केलं नाहीस, तर गाठ माझ्याशी आहे!'' मी गमतीने म्हणते.

''इतकं नक्कीच सांगू शकतो की, मी तुझ्याशी नेहमीच चांगलं वागत राहीन क्लेअर.''

थोड्या वेळाने हेन्री मला विचारतो, ''तुला कधी असं वाटतं का गं, की मी म्हणजे देवाने तुझ्याशी केलेली मोठी चेष्टा आहे म्हणून?''

''नाही, मला फक्त ह्याचीच चिंता लागून राहिलेली असते की, कधीतरी तू

गायब होशील आणि परत येणारच नाहीस! तसंच, पुढे घडणाऱ्या काही गोष्टींबद्दलही माझी चिंता चालू असते. पण मला सदैव हा विश्वास असतो की, आपण नेहमीच एकत्र राहणार!''.

''तुझा विश्वास किती परिपूर्ण आणि अबाधित आहे ना?''

''निश्चितच!''

हे ऐकून हेन्री मला एका कवितेच्या काही सुंदर ओळी ऐकवतो : नॉर टाइम, नॉर प्लेस, नॉर चान्स, नॉर डेथ कॅन बाव/ माय लीस्ट डिझायर्स अंटू द लीस्ट रिमूव्ह!!

सोमवार, ६ सप्टेंबर, १९९३ (हेन्री ३० वर्षांचा)

हेन्री : मी हम्बोल्ट पार्कमधल्या एका लहानशा घराच्या ओसरीवर बसलेलो आहे. सोमवार सकाळचे १० वाजलेले आहेत. बेनच्या परतण्याची वाट बघत मी इथे बसलेलो आहे. खरं तर मला हा परिसर फारसा आवडत नाही आणि बेनच्या दाराशी असं बसणंही मला तसं अस्वस्थच करतंय. पण तो अत्यंत वक्तशीर मनुष्य असल्यामुळे मी इथे त्याची वाट बघत थांबणं सहन करतोय.

मी वेळ काढण्यासाठी म्हणून रस्त्यावरची रहदारी निरखत बसलो असताना जोरात 'लायब्ररी बॉय' अशी हाक ऐकू येते. बघतो, तर माझी शंका खरी ठरते - गोमेझच असतो. गोमेझ मला नको त्या वेळी भेटण्यातच देवाची काय लीला आहे, हे मला आजतागायत समजलेलं नाहीये. तो मला नेहमी तेव्हाच भेटतो, जेव्हा मी कुठल्यातरी अनैतिक, गैर व्यवहारात पडणार असतो. बेन येण्यापूर्वी ह्याला इथून कटवायला हवं, असा विचार करत सूट घातलेल्या आणि वकिलाचं ठरावीक दप्तर हलवत माझ्या दिशेने येणाऱ्या गोमेझकडे पाहत मी हात हलवतो.

''काय मित्रा, इथे काय करतोयंस?'' गोमेझ त्याच्या नेहमीच्या फसफसत्या उत्साहाने विचारतो.

''एका मित्राची वाट पाहत बसलोय. किती वाजलेत?''

''१०.१५; आणि आज ६ सप्टेंबर, सोमवार आहे.'' तो विचारपूर्वक सांगतो.

''ते मला माहितेय गोमेझ, पण तरी इतका विचार केल्याबद्दल आभार. तू अशिलाला भेटायला चाललायंस वाटतं?''

''हो रे. कोण असेल अशील? एक दहा वर्षांची मुलगी! तिच्या आईच्या मित्राने तिला जबरदस्तीने ड्रॅनो प्यायला घातलं. मला ना, खरंच कधीकधी माणसांचा वीट येतो.''

''हो ना, आजच्या कलियुगात देवांपेक्षा दानवच अधिक भेटणार म्हणा!''

"बरं, ते जाऊ देत. तुझा नाश्ता झालाय?'' गोमेझ मला विचारतो.

"हो, मी नाश्ता करून आलो, कारण मला इथे ह्या मित्राची वाट पाहावी लागणार, हे माहिती होतं.''

"ह्या परिसरात तुझा कोणी मित्र राहतो, हे ऐकून मला नवलच वाटतं हं हेन्री. इथले बहुतेक रहिवासी वकिलांचे खजिने भरण्याच्या कामावर नेमणूक झालेले आहेत.''

"नाही नाही, तो माझा महाविद्यालयापासूनच मित्र आहे.... बघ आलाच तो!'' बेन त्याची ६२ सालची मर्सिडीज ऐटीत चालवत घरापर्यंत येतो, तसा गोमेझ गाडीकडे बघून शीळ घालतो. त्याला हे काय माहीत, की बेनची गाडी वरून जितकी सुंदर दिसते, तितकीच आतून डब्बा आहे!

"सॉरी, मला उशीर झाला!'' बेन आमच्याकडे लांब ढांगा टाकत येत उद्गारतो. "एकाच्या घरी जावं लागलं अचानक.''

हे ऐकून गोमेझ माझ्याकडे प्रश्नार्थक नजरेने पाहतो, पण मी त्याच्याकडे दुर्लक्ष करत बेनला त्याची ओळख करून देत म्हणतो,"बेन, हा माझा मित्र गोमेझ आणि गोमेझ, हा माझा जुना मित्र बेन....''. ओळख करून दिल्यावर, "गोमेझ, तुला आज थांबता आलं असतं, तर बरं वाटलं असतं, पण कामं सगळ्यात महत्त्वाची...'' असं बोलून मी सराईतपणे गोमेझला कटवायला लागतो.

"नाही, मला तसा वेळ आहे...'' गोमेझ आपलं घोडं दामटवायला लागतो, पण बेन वेळीच परिस्थिती आपल्या हातात घेत बोलतो, "गोमेझ, तुला भेटून खूप आनंद झाला, पण आपण पुन्हा कधीतरी निवांत भेटू या का? आज जरा गडबड आहे...'' हे म्हणताना, बेन ज्या प्रकारे आपल्या गाडीच्या किल्ल्या बोटांत फिरवतो, ते पाहून मला धडकीच भरते. आम्ही दोघे गोमेझच्या निघण्याची वाट पाहायला लागतो.

नशिबाने गोमेझला बेनचा इशारा लक्षात येतो. "बरं तर मग, मी निघतो...''

"मी तुला दुपारी फोन करीन...'' मी गोमेझला दिलगीर स्वरात सांगतो, पण तो माझ्याकडे वळूनही न बघता ताडताड चालायला लागतो. तो गेल्यावर, बेन आणि मी एकमेकांकडे बघून सुटकेचा निःश्वास टाकतो आणि बेन मला आपल्या घरात घेतो. मला बेनचं घर फोडण्याची बरेचदा इच्छा झालेली आहे - कारण त्याने आपल्या दरवाजाला विविध प्रकारची कुलपं आणि इतर सुरक्षेची यंत्रं बसवलेली आहेत. तो सगळा जामानिमा मला बराच आव्हानात्मक वाटतो.

आत जाताच मला शिजलेल्या कोबीसारखा कसलातरी कुबट वास येतो. त्याने माझी उत्सुकता चाळवते, कारण बेन स्वयंपाक वगैरे करण्याच्या भानगडीत पडणारा माणूस नव्हे. आम्ही मागच्या जिन्याने वरच्या मजल्यावरच्या बेनच्या शयनगृहात

शिरतो. अर्थात, आता त्या शयनगृहाचं रूपांतर प्रयोगशाळेत झालेलं दिसतंय. बेन आपल्या हातातली बॅग खाली ठेवत, कॉफी बनवायला घेतो. मला खरं तर अपेक्षा असते - किंबहुना इच्छा असते - की बेन, सिनेमात दाखवतात, त्याप्रमाणे रहस्यमय चेहऱ्याने लागलीच काहीतरी प्रयोग करायला लागेल.... पण तसं काही होत नाही. मग मी, त्याची कॉफी बनवून होईपर्यंत, खुर्चीवर बसून शांतपणे बेनची वाट बघत बसतो.

बेनचं रूप त्याच्या कामाशी अगदी विसंगत आहे. तो खरं तर अगदी आदर्श ग्रंथपाल शोभेल, अशा व्यक्तिमत्त्वाचा आहे. मी त्याला महाविद्यालयात असताना भेटलो, हेसुद्धा खरं आहे. पण मी माझं एम.एल.एस.चं शिक्षण पूर्ण करून नोकरीला लागलो, तर बेनने शिक्षण अर्धवटच सोडून दिलं.

गेल्या वेळेपेक्षा बेन जरा जास्तच अशक्त वाटतोय. त्याचे केसही बरेच विरळ झालेत. बेनला एड्स आहे, आणि त्यामुळेच मी त्याला प्रत्येक वेळेस भेटतो, तेव्हा बारकाईने त्याचं निरीक्षण करत असतो - कारण देव जाणे, तो पुढच्या वेळेस कोणत्या अवस्थेत दिसेल?

"चांगला दिसतोयंस", मी त्याला थाप मारत म्हणतो.

"एझेडटी, व्हिटॅमिन्स, योगा– सगळ्यांचा नुसता मारा सुरू आहे....त्यामुळे असेल कदाचित. ते जाऊ देत, मी तुझ्यासाठी काय करू शकतो?"

"मी लग्न करतोय!"

"अरे वा! अभिनंदन!" बेन आश्चर्याने आणि तितक्याच आनंदाने उद्गारतो. "ती भाग्यवान मुलगी आहे तरी कोण?"

"क्लेअर. तू भेटलायंस तिला... लांबसडक लाल केसांची?"

"हो हो... पण...तिला माहितेय का? तुझ्याबद्दल?" बेन गंभीर स्वरात विचारतो.

"हो."

"मग ठीक आहे." बेन अशा स्वरात बोलतो, जणू मला विचारत असावा की, ते सगळं ठीक आहे, पण मग पुढे तिचं कसं होणार?

मी त्याकडे दुर्लक्ष करत त्याला सांगू लागतो "तिच्या आईवडिलांनी मिशिगनमध्ये आमच्या लग्नासाठी शानदार सोहळा आयोजित केलाय. चर्च, पार्टी, यॉट क्लबला भलामोठा स्वागतसमारंभ..."

बेन ऐकता ऐकता माझ्या हातात वाफाळत्या कॉफीने भरलेला मग देतो. मी त्यात साखर घालून घेतो, पण बेनच्या कॉफीची खासियत असलेली कडवट चव तशीच कायम राहाते. मला खरंतर इतकी कडू कॉफी आवडत नाही, पण ह्या वातावरणात ती चांगली लागते.

"तर....मला त्या समारंभामधून गायब न होण्यासाठी काहीतरी औषध हवंय. त्या सगळ्या बडेजावाचा माझ्या मनावर ताण पडणार हे निश्चित, पण त्या तणावाची शिकार न बनता, तिथे टिकून राहाण्यासाठी मला काही देऊ शकलास तर बरं होईल. मला त्या दिवशी माझ्या डोपामाईन रिसेप्टर्सना कसंही करून माझ्या ताब्यात ठेवायचंच आहे."

"अच्छा!" बेन माझी समस्या समजून घेत उद्गारतो. "काय हवंय तुला? नाव्हान, हाल्दोल, थोराझाईन, सेरेंतील, मेल्लारील, स्टेलाझाईन...?"

"त्यापेक्षा मला हे बनवून दिलंस तर फार बरं होईल." मी बेनला, माझ्या शर्टाच्या खिशातून एक कागद काढून देत म्हणतो.

बेन आपले अशक्त डोळे त्या कागदावर फिरवत वाचू लागतो "३-(२-(४-९६-फ्लूरो-१,२-बेनिझीसोक्साझोल-३- वायएल)....कलॉईडल सिलीकॉन-डायऑक्साईड, हायड्रॉक्सिप्रोपाईल, मिथाईलसेल्यूलोज...प्रॉपिलीन ग्लायकॉल...?!" मग माझ्याकडे गोंधळलेल्या नजरेने बघत विचारतो, "काय आहे काय हे?"

"रिस्पेरिडॉन नावाचं नवं रसायन आहे. त्याला बाजारात रिस्पर्डाल ह्या नावाने विकलं जाणार आहे. पण त्याला अजून वेळ आहे - ते १९९४ नंतर बाजारात उपलब्ध होईल. पण मला ते आता हवंय."

"तुला हे मिळालं तरी कुठे?"

"'फिजीशियन्स डेस्क रेफरन्स' या पुस्तकात."

"कोण बनवतंय हे औषध?"

"जान्सेन नावाची एक कंपनी आहे."

"हेन्री, तुला माहितेय की, तुला ही औषधं फारशी सहन होत नाहीत. हं, आता हे नवीन औषध कुठल्या निराळ्या पद्धतीने काम करत असलं, तर वेगळी गोष्ट आहे...."

"त्याच्या निर्माणकर्त्यांनाच अजून माहिती नाहीये की, ते कसं काम करतं! सिलेक्टिव्ह मोनोॲमिनर्जीक ॲन्टोगोनिस्ट वगैरे काहीतरी लिहिलेलं त्या पुस्तकात."

"म्हणजे ह्या जुन्या औषधांसारखंच दिसतंय जवळपास...ते हाल्दोलपेक्षा चांगलं असेल, ह्याबद्दल तुला खात्री आहे?"

मी त्यावर हलकं स्मित करत कबूल करतो "मला माहिती नाही, पण मी एक अंदाज लावलाय! तू हे बनवू शकतोस का, इतकंच सांग!"

"हो....बनवू शकतो", बेन अडखळत बोलतो.

"किती वेळात बनवशील? त्याला अंगात भिनून काम करू लागायला वेळ तर लागणारच ना?"

"मी आकडेमोड करून कळवीन तुला. लग्न केव्हा आहे?"

"२३ ऑक्टोबरला."

"बरं. किती प्रमाणात हवंय?"

"१ मिलिग्रॅमपासून चालू करून, वाटलं तर नंतर वाढवत जाऊ या."

बेन उठून, आपल्या किडकिडीत अंगाला आळोखेपिळोखे देत म्हणतो "हेन्री, पुन्हा एकदा विचार करून बघ. तुला तर हेसुद्धा नीट माहिती नाहीये की, डोपामाईनच तुझ्या समस्येचं मूळ आहे की अजून काही?"

खरंतर बेन नेहमी निरनिराळी आव्हानं स्वीकारायला तत्पर असतो - कुणी न बनवलेली औषधं बनवायला तर तो अक्षरश: तडफडत असतो. मग आजच तो इतका दबकून का बोलतोय, देवच जाणे!

"बेन, अरे असं काय करतोयंस? तू माझे स्कॅन्स बघितलेत ना?"

"हो, हो, पण मला असं म्हणायचंय, की जे आहे ते स्वीकारून निमूट का बसत नाहीयेस तू? तुला काय माहीत, तुझ्या आजारापेक्षा तुझा हा इलाज अधिक भारी पडला तर? तर काय करशील?"

आता मला जरा बेनच्या भित्रेपणाचा रागच यायला लागलाय. तरी माझा राग काबूत ठेवत, मी त्याला समजावणीच्या सुरात विचारतो "बेन, समज, मी आता एक टाळी वाजवून तुला १९८६ सालात ॲलेनच्या शयनगृहात नेऊन पोचवलं, तर तू काय करशील?"

"मी त्या हरामखोराचा खून करीन." बेन ओरडतो.

"नाही, तू तसं नाही करू शकणार, कारण तू त्या वेळी तसं केलं नाहीस." हे ऐकून बेन आपले डोळे मिटून हताशपणे मान डोलवत राहातो, तो अस्वस्थ झालाय, हे मला समजतंय, तरी मी बोलत राहातो "तू काहीच बदलू शकत नाहीस - तुझं आजारपण, त्याचं आजारपण....आता मला सांग, तुला जर त्याचं मरण पुन्हा पुन्हा पाहावं लागलं तर? कसं वाटेल तुला?" हे ऐकून, बेन माझ्याकडे न पाहता, डोक्याला हात लावून बसतो.

"काळप्रवास हा जास्तकरून असाच असतो बेन. कधीकधी मजा येते, पण बहुतांशी वेळेला त्यात चोरी करावी लागते, आपला जीव वाचवण्यासाठी ऊर फुटेपर्यंत धावत राहावं लागतं...कसंही करून...."

"जिवंत राहावं लागतं, हो ना?" बेन माझं वाक्य अचूक पूर्ण करत म्हणतो. "देवा! मी तुझ्या बोलण्यात का अडकतो ना, हेच समजत नाही मला."

"माझ्या सुंदर रूपाला भुलून?" बेनचा मूड जरा सुधारल्याच्या आनंदात मी त्याला मिश्किलपणे सुचवतो.

"पाहत राहा, स्वप्न पाहत राहा! त्याला तर पैसे नाही पडत!...ए, मला तुझ्या लग्नाचं आमंत्रण आहे की नाही?"

त्याचा हा प्रश्न ऐकून मी दचकतोच. मला कधी असं जाणवलंच नाही, की बेनला माझ्या लग्नाला येण्यात रस असेल. ‘‘हो, हो का नाही? तू येशील? खरंच?’’

‘‘का नाही? मयतांपेक्षा लग्नं कधीही जास्त सुसह्य असतात ना?’’ बेन दात विचकत बोलतो.

‘‘उत्तम! बरं झालं आधीच सांगितलंस ते! चर्चमध्ये येणाऱ्या माझ्या पाहुण्यांची यादी भरतच आलेली नाहीतरी. तू माझा...आठवा पाहुणा असल्याचा बहुमान पटकावलेला आहेस. अभिनंदन!’’

हे ऐकून बेन दिलखुलास हसत बोलतो ‘‘तुझ्या सगळ्या जुन्या मैत्रिणींना बोलाव ना!’’

‘‘काहीतरीच काय? माझ्या लग्नाच्या दिवशी माझा खून झालेला बघायचाय का तुला?’’

‘‘हं, ती एक अडचण आहेच म्हणा!’’ असं म्हणत बेन त्याच्या खणामधून कॅप्स्यूल्सने भरलेली एक मोठी बाटली काढत, त्यातल्या तीन गोळ्या माझ्या हातावर ठेवतो.

‘‘काय आहे हे?’’

‘‘तुझ्यातल्या एंडॉर्फिन्सना जरा ताळ्यावर आणण्यासाठी आणि नैराश्याला आळा घालण्यासाठी....’’ बेनचं रटाळ भाषण ऐकण्यात मला एकाएकी गम्य वाटेना, म्हणून तो बोलत असतानाच त्या गोळ्या पटकन मी तोंडात टाकतो. तसा बेन माझ्यावर जोरात खेकसतो ‘‘हेन्री! मूर्ख कुठला! त्यात मॉरफाईन आहे प्रचंड झोप येईल तुला. किती निष्काळजीपणे औषधं घेतोस रे तू?’’

‘‘मला झोप आणणारी औषधं आवडतात.’’

‘‘ते दिसतंच आहे. पण असं समजू नकोस, की मी तुला ह्याच्या बाटल्यांवर बाटल्या रिचवू देईन. मला फक्त सांग की लग्नापुरतं हे चालेल का? जर ते नवं औषध निकामी ठरलंच तर....त्यांचा परिणाम चार तासांपुरताच राहातो, त्यामुळे तुला दोन डोस लागतील. हे घे...पण मजेसाठी उगाच खात बसू नकोस...’’ बेन मला तंबी देतो आणि मी त्याला नव्या गोळ्यांसाठीचे पैसे देऊन जायला निघतो. जिना उतरताना मला माझ्या शरीरात कसलासा भन्नाट उत्साह दौडून गेल्याची जाणीव होते. बेनने त्या गोळ्यांमध्ये जे काही टाकलंय, ते अफलातून आहे, असं मनाशी म्हणत मी त्याच्या घराबाहेर पडतो, तो गोमेझवर आदळतच!!

‘‘घरी सोडू?’’

मला त्याच्या काळजीने भडभडून येत. कदाचित त्याच्या ह्या कृतीपाठी कुतूहलही असेल, पण ते महत्त्वाचं नाही. तो माझ्यासाठी इथे येऊन थांबलाय, हे महत्त्वाचं

आहे. आम्ही त्याच्या शेव्हरॉले नोवा गाडीकडे चालत जातो आणि लागलीच निघतो.

थोडा वेळ कोणीच काही बोलत नाही. गोमेझ गाडीतला रेडियो सुरू करतो आणि आम्ही चार्ल्स मिन्गसच्या स्वरामध्ये लुप्त होतो. मला त्या गोळ्यांमुळे गाडीच्या सीटवर चढून नाचावंसं वाटतं आहे, पण तसं करणं अर्थातच शक्य नाही.

मला आता जास्त वेळ गप्प राहाणं खूपच कठीण जातंय. मी बाहेरून झपाझप मागे पडत जाणाऱ्या बर्गर किंग, पिझ्झा हट, पेड्रोज टायर आऊटलेट इत्यादी दुकानांकडे बघत वेळ काढू पाहातो; पण त्याचाही उपयोग होत नाही.

मी आता वैतागून ओरडण्याचंच बाकी असतो इतक्यात नशिबाने, गोमेझ अखेर बोलतो "हेन्री? मला खरं सांग...."

"काय?"

"तू नक्की काय घेतोयंस?"

"मलापण ते नक्की काय आहे, हे माहीत नाही. प्रायोगिक पातळीवर आहे ते अजून."

"पण का? स्वत:शी असं खेळण्याची गरज काय?"

"प्रश्न चांगला आहे. पण त्याचं उत्तर मलाच अजून सापडलेल नाहीये. सापडलं, की सगळ्यात आधी तुलाच येऊन सांगीन."

मग आमचा पुढचा सगळा प्रवास पुन्हा नि:शब्दपणे होतो. मात्र, गोमेझने क्लेअर आणि शॅरीसच्या घरासमोर गाडी थांबवल्यावर, मी त्याच्याकडे गोंधळून पाहात विचारतो–

"इथे का आणलंस?"

"तुला आज सोबतीची गरज आहे, हेन्री", तो माझ्याकडे पाहत मृदू आवाजात म्हणतो आणि मी त्याच्याशी सहमत होत त्याच्याकडे कृतज्ञतेने पाहातो. आम्ही जिना चढून वर जातो आणि दार ठोठावतो. क्लेअरच दार उघडते. मला पाहून तिच्या डोळ्यांत आनंद आणि आश्चर्याचे संमिश्र भाव दाटून येतात आणि ती मला प्रेमाने आत घेते.

क्लेअर : मी हेन्रीला कसंबसं समजावून माझ्या खोलीत झोपायला धाडलंय आणि आता गोमेझसोबत दिवाणखान्यात पीनटबटर-किवी जेली सॅण्डवीच खात आणि चहा पीत बसलेले आहे.

"काहीतरी स्वयंपाक करायला शीक गं क्लेअर!" गोमेझ मला लटक्या व्याकुळतेने विनवतो. तशी मी त्याच्याकडे गोड स्मित फेकत "एक ना एक दिवस नक्की शिकेन! आणि अगदी साग्रसंगीत स्वयंपाक करून पहिले तुलाच जेवायला

बोलवीन, मग तर झालं?'' असं त्याला (खोटं) वचन देते. मग, माझ्या चहामध्ये साखर ढवळत गोमेझला म्हणते ''त्याला घेऊन आल्याबद्दल तुझे किती आणि कसे आभार मानू, तेच समजत नाहीये गोमेझ.''

''सोड गं! तू आमची सगळ्यांची लहानशी मनीमाऊ आहेस की नाही? मग तुझ्यासाठी इतकंसुद्धा नाही करू शकत का?'' असं म्हणत गोमेझ सिगारेट शिलगावतो. मला खरंतर जेवताना सिगारेट ओढणाऱ्या लोकांबद्दल संताप आहे, पण गोमेझला ह्या क्षणी हटकणं उचित वाटत नाही.

तो दोन-चार झुरके घेऊन, पुन्हा माझ्याकडे वळत विचारतो ''मग? काय प्रकार आहे सगळा? त्या माणसाकडे जाणारे लोक बहुतेक एड्स किंवा कर्करोगाचे रुग्ण असतात.''

''तू बेनला ओळखतोस?'' मी जवळजवळ किंचाळते. गोमेझ जणू पृथ्वीतलावरच्या प्रत्येक माणसाला ओळखतो, असं दिसतंय.''

''नाही. मी बेनला ओळखत नाही, पण मला बेनच्या कामाबद्दल माहितेय. माझी आई जेव्हा कर्करोगाची शिकार बनली, तेव्हा ती केमोथेरपी घ्यायला त्याच्याचकडे जायची.''

''अच्छा,'' असं उद्‌गारत, मी गोमेझला कितपत सांगावं, ह्याचा विचार करू लागते.

''त्या बेनने आज हेन्रीला जे काही दिलंय, त्याने तो बराच उतावळा झाल्यासारखा वाटत होता.''

''आम्ही हेन्रीसाठी असं काही औषध शोधतोय, ज्यामुळे तो किमान लग्न समारंभापुरता तरी वर्तमानात राहू शकेल. तो मध्येच गायब झाला, तर माझी काय फजिती होईल, हे तुला वेगळं सांगायची गरज नाही.''

''हं....'' असं म्हणत गोमेझ शांत होतो. मग एकदम मला विचारतो ''तू हे का करते आहेस, क्लेअर?''

''काय करतेय?

''सगळंच! हेन्रीला साथ देणं, त्याच्या गुन्ह्यांवर पांघरूण घालणं.... त्याच्याशी लग्न करणं....''

इतक्यात, हेन्री मला आतून हाक मारतो, तशी मी जायला उठते. तर, गोमेझ माझा हात पकडून, मला थांबवू पाहातो. ''क्लेअर, प्लीज नको जाऊस...''

''गोमेझ!? मला गेलंच पाहिजे! मला समजून घे!'' मी असं ठामपणे म्हटल्यावर, गोमेझ क्षणभर माझ्याकडे रोखून पाहातो आणि मग हरल्याच्या आविर्भावात माझा हात सोडून देतो. तशी मी धावतच खोलीत शिरत, दरवाजा बंद करून, तृप्त चेहऱ्याने गादीवर लोळणाऱ्या हेन्रीशेजारी जाऊन झोपते.

“कसं वाटतंय तुला, हेन्री?”

“नंदनवनात असल्यासारखं!! तुला यायचंय माझ्या सोबत?”

“नाही.”

“बरोबर आहे तुझं. मी विचारलं तेच चुकलं. तुझी निरागसता हिरावून घेण्याचा मला काही हक्क नाही. तू खूप चांगली आहेस क्लेअर!”

“मी चांगली नाहीये. फक्त घाबरलेली आहे.”

मग आम्ही काही न बोलता, खोलीत पाझरू पाहाणाऱ्या दुपारच्या चकाकत्या उन्हात गादीवर पडून राहातो. त्या उन्हाच्या तिरीपीत, मला माझ्या खोलीतला जपानी गालिचा, शेजारच्या टेबलावर पडलेल्या लिपस्टिक, कंगवे, क्रीम, पुस्तकं... सगळं उठून दिसू लागतं. मग माझी नजर हेन्रीवर फिरू लागते. आज तो मला बराच बारीक वाटतोय. हेन्रीचे डोळे मिटलेले आहेत. पण कदाचित त्याला माझी त्याच्यावर फिरणारी नजर जाणवते - कारण तो एकदम डोळे उघडून माझ्याकडे बघून हसतो. मी त्याच्या डोळ्यांवर येणारी झुलपं मागे सारते. तो माझा हात त्याच्या हातात घेऊन तळव्यांचं चुंबन घेतो. तशी, मी त्याच्या जीन्सची चेन उघडत त्याच्या लिंगाला हात घालते! पण हेन्री नकारार्थी मान डोलवत माझा हात बाहेर काढतो आणि म्हणतो “सॉरी क्लेअर, पण आज नको. त्या औषधात काय होतं देव जाणे, पण आज माझी इच्छा होत नाहीये.”

“वा, मग तू जर लग्नाच्या दिवशी ही गोळी घेतलीस, तर आपली लग्नाची रात्र झकासच साजरी होईल म्हणायचं.” मी उपहासाने बोलते.

“नाही, मी तसंपण हे लग्नाच्या दिवशी नाही घेऊ शकणार. ते जरा अतीच होईल. म्हणजे, बेन निश्चितच ह्या औषधांच्या बाबतीत किमयागार आहे, पण तो जास्तकरून मरणोन्मुख अवस्थेला पोहोचलेल्या रुग्णांसाठी काम करत असल्याने की काय, त्या गोळ्यांमुळे मृत्यूच्या दारापर्यंत गेल्याचा अनुभव येतो खरा!” हेन्री असं म्हणतो आणि मग चमचमणाऱ्या डोळ्यांनी पुढे बोलतो “मला वाटतं, मी ह्या गोळ्या इंग्रिडला द्याव्या - तिच्यासाठी ह्या सगळ्यात कामाच्या आहेत.”

आम्ही हे बोलत असताना मुख्य दरवाजा धाडकन बंद केल्याचा आवाज होतो... ह्याचाच अर्थ गोमेझ निघून गेलाय!

“तुला काही खायला हवंय का?”

“नाही.”

“बरं, मला सांग बेन तुझ्यासाठी ते नवं औषध बनवणार आहे का?”

“प्रयत्न करीन, असं म्हणालाय खरा.”

“आणि ते नीट बनलं गेलं नाही तर?”

“म्हणजे बेनकडून काही चूक झाली तर, असं विचारायचंय का तुला?”

"हो."

"हे बघ, काहीही झालं, तरी आपल्या दोघांना माहितेय मी किमान ४३ वर्षांचा होईपर्यंत तरी जगणारच आहे..."

"४३? फक्त ४३ ना? त्यानंतरचं काय?"

"ते मला माहीत नाही क्लेअर. कदाचित त्यानंतर मी वर्तमानात जगण्याचं गमक शिकलेलो असेन?"

असं बोलून, हेन्री मला आपल्या कुशीत घेऊन झोपून जातो; पण माझ्या डोळ्याला डोळा लागत नाही! ४३?

सोमवार, २७ सप्टेंबर, १९९३ (क्लेअर २२ वर्षांची, हेन्री ३० वर्षांचा)

क्लेअर : मी हेन्रीच्या घरी पोचून, माझ्याकडच्या चावीने दार उघडत आत जाते. आत अंधार असतो, ह्याचाच अर्थ हेन्री अजून घरी पोचलेला नाही. छे! काय हा बेफिकीरपणा! आज आम्ही ' द घोस्ट्स ऑफ व्हर्सेल्स' नावाचा ऑपेरा बघायला जाणार आहोत आणि हेन्री वेळेत घरी पोचला नाही तर आम्हाला तिथे बसायला जागा मिळणार नाही! नेमका कुठे गेलाय हा?... मी असा विचार करत असतानाच मला कुणाच्यातरी मंद श्वासोच्छ्वासाचा आवाज येऊ लागतो.

मी आधी घाबरून जागीच तिथेच खिळून राहाते. पण मग, जीव मुठीत घेऊन आवाज कुठून येतोय, ह्याचा अदमास घेत स्वयंपाकघरात पोचते. बघते तर काय? अंगभर कपडे घालून, विचित्रशा ताठरलेल्या अवस्थेत जमिनीवर हेन्री पडलेला असतो. त्याला काहीतरी खूप बोलायचं असतं, पण त्याच्या घशातून फक्त प्राण्याच्या विव्हळण्यासारखे आवाज येत असतात.

त्याला त्या अवस्थेत पाहून, माझ्या जीवाचा थरकाप उडतो. मी थरथरत्या हाताने ९११ ला फोन लावून, वैद्यकीय मदतनिसांना तडक बोलावून घेते. मग मी देवाचं नाव घेत, हेन्रीचा हात धरून त्याच्या जवळ बसून राहाते. अचानक मला काहीतरी सुचतं आणि मी हेन्रीच्या कपाटातलं त्याचं रोलोडेक्स काढून एक नंबर शोधून, त्यावर फोन लावते.

"हॅलो?" समोरून उत्तर येतं.

"कोण? बेन मॅटसन का?"

"हो, आपण कोण?"

"मी क्लेअर ॲब्शायर. मी काय सांगतेय ते नीट ऐक....हेन्री आता माझ्यासमोर ताठरलेल्या अवस्थेत निपचित पडलेला आहे. त्याला धड बोलताही येत नाहीये. काय चाललंय काय???" मी जोरात किंचाळते.

“काय? अरे बापरे! ९११ला फोन लाव तडक.”

“ते मी आधीच केलंय....”

“देवा! अगं ते औषध पार्किन्सन्सची नक्कल करू लागलंय. त्याला तातडीनिशी डोपामाईनची गरज आहे...”

“आले ९११ वाले...”

“बरं झालं. त्याला लागलीच इस्पितळात हलव आणि मला तिथून लगेच, अगदी लगेच फोन कर!”

हेन्रीला तडक रुग्णवाहिकेत घालून मर्सी हॉस्पिटलला नेतात. तिथे त्याच्यावर भरपूर आणीबाणीचे उपचार केल्यावर, तो एकदाचा धोक्यातून बाहेर आल्याचं मला सांगतात. मला काही सुचेनासंच झालेलं असतं. मी हेन्रीचा हात पकडून सुन्नपणे बसलेले असते, इतक्यात माझं लक्ष दारात उभ्या राहिलेल्या उंच, शिडशिडीत माणसाकडे जातं. हा नक्कीच बेन असावा. ह्या सगळ्या गोंधळात मी त्याला परत फोन करण्याचं विसरूनच गेलेले. बेन हेन्रीच्या पलंगाच्या दुसऱ्या बाजूला, माझ्यासमोर येऊन उभा राहत, मान खाली घालून म्हणतो “मला माफ कर क्लेअर! मला खरंच स्वत:ची फार लाज वाटतेय.”

मला त्या माणसाची दया येते. मी त्याला मनातून खरोखरीच माफ करत म्हणते “ठीक आहे बेन. तो बरा होण्याच्या मार्गावर आहे हेच माझ्यासाठी खूप आहे.”

“नाही क्लेअर, मी खूप मोठा गुन्हा केलाय. मी त्याच्या हट्टाला बळीच नको पडायला हवं होतं.”

“नेमकं कशामुळे झालं असेल हे?”

“तशी त्याला बरीच कारणं असू शकतात”, बेन समोरच्या खुर्चीवर हताशपणे बसत सांगू लागतो “कदाचित हा फक्त त्या गोळ्यांमधल्या एखाद्या घटकाचा दुष्परिणाम असू शकतो - जो कुणावरही होऊ शकतो. किंवा असंही असू शकतं की, हेन्रीने मला त्या गोळ्या बनवण्यासाठी जे सूत्र लिहून आणलेलं, त्यात काहीतरी चूक असेल, जी हेन्रीला लक्षात आली नसेल आणि मलाही ते तपासून पाहायला वेळ मिळाला नाही.”

मी बेनच्या ह्या स्पष्टीकरणावर बराच वेळ काहीच बोलत नाही. मग, अखेर बोलते

“बेन?”

“काय क्लेअर?”

“माझ्यासाठी एक काम करू शकशील?”

“हे काय विचारणं झालं? सांग काय काम आहे.”

"हेन्रीला ह्या सवयीतून मुक्त करायला माझी मदत कर. त्याला ह्यापुढे कुठलंही औषध देऊ नकोस. अगदी तो तुझ्या हातापाया पडला तरी."

हे ऐकून, बेन माझ्याकडे पाहात मोठ्ठं स्मित करत म्हणतो, "मी तुला वचन देतो. मी त्याला ह्या सवयीतून पूर्णपणे मुक्त करीन."

"थँक्स बेन! खूप उपकार होतील तुझे."

मग आम्ही जरा वेळ हातात हात घालून शांतपणे बसून राहातो. थोड्या वेळाने बेन निघतो. जाता जाता माझ्याकडे वळून पाहात म्हणतो "तू हे सगळं फारच धीराने आणि सामंजस्याने घेतलंस क्लेअर! कदाचित हेन्री आज मेलाही असता. मी तुझा खरंच खूप आभारी आहे त्याबद्दल."

"ठीक आहे रे बेन. तो मेला असता, पण मेला नाही ना? बास! तेच महत्त्वाचं आहे."

"हो.... नाही मेला!"

"लग्नाच्या दिवशी भेटीन तुला...."

"हो मी येईन....नक्कीच!" असं म्हणत, बेन खोलीबाहेर पडून, चालायला लागतो. इस्पितळाच्या त्या विशिष्ट हिरव्या प्रकाशात त्याच्या अधिकच कृश दिसणाऱ्या मूर्तीकडे बराच वेळ पाहात, मी अखेर पुन्हा हेन्रीजवळ येऊन बसते.

टर्निंग पॉइंट!

. . . .

शुक्रवार, २२ ऑक्टोबर, १९९३ (हेन्री ३० वर्षांचा)

हेन्री : आमचं लग्न अखेर उद्यावर येऊन ठेपलंय. क्लेअर आणि ल्यूसीलची शेवटच्या क्षणांतली खरेदी सुरू आहे. सध्या त्या माय-लेकी फुलवाल्याशी हुज्जत घालतायंत आणि मी तोपर्यंत लिंडेन स्ट्रीटवर गेला तासभर मस्तपैकी फेरफटका मारतोय. नवरदेव असल्यामुळे मला फारशा जबाबदाऱ्या नाहीयेत! मला फक्त न चुकता लग्नस्थळी हजर राहाण्याचं काम दिलंय. क्लेअर मात्र प्रचंड व्यग्र झालेली आहे - तिच्या प्रीत्यर्थ रचल्या जाणाऱ्या निरनिराळ्या समारंभात, घरभरातल्या बायकांच्या खरेद्यांत, लग्नाच्या कपड्यांची मापं देण्यात, तयार झालेले कपडे सतरा वेळा घालून बघून त्यात हज्जार दुरुस्त्या सुचवण्यात...एक ना दोन!

लिंडेन स्ट्रीटवरचं वातावरण आज सुंदर, गारेगार आहे. ह्या वातावरणात पुस्तकांच्या दुकानात जाऊन पुस्तकं चाळण्यात जी मजा आहे ना, ती इतर कशात नाही. पण ह्या भागात पुस्तकांचं फारसं चांगलं दुकानच नाही. एक वाचनालय आहे, पण तिथे मुख्यत्वे बार्बरा कार्टलंड आणि जॉन ग्रीशमचीच पुस्तकं मिळतात, आणि ती वाचण्यात मला गम्य नाही. तसं माझ्याकडे क्लीस्टचं एक पुस्तक आहे, पण ते वाचायचं आता माझा मूड नाहीये. काय करावं, वेळ कसा घालवावा, ह्या विचारात मी एक पुराणकालीन वस्तूंचं दुकान, एका बेकर, एक बॅन्क ह्या सगळ्यांवरून जात अखेर एका न्हाव्याच्या दुकानासमोर येऊन उभा ठाकतो. का कुणास ठाऊक; पण काचेमधून तिथल्या बारकुड्या, टकल्या, हसऱ्या न्हाव्याला एका वृद्ध माणसाचे केस कापताना पाहून, मलाही आत जायची हौस होते.

मग मी दारावरच्या सतराशेसाठ किणकिणत्या घंटा वाजवत त्या दुकानात शिरतो. साबण, शाम्पू, तेल, आणि करकरीत गप्पा ह्यांचा संमिश्र सुगंध मला आपल्या कवेत घेतो आणि मी त्या जागेच्या अधिकच प्रेमात पडतो. हे दुकान बरंच पुरातन असावं - किमान त्याच्या फिक्या पडत चाललेल्या हिरव्या भिंतींवरून, जडशील मोठ्ठाल्या खुर्च्यांवरून आणि जुन्या काळांतल्याप्रमाणे उंच लावलेल्या खणांवर, सुबकपणे मांडलेल्या तेल, शाम्पूच्या बाटल्या, कातऱ्या, रेझरवरून तरी तसंच वाटत होतं.

इतक्यात, त्या न्हाव्याचं माझ्याकडे लक्ष जातं, "केस कापायचे आहेत का?" तो मला विनम्रपणे विचारतो. मी होकारार्थी मान डोलावतो. मग तो मला, ओळीत मांडलेल्या काही खुर्च्यांकडे निर्देश करून थोडं थांबण्याची विनंती करतो. मी तिथली एक खुर्ची पटकावून बसतो. शेजारी पडलेल्या काही मासिकांमधून 'रिडर्स डायजेस्ट'चा अंक काढून चाळू लागतो. दुकानात फ्रॅन्क सिनात्राचं मंद संगीत वाजत असतं.

त्या वृद्ध गिऱ्हाईकाच्या चेहऱ्यावरून साबणाच्या फेसाची शेवटची पुटं न्हावी पुसतो. तसा तो माणूस खुर्चीवरून उतरतो, पैसे भरतो आणि आपला कोट चढवून न्हाव्याला 'बाय एड' असं म्हणत निघून जातो.

मग न्हावी, आपलं लक्ष माझ्याकडे वळवत विचारतो "कुठल्या प्रकारे केस कापायचे आहेत तुम्हाला?" मी खुर्चीत बसत त्याला सांगतो की, माझ्या मनात कुठलीच विशिष्ट शैली नाहीये - त्याने आपल्या अंदाजाने माझे केस कापावे.

ते ऐकून, न्हावी माझी हनुवटी हातात धरून, माझा चेहरा जरा वेळ निरखतो आणि मग आपल्या कामाला लागतो. मी माझ्या लांब वाढलेल्या केसांना शेवटचं डोळे भरून पाहून घेतो आणि काहीतरी सुचल्यागत इंचभर केस दोन बोटांमध्ये धरून न्हाव्याला सांगतो "हे सगळे कापून टाका."

तो होकारार्थी मान डोलवून कामाला लागतो. कच-कच आवाज करत कात्री माझ्या केसांतून फिरू लागते आणि माझे केस झपाझप खाली पडू लागतात. शेवटी एकदाची न्हाव्याची कलाकुसर संपते आणि तो मला आरशात बघायला सांगतो. बघतो तर माझ्यासमोर माझ्या भविष्यकाळातला मी उभा असतो!!!

गेट मी टू द चर्च ऑन टाइम

. . . .

शनिवार, २३ ऑक्टोबर, १९९३
(हेन्री ३० वर्षांचा, क्लेअर २२ वर्षांची) वेळ : पहाटेचे ६

हेन्री : मला पहाटे ६ वाजता जाग येते. बघतो, तर बाहेर पाऊस पडत असतो. मी ब्लेक्स नावाच्या एक टुमदार हॉटेलातल्या लहानशा हिरव्या रंगाच्या खोलीत, गुबगुबीत गादी असलेल्या पलंगावर झोपलेलो आहे. क्लेअरच्या आई-वडिलांनी आमच्याकडच्या वऱ्हाडासाठी, ऐन समुद्रकाठचं निवडलेलं हे हॉटेल खरंच सुंदर आहे. डॅड खालच्या मजल्यावरच्या तितक्याच सुंदर गुलाबी खोलीत आहेत, तर किमी त्यांच्याच शेजारच्या पिवळ्या खोलीत राहातेय. ग्रॅन्डमा आणि ग्रॅन्डपांना वरच्या मजल्यावरची फिक्कट निळ्या रंगाची खोली दिलीय.

मी माझ्या गादीवरच्या मऊसूत लॉरा ॲश्ली चादरींवर पहूडून, खिडक्यांवर आदळणारा वारा अनुभवत बसतो. पावसाचा जोर वाढतच चाललाय. मी विचार करायला लागतो की, अशा पावसात मला आज धावायला जाणं शक्य होईल का?

मग मी सध्यापुरता ते विचार बाजूला सारून, माझ्या खोलीचं निरीक्षण करायला लागतो. त्या लहानशा खोलीचं सौंदर्य वाढवण्यासाठी तिथे एक सुबक लिखाणाचं टेबल ठेवलेलं आहे - त्यावर दौत, शाई वगैरे साहित्यही विचारपूर्वक मांडून ठेवलेलं आहे...जणू ह्याच विचाराने की देव जाणे, माझ्या लग्नाच्या दिवशी मला माझ्या होणाऱ्या पत्नीला काही प्रेमळ पत्रं लिहावीशी वाटली तर! मला कल्पनेनेच हसू येतं. खरं तर, मला ह्या खोलीत आल्यापासून, मी फुलपाखरू

बनण्याच्या मार्गावर असलेली अळी असल्याचा भास होतोय. कुणाला ऐकून गंमत वाटेल, पण पुढच्या काही तासांत माझ्या बदलणाऱ्या आयुष्याचा विचार करताना मला सतत तसंच वाटतंय

मला आता परत झोपून जावंसं वाटतंय, पण झोपही नीट येत नाहीये. इतक्यात मला दरवाजाबाहेर कुणाच्यातरी खोकण्याचा आवाज येतो. माझं हृदय उगीच धडधडू लागतं - ह्याचा अर्थ, माझ्या मनावर ताण पडू लागला आहे. अरे देवा! आजचा दिवस फक्त मला सांभाळून घे! काही विचित्र घडू देऊ नकोस! मला काळप्रवासाला लावू नकोस! मी लग्नासाठी चर्चला वेळेवर पोचू देत....सगळे विधी व्यवस्थित पार पडू देत. माझ्यामुळे कुणाला त्रास नको. मला कुठल्या करामती करायला लावू नकोस. नवरामुलगा म्हणून माझा आब आज नीट राखता येऊ देत.

सगळ्यात महत्त्वाचं म्हणजे, क्लेअरला आज माझ्यामुळे मान खाली घालायला नको लागू देत! आमेन!

वेळ : सकाळचे ७

क्लेअर : मी जागी होते ती माझ्या लहानपणापासूनच्या पलंगावर. डोळ्यांतली नीज अजून पुरती गेलेली नसल्याने की काय, मला वेळ-काळाचा अंदाजच येत नाहीये. आज कोणता दिवस आहे? नाताळ? थँक्सगिव्हिंग? मी पुन्हा तिसरीत गेलेय का? मी आजारी आहे का? इतका पाऊस का पडतोय? मला रात्री सतत पडत आलेल्या काही स्वप्नातले अंश आता माझ्या डोक्यात पिंगा घालू लागलेत. काय बरं स्वप्नं पडत होती मला? छे बाबा, बऱ्याच स्वप्नांचा गुंता होतोय! एक मात्र ठळकपणे आठवतंय, ज्यात मी जलपरी झालेले. पण मला नीट पोहता येत नव्हतं आणि म्हणूनच मला पुन्हा जमिनीवर यायचं होतं.... नाही, नाही, मला सोडा! मला समुद्रात रहायचं नाहीये! मला जाऊ द्या.... मी असं ओरडत असताना, समोरच्या होडीत मला आई दिसते. ती मला पाहून उद्गारते, "क्लेअर, अगं इथे काय करतेयंस? आज तुझं हेन्रीबरोबर लग्न आहे ना? चल, आटप लवकर..." पण ते ऐकून मी ढसढसा रडू लागते....कारण मी जर जलपरी बनली असेन, तर मी हेन्रीशी लग्न कसं करू शकेन? ह्या भीतिदायक विचाराने मी मध्यरात्री कधीतरी जागी झाल्याचं मला पक्कं आठवतंय. मग मी स्वत:ला बजावत झोपते, की ते फक्त एक स्वप्न होतं, वास्तव नाही. प्रत्यक्षात मी एक स्त्रीच आहे आणि उद्या हेन्रीशी माझं लग्न होणार आहे.

वेळ : सकाळचे ७.१६

हेन्री : लग्नसोहळा दुपारी २ वाजता आहे. मला तयार व्हायला फारतर अर्धा तास आणि आम्हाला गाडीने सेंट बसिल्स चर्चमध्ये पोचायला जेमतेम वीस मिनिटं लागणार आहेत. आताशी सकाळचे फक्त ७.१६ वाजले आहेत. म्हणजेच मला पाच तास पंचेचाळीस मिनिटं कसातरी वेळ काढायचा आहे.

मी जीन्स आणि एक बऱ्यापैकी शर्ट घालून खाली कॉफी प्यायला जातो. बघतो तर, डॅड तिथे आधीच कॉफीचा आस्वाद घेत बसलेले असतात. मी डॅडप्रमाणेच काळी कॉफी घेऊन त्यांच्यासमोर येऊन बसतो. शेजारच्या झिरझिरीत पडद्यांमधून पाझरणाऱ्या सकाळच्या प्रकाशात डॅड बरेच अशक्त दिसतायंत. तरी त्यांच्या चेहऱ्यावरच्या तृप्तीमुळे ते खूप लोभसवाणे दिसत आहेत. बहुधा त्यांनी उठल्यानंतर केस विंचरलेले नाहीयेत - त्यांचे केस लहान मुलांसारखे सगळ्या दिशेने उभे आहेत! मी त्यांना माझ्या केसांवरून हात फिरवून ते जाणवून देतो, तसे ते माझ्याकडे बघून हसतात आणि आपल्या केसांवरून हात फिरवत त्यांना चोपून बसवतात.

वेळ : सकाळचे ८.१७

क्लेअर : अलीसिया माझ्या गादीवर बसून मला पिडत बसलीये! "चल क्लेअर, ऊठ! तुमचा नवरदेव तिथे ताटकळत बसलाय आणि तुम्ही अजून इथेच लोळत पडल्या आहात! तुला त्याच्यात रस उरला नसेल तर मी...?" अलीसिया असं सुचवताच मी तिच्यावर जोरात झडप घेते आणि आम्ही लहानपणी खेळायचो, तशी कुस्ती खेळू लागतो. पलंगावरची दाणादाण ऐकून एट्टा धावत आमच्या खोलीत येऊन ओरडते "अगं मुलींनो! काय पोरकटपणा आहे हा! तुमच्या डॅडना तर हा आवाज ऐकून वाटलं, की छतावर झाड-बीड कोसळलं की काय! बिच्चारे, इतके घाबरले ते, की काय सांगू? इथे येऊन पाहाते, तर दोन वेडसर मुली एकमेकांशी दंगामस्ती करतायंत. कधी गं मोठ्या होणार तुम्ही? चला, पुरे झालं हे आता. नाश्त्याला या...." असं म्हणत एट्टा खाली पळते, आणि आम्ही जोराजोरात खिदळत पुन्हा गादीवर कोसळतो.

वेळ : सकाळचे ८.३२

हेन्री : पाऊस अजून कोसळतोच आहे; पण तरी मी, रतीब तोडण्याचं जीवावर येतं, म्हणून अखेर धावण्यासाठी जातोच. क्लेअरने मला काल दिलेल्या साऊथ

हॅवन परिसराच्या नकाशाला नीट अभ्यासून मी अखेर समुद्रकिनारी जाऊन धावण्याचा निर्णय घेतो. पण तिथे गेल्यावर लक्षात येतं की, ती जागा कितीही सुंदर असली तरी, सकाळी धावण्यासाठी जाण्याच्या लायकीची नाही - समुद्रातून सहा फूट उंच लाटा फेकल्या जात असतात. शेवटी मी किनारपट्टीच्या लांबीचा अंदाज घेत, किती धावावं, ह्याचं गणित मांडतो. मग, थोडा व्यायाम करून, ठरलेलं अंतर धावून, पुन्हा हॉटेलात यायला निघतो.

पावसाचा जोर तर आता क्रूर म्हणता येईल इतका वाढला आहे. मेपल स्ट्रीटला पोचेपर्यंत मी पूर्णपणे भिजून जातो. तरीही, लग्नासाठी तरी वेळेत पोहोचणं भागच आहे ना? असं मनाला समजावत, जीव तोडून, वारा-पावसाला तोंड देत, ऊर फोडून धावू लागतो. रस्त्यातून, पावसापासून बचाव करत चालणारी एक बाई माझ्याकडे मोठ्या कौतुकाने पाहाते - तेव्हा मला तिला ओरडून सांगावंसं वाटतं, की बाई मी कुणी वीर पुरुष नाही. फक्त आपल्या लग्नाला वेळेत पोहचण्याच्या अथक प्रयत्नात असलेला एक बाशिंगबहाद्दर आहे.

वेळ : सकाळचे ८.५४

क्लेअर : आम्ही सगळे नाश्त्याच्या टेबलापाशी जमलो आहोत. पाऊस तर इतका वाढलाय की, मला बाहेरचं काही दिसेनासंच झालंय. हेन्री ह्या पावसात धावायला जाण्याचा विचार तरी करू शकेल का?

"लग्नासाठी अगदी सुयोग्य वातावरण आहे नाही आज?" मार्क खवचटपणे म्हणतो, तशी मी त्याच्यावर दात-ओठ खात बोलते, "मी थोडीच आजचा दिवस निवडला?"

"तू नाही निवडलास?"

"छे! डॅडने निवडला."

"मला दोष देऊ नका हं. मी फक्त पैसे देण्याचं काम केलंय", डॅड आमच्यावर डोळे वटारत बोलतात.

"हं...ते मात्र खरं आहे", मी टोस्टचा बकाणा भरत कबूल करते.

इतक्यात मॉम माझ्या ताटलीकडे बघत उद्गारते, "क्लेअर, अगं हा काय नाश्ता झाला तुझा? थोडं बेकन घे, अंडी घे..."

त्या विचारानेच माझ्या पोटात मळमळायला लागतं. "नको गं मॉम....मला ते नाही जाणार."

"बरं मग किमान आपल्या टोस्टवर पीनट बटर तर लावशील? तेवढीच जरा प्रथिनं जातील पोटात..."

मॉमचं बोलणं ऐकून एट्टा तत्परतेने पीनट बटर घेऊन येते आणि मी तिचे आभार मानत ते आपल्या टोस्टवर माखू लागते.

मग मी मॉमला विचारते, "जेनीस यायला थोडा वेळ आहे का? किती वाजता यायची आहे ती?" जेनीस माझी केशभूषा आणि मेकअप करायला येणार आहे.

"११ वाजता. का गं?"

"मला शहरात जरा खरेदी करायची आहे."

"मग ती मी करून आणते ना राणी. सांग मला, काय काय आणायचंय ते?" मॉमला लग्नाच्या ह्या गडबडीतून मोकळा श्वास घ्यायला शहरात जाण्याच्या कल्पनेने रोमांच आलेले दिसतायंत.

"नको, मला स्वत:लाच जावं लागेल."

"मग आपण दोघी जाऊ या का?"

"अं.... नको मॉम, म्हणजे काय आहे ना, मला एकटीलाच जावं लागेल." मॉम समजून घेईल अशी मनोमन प्रार्थना करत, तिला अडखळत सांगते. ती खरंतर माझ्या विरोधाने गोंधळते, पण नशिबाने काही बोलत नाही.

"चला मग, मी आत्ताच जाऊन येते", मी घाईघाईने टेबलावरून उठत बोलते. "निघू मी?"

"हो, जा." डॅड मला अनुमती देतात, तशी मी धावतच बाहेर पडते.

वेळ : सकाळचे ९.३५

हेन्री : मी माझ्या खोलीतल्या विशाल बाथटबमध्ये माझ्या अंगाला चिकटलेले चिंब ओले कपडे काढू लागतो. माझे नवे बूट तर पार कामातून गेलेत - स्टारफिशप्रमाणे फुलूनच गेलेत ते! मी खोलीच्या दरवाजापासून अगदी सुसाट धावतच न्हाणीघरात गेलो तरी रस्ताभर पाण्याच्या खुणा राहातात त्या राहिल्यातच! ते पाहून– हॉटेलच्या मालकीण बाई मिसेस ब्लेक, माझ्यावर भडकल्या नाहीत, म्हणजे देव पावला!

इतक्यात, दरवाजावर टकटक होते. आता कोण आलं असेल? असा विचार करत, मी "एक मिनिटात आलो" असं ओरडत, गडबडीने पुन्हा तेच कपडे चढवत दरवाजा उघडतो. बघतो तर क्लेअर!!

"क्लेअर? तू? आत्ता? इथे?!"

"मला तू हवा आहेस! आत्ताच्या आत्ता! चल!" असं म्हणत ती मला पलंगाकडे ओढू लागते. मग, पलंगावर बसून आपले बूट काढून, गादीला थोपटत मला म्हणते, "चल ना! कसली वाट बघतोयंस?"

"तू गंमत करतेयंस ना?"

"हेन्री! अवघ्या काही तासांनी तू कायदेशीररीत्या माझा नवरा होणार आहेस. मग आता त्यात कसली लाज? चल, चल, मला ११ वाजेपर्यंत परत घरी जायचंय.."

असं म्हणत क्लेअर माझ्याकडे निरखून पाहाते आणि उद्गारते, "तू धावायला गेलेलास? मला वाटलेलं ह्या तुफानी पावसात तू धावण्याचा विचारसुद्धा करणार नाहीस."

आता इतक्या वेळात, नाही म्हटलं तरी, मीसुद्धा उत्तेजित झालो आहे. म्हणून मग, अंगावरचा ओला टी-शर्ट भिरकावून देत मी क्लेअरला मिठीत भरत उद्गारतो "अडला हरी...चा प्रकार आहे सगळा. बरं ते जाऊन देत. मला सांग, लग्ना-आधी नवरा नवरीने एकमेकांना पाहाणं अपशकुनी मानलं जातं ना?"

"मग तू डोळे बंद करून घे ना" क्लेअर मला सुचवते आणि बागडत जाऊन माझ्यासाठी टॉवेल घेऊन येते. मग परत येऊन माझं डोकं पुसू लागते. आहाहा! किती अप्रतिम अनुभव आहे हा! असल्या अनुभवांसाठी तरी माणसाने किमान एकदा लग्न करावंच!

"इथे बरंच गार आहे रे हेन्री!", क्लेअर माझं डोकं पुसता पुसता बोलते.

तसं मी तिला मिश्किल डोळ्यांनी सांगतो "हं, तसं सगळीकडेच गार आहे. फक्त एक जागा सोडल्यास - तो पलंग! तो एकदम उबदार आहे. चल, तुला थोडी ऊब देतो त्यातली..." असं म्हणत मी माझ्या होणाऱ्या वधूला पलंगात ढकलतो.

"आपलं सगळंच विचित्र असतं, नाही का हेन्री?"

"मग काय झालं? तुला त्यात काही गैर वाटतं का?"

"नाही, असं मुळीच नाही! मला तर ते आवडतं..."

वेळ : सकाळचे ११.१५

क्लेअर : मी मागच्या दाराने गुपचूप आत येऊन छत्री ठेवायला जाते. मग तिथून दिवाणखान्याकडे जाताना, नेमकी अलीसियावर आदळते.

"क्लेअर? होतीस कुठे इतका वेळ? जेनीस कधीची येऊन बसलीये!"

"किती वाजलेत?"

"११.१५.....ए, तू शर्ट उलटा घातलायंस."

"मग, बरंच आहे की! शुभशकुन मानलं जातं ते."

"तरीही, तू मॉमसमोर जाण्यापूर्वी तो सुलट करून घातलेला बरा." मला अलीसियाचं म्हणणं पटतं. मग मी शर्ट सुलटा करून धावतच माझ्या खोलीकडे

जाते. मॉम आणि जेनीस माझ्या खोलीसमोरच उभ्या असतात. जेनीसच्या हातात तिच्या सामानाचा मोठाला डबा असतो.

"बरं झालं आलीस! मला तर काळजीच वाटत होती!" मॉम मला पाहून सुटकेचा नि:श्वास टाकत बोलते. मग मला जेनीसच्या ताब्यात देत म्हणते, "चला, तुमचं चालू द्या. मला केटररकडे जायला हवं...मी निघते."

जेनीस माझ्या केसांकडे पाहात उद्गारते,"तुझे केस पार गच्च ओले झालेत क्लेअर. आणि गुंतलेतही किती? जा, जरा नीट विंचरून ये. तोपर्यंत मी माझा जामानिमा लावून घेते", असं म्हणत, ती आपल्या पोतडीतून सतराशे-साठ बाटल्या, डब्या, कंगवे काढून माझ्या ड्रेसिंग टेबलावर मांडू लागते.

तेवढ्यात मी तिला एक छायाचित्र आणून दाखवत विचारते, "जेनी, तुला ह्यात दाखवलेत तशी केशभूषा करता येईल का? मला ह्यातल्या ह्या राजकन्येसारखी लहानलहान वेण्यांमध्ये मोती ओवून केलेली ही केशभूषा फार आवडते. मी असं ऐकलंय की, ज्याने हे मूळ चित्र रेखाटलं, तो अनामिक चित्रकार ह्या राजकन्येच्या प्रेमात वेडा झालेला. का नाही होणार? किती सुंदर दिसतेय ती?" मी त्या छायाचित्राकडे स्वप्नाळूपणे पाहात उद्गारते.

जेनीस त्यावर दिलगिरी स्वरात मला समजावू लागते "पण क्लेअर, तुझ्या मॉमच्या मनात तर वेगळीच केशभूषा होती... तिला हे आवडलं नाही, तर पंचाईत होईल."

"जेनीस! लग्न माझं आहे, मॉमचं नाही. त्यामुळे आपण मला पाहिजे तशीच केशभूषा करायची. घाबरू नकोस, मॉम तुला काही बोलणार नाही; आणि मी तुला जास्तीचे पैसेही देईन, माझं ऐकल्याबद्दल! मग तर झालं?"

जेनीस ह्या कल्पनेवर फारशी खूश दिसत नाही. ती माझं मन वळवण्याचा प्रयत्न करत बोलते "क्लेअर, इतक्या सगळ्या वेण्या बांधत बसायला आपल्याकडे वेळ नाहीये गं. ते करत बसलो, तर मला तुझा मेकअप करायला वेळच मिळणार नाही."

हे ऐकून तर मी आनंदाने उड्या मारायची बाकी असते. जेनीस माझा मेकअप करणार, ह्या कल्पनेने माझ्या अंगावर शहाराच आला होता. आवाजावर नियंत्रण ठेवत मी जेनीसला म्हणते "त्याची काळजी नको करूस. मेकअपचं मी बघून घेईन. तू फक्त मला ही केशभूषा करून देत."

"बरं, ठीक आहे." जेनीस अखेर हार पत्करत म्हणते. "तू केस विंचरून घे, मग मी लगेच कामाला लागते." मग, मी जेनीसच्या हातात माझं शीर देऊन हेन्रीची स्वप्नं पाहात बसते.

वेळ : सकाळचे ११.३६

हेन्री : माझ्यासाठीचा टक्सीडो आणि त्याच्यासोबत जाणारा सगळा तापदायक जामानिमा पलंगावर मांडून ठेवलेला आहे. मी ह्या शानदार बाथरुममध्ये थंडीने काकडतोय. बाथरूम आहे सुंदर - अगदी प्रशस्त चित्रांनी, गोंडस रोपट्यांनी सजवलेली, झिरझिरीत पांढरेशुभ्र पडदे असलेली; मोठा टब असलेली; पण सध्या तरी मी ते सौंदर्य निरखण्याच्या मन:स्थितीत नाहीये.

मी टबमध्ये गरम पाणी सोडून, तो भरायची वाट पाहायला लागतो. पण जराच वेळाने माझी सहनशीलता संपते आणि मी अंगावरचे ओले कपडे फराफर काढून, त्या अर्ध्याच भरलेल्या टबमध्ये उतरतो. मग, डोक्यावरचा युरोपियन पद्धतीचा शॉवर सुरू करून, सतराशेसाठ शाम्पू, क्रीम वगैरेंच्या बाटल्या उघडून त्यांचा वास घेऊ लागतो. पाचव्या बाटलीपर्यंत, मला डोकेदुखी सुरू होते. मग, त्या सगळ्यांना बाजूला सारून, मी गाणी गात अंघोळीची मजा घेत बसतो.

वेळ : दुपारचे १२.३५

क्लेअर : जेनीस एकदाची मला मोकळी करते, आणि बराच वेळ कसाबसा धीर धरून थांबलेल्या एट्टा आणि मॉम धावतच तिची कलाकुसर बघायला येतात. एट्टा माझ्याकडे बघत चित्कारते, "किती गोड दिसतेस क्लेअर!!" मात्र जेनीसने वेगळीच केशभूषा केल्याबद्दल, मॉम मात्र तिला दूषणं देऊ लागते. शेवटी, बऱ्याच हुज्जतीनंतर, मॉमच्या हातून जेनीससाठी कसेबसे पैसे सुटतात आणि ती बघत नसताना मी जेनीसकडे, हळूच, ठरल्याप्रमाणे वरचे पैसे सरकवते! मला चर्चमध्येच पुढची तयारी करायची असल्याने, आम्ही लागलीच चर्चसाठी रवाना होतो.

वेळ : दुपारचे १२.५५ (हेन्री ३८ वर्षांचा)

हेन्री : मी साऊथ हॅवनपासून दोन मैलांवर असलेल्या क्र. १२ च्या महामार्गावरून चालत आहे. आजचं वातावरण खरंच खराब आहे - पाऊस थांबता थांबत नाहीये, सोसाट्याचा वारा वाहतोय, पाण्यामुळे सगळीकडे चिकचिकाट झालाय आणि प्रचंड थंडी वाजतीये. मी बोडक्या पायांनी, ओल्याचिंब अवस्थेत, फक्त एक जीनची विजार घालून, त्या तसल्या वातावरणात चालतोय. मी काळातल्या कुठल्या पर्वात भिरकावलो गेलोय, ते मला माहीत नाही. मला फक्त लवकरात लवकर मेडोलार्क हाऊसला पोचून, क्लेअरने माझ्यासाठी ठेवलेले कोरडे कपडे

घालून, काहीतरी खायचंय. माझ्याकडे पैसे नाहीत. हे मला माहिती असूनही, मी जवळ दिसणाऱ्या एका पेट्रोल-पंपावरच्या दुकानापाशी आपलं नशीब आजमावून काही खायला मिळतंय का, ते बघायला जातो.

तिथला दुकानदार मला कुतूहलाने निरखत विचारतो, ‘‘ह्या वातावरणात बाहेर पडलाय, म्हणजे साहसीच म्हणावं लागेल तुम्हाला! काय झालं? गाडी बिघडलीय?’’

‘‘अं? नाही नाही...’’ मी म्हणतो आणि लक्षात येतं की, माझ्या अर्धनग्न अवस्थेकडे पाहून दुकानदाराचं कुतूहल अजूनच चाळवलं गेलं आहे. ‘‘माझ्या मैत्रिणीने, आमच्यात काहीतरी वाद झाल्यावर, संतापून मला सरळ घराबाहेर काढलं. काय म्हणावं ह्या मुलींच्या रागाला? धड कपडेसुद्धा घालू दिले नाहीत.’’ मी त्याच्या मनातल्या प्रश्नांना शमवत, त्या निमित्ताने त्याचं मन द्रवून मला काही खायला मिळतं का, ह्याचा प्रयत्न करत म्हणतो.

त्यावर दुकानदार काहीतरी बोलायला लागतो, पण तोपर्यंत माझं त्याच्या बोलण्यावरचं लक्ष साफ उडालेलं असतं. कारण, मला समोर ‘साऊथ हॅवन डेली’ नावाचं वर्तमानपत्र दिसत असतं आणि त्यावर तारीख असते २३ ऑक्टोबर, १९९३! म्हणजे, आमच्या लग्नाची तारीख!!

समोरच्या घड्याळात दुपारचे १.१० वाजलेले दिसतात.

‘‘पळायला हवं!’’ असं म्हणत मी त्या गोंधळून बघणाऱ्या दुकानदाराकडे दुर्लक्ष करत, शब्दश: पळू लागतो.

वेळ : दुपारचे १.४२

क्लेअर : मी माझ्या चौथीच्या वर्गात, वधूचा पोशाख घालून उभी आहे. हस्तिदंती रंगातला तो रेशमी गाऊन, भरपूर लेस आणि मोत्यांनी मढवलेला आहे. वरच्या अंगाला बिलगून, पुढे तो पायघोळ आणि फुलारलेल्या स्कर्टमध्ये रूपांतरित होतो. डोक्यापासून निघून पाठी रुळणारी ‘ट्रेन’ २० फूट लांब आहे. मला तर एखाद्या शोभेच्या बाहुलीसारखं वाटतंय, पण मॉम मात्र फारच खूश दिसतेय. माझ्याभोवती पिंगा घालत, मला अजून मेकअप थापण्याचा (असफल) प्रयत्न करत, विविध बाजूंनी माझे फोटो काढती. अलीसिया, शॅरीस, हेलन, रूथ सगळ्या आपल्या करवल्यांच्या हिरव्या पोषाखात मिरवतायंत. बुटक्या शॅरीस व रूथ आणि उंच अलीसिया व हेलन ह्यांच्या जोड्या फारच हास्यास्पद दिसतायंत, पण मॉमसमोर त्याबद्दल एकमेकींना चिडवण्यापासून स्वत:ला थांबवण्यात आम्ही यशस्वी होतो.

सध्या, सगळ्या करवल्यांची एकमेकांशी वादावादी सुरू आहे - कुणाचे

बूट सगळ्यात चांगले आहेत, मी फेकीन तो फुलांचा गुच्छ कोण पकडणार, इत्यादी इत्यादी... इतक्यात, हेलन शॅरीसला आठवण करून देते, "शॅरीस, तुझा तर साखरपुडा आधीच झालाय. मग तू गुच्छ पकडण्याचा प्रयत्न तरी का करणारेस?"

त्यावर शॅरीस, खिन्नपणे खांदे उडवत बोलते "तो माझा विमा आहे. गोमेझचा काय भरवसा?...... त्याचं काही सांगता येत नाही."

वेळ : दुपारचे १.४८

हेन्री : मी चर्चमधल्या अडगळीच्या खोलीत, एका मोडक्या स्टुलावर बसून, सिगारेटचे तणावपूर्ण झुरके घेत येरझाऱ्या घालणाऱ्या गोमेझकडे पाहातोय. तो सूटमध्ये खरंच छान दिसतोय - टी.व्हीवरच्या एखाद्या हसऱ्या, मोहक नटासारखा! माझ्यापेक्षा तोच जास्त गांगरलेला दिसतोय, आणि त्याचा तो तणावग्रस्त चेहरा पाहून मला उगीच धडकी भरू लागली आहे!

"गोमेझ, तू अंगठी आणली आहेस ना?" मी आतापर्यंत गोमेझला हा प्रश्न लाख वेळा तरी विचारला असेल.

"हो, हो रे!" तो वैतागून उत्तर देतो. मग, माझ्या अवस्थेचं भान येऊन विचारतो "एक पेग पिणार का?"

"हो."

मग गोमेझ मला त्याने कोटात लपवून आणलेल्या एका थर्मासमधून, थर्मासच्याच झाकणात एक पेग ओतून देतो. मस्त स्कॉच असते. मला जरा बरं वाटू लागतं.

बाहेर, हसण्या-खिदळण्याचा आवाज वाढत चाललाय. म्हणजे, लोक जमा झालेले दिसताहेत. पुन्हा, मला घाम फुटू लागतो, डोकं ठणकायला लागतं. मी खिडकी उघडून, बाहेरची पावसाळी हवा छातीत भरून घेतो.

इतक्यात, मला बाहेरच्या झुडुपात काहीतरी खसफस झाल्यासारखी वाटते. बघतो तर, मीच असतो. फक्त जीन पॅण्ट घालून, ओल्याचिंब अंगाने मी बागेतल्या मातीत लोळत पडलेलो असतो.

वेळ : दुपारचे १.५५

क्लेअर : आम्ही सगळे चर्चच्या देवडीवर येऊन उभे राहिलो आहोत. डॅड हेन्रीला बोलवायला, तो तयार होत असलेल्या शेजारच्या खोलीकडे जातात. "चला नवरदेव, लग्नघटिका जवळ आली" असं म्हणत ते त्याला बाहेर यायला सांगतात. पण हेन्रीऐवजी गोमेझ बाहेर डोकावतो आणि दिलगीर स्वरात 'आम्हाला फक्त पाच

मिनिटं द्या' असं विनवतो. इतरांना त्यात काही वावगं वाटत नाही, पण दार बंद करताना गोमेझ माझ्याकडे जो दृष्टिक्षेप टाकतो, ते पाहून माझ्या पोटात गोळाच उठतो. मी कशीबशी पावलं उचलत, चर्चच्या समोरच्या भागाकडे जाऊ लागते, पण मनात हेन्रीचेच विचार असतात. कुठे असेल तो? वेळेत परत येईल का? शेवटी एकदाचं हेन्रीच्या खोलीचं दार उघडलं जातं, आणि तो आपल्या टक्सीडोची बटणं लावत बाहेर येतो. तो भिजलेला दिसतोय....बराचसा कळकटसुद्धा! त्याच्या दाढीची खुंटंही जरा वाढलेली दिसतायंत. खरं सांगायचं तर, चाळिशीचा दिसतोय तो! पण मला त्या क्षणी इतकंच पुरेसं असतं, की तो आलाय!

मग हेन्री सुंदर स्मित करत, झपाझप पावलं टाकत माझ्याशेजारी येऊन उभा राहातो आणि लग्नाचे विधी सुरू होतात.

रविवार, १३ जून, १९७६ (हेन्री ३० वर्षांचा)

हेन्री : मी माझ्या लहानपणच्या घरातल्या शयनगृहात येऊन पडलोय. मी इथे एकटाच आहे, उन्हाळी रात्र आहे आणि मी कुठल्या सालात येऊन पडलोय, हे मला समजत नाहीये. मी तिथेच चरफडत, शिव्या घालत थोडा वेळ पडून राहातो. मग, स्वयंपाकघरात जाऊन, डॅडच्या बीयरच्या साठ्यातून एक बाटली उचलत तोंडाला लावतो.

शनिवार, २३ ऑक्टोबर, १९९३
(क्लेअर २२ वर्षांची, हेन्री ३८ व ३० वर्षांचा)

क्लेअर : आम्ही आता फादर कॉम्प्टनसमोर उभे आहोत. हेन्री माझा हात हातात घेऊन लग्नाची शपथ घेऊन, मला पत्नी म्हणून स्वीकारत आहे. तो शपथ घेत असताना मी त्याच्याकडे वळून नजर टाकत, त्याला सांगू पाहाते, "हे नुसतं बोलू नकोस. नंतर लक्षात ठेवून वाग!" मग, मीसुद्धा तीच शपथ घेऊन हेन्रीचा पती म्हणून स्वीकार करते. मग, फादर कॉम्प्टन आम्हाला आशीर्वाद देत म्हणतात, "तुम्हाला त्या सर्वशक्तिमान ईश्वराने एकत्र आणलंय. आता हे बंधन कुणाही व्यक्तीमुळे तुटू नये, हीच सदिच्छा!"

ते ऐकून, माझ्या मनात विचार येतो 'हं, ती समस्या तर फारच छोटी असेल!' हेन्री माझ्या बोटावर, साखरपुड्याच्या अंगठीच्या वर लग्नाची अंगठी सरकवतो. मग, मी त्याच्या बोटात एक छानशी सोन्याची अंगठी घालते. ही अंगठी तो लग्नानंतर पुन्हा कधीही घालणार नाहीये, पण माझ्यासाठी हे काहीही महत्त्वाचं

नाहीये. हेन्री आज इथे आहे, माझ्यासोबत आहे, आमचं लग्न होतंय, हेच माझ्यासाठी खूप आहे!

शेवटी एकदाचे सगळे लग्नविधी संपतात, फादर कॉम्पटन आम्हाला आशीर्वाद देतात आणि आम्ही दोघं, टाळ्यांच्या गजरात, नवरा-बायको म्हणून चर्चच्या बाहेर पडतो!!

वेळ : संध्याकाळचे ६.२६

हेन्री : स्वागतसमारंभ नुकताच चालू होतोय. दिमाखदार सूट घातलेले पुरुष आणि रंगीबेरंगी झगे घातलेल्या स्त्रिया, अशी पाहुण्यांची रीघ लागली आहे. केटररची माणसं धावून-धावून निरनिराळे खमंग पदार्थ असलेली भांडी, थाळ्या, ट्रे वगैरे सामानाची ने-आण करण्यात गुंतली आहेत. नशीबाने, पाऊससुद्धा एकदाचा थांबलाय. त्यामुळे तीसुद्धा चिंता मिटली आहे.

'साऊथ हॅवन यॉट क्लब', अर्थात आमच्या स्वागतसमारंभाचं ठिकाण, ही १९२० साली नॉर्थ बीचवर बांधलेली टुमदार वास्तू. समुद्राच्या कल्पनेवर आधारलेली तिची स्थापत्यशैली, ह्या वास्तूला आगळा रुबाब देते.

मी एका खिडकीपाशी उभा राहून, ग्लेनलिवेटचे घुटके घेत, क्लेअरची वाट बघतोय. तिला तिच्या आईने, मला न सांगता येण्यासारख्या कारणाने, तिच्या खोलीत नेऊन बराच वेळ लोटलाय. इतक्यात मला बाजूच्या काचेवर बेन आणि गोमेझची प्रतिबिंबं दिसतात, तसा मी वळतो.

बेन माझ्याकडे काळजीने पाहात विचारतो, "तू बरा आहेस का?"

"हो, मी बरा आहे. अच्छा, तुम्ही माझं एक काम कराल?"

"सांग ना...."

"गोमेझ, पुन्हा जरा चर्चला जा. मी तिथे थांबलोय.... देवडीवर! मला लवकर इथे घेऊन ये. आणि सगळ्यांच्या नकळत खालच्या मजल्यावरच्या पुरुषांच्या स्नानगृहात नेऊन तिथे एकटं सोडून दे. बेन, तू तोपर्यंत इथेच बसून माझ्यावर बारीक लक्ष ठेव आणि मी तुला सांगितल्यावर, माझा टक्सीडो घेऊन तडक खालच्या स्नानगृहात पोच. समजलं?"

गोमेझ विचारतो, "हे सगळं करायला आमच्याकडे किती वेळ आहे?"

"फारसा नाही रे"

"बरं", असं म्हणत, गोमेझ लागलीच निघतो. अगदी शॅरीस तेवढ्यात तिथे पोचते, तरीसुद्धा तो थांबत नाही. तिच्या कपाळाचं हलकंसं चुंबन घेऊन आपल्या कामाला लागतो.

तो गेल्यावर मी बेनकडे वळतो. तो आज खूपच थकलेला दिसतोय. "कसा आहेस तू?" मी त्याला काळजीने विचारतो.

"फारच अशक्तपणा जाणवतोय रे....बरं, ते सोड. मला सांग हेन्री....?"

"काय रे?"

"तू आज कोणत्या सालातून येत आहेस?"

"२००२. का रे?"

"तू...बघ, मला माहितेय की तुला हे करायला आवडत नाही; पण..."

"अरे, बोल ना..."

"अं...आजच्यापुरता तुझा नियम मोडून मला सांगशील...की...मी....मी तेव्हा जिवंत आहे की नाही?" बेन माझ्याकडे बघण्याचं टाळत विचारतो.

"हो, तू जिवंत आहेस. मी तुला थोड्याच दिवसांपूर्वी भेटलो. आपण स्कूनरसुद्धा खेळलो."

हे ऐकून बेन माझ्याकडे अपार कृतज्ञतेने बघत उद्‌गारतो "थॅन्क्यू हेन्री! तुझे मनापासून आभार!"

"अरे! ठीक आहे रे बेन!..." आता माझाही गळा दाटून येतो. मी बेनला खिशातला रुमाल काढून देतो. तो रुमाल हातात घेतो, पण न वापरताच मला परत देऊन, पुरुषांच्या स्नानगृहाच्या शोधात जातो.

वेळ : संध्याकाळचे ७.०४

क्लेअर : सगळे जण पंक्तीला बसले आहेत आणि हेन्रीचा मात्र कुठेच पत्ता नाही. मी गोमेझला "तू हेन्रीला बघितलंस का?" असं विचारते, तर तो माझ्याकडे त्याच्या विशिष्ट पद्धतीने बघत, "तो येईलच इतक्यात, काळजी करू नकोस" असं सांगतो. तेवढ्यात, किमी माझ्याजवळ येत, काळजीने ओथंबलेल्या आवाजात विचारते "हेन्री कुठे आहे गं क्लेअर?"

"मला माहीत नाही किमी. मीसुद्धा त्याचीच वाट बघतेय." मी खरं काय ते सांगून टाकते.

त्यावर किमी मला बाजूला ओढून कानात सांगते "मी त्या बेनला बघितलं....त्याच्या हातात पुरुषाचे कपडे होते आणि तो धावपळ करत कुठेतरी चालला होता."

अरे देवा! ह्याचा अर्थ, हेन्री वर्तमानात परतलेला दिसतोय; तसं झालं असेल, तर सगळ्यांची समजूत घालता घालता माझ्या नाकीनऊ येणार आहेत!! काय सांगू मी? ग्रंथालयात काहीतरी तातडीचं काम निघालं, म्हणून त्याला जावं लागलं असं सांगू? पण मग, त्याचे सगळे सहकारी तर इथे आहेत. की मग असं सांगू की,

हेन्रीला विस्मरणाचा रोग आहे, हे मी सगळ्यांपासून लपवलेलं; किंवा मग सरळ सांगेन, की तो निघून गेला....कसा, कुठे ते मला माहीत नाही...

माझं विचारचक्र सुरू असतानाच, किमीचा आवाज येतो ''आला! हेन्री आला!'' हेन्री दारात उभा राहून जमलेल्या लोकांना निरखत असतो. मला बघितल्यावर तो लागलीच आमच्याजवळ येतो. आता आलाय तो माझ्या वर्तमानातला, तरुण हेन्री आहे....

मी आनंदाने त्याचं चुंबन घेत विचारते ''कसा आहेस?'' ह्यावर हेन्री फक्त छानसं हसत, एक हात माझ्या हातात आणि दुसरा किमीच्या हातात गुंफत जेवणाच्या पंक्तीच्या दिशेने न्यायला लागतो. मध्येच किमी खिदळत, हेन्रीच्या कानात काहीतरी कुजबुजते.

''काय म्हणतेय ती?'' मी हेन्रीला विचारते.

''ती म्हणतेय, लग्नाची सुरुवातच प्रेम-त्रिकोणाने करण्याचा विचार आहे का?''

हे ऐकून मी लाजेने चूर होते. आणि किमी माझ्याकडे डोळा मारत, हेन्रीचा हात सोडून आम्हा दोघांना एकमेकांच्या सहवासाचा आनंद घ्यायला मोकळं करते.

वेळ : संध्याकाळचे ७.१६

हेन्री : मी क्लबातल्या ग्रंथालयात चवदार कॅनापीज खात, 'हार्ट ऑफ डार्कनेस'ची कोराकरकरीत आवृत्ती वाचत असतो. डोळ्याच्या कडेने, क्लबचा व्यवस्थापक माझ्या दिशेने दुडदुडत येताना मला दिसतो. मी पुस्तक बंद करून खणात ठेवतो.

''सर, मला माफ करा पण मला तुम्हाला इथून निघण्याची विनंती करावी लागेल'' तो मला भंपक दिलगीरपणे सांगतो. हं, बिनकपड्यांच्या, बिन बुटांच्या माणसाला इतक्या उच्चभ्रू जागी काय किंमत मिळणार म्हणा?

''बरं!'' मी कष्टी चेहऱ्याने म्हणतो आणि त्या व्यवस्थापकाची पाठ फिरते न फिरते, तोच मी अदृश्य होतो! प्रकट होता. तो आमच्या घरातल्या स्वयंपाकघरात, जोरजोराने हसत! मला एकदातरी असं करण्याची इच्छा होतीच. ती आज पूर्ण झाली.

वेळ : संध्याकाळचे ७.२१

क्लेअर : गोमेझ त्याच्या खुमासदार शैलीत आमच्या 'सन्मानाप्रीत्यर्थ' भाषण करतोय. ''प्रिय क्लेअर, हेन्री, मित्रगण आणि आदरणीय न्यायाधीश...ओ, माफ करा. शेवटी जे बोललो, ते जरा आपापल्या मनातून खोडून टाका प्लीज! काय आहे, की वकिलामधली वकिली इतक्या चटकन पुसता येत नाही ना!'' एकच हशा

पिकतो! मग, गोमेझ पुढे म्हणतो "आज आपण सगळे, एकाकी आयुष्याच्या किनाऱ्यावर, हा किनारा सोडून लग्नाच्या बेडीत अडकण्यासाठी निघालेल्या हेन्री आणि क्लेअरला भावपूर्ण निरोप द्यायला इथे जमलोय. पण, मला खात्री आहे की, जरी आपण त्यांच्या ह्या किनारा सोडण्याच्या निर्णयाने व्याकूळ आहोत, तरी आपल्या सगळ्यांच्याच मनात ही सदिच्छा आहे की नवा किनारा ह्या दोघांसाठी भरपूर आनंद घेऊन येणारा ठरो. मला हेसुद्धा माहितेय, की ह्या दोघांचं त्या किनाऱ्यावरचं सुखासीन आयुष्य बघितल्यावर, आपल्यापैकी बरेच जण तिथे जाण्याची तयारी करू लागतील. चला तर मग, आपण सगळे मिळून, ह्या सुंदर जोडप्याला, त्यांच्या नव्या आयुष्यासाठी आपले चषक उंचावून भरपूर शुभेच्छा देऊ या! माझी गोंडस चित्रकार मैत्रीण क्लेअर ॲब्शायर, तुला आयुष्यातला प्रत्येक आनंद प्राप्त होवो आणि तुझं आयुष्य, तुझ्या चित्रांइतकंच रंगीबेरंगी बनो. आणि माझा शागिर्द हेन्री डीटॅम्बल...तुला मी अजून काय शुभेच्छा देणार? लेका, तू तर नशीब काढलंस!! तुमची जोडी नेहमी अशीच टिकून राहो....!" असं म्हणत गोमेझ माझ्या ओठांचं चुंबन घेतो...आणि मग, तो क्षण आला, तसा विरून जातो.

वेळ : रात्रीचे ८.४८

हेन्री : आम्ही लग्नाचा पारंपरिक केक कापून तो एकमेकांना भरवतो. रूढीनुसार, क्लेअरचा आपल्या हातातला गुच्छ फेकून झालाय (तो शॅरीसच्याच हाती लागतो.) तिच्यापाठोपाठ मीसुद्धा क्लेअरचा पायमोजा भिरकावला - तो बेनच्या हाती लागला. आता नृत्याचा कार्यक्रम सुरू झाला आहे. तेवढ्याशा वेळात माझं क्लेअर, किमी, अलीसिया आणि शॅरीससोबत नृत्य करून झालंय आणि आता मी हेलनबरोबर गिरक्या घेतोय. हेलनसोबत नाचण्यात मजा येतेय खरी - उगीच खोटं का बोला! तिथे क्लेअर गोमेझसोबत नृत्य करतेय. थोड्याच वेळात, मी हेलनसोबत एक दमदार गिरकी घेताना, मला सीलिया ॲटली दिसते. ती शिताफीने क्लेअरपासून गोमेझला तोडत आपल्यासोबत घेऊन जाते; पण गोमेझही कच्च्या गुरूचा चेला नव्हे, हे तिला ठाऊक नसतं. तो तितक्याच शिताफीने सीलियाला कटवून, हेलनला माझ्यापासून तोडत, तिच्यासोबत नाचू लागतो. बिचाऱ्या सीलियाला क्लेअरसोबत नाचून वेळ घालवावा लागतो, इथे मला बेनची साथ मिळते.

बेन सेल्टझर पितोय, मी एक झकास व्होडका ॲण्ड टॉनिक मागवतो. बेनने क्लेअरचा पायमोजा, तो गळफास असल्यागत, दुःखी चेहऱ्याने आपल्या हाताभोवती गुंडाळला आहे.

"ती कोण रे?" बेन सीलियाकडे निर्देश करत मला विचारतो.

"सीलिया ॲटली, इंग्रिडची गर्लफ्रेंड!"

"काय?...खरंच? विचित्रच म्हणायचं."

"विचित्र आहे खरं..."

"बरं, ते जाऊन दे. मला सांग, त्या गोमेझचं काय चाललंय?"

"म्हणजे? तुला नेमकं काय म्हणायचंय?"

बेन माझ्याकडे क्षणभर रोखून बघतो आणि म्हणतो "काही नाही, सोड!"

वेळ : रात्रीचे १०.२३

क्लेअर : संपला! शेवटी एकदाचा लग्नसमारंभ संपला! आम्ही दोघं सगळ्यांचा निरोप घेऊन अखेर माझ्या गाडीतून 'ड्यू ड्रॉप इन' ला पोचलोय. सिल्व्हर लेक परिसरात असलेलं हे एक लहानसंच हॉटेल आहे. हेन्री कधीच झोपून गेलाय. मग मीच त्याला न उठवता, हॉटेलात जाते, आमच्यासाठी खोली घेते आणि मग तिथल्या एका पोऱ्याला मला हेन्रीला आत आणण्यासाठी मदत करायला बाहेर नेते. तो मुलगा हेन्रीला आमच्या खोलीत घेऊन येतो, आमचं सामानही आणून टाकतो - मग, माझ्या लग्नाच्या पोशाखाकडे आणि हेन्रीच्या पेंगुळलेल्या अवस्थेकडे बघून मानभावीपणे हसतो. मी त्याला भरघोस बक्षीस देऊन कटवते - तसा तो एकदाचा निघून जातो! मी हेन्रीचे बूट काढते, त्याचा टाय सोडवते....मग, माझा गाऊन उतरवून खुर्चीत टाकते.

थोड्या वेळाने मी बाथरूममध्ये उभी राहून दात घासू लागते. तिथल्या आरशातून मला गाढ झोपलेल्या हेन्रीची शांत मूर्ती दिसत असते. त्याला बघून, माझ्या अंगात आनंदाची एक लहर दौडून जाते. अखेर आमचं लग्न झालंच!

मग मी दिवे मालवून हेन्रीचं हलकं चुंबन घेते. त्याच्या अंगाला घामाचा आणि हेलनच्या अत्तराचा संमिश्र गंध येतोय. पण त्याकडे दुर्लक्ष करत, मी त्याच्या शेजारी पडून, लागलीच गाढ झोपून जाते.

सोमवारी, २५ ऑक्टोबर, १९९३ (हेन्री ३० वर्षांचा, क्लेअर २२ वर्षांची)

हेन्री : लग्नानंतरच्या सोमवारी, मी आणि क्लेअर शिकागो सिटी हॉलमध्ये, न्यायाधीशासमोर पुन्हा एकदा लग्नबद्ध होत आहोत. गोमेझ आणि शॅरीस आमचे साक्षीदार आहेत. नंतर, आम्ही 'चार्ली ट्रॉवर्स' नावाच्या अत्यंत महागड्या हॉटेलात जेवायला जातो. नशिबाने, तिथलं जेवण दिसायला जितकं चांगलं असतं, तितकंच चवीलाही उत्कृष्ट असतं. शॅरीस तर प्रत्येक पदार्थाच्या सजावटीने इतकी हुरळून

जाते, की चक्क त्याचे फोटो काढायला लागते.

"मग, कसं वाटतंय लग्न झाल्यावर?" शॅरीस क्लेअरला विचारते.

"काय सांगू? मला तर फार संसारी वाटू लागलंय."

"मी एक सुचवू, क्लेअर? तू अजून निरनिराळ्या प्रकारचे लग्नसमारंभ कर ना? म्हणजे तुला पुन्हा पुन्हा लग्नाचा अनुभव घेता येईल, आणि इतक्या लवकर तू अशी हताशपणे बोलू लागणार नाहीस."

"मी हताश झालेले नाहीये हं गोमेझ! पण कधीकधी मला वाटतं, की मी बहु-पतिवादी तर नाही ना?" फिक्कट हिरव्या रंगाचा माशाचा पदार्थ खात क्लेअर बोलते.

"हे बघ, जोपर्यंत तू एकाच माणसाशी परत परत लग्न करण्यात सुखी आहेस, तोपर्यंत ठीक आहे...नाहीतर, काही खरं नाही." शॅरीस बोलते.

"क्लेअरसाठीचा तो 'एकच माणूस' नक्की तूच आहेस ना हेन्री?" गोमेझ माझ्याकडे भुवया उंचावत विचारतो. मी ट्यूनाचे काही खमंग तुकडे खाऊन, गोमेझला शांतपणे उत्तर देतो "अर्थातच! मी तिच्यासाठी एकमेव आहे, आणि हे तीच कबूल करेल."

ह्यावर गोमेझ चडफडल्यागत होतो, पण मी आणि क्लेअर त्याच्याकडे दुर्लक्ष करत, एकमेकांकडे हसून पाहात आपले चषक उंचावतो!

२

अ ड्रॉप ऑफ ब्लड
इन अ बाऊल ऑफ मिल्क

“काय झालं प्रिये?”
“ओह! कसं सहन करणार आपण...?”
“काय सहन करायचंय राणी?”
“हीच; समयाची ही निर्घृण कमतरता; का आपण हा मौल्यवान वेळ वाया घालवत असतो?”
“असा का विचार करतेस? आता तर आपल्या सहजीवनाची सुरुवात आहे;
आपण एकमेकांच्या सहवासात शक्य तितका वेळ व्यतीत करून,
मनाची समजुत घालू शकतो की, कालचक्रातील सगळा काळ आपल्या मुठीत बंद आहे!”
“किती दिवस अशी फसगत करणार स्वत:ची? आज ना उद्या तो काळसुद्धा
आपल्या मुठीमधून सरकून जाईलच की – वाळूच्या कणांप्रमाणे!
आणि मग काहीच उरणार नाही आपल्या हातात... निव्वळ रिती ओंजळ....”
“मग तुला मुळातच आपली ओंजळ रिती असलेली चांगली, असं वाटतं का?”
“नाही. आयुष्याच्या सुरुवातीपासून मी ह्या क्षणाकडेच तर धावत आले आहे.
आणि मी जेव्हा जाईन, तेव्हा तोच तो मध्यबिंदू असेल जिथून पुढचा प्रवास
मार्गक्रमण करू लागेल....
पण माझ्या प्राणप्रिया; आता आपण इथे – ह्या क्षणामध्ये – थबकलेलो आहोत;
आणि ते इतर क्षण इस्ततः फिरत आहेत... आपल्या प्राक्तनाच्या शोधात!”

–ए. एस. ब्याट, ‘पझेशन’

मॅरिड लाईफ

. . . .

मार्च, १९९४ (क्लेअर २२ वर्षांची, हेन्री ३० वर्षांचा)

क्लेअर : अखेर आमचं लग्न झालंच! सुरुवातीला, आम्ही रेव्हन्सवुड मधल्या चार खोल्यांच्या घरात राहू लागतो. भरपूर उजेड, चकाकत्या लाकडी फरशा आणि सुसज्जित स्वयंपाकघर असलेलं हे घर, मला बघताक्षणी पसंत पडलं. आमच्या सुरुवातीच्या कैक रविवार दुपार, 'क्रेट ॲण्ड बॅरल'मध्ये जाऊन, लग्नात मिळालेल्या बहुतेक भेटवस्तूंना परत करून, त्या बदल्यात आमच्या आवडीच्या वस्तू आणल्या जातात. हा काळ बऱ्याच गमतीशीर चुकांचा, आणि त्यातून येणाऱ्या अनुभवी शहाणपणाचाही ठरतो. उदाहरणार्थ, आम्ही काही विचार न करता एक सोफा मागवतो - तर तो इतका मोठा निघतो की, तो आमच्या दाराच्या आतच जाऊ शकत नाही. म्हणून आम्हाला तो परत करावा लागतो. स्वयंपाकघर तर प्रयोगशाळेचं रूप धारण करतं. रोज नवनवे पदार्थ केले जातात - काही बरे असतात, तर काही सरळ कचराकुंडीत टाकून द्यावे लागतात. आतापर्यंत, एकमेकांच्या फक्त चांगल्या बाजू बघणाऱ्या आम्हा दोघांना, आता एकमेकांच्या वाईट सवयींचाही अंदाज येऊ लागतो. हेन्रीला, मी नाश्त्याच्या वेळी दातावर चमचा आपटत बसलेलं हेन्रीला असह्य होतं, ही गोष्ट माझ्या लक्षात आणली जाते. हेन्रीने सगळा स्वयंपाक सांभाळावा आणि मी कपडे धुण्याची जबाबदारी पेलावी, हे एकमेकांच्या सहमतीने ठरवलं जातं. मी जॉन मिशेलची गाणी ऐकावी - पण तो घरात नसताना; आणि त्याने शॅग्सला ऐकावं, पण मी घरात नाहीये, ह्याची खात्री करूनच, असे करारही केले जातात. दोघांनाही घर झाडायला आवडत नसल्यामुळे, त्या कामासाठी

कामवाली बाई ठेवावी, हेसुद्धा ठरवलं जातं.

अखेर एकदाची आमच्या संसाराची घडी बसते. हेन्री मंगळवार ते शनिवार न्यूबेरीत काम करतो. तो ७.३० ला उठून कॉफी करायला ठेवतो. ती तयार होईपर्यंत, जरा धावून येतो. परत आल्यावर अंघोळ वगैरे उरकून मला उठवतो. मग मी पेंगुळल्या डोळ्यांनी, त्याच्या सोबत कॉफी प्यायला बसते. गप्पा मारता-मारता, हेन्री आमच्यासाठी नाश्ता बनवतो. भराभरा नाश्ता कोंबून, हेन्री कामाला जातो आणि मी उरलेली झोप काढायला पुन्हा गादीत शिरते.

तासाभराने उठल्यानंतर घरामध्ये शांतता पसरलेली असते. मी केस विंचरून, अंघोळ करून कामाला जायचे कपडे घालते. माझी कार्यशाळा खरं तर घरातच आहे; पण कामाला जायचे कपडे घातले नाहीत, तर काम करायचा उत्साह येत नाही, अशी माझी धारणा आहे! मग मी स्वत:साठी आणखी एक कप कॉफी बनवून कार्यशाळेत जाते.

माझी ही कार्यशाळा बाकी सगळी छान असली तरी, एका बाबतीत मला तिच्याशी जुळवून घ्यायला बराच वेळ लागतोय. ती खोली घरातच असल्यामुळे साहजिकच बरीच लहान आहे आणि मला इतक्या लहान जागेत काम करायची सवय नाही. मला त्यामुळे माझ्या कल्पना आखडून गेल्यासारख्या, थिट्या झाल्यासारख्या वाटतात. असं वाटत राहातं; जणू मी काढलेली विविध रेखाटनं, उभे केलेले सांगाडे ही ह्या बंदिस्त खोलीत कैद झालेली फुलपाखरं असून, बाहेर जाण्यासाठी जीवानिशी तडफडत आहेत; पण त्यांना योग्य ती वाट मिळत नाहीये.

तरीही, आपण क्रियाशील राहावं ह्या दृष्टीने, मॅक्वेज - अर्थात, मोठ्या कलाकृतींच्या तालमीमध्ये बनवले जाणारे लहान पुतळे - मी बनवत राहाते. हळूहळू कल्पनांचा वेग आणि विस्तार वाढीला लागतोय, पण अजूनपर्यंत मला पाहिजे त्या पातळीपर्यंत आलेला नाही. मी कागदी तंतूंच्या भल्यामोठ्या कुंडांमध्ये हात बुडवून तो लगदा कालवत बसल्याची स्वप्नं मला रात्री पडतात. निरनिराळ्या रंगांमध्ये विहार करत असल्याची स्वप्नं पडतात, कागदी फुलांनी सजवलेल्या भातुकलीच्या बागेमध्ये शिरू न शकत असल्याची स्वप्नं पडतात....

मला वाटतं, चित्रकला किंवा कुठल्याही तत्सम कलेमध्ये, सगळ्यात महत्त्वाचा असतो तो एक क्षण - जेव्हा एखादी उडती, अमूर्त कल्पना प्रत्यक्ष, मूर्त स्वरूप धारण करते! अस्पर्शतेपासून स्पर्शज्ञेयतेपर्यंत किंवा अदृश्यापासून दृश्य रूपापर्यंत होणाऱ्या ह्या प्रवासालाच 'कला' म्हणत असावेत. सर्की, निमब्यू, आर्तेमिस, अथीना ह्या सगळ्या महान जादूगरणींना सामान्य माणसांना महानायक बनवताना, इतर जादूगारांची रहस्यं पळवताना, अख्ख्याच्या अख्ख्या सेनांना गायब करताना ह्याच भावनांचा पुन:पुन्हा अनुभव येत असेल नाही? असा विचार केल्यावर, मला

माझी चित्रकला हीसुद्धा एक प्रकारची जादूच वाटायला लागते! हो, मान्य आहे की माझी चित्रकला ही तुलनेने फार छोटी जादू आहे, तिची किमया दिसायलाही बरेच दिवस, महिने जायला लागतात..मला तर कधीकधी मी पतिव्रता पेनीलोपी असल्यासारखं वाटत राहातं - सतत, एकसुरीपणे काहीतरी ढवळत राहाणारी, घोटत राहाणारी, बनवत राहाणारी...

ते एक असो. पण, तसं विचार केला तर, माझा लाडका ओडीसस– माझा हेन्रीसुद्धा एक प्रकारचा जादूगारच आहे की! अदृश्य होण्याची कला अवगत असलेला जादूगार!

आमचं ह्या टीचभर घरातलं आयुष्य, हेन्रीच्या अदृश्य होण्याने बरेचदा विस्कळीत होत राहातं.

कधीकधी तो माझ्या नकळत गायब होतो - मी स्वयंपाकघराकडे जात असेन आणि मध्येच हेन्रीच्या कपड्यांचा ढीग माझ्या पायाला लागतो. सकाळी मला जाग आल्यावर न्हाणीघरातला शॉवर सुरू असेल, पण त्याखाली हेन्री मात्र नसतो. बरेचदा, मला त्याच्या ह्या नकळत अदृश्य होण्याने घाबरायला होतं. एकदा तर असंही झालेलं की, मी दुपारच्या प्रहरी माझ्या कार्यशाळेत काम करत होते. इतक्यात, दाराबाहेर कुणाच्यातरी कण्हण्याचा आवाज आला. मी दार उघडलं, तर हेन्री दिवाणखान्यात नग्नावस्थेत थरथरत बसला होता. त्याच्या कपाळातून भळाभळा रक्त वाहत होतं. मी त्याच्या जवळ गेले, तसं त्याने माझ्याकडे बघितलं आणि क्षणात अदृश्य झाला!

बरेचदा, मी रात्रीची उठते, तर हेन्री माझ्याशेजारी नसतोच. मग मी त्याला सकाळी विचारल्यावर तो मला रात्रीच्या त्याच्या भन्नाट अनुभवांबद्दल सांगतो - इतर नवरे आपल्या बायकांना त्यांना रात्री पडलेल्या स्वप्नांची वर्णनं अशाच प्रकारे करत असतील. 'मी १९८९ मध्ये पोचून, सेल्झर ग्रंथालयात गेलो होतो, कुणाचातरी पाळीव अल्सेशियन कुत्रा माझ्या मागे लागला आणि त्यापासून स्वत:चा बचाव करत मी एका झाडावर चढून बसलो, म्हणून यायला जरा उशीर झाला'; 'मी माझ्या आई-वडिलांच्या घरासमोर पावसात भिजत, मॉमला गाताना ऐकत होतो...' ह्यासारख्या सुरस कथा तो मला सांगत असतो.

हेन्रीने मला आतापर्यंत मला माझ्या लहानपणी बघितल्याबद्दल सांगितलेलं नाहीये. मी त्याच दिवसाची वाट बघतीये! माझ्या लहानपणी, मी प्रत्येक क्षणी डोळ्यांत प्राण आणून हेन्रीची वाट बघत बसायचे. त्याचं प्रत्येक आगमन हे माझ्यासाठी एखाद्या सोहळ्यासारखं असायचं.

पण आता त्याची प्रत्येक अनुपस्थिती माझ्या आयुष्यासाठी एक वजाबाकी ठरते. आत जेव्हा तो थकल्या-भागल्या, कैकदा रक्ताळलेल्या अवस्थेत, थरथरत

माझ्या पायाशी प्रकट होतो; तेव्हाच त्याच्या प्रत्येक अनुभवाबद्दल समजतं. आता तो अदृश्य झाल्यावर मला भीती वाटू लागते.

हेन्री : लग्नानंतर मला हा साक्षात्कार झालाय की, एखाद्या स्त्रीसोबत राहताना तुम्ही रोज काही न काही नवीन गोष्ट शिकताच. मी आतापर्यंत जे शिकलोय, त्यातलं महत्त्वाचं म्हणजे : केस धुताना ते गळून बाथरूममधला पाईप बंद होणार नाही, ह्याची काळजी घ्यावी, नाहीतर ते साफ करताना नाकीनऊ येतात!; आपल्या पत्नीने वर्तमानपत्र वाचण्याच्या आधीच त्यातून कात्रणं कापू नयेत - मग ते वर्तमानपत्र अगदी आठवडाभर जुनं असलं तरीही - नाहीतर तिच्या रागाचा प्रकोप होण्याची भीती असते. आमच्या दोघांच्या संसारात उरलंसुरलं जेवण संपवण्याची जबाबदारी फक्त माझी आहे - श्रीमंतांना शिळंपाकं खायला सांगण्याची घोर चूक करू नये, नाहीतर आठवडाभर बोलती बंद होते. बायकोच्या संगीताच्या आवडीनिवडींवर तर कदापि भाष्य करू नये - त्यापेक्षा शहाणपणा करून कानाचे बोळे घेऊन यावे! (क्लेअरला चीप ट्रिकचं संगीत आवडूच कसं शकतं? तिला ईगल्स ऐकायला आवडतं? बापरे?! पण मी हे कधीच उघडपणे सांगू - विचारू शकत नाही, कारण तसं केल्यावर क्लेअर अगदीच बचावात्मक पवित्रा घेते. मला हे तर मुळीच कळत नाही, की ज्या मुलीवर मी इतकं प्रेम करतो, तिला माझ्या आवडीचं 'म्युझिक दु गॅरो ए द ला फारेईल' ऐकणं म्हणजे काळ्या पाण्याची शिक्षा भोगल्यासारखं का वाटतं?) सगळ्यात मोठा धडा जर मी कुठला शिकला असेन तर तो क्लेअरच्या स्वतंत्र व्यक्तिमत्त्वाचा आदर करण्याचा! कधीकधी मी घरी येतो, तर क्लेअर एकदम चिडचिडल्यासारखी वाटते. तिला तसं बघितल्यावर मला लक्षात येतं की, माझ्या येण्याने तिच्या स्वप्नरंजनात, तिच्या विचारप्रक्रियेत खंड पडलेला आहे. कधीकधी तिचा चेहरा मिटून गेल्यासारखा दिसतो - त्यावरून मी ताडतो की, ती तिच्या मनाच्या गाभाऱ्यात शिरून मनन करत बसली आहे. आता मला लक्षात येत चाललंय, की क्लेअरचं माझ्यावर खरंच खूप प्रेम असलं, तरी कधीकधी तिला तिचा एकांत लागतोच. पण हेही खरं, की मी काळप्रवास करून परत आलो की ती मला पाहून अतिशय आनंदित होते.

तुमच्यासोबत राहाणारी स्त्री जर चित्रकार असेल, तर तिच्याबरोबरचा प्रत्येक दिवस एक वेगळं आश्चर्य घेऊन येणारा ठरतो. क्लेअरने आमच्या दुसऱ्या शयनगृहाला आपल्या कार्यशाळेत रुपांतरित केल्यानंतर; तिथली कपाटं, तिने बनवलेल्या पुतळ्यांनी ओसंडून वाहू लागली आहेत. तिथल्या भिंतीवर ठिकठिकाणी तिची रेखाटनं डकवलेली आहेत. तिला आपल्या कलाकृती बनवायला लागणाऱ्या कागदाच्या सुरनळ्या आणि तारांचे ढीग ह्यांनी खोलीतला खण अन् खण व्यापला गेला आहे. मी एकदा

क्लेअरला म्हणालो, की ह्या सगळ्यामुळे मला ती विमानं किंवा पतंग बनवत असल्यासारखं वाटत राहातं. मला तो प्रसंग नेमका आठवतोय - मी नुकताच कामावरून परत आलेलो आणि टायची गाठ सोडत, क्लेअरच्या कार्यशाळेच्या दारात उभं राहून तिला असं म्हटलं - तर तिने, लटक्या रागाने, त्यातली एक कलाकृती उचलून माझ्याकडे भिरकावली आणि त्यानंतर आम्ही बराच वेळ तोच खेळ खेळण्यात रंगून गेलो. दुसऱ्या दिवशी कामावरून परतलो, तर कागद आणि तारा वापरून डझनभर पक्षी बनवून दिवाणखान्यातल्या छताला क्लेअरने टांगले होते. त्यानंतर आठवडाभराने, तिने तसेच पक्षी आमच्या बेडरूमच्या छताला टांगून, तिथल्या खिडक्यांच्या काचांवर फिक्या निळ्या रंगाचे कागद डकवले आहेत. त्यामुळे, सकाळची उन्हं आत आल्यावर, निळ्या अस्मानात पक्षी विहार करताहेत, असं वाटतं. सुंदर दिसतं ते दृश्य!

त्यानंतर एका संध्याकाळी, मी क्लेअरच्या कार्यशाळेच्या दारात, तिच्या नकळत, तिला काम करताना पाहत उभा राहतो. एका लाल रंगाच्या पक्ष्याच्या भोवती काळ्या रंगाच्या धाग्याने काहीतरी विणत क्लेअर उभी असते. ते पाहून मला लक्षात येतं की, तिला काहीतरी विशिष्ट सांगायचंय...आणि मला एकदम लक्षात येतं की, मी काय केलं पाहिजे!

बुधवार, १३ एप्रिल, १९९४ (क्लेअर २२ वर्षांची, हेन्री ३० वर्षांचा)

क्लेअर : हेन्रीने चावीने दार उघडल्याचं मला ऐकू येतं, तशी मी त्याचं स्वागत करायला कार्यशाळेतून बाहेर पडते. बघते तर, त्याच्या हातात टी.व्ही असतो. आम्ही आतापर्यंत टी.व्ही घेतला नव्हता, कारण हेन्रीला टी.व्ही. पाहून त्रास होतो आणि मला त्याची फारशी हौस नाही. हेन्रीने आणलेला टी.व्ही. लहानसाच आहे - जुनासुद्धा दिसतोय. हेन्री त्या डबड्याला टेबलावर ठेवत मला सांगतो की टी.व्ही. कृष्णधवल आहे आणि त्याची ॲन्टेना तुटलेली असल्यामुळे, तिला ठीक करूनच आपल्याला तो वापरता येईल.

''शी! किती घाणेरडा आहे हा! कुठल्या तरी कचरेवाल्याकडून उचलून आणलास की काय?'' मी करवादत बोलते.

माझ्या ह्या प्रतिक्रियेने हेन्री दुखावतो. ''मी असं का करीन क्लेअर? चांगला विकत आणलाय मी तो टी.व्ही.! पूर्ण १० डॉलर्सना!''

''अरे पण का?''

''कारण, आज रात्री टी.व्ही.वर एक कार्यक्रम होणार आहे, जो आपण न चुकता बघावा, असं मला वाटतं...''

''पण...'' मला समजत नाहीये, की असा कुठला कार्यक्रम असेल, की हेन्री त्यासाठी काळप्रवासाला लागू शकण्याचाही धोका पत्करायला तयार झालाय?

माझं मन वाचून का काय, हेन्री तितक्यात बोलतो ''तू काळजी करू नकोस. पाहिजे तर मी बघणार नाही तो कार्यक्रम. मात्र तू तो बघावास असं मला वाटतंय...''

''पण आहे तरी काय तो कार्यक्रम? काहीतरी तर सांगशील?'' मला सध्या टी.व्हीवर काय दाखवतात, ह्याबद्दल काडीचाही गंध नाहीये.

''ती एक गंमत आहे. मी तुला आता नाही सांगणार. तू ८ वाजता टी.व्ही. लाव, आपोआप काय ते समजेल.''

आम्ही संध्याकाळी जेवणाच्या खोलीत जेवायला बसतो, तेव्हा हेन्री टी.व्हीला आत आणून तिथल्या फरशीवर ठेवतो. कार्यक्रमाबद्दलचे माझे सगळे प्रश्न शिताफीने टाळत, तो मला कुठल्या ना कुठल्या गोष्टीवरून चिडवत राहातो.

''बरं, मला आता सांग क्लेअर, तुझ्याकडे जर मोठी कार्यशाळा असती, तर तू काय केलं असतंस?''

''काय फरक पडतो? माझ्याकडे आता हा टीचभर खण आहे ना? त्यात काही नाही तरी ओरिगामीचे कागद तर नक्कीच राहू शकतात. मला वाटतं, बाकीचं सगळं सोडून, आता ओरिगामीच सुरू करावी...'' मी उपहासाने उत्तर देते.

''ए, असं काय चिडतेस? सांग ना नीट.''

''मला माहीत नाही रे हेन्री. मी आत्ता काय सांगणार? कदाचित मॅक्वांच्या ऐवजी शंभर फूट उंचीचे पुतळे बनवीन; १० बाय १०च्या मोठ्या कागदांवर चित्र काढीन; कार्यशाळेतच कागद भिजवून ठेवण्यासाठीचे भले मोठे, छताला टेकणारे कुंभ उभे करीन; माझ्या कलाकृती वाळवण्यासाठी ते नवीन जपानी यंत्र आलंय ना? ते आणीन, आणि त्यासोबत रेईना बीटरसुद्धा! हाताने कागद कालवून, सांधे निखळून जायची पाळी येते. अरे हो, सगळ्यात महत्त्वाचं विसरलेच. इतक्या मोठ्या जागेत इथून-तिथून ये-जा करण्यासाठी रोलर-स्केट्सही घेऊन येईन....'' मी बोलता-बोलता माझ्या ह्या स्वप्नातल्या कार्यशाळेत इतकी गर्क होते, की जणू मी खरंच तिथे काम करू लागलेय. पण मग, एका क्षणी, मला माझ्या टीचभर कार्यशाळेचं भान येतं आणि माझ्या स्वप्नरंजनातून बाहेर पडत, मी नाईलाजाने खांदे उडवत म्हणते, ''हं...ठीक आहे...कधीतरी माझं हे स्वप्न पूर्ण होईल अशी आशा करते.''

सध्याची आमची परिस्थिती फारशी उत्तम नाहीये. म्हणजे, तशी आम्हाला पैशाची टंचाई वगैरे मुळीच नाहीये. हेन्रीच्या पगारातून, आणि मॉम-डॅडने माझ्यासाठी बँकेत ठेवलेल्या पैशावरच्या व्याजातून आमचा संसार सुरळीत चाललाय. पण मला जर खरंच मोठी कार्यशाळा घ्यायची झाली, तर त्यासाठी कर्ज काढायला मला नोकरी करणं भाग आहे आणि मग, एकदा नोकरीला लागले, की त्या कार्यशाळेत

डोकवायला तरी मला वेळ मिळणार आहे का?! तिढाच आहे सगळा! अर्थात, ही आमच्या सगळ्याच मित्र-मैत्रिणींची गत आहे. वेळ आणि पैसा ह्यांची योग्य सांगड कशी घालता येईल ह्याच प्रयत्नात विशेषत: माझा सगळाच चित्रकार मित्रपरिवार गुंतला आहे.

शॅरीस आणि गोमेझ पुढच्या महिन्यात लग्न करताहेत. शॅरीस दिवसा संगणक सॉफ्टवेअर बनवून, रात्री चित्रं बनवायला बसते.

"आपण गोमेझ दाम्पत्याला लग्नाप्रीत्यर्थ काय द्यावं रे हेन्री?"

"हं? मला काय माहिती? आपल्याला ढिगावारी आलेल्या एक्स्प्रेसो मशीन्सपैकी एक दे, पाहिजे तर!"

"आपण ती सगळी विकून, त्यांच्या बदल्यात मायक्रोव्हेव आणि ब्रेड बनवण्याचं यंत्र नाही का घेतलं?"

"अरे हो! ए, ते जाऊ देत. बघ ८ वाजत आले. चल, कॉफी घेऊन दिवाणखान्यात ये. तोपर्यंत मी टी.व्ही तिथे नेऊन सुरू करतो." असं म्हणून, हेन्री टी.व्ही उचलून पुन्हा बाहेरच्या टेबलावर ठेवून, त्याच्या वायरींना जुळवण्याचा खटाटोप करायला लागतो आणि मी आमच्यासाठी कॉफी बनवून घेऊन येते. शेवटी एकदाचा टी.व्ही. सुरू होतो. जाहिराती लागलेल्या असतात.

मग, जरा वेळाने 'इलिनॉइस लॉटरी'ची निशाणी पडद्यावर झळकू लागते; तसा आपल्या खिशातून एक कागदाचा कपटा काढून, हेन्री माझ्या हातात देतो. बघते, तर ते असतं लॉटरीचं तिकीट!!

"हेन्री?! तू...." मी अविश्वासाने चित्कारते.

"शू! बघ शांतपणे..." हेन्री मला गप्प करत म्हणतो. पडद्यावर आता सूट-बूट घातलेली काही दिमाखदार माणसं एकेक करत, विजेते क्रमांक घोषित करू लागतात. ४३, २, २६, ५१, १०, ११. अर्थातच, ते सगळे क्रमांक माझ्याकडच्या तिकिटावर असतात. ती माणसं भाग्यवान विजेत्याचं अभिनंदन करतात आणि मग कार्यक्रम संपतो. आम्हाला ८ लाख डॉलर्सची लॉटरी लागलेली असते.

हेन्री शांतपणे टी.व्ही. बंद करून, माझ्याकडे बघत हसतो आणि विचारतो "काय? कशी वाटली माझी कल्पना?"

"मला ह्यावर काय बोलावं काहीच सुचत नाहीये हेन्री!" मी चाचरत बोलते. हेन्रीच्या अपेक्षेनुसार मी आनंदाने वेडीपिशी होऊन नाचायला लागलेली नसते....पण मी तरी काय करू? मला हे सगळं स्वीकारायला जरा जडच जातंय.

"मी सांगतो तुला तू काय बोल. म्हण, माझ्या लाडक्या, आपल्याला घरासाठी लागणारे पैसे आणण्यासाठी इतकं डोकं चालवल्याबद्दल, तुझे आभार कसे मानू मला समजतच नाहीये. बास, तू इतकं बोललीस, तरी मला पुरेसं आहे!"

"पण....हेन्री....हे....हे खरं नाहीये रे!"

"खरंच आहे की! हे लॉटरीचं तिकीट घेऊन तू 'कॅट्झ डेली'ला गेलीस ना की, तिथली मिनी तुला गळामिठीच मारेल आणि इलिनॉइस राज्याचं लॉटरी-मंडळ तुला छानपैकी चेक लिहून देईल. की मग, झालं आपलं काम!"

"तसं नाही रे. मला म्हणायचंय....की....की हे तुला आधीपासूनच माहिती होतं ना?"

"अर्थातच! मी एक दिवस पुढे जाऊन उद्याच्या ट्रिब वर्तमानपत्रात विजेते क्रमांक बघून आलो होतो."

"पण मग ही तर फसवणूक झाली."

ह्यावर हेन्री नाटकीपणाने आपल्या कपाळावर हात मारत उद्गारतो "किती मूर्ख असेन ना मी! मला तर हे लक्षातच नाही आलं की तुम्हाला विजेता क्रमांक माहीत नसतानाच तिकीट घेतलं पाहिजे. ठीक आहे, मीच माझी ही चूक सुधारतो..." असं म्हणत, हेन्री स्वयंपाकघरात जाऊन काड्यापेटी घेऊन येतो आणि तिकिटाला आग लावू लागतो.

"नको!!" मी जोरात ओरडते, तसा हेन्री थांबतो. मग, हातातली काडी विझवत मला म्हणतो "हरकत नव्हती क्लेअर. आपण पुढचं वर्षभर दर आठवड्याला अशी लॉटरी जिंकू शकतो. पण तुला गैर वाटत असेल तर...ठीक आहे मग!" तिकीट एका कोपऱ्यात थोडं जळलेलं असतं पण नशीब बाकी शाबूत असतं. मग, माझ्याशेजारी कोचावर बसत हेन्री मला म्हणतो "तुला एक सुचवू? तू हे तिकीट सध्या जपून ठेव. तुला जर योग्य वाटलं, तर आपण त्या बदल्यात पैसे घेऊन येऊ. मग त्यानंतर तुला त्या पैशांचं काय करायचं, हे तू ठरव. वाटलं, तर अगदी एखाद्या गरीबाला दान दिलेस, तरी माझी हरकत नाहीये."

"नाही. हा अन्याय आहे."

"अन्याय? कसा काय?"

"तू माझ्या एकटीवर इतकी मोठी जबाबदारी कसा टाकू शकतोस?"

"कारण मला तुझ्या कुठल्याही निर्णयाने आनंदच होईल. म्हणून मग, तुला जर का असं वाटतं, की आपल्यासारख्या मेहनत करणाऱ्या जनतेकडून, टॅक्स वगैरेच्या रूपाखाली इलिनॉइस राज्याने लुटलेल्या पैशांतून आपण थोडे काढून घेणं ही फसवणूक आहे, तर मग विषय सोडून दे. आपण तुझ्या कार्यशाळेसाठी लागणाऱ्या पैशाची वेगळी सोय बघू."

ओ! माझी मोठी कार्यशाळा! माझ्या हे लक्षात कसं आलं नाही? इतकी कशी मूर्ख मी? हेन्रीला जर स्वत:साठीच पैसा कमवायचा असता, तर त्याने ते कधीच केलं असतं. पण त्यालाच हा मार्ग पटत नसल्यामुळे त्याने आपल्या शक्तींचा ह्या

दृष्टीने कधीच वापर केला नाही. आणि आजही तो आपल्या तत्त्वांना मुरड घालायला तयार झाला, ते केवळ मला मोठी कार्यशाळा घेता यावी म्हणून आणि मी? मी किती कृतघ्नपणे बोलले त्याच्याशी!

"क्लेअर? अगं जमिनीवर ये..." हेन्री माझी तंद्री तोडत बोलतो.

"हेन्री? थँक्यू! तुझे खूप खूप आभार!"

हे ऐकून, हेन्री मिश्किलपणे भुवया उंचावत मला विचारतो "ह्याचा अर्थ मी असा घेऊ का, की आपण त्या तिकिटाच्या बदल्यात पैसे घेणं तुला मंजूर आहे?"

"ते काही मला माहीत नाही. मी फक्त मनापासून तुझे आभार मानले इतकंच!"

"ठीक आहे गं क्लेअर!"

मग थोडा वेळ कोणीच काही बोलत नाही. नंतर हेन्री एकदम विचारतो "ए, आता टी.व्हीवर काय असेल?"

"देवास ठाऊक! मी कुठे टी.व्ही. बघते?"

"तेपण झालंच म्हणा...मग आता काय करावं?" असं पुटपुटत हेन्री एकदम चित्कारतो "चल, बाहेर जाऊन आपल्या कमाईपैकी थोडी उडवू या!" असं म्हणत, तो आमच्या दोघांचे कोट घेऊन येतो आणि मला ओढतच घराबाहेर काढतो.

"अरे, पण जायचंय कुठे ते तरी सांगशील?"

"मी तो विचार नाही केलाय गं.... हा! सुचलं! चल, गोमेझ दाम्पत्यासाठी लग्नाची भेट म्हणून गाडी घेऊ या!"

"मला वाटतं, की त्यांनी आपल्याला वाईनचे चषक दिलेले!" मी उपहासाने बोलते, पण हेन्री माझ्याकडे लक्ष देण्याच्या मन:स्थितीत असेल तर ना? तो माझा हात धरून, धावतच आमच्या इमारतीखालच्या रस्त्यावर पोचतो आणि आम्ही त्या निर्जन बेल प्लेन ॲव्हेन्यूवर चालू लागतो. इतक्यात, हेन्रीला काय लहर येते देव जाणे! तो माझ्या कमरेभोवती आपले हात वेढून मला गोल-गोल फिरवू लागतो. आणि शेजारून जाणाऱ्या एखाददुसऱ्या गाडीच्या, आणि आमच्या हसण्याच्या आवाजाच्या तालावर, आपला दैवी सुगंध दरवळत टपटपणाऱ्या रातराणीच्या फुलांच्या सड्यावरून आम्ही नाचतच पुढे जातो!

बुधवार, १८ मे, १९९४ (क्लेअर २२ वर्षांची, हेन्री ३० वर्षांचा)

क्लेअर : आम्ही नवं घर घेण्याच्या प्रयत्नात आहोत; आणि म्हणूनच, विक्रीला असणाऱ्या नव्या-जुन्या घरांच्या शोधात रोज खेटे घालतोय. घर-खरेदी ही एक मजेदार गोष्ट आहे खरी! ज्या लोकांनी एरव्ही तुम्हाला आपल्या घरात 'या' सुद्धा

म्हटलं नसतं, तेच लोक घर विकताना (आणि तुम्ही घर खरेदी करणारे ग्राहक म्हणून गेले असताना) अगदी तोंडभरून स्वागत करत तुम्हाला घरात घेतील, वाईन वगैरे प्यायला देतील, तुम्हाला त्यांच्या कपाटात डोकावू देतील, त्यांच्या भिंतीवरच्या रंगावर टिप्पण्या करू देतील...एक ना दोन!

तर, हेन्री आणि मी अशाच प्रकारे घरं बघत चाललोय. त्याची आणि माझी घर बघण्याची पद्धत अगदी निराळी आहे. मी घरातून सावकाश फिरत त्यात वापरल्या गेलेल्या लाकडाबद्दल, गळक्या छताबद्दल, सोबत दिल्या जाणाऱ्या कपाटा-यंत्रांबद्दल वगैरे खोदून-खोदून चौकशा करते; तर तो एखाद्या घरात शिरल्यावर थेट त्याच्या मागच्या दाराशी जाऊन, तिकडच्या खिडकीतून बाहेर डोकावून तो पाहातो आणि माझ्याकडे (अजूनपर्यंत तरी) नकारार्थी मान हलवतो. बास! एवढं केलं, की झाली ह्याची घर-तपासणी!

मला त्याच्या ह्या पद्धतीपाठचं रहस्य काय, हे अजून उमजलेलं नाही. आम्हाला ह्या कामात मदत करणाऱ्या कॅरलने तर हेन्रीसमोर हात टेकलेत. ती अर्थातच तसं स्पष्ट बोलून दाखवत नाही, पण मला लक्षात आलंय, की ती हेन्रीला ठार वेडा समजते. मी तिला आतापर्यंत असं सांगून पटवलंय की, हेन्रीला बागकामाची आवड असल्यामुळे त्याला घरापाठची बाग बघण्यातच जास्त रस असतो. पण एक दिवस, अशीच घरं बघून परत येताना मी हेन्रीला त्याच्या ह्या अजब पद्धतीबद्दल खुलासा विचारण्यासाठी कंबर कसतेच.

"तू हे काय चालवलयंस हेन्री? ही कुठली जगावेगळी पद्धत आहे घर तपासण्याची?"

ह्यावर हेन्री माझ्याकडे, चॉकलेट खाताना पकडल्या गेलेल्या व्रात्य पोरासारखा बघत म्हणतो, "मी हे खरंतर तुला आधी सांगणार नव्हतो पण... काय आहे ना, मी आपलं होणारं घर आधीच बघितलंय. कधी ते मला नक्की माहीत नाही, पण मी एका छान हिवाळी दुपारी तिथे स्वत:ला एका खिडकीशी उभं राहिलेलं बघितलंय. ती खिडकी, घराच्या अगदी मागच्या बाजूला होती - किंबहुना आहे. तिथे तू तुझ्या ग्रॅन्डमा मीग्रमने दिलेलं संगमरवरी टेबल ठेवलेलं आहेस. मी त्या खिडकीशी उभा राहून, मागच्या बागेत असणाऱ्या विटेच्या इमारतीच्या खिडकीमध्ये डोकावून पाहात होतो. ती इमारत बहुतेक तुझी कार्यशाळा असेल, कारण तू मला तिथे निळ्या रंगाचे कागद एकत्र करत बसलेली दिसलीस. मी तुला बघितलं, त्या वेळी तू हिरवा स्वेटर घातला होतास. त्यावर तुझा नेहमीचा रबराचा एप्रन बांधला होतास आणि तुझ्या केसांना पिवळा हेअरबॅन्ड होता. मागच्या बागेमध्ये द्राक्षाचे वेलही चढवलेले आहेत. मी तिथे फक्त दोन मिनिटांसाठीच होतो - त्यामुळे जास्त काही पाहाता आलं नाही. तर, आपण घर पाहात असताना, मी फक्त ह्या वर्णनाशी मिळतंजुळतं घर कोणतं,

ते शोधत असतो. आता समजलं?''

''देवा! मग तू मला हे कधी नीट सांगितलं का नाहीस? आता मलाच मूर्खासारखं वाटतंय.''

''अगं? असं कशासाठी वाटून घेतेस? मी तुला मुद्दामच सांगत नव्हतो - जेणेकरून तुला घर निवडण्याच्या प्रक्रियेची पुरेपूर मजा लुटता येईल. तू सगळ्या गोष्टी इतक्या तन्मयतेने, बारकाईने बघत होतीस ना, की मला तुझ्या त्या खरेदी करण्याच्या मजेत मिठाचा खडा टाकायचा नव्हता. आता हे सांगितल्यावर, फक्त ते घर मिळेपर्यंत वाट पाहाणं आलं...''

''हे बघ, आपल्यापैकी एकाने तरी वाळवी, गळकी छतं, कुजलेली लाकडं ह्यासारख्या अप्रिय, पण अतिशय महत्त्वाच्या गोष्टींकडे लक्ष दिलंच पाहिजे ना?''

''तेच तर म्हणतोय मी! म्हणूनच म्हणतो, शक्य झालं, तर मी तुला असं काही सांगितलंय हे विसर आणि तुझ्या आतापर्यंतच्याच पद्धतीने घरं बघ. मी माझी पद्धत सुरू ठेवीन, तू तुझी ठेव. शेवटी जे घर दोघांना आवडेल, तेच घेऊ या... ते मी बघितलेलंच आहे ही गोष्ट अलाहिदा - पण तेच डोक्यात घेऊन शोध घेत, त्यातली मजा नको बिघडवायला.''

अखेर तसंच होतं. पण अर्थात, आम्हाला ते घर मिळेपर्यंत आमच्यात बरेच खटकेही उघडतात. मला ईस्ट रॉजर्स पार्क नावाच्या एका भयंकर वस्तीत, एक अप्रतिम घर सापडतं. मला बघताक्षणीच हे लक्षात येतं की, हे आमचं घर नाही - पण तरी त्या भल्यामोठ्या व्हिक्टोरियन शैलीत बांधलेल्या बंगल्यावर माझा जीव जडतोच. मात्र त्या उंच छतांच्या, लाकडी शेकोट्या व संगमरवरी फरशा असलेल्या घराला ओझरतं पाहूनच हेन्री नाक मुरडतो.

''हेन्री!! प्लीज! किमान विचार तर कर ना त्या बाबतीत! खरंच अप्रतिम घर आहे!'' मी त्याला घर बघून आल्यावर गयावया करत म्हणते.

''हो! अप्रतिम हाच नेमका शब्द आहे त्यासाठी! त्या घरात आपल्यावर आठवड्यातून एकदा तरी बलात्कार होईल आणि चोऱ्या-माऱ्या तर काय, रोजच्याच असतील. वर त्या घराला पूर्णपणे नूतनीकरणाची गरज आहे - वायरिंग, पाण्याच्या जोडण्या, छत, शेकोटी... सगळ्याला भरपूर दुरुस्तीची गरज आहे. नाही क्लेअर! ह्या वेळेस मी तुझा हट्ट पुरवणार नाही म्हणजे नाही.'' हेन्री मला ठाम आवाजात बजावतो. त्याचा तो आवाज एखाद्या जाणकाराचा आवाज असतो, भविष्य पाहिलेल्या माणसाचा आवाज असतो.

मी त्यानंतर बरेच दिवस फुरंगटून घालवते. शेवटी मला मनवण्यासाठी हेन्री मला सुशी खायला घेऊन जातो.

''ए सोने, माझ्याशी बोल ना!''

“नाही! मी तुझ्याशी बोलत नाहीये!”

“हो, ते मला माहितेय... पण मला वाटतं की, मी काही वावगं बोललो नसताना तू माझ्यावर इतकं रागावणं योग्य नाही, नाही का?”

इतक्यात, वेट्रेस आमची ऑर्डर घ्यायला येते, तसे आम्ही घाईघाईने मेन्यूकार्डमध्ये डोकं खुपसतो. आम्ही ह्या कात्सू हॉटेलात बरेचदा येतो - त्यामुळे मला तिथे जास्त वाद घालून आमची शोभा करून घ्यायची नाहीये. हेन्रीने मला इथे आणताना बहुतेच ह्याच विचाराने आणलेलं दिसतंय - अर्थात, हेही खरं की, माझा राग घालवण्यासाठी सुशीसारखा अक्सीर इलाज नाही, हे सुद्धा त्याला पक्कं माहितेय!

आम्ही गोमा - ए, हिजीकी, फुतोमाकी, काप्पामाकी, आणि भातापासून बनवलेल्या आयतांवर मांडलेल्या कच्च्या भाज्यांचा एक पदार्थ, अशी भलीमोठी यादी देत कीको (त्या वेटरेस) ची बोळवण करतो.

मग मी हेन्रीकडे पाहात हळूच बोलते, “मी तुझ्यावर रागावलेले नाहीये.” हे तसं म्हटलं तर खरं आहे, पण पूर्णपणे नाही.

ह्यावर हेन्री आपल्या भुवया उंचावत विचारतो “चला, हे एक बरं झालं. पण मग समस्या काय आहे? तुझं नेमकं बिनसलंय तरी काय?”

“तुला ह्याची खात्री आहे का, की तू ज्या घरात गेलेलास, ते नक्की आपलं होणारं घरच आहे? म्हणजे, मला असं विचारायचंय, की कशावरून ह्या आठवण्यात काही चूक होत नसेल आणि त्या चुकीच्या घराच्या शोधात आपण ही सगळी चांगली-चांगली घरं नाकारत बसलो नसू?”

“हे बघ, मी एवढं तर खात्रीपूर्वक सांगू शकतो, की त्यामध्ये असलेल्या वस्तूंच्या प्रमाणावरून तरी, ते नक्कीच आपलं घर होतं. हो, आता कदाचित, ते आपलं (आपल्या राहत्या घरानंतरचं) पहिलंच घर असेल की नाही, हे मला माहीत नाही. मी तिथे गेलो असताना, मला तू किती वर्षांची होतीस हे बघायची संधी मिळाली नाही. तशी तू माझ्यापासून बऱ्याच अंतरावर होतीस. पण तू खूप तरुण दिसत होतीस एवढं नक्की! किंवा कदाचित असंही असू शकतं की तू, मोठेपणीही स्वत:चं शरीरसौष्ठव राखून आहेस. पण मी तुला सांगतो क्लेअर, ते घर जर तू बघितलंस ना, तर पाहाताक्षणीच त्याच्या प्रेमात पडशील. ही सगळी प्रतीक्षा फळाला आल्यासारखी वाटेल तुला - खासकरून, त्यातली तुझी कार्यशाळा बघून तर निश्चितच!”

मी हेन्रीचं हे सगळं पालुपद ऐकून मोठा उसासा टाकत म्हणते “तसंच होवो बाबा! काय रे हेन्री? तुला तुझ्या ह्या प्रवासांचं छायाचित्रण वगैरे नाही का रे करून ठेवता येत? मला ती जागा बघायला मिळाली असती, तर सगळं किती सोपं झालं असतं? तुला तिचा पत्ता वगैरे काही लक्षात आहे का?”

"सॉरी, पण मी तिथे अक्षरश: काही क्षणांपुरता होतो गं."

मला ना कधीकधी असं वाटतं की, हेन्रीचा मेंदू उघडून त्याच्या स्मरणात रुतलेल्या किंवा लुप्त झालेल्या गोष्टींना मला चलच्चित्रासारखं पाहाता आलं असतं, तर किती छान झालं असतं! मला तो प्रसंग आठवतोय, जेव्हा मी चौदा वर्षांची असताना पहिल्यांदा संगणक वापरायला शिकले. मार्क मला आपल्या मॅकिन्तॉशवर चित्र काढायला शिकवत होता. दहा मिनिटांतच माझा संयम इतका संपला की, मला त्या संगणकाच्या आत शिरून त्यामध्ये 'लपलेलं' चित्र ओढून काढायची तीव्र इच्छा झालेली. मला ना, सगळ्या गोष्टी प्रत्यक्ष हाताळून करायला आवडतात - जसं घर घेताना, मला घराच्या भिंतींना हात लावून बघावासा वाटतो, त्यावरचे रंग जवळून निरखून बघावेसे वाटतात. हेन्रीची ती जगावेगळी पद्धत मला वेडं बनवतेय.

मी अखेर आवंढा गिळून हेन्रीला हे स्वच्छ सांगण्याचा मनसुबा रचते. "हेन्री, मला तुला एक विचारायचं होतं..."

"काय गं?"

"मी जर तुझ्याशिवाय घरं बघितली, तर तुला चालेल का रे?"

"नाही! का असं?" हेन्री दुखावल्या स्वरात विचारतो. मग म्हणतो, "म्हणजे, तुला अगदीच तसं वाटत असेल, तर माझी हरकत नाही..."

"हे बघ हेन्री, शेवटी आपण तीच जागा घेणार, हे तर निश्चित ना? म्हणजे, ते सत्य तर बदलणारं नाहीच आहे, हो की नाही?"

"हो, ते खरं आहे. हे बघ, माझ्या नकाराला जास्त महत्त्व देऊ नकोस. मी ते सहजच बोलून गेलो. पण उगाच कोणाच्यातरी गोड बोलण्यालाही फसू नकोस, समजलं? आणि कृपा करून, त्या व्हिक्टोरियन बंगल्यासारखी इतर कुठल्या ध्यानांचा हट्ट धरून येऊ नकोस माझे आई!"

ह्या संभाषणाच्या सुमारे एक महिन्यानंतर आणि किमान वीस घरं पालथी घालून नाकारल्यानंतर, मला हेन्रीला दिसलेला तो बंगला सापडतो. १९२६ मध्ये लिंकन स्क्वेअरमधल्या आईन्स्ली येथे बांधलेला लाल रंगाचा बंगला असतो तो. कॅरल जेव्हा त्या घराचं दार उघडून मला आत नेते, तेव्हा मला प्रथमदर्शनीच सगळं जुळून येत असल्याचं लक्षात येतं. मी हेन्रीप्रमाणे तडक मागच्या खिडकीपाशी जाऊन हा तोच बंगला असल्याची खात्री करते आणि कॅरलला सांगते "आम्ही हे घर घेणार!"

तिला माझा हा निर्णय ऐकून गोंधळायलाच होतं. "तुला बाकीचं घर पाहायचं नाही का? तुझ्या नवऱ्याचं मत विचारायला नको का?..."

"अगं, त्याची काळजी करू नकोस. त्याने हे घर आधीच बघितलंय, म्हणून तर मी ते घेतेय. पण हो, मला बाकीचं घर पाहायला आवडेल..."

शनिवार, ९ जुलै, १९९४ (हेन्री ३१ वर्षांचा, क्लेअर २३ वर्षांची)

हेन्री : आज घर बदलण्याचा दिवस होता. पूर्ण दिवस, वातावरणात असह्य उकाडा भरून राहिला होता. सकाळपासून आमच्या घरी सामानाची बांधाबांध करण्यासाठी आलेले कामगार, आले तेच घामाने निथळत. तरीही, सुरुवातीला त्यांना आमच्या चारच खोल्या बघून आवरण्याचा उत्साह होता; त्यांना कदाचित वाटलं असेल की जेवणाच्या वेळेपर्यंत त्यांचं काम संपेलसुद्धा! मात्र नंतर, वरच्या खोल्यांमध्ये क्लेअरने रचून ठेवलेल्या सामानाची चवड आणि माझ्या पुस्तकांनी भरलेली ७८ खोकी बघून, त्यांच्या चेहऱ्यावरचं हास्य जे मावळलं, ते कायमचंच!!

अखेर संध्याकाळपर्यंत आम्ही नव्या घरात स्थिरावतो - मग, घराची नीट पाहणी करायला निघतो. खिडक्यांच्या गजांवरून हात फिरवत, लाकडी फरशांवर पायाने थापट्या मारत, न्हाणीघरातल्या टबमध्ये पाणी भरून बघत, स्वयंपाकघरातल्या बर्नरना सुरू करून बघत, आम्ही आमच्या नव्या घराशी परिचय करून घेतो. क्लेअर तर माझ्यापेक्षाही भारावून गेलेली दिसते. ती प्रत्येक खोलीत जाऊन तिथली कपाटं, खण, खिडक्या सगळ्यांची उघटमीट करून पाहाते. अगदी जेवणाच्या खोलीत लावलेला बल्बदेखील, शिडीवर चढून निरखून पाहाते. मी तिचे हे वेडे प्रकार पाहात तिच्या मागावरच असतो.

इतक्यात, क्लेअर आपला शर्ट काढून भिरकावते. मी क्षणभर तिच्या ह्या धाडसी कृत्याकडे आ वासून बघतच बसतो. मग, भानावर येतो, तसा तिला शिडीवरून खाली ओढत, तिच्या स्तनांवरून जीभ फिरवू लागतो.

तिथून गोष्टी इतक्या वेगाने, आवेशाने घडत जातात, की बघता-बघता नव्या घरातला आमचा प्रथम प्रणयसोहळा संपन्नही होतो.

न उघडलेल्या सामानाच्या ढिगांत, क्लेअरच्या बाहुपाशात पडून त्या प्रणयाची गोडी आठवत राहाताना, मला अखेर मी माझ्या घरी आल्याची सुखद जाणीव व्हायला लागते.

रविवार, २८ ऑगस्ट, १९९४ (क्लेअर २३ वर्षांची, हेन्री ३१ वर्षांचा)

क्लेअर : रविवारची उन्हाळी दुपार आहे आणि, मी, हेन्री व गोमेझ इव्हॅन्स्टनला आलेलो आहोत. सकाळच्या प्रहरी आम्ही लाईटहाऊस बीचला उन्हं खायला गेलो होतो. गोमेझला वाळूमध्ये डोक्यापर्यंत पुरलं जाण्याची इच्छा होती, ती पूर्ण केली. मग, सोबत आणलेलं चवदार जेवण जेऊन, थोडी झोप काढली. आता आम्ही चर्च स्ट्रीटवर सावलीचा भाग पकडून बर्फाचे नारिंगी गोळे खात गप्पा मारत चाललो

आहोत. इतक्यात हेन्री मला म्हणतो, ''क्लेअर, तुझं डोकं वाळूने भरून गेलंय.'' म्हणून मग, मी भर रस्त्यात डोकं उलटं करून त्यामधली वाळू झटकून टाकते.

''माझे तर कान आणि काही खास....खासगी जागा तर वाळूचे आगार बनले आहेत'' गोमेझ माझ्याकडे डोळे मिचकावत बोलतो.

''हे बघ, मी फारतर तुझं डोकं झटकून द्यायला तयार आहे, पण बाकीचं तुझं तूच बघून घे बाबा...'' मी त्याला माझे केस अंबाड्यात गुंडाळत ठणकावून सांगते.

''बरं, आता सांगा, आपण आता काय करू या?'' गोमेझ आम्हा दोघांकडे बघत विचारतो, तसं मी आणि हेन्री विचारात पडतो. मग एकदमच उद्‌गारतो ''बुकमन्स ॲलीला जाऊ या!''

''अरे बापरे!! नको रे तुमची ती पुस्तकांची दुकानं! माझ्यावर दया करा...'' गोमेझ गयावया करत म्हणतो.

पण हेन्री त्याच्या नाटकांना सरावला असल्याने, त्याच्याकडे दुर्लक्ष करत म्हणतो ''ठरलं तर मग, तिथेच जाऊ या...चला!''

''बरं, जाऊ या; पण मला आधी वचन द्या, की तुम्ही तिथे तीन तासांच्या वर वेळ घालवणार नाही.'' गोमेझ आमच्याकडे बघत विनवणीच्या सुरात बोलतो.

''गोमेझ, अरे ते दुकान तसंही ५ वाजता बंद होतं आणि आता २.३० वाजत आले आहेत. तू काळजी करू नकोस...''

''आणि तरीही तुला यायचा कंटाळाच आला असेल, तर तू बीयर पीत बस, तोपर्यंत आम्ही जाऊन येतो...'' हेन्री गोमेझला सुचवतो.

''माझ्या समजुतीनुसार इव्हॅन्स्टनमध्ये दारूबंदी आहे...?'' गोमेझ विचारतो.

''नाही, ती पूर्वी होती, आता उठवलीय.''

''नको जाऊ दे, मीपण तुमच्यासोबतच येतो.'' गोमेझ एकदम आपला नकार झटकत बोलतो. मग, आम्ही शेरमनच्या इथे वळून, मार्शल फील्ड्स आणि गॅपवरून पुढे जात एका लहानशा गल्लीत वसलेल्या बुकमन्स ॲलीला पोचतो. दरवाजा उघडून त्या थंडगार, काळोख्या दुकानात शिरताना मला वाटतं, जणू मी माझ्या भूतकाळातच चाललेय.

दुकानाचा मालक रॉजर, नेहमीप्रमाणे गल्ल्याच्या पाठीमागे बसून एका वृद्ध गृहस्थांशी काहीतरी बोलत बसला आहे. आम्हाला बघितल्यावर तो तोंडभरून हसत मला सांगतो, ''क्लेअर, तुला एक गोष्ट दाखवतो, तुला नक्की आवडेल!'' आणि ती वस्तू आणायला दुकानाच्या मागच्या बाजूला जातो.

इतक्या वेळात, हेन्री त्याच्या लाडक्या ग्रंथांच्या शोधात जातो; तर कीचेन्स, टोप्या, च्युइंग-गम इत्यादी फुटकळ गोष्टी बघण्यात, गोमेझ गर्क होतो. थोड्या वेळाने रॉजर माझ्यासाठी सुशोभित कागदांचं एक डच कॅटलॉग घेऊन येतो. त्यामध्ये

नमुन्यादाखल कागदही सोबत दिलेले असतात. पुस्तक पाहून मी खरंच खूप खूश होते - कारण असली पुस्तकं फार दुर्मिळ असतात! मी लागलीच ते पुस्तक चाळून, त्यामधल्या गोष्टी बनवण्यासाठी लागणाऱ्या साहित्याच्या शोधात निघते. मध्येच, मला हेन्री, दुकानातल्या कला-विभागात, आपल्या मांडीवर एक मोठालं पुस्तक उघडं ठेवून बसलेला दिसतो. त्याला त्या पुस्तकात इतकं गर्क झालेलं पाहून मला खूप गंमत वाटते. त्याचे केस आज एकदम बारीक कापलेले आहेत आणि त्यामुळे, ते एखाद्या शाळकरी मुलाला शोभावेत, अशा रीतीने उभे राहिलेले आहेत. वाचता-वाचता, हेन्री नेहमीच्या सवयीप्रमाणे केसाची एक बट वळवायला जातो पण त्याचे केस इतके बारीक कापले असल्यामुळे, त्याच्या हातात येत नाहीत. मग तो वैतागून आपला कान खाजवू लागतो. त्याची ती सगळी गंमत पाहून, मला त्याला गच्च मिठी मारून, त्याच्या आखूड केसांमधून हात फिरवावासा वाटतो; पण मग मी माझ्या भावनांना आवर घालून, पुढच्या विभागात पुस्तक शोधायला निघून जाते.

हेन्री : नवीन आलेल्या पुस्तकांची उलथापालथ करत क्लेअर उभी आहे. रॉजर खरंतर एरवी कुणाला, खणामध्ये मांडल्या न गेलेल्या पुस्तकांना हात लावू देत नाही; पण क्लेअरला मात्र त्याच्या दुकानात मुक्त संचार असतो.

क्लेअर एका लहानशा लाल पुस्तकात डोकं खुपसून बसली आहे. तिच्या अंबाड्यातून सुटू पाहाणाऱ्या बटेकडे आणि तिच्या गोऱ्यापान खांद्यावरून ओघळलेल्या तिच्या झग्याच्या पट्टीकडे, क्लेअरचं काही लक्ष नाहीये. तिचं ते रूप इतकं मोहक, इतकं उत्तेजित करणारं असतं की, मला तिथल्या तिथे क्लेअरला कवेत घेऊन, तिच्यावर चुंबनांचा वर्षाव करावासा वाटतो; तिचे लाडिक चावे घ्यावेसे वाटतात... पण मी स्वतःला आवर घालतो - कारण, तसं करून मी तो क्षण गमावीन, ह्याची मला खात्री असते.

इतक्यात मला समोरच्या आरशात गोमेझचं प्रतिबिंब दिसतं....तोदेखील क्लेअरकडेच टक लावून पाहात असतो आणि त्याच्या डोळ्यांत तेच भाव असतात, जे माझ्या मनात असतात!

मी त्यावरून गोमेझला काही बोलणार, इतक्यात क्लेअर वर बघते आणि माझ्याकडे हसून बघत तिच्या हातातलं पुस्तक पुढे करत बोलते "हेन्री, हे बघ मला काय मिळालं? पोम्पेई!" खरं तर तिचं वाक्य अगदी साधं असतं, पण त्यातून तिने गोमेझवर माझी निवड केल्याचा जो अर्थ परावर्तित होतो, त्याने मी सुखावतो आणि लागलीच क्लेअरच्या जवळ जाऊन, तिच्या खांद्यावर हात टाकून, ती ओघळलेली पट्टी सरळ करतो. क्षणभराने वर बघतो, तर गोमेझ माझ्या विजयश्रीसमोर लवून की काय, आमच्याकडे पाठ करून ॲगाथा ख्रिस्तीची पुस्तकं चाळत बसलेला दिसतो.

रविवार, १५ जानेवारी, १९९५ (क्लेअर २३ वर्षांची, हेन्री ३१ वर्षांचा)

क्लेअर : मी भांडी धुवत आहे आणि हेन्री सिमला मिरच्या कापण्यात गर्क आहे. आमच्या घरापाठच्या बागेत बर्फ भुरभुरून पडलाय आणि त्यावर मावळतीच्या सूर्याची किरणं, बागेला सोन्याचा वर्ख ल्यायल्याचा साज देत आहेत. आम्ही 'यलो सब्मरीन' गात, चिली बनवण्याच्या तयारीला लागलो आहोत.

''इन द टाऊन व्हेयर आय व्हॉझ बॉर्न,
लिव्हड अ मॅन व्हू सेल्ड टू सी...''

तव्यावर कांद्याचा चुरचुराट होतो... आणि मग एकदम, ''ॲण्ड अवर फ्रेन्ड्स आर ऑल ऑन बोर्ड'' हे वाक्य मला माझ्या एकटीच्याच आवाजात ऐकू येतं! वळून पाहाते, तर हेन्रीच्या हातात असलेली सुरी ओट्यावरच पडलेली असते, तो कापत असलेली मिरची अजून धिम्या गतीने डोलतच असते आणि त्याच्या कपड्यांचा ढीग जमिनीवर पडलेला असतो.

मी उसासा टाकून, कांद्याखालचा अग्नी बंद करत त्यावर झाकण ठेवते. मग, हेन्रीचे कपडे गोळा करून त्यांना आमच्या बेडरूममध्ये नेते. कपड्यांच्या नीट घड्या घालून, त्यांना पलंगावर मांडून ठेवते. थोडा वेळ हेन्रीची वाट बघत बसते. मग काय करावं हे समजेनासं झाल्यावर, मला जमेल तसा स्वयंपाक उरकते आणि जेवून, हेन्री कुठे गेला असेल, ह्याचा विचार करत एकटीच झोपून जाते.

शुक्रवार, ३ फेब्रुवारी, १९९५
(क्लेअर २३ वर्षांची, हेन्री ३१ व ३९ वर्षांचा)

क्लेअर : मी, हेन्री, गोमेझ आणि शॅरीस आमच्या डायनिंग टेबलापाशी बसून गोमेझ-शॅरीसने शोधून काढलेला 'मॉडर्न कॅपिटलिस्ट माइंड फक' (!) नावाचा खेळ खेळत बसलोय. 'मोनोपोली'मधल्या सोंगट्या वापरून खेळल्या जाणाऱ्या ह्या खेळात, प्रश्नांची उत्तरं देऊन, गुण व पैसा गोळा करून, इतर खेळाडूंवर मात करायची असते.

गोमेझचा डाव असतो. तो फासा फेकतो, सहा आकडा येतो. त्यानुसार तो 'कम्युनिटी चेस्ट'वर येऊन पडतो. मग एक पत्ता उचलून, सगळ्यांना शांत करत गोमेझ बोलतो, ''आता माझा प्रश्न नीट ऐका हं...असं कोणतं आधुनिक तंत्रज्ञान आहे, ज्याला समाजाच्या भल्यासाठी तुम्ही जमिनीत गाडायलाही पुढे-मागे पाहाणार नाही?''

''टी.व्ही.!'' मी उत्तर देते.

“फॅब्रिक सॉफ्टनर”, शॅरीस सुचवते.

“मोशन डिटेक्टर्स” - इति हेन्री.

“मी म्हणतो, दारूगोळा”, गोमेझ आपला पर्याय सांगतो. “नाहीतर, असेंब्ली लाईन...”

“ए, तुला दोन पर्याय सांगण्याची परवानगी नाहीये,” हेन्री मुद्दा काढतो.

“का नाही? असायलाच हवी! आणि तसंही, तुझं हे कसलं उत्तर आहे रे? म्हणे मोशन डिटेक्टर्स! अॅहॅहॅ...” गोमेझ त्याला प्रत्युत्तर देत म्हणतो.

“का नाही? मला त्याचा त्रास होतो, मग मी तो पर्याय का नाही सांगू शकत? गेल्या आठवड्यात दोनदा असं झालं की, मी काळप्रवास करून, न्यूबेरीमध्ये रात्रीच्या वेळेला प्रकट झालो. त्या नालायक मोशन डिटेक्टर्समुळे, काहीतरी हालचाल जाणवून, लागलीच तिथले पहारेकरी शोधाशोध करू लागले! मी कसेबसे कपडे चढवून तिथून निसटलो खरा, पण माझी जी भंबेरी उडाली, ती तुम्हाला काय कळणार!” हेन्री भयचकित स्वरात सांगतो.

“हेन्री, मी तुला झालेल्या ह्या त्रासाबद्दल दिलगीर आहे.” गोमेझ आपला पवित्रा बदलत बोलू लागतो “पण सामान्य जनतेला मोशन डिटेक्टर्सने फारसा त्रास होत असेल, असं मला वाटत नाही. त्यामुळे, मला आणि क्लेअरला योग्य उत्तरासाठी दहा गुण मिळतात, शॅरीसला तिच्या वेगळ्या विचारासाठी पाच गुण मिळतात आणि जनतेपेक्षा स्वत:चा विचार केल्याबद्दल, तुला तीन घरं मागे जावं लागेल.”

“ठीक आहे! मला मंजूर आहे! कारण त्यामुळे मला २०० डॉलर्सची कमाई होत आहे. चला बॅन्कर बाई, पैसे काढा!” हेन्रीने विजयी मुद्रेने हे लक्षात आणून दिल्यानंतर, शॅरीस निमूट त्याच्या हातावर पैसे ठेवते आणि गोमेझ आपली नजरचूक लक्षात येऊन कपाळावर हात मारून घेतो. मी त्याच्याकडे बघून हसत फासा टाकते.

“चार. म्हणजे, पार्क प्लेसला पोचले मी. मला ते विकत घ्यायचंय.” मी जाहीर करते.

मात्र पार्क प्लेस विकत घ्यायला, मला कोणाच्यातरी प्रश्नाचं योग्य उत्तर देणं भाग असतं. म्हणून मग, एका ढिगामधून प्रश्न असलेला पत्ता हेन्री बाहेर काढून मला विचारतो “क्लेअर, तुझा प्रश्न असा आहे : ह्या चौघांपैकी तुला कोणासोबत जेवायला जायला आवडेल, आणि का? तुझे पर्याय आहेत अॅडम स्मिथ, कार्ल मार्क्स, रोझा लक्सेम्बर्ग आणि अॅलन ग्रीनस्पॅन.”

“रोझा लक्सेम्बर्ग!” मी उत्तर देते.

“का?”

“तिच्यासोबत असतानाचा मृत्यू, ती सगळ्यांत रोमांचक असेल, म्हणून!”

त्या तिघांना माझं उत्तर आवडतं आणि ते मला पार्क प्लेस विकत घेण्याची परवानगी देतात. मग, हेन्रीची पाळी येते. तो फासा टाकतो आणि आयकराच्या घरावर येऊन पडतो. आम्हाला चिंता वाटू लागते - कारण आयकराचे जरा निराळेच पत्ते असतात. पण नशिबाने तो आपला पत्ता वाचतो, तर त्यात त्याला कित्येक घरं पुढे जाण्याची मुभा मिळते. मात्र, त्याचा हा मार्ग सुकर करण्यासाठी आम्हाला सगळ्यांना आमची आतापर्यंत मिळकत बँकेत जमा करावी लागते - जी आम्ही चरफडतच शॅरीसकडे सोपवतो.

"सॉरी, पण माझं नशीब जोरावर आहे, त्याला माझा इलाज नाही." हेन्री मिश्किलपणे असं म्हणत सेंट जेम्स नावाच्या भागावर पोचतो आणि तो विकत घ्यायचं ठरवतो.

"माझं बिच्चारं सेंट जेम्स!" शॅरीस उसासा टाकत बोलते. मग काहीतरी सुचल्यागत विचारते "आज डॉलर आणि जपानी येनचा विनिमयदर किती आहे?"

"मला काय माहीत? कशासाठी हवाय तुला तो?" हेन्री गोंधळून विचारतो.

इतक्यात गोमेझ बोलतो "एका डॉलरला ९९.८ येन."

हे ऐकून उसासा टाकायची पाळी हेन्रीवर येते! "ठीक आहे! मला सेंट जेम्स नको! शॅरीस, तुझी पाळी..." असं म्हणत हेन्री जड मनाने स्वत:च्या शक्कलीवर हसत बसलेल्या शॅरीसकडे फासा सरकवतो. शॅरीस फासा टाकते, तर तिला तुरुंगात जावं लागतं. आणि तिचा गुन्हा असतो अंतस्थ व्यापार (इंसायडर ट्रेडिंग)! ते पाहून आम्ही सगळे हसायला लागतो.

हास्याचा बहर ओसरल्यावर गोमेझ म्हणतो "हे पत्ते तर तुमच्या हातात जास्त शोभले असते, नाही का हेन्री?" ह्यावर मी आणि हेन्री एकमेकांकडे पाहात हलकेच स्मित करतो. हे खरं आहे, की सध्या आम्ही रोखे-बाजारात भरपूर कमाई करून राहिलेलो आहोत.

तुरुंगातून बाहेर पडण्यासाठी शॅरीसला तीन प्रश्नांची योग्य उत्तरं द्यायला हवी आहेत. गोमेझ पत्ता काढत तिला पहिला प्रश्न विचारतो "मेक्सिकोमध्ये राहात असलेले आणि ट्रॉट्स्कीच्या परिचयाचे असलेले दोन चित्रकार कोणते?"

"सोपं आहे. डिएगो रिवेरा आणि फ्रिडा काहलो." शॅरीस उत्तर देते.

"शाब्बास. आता दुसरा प्रश्न : नाईके शूजचे मालक, त्यांचे ते अतिमहागडे बूट बनवणाऱ्या व्हिएतनामी कामगारांना ताशी किती रक्कम मोजतात?"

"अरे बापरे! मला काय माहीत?! बरं अंदाज लावून सांगू? ३ डॉलर्स? १० सेंट्स?..."

"एक पक्कं उत्तर सांग...."

गोमेझ आणि शॅरीसची ही ओढाताण सुरू असतानाच, स्वयंपाकघरातून

काहीतरी जोरात कोसळल्याचा आवाज येतो. सगळे दचकून उभे राहातात, तसा हेन्री सगळ्यांना शांत करत ''खाली बसा! घाबरायचं कारण नाही. मी बघतो काय ते!'' असं म्हणून स्वयंपाकघराकडे धाव घेतो. आम्ही तिघं जागीच खिळून उभे असतो. गोमेझ आणि शॅरीस माझ्याकडे प्रश्नार्थक नजरेने पाहू लागतात, पण मी त्यांना सांगते, मला माहीत नाही. खरंतर, मला माहिती असतं. पण त्या दोघांना माझ्यापेक्षा हेन्रीच अधिक नीट समजवू शकेल, ह्याची मला खात्री असल्याने मी त्यांना खोटं सांगते.

गोमेझ आणि शॅरीसला तिथेच ठेवून, मी हेन्रीच्या मदतीसाठी आत जाते. तो फरशीवर उकिडवा बसून एका नग्न माणसाच्या कपाळातून वाहणारं रक्त, फडक्याने टिपत बसलेला असतो. अर्थात, तो माणूस हेन्रीच असतो.

आमचं सगळं काच-सामान ठेवलेलं लाकडाचं कपाट कलंडलेलं असतं आणि त्यातलं बहुतांशी सामान जमिनीवर विखरून पडलेलं असतं. तो माणूस आणि हेन्री त्या गदारोळातच बसलेले असतात. मी तिथे पोचल्यावर, दोन्ही हेन्री माझ्याकडे पाहातात - एक दयनीयपणे आणि दुसरा डोळ्यांत तत्पर भाव आणून. मी 'माझ्या' हेन्रीकडे पाहात खुसफुसून विचारते ''इतकं रक्त वाहतंय तरी कुठून?''

''मला वाटतं, त्याच्या टाळूमधून वाहतंय.'' हेन्री तशाच आवाजात उत्तर देतो.

''मग चल, रुग्णवाहिकेला बोलावून घेऊ या.'' असं म्हणत मी हेन्रीच्या छातीमध्ये रुतलेला काचेचा तुकडा काढायला जाते. तसा तो उद्‌गारतो ''नको क्लेअर!'' मी ते ऐकून एकदम मागे सरते.

इतक्यात गोमेझ आणि शॅरीस तिथे येऊन पोचतात. ''बापरे! काय प्रकार काय आहे हा?'' शॅरीस एखाद्या विचित्र प्राण्याला बघत असावी, तशा उत्साहाने चित्कारते.

तेवढ्यात हेन्री त्याच्या नग्न मूर्तीची लाज झाकायला, त्याच्यावर एक लहानगा टॉवेल टाकतो.

''अरे हेन्री, त्याची काय गरज नाहीये! मी हज्जारो नग्न पुरुष चितारले आहेत...''

''पण मला तुझ्या चित्रकलेसाठी नमुना बनण्यात रस नाहीये!'' हेन्री ताड्कन बोलून जातो. ते ऐकून मुस्काटात मारल्यासारखी शॅरीस गप्प होते.

''ए हेन्री, चिडतोस काय?....'' गोमेझ कुरबूर करू लागतो.

मला सगळ्यांचा कोलाहल असह्य व्हायला लागतो. मी जोरात ओरडते ''सगळे जण जरा गप्प बसा! प्लीझ!'' आश्चर्याची गोष्ट म्हणजे, सगळे माझं ऐकतात. खोलीत नि:शब्द शांतता पसरते. मग मी आता जमिनीवर पसरून कण्हणाऱ्या (त्या दुसऱ्या) हेन्रीला विचारते ''आता काय होईल?''

त्यावर तो माझ्याकडे क्षणभर पाहात बसतो आणि मग प्रयास करून बोलतो

"काही नाही, मी थोड्या वेळाने गायब होईन." मग तो माझ्या हेन्रीकडे पाहात विनंती करतो "मला काहीतरी प्यायला हवंय."

हेन्री धावत जाऊन त्याच्यासाठी चषकभर जॅक डॅनियल्स घेऊन येतो. मी हेन्रीचं डोकं धरून बसते आणि हेन्री त्याला ते पेय पाजू लागतो.

"त्याला ह्या अवस्थेत व्हिस्की देणं योग्य आहे का?" गोमेझ काळजीच्या सुरात विचारतो.

"देव जाणे! आणि मला काही फरक पडत नाही. इतकी कोरड पडलेली घशाला की काय सांगू!" जमिनीवरचा हेन्री थोड्या तरतरीने उत्तर देतो. मग एकदम ओरडतो, "सगळे जण मागे व्हा! डोळे बंद करा...!"

"पण का?..." असं गोमेझ, गोंधळून विचारत असतानाच जमिनीवरचा हेन्री विजेचे झटके लागत असल्यासारखा आचके देऊ लागतो. त्याचं अवघं शरीर थरथरत असतं. तो एकदा जोरात माझ्या नावाचा पुकारा करतो - "क्लेअर!" - आणि मग क्षणात, काहीतरी कडकल्यासारखा आवाज होऊन, उरल्यासुरल्या काचसामानाचा चुराडा करत तो अदृश्य होतो.

"ओ. माय गॉड!!" शॅरीस डोळे विस्फारून, आपला हरवलेला आवाज शोधत उद्‌गारते! इथे, मी आणि हेन्री एकमेकांकडे पाहात उभे असतो. मी त्याला नजरेनेच सांगू पाहाते, हे काहीतरी निराळंच घडलंय, हेन्री! हे विद्रूप होतं, हिंसक होतं! तुला होतंय तरी काय? हा काय प्रकार होता? पण, त्याचा पांढराफटक पडलेला चेहरा पाहून मला लक्षात येतं की, त्यालाही हे सगळं तितकंच अपरिचित आहे.

शेवटी गोमेझ हिंमत करून हेन्रीला विचारतो, "हेन्री, ह्या काचांपाठचं रहस्य काय?"

ह्यावर हेन्री माझा हात धरून उठून उभा राहातो. त्याच्या अवघ्या अंगावर काचांचे तुकडे आणि रक्ताचे डाग पडलेले असतात. शॅरीसच्याही चेहऱ्यावर मोठाला व्रण पडलेला असतो - त्यातून रक्त वाहत असतं.

गोमेझच्या प्रश्नाला उत्तर देत हेन्री समजावून सांगतो "ज्या गोष्टी माझ्या शरीराचा भाग नसतील, त्या सगळ्या मागे सोडल्या जातात. उदाहरणार्थ, मी एक खोटा दात बसवलेला होता - तर तो प्रत्येक काळप्रवासाच्या वेळेस गळून पडायचा, कारण तो माझ्या शरीराचा भाग नव्हता. त्याच नियमाने, आता ह्या काचा गळून पडल्या. चला, एक बरं आहे, की मी जिथे कुठे परतलो असेन, त्या लोकांना माझ्या अंगावरच्या काचा तर काढत बसाव्या लागणार नाहीत."

"हो, पण आम्हाला ते करावं लागेल, त्याचं काय?" गोमेझ शॅरीसच्या केसांत अडकलेल्या काचा काढत उद्‌गारतो!

लायब्ररी सायन्स फिक्शन

बुधवार, ८ मार्च, १९९५ (हेन्री ३१ वर्षांचा)

हेन्री : मॅट आणि मी न्यूबेरी ग्रंथालयाच्या दालनांमध्ये लपाछपी खेळतोय. ऐकून आश्चर्य वाटलं का? त्याचं असं आहे, की मला न्यूबेरीच्या एका विश्वस्त बाई आणि त्यांच्या महिला मंडळासाठी 'कॅलिग्राफी शो ॲण्ड टेल' चा कार्यक्रम करण्याची जबाबदारी दिली गेली आहे. मी माझे सगळे कपडे गोळा करून, ते अंगावर चढवून, त्या कार्यक्रमाला जाता यावं, ह्यासाठी मला शोधत फिरणाऱ्या मॅटपासून लपत फिरतोय.

"हेन्री! तुझा हा पोरकटपणा आत्ता, ह्या क्षणी बंद कर आणि बाहेर ये. कोनेली मॅडम वाट पाहून संतापाने वेड्या होणार आहेत, ह्यात आता मला काहीच शंका उरलेली नाहीये." मॅट, आपल्या विशेष साहेबी आवाजात मला दरडावतो. "मी माझी विजार शोधतोय..." मी ह्या अशा अवघड प्रसंगांसाठी व्हेन्ट्रिलॉक्विझम शिकण्याचा मनापासून निश्चय करत बोलतो.

इतक्यात मॅट माझ्या दिशेने येत असल्याचं जाणवतं. मी घाईघाईने शर्टाची बटणं लावत असताना, तो मला अखेर पकडतोच. "काय करतोयंस तू इथे?" तो माझं निरीक्षण करत विचारतो. "पुन्हा बिन-कपड्यांचा हिंडत होतास ना?"

"अं...बहुतेक!" मी चाचरत बोलतो.

"देवा! हेन्री! कधी रे सुधारणार तू? चल दे, मला त्यांच्यासाठी पुस्तकं काढायला ती गाडी दे. सगळी कामं मीच करायची, तर इतर कर्मचारी हवेत कशाला, मला समजत नाही." असं पुटपुटत, मी पुढे केलेली गाडी जवळजवळ

हिसकावत मॅट रीडिंग रूमच्या दिशेने निघून जातो.

तो गेल्यावर मी माझे बूट-मोजे चढवून, जाकिट घालून, टाय बांधून, मॅटला मदत करण्यासाठी रीडिंग रूमकडे रवाना होतो. तिथे त्याने नेहमीच्या शिताफीने त्या गर्भश्रीमंत, मध्यमवयीन बायकांचा ताबा घेतलेला असतो आणि मी पोचतो, तेव्हा त्यांच्यात रुडॉल्फ कॉचच्या हस्ताक्षरकलेबद्दल चर्चा चाललेली असते. मॅटने त्यांच्यासमोर रुडॉल्फच्या कामाचे कैक नमुने मांडलेले असतात आणि त्या बायका, एकंदरीत आमच्या (म्हणजे, खरंतर मॅटच्या) व्यासंग आणि समजावणीच्या पद्धतीवर खूप खूश दिसत असतात. चला, म्हणजे आज मी ह्या ग्रंथालयातून कायमचा बेदखल होण्यापासून वाचलो म्हणायचं!

शेवटी एकदाचं ते चर्चासत्र संपतं आणि सगळ्या बायका जेवणासाठी निघून जातात. मी आणि मॅट पुस्तकांची आवराआवरी करायला लागतो.

"मॅट, मला माफ कर. मी खरंच मनापासून माफी मागतो..."

"हेन्री, तू जर तुझ्या कामात एरवी इतका प्रवीण नसतास ना, तर मी आज तुझं कातडं सोलून 'दास मॅनिफेस्त दर नाक्तकल्चर' नावाच्या पुस्तकावर आच्छादन म्हणून वापरलं असतं."

"छे! शक्यच नाही! आपल्याकडे असं कुठलं पुस्तकंच नाहीये." मी विनोद करण्याच्या प्रयत्नात म्हणतो.

त्यावर मॅट माझ्याकडे बघून, चेहऱ्यावरची सुरकुतीही न हलवता बोलतो "आहे! पैज लावतोस?"

त्याच्या आवाजावरून, तो मुळीच विनोद ऐकण्याच्या मन:स्थितीत नाहीये, हे लक्षात यायला मला वेळ लागत नाही. मग मी निमूट माझं काम आवरून, मॅटला 'ब्यू थाई' मध्ये जेवायला नेतो - तो त्यानंतर हे सगळं विसरला नाही तरी, किमान मला माफ तरी करेल, ह्या आशेने!

मंगळवार, ११ एप्रिल, १९९५ (हेन्री ३१ वर्षांचा)

हेन्री : मला न्यूबेरी ग्रंथालयातल्या एका विशिष्ट जिन्याबद्दल नेहमीच भीती वाटते. तळमजल्यावरच्या मुख्य दालनाच्या पूर्वेला असलेला हा जिना, जरी पार चौथ्या मजल्यापर्यंत जात असला, तरी तिथला मुख्य जिना नाहीये. म्हणूनच, तो फार सजवलेला वगैरेही नाहीये. ना त्यावर संगमरवर बसावलाय, ना त्याच्या कडांना सोन्याचं पाणी चढवलंय आणि ना त्याला लागून कुठल्या खिडक्या आहेत. कदाचित म्हणूनच, मला त्या जिन्याची भीती वाटते - कारण, खिडक्या नसल्यामुळे, हवा खेळती राहण्यासाठी, त्याला प्रत्येक मजल्याच्य सुरुवातीला एक लोखंडी

दरवाजा आहे. पण मला त्या दरवाजांचीही तेवढी भीती नाही वाटत, जेवढी मला त्या जिन्याच्या मध्यावरून जाणाऱ्या पिंजऱ्याची वाटते.

प्रथमदर्शनी चारही मजले पार करून जाणारा तो पिंजरा म्हणजे लिफ्टचा झुलाच वाटतो, पण तो तसा नाहीये. न्यूबेरीतल्या कोणालाच हे माहीत नाही की, तो पिंजरा तिथे कोणी व कशासाठी बांधलाय. माझ्या अंदाजाने, लोकांनी चौथ्या मजल्यावरून स्वत:ला तळमजल्यावर झोकून देऊन आत्महत्या करू नये, ह्यासाठी कदाचित तो बांधला असावा. पण, त्याला उभारण्यामागचं कारण काही असो, हे तितकंच सत्य की, मला त्या पिवळ्या रंगाच्या स्टीलच्या पिंजऱ्याची भयंकर भीती वाटते.

मी जेव्हा न्यूबेरीत नव्याने कामाला लागलो, तेव्हा कॅथरीनने मला उत्साहाने सोबत फिरून सगळ्या ग्रंथालयाची ओळख करून दिलेली, तिने मला अगदी सार्थ अभिमानाने इथली रीडिंग रूम, पुस्तकांचे खण, गोदाम, मॅट आपल्या गाण्याचा रियाझ करायला जातो ती पूर्वेकडची ओसाड खोली, मॅक' ॲलिस्टरचं अस्ताव्यस्त कार्यालय, कर्मचाऱ्यांसाठीची विशिष्ट खोली....थोडक्यात, कोपरान्‌कोपरा फिरून दाखवला होता. पण आम्ही त्या पिंजऱ्यापाशी पोचलो, तशी ती तुरुतुरु धावत पुढे निघून गेलेली.

"हे काय आहे?" मी कॅथरीनला विचारलं होतं.

"काही खास नाही रे. आम्ही त्याला पिंजरा म्हणूनच ओळखतो." ती शक्य तितक्या सहज आवाजात म्हणाली होती.

"ती लिफ्ट आहे का?"

"नाही. नुसताच रिकामा पिंजरा आहे. तो नक्की तिथे का आहे, हे कुणालाच नीट माहीत नाही. त्याचा वापर करतानाही कुणी कुणाला पाहिलेलं नाही."

"ओ! अच्छा?" तोपर्यंत माझी उत्सुकता चाळवली गेलेली. "इथे खाली दरवाजा आहे का?"

"नाही. त्याच्या आतसुद्धा जाता येत नाही."

"अच्छा? विचित्रच आहे!" असं म्हणून कॅथरीनच्या पाठीमागे चालायला लागलो होतो. पण तेव्हापासून त्या पिंजऱ्याबाबतीत माझ्या मनात भीती बसली ती बसलीच. मी त्याच्या बाबतीत शक्यतो विचारच टाळतो, कारण मला एक नक्की माहितेय - की मी जर कधी त्यात अडकलोच, तर तिथून बाहेर पडणार नाही!

शुक्रवार, ९ जून, १९९९ (हेन्री ३१ वर्षांचा)

हेन्री : मी न्यूबेरीच्या चौथ्या मजल्यावरच्या पुरुष कर्मचाऱ्यांच्या बाथरूममध्ये येऊन

पडतो. गेले कित्येक दिवस, मी १९७३ सालच्या ग्रामीण इंडियानामध्ये अडकलेलो होतो. परत आलोय तो उपाशीपोटी, नग्न, साधूसारखी दाढी वाढलेल्या, थकल्याभागल्या अवस्थेत. माझ्या डोळ्यांवर कुणीतरी मारल्यामुळे जखमही झाली आहे.

मी स्वत:ला जरा शांत करून जमिनीवर बसतो आणि विचार करू लागतो. मी विचार करत बसलो असताना, कुणीतरी आत येतं आणि लघवी करायला लागतं. मी शक्य तितका शांत राहाण्याचा प्रयत्न करतो, पण अशा वेळी नेमकं होतं तेच होतं - मला शिंक येते!

"कोण आहे तिथे?" रॉबर्टोचाच आवाज आहे हा! मी त्याला उत्तर न देता, शांतपणे बसून राहातो. तेवढ्यात रॉबर्टोची पावलं माझ्या दिशेने येताना जाणवतात, तसा मी ताठरतो. त्याने मला पाहू नये अशी प्रार्थना करत असतानाच, मी ज्या दरवाजामागे लपून राहिलोय, त्याच्या खालच्या फटीमधून रॉबर्टोला माझे पाय दिसतात.

"हेन्री? तूच आहेस ना? बाहेर ये. मी मॅटला तुला कपडे द्यायला सांगतो. ते घालून लगेच माझ्या कार्यालयात ये, समजलं?"

थोड्या वेळाने मी रॉबर्टोच्या आदेशाबरहुकूम त्याच्या कार्यालयात दाखल होतो. तो फोनवर बोलत असतो. म्हणून मग मी वेळ घालवायला त्याच्या खोलीचं निरीक्षण करू लागतो. इतक्यात, माझी नजर जाते, त्याच्या टेबलावर ठेवलेल्या कॅलेंडरकडे! आज शुक्रवार आहे?! वाजलेत किती? दुपारचे २.१७? म्हणजे....म्हणजे मी फक्त २२ तासांसाठी गायब झालो होतो? आणि मला वाटत होतं की, मला जाऊन कित्येक दिवस झालेत...

माझे हे विचार सुरू असतानाच रॉबर्टोचं फोनवरचं बोलणं संपतं आणि तो मला दरवाजा बंद करून यायला सांगतो. खरं तर, याची काही गरज नसते. रॉबर्टोच्या कार्यालयाच्या भिंती चांगल्या पक्क्या आहेत, पण साहेबासमोर काय बोलणार? मी निमूट त्याने सांगितल्याप्रमाणे करतो.

रॉबर्टो कॅल, हा इटालियन रेनेझां ह्या विषयावरचा तज्ज्ञ आणि आमच्या ग्रंथालयात स्पेशल कलेक्शन्स विभागाचा प्रमुख आहे. खरं तर तो इतर सगळ्या साहेब-लोकांपेक्षा बराच मृदू आणि समजूतदार आहे; पण आज माझ्याकडे आपल्या जाड भिंगांच्या चष्म्यामधून पाहाताना, मला त्याच्या डोळ्यांत हताश भाव उतरलेले दिसत आहेत.

"हे असं चालू राहू शकत नाही, हेन्री." रॉबर्टो आपल्या धीरगंभीर आवाजात मला समजावू लागतो.

"हो, मला समजतंय." मी दबक्या आवाजात उत्तर देतो.

"तुझ्या डोळ्याला ही जखम कशी झाली, सांगू शकशील?"

"मला वाटतं मी झोपेत होतो आणि तेवढ्यात एका झाडावर आदळलो."

"अच्छा! छे, मला ही इतकी साधी गोष्ट कशी काय सुचली नाही, देव जाणे!" रॉबर्टो उपहासाने बोलतो. त्यानंतर थोडा वेळ आम्ही काही न बोलता, एकमेकांकडे बघत बसतो. शेवटी रॉबर्टोच त्या शांततेचा भंग करत म्हणतो, "काल मी मॅटला तुझ्या कार्यालयाकडे जाताना पाहिलं - त्याच्या हातात कपड्यांचा ढीग होता. मी त्याला ह्यापूर्वीही कपडे पेलत इथेतिथे फिरताना बघितलं होतं. पण तो नेमका कुठे जातो, हे मला कळत नव्हतं. काल मी शेवटी त्याला पकडून त्या कपड्यांबद्दल विचारलंच. त्याने मला सांगितलं की त्याला हे कपडे पुरुषांच्या बाथरूममध्ये मिळाले. मग मी त्याला विचारलं की, तो ते तुझ्या कार्यालयात का घेऊन चालला होता. तेव्हा त्याने मला उत्तर दिलं 'कारण हेन्रीच्या अंगावर आज असेच कपडे होते!' अर्थातच, तुझा ठावठिकाणा कोणालाच माहीत नसल्यामुळे, आम्हाला ते कपडे तुझ्या टेबलावर ठेवून देण्याशिवाय गत्यंतर नव्हतं."

मी ह्यावर काही बोलीन, ह्या अपेक्षेने रॉबर्टो जरा थांबतो; पण मी गप्प आहेसं पाहून, पुढे बोलू लागतो "आज सकाळी क्लेअरने इसाबेलला फोन करून कळवलं की तुला ताप आलाय आणि म्हणून तू कामावर येणार नाहीस. हा काय प्रकार चाललाय, मला जरा नीट सांगशील?"

मी आता ह्यावर काय बोलणार? माझं तर डोकंच ठणकायला लागतं. मला एक क्षणभर त्याला खरं काय ते सांगून टाकावंसं वाटतं. रॉबर्टो, मी १९७३ सालामध्ये अडकून राहिलेलो रे! मी इंडियानामधल्या मन्सी नावाच्या खेड्यात एका शेताडावर अडकलो होतो आणि तिथल्या शेतकऱ्याने मला बेदम मारलं, कारण त्याला वाटलं की मी त्याच्या शेळ्या-मेंढ्या चोरायला आलोय. पण अर्थात, मी रॉबर्टोला असं सांगणं शक्य नव्हतं - म्हणून मग, मी त्याला दीनवाणा चेहरा करत सांगतो, "मला माफ कर रॉबर्टो, पण मला नीटसं काही आठवत नाहीये."

"हं! ठीक आहे! ह्याचा अर्थ, मॅट पैज जिंकला."

"पैज? कसली?"

रॉबर्टो माझ्याकडे बघून स्मित करतो - जे बघून, मला माझी नोकरी शाबूत असल्याचा मोठा दिलासा मिळतो! - आणि म्हणतो "मॅटने माझ्याशी पैज लावलेली की, तू खुलाशादाखल काहीही सांगायचं टाळशील. खरं तर, अजूनही बऱ्याच लोकांनी ह्या पैजेत भाग घेतला होता. अमेलियाच्या मते तू परग्रहवासीयांच्या तावडीत सापडला होतास; इसाबेलला वाटलं की, तू अमली पदार्थांच्या माफियांशी संधान साधून आहेस आणि तुमच्यात भांडण झाल्यावर, त्यांनी तुझं अपहरण करून तुझा खून केलाय."

"आणि कॅथरीन काय म्हणाली होती?" मी उदास हसत विचारतो.

"ओ, माझा आणि कॅथरीनचा कयास होता की तू पुस्तकं आणि नग्नतेशी संलग्न असलेल्या कुठल्याशा विचित्र लैंगिक गटात सामील झाला आहेस." रॉबर्टोचं विधान ऐकून तर मी गारच पडतो. मग, मोठा उसासा घेत त्याला सांगतो "खरं सांगायचं तर, हे मला असलेल्या एपिलेप्सी ह्या रोगामुळे होतं."

रॉबर्टो माझ्याकडे संशयितपणे बघत विचारतो "एपिलेप्सी? तू काल दुपारी जादू केल्यागत अदृश्य झालास. तुझ्या डोळ्याला मोठी इजा झालीये, अंगभर जखमा दिसताहेत, इकडचे पहारेकरी मला सांगतात की तुला नग्न फिरण्याची हौस आहे...आणि तू ह्या सगळ्यामागचं कारण मला काय देतोस, तर आकडी येणं?!"

ह्यावर मी मान खाली घालून माझ्या हातांकडे पाहात बसतो. थोड्या वेळाने वर बघतो, तर रॉबर्टो हताशपणे खिडकीबाहेर पाहात असतो. "तुझ्या बाबतीत काय करावं मला समजतच नाहीये हेन्री! तुला गमवायच्या कल्पनेने मी व्याकूळ होतो....तू इथे पूर्ण कपड्यात, सभ्यपणे काम करणारा माणूस असताना खरंच आमचा मूल्यवान कर्मचारी असतोस. पण तुझे हे....प्रकार....इथे चालण्यासारखे नाहीत."

आम्ही काही वेळ एकमेकांकडे स्तब्धपणे पाहात बसतो. शेवटी रॉबर्टो म्हणतो "मला वचन दे, की हे पुन्हा घडणार नाही."

"मी तसं नाही करू शकत रॉबर्टो. विश्वास ठेव, तसं करता आलं असतं, तर मलाही अतिशय आनंद झाला असता....पण ते शक्य नाहीये." मी कळवळून म्हणतो.

हे ऐकून रॉबर्टो मला हताश आवाजात फर्मावतो "जा, सध्या जाऊन क्विग्ली कलेक्शन्सच्या कॅटलॉग्जकडे लक्ष दे. त्यात गुंतलास, की थोडा वेळ तरी कुठल्या समस्येत अडकणार नाहीस."

मी निमूटपणे मान डोलवून जायला निघतो. रॉबर्टोच्या कार्यालयाचं दार उघडत असतानाच तो मला विचारतो "हेन्री? खरंच हे सगळं इतकं कठीण आहे का, की तू मला त्याबद्दल काहीच सांगू शकत नाहीस?"

"हो रॉबर्टो." मी अडखळत उत्तर देतो आणि दार बंद करून माझ्या कार्यालयात परत येतो. बघतो तर, मॅट माझ्या जागी बसून काहीतरी काम करत असतो.

"रॉबर्टोने तुला नोकरीवरून काढलं?" मॅट विचारतो.

"नाही."

"का नाही?"

"ते मला माहीत नाही."

"विलक्षणच म्हणायचं!" मॅट पुटपुटतो. "बरं, तुझ्या माहितीसाठी, शिकागो हॅण्ड बुकबाईंडर्ससाठीचं तुझं आव्हान मी घेतलं हं."

“धन्यवाद. उद्या जेवायला जाऊ या?”

“हो, का नाही?” असं म्हणत मॅट पुन्हा आपल्या कामाकडे वळत मला सांगतो “बरं, आपल्याला आज पाऊण तासानंतर, कोलंबियाच्या हिस्ट्री ऑफ टायपोग्राफीच्या वर्गासाठी ‘शो ॲण्ड टेल’ करायचंय हं.”

मी त्याला होकार भरून लगेच त्या कामासाठी लागणाऱ्या साहित्याची शोधाशोध करू लागतो.

“हेन्री?”

“हं, काय?”

“तू होतास तरी कुठे?”

“१९७३ सालात, इंडियानामधल्या मन्सीमध्ये.”

“बरं! सांगायचं नसेल तर नको सांगूस! असल्या कहाण्या रचून कोणाला फसवू पाहातोयंस?” असं पुटपुटत मॅट पुन्हा आपल्या कामाला लागतो.

रविवार, १७ डिसेंबर, १९९५ (क्लेअर २४ वर्षांची, हेन्री ८ वर्षांचा)

क्लेअर : मी किमीला भेटायला आले आहे. डिसेंबरमधली बर्फाळलेली दुपार आहे. मी नाताळची खरेदी उरकून, किमीच्या घरात मस्त हॉट चॉकलेट पीत बसले आहे आणि बाजारातल्या सजावटीबद्दल आणि मी केलेल्या घासाघिशीबद्दल गोष्टी रंगवून सांगत तिला हसवतीय. ती माझी टकळी ऐकता ऐकता सॉलिटेयर खेळतेय. पत्ते पिसण्याची तिची शिताफी बघून मी चकित होते. स्वयंपाकघरातून येणारा मोहक दरवळ मला आकृष्ट करत असतो.

इतक्यात जेवणाच्या खोलीत काहीतरी आपटल्याचा आवाज येतो. बहुतेक खुर्ची उलटून पडलेली असते.

मी लांबूनच डोकावून किमीला सांगते “किमी, अगं एक लहान मुलगा तुझ्या स्वयंपाकघरात टेबलाखाली लपून बसलाय.”

ते ऐकून किमी हाक मारते “हेन्री?” काही उत्तर येत नाही, मग बारीकसा हसण्याचा आवाज येतो. ते ऐकून किमी उठून जेवणाच्या खोलीत जाते आणि त्या पोराकडे बघत म्हणते, “ए पोरा, वेडेपणा करू नकोस. चल, तिथून ऊठ आणि कपडे घाल.”

त्यावर तो मुलगा परत खिदळतो. तशी किमी आत जाते, त्यांच्यात काहीतरी खुसफूस होते, मग पुन्हा हसण्याचा आवाज येतो. थोडा वेळ हाच प्रकार चालल्यावर तो मुलगा एकदम बाहेर येऊन माझ्यासमोर नग्नावस्थेतच उभा राहातो. पण मी त्याच्याशी काही बोलणार, इतक्यात अदृश्यही होतो.

किमी शांतपणे माझ्यासमोर येऊन बसत पुन्हा सॉलिटेयर खेळू लागते. पण मला मात्र माझं आश्चर्य आवरत नाही. "किमी! अगं हा काय प्रकार होता?" मी उद्‌गारते.

किमी माझ्याकडे स्मित करत म्हणते "हे आज बऱ्याच दिवसांनी घडलं. गेले कित्येकदा तो इथे आला, तो त्याच्या मोठेपणाच्या रूपातच. तसंही तो आता इथे फारसा येत नाही. त्यामुळेच, आज जे घडलं, ते माझ्यासाठीसुद्धा एका अर्थी आश्चर्यकारकच होतं."

"मी त्याला ह्यापूर्वी कधी असं पुढे, भविष्यात जाताना बघितलंच नव्हतं." मी अजूनही भारावलेल्या आवाजात किमीला सांगते.

"तसा विचार केला तर, आत्तापर्यंत तुझं त्याच्यासोबत असं कितीसं भविष्य पक्कं झालेलं आहे म्हणा?"

तिचं हे बोलणं ऐकून, मी किमीकडे गर्रकन वळून पाहाते. असं का म्हणाली ही? मी विचार करत किमीच्या बोलण्याचा अन्वयार्थ काढू पाहाते. तसा माझ्या मनात विचार डोकावतो की; खरंच, कसं असेल हेन्रीसोबतचं माझं भविष्य? मी हॉट चॉकलेटचे घुटके घेत ह्या गोष्टीचा विचार करू लागते.

मग थोड्या वेळाने किमीला विचारते, "तुला हेन्रीची आठवण येते का गं किमी?"

"अर्थात! मला त्याची खूप आठवण येते. पण आता तो मोठा झालाय. काळप्रवास करून येतो, तोसुद्धा बहुतेक मोठेपणच्याच रूपात. त्यामुळे, तो आजच्यासारखा कधी लहानपणच्या रूपात येतो ना, तेव्हा मला भूत बघितल्यासारखंच वाटत राहातं. मला माहितेय, तुला हे ऐकताना जरा विचित्र वाटेल, पण तेच खरं आहे. तुला समजतंय ना मला काय म्हणायचंय ते?" मी त्यावर होकारार्थी मान डोलावते, तशी किमी माझ्याकडे बघून हसते. मग आपले पत्ते आवरत मला विचारते "तुम्ही मुलाचा विचार केलाय की नाही अजून?"

"नाही गं किमी. आम्हाला मूल होणं शक्य नाहीये." मी कष्टी आवाजात उत्तर देते.

तशी ती गॅसवर ठेवलेला स्ट्यू ढवळायला जात मला म्हणते, "कधी काय होईल काही सांगता येत नाही. निसर्ग आपल्याच चालीने आणि नशीब आपल्याच लहरीने चालत असतं पोरी! त्यामुळे, हताश होऊ नकोस. काय?"

"हो, तू म्हणतेस ते बरोबर आहे किमी...." मी कबूल करते.

त्या रात्री, मी आणि हेन्री गादीमध्ये एकमेकांच्या बाहुपाशात स्वस्थ पडून बाहेर भुरभुरणारा बर्फ पाहात असताना, मी अचानक हेन्रीला म्हणते "हेन्री, चल आपण मूल जन्माला घालू या!!"

सोमवार, ११ मार्च, १९९६ (हेन्री ३२ वर्षांचा)

हेन्री : युनिव्हर्सिटी ऑफ शिकागो हॉस्पिटलशी संलग्न असलेल्या डॉ. केंड्रीकना अखेर शोधून काढण्यात मी यशस्वी होतोच.

मार्चमधला कंटाळवाणा गारठ्याचा दिवस आहे. खरं तर शिकागोमधला मार्च माहिना हा तिथल्या फेब्रुवारीपेक्षा बराच बरा असतो. पण ह्यावर्षी नेमकं तसं नाहीये. आता, आज सकाळी ९ वाजता, बस पकडून, बर्फाच्छादित रस्त्यावरून वाट काढत डॉ. केन्ड्रीकना भेटायला मी निघालोय. माझ्या आजूबाजूला ओल्या, गुळगुळीत रस्त्यावरून तोल सावरत घाईघाईने कामाला जाणाऱ्या लोकांची झुंबड आहे.

दर पावलागणिक, माझी डॉ. केन्ड्रीकना भेटायची इच्छा द्विगुणित होत जात आहे. त्याचं कारण असं, की जरी मी आजतागायत कुठल्याही डॉक्टरला माझा उपचार करण्याबाबतीत पटवू शकलेलो नाहीये, तरी डॉ. केन्ड्रीकना मी पटवू शकेन, ह्याबद्दल मला पूर्ण खात्री आहे. का? कारण, मी भविष्यात जाऊन त्यांना माझा उपचार करताना बघितलेलं आहे!!

शेवटी एकदाचा माझा तो कंटाळवाणा प्रवास आणि त्यानंतरचा हॉस्पिटलचा शोध संपून, मी तिसऱ्या मजल्यावर स्थित असलेल्या, डॉ. डी. एल. केन्ड्रीक आणि डॉ. सी. पी. स्लोन अशी पाटी असलेल्या दरवाजासमोर येऊन ठाकतो. स्वागतिकेला माझं नाव सांगून, मला आत बोलावण्याची वाट बघत, बाहेरच्या फिक्कट जांभळ्या रंगाच्या कोचावर बसून राहातो. डॉक्टरांचा स्वागतकक्ष छान गुलाबी रंगात सजवलेला असतो – कदाचित रुग्णांना जरा आनंदी वाटावं, म्हणून असेल. पट्टेरी वॉलपेपरवर एक जुनकट दिसणारं चित्र असतं. फर्निचर जुन्या शैलीतलं असतं, पण त्याखालचा पर्शियन गालिचा खूप सुंदर असल्यामुळे, फर्निचरचा जुनकटपणा बऱ्यापैकी नजरेआड होतो. खरंतर, इतक्या कंटाळवाण्या वातावरणात त्याला पडावं लागतंय, म्हणून मला त्या गालिच्याची दयाच येते. मायाळू चेहऱ्याची मध्यमवयीन स्वागतिकाही तिथल्या बाकी साजाला शोभेशीच असते.

डॉ. केन्ड्रीक हे एक नावाजलेले जेनेटिस्ट - अर्थात, आनुवंशिकताशास्त्र तज्ज्ञ - आहेत. त्याचबरोबर ते उत्तम तत्त्ववेत्तेही आहेत; पण अर्थात, तो त्यांचा मूळ पेशा नाही. फक्त त्यांची तत्त्वज्ञानातील ज्ञानसंपदा, त्यांच्या रुग्णांना आपल्या अनुवंशिकतेतील समस्यांचा अधिक चांगलेपणाने स्वीकार करायला मदत करते.

आज डॉक्टरांकडे मी एकटाच रुग्ण आहे. मी दहा मिनिटं लवकरच पोचलो आहे. ९.३५च्या दरम्यान स्वागतकक्षात एक सुंदर तरुण स्त्री, व्हीलचेअरला जखडलेल्या आपल्या लहान मुलाला घेऊन दाखल होते. तिच्या मुलाला सेरिब्रल पाल्सी झालेला असावा. ती स्त्री माझ्याकडे बघून छानसं हसते, मीही तिच्याकडे

पाहून हसतो. त्या निमित्ताने तिच्याकडे नीट बघतो, तेव्हा लक्षात येतं की, ती गरोदर आहे. इतक्यात स्वागतिका मला आत जायला सांगते. आत जाताना मी त्या मुलाकडे पाहून स्मित करतो, तो माझ्याकडे पाहतो, पण त्याच्या डोळ्यांत काहीच भाव दिसत नाहीत.

डॉ. केन्ड्रीक त्यांच्या कार्यालयात, काही टिपणं काढत बसलेले असतात. त्यांना पाहून मला जरा आश्चर्यच वाटतं - मला वाटलेलं त्यापेक्षा ते बरेच तरुण आहेत, बहुधा तिशीतले असावेत. माझ्या बालपणी मी सामोरं गेलेल्या सगळ्या वृद्ध डॉक्टरांच्या आठवणींचा परिणाम असेल कदाचित, पण माझ्या दृष्टीने, डॉक्टर म्हटलं की ते वृद्धच असतील, असं समीकरणच बनून गेलेलं आहे. माझ्या त्या समजुतीला, डॉ. केन्ड्रीकच्या निमित्ताने, सुखद तडा जातो. डॉ. केन्ड्रीक हे थोडेसे डी. एच. लॉरेन्ससारखे दिसणारे, लाल केसांचे, चिंचोळ्या चेहऱ्याचे छान राखलेल्या दाढीच्या वर सुबक चष्मा घालणारे गृहस्थ आहेत. आज त्यांनी करड्या रंगाचा सूट, त्यावर हिरव्या रंगाचा टाय आणि टायवर एक छोटीशी पण सुंदर टाय-पिन असा साज केलेला आहे. ते आत्ता सिगारेट ओढत नसले तरी, त्यांच्या टेबलावर ओसंडून वाहणारा ॲश-ट्रे आणि खोलीत भरून राहिलेल्या धुराचा वास, ह्यामुळे त्यांच्या सवयीचा अंदाज लावणं कठीण जात नाही.

माझं हे निरीक्षण सुरू असतानाच डॉ. केन्ड्रीक माझ्याकडे बघून छान स्मित करतात. ''गुड मॉर्निंग, मिस्टर डी' टॅम्बल. बोला, मी तुमची काय मदत करू शकतो?'' असं बोलून आपल्या वहीत बघत गोंधळल्या चेहऱ्याने विचारतात, ''इथे तुमच्या समस्येबद्दल काहीच लिहिलेलं नाहीये. नेमकं काय होतंय तुम्हाला?''

''दासेईन.'' मी जर्मन भाषेत उत्तर देतो.

त्यावर डॉ. केन्ड्रीक आश्चर्याने उद्‌गारतात ''दासेईन? म्हणजे, अस्तित्व? तुमचं अस्तित्व ही तुमची समस्या कशी असू शकते?''

''मला एक रोग आहे - ज्याला पुढे क्रोनोइंपेयरमेंट म्हटलं जाणार आहे. त्याच्यामुळे मला वर्तमानात टिकून राहणं कठीण जातं.''

''काय? मला समजलं नाही....''

''मी काळ-प्रवास करू लागतो. माझ्या नकळत, माझ्या मर्जीशिवाय!''

केन्ड्रीक हे ऐकून बरेच गडबडतात, पण ते तसं दाखवत नाहीत. मी त्याच क्षणी त्यांच्या प्रेमात पडतो. जो डॉक्टर, आपल्या रुग्णाला त्याच्या चेहऱ्यावरच्या भावांनी त्रास होऊ नये, इतक्या लहानशा गोष्टीचीही दखल घेतो, तो उत्कृष्टच डॉक्टर असतो. अर्थात, इतक्या डॉक्टरांचा अनुभव घेतल्यानंतर मला केन्ड्रीकचा चेहरा वाचणं कठीण जात नाही - ते मला एखाद्या मानसोपचार तज्ज्ञाकडे जायला सांगण्याचा विचार करत आहेत, हेही मला लक्षात येतं. पण एकूण, त्यांची

रुग्णाबद्दलची आस्था आणि मला सामान्य, शहाण्या माणसासारखं वागवण्याची त्यांची चाललेली धडपड बघून मला ते खरंच आवडायला लागतात.

"पण मग तुम्ही माझ्यासारख्या जेनेटिसिस्टकडे का आला आहात? किंवा, असं तर नाही की, तुम्ही माझ्याकडे एक तत्त्वज्ञानाचा जाणकार म्हणून आला आहात?"

"मी तुमच्याकडे आलोय, कारण हा जनुकांशी संबंधित असलेलाच आजार आहे. अर्थात, त्यातल्या तात्त्विक खाचाखोचांबद्दलसुद्धा तुमच्याशी चर्चा करायला मला निश्चित आवडेल."

"मिस्टर डी' टॅम्बल, तुम्ही खरंच खूप हुशार आहात, ह्याबाबत मला मुळीच शंका नाही. पण मला माफ करा, मी तुम्हाला काहीच मदत करू शकत नाही. कारण मी ह्या आजाराबद्दल कधी ऐकलेलंच नाही..."

"तुमचा माझ्या बोलण्यावर विश्वास बसलेला नाहीये. हो ना?"

"हो, बरोबर ओळखलंत तुम्ही." केन्ड्रीक माझ्याकडे हसून बघत मान्य करतात.

आता मला माझं अखेरचं शस्त्र काढण्यावाचून गत्यंतर नसतं. मला खरं म्हणजे हे करायला आवडत नाही, पण आता माझा इलाज नाहीये. "डॉ. केन्ड्रीक, मी आजपर्यंत बऱ्याच डॉक्टरांच्या हाताखालून गेलेलो आहे आणि त्या सगळ्यांकडून मला काही न काही मिळालेलंच आहे. पण ही पहिली वेळ असेल, जिथे एक रुग्ण एका डॉक्टराला काही देऊ करतोय. मी आता तुम्हाला जे सांगेन, त्यालाच माझ्या म्हणण्याचा पुरावा समजा. अर्थात तुमचा आता माझ्या बोलण्यावर विश्वास बसणार नाही, कुणाचाच बसला नसता. पण ऐकून घ्या...तुमच्या पत्नी गरोदर आहेत ना? त्यांना पुढच्या महिन्यात तारीख दिली आहे ना?"

"हो....पण तुम्हाला...कसं माहिती?" डॉ. केन्ड्रीकच्या आवाजात आता भीती डोकवायला लागते.

"काही वर्षांनंतर मी तुमच्या बाळाच्या जन्माचा दाखला बघतो. मग, माझ्या पत्नीच्या भूतकाळात जाऊन, ती माहिती एका कागदावर लिहून, पाकिटात टाकून तिला देतो. आम्ही वर्तमानात भेटल्यावर माझी पत्नी मला ते पाकीट देते - जे मी आता तुम्हाला देणार आहे. तुमच्या मुलाचा जन्म झाला, की ते पाकीट उघडून त्यातल्या कागदावरचा मजकूर वाचा..."

"पण आम्हाला तर मुलगी होणार आहे. गर्भपरीक्षेत तेच निदान झालंय."

"नाही. तुम्हाला मुलगा होईल," मी आता पुरत्या गोंधळलेल्या त्या डॉक्टरांना मृदू आवाजात सांगतो. "पण ते सध्या महत्त्वाचं नाहीये. महत्त्वाचं काय आहे, तर तुम्ही बाळाचा जन्म झाल्यावर त्या कागदातला मजकूर वाचा. नक्की वाचा हं; तो कागद फेकून देऊ नका आणि वाचल्यानंतर, वाटलं तर मला फोन करा, ठीक आहे?" असं म्हणत, मी केन्ड्रीकच्या हातात पाकीट कोंबून त्यांना शुभेच्छा देऊन

बाहेर पडतो. मला खरं तर त्यांच्याशी असं वागल्याबद्दल वाईट वाटतंय, पण माझ्यासमोर त्यांनी कुठला पर्यायच शिल्लक ठेवलेला नसतो.

लिफ्टमध्ये शिरताना माझ्या मनात विचार येतो, की केन्ड्रीक ह्या क्षणी ते पाकीट फोडून वाचत असतील. त्यामधला कागदावरचा मजकूर हा असा :

कॉलिन जोसेफ केन्ड्रीक,
६ एप्रिल, १९९६
वेळ : पहाटे १.१८
वजन : ६.८ पौंड
कॉकेशियन, पुरुष
डाऊन सिंड्रोम

शनिवार, ६ एप्रिल, १९९६
(हेन्री ३२ वर्षांचा, क्लेअर २४ वर्षांची) वेळ : पहाटेचे ५.३२

हेन्री : आम्ही एकमेकांत हात-पाय गुंतवून गाढ झोपलेलो आहोत. पूर्ण रात्र निद्रेची आराधना करतच गेली, पण तिला प्रसन्न व्हायला पहाट उजाडलीच. केन्ड्रीकच्या बाळाचा, मध्यरात्रीनंतर थोड्याच वेळात जन्म झाला. मला खात्री होती की फोन वाजणार! त्याप्रमाणे, तो वाजतोय! क्लेअर झोपेतच फोन उचलते आणि मग काही न बोलता माझ्या हातात देते.

"तुला कसं माहिती होतं? तुला कसं माहिती होतं?" केन्ड्रीक घुसमटलेल्या आवाजात मला विचारत असतात.

"आय ॲम सॉरी...आय ॲम रिअली सॉरी!!" मी खरंच दिलगीर होऊन बोलतो. थोडा वेळ कुणीच काही बोलत नाही. समोरून केन्ड्रीकच्या मूक रडण्याचा आवाज ऐकू येत असतो. शेवटी बऱ्याच वेळानंतर केन्ड्रीक म्हणतात "माझ्या कार्यालयात या."

"केव्हा?"

"उद्या."

रविवार, ७ एप्रिल, १९९६
(हेन्री ३२ आणि ८ वर्षांचा, क्लेअर २४ वर्षांची)

हेन्री : क्लेअर आणि मी, गाडीने हाईड पार्कच्या दिशेने जात आहोत. आमच्यात फारसं बोलणं होत नाहीये. कुणी काही बोलण्याच्या मन:स्थितीतच नाहीये. बाहेर

कोसळणारा पाऊस आमच्या गाडीच्या काचेवर थयथयाट करतोय.

अचानक आम्ही टाळत असलेल्या संभाषणाचा धागा पकडल्यागत क्लेअर मध्येच बोलते ''हे योग्य नाहीये. हा अन्याय आहे.''

''कोणाबद्दल बोलतेस, क्लेअर? केन्ड्रीकबद्दल?''

''हो.''

''निसर्ग कधीकधी खूप निष्ठुरपणे अन्याय करतो खरा.''

''नाही, मी त्याबद्दल नाही बोलत आहे! म्हणजे...मला त्यांच्या बाळाबद्दल ऐकून खरंच खूप वाईट वाटलं; पण माझा रोख आपल्याकडे होता. आपण त्या गोष्टीचं भांडवल करतोय, ही गोष्ट मला डाचतेय.''

हे ऐकून मी उसासा टाकत क्लेअरला म्हणतो ''हे बघ, मलाही त्याबद्दल फार आनंद होत नाहीये, पण आता परत मागे फिरायला खूप उशीर झालाय...आणि असं तर नव्हतं ना, की मी इतर काही प्रयत्नच नव्हते केले?''

''हं....उशीर झालाय खरा.'' क्लेअर तंद्रीत असल्यागत बोलते.

''चल, केन्ड्रीक वाट बघत असतील...'' असं म्हणून मी क्लेअरला रस्ता दाखवत हॉस्पिटलपर्यंत आणतो.

क्लेअर मला तिथे सोडून तिची काही कामं आटपायला जाणार असते. म्हणून मग ती मला शुभेच्छा देते आणि मी माझ्या मनातला तणाव लपवत, तिच्याकडे बघून हसतो. खरं तर, आमच्या दोघांच्या मनातल्या आशांवर केन्ड्रीकवर अनाहूतपणे होत असलेल्या अन्यायाचं सावट पसरलेलं असतं - पण सध्या आम्ही प्रयत्नपूर्वक, त्या गोष्टीचा विचार न करण्याचा मूक करारच केलाय जणू! मी गाडीमधून उतरतो, तशी स्मार्ट गॅलरीत असलेल्या तिच्या कामासाठी क्लेअर निघून जाते.

मी लिफ्टने तिसऱ्या मजल्यावरच्या केन्ड्रीकच्या कार्यालयाकडे जातो. स्वागत-कक्ष रिकामा असतो, त्यामुळे मी सरळच केन्ड्रीकच्या कार्यालयात शिरतो. तसंही त्यांच्या कार्यालयाचा दरवाजा उघडाच असतो. आत जाऊन बघतो, तर खोलीचे दिवे न लावता, खिडकीमधून दिसणाऱ्या पावसाकडे बघत केन्ड्रीक उभे असतात. मी बराच वेळ, त्यांना त्रास देऊ नये ह्या हेतूने, जागीच खिळून राहातो. शेवटी असह्य होऊन चार पावलं पुढे जातो.

केन्ड्रीकना माझी चाहूल लागते, तसे ते वळतात. आणि मी त्यांचा चेहरा पाहून नखशिखांत हादरतो!! एका महिन्यात, एका प्रसंगाने माणसाच्या चेहऱ्यात इतका फरक पडू शकतो, हे डॉ. केन्ड्रीकना आज पाहाण्यापूर्वी मला कधीच खरं वाटलं नसतं. त्यांच्या चेहऱ्याचं वर्णन करायला 'उद्‌ध्वस्त' हा शब्दही थिटा पडला असता. ते रिते दिसत होते! जणू त्यांच्या कुडीमधून काहीतरी मोलाचं, कायमचं हरवलंय. आश्वस्तता, विश्वास, आत्मविश्वास!....सगळं लुप्त झाल्यासारखं वाटतंय. मी स्वत:

नेहमी इतक्या वेगळ्याच पातळीवर आयुष्य कंठत असतो ना, की बाकीच्या लोकांना आयुष्य जगण्यासाठी ह्या सगळ्या गोष्टींची गरज असते, हे मी विसरूनच जातो.

"हेन्री डी' टॅम्बल!" डॉक्टर आपल्या उद्ध्वस्त आवाजात बोलतात.

"हॅलो."

"तुम्ही माझ्याकडे का आलात?"

"कारण नियतीनेच तसं ठरवलेलं. माझ्याकडे काही पर्यायच नव्हता."

"नियती?"

"तुम्ही त्याला काहीही नाव द्या; सत्य हेच आहे – निदान माझ्याबाबतीत तरी गोष्टी एका वर्तुळात घडत राहातात. कारण आणि परिणाम एकमेकांमध्ये मिसळत राहातात."

केन्ड्रीक, विचार करत आपल्या खुर्चीत बसतात. एक सिगारेट शिलगावतात; दुसरी मला देऊ करतात. मी ती नाकारल्यावर स्वत:ची सिगारेट ओढत किती तरी वेळ पुन्हा विचार करत राहातात.

मग एकदम, मला विचारतात "तुम्हाला कसं माहिती होतं?"

"मी तुम्हाला आधीच सांगितलं ना? मी त्याच्या जन्माचा दाखला बघितला होता."

"कधी?"

"१९९९ मध्ये."

"शक्यच नाही! हे शक्यच नाही!"

"मग तुम्ही समजावून सांगा बरं मला..."

"मला समजत नाहीये....काहीच समजत नाहीये." केन्ड्रीक उदासपणे मान हलवत बोलतात. "मी खूप प्रयत्न केला....तुम्हाला कसं समजलं असेल हे शोधण्याचा मी खरंच खूप प्रयत्न केला. सगळं....बरोबर सांगितलंत तुम्ही! तारीख, वार, मुलाचं वजन...त्याचं व्यंग! सगळंच! आम्ही त्याला दुसरं काही नाव द्यायचं ठरवलं असतं तर? सॅम, ॲलेक्स, किंवा फ्रेड म्हणा?..." केन्ड्रीक असह्यपणे बडबडायला लागतात.

मी नकारार्थी मन हलवत त्यांना शक्य तितक्या मृदूपणे सांगतो "पण तुम्ही तसं केलं नाहीत. मी असं नाही म्हणणार, की तुम्ही तसं करू शकला नसता. पण तुम्ही तसं केलं नाही, हे खरं. मी कुणी भविष्यवेत्ता नाही, मी फक्त घडल्या प्रकाराचं कथन करू शकतो - आणि मी तेच केलं."

"तुम्हाला मुलं आहेत?"

"नाही." मला आता केन्ड्रीकशी ह्याबाबतीत चर्चा करायची इच्छा नाहीये, जरी पुढे मला ती करावीच लागणार आहे, तरी. "डॉक्टर, मला कॉलिनबद्दल खरंच खूप

वाईट वाचतंय...पण तुम्हाला माहितेय का, तो खूप और मुलगा बनणार आहे.''

केन्ड्रीक माझ्याकडे निरखून पाहात म्हणतात ''मी तपास केला. आमच्या गर्भपरीक्षेच्या निकालाची केन्विक नावाच्या दांपत्याशी अदलाबदल झाली होती.''

''तुम्हाला माहिती असतं, तरी तुम्ही काय केलं असतं?''

ह्यावर केन्ड्रीक नजर चोरत बोलतात, ''तेपण कठीणच होऊन बसलं असतं म्हणा. मी आणि माझी पत्नी दोघे देवभोळे कॅथलिक आहोत. त्यामुळे आम्ही गर्भपात वगैरे करून घेण्याचा विचारही केला नसता. काय विरोधाभास आहे, नाही? शेवटी आमच्या नियतीतले भोग आम्हाला भोगावेच लागणार.''

''ते तर आहेच...आणि डॉक्टर, तुम्ही मला आपला मित्र समजा. मित्र नाही, तर किमान एक सहृदय समजून मला एकेरीत हाक मारा. मला चालेल.''

केन्ड्रीक आपल्या हातातली सिगारेट विझवून, दुसरी शिलगवतात. मी नंतर मला निश्चितपणे ग्रासणाऱ्या डोकेदुखीचा विचार सहन करत, त्यांच्याशी बोलत बसतो.

''हे नेमकं होतं कसं?'' केन्ड्रीक मला विचारतात.

''काय?''

''हेच...तू जे करत असल्याचा दावा करतोयस तो काळप्रवास?'' केन्ड्रीकचा आवाज रागाने कापरा झाल्यासारखा वाटतो. ''काही मंत्र म्हणतोस? की कुठल्या यानात सफर करतोस?''

मी त्यांना शांतपणे, त्यांना समजेल अशा पद्धतीने सांगू लागतो. ''नाही, मी तसं काही करत नाही. मला तसं काही करावंच लागत नाही. ते आपोआप होतं. माझं त्यावर काहीएक नियंत्रण नसतं. म्हणजे असं की....मी आता हा तुमच्यासमोर बोलत बसलोय ना? तर क्षणात, मी इथून अदृश्य होऊन कुठल्यातरी वेगळ्याच काळामध्ये भिरकावला जाईन. टी.व्हीवरचे चॅनल बदलताना कसं होतं ना? माझ्या आयुष्यातही तेच होतं. मी चटकन कुठल्यातरी वेगळ्या काळात, जागेत जाऊन पोचतो.''

''हं!! आता मी त्यावर काय करावं, अशी तुझी अपेक्षा आहे?''

त्यांचा माझ्या उपचाराकडे गेलेला कल पाहून मी उत्साहाने पुढे सरसावून बोलतो, ''माझ्याबरोबर हे का होतंय हे शोधून, तुम्ही ते होण्यापासून थांबवावं, अशी माझी इच्छा आहे.''

हे ऐकून केन्ड्रीक माझ्याकडे पाहून स्मित करतात, पण ते स्मित फार आनंदाचं वा मैत्रीचं वाटत नाही. ''तुला खरंच हे सगळं थांबवावंसं वाटतंय? का ते? तुला तर ह्या कलेचा फार उपयोग होईल...इतर लोकांना माहिती नसणाऱ्या भविष्यातल्या गोष्टी तुला समजल्या, तर ते तुझ्यासाठी चांगलंच नाही का?''

मी त्यांच्या आवाजातल्या उपहासाकडे दुर्लक्ष करत म्हणतो “ते माझ्यासाठी सुरक्षित नाहीये. त्याने मी आज ना उद्या मारलो जाणार, हे निश्चित.”

“सॉरी, पण मला त्या गोष्टीचं फार दु:ख होईल, असं मी नाही म्हणू शकणार.”

ह्याउपर काय बोलावं मला सुचेनासं होतं. म्हणून मग मी शांतपणे खुर्चीतून उठतो. आणि ‘गुडबाय डॉ. केन्ड्रीक’ असं म्हणून, त्यांच्या कार्यालयाबाहेर जाऊ लागतो. ते मला परत बोलावतील, ह्याची मला कुठेतरी आशा असते; पण तसं होत नाही. मग लिफ्टमधून उतरताना मी स्वत:च्या मनाची समजूत घालतो, की जे काही चुकीचं झालं, ते तसंच होणार होतं; आणि आज ना उद्या त्या चुका सुधारल्या जातील, हे नक्की. बाहेर पडतो, तर क्लेअर गाडीमध्ये माझी वाट पाहात बसलेली दिसते. तिच्या चेहऱ्यावर इतकी आशा, इतकी काळजी दाटून आलेली असते; की मला तिला सांगाव्या लागणाऱ्या नैराश्यजनक बातमीमुळे, मलाच भडभडून येतं. त्याच दु:खात, मी मान खाली घालून रस्ता पार करायला लागतो, तर अचानक माझे कान वाजू लागतात. ...मला चक्कर यायला लागते...आणि मी पडू लागतो. पण, रस्त्यावर कोसळण्याऐवजी मी एका गुबगुबीत गालिच्यावर कोसळतो आणि मी कुठे आहे, ह्याचा विचार करत असतानाच, मला एका लहान मुलाचा सुपरिचित स्वर ऐकू येतो. तो मला विचारत असतो “हेन्री, तू ठीक आहेस ना?” बघतो, तर माझीच ८ वर्षांची मूर्ती, शेजारच्या पलंगावर बसून, माझ्याकडे पाहात विचारत असते.

“हो, मी ठीक आहे हेन्री.” त्याची खात्री पटलेली दिसत नाही. म्हणून मी त्याला आश्वस्त करत पुन्हा म्हणतो “अरे खरंच, मी ठीक आहे.”

“तुला थोडं ओव्हालटीन देऊ का?”

“हो, दे ना” असं मी म्हणताच तो टुणकन गादीवरून उडी मारत, दिवाणखान्यात जाऊन ते औषध शोधू लागतो. मग स्वयंपाकघरात जरा वेळ खुडबुड करून, येताना, औषधासोबत हॉट चॉकलेटने भरलेले दोन मग घेऊन येतो. आम्ही शांतपणे हॉट चॉकलेटचा आस्वाद घेतो. मग हेन्री स्वयंपाकघरात जाऊन ते मग धुऊन टाकतो. पुरावा मागे ठेवण्यात शहाणपणा नाही, हे तो हुशार मुलगा ओळखून आहे. तो परत आल्यावर मी त्याला विचारतो “मग? काय चाललंय?”

“खास काही नाही. आज आम्ही अजून एका डॉक्टरांकडे गेलेलो.”

“अरे! मीसुद्धा! तू कोणाकडे गेलेलास?”

“मला आता नाव लक्षात नाही. कानावर भरपूर केस असलेले कोणी म्हातारे डॉक्टर होते खरे...”

“काय झालं?”

"त्यांचा माझ्या बोलण्यावर विश्वासच बसला नाही." हेन्री खांदे उडवत म्हणतो.

"हं...मला वाटतं, तू हा नाद सोडून द्यावा. तुझ्यावर कुणीच विश्वास ठेवणार नाहीये. तसं, मी आज ज्या डॉक्टरांकडे गेलेलो ना, त्यांचा माझ्या बोलण्यावर विश्वास तर बसला, पण ते मला मदत करायला तयार झाले नाहीत."

"का?"

"काय माहीत? कदाचित, त्यांना मी फारसा आवडलो नाही."

"ओ!! बरं मला सांग, तुला पांघरूण लागेल का?"

"हो, पण एखादंच दे." असं म्हणून मी हेन्रीच्या गादीवरची चादर ओढून काढत, ती जमिनीवर पसरून आडवा होतो. हेन्री माझ्या अंगावर पांघरूण टाकतो आणि मला 'गुडनाईट' म्हणून गादीवर जाऊन झोपतो. मी मात्र कधी एकदा क्लेअरकडे पोचतोय, ह्याचीच वाट बघत जागा राहातो.

क्लेअर : हेन्री डॉक्टरांना भेटून उदास चेहऱ्याने बाहेर पडतो आणि अचानक अदृश्य होतो. मी झटकन गाडीमधून बाहेर पडत तो जिथून गायब झाला तिथे पोचते, पण अर्थातच तिथे फक्त त्याचे कपडे उरलेले असतात. मी ते कपडे गोळा करून हताशपणे इथेतिथे बघत उभी राहाते, इतक्यात मला तिसऱ्या मजल्यावरून एक माणूस माझ्याकडे बघत असताना जाणवतो. माझं त्याच्याकडे लक्ष गेलंय, हे समजल्यावर, तो आपल्या खिडकीचा पडदा लावून घेतो. मग मी हेन्रीचा निळा शर्ट आणि काळी विजार हातात धरून गाडीत बसत, थांबण्यात कितपत शहाणपणा आहे, ह्याचा विचार करायला लागते. माझ्या बॅगेत एक छान पुस्तक आहे, हे लक्षात आल्यावर, मी तिथेच बसून हेन्रीची वाट पाहावी, असं ठरवते.

मी अगदी पुस्तकात डोकं घालणार, इतक्यात एक लाल केसांचा मनुष्य गाडीच्या बाहेर येऊन थांबतो. हे नक्कीच केन्ड्रीक असावेत! ते माझ्याकडे गाडीच्या खिडकीतून निरखून पाहात आहेत हे जाणवून, मी खिडकीची काच खाली करते. मग, काहीतरी सुचल्यागत गाडीचं दार उघडून त्यांना आत घेते.

"हॅलो, तुम्ही डॉ. केन्ड्रीक आहात ना? मी क्लेअर डी' टॅम्बल."

"हो..." ते बावचळून बोलू लागतात. "हो, हो, मला समजलं ते. तुमचे पती, हेन्री."

"आत्ताच अदृश्य झाले!"

"हो! मी...मी बघितलं ते..."

"तुम्हाला आश्चर्य वाटलं का?"

"अं?"

''त्यांनी तुम्हाला सांगितलं नाही का? ते नेहमीच असे अदृश्य होत असतात.''

आतापर्यंत मला ह्या माणसामध्ये, हेन्री सांगतो तसं काहीच विलक्षणीय दिसलेलं नाहीये, पण तरीही मी हेन्रीखातर नेट धरून बोलत राहाते. ''मला तुमच्या बाळाबद्दल ऐकून खूप वाईट वाटलं. पण हेन्री म्हणतो की, तो खूप चांगला निपजेल. त्याची कल्पनाशक्ती उत्कृष्ट असेल आणि त्यामुळे तो अप्रतिम चित्रं काढू शकणार आहे आणि तुमची मुलगीसुद्धा खूप गुणी असेल....त्यामुळे तुम्ही काळजी करू नका. सगळं व्यवस्थित होईल.''

''मुलगी? पण आम्हाला एकही मुलगी नाहीये. फक्त...कॉलिन...'' केन्ड्रीक माझ्याकडे आ वासून बघत उद्गारतात.

''आता नसेल, पण नंतर होणार आहे ना! तिचं नाव नादिया असेल.''

''हे पाहा, आम्ही सध्या खूप दुःखात आहोत. माझी पत्नी तर मानसिक धक्का लागून वेडीपिशी झाली आहे...''

''पण त्या लवकरच सावरतील. खरंच, तुम्ही काळजी करू नका.'' मी असं म्हटल्यावर केन्ड्रीक अचानकपणे ढसाढसा रडू लागतात. मी त्यांना मनसोक्त रडू देते.

रडण्याचा भर ओसरल्यावर ते माझ्याकडे वळून म्हणतात, ''मला माफ करा...''

''नाही, ठीक आहे. बरं, मला सांगा, तुमच्यात आणि हेन्रीमध्ये आज नेमकं काय झालं? मी त्याच्याशी बोलू शकले नाही, पण तो खूप दुःखी दिसला.''

''तो आता आहे कुठे?'' मी जणू काही हेन्रीला गाडीतच लपवलंय, अशा रीतीने इथेतिथे पाहात केन्ड्रीक विचारतात.

''मला माहीत नाही. इथे मात्र नक्कीच नाहीये. आम्हाला खूप आशा होती की, तुम्ही आम्हाला मदत कराल. पण तसं होणं बहुधा आमच्या नशिबात नाही...'' मी पडेल आवाजात उद्गारते.

''पण मुळात मला हेच समजत नाहीये की...'' केन्ड्रीक असं बोलू लागतात, इतक्यात हेन्री जिथून गायब झालेला, त्याच जागेवर पुन्हा प्रकट होतो. समोरून येणाऱ्या एका गाडीला आदळता-आदळता वाचतो. त्या गाडीचा चालक हेन्रीवर शिव्यांची बरसात करतो, पण हेन्री त्याच्याकडे दुर्लक्ष करत, माझ्याकडे पाहून हसत रस्ता ओलांडायला लागतो.

''हाय क्लेअर, बघितलंस, कसा मरता-मरता वाचलो मी आता?'' असं म्हणत हेन्री माझ्याजवळ येतो, तशी मी त्याला घट्ट मिठी मारते.

''तुला माझे कपडे सापडले का?''

''हो, गाडीतच आहेत बघ - अरे हो, डॉ. केन्ड्रीक तुला भेटायला आलेत...''

"काय? कुठे आहेत ते?"

"हे काय, गाडीत बसलेत."

"पण का...?"

"अरे, त्यांनी तुला अदृश्य होताना बघितलं आणि ते इतके चकित झाले की, त्यांना काही सुचेनासंच झालं."

हेन्री गाडीच्या आत डोकं घालून आपले कपडे बाहेर काढत केन्ड्रीकना अभिवादन करतो. मग हेन्री आपले कपडे चढवत असताना, केन्ड्रीक गाडीच्या बाहेर येऊन उभे राहातात.

"कुठे गेलेलास तू?" ते हेन्रीला विचारतात.

"मी १९७१ मध्ये पोचलेलो. माझ्या ८ वर्षांच्या मूर्तीसोबत, रात्री १ वाजता हॉट चॉकलेट पीत बसलो होतो. तासभर तरी होतो मी तिथे! पण तुम्ही हे सगळं का विचारताय?" हेन्री केन्ड्रीकना थंड आवाजात विचारतो.

"माझा तर विश्वासच बसत नाहीये! अजब प्रकार आहे हा!" केन्ड्रीक पुटपुटतात.

"हे पाहा डॉक्टर, तुम्ही ह्या गोष्टीचा कितीही वेळा पुनरुच्चार केलात ना, तरी जे सत्य आहे, ते बदलणार नाहीये."

"म्हणजे तू खरंच ८ वर्षांचा झाला होतास?"

"नाही. मी आता तुमच्यासमोर ज्या रूपात आहे, त्याच रूपात मी १९७१ मध्ये जाऊन माझ्या वडिलांच्या घरात माझ्या ८ वर्षांच्या मूर्तीसोबत गप्पा मारत बसलो होतो. तुम्हाला हे जाणण्यात कदाचित रस वाटेल, की आम्ही वैद्यकीय व्यवसायातल्या शंकेखोरपणाबद्दल चर्चा करत होतो." हेन्री केन्ड्रीकना टोमणा मारतो आणि मग एकदम माझ्याकडे वळून म्हणतो "चल क्लेअर, ह्यांच्याशी बोलत बसण्यात आपण उगाच वेळ का घालवतोय?"

मलासुद्धा हेन्रीचं म्हणणं पटतं. मग मी गाडीचा दरवाजा उघडत, केन्ड्रीकना म्हणते "अच्छा डॉक्टर, निघतो. कॉलिनसाठी शुभेच्छा."

इतक्यात केन्ड्रीक ओरडतात "थांबा!..." मग जरा दम घेऊन विचारतात, "हा खरंच जनुकांशी संबंधित आजार आहे?'

"हो..." हेन्री उत्तरतो "आणि आम्ही आता अपत्य जन्माला घालण्यासाठी प्रयत्नशील आहोत."

हे ऐकून केन्ड्रीक आमच्याकडे बघून केविलवाणे हसत म्हणतात "एक प्रकारचं साहसच करताय की!"

मी त्यांच्याकडे गोड हसत म्हणते, "आम्हाला साहसं करण्याचा नाद आहे. चल हेन्री...निघू या" असं म्हणत मी गाडी सुरू करते आणि आम्ही थोड्याच वेळात लेक शोर ड्राईव्हला लागतो. मी धीर करून एकदाची हेन्रीकडे बघते, तर काय

आश्चर्य? तो चक्क हसत असतो!

"काय झालं? एवढा का हसतोयंस?"

"केन्ड्रीकचा विचार करून हसू येतंय. ते पूर्णपणे आपल्या जाळ्यात आलेयंत."

"तुला खरंच असं वाटतं?"

"अगदी शंभर टक्के!"

"वा! बरंच झालं की मग! पण मला ते जरा बिनडोकच वाटले हं हेन्री!"

"छे! ते फार कुशल आणि हुशार डॉक्टर आहेत."

"बरं, तुला जास्त माहिती म्हणा..." त्यानंतरचा आमचा घरापर्यंतचा प्रवास पुन्हा येतानासारखाच शांततेत होतो, पण ही शांतता वेगळ्या प्रकारची असते...काहीतरी जिंकल्याची असते.

त्या रात्री हेन्रीला केन्ड्रीकचा फोन येतो आणि ते त्यांच्या पुढच्या भेटीची तारीख ठरवून, उपचारांबद्दल चर्चा करण्यात गुंततात.

शुक्रवार, १२ एप्रिल, १९९६ (हेन्री ३२ वर्षांचा)

हेन्री : आज दुपारभर आपल्या कार्यालयामध्ये, माझं बोलणं ऐकत केन्ड्रीक बसले आहेत. मी बोलायला लागल्यापासून ते एका शब्दानेही मध्ये बोललेले नाहीत. त्यांच्या कॅमल सिगरेटच्या पाकिटाला त्यांनी हातही लावला नाही. दुपारची उन्हं खिडकीमधून पाझरून त्यांच्या काना-चेहऱ्याला लालबुंद करतायंत, तरी केन्ड्रीकचं लक्ष फक्त माझ्यावर केंद्रित आहे.

आणि आज मी त्यांना सगळं-सगळं सांगतोय. माझ्या काळप्रवासाची सुरुवात केव्हा व कशी झाली, मी कसं धडपडत, चुकत त्यातनं माझं आयुष्य जगायला शिकलो; घडणाऱ्या गोष्टी बदलू शकत नाही हे समजल्यावर माझी झालेली कुचंबणा; होणाऱ्या नुकसानीबद्दल मनाला लागणाऱ्या डागण्या...मी आज सगळं मोकळेपणाने बोलायचं ठरवून आलो होतो आणि तसंच बोलतोय.

माझं बोलून झाल्यावर केन्ड्रीकच्या डोळ्यांत इतकं दुःखं भरून येतं, की मला क्षणभर असं वाटायला लागतं, की मी बोललेले शब्द मागे घेऊ शकलो असतो, तर खूप बरं झालं असतं. शेवटी एकदाचे केन्ड्रीक आपली सिगारेट शिलगावून मला विचारतात "तुला झोपायला त्रास होतो का?"

"हो."

"दिवसाचा असा कुठला विशिष्ट प्रहर आहे का, जेव्हा तू हमखास गायब होतोस?"

"नाही...पण, तसं म्हटलं तर इतर वेळांपेक्षा, मी पहाटेच्या प्रहरी जास्त वेळा

अदृश्य झालो आहे.''

''तुला डोकेदुखीचा त्रास आहे का?''

''हो.''

''मायग्रेन?''

''नाही, नुसताच ठणका लागतो. मग त्यात दृष्टी कमकुवत होणं, एखादी वस्तू जास्त चमकणं ह्यांचीही भर पडते.''

''हं....'' असं म्हणत, केन्ड्रीक खुर्चीवरून उठून, सिगारेट ओढत आपल्या खोलीत येरझाऱ्या घालायला लागतात. शेवटी मला त्यांचं ते फिरणं अगदी असह्य व्हायला लागतं, इतक्यात ते थांबतात आणि मला सांगायला लागतात ''हे बघ हेन्री, क्लॉक जीन्स म्हणून एक प्रकार असतो - या सिद्धांतानुसार शरीरातील जनुकं सूर्याच्या उगवण्या-मावळण्यानुसार आपल्या शरीरातल्या घड्याळावर नियंत्रण ठेवतात. खरंतर, ही जनुकं बऱ्याच पेशींमध्ये असतात; पण त्यांचं सर्वाधिक प्रमाण डोळ्यांमध्ये असल्यामुळे, तुला सगळ्यात जास्ती लक्षणं डोळ्यांमार्गेच अनुभवता येत असतील. तुझ्या ऑप्टिक श्याझमच्या वर असलेल्या हायपोथलॅमसमधलं सुप्राश्याझमॅटिक न्यूक्लियस हे त्या घड्याळाचं बटण समज. त्यामुळे मला सुरुवात करायची आहे ती तिथपासून!'' असं म्हणत, केन्ड्रीक माझ्याकडे उत्तराच्या अपेक्षेने बघतात, पण मला त्यांच्या बोलण्यातला अर्धाअधिक भाग समजत नसल्यामुळे मी फक्त निर्बुद्धपणे मान डोलवतो.

अचानक केन्ड्रीक उठतात आणि आतल्या खोलीत जाऊन हातमोजे आणि एक इंजेक्शन घेऊन येतात. ''शर्टाची बाही वर कर,'' असं मला फर्मावून इंजेक्शन तयार करायला घेतात.

''तुम्ही हे काय करताय डॉक्टर?'' असं मी त्यांना विचारतो, पण ते मला काही न सांगता, शिताफीने माझ्या हातात सुई टोचतात. मग त्या जखमेवर कापूस आणि बॅण्डएड लावत मला विचारतात ''तुझा आरोग्य विमा उतरवला आहेस का?''

''नाही, मी स्वत:च सगळा खर्च पेलतो.''

ह्यावर केन्ड्रीक माझ्याकडे हसून बघत बोलतात, ''पण मग आता तुला तो उतरवावा लागेल. किंबहुना, मला एन.आय.एचकडून मिळणाऱ्या निधीमधून मी तुझ्या उपचारांचा खर्च उचलीन.''

''पण का?...कसं...?''

''हे बघ हेन्री, मला तुला अंधारात ठेवायचं नाहीये.'' माझं उपसलेलं रक्त नीट बाजूला ठेवत केन्ड्रीक सांगायला लागतात. ''आपण इथे जे करणार आहोत, तो बऱ्याच अंशी एक शास्त्रीय, वैद्यकीय प्रयोग असेल; आणि त्याची सुरुवात आपण

करणार आहोत ते तुझ्या डी.एन.एचा क्रम जाणून घेऊन.''

''मला वाटलेलं की ते करायला तर कैक वर्षं लागतात.''

''ते तुम्ही संपूर्ण जीनोमचा क्रम लावत असाल तर! आपण फक्त ठरावीक भागांचंच निरीक्षण करणार आहोत - उदाहरणार्थ, क्रोमोझोम १७'' केन्ड्रीक, हात धुऊन माझ्यासमोर बसत सांगतात.

''पण, मानवी जीनोमचा क्रम लावणं शक्य व्हायला तर २००० साल उजाडणार आहे! मग तुम्ही माझ्या जनुकांची तुलना करणार तरी कशाशी?''

''२०००? इतक्या लवकर? खरंच? तुला खात्री आहे?'' केन्ड्रीक मला आश्चर्याने असं विचारतात की, मग स्वत:ची चूक सुधारत म्हणतात ''अरे हो, तुला तर माहिती असणारच म्हणा... बरं, तर तुझ्या प्रश्नाचं उत्तर असं - की तुझ्यासारखा आजार, हा बहुतेकदा पुन्हा-पुन्हा आलेल्या क्रोमोझम्समुळे होतो. उदाहरणार्थ, हिटिंग्टन्स डिझीज, हा क्रमोझोम ४ / सी.ए.जी ट्रिप्लेट्सच्या अधिक्यामुळे होतो...''

बापरे! हे सगळं सपशेल माझ्या डोक्यावरून जातंय! मला, आताच्या आता गरमागरम कॉफीची नितांत आवश्यकता आहे! ''बरं डॉक्टर, तुमचं झालं असेल तर मी आता निघालो तर चालेल का?'' मी तिथून पळ काढण्याच्या हेतूने विचारतो.

''अं....मला तुझ्या मेंदूचे स्कॅन्स करावे लागतील, पण ते काम आज होणार नाही. त्यासाठी हॉस्पिटलमध्ये नोंदणी करून वेळ ठरवून घ्यावी लागेल. आपल्याला तुझे एम.आर.आय, सी.टी स्कॅन्स आणि एक्स-रे काढावे लागतील. त्यानंतर, मी तुला ॲलन लार्सन नावाच्या माझ्या मित्राकडेही पाठवणार आहे - त्याची स्लीप लॅब आहे.''

''वा! मजा येईल'' असं म्हणत मी सावकाश उठून उभा राहातो - जेणेकरून रक्त, माझ्या मेंदूकडे, एकदम जोरात धाव घेणार नाही.

तेवढ्यात माझं लक्ष माझ्याकडे मान कलती करून बघणाऱ्या केन्ड्रीककडे जातं. ते माझ्याकडे बघून हलकं स्मित करत उद्‌गारतात, ''मजा तर येणारच आहे. तुझा आजार एक क्लिष्ट कोडं आहे आणि त्याला सोडवायला मला खरंच खूप मजा येणार आहे. आता आपल्याकडे ह्या कोड्याच्या मुळापाशी जाऊन शोध घेण्यासाठी लागणारी सगळी शस्त्रास्त्रं तयार आहेत.''

''शस्त्रास्त्रं? कोणती? आणि कसला शोध?''

''हेच, हे जे काय आहे त्याचा....तू जे काय आहेस, त्याचा!'' असं म्हणत, केन्ड्रीक आपले वेडेवाकडे, पिवळे दात विचकत हसतात आणि माझ्यासमोर आपला हात धरतात. मी निमूट त्यांच्याशी हस्तांदोलन करत, त्यांच्या कार्यालयाबाहेर पडतो आणि घराच्या दिशेने चालू लागतो. मी जे काही आहे...! मी कोण आहे?

अ व्हेरी स्मॉल शू

. . . .

१९९६, वसंतऋतूचे दिवस (क्लेअर २४ वर्षांची, हेन्री ३२ वर्षांचा)

क्लेअर : आमच्या लग्नाला दोन वर्षं झाल्यानंतर, मी आणि हेन्री, फारशी चर्चा, सल्लामसलत न करता मूल जन्माला घालण्याचा निर्णय घेतो. मला माहितेय, हेन्रीला आम्हाला मूल होण्याबद्दल फारशी आशा वाटत नव्हती. मी त्याला कधी त्यामागचं कारण विचारलं नाही - कारण, मला नेहमी अशी भीती वाटत राहिली की, कदाचित त्याने आम्हाला भविष्यात विनापत्य बघितलेलं असेल आणि मला ते ऐकण्यात मुळीच गम्य नव्हतं! मला ह्याही गोष्टीचा विचार करायचा नव्हता की, हेन्रीचा हा आजार आनुवंशिक असेल आणि त्यामुळे आम्हाला मूल होणं कठीण जाईल...थोडक्यात काय, मी सगळ्या महत्त्वाच्या बाबींना दृष्टिआड करत होते; कारण मूल होण्याच्या कल्पनेने मी अक्षरश: हरखून गेले होते. मला बाळ हवं होतं...हेन्रीसारखे काळेभोर केस आणि तेजस्वी डोळे असलेलं बाळ, माझ्यासारखी नितळ कांती असलेलं बाळ, दूध आणि टाल्कम पावडरच्या संमिश्र सुगंधात गुरफटलेलं बाळ, हसणारं, खिदळणारं, गोंडस बाळ!!! मला तर बाळांची स्वप्नंही पडू लागलेली. त्यात मला हमखास एक स्वप्न असं पडायचं, की मी झाडावर चढते आणि तिथल्या एका घरट्यात मला एक इवलासा बूट सापडतो. मग, अचानक माझ्या लक्षात येतं की मी हातात धरलेलं पुस्तक किंवा सॅण्डविच हे खरंतर एक बाळ असतं! किंवा, असंही स्वप्न पडायचं की, मी एका तलावात पोहत आहे आणि अचानक पाण्यामधून बाळं तरंगू लागतात.

आता मला कधी नव्हेतो आजूबाजूच्या बाळांचं अस्तित्व प्रकर्षाने जाणवू

लागलं...मग ती आपल्याच बग्गीमध्ये पडून राहिलेली लाल-केसांची परीसारखी छोटुकली असो, 'गोल्डन वोक' नावाच्या सुप्रसिद्ध चायनीज हॉटेलच्या मालकांचा, गिऱ्हाइकांकडे टक लावून बघत बसणारा लहानगा असो, वा 'बॅटमॅन' चित्रपटातलं ते गोंडस टकलू बाळ असो! एकदा मी जे.सी.पेनी दुकानामध्ये गेले होते. तेवढ्यात एका बाईने काही मिनिटांसाठी आपली बाहुलीसारखी मुलगी माझ्याकडे सुपूर्द केली. मला स्वर्ग दोन बोटं उरल्यासारखं वाटलं होतं. माझ्या छातीशी कवटाळून बसलेल्या त्या जीवाला मला सोडावंसंच वाटेना.

थोडक्यात असं, की माझ्या शरीराला आता मातृत्वाची आस लागली होती. बाळाशिवाय माझं शरीर, माझं अवघं अस्तित्वच अपूर्ण आहे आणि ते मला आता पूर्णत्वाला न्यायचंय, हा एकच ध्यास माझ्या मनाने घेतला होता. मला माझ्या रक्तामांसाचा एक जीव हवा होता - जो सतत माझ्याबरोबर राहील, ज्याच्यावर मी अबाधितपणे प्रेमाचा वर्षाव करू शकेन. आणि मला त्या बाळामध्ये हेन्रीचा अंश हवा होता - जेणेकरून, तो माझ्याजवळ नसताना मला त्याची उणीव भरून काढण्यासाठी मदत होईल. माझ्या दृष्टीने, तो एकप्रकारचा विमाच होता, म्हणा ना....

रविवार, २ ऑक्टोबर, १९६६ (हेन्री ३३ वर्षांचा)

हेन्री : मी १९६६ सालामध्ये, विस्कॉन्सिनमधल्या ॲपलटनमध्ये झाडावर बसून चवदार ट्यूना फिश सॅण्डविच खात आहे. माझ्या अंगावर कुणाच्यातरी वाळवत ठेवलेल्या कपड्यांमधून उचललेला पांढरा टीशर्ट आणि खाकी विजार आहे. शिकागोमध्ये दूर कुठेतरी मी तीन वर्षांचा आहे. त्या वेळी, माझी आई जिवंत आहे आणि मी तोपर्यंत ह्या काळप्रवासाच्या दुष्टचक्रात अडकलेलो नाहीये. माझ्या लहानपणच्या मूर्तीबद्दल विचार करताना मला साहजिकच क्लेअरची आठवण होते...दिवसेंदिवस तिच्यातली मातृत्वाची आस वाढतच चाललेय. तसं म्हटलं तर, मलाही खरंतर पितृत्व अनुभवायची खूप इच्छा आहे. मलाही क्लेअरला मूल देऊन आनंदी बनवायचंय, तिला त्या सुखात न्हाऊन निघताना बघायचंय, गर्भार अवस्थेत तिचं शरीर उमलून येताना बघायचंय...मलाही माझ्या हाडामांसाचं बाळ हवंय! जे इतर लहान मुलांसारखं हसेल, रडेल, हट्ट करेल, खेळेल, मस्ती करेल, बोबडे बोल बोलेल....मलाही माझ्या वडिलांना त्यांचं नातवंडं खेळवण्याची संधी द्यायची आहे. मी त्यांना आयुष्यात मुलगा ह्या नात्याने फारसं कधीच सुखी करू शकलो नाहीये - पण आता मला त्याची भरपाई करायची आहे! .... आणि मला माहितेय, एका अर्थी, ते बाळ क्लेअरसाठीही माझ्या गैरहजेरीत फार चांगलं साथीदार ठरेल...

तिच्या एकटेपणाची बोच कमी होईल.

पण...पण मला माहितेय की, माझं हे स्वप्न प्रत्यक्षात उतरणं कठीणच नव्हे, तर अशक्य आहे. मला माहितेय, माझं ते मूल जन्मताक्षणीच अदृश्य केलं जाईल. आणि म्हणूनच, माझं आणि क्लेअरचं मीलन होत असताना, मी जितक्या मनापासून ह्या मीलनातून एक मूल जन्माला यावं, ह्यासाठी प्रार्थना करत असतो, तितक्याच तीव्रतेने हेही म्हणत असतो की देवा, माझी ही इच्छा कधीही पूर्ण करू नकोस.

मी मान्य करतो, की मी फार भित्रा आहे. माझ्या जागी दुसरं कोणी असतं, तर कदाचित क्लेअरला धीर देत म्हणालं असतं की, नियतीने आपल्याशी जो क्रूर डाव खेळलाय, तो आपण मनापासून पुसून टाकू. काही उणीव नसल्यासारखं आपलं आयुष्य उभं करू. पण मला हेही माहितेय, क्लेअरसारखी मुलगी इतक्या सहजासहजी गोष्टी विसरू शकत नाही, ती इतक्या कोरड्या मनाची नाही. आणि म्हणूनच, तिच्याशी संभोग करताना मी माझ्या मनातल्या शंकाकुशंका बाजूला ठेवून, शेवटी देवाकडे एकच मागणं मागतो, की ह्यातून काहीतरी चांगलं निपजू दे!

वन (१)

. . . .

सोमवार, ३ जून, १९९६ (क्लेअर २५ वर्षांची)

क्लेअर : जेव्हा ती गोष्ट पहिल्यांदा घडते, तेव्हा हेन्री माझ्या जवळ नसतो. मी आठ आठवड्यांची गर्भार असते - माझ्या आतलं बाळ आता लिंबाएवढं मोठं झालेलं असतं, त्याला हात फुटत असतात, त्याच्या चेहऱ्यावरच्या रेषा ठळक होत चाललेल्या असतात, त्याचं हृदय धडधडायला लागलेलं असतं...

संध्याकाळ उतरणीला लागलेली असते. मी भांडी धुण्यात गर्क असते. हेन्रीला अदृश्य होऊन दोन तास झालेले असतात. तो मागच्या बागेला पाणी घालत असताना अचानक अदृश्य होतो. बऱ्याच वेळाने पाण्याचा आवाज येत नाहीये, हे जाणवतं, तेव्हा मी धावत जाऊन बघते, तर हेन्री गायब झालेला असतो. ओल्या गवतावर त्याच्या कपड्यांचा ढीग पडलेला असतो. मी नेहमीप्रमाणे त्याचे कपडे गोळा करून, त्यांच्या व्यवस्थित घड्या घालून आमच्या पलंगावर नेऊन ठेवते. पुन्हा जाऊन बागेतलं कारंजं चालू करून ठेवावं, असा माझ्या मनात विचार येतो, पण मी तो झटकून टाकते. हेन्री जर परत तिथेच प्रकटला, तर त्याला ओलेतं झालेलं मुळीच आवडणार नाही!

मग मी आत जाऊन आमच्यासाठी चीझ मॅकरॉनी आणि सॅलड बनवते. माझ्या वाटणीचं मॅकरॉनी आणि सॅलड खाऊन, व्हिटॅमिनच्या गोळ्या घेऊन, ग्लासभर दूध पिते. त्यानंतर, काहीतरी गुणगुणत, उरलेली भांडी घासायला लागते....माझ्या मनात येतं, की मी गात असताना, माझ्यातला जीवदेखील त्या सूरावर आतल्याआत डोलत असेल का? की, त्या सुरावटीला आपल्या इवल्या हृदयात साठवून ठेवत

असेल - पुढे कधीतरी त्याचा उपयोग करण्यासाठी? मी अशा तंद्रीत उभी असतानाच, माझ्या पोटात काहीतरी हालचाल जाणवते. दहा मिनिटांनंतर, मी दिवाणखान्यात बसून लूई डी' बर्नियरचं एक पुस्तक वाचत असताना, पुन्हा तशीच हालचाल जाणवते. का कुणास ठाऊक, पण मला उगीच हेन्रीची काळजी वाटायला लागते. किती वेळ झाला ह्याला जाऊन? कुठे असेल हा? पण मग मी मनाचा निग्रह करून, त्याची काळजी करण्याचं थांबवते....तसंही त्यानंतरचा अर्धा तास, मला त्याची काळजी करण्याची संधीच मिळत नाही. कारण आता, माझ्या पोटातल्या हालचालींनी फारच जोर धरलेला असतो. इतकं की, आता पोटात जीवघेण्या कळा यायला लागलेल्या असतात. थोड्या वेळाने मला माझ्या पायांमध्ये काहीतरी उबदार, चिकट वाहत असल्याची जाणीव होते. मी कशीबशी बाथरूमपर्यंत जाऊन तपासते, तर माझं रक्त वाहत असतं.

मी रक्तप्रवाहाचं प्रमाण बघून प्रचंड घाबरते आणि शॅरीसला फोन करते. तिचा फोन गोमेझ उचलतो. मी शक्य तितक्या शांत स्वरात त्याला शॅरीसला फोनवर बोलावण्याची विनंती करते. शॅरीस येते आणि माझा कापरा आवाज ऐकूनच विचारते

"काय झालंय क्लेअर?!"

"माझ्या अंगातून रक्त वाहतंय!"

"हेन्री कुठे आहे?"

"मला माहीत नाही."

"रक्त वाहतंय म्हणजे नेमकं कसं....कुठून वाहतंय?"

"मासिक पाळीच्या वेळी वाहतं ना, तसंच...." मी इतकं बोलेपर्यंत, दुखणं अजूनच तीव्र झालेलं असतं. "शॅरीस, प्लीझ मला इलिनॉइस मेसॉनिकला घेऊन जाशील?" मी तिला कळवळून विचारते.

"मी येतेय...आत्ता येतेय क्लेअर! तू काळजी करू नकोस...." असं म्हणत शॅरीस फोन आदळते. इथे मी महत्प्रयासाने उठून माझी पर्स शोधते. मग, त्यातल्या माझ्या डायरीतलं एक पान फाडून हेन्रीला चिठ्ठी लिहायला बसते. नेमकं काय लिहावं हे सुचत नाही, म्हणून खरडते 'इलिनॉइस मेसॉनिकला गेले आहे. पोटात प्रचंड दुखतंय. शॅरीस घेऊन गेलीये. ७.२० वाजता. तुझी, क्लेअर.' मग ती चिठ्ठी फोनपाशी ठेवून, मी हेन्रीसाठी मागचं दार उघडून ठेवते आणि शॅरीसची वाट बघत बसते. काही क्षणांतच, शॅरीस आणि गोमेझ आमच्या घरी पोचतात, शॅरीस मला हाताला धरून गाडीत बसवते. गोमेझ गाडी चालवायला लागतो. कुणीच फारसं काही बोलत नाही - कुणी त्या मन:स्थितीतच नसतं. वेस्टर्न, बेल्मॉन्ट, शेफील्ड, वेलिंग्टन इत्यादी पार करत जाताना, ती सगळी दृश्यं माझ्या मनावर इतक्या ठामपणे कोरली जातात, जणू मला नंतर त्यांच्यावर परीक्षाच लिहायला बसायचंय.

अखेर आम्ही इस्पितळापाशी पोचतो. गोमेझ आम्हाला आपत्कालीन विभागाजवळ सोडून, गाडी लावायला निघून जातो. आम्ही त्या विभागाच्या आधुनिक दरवाजातून आत जायला त्याच्याजवळ जातो, तर ती दारं आपोआप अशी काही उघडतात, जणू आमचीच वाट पाहात असावीत! एरव्ही मला त्या गोष्टीची गंमत वाटली असती, आज मात्र भीती वाटते. आत गेल्यावर, माझ्या दृष्टिपथास पडतात ती आपापल्या व्याधींना, दुःखांना कवटाळून, सहन करत बसलेली कष्टी चेहऱ्याची माणसं! मला त्या माणसांमध्ये बसवून शॅरीस तिकडच्या स्वागतिकेला माझ्याबद्दल माहिती द्यायला जाते; त्या दोघी नेमकं काय बोलतात, हे मला नीटसं ऐकू येत नाही, म्हणून मी कान टवकारून ऐकू लागते, तेव्हा माझ्या कानावर एक शब्द आदळतो - मिस्कॅरेज (नैसर्गिक गर्भपात)! आधी माझा मेंदू तो शब्द नाकारू पाहतो, अडवू पाहतो...मात्र शेवटी, विजय त्या शब्दाचाच होतो! आणि का नाही? इतका जोरकस शब्द असतो तो, की माझा बिचारा लहानगा मेंदू त्याच्यासमोर काय तग धरणार म्हणा? अखेर, तो शब्द निग्रहाने माझ्या मेंदूत शिरतोच, आणि त्यातला काना-कोपरा व्यापू लागतो. तशी मी जोरजोरात रडायला लागते. डॉक्टर त्यांचे प्रयत्न लगेच सुरू करतात, तरी जे घडायचं असतं ते शेवटी घडतंच. मी शुद्धीवर आल्यावर मला समजतं, की सगळं अगदी संपायला आलं असताना हेन्री तिथे पोचलेला असतो, पण त्याला आत सोडत नाहीत. मी शुद्धीवर आल्यावर पाहाते तर, हेन्री माझ्या शेजारी उभा असतो. त्याचा चेहरा पार उतरलेला असतो, डोळे खोल गेलेले असतात... तो मूकपणे माझ्याकडे बघत उभा असतो. शेवटी मीच त्याला विचारते "अरे, तू केव्हा आलास? आणि होतास कुठे?" तसा तो काही उत्तर न देता, मला मिठी मारतो. त्याच्या दाढीची खुंटं माझ्या चेहऱ्याला घासू लागतात - तशी मला एखादी जखम उघडी पडत जाण्याची जाणीव होऊ लागते. ..पण माझ्या त्वचेवर नाही, तर माझ्या मनावर! थोड्या वेळाने हेन्री मला आपल्या मिठीतून सोडतो, तर त्याचा चेहरा अश्रूंनी भिजलेला असतो...पण नेमक्या कोणाच्या, ते मला समजेनासं होतं.

गुरुवार, १३ जून आणि शुक्रवार, १४ जून १९९६ (हेन्री ३२ वर्षांचा)

हेन्री : डॉ. केन्ड्रीकने मला सांगितल्याप्रमाणे, मी स्लीप लॅबमध्ये येतो तोच अतिशय थकल्या-भागल्या अवस्थेत. ही माझी इथली पाचवी रात्र असते आणि आतापर्यंत मला ह्यापुढची प्रक्रिया पाठ झालेली असते. मी पायजमा घालून तिकडच्या एका पलंगावर बसतो आणि मग डॉ. लार्सनची कॅरेन नावाची मदतनीस माझ्या कपाळावर व छातीवर एक विशिष्ट क्रीम फासून, सगळ्या वायरी जागच्या जागी आहेत, ह्याची खात्री करते...

ही कॅरेन सोनेरी केसांची, तरुण, आकर्षक अशी व्हिएतनामी युवती आहे. तिने आज आपल्या बोटांवर खोटी नखं डकवलेली आहेत. मला तपासताना त्यातलं एक नख माझ्या गालावर ओरखडा काढून जातं, तशी कॅरेन वरमते आणि माझी माफी मागते.

लार्सनच्या प्रयोगशाळेतल्या ह्या खोलीत फारसा प्रकाश नाहीये. त्यामुळेच, इथलं तापमान बरंच थंड आहे. ह्या खोलीला खिडक्याही नाहीयेत - फक्त एका बाजूला आरशासारखी दिसणारी एक काच आहे. त्या काचेमागे, डॉ. लॉर्सन किंवा माझं निरीक्षण करायला बसणाऱ्या इतर डॉक्टरांसाठीचं राखीव स्थान आहे.

कॅरेन आपली तपासणी संपवते आणि मग मला गुडनाईट करून घरी निघून जाते. मी माझ्या अंगावर पसरलेलं वायरींचं जाळं सांभाळत, काळजीपूर्वक पलंगावर आडवा होतो. मला माझ्या डोळ्यांच्या हालचालींचं, श्वासोच्छ्वासाचं, मेंदूतून निघणाऱ्या लहरींचं सतत मापन करत असणाऱ्या यंत्राची जाणीव होतेय. काही मिनिटांतच मी गाढ झोपून जातो.

मला स्वप्न पडायला लागतं. मी धावतोय...जीव तोडून धावतोय...जंगलामधून, दाट झाडीमधून, गवतामधून...पण विशेष म्हणजे, मी त्या सगळ्याच्या आतून, आरपार जातोय! एखाद्या भुतासारखा! मध्येच मी एका मोकळ्या जागेत येऊन पोचतो, तर तिथे आग लागलेली असते.

इतक्यात माझ्या स्वप्नातलं दृश्य बदलतं...मी स्वत:ला इंग्रिडसोबत संभोग करताना बघायला लागतो. मला त्या मुलीचा चेहरा दिसत नसतो; पण तिच्या शरीराची ठेवण, तिचे लांबसडक पाय माझ्या मनातून पुसले जातीलच कसे! आम्ही तिच्या आई-वडिलांच्या घरात, दिवाणखान्यातल्या गालिचावर लोळतोय. समोर टी.व्ही लावलेला असतो आणि त्यावर हरणांवरचा कसलासा अनुबोधपट सुरू असतो. इतक्यात त्या टी.व्ही.वरच्या जंगलात कसलीशी शोभायात्रा सुरू होते. बघतो तर, यात्रेतल्या एका रथावर क्लेअर दु:खी चेहऱ्याने बसलेली असते. तिच्या आजुबाजूचे लोक मात्र जल्लोष करत पुढे चाललेले असतात. इतक्यात इंग्रिड उठते आणि आपल्या सोफ्यापाठी लपवलेल्या धनुष्य-बाणाने क्लेअरवर वार करते. तो बाण टी.व्हीमधून आत शिरून क्लेअरच्या छातीत घुसतो. ती कळवळून ओरडते. तसा मी जोरात ओरडतो आणि संतापाने इंग्रिडचा गळा घोटायला लागतो......इथे, माझं स्वप्न तुटतं आणि मला जाग येते. मी धडधडत्या हृदयाने जागा होतो...माझं अंग घामाने निथळत असतं... मी आजूबाजूला बघतो, तेव्हा लक्षात येतं की मी स्लीप लॅबमध्ये आहे....क्षणभर, माझ्या मनात शंका येते, की ह्या डॉक्टरांनी माझ्या अंगाला माझ्या नकळत असं तर कुठलं यंत्र नाही ना जोडलं, ज्यामुळे ते माझ्या मनात काय चाललंय हे वाचू शकतात, माझी स्वप्नं बघू शकतात.? मग मी तो विचार झटकून, कूस बदलून पुन्हा झोपून जातो.

थोड्या वेळाने, मला पुन्हा स्वप्नं पडू लागतात. त्या स्वप्नात, मी आणि क्लेअर एका वस्तु-संग्रहालयातून फेरफटका मारत असतो. एका पुरातन राजवाड्यात उभं केलेलं हे वस्तुसंग्रहालय म्हणजे काळाच्या काही शानदार पर्वांचा मूर्तिमंत ठेवाच! आम्ही त्या भव्य वास्तूमधून पुरातन वस्तू, ऐवज, पुतळे इत्यादी बघत, चित्रांच्या दालनात येऊन पोचतो. पण तिथली चित्रं आमच्या डोळ्यांसमोर कवितेचं रूप धारण करू लागतात! "क्लेअर, ते बघ...एमिली डिकिन्सनची कविता!" एका चित्राकडे बघत मी उत्साहाने उद्गारतो. मी निर्देश केलेल्या चित्रासमोर क्लेअर येऊन उभी राहाते... मग आम्ही तसंच दान्ते, डॉन्ने, ब्लेक, नेरुदा, बिशप इत्यादींच्या कवितांचा आस्वाद घेतो. रिल्केच्या कवितांनी भरलेल्या दालनात भरपूर वेळ घालवतो, बीट्सच्या दालनातून भराभरा पुढे जातो, वरलेन आणि बॉदलेयरच्या दालनात रेंगाळतो. इतक्यात मला लक्षात येतं की क्लेअर माझ्यासोबत नाहीये. मी घाबरतो आणि तिला शोधत त्या संग्रहालयामध्ये पाचोळ्यासारखा सैरावैरा धावायला लागतो. शेवटी ती मला सापडते, ते एका लहानशा दालनात! ती त्या दालनाच्या कोपऱ्यात लावलेल्या एका कवितेकडे पाहात ढसाढसा रडत असते. मी तिच्यापाठी उभा राहून ती कविता वाचू लागतो - 'आता मी स्वत:ला निजवू पाहतोय. ईश्वरा, माझा आत्मा तुझ्याकडे सुपूर्द करून, जागृतीला जर मृत्यूने हरवलंच तर, ईश्वरा, माझा आत्मा तूच टाक घेऊन!'

ते स्वप्न तुटतं, पण स्वप्नांची मालिका सुरूच राहाते. आता मी, दव पडून थंडगार पडलेल्या गवतावर हात-पाय झाडत पडलेलो असतो. माझ्या अंगावर एकही कपडा नसतो...थंडगार, बोचरी हवा माझ्या सर्वांगाला फटकारे मारून पुढे जात असते. थोड्या वेळाने बर्फ पडायला लागतो. जमिनीवर बर्फाचं थारोळं साचतं. मी त्या बर्फात माझ्या गुडघ्यांवर बसून राहातो. इतक्यात, त्या शुभ्र बर्फावर लालबुंद रक्त पडू लागतं. मी कशाचातरी आधार घ्यावा, म्हणून हात पुढे करतो, इतक्यात...

"अरे देवा! त्याच्या अंगातून रक्त येतंय!"

"ओ नो! हे झालंच कसं?"

"शिट, त्याने सगळ्या वायरी हिसकावून काढल्या आहेत. मला त्याला पलंगावर टाकायला मदत करा....लवकर!"

मी डोळे उघडून पाहातो - डॉ. केन्ड्रीक आणि डॉ. लार्सन माझ्या चेहऱ्याचं निरीक्षण करत उभे असतात. लार्सनच्या चेहऱ्यावर चिंतेचं जाळं असतं, पण केन्ड्रीक मात्र आनंदाने हसत असतात.

"तुम्हाला मिळालं...?" मी त्यांना अडखळतच विचारतो.

"सगळं! आपण जिंकलो, हेन्री! आपण जिंकलो!" ते उद्गारतात.

तसा मी "उत्तम!" इतकंच म्हणून निद्रेच्या आधीन होतो.

टू (२)

. . . .

रविवार, १२ ऑक्टोबर, १९९७ (हेन्री ३४ वर्षांचा, क्लेअर १६ वर्षांची)

हेन्री : मी झोपेतून जागा होतो, तोच माझ्या नाकात लोह आणि रक्ताचा संमिश्र वास भरत! सगळीकडे रक्ताचं थारोळं झालंय आणि क्लेअर त्यामध्येच मांजरीसारखं अंगाचं मुटकुळं करून पडून रहिलेली आहे.

मी तिला गदागदा हलवून जागं करू पाहातो...''क्लेअर, अगं ऊठ! तुला रक्त आलंय.''

''नाही!''

''अगं हो, माझं ऐक.''

''नाही, मला स्वप्न पडत होतं...''

''क्लेअर प्लीझ!''

शेवटी ती उठते. तिच्या चेहऱ्यावर, केसांवर, हातांवर सर्वत्र रक्तच रक्त असतं. क्लेअर माझ्यासमोर आपले हात धरते, तर त्यावर एक अर्धवट वाढलेला, राक्षसी दिसणारा गर्भ असतो. ''ते मेलं!!'' क्लेअर मला थंडपणे सांगते आणि मग अचानक माझ्या कुशीत शिरून धोधो रडू लागते. आम्ही मग कित्येक तास, त्या रक्ताने माखलेल्या गादीवर, एकमेकांच्या मिठीत शिरून रडत बसतो.

सोमवार, १६ फेब्रुवारी, १९९८ (क्लेअर २६ वर्षांची, हेन्री ३४ वर्षांचा)

क्लेअर : हेन्री आणि मी बाहेर जायला निघालो आहोत. दुपारची वेळ आहे. बाहेर

बर्फ पडायला लागला आहे. मी अगदी बूटच चढवत असते, इतक्यात फोन वाजतो. हेन्री फोन उचलायला जातो...मला त्याचं बोलणं ऐकू येत असतं.

“हॅलो? कोण?..हा बोला...काय?! खरंच?! थांबा थांबा, मला एक कागद आणू दे...”

तो धावत जाऊन कागद घेऊन येतो. मग उत्साहाने बोलतो “हा, सांगा आता...नाही एक मिनिट, मला नीट समजावून सांगा.”

मला आतापर्यंत तो कोणाशी आणि कशाबद्दल बोलत असेल, ह्याचा अंदाज आल्यामुळे, मी चढवलेले बूट आणि कोट उतरवून ठेवत, त्याच्याशेजारी जाऊन बसते. तसं हेन्री फोनवर बोलता-बोलता माझ्याकडे बघत मनापासून हसतो. त्याने काय लिहिलंय, हे बघायला मी डोकावते, तर मला दिसतं - ४जीन्स, पर ४, टाइमलेस १, क्लॉक, न्यू जीन, टाइम ट्रॅव्हलर?! क्रोम = १७*२,४,२५,२००+रिपीट्स टी.ए.जी, सेक्स लिंक्ड? नो+टू मेनी डोपामाईन रिसिप्ट्स, व्हॉट प्रोटिन्स?...माझ्या डोक्यात एकदम प्रकाश पडतो...केन्ड्रीक यशस्वी झाले!!! त्यांना हे कोडं उलगडलेलं आहे! ते यशस्वी झाले!! आता! आता पुढे काय?

तेवढ्यात हेन्रीचं बोलणं संपतं आणि तो माझ्याकडे आ वासून बघत राहातो.

“हेन्री! आता पुढे काय?” अखेर मीच त्या शांततेला वाचा फोडत विचारते.

“आता केन्ड्रीक माझ्या जनुकांची प्रत काढून त्यांना उंदरांमध्ये टाकणार आहेत.”

“काय??”

“हो, ते आता काळप्रवास करणारे उंदीर बनवणार आहेत. आणि मग त्यांच्यावर उपचार करणार आहेत.”

हे ऐकून मी आनंदाने जोरजोरात हसू लागते. हेन्रीही माझ्या हास्यात सामील होतो आणि आम्ही दोघे फेर धरून नाचू लागतो. मग शेवटी एकदाचे थकून कोचावर कोसळतो. मी माझ्या शेजारी हसत पडलेल्या हेन्रीला निरखत विचार करू लागते, की देव तरी काय अजब खेळ खेळतो नाही? वरकरणी चारचौघांसारखा दिसणारा हेन्री, आतून इतका निराळा असेल, हे कुणालातरी सांगून खरं वाटेल का? म्हटलं तर, तो इतरांसारखाच हसतो, बोलतो, चालतो...पण तरीही तो किती वेगळा आहे. पण मग माझ्या मनात येतं, की मला तर नेहमीच माहिती होतं की तो वेगळा आहे आणि त्याचा हा वेगळेपणाच तर भावला की मला! तसंही, खरं म्हटलं तर काय फरक पडतो त्याची जनुकं इतरांपेक्षा वेगळी असली तरी? तो जसा आहे, तसा मला आवडतो..! पण मग दुसऱ्याच क्षणी माझ्या मनात हासुद्धा विचार येतो की, जर

हेन्रीलाच आपल्या जनुकांतला हा दोष सुधारावासा वाटत असेल, तर ह्या वेगळेपणाने काहीतरी फरक पडतच असणार, नाही का? जाऊन दे ना, मी कशाला एवढा विचार करतेय? हा विचार केन्ड्रीकने करावा....केन्ड्रीक! हेन्रीची जनुकं उंदरांमध्ये टाकून त्यांना काळप्रवासी बनवून पाहाणारे केन्ड्रीक! मला ह्या कल्पनेने इतकं हसू येतं, की मी पुन्हा खदाखदा हसत जमिनीवर कोसळते.

इंटरमेझो

बुधवार, १२ ऑगस्ट, १९९८ (क्लेअर २७ वर्षांची)

क्लेअर : शेवटी एकदाची मॉम झोपून गेली. तेपण, तिच्या इच्छेप्रमाणे, तिच्या स्वत:च्या खोलीत! हुश्श! ती निग्रहाने, नव्हे हट्टाने, त्या इस्पितळातनं बाहेर पडली; तर तिच्या येण्याने, तिच्या घरातल्या खोलीचं इस्पितळातल्या खोलीतच रूपांतर झालं. पण आता ती काही समजू-उमजू शकण्याच्या पल्याड गेलीय. काल रात्रभर मॉम सतत बडबडत, हसत, ओरडत, रडत बसलेली...सतत, 'फिलीप', 'ममा', 'नाही, नाही'चाच धोशा लावलेला! रात्रभर मी तिच्या उशाशी बसून तिला सावरत होते. तिच्यामार्फत माझ्या लहानपणचे काही क्षण पुन्हा जगत होते. आता पहाट झालीये. मी अजूनही तिच्या पलंगाशेजारच्या खुर्चीत बसून आहे. तिची कृश काया त्या भल्यामोठ्या गादीमध्ये हरवून गेल्यासारखी दिसते. तिच्या अवतीभवती औषधं, पेले, चमचे, रक्ताच्या पिशव्या, बेड-पॅन, उलटी झाली तर तिच्यापुढे धरण्यासाठीचं भांडं, रबरी हातमोजे आणि तिला टोचून फेकून दिलेल्या सुयांनी भरलेली एक कचराकुंडी, ह्या सगळ्यांची गर्दी झालीये. माझं मन त्या उदासवाण्या वातावरणापासून दूर न्यायला, पूर्वेकडच्या खिडकीतून मी बाहेर बघायला लागते. हळूहळू आभाळामध्ये सूर्याची किरणं आपल्या जादूची पाखरण करायला लागतात. त्यांच्या त्या सुंदर प्रकाशामध्ये आमची बागही न्हाऊन निघते. त्यामधले लालबुंद टप्पोरे गुलाब, पांढरी शुभ्र रजनीगंधा, केशरी गेंद, हिरवीगार गवताची पाती दिमाखाने आपल्या सौंदर्याचं प्रदर्शन करायला लागतात. दूरवरच्या सिल्व्हर बर्च झाडाच्या चंदेरी फांद्या चमचम करायला लागतात. पक्ष्यांची किलबिल सुरू होते. प्रकाशाला अखेर आमच्या घराचा

पत्ता सापडतो आणि आमचा दिवस पुन्हा सुरू होतो.

रात्रभर झालेल्या जागरणाने खरंतर मला आता उठावंसंच वाटत नसतं - पण इलाज नसतो. वातानुकूलनाचा जोर इतका वाढलेला असतो, की मी थंडीने गारठून गेलेले असते. म्हणून मग मी धडपडत उठत, पहिले जाऊन ते यंत्र बंद करते. यंत्र बंद झाल्याक्षणी खोलीमध्ये स्तब्ध शांतता पसरते. मला अचानक लक्षात येतं की, मॉमचा श्वासोच्छ्वासही ऐकू येत नसतो. माझ्या पोटात धस्स होतं! घाबरून, मी तिच्या पलंगापाशी जाते. तर ती शांतपणे झोपलेली असते. तिचे ओठ जरासे विलग झालेले असतात, डोळे मिटलेले पण त्यावरच्या भुवया जराशा उंचावलेल्या असतात. मला तर सतत असं वाटत राहातं, की ती मनातल्या मनात काहीतरी गुणगुणतीये.

शेवटी धीर करत मी मॉमच्या अंगावरचं पांघरूण बाजूला करत, तिच्या छातीला कान लावते. तिचे हात-पाय अजून कोमट असतात, पण बाकी काही नसतं. ना हृदयाची धडधड, ना रक्ताची ये-जा, ना श्वासाचा लयबद्ध ठेका!! असते ती फक्त शांतता..नीरव, नि:शब्द शांतता!

मी स्वत:च्या भावनांना आवर घालत तिला– माझ्या आईला– माझ्या कवेत घेते. कर्करोगामुळे तिच्या शरीराचं खरं तर पिंजऱ्यासारखं झालेलं असतं, पण त्या क्षणी ती मला सगळ्यात सुंदर वाटते. जिवंत भासते! तिच्या कृश देहातली हाडं माझ्या शरीराला जाणवतात. तिचं डोकं माझ्या खांद्यावरून घरंगळतं. पण त्या क्षणी, मला ती आठवते दिलखुलास हसताना, घरभर फुलपाखरासारखी वावरताना...अनिर्बंध, मुक्त, आनंदी!

इतक्यात दरवाजाबाहेर कुणाच्यातरी पावलांचा आवाज येतो. क्षणभराने दरवाजा उघडला जातो. एट्टा आलेली असते.

''क्लेअर...? ओ!'' समोरचं दृश्य पाहून एट्टा मटकन खालीच बसते.

मी मॉमला हळुवारपणे गादीवर ठेवत, तिच्या अंगावरचा गाऊन सारखा करत एट्टाला सांगते ''मॉम गेली!''

शनिवार, १२ सप्टेंबर, १९९८ (हेन्री ३५ वर्षांचा, क्लेअर २७ वर्षांची)

हेन्री : ती बाग सगळ्यात आवडीची कोणाची असेल, तर ल्यूसीलची! आम्ही जेव्हा कधी मेडोलार्क हाऊसला ॲब्शायर कुटुंबाला भेटायला यायचो, तेव्हा क्लेअर सरळ मागच्या दरवाजाने बागेत जायची - कारण, ऊन असो वा पाऊस, ल्यूसील हमखास तिथेच सापडायची. नंतर जेव्हा ल्यूसीलची तब्येत बिघडू लागली आणि तिला बागेत काम करवेनासं झालं, तेव्हा एट्टा आणि फिलीप तिला पांघरुणात

लपेटून बागेत आणून, तिला तिच्या लाडक्या कारंज्याजवळ वा आयिरसांच्या बागेजवळ खुर्चीत बसवून ठेवायचे. तिथून ती पीटरला रोपट्यांची काळजी घेण्यात मग्न असलेलं पाहून खूश व्हायची. अध्ये-मध्ये, जेव्हा ल्यूसीलची तब्येत उचल खायची, तेव्हा ती हाताला लागेल त्याला पीटरला बागेत नव्याने दिसलेले लाल फिंच पक्षी, वा विचित्र पण विलक्षण जांभळ्या रंगाची निपजलेली गुलाबाची फुलं ह्याबद्दल सांगत बसायची. एका उन्हाळ्यात तर ल्यूसील आणि अलीसियाने एक अभिनव प्रयोग रचलेला - संगीत ऐकून वृक्षवल्ली प्रसन्न होतात, असं कुठेतरी वाचल्यावर, दररोज कैक तास बागेमध्ये आपला चेलो वाजवत अलीसिया बसायची. त्या मोसमानंतर ल्यूसीलच्या आनंदाला पारावार उरला नव्हता, कारण तिच्या मतानुसार तिथले टोमॅटो ह्यापूर्वी इतके लालबुंद कधीच निपजले नव्हते आणि झुकिनी तर प्रथमच २ फुटांच्या वर गेला होता. थोडक्यात त्यांचा तो प्रयोग यशस्वी झाला. पण त्याची पुनरावृत्ती मात्र होऊ शकली नाही - कारण, त्यानंतरच्या उन्हाळ्यात ल्यूसील बागेत येऊ शकण्याइतपतही बरी राहिली नाही.

मात्र ल्यूसीलच्या तब्येतीची अधोगती टप्प्या-टप्प्याने अशी झाली नाही. ती कधी खूप सदृढ दिसायची, तर कधी एकदम खंगलेली आणि अशक्त दिसायची. सुट्यांमध्ये, मुला-नातवंडांनी घर गजबजून गेलं, की तिच्यात जणू नवसंजीवनी संचारायची. मग ती आपलं आजारपण विसरून, मार्क व शॅरनच्या घरभर दंगा करणाऱ्या मुलांच्या पाठीमागे फिरायची, गप्पांच्या फडामध्ये हट्टाने सामील व्हायची...त्या काही दिवसांसाठी, जणू ती देवाकडून उसनं बळ मागून घ्यायची.

जेव्हा बघावं तेव्हा बागकामाची अवजारं सांभाळत, अंगभर लागलेल्या मातीच्या डागांची पर्वा न करता घरभर हिंडणारी ल्यूसील, ठणठणीत असताना आणि त्यानंतर आजाराने ग्रासल्यावरही मला कधी अजागळ दिसली नाही. तिने सदैव आपला आब सांभाळला. माझं आणि ल्यूसीलचं नातं कधी शिष्टाचाराचे बांध तोडून पुढे जाऊ शकलं नाही, पण तरीही मला ती आवडायची.

क्लेअरसाठी मात्र ल्यूसील तिचं सर्वस्व होती. त्यामुळे साहजिकच ल्यूसीलच्या निधनानंतर क्लेअर पार उद्ध्वस्त झाली आहे. ती एखाद्या खोलीत जाते आणि आपण तिथे का आलो, हेच विसरून जाते. पुस्तक वाचायला बसते आणि एका पानावर तासन्तास रेंगाळत राहते. पण मला सगळ्यात काळजी वाटते, ती ह्या गोष्टीची की, ल्यूसील गेल्यापासून क्लेअर एकदाही रडलेली नाहीये. मी ल्यूसीलच्या आठवणी काढून तिला रडू यावं, ह्यासाठी प्रयत्न करतो, तर ती मंदपणे हसत माझ्याकडे बघत बसते. मी तिच्यासमोर जो पदार्थ ठेवतो, तो ती निमूट खाते. मी विनोद सांगितला, तर औपचारिकपणे हसते किंवा डोळे मिटून पडून राहाते. मी तिच्याशी शारीरिक जवळीक साधायचा प्रयत्न केला, तर ती कधीच नकार देत नाही,

पण ती मनाने माझ्यापासून मैलोन्मैल दूर आहे, हे दाखवणारा तिचा कोरा चेहरा बघून, शेवटी मीच तिला सोडून देतो.

थोडक्यात असं, की गेलेली व्यक्ती जरी ल्यूसील असली, तरी मी गमावलंय ते क्लेअरला! माझी क्लेअर कुठेतरी दूर निघून गेलीये, आणि माझ्यासोबत आता जी राहातेय, ती क्लेअरसारखीच दिसणारी कुणी अनोळखी स्त्री आहे!

बुधवार, २६ नोव्हेंबर, १९९८ (क्लेअर २७ वर्षांची, हेन्री ३५ वर्षांचा)

क्लेअर : मॉमची खोली ह्यापूर्वी कधीच इतकी रिकामी झालेली नव्हती. तिच्या आजारपणात सतत तिच्या आजूबाजूला असणारं वैद्यकीय सामान आता काढून टाकलेलं आहे; पलंगावरची मळलेली गादी काढून टाकलेली आहे. बाकीच्या लहानसहान सामानाचं काय करायचं ह्याची चर्चा चाललेली आहे...मी त्या त्रासदायक चर्चेत सामील न होता, मॉमच्या भल्यामोठ्या लिखाणाच्या टेबलासमोर जाऊन उभी राहाते. तिच्या खोलीतल्या इतर सगळ्या नाजूक, बायकी वस्तूंमध्ये हे टेबल मला नेहमीच वेगळं वाटायचं. मी गेले तासभर ह्या टेबलाच्या खणांची चावी शोधण्याचा प्रयत्न केलाय, पण व्यर्थ! शेवटी, मी हताशपणे, टेबलासमोरच्या फिरतीच्या खुर्चीवर हात टेकवून, मॉमबद्दल विचार करत राहाते.

बऱ्याच वेळानंतर मी खाली जाते. दिवाणखाना आणि जेवणाची खोली रिकामी आहे. पण स्वयंपाकघरातून मात्र कुणाच्यातरी हसण्याचा आवाज येतो. त्याची चाहूल काढत मी आत जाते, तर नेल आणि हेन्री काहीतरी पदार्थ बनवण्याच्या प्रयत्नात दिसतात. नेल हेन्रीला सांगत असते, ''दमाने घे मुला! इतक्या जोराजोरात मिश्रण फेटलंस, तर मऊसूत क्रॉसांच्याऐवजी बबल-गमसारखे चिवट क्रॉसां बनतील.''

''सॉरी, सॉरी बाईसाहेब! कृपा करून, आपल्या ह्या पामराला त्याच्या ह्या नादान चुकीबद्दल फटकवू नका. मी आता नीट करतो...'' असं म्हणत, हेन्री वळतो आणि मला पाहात उद्गारतो, ''हाय क्लेअर! काय चाललंय? झाली आवराआवर?''

मी त्याच्या प्रश्नाकडे दुर्लक्ष करत विचारते ''तू हे काय बनवतोयंस? क्रॉसां?''

''हो! मी आता शपथ घेतलीये, की एकतर जगातले सगळ्यात उत्कृष्ट क्रॉसां बनवायला शिकीन, नाहीतर जीव देईन.''

''ईश्वर तुझ्या आत्म्याला शांती देवो!'' नेल खिदळत बोलते आणि हेन्रीला, त्याने मळलेल्या पिठाच्या लाट्या करून द्यायला लागते.

''नेल, मला जरा हेन्रीची गरज आहे. तू त्याला थोड्या वेळासाठी मोकळं करू शकतेस का?''

तशी नेल, हेन्रीसमोर आपलं लाटणं फिरवत धमकावणीच्या सुरात म्हणते

"फक्त पंधरा मिनिटं! समजलं?"

"हो मॅडम! मी लगेच येतो..." असं म्हणत हेन्री माझ्यामागे जिना चढू लागतो. खोलीत पोचल्यावर विचारतो "काय झालं गं?"

"मला मॉमच्या टेबलाचे खण उघडायचे आहेत, पण त्याची चावीच सापडत नाहीये. मला मदत कर ना..."

"इतकंच ना? सोप्पं आहे!" असं म्हणत, हेन्री चटकन धातूच्या दोन मोठ्याल्या पिना घेऊन येतो. मग त्यांना सरळ करून, एकापाठोपाठ एक सगळ्यात खालच्या खणाच्या छिद्रात टाकून, एका झटक्यात तो खण उघडतो. मी उत्साहाने तो खण उघडून पाहाते, तर त्यामधून कागदच कागद बाहेर पडतात. त्यानंतरचे चार खण हेन्री लीलया उघडतो आणि मी त्यामध्ये असलेल्या वह्या, सुटे कागद, बागकामावरची पुस्तकं, पेन्सिली, हिशोबाच्या वह्या, हर्शीज कॅण्डी बार इत्यादी वस्तूंचा खजिना बाहेर काढते.

हेन्री त्यामधल्या एकाही वस्तूला हात न लावता, शांतपणे बाजूला उभं राहून, माझा चेहरा निरखत असतो. सगळ्या वस्तू बाहेर काढल्यावर, तो माझ्या चेहऱ्याकडे पाहातो आणि माझी एकांताची गरज सूज्ञपणे लक्षात घेऊन, मला मॉमच्या खोलीत एकटं सोडून खाली निघून जातो.

मी सगळ्यात आधी, तिच्या लिखाणाने भरलेल्या कागदांकडे आपला मोर्चा वळवते. कोरे आणि भरलेले कागद एकत्रच ठेवलेले असतात -- सगळ्यात आधी मी ते वेगवेगळे करण्याच्या कामात गुंतते. लिहिलेल्या कागदांवर मॉमच्या फक्त कविता, लेख वगैरेच नाही, तर टिप्पण्या, याद्या वगैरेही असतात. 'पी'ला 'एस'बद्दल विचारायचं नाहीये, बीच्या वाढदिवसाची पार्टी शुक्रवारी ठेवलीये - एट्टाला सांगणे अशा काहीबाही टिप्पण्या काढलेल्या असतात. बऱ्याचशा पानांवर फक्त रेघोट्या, फुलांची चित्रं, इत्यादी चितारलेली असतात; तर इतर काही पानांवर, कवितेच्या ओळी लिहून खोडून टाकलेल्या असतात.

काही पानांवर मात्र टाईपरायटरने पूर्ण कविता छापून काढलेल्या असतात :

ह्या क्षणी, सगळ्या आशा
लहान, अशक्त आहेत.
संगीत आणि सौंदर्य
माझ्या दु:खावर मीठ चोळत आहेत.
माझ्या गोठलेल्या मनातून एका विचित्र रिकामपणाचा नाद जाणवतो.
कोण सांगू शकलं असतं की कामदेवता इतकी क्रूरही बनू शकते!
माझ्या मनातल्या भावना ह्या अंधारलेल्या, हिवाळी रात्रीत लुप्त झाल्या आहेत,

आता मनाला फक्त वसंताची आस लागून राहिलेली आहे!

- ४/६/७९

१९७९ सालीच मॉमने आपलं मूल गमावलेलं आणि त्या दुःखात आत्महत्या करायचा प्रयत्न केला होता. त्या ओळी वाचून माझे डोळे भरून येतात; मन बोजड होतं. आता कुठे मला मॉमच्या मनाला त्या वेळी झालेल्या यातना समजायला लागतात. मला त्या दुःखी कविता पुढे वाचवत नाहीत. म्हणून मग, मी ते सगळे कागद गोळा करून पुन्हा खणात ठेवून देते.

दुसऱ्या एका गठ्ठ्यात मला तिच्या अलीकडच्या कविता सापडतात. त्यातली एक कविता तर माझ्यावर बेतलेली दिसते :

बर्फाखाली लपलेली बाग - क्लेअरसाठी
बाग आता बर्फाखाली लपलेली आहे
आपल्या पावलांचे ठसे उमटवण्यासाठी, ती बनलीये एक कोरा कागद
माझी क्लेअर, जी कधीच माझी नव्हती
कारण ती फक्त स्वतःचीच होती - नेहमीच!
आज ती परीराणी झोपलेली आहे
हिमाचं पांघरूण आपल्या अंगावर ओढून
हाच तिचा वसंत आहे
हाच तो जागृतीचा क्षण
ती थांबलीये
सगळे थांबलेत
मुळांचं वेडेवाकडेपण
माझी बाहुली
तिचा चेहरा
एक बाग, वाट पाहत असलेली

हेन्री : रात्रीच्या जेवणाची वेळ होत येते, तरी मी नेलच्या कामात लुडबुड करतच असतो. शेवटी ती मला वैतागून म्हणते ''इथे मला त्रास देत बसण्यापेक्षा तुझी बायको इतके तास काय करतेय, हे बघून ये की!''

मला तिची कल्पना पसंत पडते - क्लेअरला ल्यूसीलच्या खोलीत सोडून बरेच तास झालेले असतात.

मी वर जातो, तर क्लेअर पांढऱ्या-पिवळ्या कागदांच्या गराड्यात, तिच्या

आईच्या टेबलापाशी बसलेली असते. माझी चाहूल लागते, तशी ती माझ्याकडे पाहात एक कागद उचलून धरत उद्‌गारते ''बघ हेन्री, मॉमने माझ्यासाठी लिहिलेली कविता!''

मी क्लेअरच्या शेजारी बसत जेव्हा ती कविता वाचतो, त्या क्षणी मी ल्यूसीलला तिच्या थोड्याशा स्वार्थी स्वभावाबद्दल आणि तिने घेतलेल्या निर्दयी निरोपाबद्दल माफ करून टाकतो. मग क्लेअरकडे बघत उद्‌गारतो, ''खरंच सुंदर कविता आहे!'' ते ऐकून क्लेअर मनापासून हसते - बहुधा त्या क्षणी तिला खात्री पटते की, तिच्या आईचं तिच्यावर मनापासून प्रेम होतं.

क्लेअरच्या चेहऱ्यावरचं समाधान पाहून मला माझ्या आईची आठवण येते. मला तिचा सहवास फार कमी लाभला, पण ती जितकी वर्षं माझ्यासोबत होती, तेव्हा तिने माझ्यावर निरतिशय प्रेम केलं आणि माझ्यासमोर ते व्यक्तही केलं. माझ्यावरच्या तिच्या प्रेमाबद्दल मला कधीच शंका वाटली नाही. पण ल्यूसील मात्र माझ्या मॉमसारखी नव्हती. तिला आपलं प्रेम दर्शवताही यायचं नाही आणि तिच्या भावना तशाही फार चंचल असायच्या. क्लेअरच्या हातातली कविता ही ल्यूसीलच्या विविध रागरंगांपैकी एका रंगाचं चित्रण होतं - पण तिच्या मनाच्या पटलावर इतरही रंगांची मुक्त उधळण होती. मला क्लेअरच्या भोवती साचलेल्या त्या ढिगाकडे बघून, एकाच गोष्टीचं समाधान वाटलं - की त्यातून क्लेअरला आधार द्यायला, तिला तिच्या आईच्या प्रेमाबद्दल आश्वस्त करायला काहीतरी निघालं तरी!

क्लेअर अजूनही तो कागदाचा तुकडा हातात धरून ''तिने माझ्यासाठी कविता लिहिलेली होती, तिने माझ्यासाठी कविता लिहिली होती...'' हाच धोशा लावून बसलेली असते. मी तिला आपल्या कवेत घेतो, तिच्या गालांवर ओघळणारे अश्रू पुसतो...आणि माझी लाडकी पत्नी क्लेअर मला परत दिल्याबद्दल मनोमन देवाचे आभार मानतो!

न्यू यीअर्स ईव्ह, एक

शुक्रवार, ३१ डिसेंबर, १९९९ (हेन्री ३६ वर्षांचा, क्लेअर २८ वर्षांची)
वेळ : रात्रीचे ११.५५

हेन्री : मी आणि क्लेअर, विकर पार्कच्या छतावर, आमच्यासारख्याच आतुर लोकांच्या गर्दीत नव्या सहस्रकाच्या आगमनाची वाट पाहात उभे आहोत. नशिबाने आज जरी हवेत गारवा असला, तरी हाडं बधीर करणारी थंडी नाहीये. क्लेअरने तरीसुद्धा आपल्या चेहऱ्याभोवती भलामोठा रुमाल गुंडाळलेला आहे - त्यामुळे तिचा चेहरा चंद्रासारखा गोल गरगरीत दिसतो आहे.

विकर पार्कच्या ह्या छतावर क्लेअरच्या काही चित्रकार मित्र-मैत्रिणींचं घर आहे. ते सगळे पैसे वाचवण्यासाठी एकच मोठं घर घेऊन, त्यात एकत्र राहातात. सध्या ह्या छतावर जंगी पार्टी सुरू आहे. शॅरीस आणि गोमेझ एकमेकांच्या डोळ्यांत डोळे घालून नृत्य करतायंत. इतर काही लोक, सहस्रकाला होणाऱ्या उत्पाताच्या तयारीत, त्यांनी घरात भरून ठेवलेल्या खाद्यपदार्थांबद्दल, वा आपल्या संगणकांचं रक्षण करण्यासाठी केलेल्या तरतुदींबद्दल तावातावाने चर्चा करतायेत. मला त्यांच्या अडाणीपणाचं हसू येतंय. ह्या सगळ्या अफवा आहेत, इतकंही ह्या लोकांना समजत नाहीये का? तसंही, त्यांच्या ह्या तयाऱ्यांचं मुसळ पार केरात जाणार आहे - एकदा का ही रात्र सरली, की त्या सगळ्या अफवा होत्या, हे त्यांना लक्षात आल्यावाचून राहाणार नाहीये.

आम्ही आता फटाक्यांची आतिषबाजी सुरू होण्याची वाट बघत थांबलो आहोत. मी आणि क्लेअर, खाली पसरलेल्या शिकागो शहराचं निरीक्षण करायला

लागतो. समोर दिसणाऱ्या मिशिगन तलावाकडे पाहात क्लेअर उद्गारते "हॅलो एव्हरीबडी! तुम्हां सगळ्यांना नववर्षाच्या शुभेच्छा!" मग माझ्याकडे वळून म्हणते "हेन्री, विचार केला तर, आपल्या पुढे असणाऱ्या शहरांत, नव्या वर्षाने कधीच प्रवेश केला असेल नाही? आणि आपण अजून त्याची वाटच बघतोय!"

आम्ही आता जमिनीपासून सहा मजले वर उभे आहोत आणि इथून किती दूरवरचं दिसतं, हे पाहून मी मंत्रमुग्ध झालोय. आम्ही राहातो तो लिंकन स्क्वेअर परिसर अंधारात दिसतोय, पण शहराचा श्रीमंती भाग झगमगतोय. काही इमारतींनी तर अजूनही नाताळासाठी लावलेल्या झिरमिळ्या, रोषणाई इत्यादींचा साज ल्यायलेला दिसत आहे. मला दूरवर डीयरबोर्नमधली ती इमारत दिसतेय, जिथे मी क्लेअरला पहिल्यांदा भेटलो; पण अर्थात आता त्यासमोर अजून कैक भल्यामोठ्या इमारती उभ्या राहिलेल्या आहेत. काही म्हणा, शिकागोची स्थापत्यशैली आहे भारी रोमांचक!

आता रस्त्यावर फारशी गर्दी नाहीये. साहजिकच आहे म्हणा! सगळ्यांनाच नववर्षाचं स्वागत आपल्या प्रियजनांसोबत करायचं असतं - एकटंच रस्त्यावर भटकत नाही! कधीमधी फटाक्यांचा आवाज ऐकू येतोय...

इतक्यात क्लेअर मला म्हणते "हेन्री, मला खूप थंडी वाजतीये रे! चल आत जाऊ या."

"दोनच मिनिटं राहिली आहेत क्लेअर..." असं मी म्हणत असतानाच आजूबाजूला जल्लोष सुरू होतो. ज्या लोकांची घड्याळं आमच्यापेक्षा पुढे आहेत, त्यांच्याकडच्या आतषबाजीला सुरुवात होते. मी त्या वेळात, पुढच्या शतकभरात शिकागोत काय बदल होतील, ह्याचा विचार करायला लागतो... रस्ते गुळगुळीत होतील, पण त्यावरच्या गाड्यांचं प्रमाण कित्येक पटीने वाढेल. कदाचित, ग्रॅन्ट पार्कमध्ये भलीमोठी इमारत उभी केली जाईल; कदाचित, व्रिग्ली फील्डच्या जागी अवाढव्य मैदान निर्माण केलं जाईल...

इतक्यात गोमेझ दहापासून उलटी मोजणी करायला लागतो. आम्हीही त्यात उत्साहाने सामील होतो. शेवटी एकदाचे आमच्याकडच्या घड्याळात १२चे टोले पडतात. आणि त्याचबरोबर शॅम्पेनच्या बाटल्यांची बुचं उडतात, त्यातला फेस फसफसून बाहेर येतो, फटाके फुटू लागतात आणि मी आणि क्लेअर एकमेकांच्या मिठीत शिरतो. आम्ही एकमेकांना बिलगून, येतं सहस्रक आमच्यासाठी चांगल्या गोष्टी घेऊन येवो, अशी मनोभावे प्रार्थना करतो.

तीन

. . . .

शनिवार, १३ मार्च, १९९९ (हेन्री ३५ वर्षांचा, क्लेअर २७ वर्षांची)

हेन्री : शॅरीस आणि गोमेझला नुकताच त्यांच्या तिसऱ्या अपत्याचा लाभ झालेला आहे. तिचं नाव ठेवलंय रोझा इव्हँनजलीन गोमिन्स्की. आम्ही रोझाच्या जन्मानंतर आठवडाभराने गोमोलिन्स्की दाम्पत्याला अभिनंदनपर भेटायला जातो.

गोमेझ दरवाजा उघडतो. त्याचा तीन वर्षांचा मुलगा मॅक्स गोमेझच्या पायाला चिकटलेला असतो. आम्हाला बघितल्यावर तो आपल्या बाबांच्या पायामागे आपला चेहरा लपवतो. जोसेफ नावाचा त्याचा दुसरा मुलगा मात्र चांगलाच धीट! तो धावत येऊन क्लेअरला बिलगतो आणि आपल्या बोबड्या बोलांमध्ये काहीतरी ''बॅबॅबॅ'' करत, तिच्या कुशीत शिरतो. दोन मिनिटांत सुरू झालेली ही गडबड पाहून गोमेझ लटक्या रागाने डोळे फिरवतो आणि आम्ही हसतच त्यांच्या घरात शिरतो. आत शिरताक्षणीच गोमेझच्या घराला, घर म्हणण्यापेक्षा खेळण्यांचं दुकान म्हणणं अधिक योग्य ठरेल, असं मला मनापासून वाटायला लागतं. जिथे पाहावं तिथे गाड्या, लेगो खेळाचे तुकडे, चेंडू, टेडी बेअर्स ह्यांची गर्दी असते.

''हं, हं, तिथे बघू नका!'' गोमेझ त्याच्या नेहमीच्या मिश्कील पद्धतीत म्हणतो. ''त्यातलं कहीएक खरं नाहीये. मी आणि शॅरीस 'मुलं वाढवणं' नावाचा एक गंमतीशीर खेळ खेळतोय. त्यातलीच सामग्री आहे ही!''

मग आमची वरात दिवाणखान्यावरून त्यांच्या शयनगृहाकडे जायला लागते. मध्ये स्वयंपाकघर लागतं - तिथे एक मध्यमवयीन स्त्री भांडी घासत उभी असते. बेडरूममध्ये शॅरीस एका इवल्याशा बाळाला कुशीत घेऊन पडलेली असते. ते बाळ

शांतपणे झोपलेलं असतं. आम्ही तिला निरखायला जवळ जातो - लहानशी, बाहुलीसारखी दिसणारी ती गोंडस मुलगी, आपल्या काळ्याभोर केसांमुळे आणि तीक्ष्ण नाका-डोळ्यांमुळे खूप सुंदर दिसत असते. शॅरीस मात्र फारच गळल्यासारखी दिसते (किमान, माझ्या मते तरी. क्लेअरच्या मते ती तेजस्वी दिसत असते!) शॅरीसचं वजनही बरंच वाढलेलं असतं. ती प्रचंड थकलेली आणि तिच्यातला जीवनरस शोषून घेतल्यासारखी दिसत असते. साहजिकच आहे म्हणा, सीझेरियन झाल्यावर असंच होणार.

क्लेअर आणि गोमेझ, शॅरीसशेजारी पलंगावर बसतात. मी बाजूच्या खुर्चीवर बसतो. जोसेफ गोमेझच्या मांडीवर चढून बसतो, तर मॅक्स आपल्या आईच्या दुसऱ्या कुशीचा ताबा घेत, अंगठा तोंडात घालून मला निरखत बसतो.

क्लेअर बाळाकडे पाहात मनापासून उद्गारते ''किती सुंदर आहे गं ही! आणि शॅरीस, तूसुद्धा किती छान दिसतेयंस!

''थॅन्क्स क्लेअर, पण सध्या मला इतकं थकल्यासारखं वाटतंय ना, की विचारता सोय नाही. पण चला, एकदाची आम्हाला आमची मुलगी मिळाली.'' ती गोमेझकडे हसून पाहात संतुष्टीने उद्गारते. मग तितक्याच मायेने रोझाच्या लहानशा चेहऱ्यावर एक बोट फिरवते - तशी ती लहानगी, जांभई देत आपला एक हात हलवते.

ते पाहून क्लेअरच्या चेहऱ्यावर इतके ममत्वाचे भाव पसरतात, की मला भडभडून येतं. ''रोझा इव्हॅनजलीन, किती गं गोड आहेस तू!'' क्लेअर स्वत:शीच बोलल्यागत उद्गारते.

''गोमेझला तिचं नाव वेनस्डे ठेवायचं होतं, पण मी ठाम नकार दिला. वेनस्डे हे काय नाव आहे? दिनदर्शिका वाचल्यासारखं वाटतं.'' शॅरीस सांगते, तसे आम्ही हसायला लागतो.

''तसाही तिचा जन्म गुरुवारी झाला....नाहीतर मी काही तुझं ऐकलं नसतं, समजलं ना शॅरीस?'' गोमेझ उगीच मर्दुमकी दाखवत बोलतो, तशी शॅरीस त्याला वेडावून दाखवते. मग शॅरीस क्लेअरला विचारते ''तुला तिला घ्यायचंय का?'' क्लेअर हो म्हणते, तशी शॅरीस आपल्या मुलीला हलकेच उचलून, क्लेअरच्या हातात ठेवते.

क्लेअरने बाळाला धरलेलं पाहून, मला आमच्या बाळांच्या 'दुर्दैवी अपमृत्यूची पुन्हा एकदा जाणीव होऊन मळमळायला लागतं. अरे देवा, मी आता काळप्रवासाला लागलो नाही म्हणजे मिळवलं!' नशिबाने देव माझी प्रार्थना ऐकतो; पण तरीही मला त्याबद्दल बरं वाटण्याऐवजी, ह्या सत्याची प्रकर्षाने बोच जाणवू लागते, की इथे शॅरीस-गोमेझ आणि आमच्याबरोबरच्या इतर दाम्पत्यांच्या संसारवेलीवर एका पाठोपाठ

एक फुलं चढत असताना, आमची कूस मात्र प्रत्येक वेळी रितीच होत आहे. कुठे आहेत आमची ती लुप्त झालेली मुलं? आमच्याचसारखी, आसमंतात कुठेतरी आपल्या आई-वडिलांच्या शोधात हरवल्या नजरेने, बिथरल्या मनाने भटकत आहेत का?

इतक्यात क्लेअर मला विचारते "हेन्री, तू रोझाला नाही घेणार का?"

तसं, माझं विचारचक्र थांबून मी एकदम भानावर येतो आणि घाबरून उद्गारतो "नाही! मुळीच नाही! मला...मला तिला उचलावंसं वाटत नाहीये." असं म्हणत मी कशीबशी सगळ्यांची माफी मागत, घरामागच्या अंगणात जाऊन, हलकेच पडणाऱ्या पावसाचे थेंब झेलत उभा राहातो.

थोड्या वेळाने गोमेझ माझ्या शेजारी येऊन उभा राहातो. माझ्या खांद्याभोवती हात टाकून मला विचारतो "तू ठीक आहेस?"

"हं....असं वाटतं...मला आत एकदम घुसमटल्यासारखं व्हायला लागलं...माफ कर गोमेझ. तुझं बाळ खरंच खूप गोड आहे."

त्यावर गोमेझ म्हणतो "ठीक आहे रे. मी मनाला लावून नाही घेतलं. मला तुझ्या मनाची अवस्था समजतेय."

मग आम्ही बराच वेळ नि:शब्दपणे तिथेच उभे राहातो. मला माझ्या डॅडची आठवण येते. मी लहान असताना ते मला कसे उचलून घ्यायचे, माझ्यासोबत खेळायचे, हसायचे, गप्पा मारत बसायचे, खांद्यावर उचलून फिरायला न्यायचे. मला त्या सगळ्या गोष्टी, काल घडल्यासारख्या लख्खपणे डोळ्यांसमोर येतात आणि नकळत माझ्या डोळ्यांना अश्रूंची धार लागते. गोमेझ मला हळुवारपणे त्याची जाणीव करून देतो, तेव्हा मी भानावर येतो आणि शर्टाच्या बाहीने डोळे पुसत म्हणतो "सॉरी गोमेझ. मी पुन्हा माझ्याच तंद्रीत राहिलो."

त्यावर गोमेझ अस्वस्थ चेहऱ्याने "आलोच हं मी!" असं म्हणत घरामध्ये जातो. तो बराच वेळ येत नाही, तेव्हा खरं तर मला हायसंच वाटतं; पण माझा तो आनंद फार काळ टिकत नाही. कारण तो शिलगावलेल्या सिगारेटचे झुरके घेत पुन्हा बाहेर येतो आणि मला त्याच्यासोबत, तिथे मांडलेल्या लहानशा टेबलासमोरच्या खुर्चीवर बसण्याचा इशारा करतो.

मग माझ्यासमोर आसन मांडत गंभीर चेहऱ्याने विचारतो "तुम्ही अजूनही मुलासाठी प्रयत्न करताय का?"

त्याचा हा प्रश्न ऐकून मी एकदम गडबडतोच. पण मग विचार केल्यावर लक्षात येतं की, क्लेअर जरी शॅरीसला सगळ्या गोष्टी सांगत असली, तरी शॅरीस त्यातलं गोमेझला फारसं काही सांगत नसावी.

म्हणून मग मी त्याला थोडक्यात उत्तर देतो "हो, करतोय."

''क्लेअर अजूनही तिच्या गर्भपाताबाबत दु:खी आहे का रे?''

''गर्भपातांबाबत म्हण गोमेझ! आम्ही तीन बाळं गमावली आहेत.'' घशातला आवंढा लपविण्याचा निष्फळ प्रयत्न करत मी गोमेझला सांगतो.

ह्यावर तो मात्र खिल्ली उडवण्याच्या स्वरात उद्‌गारतो ''एक मूल गेलं तर मी त्याला दुर्दैव मानू शकतो; पण तीन मुलं जाणं, म्हणजे निष्काळजीपणाच म्हटला पाहिजे हं हेन्री!''

मला त्याच्या आविर्भावाचा इतका संताप येतो, की सांगता सोय नाही. तो संताप लपविण्याचा काडीमात्र प्रयत्न न करता मी गरजतो, ''ही बाब विनोद करण्यासारखी नाहीये गोमेझ!!''

ते ऐकून गोमेझ कधी नव्हे तो वरमतो आणि म्हणतो ''सॉरी, सॉरी हेन्री! माझा तसा हेतू नव्हता..'' पण मी त्यावर काहीच प्रतिक्रिया देत नाही. मला ह्या क्षणी गोमेझशी त्या विषयावर चर्चा करण्यात मुळीच रस नाहीये. खरं तर, मला त्या बाबतीत काय बोलावं हेच सुचत नाहीये. ह्या विषयावर क्लेअरशी बोलणं मी गेले कित्येक महिन्यांपासून टाळत आलोय. तसंच, केन्ड्रीक आणि माझ्यावर उपचार करणाऱ्या इतर डॉक्टरांशीही मी ह्यावर अजून मोकळेपणाने बोलू शकलेलो नाहीये.

''चल, आत जाऊ या.'' मी अचानक उठत गोमेझला फर्मावतो.

''अं...नाही. मला वाटतं आपल्याला इथेच बसायला लागेल, कारण शॅरीस आणि क्लेअरला खास बायकी गप्पा मारायच्या आहेत आणि त्यात त्यांना आपली लुडबुड नकोय, हे त्यांनी आधीच स्पष्ट केलंय. देवा, ह्या मुली इतकं काय बोलतात, ते तूच जाणे रे बाबा!'' गोमेझ वैतागल्या सुरात उद्‌गारतो,तसं मला हसू येतं.

''बरं मग. चल कब्सचा खेळ बघायला जाऊ या.'' मी सुचवतो.

''ए चल! काहीतरीच काय? जसं आपल्यापैकी कोणी बेसबॉलचा शौकीन आहे.'' असं म्हणत गोमेझ येरझाऱ्या घालू लागतो. मग अचानक माझ्याकडे वळून विचारतो ''समस्या काय आहे?''

''कसली? बेसबॉलबद्दल विचारतोयंस का तू?''

''नाही रे! तुझ्या आणि क्लेअरबद्दल विचारतोय मी. पण मला समजत नाहीये, की तुमची नेमकी समस्या काय आहे? तुमची मुलं अशी दगावतात का?''

''त्याच्याशी तुला काही देणंघेणं असण्याची गरज नाही गोमेझ!'' मी रागाने फुत्कारतो.

माझ्या रागावण्याकडे सपशेल दुर्लक्ष करत थंड स्वरात गोमेझ विचारतो ''तुला माहिती तरी आहे का, की समस्या काय आहे?''

''गोमेझ!'' मी संतापाने ओरडतो ''बास झालं!''

''रागावू नकोस हेन्री. मला तुझ्या वैयक्तिक बाबींमध्ये नाक खुपसण्याची हौस

नाहीये. मी एक उत्तम डॉक्टरांना ओळखतो...''

"गोमेझ!''

"....ज्या गर्भातल्या बाळांमधल्या जनुकांची तपासणी आणि त्यात असलेल्या व्यंगांबद्दल निदान करण्यात तज्ज्ञ आहेत.''

"तुला ते माहिती असण्याचं काय प्रयोजन?''

"त्या माझ्या एका खटल्यात साक्षीदार होत्या.''

"अच्छा! कोण आहेत ह्या? नाव काय?''

"बाई आहेत - अमित मोंटाग नावाच्या. खरंच खूप निपुण डॉक्टर आहेत. त्यांना त्यांच्या कामासाठी बरीच पारितोषिकं मिळालेली आहेत. टी.व्ही.वरसुद्धा त्यांचे बरेचदा कार्यक्रम होतात. अरे इतकंच काय, सगळ्या न्यायाधीशांनाही त्यांच्या शब्दापुढे अजून कुठल्याही पुराव्याची गरज पडत नाही.''

"अरे वा! न्यायाधीशांच्या निवडीपुढे मी गरीब बिच्चारा माणूस काय म्हणणार?!'' मी उपहासाने बोलतो.

पण गोमेझ माझ्या खवचटपणाकडे दुर्लक्ष करत म्हणतो, "तू फक्त एकदा त्यांच्याकडे जाऊन ये आणि मग तुला वाटेल तो निर्णय घे. मी त्याच्यात काही बोलणार नाही. ठीक आहे? असं काय रे हेन्री? मला तुला फक्त मदत करायची आहे.''

"बरं...'' मी उसासा टाकत बोलतो. "जाईन मी...थॅन्क्स!''

"ह्या थॅन्क्सपाठची खरी भावना कुठची?'' गोमेझ पुन्हा आपल्या मूळ पदावर जात विचारतो. "म्हणजे....थॅन्क्स मित्रा, माझी इतकी मदत केल्याबद्दल ही? की, थॅन्क्स, आता तुझा शहाणपणा पुरे कर आणि माझं डोकं चाटू नकोस, ही?''

"गोमेझ! तुझ्यासमोर कोण काय बोलणार बाबा? चल, आता तरी आत जाऊ या....'' असं म्हणत मी गोमेझला हाताला धरून घरात नेतो.

चार

बुधवार, २१ जुलै, १९९९/८ सप्टेंबर, १९९८
(हेन्री ३६ वर्षांचा, क्लेअर २८ वर्षांची)

हेन्री : आम्ही पलंगावर पडलेलो आहोत - क्लेअर माझ्याकडे पाठ करून पडली आहे आणि मी तिला मिठी मारून, तिच्या स्तनाभोवती हात टाकून पडलो आहे. रात्रीचे २ वाजले आहेत आणि आम्ही नुकतंच, आमच्या पुनरुत्पादनाच्या निष्फळ प्रयत्नांवर मोठी चर्चा करून विचार करत बसलेलो आहोत. मला समजत नाहीये, की आता ह्या टप्प्यावर मी आणि क्लेअर अजूनही एकत्र, संघटित आहोत की, मी कुठेतरी मागे पडलेलो आहे?

"क्लेअर?" मी हळुवार आवाजात तिला हाक मारत बोलतो...

"हं? काय?"

"आपण मूल दत्तक घेऊ या!" गेले कित्येक दिवस, आठवडे हा विचार माझ्या मनात रुंजी घालतोय. फक्त तो क्लेअरसमोर कसा मांडावा, हे मला समजत नव्हतं. ह्या चर्चेच्या निमित्ताने, मला तो अनायासे मांडता आला, हे बरंच झालं...मला तरी ही कल्पना सगळ्या दृष्टीने योग्य वाटतेय. म्हणजे असं की, आम्हाला आमचं मूल मिळेल, ते सुदृढ असेल, क्लेअरच्याही जीवाला काही धोका पोचणार नाही. सगळाच आनंदीआनंद होईल.

पण क्लेअर माझ्या कल्पनेने फारशी हरखलेली दिसत नाही. उलट, माझ्याकडे वळून म्हणते "पण हेन्री! ते स्वत:लाच फसवल्यासाखं होईल रे! उगीच स्वत:ची खोटी समजूत घातल्यासारखं होईल."

“अगं? असा विचार का करतेस? ते आपलंच मूल असेल ना! फक्त तुझ्या शरीरातून आलेलं नसेल, इतकंच! पण त्याचा बाऊ न करता आपण त्याला आपलंसं मानलं, तर मग फसगतीचा प्रश्न येईलच कुठे?”

“नाही, नाही, नाही! ती माझ्या दृष्टीने तरी फसगतच असेल! आणि तसंही मला आता हे कृत्रिम आयुष्य जगण्याचा वीट आलाय. आता त्यात आणखी ह्याची भर नको.”

“काहीतरीच काय बोलतेयस क्लेअर? आपण काय कृत्रिम...कचकड्याचं आयुष्य जगतोय?!”

“नाहीतर काय करतोय?” ती ओरडते. “सतत तर आपण ढोंग करत असतो – इतर लोकांसारखं, दाम्पत्यांसारखं असण्याचं! मी सतत दाखवत असते की तू हा असा कधीही कुठूनही अदृश्य होणं ही अगदी क्षुल्लक बाब आहे. तू सतत दाखवत असतोस की, तू सतरा वेळा मरता मरता वाचतोस आणि केन्ड्रीकना त्याबद्दल काय करायचं हे डोकं फुटेस्तोवर कळत नाही, ही बाब अगदी सामान्य आहे. मी सतत नाटक करत राहाते की, एकापाठोपाठ एक आपली मुलं माझ्या गर्भात मरून पडतात ही बाब तर हास्यास्पदरीत्या बिनमहत्त्वाची आहे....” क्लेअर जोरजोरात हुंदके देत ओरडत राहाते.

मला आता क्लेअरला रडताना बघायचा, स्वत: रडण्याचा निरतिशय कंटाळा आलेला आहे. विशेषत: मला तिच्या अश्रूंपुढे तर प्रचंड हतबलता येते.

“क्लेअर...” असं म्हणत मी तिला कवेत घेऊन शांत करण्याचा प्रयास करतो, तर ती मला जोरात ढकलून देत रडतच बसते. मग मी उठतो, बाथरूममध्ये जाऊन हाताला लागतील ते कपडे चढवतो आणि क्लेअरच्या पर्समधून किल्ल्यांचा जुडगा घेऊन बाहेर पडायला लागतो.

“आता ह्या वेळी कुठे निघालास तू?” क्लेअर रडवेल्या स्वरात विचारते.

“मला माहिती नाही.”

“हेन्री! हेन्री!...”

पण मी तिच्याकडे लक्ष न देता सरळ बाहेर पडतो आणि जोरात दरवाजा बंद करतो. ती क्रिया मला फार मुक्त असल्याची जाणीव करून देते! जणू मी सगळ्या समस्यांपासून, दु:खांपासून दूर निघालोय...अशी!

बाहेर पडल्यावर, आधी तर मला गाडी कुठे असेल, हे लक्षातच येत नाही. मग बुद्धीला जरा जोर दिल्यावर आठवतं की, नेहमीप्रमाणे समोरच्या रस्त्यावरच लावलेली असावी. मी गाडीपाशी जातो आणि दार उघडून आत बसतो.

आधी माझा असा हेतू असतो की, रात्र गाडीतच काढावी. पण एकदा आत बसल्यावर, मला गाडी घेऊन कुठेतरी फिरायला जावंसं वाटू लागतं. कुठे जावं बरं?

हं, समुद्रावर जावं....मी ठरवतो आणि त्याप्रमाणे गाडी चालू करतो. मला समजत असतं की, ही कल्पना अगदी चुकीची...शुद्ध मूर्खपणाची आहे. पण मला त्या क्षणी स्वत:ला आवर घालणं कठीण असतं. रिकामे, लांबरुंद रस्ते मला खुणावत असतात. मी गाडी बाहेर काढायला लागतो. आजूबाजूच्या गाड्यांमधून आमची गाडी बाहेर काढायला मला वेळ लागतो, पण शेवटी एकदाचं काम फत्ते होतंच आणि मी वाऱ्यावर स्वार होऊन चालू पडतो. खरं तर, मला बाहेर पडताना क्लेअरने खिडकीतून बघितलेलं असतं, पण आयुष्यात पहिल्यांदा मला तिच्या भावनांची कदर करावीशी वाटत नाही. बसू देत तिला काळजी करत! मी काय काळज्या करण्याचा ठेका घेतलाय काय? असे विचार डोक्यात घेऊन मी गाडी भरधाव सोडतो.

मी ह्यापूर्वी गाडी कधी चालवली होती, हे लक्षात नाही. पण आज मला अत्यंत आनंद होत असतो. मोकळा रस्ता, रात्रीची किर्र शांतता, कित्येक वर्षांनी माझ्या हातात आलेलं गाडीचं चाक...माझ्या अंगात एक अनिर्बंध झिंग चढते. मी रेडियो चालू करतो - त्यात कोल्ट्रानचं गाणं सुरू असलेलं ऐकून आवाज वाढवतो आणि गाडीच्या काचा खाली करून, सळसळणाऱ्या वाऱ्यावर वाहणाऱ्या कोल्ट्रानच्या बेधुंद आवाजाची मजा लूटू लागतो. अखेर बराच वेळ असं निरर्थक फिरल्यावर, मला ह्या गोष्टीचा विसर पडायला लागतो की, मी नेमका इतका चिडून बाहेर पडलोच का? शेवटी मी एका तलावापाशी पोचतो, तेव्हा गाडी एका बाजूला लावून तलावाकाठी पायी फिरायला निघतो.

सर्वत्र नीरव शांतता असते. थंडगार वारा वाहत असतो. त्या वाऱ्याच्या झोतावर बसून मी विचार करू लागतो...की मला झालंय तरी काय? मी आज असा का वागलो?

थोड्या वेळाने उत्तरं सापडू लागतात...मी थकलोय! अतिशय थकलोय! सतत मरणाचा विचार करून थकलोय. फक्त वर्तमानात राहाता यावं, ह्यासाठी संभोगाचा शस्त्रासारखा वापरून थकलोय. माझं हे सगळं वैचित्र्य अखेर कुठे जाऊन संपेल, हा विचार करून थकलोय. आता ह्यात मी अजून क्लेअरची सततची कटकट किती झेलू शकेन, मला माहीत नाही!

तसंही, आम्ही गमावत असलेली बाळं म्हणजे तरी काय? शेवटी सगळा पेशींचा खेळ, हो ना! मग त्यात इतकं काय आहे, की क्लेअर त्याबद्दल इतका शोक करतेय? त्यात इतकं काय आहे की, आम्ही क्लेअरचा जीव धोक्यात घालून त्या पेशींना मूर्तरूप घेण्याची संधी देऊन, 'आमचं मूल, आमचं मूल म्हणून जल्लोष करावा? का आम्ही ह्या एका वेडापायी आमचं सगळं आयुष्य आशेच्या तकलादू झुल्यावर बसून सुख आणि दु:खाच्या मध्ये हिंदकाळत काढावं? त्यातही, सुखापेक्षा

दुःखाच्याच किनाऱ्यावर आमची हजेरी अधिक लागते, ह्याचा पुरेपूर अनुभव असूनसुद्धा? मला समजतंय, की निसर्ग मला सांगू पाहातोय की 'बाबा हेन्री, तू माझ्या हातून घडलेली एक घोडचूक आहेस, आणि मला त्या चुकीची पुनरावृत्ती करायची नाहीये. म्हणूनच, मी तुला तुझी प्रतिकृती बनवण्याची परवानगी देत नाही आहे.' आणि किमान मला तरी, निसर्गाच्या ह्या निर्णयासमोर मान तुकवताना काही लाज वाटत नाहीये. का वाटावी?

मी इतक्यांदा भविष्यात फेरफटका मारूनही, कधी स्वतःला आमच्या अपत्यासोबत बघितलेलं नाहीये. आणि खरं सांगायचं तर, मी इतक्यांदा माझ्या लहानपणच्या मूर्तीसोबत वेळ घालवलाय, क्लेअरच्या लहानपणच्या मूर्तीसोबत वेळ घालवलाय; की मला माझं स्वतःचं मूल नाहीये ह्या विचाराने, माझं आयुष्य अपूर्ण आहे अशी बोच कधीच लागलेली नाहीये.

तरीही मी क्लेअरसाठी का होईना, पण बरेचदा हे जाणून घ्यायचा प्रयत्न केलाय की, आम्हाला स्वतःचं मूल कधी होईल का? काही आठवड्यांपूर्वी तर, मी २००४ मधल्या माझ्या मूर्तीला जेव्हा न्यूबेरी ग्रंथालयात भेटलो, तेव्हा मी त्याच्या समोर अक्षरशः गयावया करत विचारलेलं की, आम्हाला मूल होणार आहे का, ते सांग ना. त्यावर माझ्या त्या मूर्तीने फक्त खांदे उडवलेले आणि हलकंसं स्मित करत मला म्हणालेला, "तुझं आयुष्य जसं पुढे जात राहील, तशी तुला ह्या गोष्टीची आपोआप उकल होईल!" ते ऐकून मी संतापाने त्याच्यावर ओरडून म्हणालेलो "किती छळणार आहात मला तुम्ही सगळे? एक एवढीशी गोष्ट विचारतोय - त्याचंही धड उत्तर देता येत नाही तुला?" त्यावर माझी मूर्ती फक्त आपला हात उचलून 'शांत राहा' ह्या अर्थी खूण करून अदृश्य झाली. मी संतापाने थरथरत तिला शिव्या हासडू लागलो, तसं इसाबेलने डोकावून मला हसत विचारलं "कुणाला शिव्या घालतोयंस हेन्री? स्वप्न वगैरे पडलं की काय तुला? तुझा आवाज बाहेरपर्यंत पोचतोय, लक्षात येतंय का तुझ्या?"

मला आता ह्या सगळ्या गोंधळातून मार्गच सापडत नाहीये. क्लेअर तर आमचं मूल ह्या विचाराने वेडीपिशी झाली आहे. त्यात ती डॉ. अमित तिच्या ह्या वेडसरपणाला प्रोत्साहन देत राहाते. तिला कुठल्या कुठल्या 'मिरॅकल बेबीज'बद्दल सांगून तिच्या खुळाला खतपाणी घालत राहाते, तिला कसलीशी शक्तिवर्धक पेयं प्यायला देते. मला ह्यातनं आता एकच रस्ता दिसतोय - तो म्हणजे संभोग-संप! मी क्लेअरसमोर जाऊन तिला करड्या आवाजात बजावणार, की 'आजपासून ती आणि मी वेगळे झोपणार. एकमेकांना ओझरता स्पर्शही करणार नाही.' मला त्या कल्पनेनेच हसू येतं. छे! मी कितीही म्हटलं ना, तरी शेवटी मीच चार दिवसांनी क्लेअरसमोर तो संप संपवायला गयावया करीन, ह्यात शंकाच नाही.

इतक्यात माझं डोकं दुखू लागतं. मी त्याकडे दुर्लक्ष करू पाहातो, कारण मला माहितेय, ते थकव्यामुळे दुखतंय. मी विचार करू लागतो, की मी इथेच, तलावाकाठी आजची रात्र झोपलो तर चालेल का? मी असा विचार करत असतानाच, माझ्या तोंडावर दुरून मोठाला प्रकाशकिरण पडतो आणि...आणि मग, काही कळायच्या आत, मी किमीच्या स्वयंपाकघरात, जेवणाच्या टेबलाखाली जाऊन पोचतो! किमी टेबलाखाली वाकून माझ्याकडे डोळे मोठे करून पाहात असते.

"हाय किमी!" मी महत्प्रयासाने स्वत:ला बेशुद्ध होण्यापासून थांबवत म्हणतो.

"हेन्री! तू ना, एक दिवस तुझ्या ह्या वागण्याने माझं हृदय बंद पाडणार आहेस, ह्याची मला खात्री आहे. चल आता, तिथून बाहेर ये आणि कपडे घाल."

मी बाहेर येतो. पण कपडे घालायला उठणार, इतक्यात मला उलटीची उबळ येते. म्हणून मी तसाच थबकतो.

"काय झालं हेन्री? बरं वाटत नाहीये का?" किमी माझ्याकडे काळजीने बघत विचारते.

"तुला काही खायला देऊ का? मिन्स्ट्रोन सूप? कॉफी?" मी मान हलवून नकार देतो, तशी किमी मला विचारते "बरं मग, तुला थोडं पडायचंय का? आजारी आहेस का?"

"नको किमी," मी कसाबसा उभा राहात किमीला म्हणतो. "नको इतकी काळजी करूस! मी ठीक आहे...थोडा दमलोय, इतकंच." असं म्हणत मी कपडे घालायला आतल्या खोलीत जातो. तिथे श्री. किमचं कपाट असतं, पण आता त्यांचं निधन झाल्यापासून, तिथे त्यांचे कुठलेच कपडे नसतात. असतात ते फक्त काही पांढरे शर्ट आणि काही जीन्स - लहान मुलापासून ते मोठ्या माणसापर्यंत, सगळ्यांच्या मापात! किमीने माझ्यासाठी केलेली प्रेमळ सोय!

कपडे घालून मी पुन्हा स्वयंपाकघरात जातो आणि कृतज्ञतेने किमीच्या गालाचं चुंबन घेऊन तिला विचारतो "आजची तारीख काय?"

"८ सप्टेंबर, १९९८. तू कुठून येतोयंस?"

"पुढच्या जुलैमधून..." मी 'न्यू यॉर्क टाईम्स' मधलं कोडं सोडवत बसलेल्या किमीला सांगतो.

"काय चाललंय पुढच्या जुलैत?"

"उन्हाळा छान गेलाय. तुझी बाग खूप छान बहरून आली आहे. सगळ्या तंत्रज्ञान कंपन्यांचे शेअर्स तेजीत आहेत. तू जानेवारीमध्ये ॲपल कंपनीचे थोडे शेअर्स घेऊन ठेव हं."

जवळ पडलेल्या एका कागदी पिशवीवर, माझ्या टिपेची नोंद करत किमी म्हणते "बरं! घेईन. आणि सांग....तुझं कसं चाललंय? क्लेअर बरी आहे का?

तुम्हाला मूल झालं की नाही अजून?''

''किमी, मला आता भूक लागलीये. ते मिन्स्ट्रोन सूप देतेस का?'' मी विषय बदलण्याचा प्रयत्न करत म्हणतो.

किमी फ्रिजमधून सूप बाहेर काढून त्याला गरम करायला घेत बोलते, ''तू माझ्या प्रश्नाचं उत्तर नाही दिलंस हेन्री.''

''काय उत्तर देऊ मी किमी?'' मी हताश स्वरात बोलू लागतो. ''अजून त्या बाबतीत काही प्रगती नाहीये. आधीच, मी आणि क्लेअर ह्या विषयावरून अक्षरश: रोज भांडत आहोत. त्यात अजून तू मला त्याच विषयावरून छेडू नकोस.''

किमी माझ्याकडे पाठ करून सूप ढवळत असते, पण माझं उत्तर ऐकून तिच्या ताठरलेल्या खांद्यांवरून मला समजतं, की ती नाराज झालेय. ''मी तुला छेडत नव्हते हेन्री. फक्त काळजीपोटी विचारत होते. आता काळजीसुद्धा करू नये का मी? काय तुम्ही आजकालची पोरं...''

त्यानंतर काही वेळ कोणीच काही बोलत नाही. फक्त सूपच्या भांड्यात किणकिणत असलेल्या चमच्याचा आवाज येत राहतो. शेवटी मीच नमतं घेत बोलतो ''ए किमी, रागवलीस?''

''नाही.''

''मग मला एक सांग ना. तुम्हाला कधी मूल कसं नाही झालं?''

किमी थोडा वेळ स्तब्ध उभी राहाते. मग, अगदी खुसफुसल्यागत बोलते ''झालं होतं.''

''झालं होतं? कधी? केव्हा?''

किमी माझ्या लहानपणच्या आवडत्या मिकी माऊस बाऊलमध्ये माझ्यासाठी सूप ओतून देते. मग माझ्याशेजारी बसून आपले केस सारखे करते आणि अचानक उठून बोलते ''तू सूप पी, तोपर्यंत मी आलेच.''

असं म्हणून किमी आतल्या खोलीत जाते आणि बऱ्याच वेळाने हातात काहीतरी घेऊन परत येते. ''ही बघ...ही होती माझी मिन! माझं पिल्लू!'' असं म्हणत, किमी माझ्यासमोर एक कृष्णधवल छायाचित्र ठेवते. त्या चित्रात, एक पाच-सहा वर्षांची मुलगी आमच्या ह्याच इमारतीसमोर, शाळेचा गणवेश घालून, हातात छत्री घेऊन हसत उभी असते. ''हा तिच्या शाळेचा पहिल्या दिवशी काढलेला फोटो आहे. तिच्या हसण्यावर जाऊ नकोस. त्या क्षणी ती शाळेला जायच्या कल्पनेने इतकी घाबरलेली, की विचारू नकोस.'' मला हे सांगताना किमीच्या आवाजात इतकी ममता दाटून येते की, मला तिला पुढचा प्रश्न विचारायची हिंमतच होत नाही. तरीही शेवटी माझं कुतूहल जिंकतं आणि मी तिला तो प्रश्न विचारतोच - ''काय झालं....?''

"ती गेली....तुझा जन्म होण्याआधीच गेली. तिला ल्यूकेमिया झाला!"

मला इतक्यात काहीतरी आठवतं! "किमी! ती कधी तुझ्या मागच्या अंगणात, लाल झगा घालून खेळण्यातल्या घोड्यावर बसायची का गं?"

हे ऐकून किमी माझ्याकडे डोळे विस्फारून पाहात विचारते "तुला कसं...एक मिनिट! तू तिला बघितलयंस, हो ना?"

"हो!..." मी उत्साहाने चित्कारतो..."बऱ्याच वर्षांपूर्वी! मी त्या वेळी बहुतेक सात वर्षांचा असेन. मी आपल्या तलावाकडे जाणाऱ्या पायऱ्यांवर उभा होतो आणि तिने मला बजावलं की, ते तिचं अंगण आहे आणि मी आत यायची हिंमत करू नये. त्यावर मीसुद्धा तिला सुनावलेलं की, ते माझंही अंगण आहे आणि मी तिथे येणारच. त्यावर तिने मला धमकावलेलं की, मी तिचं ऐकलं नाही, तर तिची आई मला मोठ्ठाच धम्मक-लाडू देईल." मी त्या आठवणीने हसू लागतो.

"मग? माझी मिन बरोबरच म्हणत होती, नाही का!" किमी गहिवरल्या आवाजात विचारते. "माझी मिन होतीच हुशार! आणि चटपटीत! तिची सतत काही न काही बडबड सुरू असायची. तिचे डॅड तर तिला 'मिस. बिगमाऊथ'च म्हणायचे. खूप प्रेम करायचे तिच्यावर..." असं म्हणत मला कळू नये अशा रीतीने मान वळवून, डोळ्यांत दाटून आलेले अश्रू किमी पुसते. मला श्री. किमची एकदम आठवण येते. टी.व्हीवर क्रीडाविषयक कार्यक्रम बघत बसणारे मितभाषी गृहस्थ होते ते.

"मिनचा जन्म किती साली झालेला?"

"१९४९ मध्ये. ती १९५६ साली गेली. आज जर ती जिवंत असती, तर ४९ वर्षांची असती. तिची मुलं आज कॉलेजात जात असती....कदाचित, त्याहीपेक्षा मोठ्या वयाची असती." किमी गहिवरल्या आवाजात बोलत माझ्याकडे पाहाते.

थोड्या वेळाने मी तिचा हात हातात घेऊन म्हणतो "किमी, आम्ही प्रयत्न करतोय गं. सगळ्या प्रकारचे प्रयत्न करतोय आम्ही."

"मी कुठे काय विचारलं? विचारलं का?"

"अंहं...."

अचानक किमी माझ्याकडे वळून उद्‌गारते "चल मित्रा, मला हे कोडं सोडवायला तुझ्या मदतीची गरज वाटतेय हं आता...सांग, ९ उभं, क पासून सुरू होणारा शब्द..."

क्लेअर : मी मिशिगन तलावात डुबक्या मारणाऱ्या पोलिसांना पाहात, डेम्पस्टर स्ट्रीट पीयरवर स्तब्ध उभी आहे. शेरीदान रोडवर अग्निशमन दलाच्या पाच गाड्या, तीन रुग्णवाहिका आणि पोलिसांच्या सात गाड्यांची गर्दी झालेली आहे. त्यात भरीस

भर म्हणून अग्निशमन दलाचे सतरा कर्मचारी, सहा डॉक्टर आणि चौदा पोलीसही तिथे हजर आहेत. एक महिला पोलीस अधिकारी सतत बडबड करून, माझं सांत्वन करतीये. तिच्या त्या बडबडण्याचा मला इतका वीट आलाय, की मी बहुतेक काही वेळाने तिला ह्या तलावात ढकलून देईन, असं वाटतंय.

पहाटेचे ५ वाजलेले आहेत; मी हेन्रीचे कपडे हातात धरून तलावाकाठी उभी आहे आणि ह्या परिस्थितीत माझी मुलाखत घ्यायला विविध वर्तमानपत्रं आणि टी.व्ही. वाहिन्यांच्या पत्रकारांची तोबा गर्दी झालेली आहे. शेजारी राहाणाऱ्या एका वृद्ध दाम्पत्याचं, मला कळेल न कळेल, अशा रीतीने चकरा मारणं सुरू आहे. ह्या सगळ्या कोलाहलात, हेन्रीने तलावात उडी कशी मारली, ह्याचं पोलिसांनी मला दिलेल्या वर्णनाचा विचार न करण्याचा मी आटोकाट प्रयत्न करतीये.

इतक्यात दोन पोलीस पीयरवर येऊन, तिथे आधीपासून उभ्या असलेल्या दोन पोलिसांशी काहीतरी चर्चा करायला येतात. मग, त्यांतला एक पोलीस, माझ्याजवळ येऊन, स्वत:ची 'कॅप्टन मिशेल्स' अशी ओळख करून देत, मला विचारतो "तुमच्या पतीने आत्महत्या करण्यामागे काही कारणं असतील का?"

"पण कॅप्टन, मुळात ते आत्महत्या करतील, हेच मला खरं वाटत नाहीये." मी चाचरत, त्यांना माझा मुद्दा पटावा, अशी मनोमन प्रार्थना करत बोलते. "आणि करायचीच असती, तर त्यांनी पाण्याचा मार्ग अवलंबला नसता - कारण ते उत्कृष्ट जलतरणपटू आहेत. ते जवळच कुठेतरी पोहायला गेले असतील हो....येतीलच इतक्यात." हे ऐकून मिशेल्स माझ्याकडे रोखून बघत विचारतात, "म्हणजे तुम्हाला काय म्हणायचंय, की तुमच्या पतीला रात्री-अपरात्री तलावात पोहायला जायची सवय होती का?"

"त्यांना निद्रानाशाचा विकार आहे हो."

मिशेल्स माझ्याकडे दुर्लक्ष करत विचारतात, "तुमचं काल काही भांडण झालं होतं का? त्यांची मन:स्थिती बिघडलेली होती का?"

"नाही!" मी माझी चोरी पकडली गेल्यासारखी उद्‌गारते. "छे! मुळीच नाही....काय आहे, त्यांनी मध्यरात्री झोप येत नसल्यामुळे, अचानक पोहायला जावंसं वाटलं असेल. आणि...ते तसं नेहमीच जातात, म्हणून त्यांना माझी झोपमोड करून सांगून जायची गरज वाटली नसेल..." मी हे म्हणते खरं, पण मला माझाच आवाज फोल वाटायला लागतो.

"त्यांनी तुमच्यासाठी चिठ्ठी तरी लिहून ठेवलेली का?"

"नाही!" असं म्हणून, मी आता त्यासाठी काय कारण द्यावं, असा विचार करत असतानाच, मला पाण्यातून वर येणारं हेन्रीचं डोकं दिसतं. देवा! तू खरंच महान आहेस!! काय बरोब्बर वेळ साधलीस हेन्रीला परत पाठवण्याची! असं

पुटपुटत मी धावतच तलावाच्या काठी जाते.

हेन्री माझ्याकडे पाहात गोंधळल्या नजरेने विचारतो, ''क्लेअर? अगं काय चाललंय हे? इतके पोलीस, रुग्णवाहिका....कशासाठी आहे हे सगळं?''

मी त्याच्या थकलेल्या चेहऱ्याकडे प्रेमाने पाहात बोलते, ''तुझ्यासाठी! तुझ्या शोधासाठी आलेत हे सगळे! काल रात्री एका पोलिसाने तुला इथून गायब होताना बघितलं - त्याला वाटलं की तू तलावात उडी मारून जीव दिलास. म्हणून, हा सगळा जामानिमा गोळा झाला.''

हे ऐकून, हेन्रीच्या चेहऱ्यावर मिश्किल भाव पसरतात. मला माहितेय, पोलिसांना त्रास झाला, की त्याला भारी आनंद होतो.

आमचं हे बोलणं होईपर्यंत सगळे पोलीस आमच्याभोवती गोळा होत, हेन्रीला निरखायला लागतात.

''तुम्हीच हेन्री डी' टॅम्बल का?'' मिशेल्स हेन्रीला विचारतात.

''तुमच्या प्रश्नांची उत्तरं देण्याआधी, मी पाण्यातून बाहेर पडलो तर चालेल का?'' असं विचारत, हेन्री बाहेर येतो आणि पाण्याने निथळत तलावाकाठी उभा राहातो. मी त्याला त्याचा शर्ट देते, विजार देते - तो ते शांतपणे चढवतो आणि मग पोलिसांना सांगतो, ''हं, विचारा आता, काय विचारायचंय ते.'' मला त्याच्या ह्या थंडपणाबद्दल त्याचं कौतुकही वाटतं आणि आमचा जीव इथे टांगणीला लावून, हा इतका थंड कसा वागू शकतो, ह्याबद्दल त्याचा प्रचंड संतापही येतो. पोलीस त्याच्यावर प्रश्नांची फैर झाडायला लागतात - तो संयमीपणे त्यांची उत्तरं देऊ लागतो. तरी नशीब, हे शिकागोचे पोलीस नाहीयेत - ते असते तर एव्हाना हेन्रीला कधीच हातकड्या पडल्या असत्या.

मिशेल्स आता हेन्रीला विचारत असतात, ''काल रात्री, जेव्हा माझ्या सहकाऱ्याने तुम्हाला पाण्याबाहेर यायला सांगितलं, तेव्हा तुम्ही त्याचं ऐकलं का नाहीत?''

''मी कानात बोळे घातलेले कॅप्टन. मला काही ऐकूच आलं नाही.''

''बोळे? का?''

''कानात पाणी जाऊ नये म्हणून...'' असं म्हणत, हेन्री आपल्या विजारीच्या खिशात बोळे शोधण्याचं नाटक करत उद्‌गारतो ''थांबा, इथेच कुठेतरी असतील ते बोळे. तुम्हाला दाखवतोच...म्हणजे तुमची खात्री पटेल.''

''नको. त्याची गरज नाही.'' मिशेल्स करड्या आवाजात बोलून पुढे विचारतात, ''पण मला सांगा, मुळात तुम्ही पहाटे ३ वाजता तलावात पोहायला गेलातच का?''

''मला झोप येत नव्हती...''

असं करत त्यांची प्रश्नोत्तरं कितीतरी वेळ चालू राहातात. शेवटी, त्याच्याविरुद्ध

काहीच ठोस गुन्हा दाखल करता न आल्याच्या घुश्श्यात, हेन्रीला वेळेचे नियम न जुमानता तलावात पोहल्याबद्दल ५०० डॉलर्सचा दंड पोलिस ठोठावतात. मग आम्ही मैदान गाजवल्याच्या तोऱ्यात, पत्रकारांच्या सरबत्तीला उत्तरं देत, गाडीजवळ पोचतो आणि तिथून निसटतो. थोड्या अंतरावर गेल्यावर हेन्री माझ्याकडे वरमल्या नजरेने पाहात म्हणतो "क्लेअर?"

"हं?"

"मला माफ कर..."

"मलासुद्धा, हेन्री..."

त्यानंतर आम्ही काही न बोलता घरी पोचतो.

शुक्रवार, १४ जानेवारी, २००० (क्लेअर २८ वर्षांची, हेन्री ३६ वर्षांचा)

क्लेअर : मला आणि हेन्रीला त्यांच्या कार्यालयातल्या बैठकीच्या खोलीत केन्ड्रीक घेऊन जातात. तिथे आधीपासूनच, एक कोरा फलक, त्याशेजारी काही रंगीत खडू, एक घड्याळ आणि आम्हां तिघांसाठी कॉफीचे कप मांडलेले असतात. विचारमग्न अवस्थेत बसलेल्या केन्ड्रीकशेजारी मी जाऊन बसते. हेन्री अस्वस्थपणे येरझाऱ्या घालू लागतो. इतक्यात एक माणूस कपड्याने झाकलेल्या एका पिंजऱ्याला लहानशा हातगाडीवरून आत घेऊन येतो. मग केन्ड्रीकना विचारतो, "हा पिंजरा कुठे ठेवू डॉक्टर?"

"त्या हातगाडीसकट ठेव इथे." केन्ड्रीक एका कोपऱ्याकडे निर्देश करत सांगतात. त्यांनी सांगितल्याप्रमाणे करून तो माणूस निघून जातो. तसे आम्ही तिघं नि:शब्दपणे त्या पिंजऱ्यापाशी जाऊन उभे राहातो. केन्ड्रीक हळुवारपणे पिंजऱ्यावरचं फडकं काढतात. मी डोकावून पाहाते, तर त्यात असतात काही खाण्याचे पदार्थ, पाण्याने भरलेलं भांडं, काही खेळणी आणि....एक पांढराशुभ्र उंदीर!

केन्ड्रीक हळुवारपणे त्या उंदराला आपल्या हातात उचलतात. मग दुसऱ्या हाताने आपल्या खिशातून एक विजेरी काढून, त्या उंदरावर प्रकाशाचा झोत टाकू लागतात. काही सेकंदांतच उंदरावर ताण पडलेला जाणवू लागतो आणि एकदम तो अदृश्य होतो!!

"वॉव!!!" मी आ वासून उद्गारते. मला तर जे बघितलं, त्यावर विश्वासच बसत नसतो.

पिंजऱ्यावर फडकं टाकून माझ्याकडे वळून केन्ड्रीक हसतात आणि म्हणतात "हा शोध पुढच्या महिन्याच्या नेचर मासिकाचा प्रमुख लेख आहे..."

"अभिनंदन डॉक्टर!" हेन्री उद्गारतो आणि घड्याळाकडे पाहात विचारतो "बरं

मला सांगा, आता हा उंदीर किती वेळासाठी अदृश्य राहील?आणि मुळात, तो आता गेला कुठे असेल?''

केन्ड्रीक आमच्या हातात कॉफीचे कप देत सांगायला लागतात, ''फार वेळ नाही...दहा मिनिटांनी परत येईल तो. आणि तो जातो कुठे तर, खालच्या मजल्यावरच्या प्रयोगशाळेत, जिथे त्याचा जन्म झाला होता.

हेन्री हे ऐकून उद्गारतो, ''आता नाही, पण जसं त्याचं वय वाढेल, तसा त्याचा अदृश्य राहाण्याचा वेळ वाढत जाईल.''

''हं, ते मात्र खरं आहे,'' केन्ड्रीक कबूल करतात.

''पण तुम्हाला हे जमलं कसं?'' केन्ड्रीकना हा चमत्कार जमलाय, ह्याबद्दल झालेल्या आश्चर्यातून मी अजूनही बाहेर पडलेले नसते.

केन्ड्रीक आपल्या कॉफीचे घुटके घेत समजावू लागतात, ''कसं आहे ना, सेलेराने उंदरांच्या जीनोमचा क्रम लावायला सुरुवात केली, त्यामुळे मला खूप मदत झाली. त्यांच्यामुळे, मला आपल्याला पाहिजे असलेली चार जनुकं नेमकी कुठे सापडतील, ह्याचा नेमका अंदाज आला. अर्थात, आपला प्रयोग त्याशिवायही यशस्वी झाला असता, पण मग त्याला बराच वेळ लागला असता. आता हे मी साध्य केलं कसं, ह्या तुमच्या प्रश्नाचं उत्तर द्यायला - मी सर्वप्रथम हेन्रीच्या जनुकांची एक प्रत काढली आणि एन्झाईम्स वापरून, त्यांमधल्या दूषित भागाला कापून काढलं. मग ते दूषित तुकडे, मी एका उंदराच्या गर्भात वाढणाऱ्या जीवामध्ये एका ठरावीक वेळेला पेरले. हा होता, ह्या प्रक्रियेतला सगळ्यात सोपा भाग.''

''अर्थातच! असल्या गोष्टी तर मी आणि क्लेअर रोज आमच्या स्वयंपाकघरात करतो. हो की नाही, क्लेअर?'' हेन्री उपहासाने बोलतो. ''हा सोपा होता, तर मग कठीण भाग काय होता?''

केन्ड्रीक आम्हा दोघांकडे काही क्षण पाहात बसतात - मग बोलतात ''कठीण भाग होता, तो ही गर्भधारणा टिकवून धरू शकेल आणि प्रसूत करेल, अशी मादी उंदीर मिळवणं. हा प्रयोग यशस्वी होईपर्यंत किती तरी मादी उंदीर रक्तस्राव होऊन खर्ची पडल्या!''

ते ऐकून हेन्री हादरतोच. ''रक्तस्राव होऊन खर्ची पडल्या? किती मादी?''

''बऱ्याच! आणि नुसत्या माद्याच नाही, तर त्यांची पिल्लंसुद्धा. सुरुवातीला तर आम्हाला असं का होतंय, हे कळेचना. मग आम्ही चोवीस तास त्यांच्यावर पहारा देत बसलो, तेव्हा लक्षात आलं की, आतला गर्भ काळप्रवास करायचा. म्हणजे तो गर्भ आईच्या गर्भातून आत-बाहेर करायचा आणि त्यामुळे मादीला रक्तस्राव होऊन ती मरायची किंवा तसं नाही झालं तर, दहा दिवसांनंतर गर्भ आपोआप पोटातच मरून पडायचा तो शोध लागल्यावर तर आम्ही आश्चर्यचकित झालोच, पण ही गोम

कळेपर्यंत आम्हाला येणाऱ्या अपयशामुळे जे नैराश्य येत होतं ना, ते शब्दांत सांगणं अशक्य आहे.'' केन्ड्रीक उद्गारतात.

ह्यावर मी आणि हेन्री एकमेकांकडे पाहात, केन्ड्रीकना हताश स्वरात म्हणतो ''आम्हाला तुमच्या नैराश्याची पूर्ण कल्पना आहे. आम्हाला तो अनुभव नवा आहे का!''

''हो, तेही झालंच म्हणा....पण सुदैवाने, आम्हाला त्यामागचं रहस्य उकलण्यात यश आलं खरं!''

''कसं काय? म्हणजे, काय केलंत तुम्ही जेणेकरून हा प्रकार थांबला आणि प्रसूती यशस्वी होऊ शकली?'' हेन्री उत्सुकतेने विचारतो.

''आम्हाला लक्षात आलं की, हे कदाचित मादी उंदराच्या शरीरातला संसर्ग टाळण्यासाठी कार्यरत असलेल्या प्रतिकारात्मक पेशींमुळे होत असावं. हेन्रीची जनुकं असलेल्या त्या गर्भामध्ये, मादी उंदराच्या पेशींना नक्कीच काहीतरी परकं जाणवलं असेल, ज्याच्यापासून मादी उंदराचं रक्षण करण्यासाठी ते आपलं काम जोमाने सुरू करत असतील. ते लक्षात आल्यावर, आम्ही त्या प्रतिकारात्मक पेशींना अडवून धरलं आणि मग सगळं जादूची कांडी फिरल्यागत सुरळीत चालू लागलं.''

केन्ड्रीक हे सगळं बोलताना माझं हृदय जोरात धडधडू लागलं....जादूची कांडी फिरल्यासारखं...!!

अचानक केन्ड्रीक जमिनीकडे झुकून काहीतरी उपसून धरतात. बघतो तर, काळप्रवासाला गेलेला उंदीर परत आलेला असतो.

ते पाहून हेन्री खूश होतो! ''वा! मग. आता ह्यापुढे काय?'' तो केन्ड्रीकना विचारतो.

''जीन थेरपी अर्थात जनुकांशी निगडित उपचारपद्धती लागू करायची. म्हणजे सर्वप्रथम औषधं चालू करायची. कसं आहे, जरी आपल्याला आता नेमकं काय करायचंय, हे लक्षात आलंय; तरी अजून, ते कसं करायचं, हे लक्षात आलं नाहीये. त्यामुळे आपण सर्वप्रथम त्या गोष्टीचा शोध घ्यायचाय.'' असं म्हणत केन्ड्रीक हेन्रीच्या हातावर तो उंदीर ठेवतात.

''त्याच्या अंगावर टॅटू आहे.'' हेन्री आश्चर्याने उद्गारतो.

''हो, त्यामुळे प्रयोगशाळेतल्या लोकांना त्यांना ओळखणं सोपं जातं. नाहीतर हे उंदीर इतके चपळाईने निसटतात, की त्यांना पकडून, ते कुठल्या प्रयोगातले आहेत, हे ओळखणं म्हणजे एक दिव्य असतं.'' केन्ड्रीक हसत सांगतात.

''निसर्गाचंच वरदान आहे म्हणायचं....निसटण्याचं!'' असं म्हणत हेन्री आपल्या हातातल्या उंदराची पाठ थोपटू लागतो, तसा तो हेन्रीच्या हातावर हगतो.

''मी म्हटलेलं ना, त्याला कुठल्याही प्रकारचा ताण सहन होत नाही.'' केन्ड्रीक

हसत उद्गारतात आणि उंदराला हेन्रीच्या हातातून काढत त्याच्या पिंजऱ्यात ठेवून देतात.

घरी पोचल्यावर मी तातडीनिशी डॉ. अमितला फोन लावून अंतर्गत रक्तस्राव आणि प्रतिकारात्मक पेशींना अडवून धरणाऱ्या औषधांबद्दल प्रश्न विचारून भंडावून सोडते. त्या माझं सगळं बोलणं नीट ऐकून मला म्हणतात ''मी ह्यावर नीट माहिती गोळा करून, तुला पुढच्या आठवड्यात फोन करीन, ठीक आहे?''

आमचं संभाषण संपतं, तसं हेन्री माझ्याकडे चिंताग्रस्त नजरेने बघून म्हणतो, '' क्लेअर, तू हे सगळं करतेयंस ते ठीक आहे, पण त्या मृत मादी उंदरांची कल्पना डोळ्यांसमोर तरळली ना, की माझ्या पोटात धस्स होतं. जे काय करशील, ते स्वत:ला जपून कर, समजलं?''

''हेन्री! तुझी काळजी मला समजते, पण हेसुद्धा खरं ना, की अखेर केन्ड्रीकना मार्ग सापडलाच. सकारात्मक दृष्टिकोन ठेवून वागलो ना, की सगळं ठीक होईल. तू काळजी करू नकोस.''

पाच

. . . .

गुरुवार, ११ मे, २००० (हेन्री ३९ वर्षांचा, क्लेअर २८ वर्षांची)

हेन्री : मी २००० सालच्या वसंतऋतूतल्या एका सुंदर सायंकाळी, क्लार्क स्ट्रीटवरून चालतो आहे. ॲण्डरसनव्हिलेमधलं 'कोपी' कॉफी शॉप, थंडगार कॉफीचा आस्वाद घेणाऱ्या तरुणांनी गजबजलेलं आहे. 'रेझ्ा'ला कुसकुस खाण्यात दंग असलेल्या जोडप्यांचा बहर आहे; तर बाकीची फुटकळ वस्तू विकणारी दुकानं, कुटुंबकबिला घेऊन आलेल्या लोकांनी फुललेली आहेत. खरं तर, ह्या वेळेला मी २००२ सालात ग्रंथालयात काम करण्यात मग्न असायला पाहिजे...पण ते एक असो! मॅटला पुन्हा माझ्या वतीने आजचं 'शो ॲण्ड टेल' सांभाळावं लागणार. त्याला त्याबद्दल जेवायला न्यायला पाहिजे.

माझं हे विचारचक्र सुरू असताना, मला अनपेक्षितपणे समोर क्लेअर दिसते. ती समोरच्या रस्त्यावरच्या 'जॉर्ज्स' नावाच्या दुकानाच्या खिडकीसमोर उभी राहून, त्यात लावलेले बाळांचे कपडे निरखत असते. ती माझ्याकडे पाठ करून उभी असली तरी, मला तिच्या खांद्यांच्या ठेवणीवरून तिच्या मनातल्या नैराश्याचा अंदाज येतो. जरा वेळाने, ती हताशपणे त्या खिडकीच्या काचेवर डोकं ठेवून तिथेच उभी राहाते. ते पाहून मी तिच्याजवळ जायचं ठरवतो. रस्ता पार करून मी क्लेअरच्या पाठीमागे उभा राहातो. तशी ती खिडकीत पडलेलं माझं प्रतिबिंब पाहून दचकून मागे वळते.

"तू? मला वाटलं की तू गोमेझबरोबर सिनेमा बघायला गेलायंस." आपला गुन्हा पकडला असावा अशा घुश्श्यात, क्लेअर माझीच उलटतपासणी करायला लागते.

"हो, बहुतेक मी तिथेच असणार होतो....खरं तर, ह्या क्षणी मी २००२

सालात कामावर असायला हवं आहे.''

ते ऐकून क्लेअर माझ्याकडे बघून हसते. ती आज मला जास्तच थकलेली दिसतेय. गणित मांडून बघतो, तर लक्षात येतं की, तिचा पाचवा गर्भपात होऊन तीन आठवडे उलटले आहेत. मी जरासा अडखळतच, क्लेअरच्या खांद्याभोवती हात टाकतो; तर आश्चर्य म्हणजे, ती लागलीच माझ्या खांद्यावर डोकं ठेवते.

''कशी आहेस तू क्लेअर?''

''काही विचारू नकोस! मला प्रचंड थकवा आलाय, कंटाळा आलाय.'' असं म्हणत मोठा उसासा टाकत क्लेअर पुढे म्हणते ''सगळ्याचाच! ह्या अशा आयुष्याला काय अर्थ आहे? मी हरले! मी हे सगळं आता थांबवणार आहे हेन्री.'' ती माझी प्रतिक्रिया जाणून घ्यायला वर बघते, पण मी काहीच बोलत नाहीसं बघून पुढे म्हणते, ''मला आता हे सगळं झेपेनासं झालंय हेन्री! शारीरिक-दृष्ट्या आणि मानसिकदृष्ट्याही. आपण आता आशा सोडून द्यावी हेच बरं.''

मी तिच्या बोलण्यावर विचार करू लागतो... तिला सांगावं का? मी जे तिला तिच्या ह्या हतबल अवस्थेत बळ द्यायला देऊ शकतो, हे तिला द्यावं का? का नाही? आपल्या माणसाला त्याच्या संकटसमयी मदत करता आली नाही, तर माझ्या ह्या वेगळेपणाचा काय उपयोग? असा विचार करून, मी अखेर क्लेअरला म्हणतो ''क्लेअर, थोडी कळ काढ...''

''काय?'' ''थोडा धीर धर. माझ्या वर्तमानात आपल्याला मूल आहे.''

हे ऐकल्यावर क्लेअर काहीच बोलत नाही. मग फक्त डोळे मिटून हळुवार आवाजात बोलते ''थॅन्क्यू!'' ती हे मला म्हणते की देवाला, ते मला समजत नाही. पण इतक्यात, ती माझ्याकडे, मी एखादा देवदूत असल्यासारखं पाहात उद्गारते ''थॅन्क्यू हेन्री!''

ह्यावर मी तिच्याकडे झुकून तिचं चुंबन घेतो, मग तिला मिठीत घेतो. तशी मला तिच्या अंगात संचारत जाणारी नवसंजीवनीची, नव्या आशेची लहर स्पष्ट जाणवून जाते. त्या क्षणी मला माझ्या वर्तमानात अनुभवलेलं ते दृश्य – ज्यात क्लेअरच्या पायांमधून काळ्याभोर केसांनी भरलेलं एक डोकं बाहेर येतं – माझ्या डोळ्यांसमोर तरळतं आणि मला ह्या गोष्टीची कमाल वाटते, की तो एखादा क्षण, इतकी किमयागार अनुभूती घेऊन येणारा कसा ठरू शकतो?

''तुला हे आधीपासून माहिती होतं ना?'' क्लेअर मला आशाळभूतपणे विचारते.

''नाही. मला ह्याबद्दल फक्त माहिती नव्हतं, इतकंच नाही; तर मी तुला पुन्हा गर्भार न होऊ देण्याचा प्रयत्न करत होतो!''

''वा!'' क्लेअर हसून म्हणते. ''म्हणजे, काहीही झालं, तरी मी निमूट सहन करत बसलं पाहिजे, असंच ना?''

''हो, असंच.'' मी हसून होकार भरत म्हणतो.

सहा

. . . .

शनिवार, ३ जून २००० (क्लेअर २९ वर्षांची, हेन्री ३६ वर्षांचा)

क्लेअर : मी आमच्या स्वयंपाकघरातल्या टेबलावर बसून, 'शिकागो ट्रिब्यून' चाळत, हेन्रीला त्याने आणलेलं वाणसामान उघडून मांडताना निरखत असते. हेन्री एकेक करून त्या तपकिरी पिशव्यांमधलं गऊडा चीझ, चिकन, टोमॅटो सॉसची बाटली इत्यादी सामान बाहेर काढून टेबलावर मांडत असतो. मला त्या क्षणी तो एखाद्या जादूगारासारखा दिसायला लागतो. आपल्या पोतडीतून एकाहून एक सरस गोष्टी काढून बघणाऱ्याचं मन जिंकणारा जादूगार! मला तर काही वेळाने वाटू लागतं, की हेन्री कुठल्याही क्षणी त्या पिशव्यांमधून फुलं, ससा अशाही गोष्टी बाहेर काढेल. पण नाही, बाहेर निघत राहतात ते फक्त अळिंब्या, लोणी, अंडी, पालक, मेयोनेझ, सफरचंद, डीयोडरंट, पावाच्या लाद्या, गाजरं, बटाटे, कॉन्डम्स...कॉन्डम्स! मी झटकन उठून तो निळा डबा हातात घेत हेन्रीकडे पाहत विचारते, "हे काय? तुझं कुठल्या मुलीबरोबर प्रेमप्रकरण सुरू आहे की काय?"

माझ्या आवाजाच्या धारेने म्हणा किंवा मी विचारलेल्या प्रश्नाच्या उद्धटपणाने म्हणा, हेन्री माझ्याकडे चमकून पाहतो. मग, थंड स्वरात उत्तर देतो "नाही! काय आहे ना, मी आज सकाळी दात घासताना मला एक साक्षात्कार झाला. सांगू काय होता तो?"

"नको."

माझ्या बोलण्याकडे दुर्लक्ष करत हेन्री उसासा टाकत उभा राहतो आणि बोलतो, "तरीही मला वाटतं तुला मी ते सांगायलाच हवं. मला असा साक्षात्कार

झाला, की आपण आता मुलासाठी प्रयत्न करणं थांबवलं पाहिजे.''

''गद्दार कुठला! हेन्री, आपण ठरवलेलं...''

''हो, मला लक्षात आहे. आपण ठरवलेलं की प्रयत्न करत राहायचं. पण क्लेअर, जरा विचार करून बघ. पाच गर्भपात होईपर्यंत आपण जे प्रयत्न केले, आशा लावल्या, त्रास सहन केला, ते सगळं पुरेसं नाहीये का? मला वाटतं, आपण आपल्या प्रयत्नांची पराकाष्ठा केली आहे; पण देवाच्या मनात, त्याला यश देणं दिसत नाहीये.''

''नाही!'' मी जोरात ओरडते. ''इतके प्रयत्न केलेच आहेत, तर अजून करायला काय हरकत आहे?'' मी माझ्या आवाजातल्या विनवणीच्या सुराला बाजूला ठेवून, माझ्या मनातला राग हेन्रीला दिसेल, अशा पद्धतीने उद्‌गारते. त्यावर हेन्री माझ्याजवळ येतो, पण मला नेहमीप्रमाणे मिठीत वगैरे न घेता, ठाम स्वरात बोलत, ''क्लेअर, तुझा पुन्हा एकदा गर्भपात झाला, तर ते तुझ्या जिवावर बेतणार आहे आणि मी ह्या बाबतीत ठाम आहे की, मी असं काहीही होऊ देणार नाहीये, ज्यामुळे तुझा जीव धोक्यात येऊ शकतो. पाच वेळा आपण तुझ्या जिवाशी जुगार खेळलेलो आहोत. मला माहितेय, तुला अजूनही आशा आहे आणि त्यासाठी धोका पत्करायची तयारीसुद्धा. पण मला माफ कर. मला ते पटत नाही.'' असं म्हणून तो बाहेर निघून जातो. मग आमच्या आधीच्या पाच मुलांना जिथे पुरलेलं आहे, त्या ठिकाणी मी जाते आणि त्यांच्या आत्म्यासाठी पुन्हा एकदा प्रार्थना म्हणून, भविष्यात येणाऱ्या आमच्या बाळाशी संवाद साधल्यागत कळवळून विनंती करते 'मला मदत कर! प्लीज! त्याला हे माहिती नाही, म्हणून मी त्याला हे सांगू शकत नाही. पण तू आता लवकरात लवकर ये! मला तुझी गरज आहे!'

शुक्रवार, ९ जून २००० / १९ नोव्हेंबर १९८६
(हेन्री ३६ वर्षांचा, क्लेअर १५ वर्षांची)

हेन्री : शुक्रवार सकाळचे ८.४५ वाजलेले आहेत आणि मी रॉबर्ट गोन्झालेझ नावाच्या डॉक्टरांच्या स्वागतकक्षेत बसलेलो आहे. मी इथे आल्याचं क्लेअरला माहिती नाहीये. किंबहुना मी तिला माहिती न होऊ देण्याची पुरेपूर काळजी घेतलेली आहे – कारण मी इथे नसबंदीची शस्त्रक्रिया करून घ्यायला आलेलो आहे.

डॉ. गोन्झालेझचा हा शेरीदान रोडवरचा दवाखाना बराच सुशोभित आहे – इतका की इथे इतक्या साध्या कपड्यात आल्याबद्दल मला स्वत:ची लाजच वाटायला लागते. पण मग मी ते सगळे विचार डोक्यातून काढून टाकून, थोड्याच वेळात सुरू होणाऱ्या शस्त्रक्रियेवर लक्ष केंद्रित करतो. 'प्लॅण्ड पेरेंटहूड'मधल्या त्या

भल्या कर्मचारिकेने मला अगदी प्रेमाने ह्या शस्त्रक्रियेबद्दल सगळी माहिती देऊन मला सावध केलं की, थोडा त्रास होईल, पण तो सहन कर.

माझ्यासोबत इथे अजून पाच पुरुष बसलेले आहेत. काय झालं असेल ह्यांना? प्रोस्टेट ग्लॅण्ड्सचे विकार? की हर्प्स, सिफिलीससारखे कुठले त्वचेचे रोग? ह्यापैकी एक-दोन तरी माझ्याचप्रमाणे बाप म्हणून त्यांची कारकीर्द संपवण्याच्या हेतूने आले असतील, नाही का? मला त्या सगळ्या पुरुषांप्रती एक प्रकारचा जिव्हाळा वाटायला लागतो. त्यामध्ये एक वृद्ध मनुष्यही आहे, जो इथे का आला असेल, हे मला समजत नाहीये. एक तरुण मुलगा आहे, जो मला इथल्यापेक्षा एखाद्या पब किंवा डिस्कोमध्ये भेटला असता, तर मला जास्त आनंद झाला असता. इकडच्या तणावापासून थोडं मुक्त व्हायला, डोळे बंद करून, मी एखाद्या छानशा पबमध्ये, वाईन पीत बसलोय, असं चित्र रंगवू पाहतो. ओठाला अगदी वाईनचा चषक लावणार, इतक्यात कोणीतरी खोकतं. झालं! माझ्या सुखस्वप्नाचा सत्यानाश होतो! त्याबद्दल चडफडत असतानाच, माझं लक्ष त्या मुलाच्या हातातल्या घड्याळाकडे जातं. ९.५८ झालेले आहेत. २ मिनिटांत मला आत बोलावलं जाईल. डॉक्टरांना उशीर होतोय वाटतं.

मी असा विचार करत असतानाच 'मिस्टर लिस्टन' असं नाव स्वागतिका पुकारते. तसा, माझ्या शेजारचा तो तरुण चिंताग्रस्त चेहऱ्याने आत जातो. त्याच्या चेहऱ्यावरची चिंता पाहून, मी आतापर्यंत माझ्या मनात यशस्वीपणे दडवून ठेवलेले विचार उफाळून येतात. क्लेअर म्हणाली तसा मी खरंच गद्दार आहे का? पण मी गद्दार कसा? मी तर तिच्याच भल्याचा विचार करतोय ना? मग मी स्वत:शी घोकत राहतो की, मी गद्दार नाहीये; मी क्लेअरची फसवणूक करत नाहीये, मी तिलाच पुढे त्रास होऊ नये म्हणून ही तरतूद करतोय. पण आता मला जरा भीती वाटायला लागली आहे. एकतर मी क्लेअरला माझ्या निर्णयाबद्दल सांगितलं नाहीये, ह्याची आणि दुसरं म्हणजे. शस्त्रक्रिया करताना फार दुखेल का, ह्याची? जाऊ देत, दुखलं तर सहन करायचं. आता बाकी काही पर्याय नाहीये आणि क्लेअरचं म्हणाल, तर मी तिला योग्य वेळ साधून सगळं समजावीन. मी तिला पटवून देईन की, असं करण्यावाचून आपल्याकडे गत्यंतर नव्हतं. आपण मुलासाठी अथक प्रयत्न केले, पण शेवटी प्रत्येक गोष्टीला एक सीमा असते. मी गद्दार नाही – मी हे फक्त तिच्यावरच्या निखळ प्रेमापोटी केलंय. जेव्हा कधी मला क्लेअर आमच्या पलंगावर रडत, रक्ताळलेल्या अवस्थेत बसल्याचं चित्र डोळ्यासमोर येतं, तेव्हा माझ्या पायातलं त्राणच जातं. नाही, इथून आता परत फिरणं नाही.

इतक्यात माझ्या नावाचा पुकारा होतो – ''मिस्टर डी' टॅम्बल, तुम्ही आत जाऊ शकता.'' मी त्याप्रमाणे आत जायला उभा राहतो, तर अचानक माझ्या पायातलं

बळच जातं, माझं डोकं गरगरायला लागतं, मी खाली कोसळून पोटातली मळमळ बाहेर काढू पाहतो... आणि अचानक, मी पोचतो, मेडोलार्कमधल्या कुरणात!

मी धडपडत उभा राहून, क्लेअरने माझ्यासाठी ठेवलेले कपडे चढवतो – जीन्स, गॅन्ग ऑफ फोरचं चित्र असलेला टी-शर्ट, स्वेटर, हातमोजे, पायमोजे आणि कोट. कपड्यांवरून अंदाज काढायचा झाला, तर मी ८०च्या दशकाच्या मध्यावर कुठेतरी पोचलेलो दिसतोय. म्हणजे क्लेअर १५-१६ वर्षांची असणार. काय करावं? तिच्यासाठी इथे थांबून राहावं, की निघून जावं? मग शेवटी मी विचार करतो, की आता ह्या क्षणी, मला तिचं रसरशीत तारुण्य, त्यातला आनंद बघवणार नाही. म्हणून मग मी फळबागेच्या दिशेने चालू पडतो.

झाडांवर लगडलेल्या सफरचंदावरून, हा नोव्हेंबर महिना असावा, असं वाटतंय. मी असा विचार करत चालत असतानाच मागून आवाज येतो, "हेन्री! थांब थांब." क्लेअरचा आवाज.

मागे वळून पाहतो, तर क्लेअर धापा टाकत माझ्या दिशेने धावत येत असते. ती माझ्याजवळ पोचल्यावर, मी तिला थोडा वेळ दम खाऊ देतो मग काही न बोलता पुन्हा फळबागेकडे चालायला लागतो.

तशी ती ओरडते, "हेन्री! अरे काय झालं? माझ्याकडून काही चूक झाली का? बोलत का नाहीयेस माझ्याशी?"

अरे देवा! आता आली का पंचाईत? कसं सांगावं हिला? शेवटी मी धीर एकवटून म्हणतो "काही नाही गं. मी माझ्या वर्तमानात तुझ्यासाठी काहीतरी करायला गेलेलो, काहीतरी खूप महत्त्वाचं... तर, ते फसलं, म्हणून मी खूप दुःखी झालो आणि इथे पोचलो."

"काय करायला गेलेलास?"

"ते मी तुला नाही सांगू शकत. तसंही, मी वर्तमानातसुद्धा तुला त्याबद्दल सांगणार नव्हतो. तुला आवडण्यासारखं नव्हतं ते."

"तसं असेल, तर मग तुला ते करावंसं तरी का वाटलं?"

क्लेअरच्या प्रश्नाने मी स्तब्ध होतो. मग बोलतो "कारण त्याशिवाय काही गत्यंतर नव्हतं. तू माझं ऐकायला तयार नव्हतीस आणि त्यामुळे आपली सतत भांडणं होत होती. म्हणून, मी विचार केला की, मी जे केलं, ते कृत्य केलं की ह्या सगळ्याच विषयांचा निकाल लागेल." असं म्हणत, मी क्लेअरकडे पाहत उसासा टाकतो आणि मनात म्हणतो, 'मी माझे प्रयत्न चालूच ठेवणार आहे क्लेअर! जोपर्यंत आपल्याला यश येत नाही, तोपर्यंत...'

"आपण भांडतोय? का? कुठल्या मुद्द्यावरून?" क्लेअर घाबरल्या स्वरात विचारते.

"तुला सर्दी झालेय का? आवाज बसल्यासारखा वाटतोय तुझा." मी विषय बदलण्याच्या प्रयत्नात तिला विचारतो.

पण क्लेअर अशी सहजी बधणार? छे! ती नेट लावत विचारते, "हो, पण ते जाऊ दे. मला सांग, आपण का भांडतोय?"

"काही नाही गं, काही विशेष नाही. हेच, किती बेरोजगारी वाढलीये, सगळ्या वस्तूंचे दर अस्मानाला भिडतायंत, त्यावरून आपण एकदा असेच चर्चा करत बसलो आणि मग, बघता-बघता आपल्यात वाद व्हायला लागले."

"हेन्री!" क्लेअर डोळे वटारून माझ्याकडे बघत म्हणते.

"आता काय झालं?"

"कधीतरी माझी टर उडवणं सोडून, मला लहान मुलीसारखं वागवणं सोडून, मला नीट काय ते सांगशील का?"

"नाही."

"अरे, पण का?"

"कारण, मी नाही सांगू शकत. मी तुला आधीच म्हटलं ना? की ते तुला सांगण्यासारखं नाहीये."

मी असं म्हटल्यावर मला काही कळायच्या आत, क्लेअर मला जोरात मुस्कटात मारते. मी अचंबित होतो, मग खूश होतो आणि क्लेअरला म्हणतो, "पुन्हा एकदा मार बरं."

"काय? तुला वेड लागलंय काय? मी तुला त्रास व्हावा, म्हणून मारलं. गंमत म्हणून नाही."

"मला माहितेय. म्हणूनच सांगतो, पुन्हा एकदा मार... मार ना! लवकर!"

"तुला झालंय तरी काय? असा का वागतोयंस?" क्लेअर वैतागून विचारते.

"सगळं भयंकर आहे. जे चाललंय, ते भयंकर चाललंय आणि तरी मला त्याची काहीच संवेदना जाणवत नाही. मला त्याचा त्रास होत नाहीये. हे बरोबर नाहीये."

"काय भयंकर आहे? कसला त्रास होत नाहीये? नीट सांगशील का काही?"

"ते मला विचारू नकोस क्लेअर! प्लीज!" मी कळवळून म्हणतो. तशी, क्लेअर माझा हातमोजा काढते, माझा तळहात तिच्या तोंडापाशी नेते आणि मला कळण्याच्या आत, त्याचा कडकडून चावा घेते. लागलीच, त्या जखमेतून रक्त गळायला लागतं. पण मी त्याकडे लक्ष देत नाही.

"सांग मला!" क्लेअर माझा चेहरा हातात घेऊन जोरकसपणे बोलते. तसं मी तिच्या ओठांचं तितक्याच जोमाने चुंबन घेतो. मग काही न बोलता तिला सोडून देतो. तशी, ती माझ्याकडे पाठ फिरवून घराकडे चालू लागते. जाता-जाता बोलते, "हे

तू चांगलं नाही केलंस हेन्री!''

छे! मला झालंय तरी काय? मी माझा राग ह्या १५ वर्षांच्या निरागस क्लेअरवर का काढावा? ती तर मला बाळासाठी छळत नाहीये, आपला प्राण पणाला लावून माझा जीव कणाकणाने मारत नाहीये, प्रत्येक संभोगाच्या वेळी मूल निर्माण करण्याच्या हट्टाने प्रयोगशाळा बनत नाहीये... मग मी ह्या क्लेअरला असा त्रास का द्यावा? मला काय हक्क असं करण्याचा?

मग मी वरमून क्लेअरच्या खांद्यावर हात टाकत बोलतो ''मला माफ कर क्लेअर! मी तुझ्यावर रागावून नाही गं वागत असं.''

तशी ती माझ्याकडे वळते. बघतो तर, तिचा चेहरा अश्रूंनी माखलेला असतो. नशिबाने माझ्या कोटाच्या खिशात सापडलेल्या रुमालाने, तिचे अश्रू पुसत मी बोलतो, ''रडू नकोस क्लेअर. मी खरंच तुझ्यावर नाही गं रागावलो.''

''ते नाही.'' ती हुंदके देत बोलू लागते. ''तू... तू ह्यापूर्वी कधीच माझं चुंबन नव्हतं घेतलंस... आणि घेतलंस, ते असं! इतक्या जोरात?'' हे ऐकून माझा चेहरा कदाचित फारच हास्यास्पद झाला असावा. कारण, क्लेअर एकदम खुदकन हसते.

छे! इतका कसा मूर्ख मी? मला ही बाब लक्षात कशी आली नाही? ''अरे बापरे! क्लेअर! प्लीज, प्लीज असं काही घडलं ते विसरून जा. मला लक्षातच आलं नाही गं... मला हा मुद्दाच लक्षात आला नाही. चल, आता इथे ये, पुन्हा नव्याने चालू करू या, ठीक आहे?''

मी असं म्हटल्यावर क्लेअर दबक्या पावलांनी माझ्याजवळ येते. मी तिच्याभोवती आपल्या हातांचा विळखा घालतो आणि तिला जवळ ओढतो. मग तिचा चेहरा आपल्या ओंजळीत घेत तिचं हळुवारपणे चुंबन घेतो.

शुक्रवार, ९ जून २००० (क्लेअर २९ वर्षांची, हेन्री ३६ वर्षांचा)

क्लेअर : संध्याकाळभर, हेन्री एकदम गप्पा-गप्पसा, भरकटल्यासारखा दिसतोय. त्याचं कशातच लक्ष दिसत नाहीये. सतत कसलासा विचार करत असल्यासारखा दिसतोय. त्यात, त्याच्या उजव्या हाताला पट्ट्या बांधलेल्या आहेत. त्याबद्दल त्याने मला अजूनपर्यंत तरी काही सांगितलेलं नाहीये.

आता जेवण झाल्यानंतर, नेहमीप्रमाणे माझ्याशी गप्पा मारत न बसता, तो थेट झोपायला गेलाय. मी त्याच्याकडे जास्त लक्ष न देता, जेवणानंतरची आवराआवरी करते, कॉफी पिते... पण रोजच्याप्रमाणे मजा येत नाही खरी! कारण, हेन्रीला काय समस्या असेल, ह्याचा विचार मनात सतत पिंगा घालत राहतो. शेवटी न राहवून मी बेडरूममध्ये जाते. हेन्री वेडावाकडा पसरून पडलेला असतो. गादीवरची माझी

जागाही त्याने अडवलेली आहे, असं पाहून, मी निमूट जमिनीवर चटई पसरून पडते. इतक्यात हेन्री मला हाक मारतो, "क्लेअर?"

"काय रे?"

"मी पहिल्यांदा तुझं चुंबन घेतलेलं, तो दिवस आठवतो का गं तुला?"

"म्हणजे काय? अर्थातच! अगदी जसाचा तसा आठवतो."

"सॉरी." हेन्री बोलतो, तशी माझी उत्सुकता पुन्हा त्या दिवशीप्रमाणेच उफाळून येते. मी हेन्रीकडे वळत त्याला विचारते "हेन्री, तू त्या दिवशी इतका अस्वस्थ का होतास? आता तरी सांगशील मला? तू म्हणत होतास की, तू काहीतरी असं केलं आहेस, जे मला आवडणार नाही. काय केलेलंस असं?"

"तुला इतकं सगळं इत्थंभूत कसं आठवतं गं?"

"मी मागच्या जन्मी हत्ती होते, म्हणून! मग तर झालं? ते महत्त्वाचं नाहीये रे. सांग ना, काय केलं होतंस तू?"

"नाही!"

"अरे! असं काय करतोयंस? बरं, मला सांग, मी जर ओळखून दाखवलं, तर किमान मी बरोबर सांगतेय की नाही, हे तरी सांगशील?"

"बहुतेक नाही."

"का?"

"कारण आज मी खूप दमलोय आणि माझ्यात रात्रभर भांडणं करण्याचं त्राण नाहीये."

मी हेन्रीला असं स्पष्ट बोलत नाही, पण भांडणं करण्याचं त्राण तर माझ्यातही नाहीये. म्हणून मी विषयाला अधिक न ताणता हेन्रीला विचारते, "तू नसबंदी करून घ्यायला गेला होतास?"

हे ऐकून हेन्री काहीच प्रतिक्रिया देत नाही. किंबहुना तो इतका स्तब्ध, शांत होतो की, मला त्याला हलवून पुन्हा तोच प्रश्न विचारावा लागतो. तेव्हा अखेर तो बोलतो, "तुला कसं समजलं?"

"मला खरंतर माहिती नव्हतं. पण गेले काही दिवस तुझ्या डोक्यात तसलेच काहीसे विचार फिरत आहेत, ह्याचा मी अंदाज बांधला होता. त्यात, मला तुझ्या खिशात तू डॉक्टरांच्या घेतलेल्या वेळेबद्दलची चिठ्ठी सापडली."

"ती चिठ्ठी तर मी जाळून टाकली होती."

"हो, पण तू ज्या लेटर-पॅडमधला कागद वापरून ती चिठ्ठी लिहिलेली, त्याच्या खालच्या कागदावर त्या मजकुराचा ठसा उमटला होता. तो मला स्पष्ट वाचता आला."

"वा, शेरलॉक होम्स, वा! माझी चोरी पकडलीस तर तू!"

"कर तू..."

"काय? काय करू?"

"नसबंदी. तुला करायची असेल, तर कर तू. माझी हरकत नाही."

हे ऐकून, हेन्री माझ्याकडे वळून मला काही क्षण निरखत राहतो आणि मग बोलतो, "मला वाटलं होतं; त्याप्रमाणे तू माझ्यावर चिडली, रागावली नाहीस... कमाल आहे."

"नाही. कमाल काही नाहीये त्यात. मलासुद्धा आता ह्या सगळ्या प्रकाराचा प्रचंड थकवा आलाय. मला वाटतं, तुझ्या म्हणण्यात तथ्य आहे. उगीच वेडा हट्ट धरण्यात काय अर्थ आहे? तू जिंकलास. आपण मुलासाठीचे सगळे प्रयत्न इथेच थांबवू या."

"तुझ्या या निर्णयाला मी माझं यश समजत नाही क्लेअर! इतकंच की, ती एक गरज आहे, जी आता विनासायास पूर्ण होईल." हेन्री मृदू आवाजात बोलतो.

"इलाज नाही." मी हताशपणे उद्गारते.

त्यावर हेन्री पलंगावरून खाली उतरून माझे हात हातात घेऊन म्हणतो, "थँक्यू क्लेअर!"

"ठीक आहे रे हेन्री!"

मग तो माझं हलकंसं चुंबन घेतो. त्या क्षणी मला १९८६ मधला तो हेन्री आठवतो, जो त्या दिवशी मला कुरणात भेटला होता.

आज आम्ही बऱ्याच महिन्यांनी, परिणामांची काळजी न करता भरभरून प्रेमोत्सव साजरा करतो. मला सोळा वर्षांपूर्वी झालेली सर्दी आता हेन्रीला लागलेली आहे. चार आठवड्यांनंतर हेन्री आपली नसबंदी करून घेतो आणि त्याच सुमारास मला लक्षात येतं, की मी सहाव्यांदा गरोदर आहे.

बेबी ड्रीम्स

. . . .

सप्टेंबर २००० (क्लेअर २९ वर्षांची)

क्लेअर : मला स्वप्न पडतं की, मी ग्रॅन्डमा अॅब्शायरच्या घरातल्या तळघरात उभी आहे. लहानपणापासून त्या खोलीची मला जरा भीतीच वाटायची. आजही स्वप्नात मला ती भीती स्पष्ट जाणवतेय. त्या खोलीतल्या कपाटांवर विविध प्रकारच्या बाटल्या, लोणच्याच्या बरण्या, मक्याची कणसं, टोमॅटो, बीट इत्यादी गोष्टी मांडून ठेवलेल्या आहेत. मी त्या सगळ्या गोष्टी निरखत असताना, एका बरणीत मला अचानक एका बदकाचा गर्भ दिसतो. मी ती बरणी उघडून, त्यातला तो गर्भ आणि त्यासोबतचं पाणी माझ्या हातावर घेते. तसं त्या गर्भाला वाचा फुटते आणि ते मला विचारतं, "मला सोडून का गेलीस? मी तुझी किती वाट पाहत होतो."

मग मला स्वप्न पडतं की मी आणि माझी आई साऊथ हॅवनमध्ये फेरफटका मारतोय. माझ्या हातात एक बाळ आहे. जसजसं आम्ही पुढे चालत राहतो, तसतसं ते बाळ जड होत जातं. इतकं की, शेवटी मला ते पेलवेनासं होतं. मी मॉमला तसं सांगते, तर ती बाळाला अगदी लीलया माझ्या हातातून घेऊन पुढे चालू लागते. मग आम्ही एका घरामागच्या अंगणात पोचतो. तिथे एक मोठा पडदा आणि फिल्म प्रोजेक्टर लावलेला असतो. काही लोक आधीच तिथे येऊन बसलेले असतात. थोड्या वेळाने पडद्यावर एक झाड दिसू लागतं. पण अर्धं झाड उन्हाळ्यात दिसेल, तसं बहरलेलं दिसायला लागतं; तर बाकीचं अर्धं हिवाळ्यात दिसेल, तसं निष्पर्ण दिसायला लागतं. ते पाहून मॉमच्या हातातलं बाळ आधी खदखदून हसतं आणि मग जोरजोरात रडायला लागतं.

त्यानंतर मला जे स्वप्न पडतं, ते असं : मी सेज्विक रेल्वे फलाटावर ब्राऊन लाईन ट्रेनची वाट बघत उभी आहे. माझ्या हातात सामानाने भरलेल्या बऱ्याच पिशव्या आहेत. मध्येच त्यातल्या एका पिशवीकडे माझं लक्ष जातं, तर त्यामध्ये बिस्किटाच्या पुड्याच्या शेजारी लाल केसांचं एक मृत बाळ, प्लॅस्टिकच्या कागदात लपेटून पडलेलं असतं.

मग मला स्वप्न पडतं की, मी मेडोलार्कमधल्या माझ्या खोलीत आहे. खोलीच्या एका टोकाला ठेवलेल्या मत्स्यालयात, मला अचानक काहीतरी हालचाल जाणवते. मी बघायला जाते, तर तो माशासारखा नाकपुड्या असलेला एक मोठाला जर्बिल उंदीर असतो. मी त्याला घाईघाईने पाण्यातून बाहेर काढते, तसा तो माझ्याकडे रागा-रागाने पाहत तसाच उभा राहतो.

मग मला स्वप्न पडतं की, मी मेडोलार्कमधल्या पायऱ्या चढून वर जात आहे. सगळं घर ओकंबोकं पडलंय. मी जीव मुठीत धरून माझ्या खोलीत येते. तिथे फक्त एक पाळणा ठेवलेला असतो – पण मला त्यात काय आहे हे बघायची हिंमत होत नाही. मग मी मॉमच्या खोलीत जाते. तिथल्या जमिनीवर सगळीकडे पांढऱ्या चादरी पसरलेल्या असतात. इतक्यात माझ्या पायाशी रक्ताचा एक लहानसा डाग तयार होतो. माझा पाय चादरीला लागतो, तसा तो डाग चादरभर पसरू लागतो... आणि बघता बघता, पूर्ण चादर लालबुंद होते!

शनिवार, २३ सप्टेंबर, २००० (क्लेअर २९ वर्षांची, हेन्री ३६ वर्षांचा)

क्लेअर : मी आता पाण्याखाली राहतेय. इथे सगळं मंदगतीने चालल्यासारखं वाटत राहतं. मला माहितेय, पाण्याच्या पृष्ठभागावर गेलं, की तिथे एक निराळंच जग आहे – वेगवान, रोमांचक, प्रसंगी क्रूरही... पण मला सध्या तिथे जावंसं वाटत नाहीये. मी आणि माझं बाळ ह्या संथ जगातच बरे आहोत, असं वाटत राहतं. कधीकधी मला खूप एकटेपणा जाणवतो. इतका की मी डॉ. अमितला विचारते, ‘‘माझं बाळ पुन्हा मेलं का?’’ त्यावर ती हसून मला आश्वस्त करत म्हणते ‘‘नाही क्लेअर, ते चांगलं ठणठणीतपणे जिवंत आहे. बघ, त्याच्या हृदयाची धडधड जाणवतेय आता...’’ पण मला काय म्हणायचंय, हे तिला कळत नाही.

हेन्री सतत माझ्या बाजूला असतो – मला जेवण भरवतो, माझ्या अंगाला मालिश करून देतो, मला सतत हसवत ठेवायचा प्रयत्न करतो – इतका की, अखेर कधीतरी मी त्याच्यावर भडकतेच. मला त्याचं हे सगळं वागणं मूर्खपणाचं वाटत राहतं. काय आहे इतकं, की त्याबद्दल आम्ही आनंदोत्सव साजरे करावे? माझ्या कार्यशाळेत गेल्यावर तर माझ्या मनातली ही भावना अधिकच तीव्र होते –

तिथे तर मला सगळंच मरगळलेलं, मृतवत वाटत राहतं! कारण तिथे ना कुठल्या नव्या कल्पनांचा वावर असतो, ना कुठल्या नव्या कल्पनाविष्काराचा प्रयास! 'मला माफ करा... मला माहितेय, मी तुमच्याकडे दुर्लक्ष करतेय. पण मी तरी काय करू? माझं मनच होत नाही, इथे येऊन तुमच्याशी गुजगोष्टी करायचं...' मी माझ्या कागदांना, रंगांना, टेबलांना सांगत बसते. जूनच्या महिन्यामध्ये मी इतक्या उत्साहाने बनवत असलेल्या एका कलाकृतीच्या सांगाड्याकडे बघून तर मला सतत 'मृत, मृत' हेच शब्द कानात निनादत राहतात. माझे हात आता खूप पूर्वीसारखे गुलाबी आणि मऊसूत झालेले आहेत. पण मला त्यांच्याकडे बघून प्रचंड राग येत राहतो. मला ह्या रिकामपणाचा राग येत राहतो. मला ह्या बाळाचा राग येत राहतो... नाही, नाही, बाळाचा राग येत नाही, पण मला ते माझ्या आत जाणवत नाही, ह्याचा मात्र खूप राग येत राहतो.

मग मी एक दिवस, हातात पेन्सिल घेऊन मुद्दाम एक नवा-कोरा कागद घेऊन त्यावर काहीतरी नव्याने चितारावं, म्हणून (उसन्या) उत्साहाने टेबलापाशी बसते. पण मला काही सुचतच नाही. मग मी डोळे बंद करून पाहते – तर समोर फक्त लाल रंग दिसत राहतो! मात्र मी त्यामुळे निराश न होता, मुद्दाम कॅडमियम लाल रंगाचीच बरणी घेऊन येते. त्यासोबत एक भलामोठा कुंचला आणते आणि समोरच्या कागदाला लालबुंद रंगात न्हाऊ घालते. ओलेता असताना पिळपिळीत दिसणारा तो कागद, जसा सुकू लागतो तसा कडक आणि गडद दिसू लागतो. तो पूर्ण वाळेपर्यंत मी तिथेच त्याला वाळताना पाहत बसून राहते. त्याला अरबी गोंदाचा वास येत असतो. मग मी कागदाच्या मध्यावर एक हृदय चितारते. प्रेमाचं प्रतीक असलेलं पोरकट हृदय नाही; तर, वैद्यकीय पुस्तकांमध्ये दिसणारं खरंखुरं हृदय – रक्तवाहिन्या, नीला, रोहिणी वगैरेंनी भरलेलं हृदय! हृदयाचे ठोके! माझ्या बाळाच्या हृदयाचे ठोके!

संध्याकाळ होते – मी सगळं सामान व्यवस्थित आवरून पुन्हा घरात येते. हेन्री स्पॅघेटी सॉस बनवण्यात गर्क असतो. मला बघितल्यावर प्रेमाने विचारतो "बरी आहेस?"

"हो, बरी आहे." मी त्याला (आणि मला) आश्वस्त करत उत्तर देते.

बुधवार, २७ सप्टेंबर, २००० (क्लेअर २९ वर्षांची)

क्लेअर : ते पलंगावर पडलंय. थोडं रक्त आहे, पण भीती वाटावी इतकंही नाही. ते आपल्या पाठीवर पडून श्वास घ्यायचा प्रयत्न करत आहे. त्याच्या इवल्याशा बरगड्या तेवढ्याही प्रयासाने थकल्यासारख्या दिसत आहेत. पण थोड्याच वेळात

ते जोरजोरात आचके देऊ लागलंय. आता त्याच्या मणक्यातून रक्त वाहायला लागलंय!

मी पलंगापाशी बसून त्याला हळुवारपणे माझ्या हातात उचलते. माझ्या लहानशा बाळाला माझ्या हातात उचलते. पण त्याचे आचके काही थांबत नाहीयेत. ते पाण्यातून काढलेल्या माशासारखी तडफड करतंय. मी त्याला अजून प्रेमाने जवळ घेते. त्याला श्वास घेता येईल, अशा पद्धतीने हवेत धरून ठेवते. पण त्याला माझ्या प्रयत्नांची जाणीव होत नाहीये. ते त्यांना काहीच प्रतिक्रिया देत नाहीये. त्याची गुळगुळीत त्वचा आता कागदासारखी रखरखीत व्हायला लागली आहे. त्याचे डोळे मिटत चालले आहेत. मी धसकावून, त्याला तोंडाने श्वासोच्छ्वास द्यायचा प्रयत्न करतेय, पण त्याचा काही उपयोग होत नाहीये. जाऊ नकोस! प्लीज जाऊ नकोस! थांब रे, किती वाट पाहिली रे मी तुझी! बरं, बरं, किमान हेन्री होईपर्यंत तरी थांब रे! त्याला तुला एकदा तरी बघून देत! पण ते बाळ माझं ऐकत नाही. थोड्या वेळाने, ते आपलं इवलंसं तोंड उघडतं आणि मला त्याच्या आरपार दिसू लागतं. मग क्षणार्धात ते माझ्या हातातून अदृश्य होतं.

किती वेळ जातो मला माहीत नाही. पण मला माझ्या पोटात काहीतरी हालचाल जाणवते, म्हणून मी डोळे उघडते. तर तर, मी इस्पितळात असते. माझ्याशेजारी हेन्री उभा असतो. पण माझं बाळ नसतं! माझं बाळ मेलेलं असतं!

सात

. . . .

गुरुवार, २८ डिसेंबर, २०००
(हेन्री ३३ व ३७ वर्षांचा, क्लेअर २९ वर्षांची)

हेन्री : मी भविष्यकाळात पोचून आमच्या बेडरूममध्ये उभा आहे. रात्र खूप अंधारलेली आहे, पण चंद्राच्या प्रकाशाची एक तिरीप आमच्या खोलीत पोचून, तिला उज्ज्वल बनवत आहे. माझ्या कानामध्ये एक विशिष्ट ध्वनी ऐकू येतोय – भविष्यात प्रवास करताना मला नेहमीच तो ध्वनी ऐकू येतो. मी गादीवर झोपलेल्या माझ्या मूर्तीकडे आणि क्लेअरकडे बघतो. मला त्या क्षणी, मी मृत होऊन, आत्मा बनून माझ्या शरीराकडे बघत असल्यासारखं वाटतं. मी अंगावर दोन पांघरुणं घेऊन, गुडघे छातीशी घेऊन, स्वत:ला घट्ट मिठी मारून झोपलेलो आहे.

मला स्वत:ला स्वत:च्या बाहुपाशात घ्यायची, प्रेमाने डोळ्यांत बघण्याची तीव्र इच्छा होते; पण ते शक्य नसतं म्हणा! मग मी बराच वेळ माझ्या झोपलेल्या मूर्तीला मनापासून निरखत, कितीतरी वेळ तिथेच उभा राहतो.

थोड्या वेळाने मी क्लेअरच्या बाजूला जाऊन उभा राहतो. लागलीच मला वर्तमानात आल्यासारखं वाटू लागतं. मी महत्प्रयासाने, माझ्या झोपलेल्या मूर्तीला विसरून क्लेअरवर लक्ष केंद्रित करतो. मध्येच क्लेअरची झोप तुटते. ती डोळे उघडून आपण कुठे आहोत, हे शोधण्याचा प्रयत्न करू लागते, पण तिला समजत नाही. मलाही समजत नाही.

मला त्या क्षणी, वर्तमानात परतून क्लेअरला घट्ट मिठी मारायची तीव्र इच्छा होते. पण ते शक्य नसल्यामुळे, मी तिचं हलकेच चुंबन घेतो आणि तिला न्याहाळत

उभा राहतो. क्लेअर गाढ झोपेत असते; पण कदाचित तिला झोपेतसुद्धा माझं अस्तित्व जाणवतं म्हणून की काय, ती माझ्या चेहऱ्यावर हात फिरवायला लागते आणि माझं शरीर हाताला जाणवू लागल्यावर जरा सतर्क होते. मग ती हळुवारपणे माझ्या हातावर आपली लांब, निमुळती बोटं फिरवू लागते. मी तिच्या मनातले भाव ओळखून, शक्य तितक्या शांतपणे तिच्या अंगावरचं पांघरूण बाजूला सारतो. माझ्या वर्तमानातल्या मूर्तीला ह्या गोष्टीची जाणीव आणि त्रास होऊ नये ह्याची काळजी घेत, मी क्लेअरच्या शेजारी पहुडतो. क्लेअरला अजून ह्या फरकाची जाणीव झालेली दिसत नाहीये. बरंच आहे म्हणा. आता, वर्तमानपत्रातला हेन्री जागा झाला नाही म्हणजे मिळवलं, असा विचार करत मी क्लेअरवर आरुढ होतो. मला सतत काळजी लागली असते की, क्लेअरने मान वळवली आणि आणि शेजारी झोपलेल्या हेन्रीकडे बघितलं, तर? म्हणून, तिने तसं करू नये, अशी मनोमन प्रार्थना करत मी क्लेअरच्या आत शिरतो. तशी ती अतिशय प्रेमळपणे माझ्याकडे पाहते आणि मला क्षणभर स्वर्गात गेल्यासारखं वाटतं. मी त्या आनंदात विहरत असतानाच, क्लेअर नेमकी आपली मान वळवते. मग मोठ्याने चित्कारत, पुन्हा माझ्याकडे पाहते. पण मग, काही क्षणातच तिच्या चेहऱ्यावरचे भीतीचे, गोंधळाचे भाव बदलून, पुन्हा तेच प्रेमाचे भाव पसरतात आणि त्या क्षणी मला तिच्याबद्दलचं जे प्रेम बहरून येतं, ते ह्यापूर्वी कधीही आलं नसावं.

सोमवार, १२ फेब्रुवारी, २००१ (हेन्री ३७ वर्षांचा, क्लेअर २९ वर्षांची)

हेन्री : गेला आठवडाभर क्लेअर नेहमीपेक्षा निराळीच वागतीये. तिचं कशातच लक्ष लागत नाहीये. आपल्याच तंद्रीत वागत असते. जणू तिचं देवाशी कसलंसं गुप्त संभाषण चाललं असावं, अशी स्वत:शी बडबडत फिरत असते. बरं, क्लेअरला त्याबद्दल टोकल्यावर ती काही न बोलता, फक्त खांदे उडवून गूढपणे हसत बसते. क्लेअर ह्यापूर्वी अशी कधीच वागलेली नाहीये. किंबहुना, तिच्या स्वभावात हे असं वागणं कुठेच बसत नाही. आणि त्यामुळेच, मला आता भीती वाटायला लागते आणि मी तिला त्यावरून टोकणं सोडून देऊन, पुढे काय होतंय, ह्याची वाट बघत बसायचं ठरवतो.

मग एक दिवस मी कामावरून परततो, तेव्हा क्लेअरचा चेहरा बघूनच मला लक्षात येतं की, काहीतरी भयंकर घडलंय. तिच्या चेहऱ्यावर भीतीचे, विनंतीवजा भाव पसरलेले असतात. मला बघितल्यावर क्लेअर धावत माझ्याजवळ येते, पण तिच्या तोंडातून शब्दच फुटत नाहीत. नक्की कुणीतरी वारलंय! पण कोण? डॅड? फिलीप? किमी?

"काहीतरी बोल क्लेअर! काय झालंय?"

"मी गरोदर आहे." अखेर तिची बसलेली वाचा जागृत होते.

"काय? पण कसं...?" मात्र हा प्रश्न विचारतानाच मला त्यातला फोलपणा जाणवतो. "हं, ठीक आहे, मला आठवलं." माझ्यासाठी ती रात्र कित्येक वर्षांपूर्वीची असली, तरी क्लेअरसाठी काही आठवड्यांपूर्वीचीच होती ना! मी त्या रात्री १९९६ मधून प्रवास करून आलो होतो – तो काळ, जेव्हा आम्ही मुलासाठी जिवापाड प्रयत्न करत होतो आणि क्लेअर मात्र धड नीट जागीही नव्हती! शी! किती बेअक्कलपणे वागलो मी!

थोड्या वेळाने मला लक्षात येतं की, क्लेअर माझ्या प्रतिक्रियेची वाट बघत उभी आहे. मी माझ्या चेहऱ्यावर उसनं हसू आणत मोठ्याने चित्कारतो, "काय सुखद धक्का दिलास गं तू?"

"हो!" क्लेअर थोड्याशा आनंदी, थोड्याशा रडवेल्याशा स्वरात उत्तरते. मी तिला माझ्या कवेत घेतो. तशी ती मला घट्ट पकडून ठेवते.

"घाबरली आहेस का?" मी तिचं डोकं थोपटत विचारतो.

"हं...हो"

"पण का? ह्यापूर्वी तर तू कधीच घाबरली नव्हतीस."

"पूर्वी मी अजाणतेपणाने वागत होते. बिनधास्तपणे स्वत:चा जीव पणाला लावत होते. पण आता, आता मला माहितेय."

"काय माहितेय?"

"काय होऊ शकतं ते."

हे ऐकून मी चाचरत क्लेअरसमोर प्रस्ताव मांडतो "आपण... गर्भपात करून..."

मात्र माझं बोलणं पूर्ण होण्याआधीच क्लेअर म्हणते, "नाही, मी तसं नाही करू शकणार!"

मला तिचं हे उत्तर अपेक्षितच होतं म्हणा! एकतर, निसर्गाने आमची इतकी मुलं हिसकावून नेल्यावर, तिला हे मूल प्राणापेक्षा प्रिय वाटणं साहजिक आहे. आणि त्यात तिच्यावरचे ख्रिस्ती संस्कार तिला गर्भपाताचं पातक करू देणार नाहीत.

म्हणून मग मी पुन्हा उसनं अवसान आणत क्लेअरकडे हसून बघत म्हणतो, "माझं मन सांगतंय की, ह्यावेळेला सगळं चांगलंच होईल. तू काळजी करू नकोस. हा एक चांगला अपघात मानू या!"

हे ऐकून क्लेअर माझ्याकडे बघत हसते आणि त्या क्षणी, तिच्या डोळ्यातले भाव बघून मला जाणवतं की, तिने ह्या गोष्टीवर प्रचंड आशा लावलेली आहे, तिच्या डोळ्यांतली आशा पाहून मी गहिवरून जातो आणि तिला माझ्या डोळ्यांतलं पाणी दिसू नये, म्हणून तिच्याकडे पाठ फिरवून उभा राहतो.

मंगळवार, २० फेब्रुवारी, २००१ (क्लेअर २९ वर्षांची, हेन्री ३७ वर्षांचा)

क्लेअर : घड्याळात सकाळचे ७.४६ वाजलेले असतात आणि रेडिओवरून बातमी ऐकू येत असते की, कुठेतरी विमान अपघात होऊन ८६ लोक ठार झाले आहेत. नक्कीच, त्या मृत व्यक्तींमध्ये मीसुद्धा सामील आहे. हेन्रीसुद्धा कुठे दिसत नाहीये. मी घाबरून डोळे बंद करते, तर मला एकदम एखाद्या हिंदकाळणाऱ्या जहाजात असल्यासारखं वाटू लागतं. थोड्या वेळाने असह्य होऊन मी बाथरूमकडे धाव घेऊन बकाबका ओकू लागते. इतक्यात हेन्री तिथे पोचतो आणि मला विचारतो, "बरं वाटत नाहीये का क्लेअर?"

"छे! इतकं बरं तर मला कधीच वाटलं नव्हतं!" मी आनंदाने उत्तर देते.

तसं हेन्री आत येऊन, टबाच्या कडेला बसतो – खरंतर ह्या स्थितीत त्याने मला बघावं, असं मला वाटत नव्हतं, पण ठीक आहे.

"नक्की मला काही काळजी करण्यासारखं नाही ना क्लेअर? नाही. विचारतोय, कारण ह्यापूर्वी तुला कधीच असा त्रास झालेला नव्हता."

"छे! उलट, अमितने मला सांगितलंय, की उलट्या होणं हे खूप चांगलं लक्षण आहे. मला आता सगळं नाही आठवत, पण त्या दिवशी तिने मला समजावलं, की असं झालं म्हणजे समजायचं, की माझ्या शरीराला त्याच्या आत एका निराळा जीव वाढतोय, ह्याची जाणीव झालेली आहे; पण त्याचबरोबर ह्याचीही जाणीव झालेली आहे की तो जीव माझ्या शरीरासाठी घातक किंवा अपरिचित नसून, त्याचाच एक अंश आहे. अमितने मला एक औषध दिलंय, जे एरव्ही अवयव रोपणाच्या रुग्णांना देतात."

"मला वाटतं, आज तुझ्यासाठी अजून रक्त साठवून ठेवावं." हेन्री आणि मी दोघेही ओ रक्तगटाचेच आहोत. आम्हा दोघांना सतत अंगात रक्त भरून घ्यावं लागत असतं – हेन्रीला आता इतक्यातच दोन वेळा रक्त द्यावं लागतंय आणि मला तीनदा! मी होकार भरते आणि तितक्यात मला पुन्हा ओकण्याची उबळ येते.

शेवटी एकदाचं माझं ओकणं थांबतं आणि मी कशीबशी सरळ उभी राहू शकते. काळजीने माझा हात पकडून हेन्री मला आधार देतो. मी तोंड धुवून दात घासते. तोपर्यंत हेन्री नाश्ता बनवण्यासाठी खाली जातो. मला एकदम ओटमील खाण्याची जबरदस्त इच्छा होते. मी ती तशी हेन्रीला ओरडून सांगतेही. त्याचाही लागलीच होकार येतो.

मग मी संथपणे आरशात बघत केस विंचरू लागते. माझा चेहरा जरा जास्तच फुललेला दिसत असतो. अरे! मला तर वाटलेलं की गरोदर स्त्रियांच्या त्वचेवर वेगळंच तेज चढतं. पण माझा चेहरा तेजस्वी दिसण्यापेक्षा, गुटगुटीत दिसतोय!

ठीक आहे म्हणा, मी गरोदर आहे हेच माझ्यासाठी खूप आहे!

गुरुवार, १९ एप्रिल, २००१ (हेन्री ३७ वर्षांचा, क्लेअर २९ वर्षांची)

हेन्री : आम्ही क्लेअरची सोनोग्राफी करण्यासाठी डॉ. अमितकडे आलेलो आहोत. आम्हाला दोघांनाही ह्या सोनोग्राफीबद्दल प्रचंड उत्सुकता लागून राहिलेली आहे – अर्थात, त्यामध्ये काय दिसेल, ह्याबद्दल थोडी धाकधुकसुद्धा आहे. आम्ही गर्भजल परीक्षेला ठाम नकार दिलाय – कारण गर्भाला ती भलीमोठी सुई कुठे लागली, तर आम्ही आमचं बाळ गमावू, ह्याबद्दल आम्हाला प्रचंड धास्ती आहे. क्लेअर आता १८ आठवड्यांची गर्भार आहे. येणारा प्रत्येक दिवस बाळाबद्दलचं आमचं औत्सुक्य द्विगुणित करत चाललेला आहे.

आता आम्ही इतर गरोदर स्त्रियांसोबत आणि काही लहान बाळांसोबत, डॉ. अमितच्या स्वागत-कक्षामध्ये बसलेलो आहोत. एरवी ह्या खोलीत माझा जीव घुसमटायचा, कारण आम्ही इथे कुठली मोठी समस्या तरी घेऊन यायचो. नाहीतर, बाहेर पडताना हमखास कुठलीतरी वाईट बातमी घेऊनच बाहेर पडायचो. पण आज इथे इतका वेळ घालवूनही, कधी नव्हे तो, माझं मन प्रसन्न आहे. आज काहीतरी चांगली बातमी मिळणार, हे निश्चित!

थोड्या वेळाने आमच्या नावाचा पुकारा होतो, तसे आम्ही दोघं आत जातो. क्लेअरला ढगळ कपडे घालून, तिच्या पोटाला कसलीशी लेपणं लावून, सोनोग्राफीसाठी तयार केलं जातं. मग तिला सोनोग्राफीच्या यंत्राखाली सरकवून, डॉ.अमित आणि त्यांची मदतनीस समोर लावलेल्या पडद्यावरच्या हालचाली निरखण्यात दंग होतात. हळूहळू पडद्यावरचं चित्र स्पष्ट होऊ लागतं.

मध्येच डॉ. अमित आनंदाने उद्गारतात, ''क्लेअर! अगं, किती गोंडस आहे तुझी मुलगी! गोंडस आणि गुटगटीत! बघ, बघ कशी अंगठा चोखत पडलीये!''

माझ्या आणि क्लेअरच्या डोळ्यांत टचकन पाणी येतं. आम्ही निसर्गाच्या त्या किमयेकडे डोळे विस्फारून पाहू लागतो. इतक्यात डॉ. अमित म्हणतात, ''बघा, आता हसतेय ती.'' ते ऐकून आमच्याही ओठांवर समाधानाचं हसू खेळायला लागतं!

सोमवार, २० ऑगस्ट, २००१ (क्लेअर ३० वर्षांची, हेन्री ३८ वर्षांचा)

क्लेअर : बाळाच्या आगमनाला दोन आठवडेही उरलेले नाहीयेत आणि आम्ही अजूनही तिच्यासाठी चांगलंसं नाव ठरवू शकलेलो नाही. खरं सांगायचं तर, आम्ही

त्या विषयावर फारशी चर्चाच केलेली नाहीये – अगदी खरं सांगायचं तर, आम्ही बाळाविषयी गरजेपेक्षा काहीही अधिक बोलण्याचं टाळत आलो आहोत. कारण आमच्या मनात एक भीती किंवा अंधश्रद्धा म्हणा हवं तर – बसलीये की, तिच्याबद्दल नको एवढी चर्चा करून, बाळाला कुणाची तरी दृष्ट लागेल.

मात्र आता आम्हाला काहीतरी नाव ठरवून ठेवायलाच हवं, हे लक्षात आल्यावर, हेन्री एक दिवस कामावरून येताना नावाचं पुस्तक घेऊन येतो. त्या रात्री आम्ही ८.३० वाजताच झोपायला जातो. मी एका कुशीवर वळून पुस्तक चाळत बसलेल्या हेन्रीकडे आशाळभूतपणे बघायला लागते. तर तोच मला विचारतो, ‘‘तुला काही नावं सुचली का, क्लेअर?’’

मी जरा विचार करून बोलते, ‘‘जेन? जेन कसं राहील?’’

‘‘जेन?’’ हेन्री तोंड वाकडं करत उद्‌गारतो.

‘‘का नाही रे? मी माझ्या सगळ्या बाहुल्यांना जेन असंच नाव द्यायचे. किती छान नाव आहे.’’

हेन्री पुस्तकामध्ये त्याचा अर्थ शोधून सांगतो ‘‘तसं, वाईट नाव नाहीये. त्याचा अर्थ होतो देवाची कृपा.’’

‘‘मग? मला चालेल बाबा.’’

‘‘ते फारच सर्वसामान्य नाव वाटतं गं क्लेअर. त्यापेक्षा काहीतरी वेगळं बघू या ना. हे बघ, आयरेट कसं वाटतंय? किंवा जोडोथा? नाहीतर हे बघ, लूलोलूलुहा! अरबी नाव आहे – त्याचा अर्थ आहे मोत्याचा दाणा. पर्ल!’’

‘‘ए, मग पर्ल नाव काय वाईट आहे? नाहीतरी आपली बाहुली मोत्यासारखी नितळ, गोरीपानच असेल, नाही का?’’

‘‘बरं...’’ असं म्हणत हेन्री वाचू लागतो – ‘‘पर्ल – पेऱ्यूला नावाच्या रोगातून निपजलेला शब्द.’’

‘‘शी! काहीतरी काय वाचतोस रे तू! मला हे नाव नको.’’ असं म्हणत मी त्याच्या हातातून पुस्तक हिसकावून हेन्री नावाचा अर्थ वाचू लागते. ‘‘हेन्री : घराचा मालक, गटप्रमुख!’’

‘‘अरे वा! ए, आता क्लेअरचा अर्थ बघ बरं...’’

‘‘हं... क्लेअर : क्लारा, ह्या लॅटिन नावाचा अपभ्रंश. अर्थ – सुविख्यात, हुशार.’’

‘‘वा! चांगलं आहे!’’

मग मी पुन्हा बाळासाठी नावं चाळायला लागते. ‘‘ए, फिलोमेल कसं वाटतंय?’’

‘‘अं, नाव चांगलं आहे, पण नंतर त्यातून निघू शकणाऱ्या टोपणनावांचा विचार केलास? मेल! फिली!... शी!’’

“बरं मग, पायरीन! अर्थ होतो, लाल केसांची...”

“पण ती लाल केसांची झाली नाही तर?” असं विचारत हेन्री माझ्या लाल केसांशी खेळू लागतो.

“हेन्री, तुझा चावटपणा बंद कर हं! आपल्याला आज हे काम संपवायचंच आहे.” असं म्हणून मी त्याला पुन्हा नावाच्या मुद्याकडे ओढू पाहते. तेवढ्यात माझ्या मनात एक प्रश्न येतो, जो मी हेन्रीला विचारते – “हेन्री, मला वाटलं होतं. की आपल्याला ह्या बाळाबद्दल सगळं माहिती आहे. मग तिचे केस लाल आहेत की नाही, ह्याचा तपास केन्ड्रीकने केला नाहीये का?”

मात्र हेन्री माझ्या प्रश्नाकडे दुर्लक्ष करत म्हणतो, “येसुल्ट? चांगलं वाटतंय? की झोए? मला झोए आवडलं.”

“अर्थ काय होतो?”

“जीवन!”

“हो, मला चालेल. पर्याय म्हणून लिहून ठेव.”

“एलिझा?” हेन्री दुसरं नाव सुचवत विचारतो.

“त्यापेक्षा एलिझाबेथ चालेल.”

“बरं... अॅनेट?” हेन्री परत एक नाव सुचवतो.

“ल्यूसी?” मी त्यावर अजून एक पर्याय सुचवत म्हणते.

“नाही हं!” हेन्री ठामपणे त्यावर काट मारत म्हणतो.

तशी मीसुद्धा वरमून म्हणते “हो, नकोच, नाही का?”

“आपल्याला सर्वार्थाने एक नवीन सुरुवात करायची आहे क्लेअर! कोऱ्या पाटीने हा प्रवास चालू करायचाय. समजतंय का? बरं बघ, ताबूला रसा कसं राहील?”

“त्यापेक्षा टिटॅनियम व्हाईटच म्हणूया ना तिला.” मी उपहासाने बोलते.

“बरं बाई... मग... ब्लान्श? ब्लान्का? बियांका?”

“अल्बा?” मला एकदम सुचतं. “अल्बा डी’ टॅम्बल...” मी ते नाव म्हणून पाहते, तर ते मला आवडतं. हेन्रीसुद्धा मग उत्साहाने पुस्तकामध्ये त्या नावाचा अर्थ शोधून पाहतो. “अल्बा : शुभ्र... पहाटेचा प्रहर!” असं म्हणत, हेन्री आमच्याकडे असलेली अजून काही पुस्तकं काढून, त्यामध्ये अल्बा शब्दाचे निरनिराळे अर्थ शोधण्यात गुंततो.

मला आता थकवा जाणवायला लागतो. मी परत कूस वळवून पडून राहते. इतक्यात हेन्री माझ्या तट्ट फुगलेल्या पोटाला गोंजारू लागतो. तेवढ्यात बाळ आतून लाथ मारतं! मग अजून एक... अजून एक...

“अगं, किती डी ‘टॅम्बल्स भरून ठेवलेत तू आतमध्ये, क्लेअर?” हेन्री हसत

विचारतो.

"सध्या तरी एकच आहे, पण काळजी करू नकोस. अजून बऱ्याच बाळांसाठी जागा शिल्लक आहे." असं बोलून मी 'अल्बा' असं हळुवारपणे उद्‌गारत माझ्या पोटाकडे पाहत बसते.

"तिलाही आवडेल..." असं म्हणत हेन्री माझ्या पोटावरून हात घसरवत त्याहून खाली जाऊ लागतो.

"हेन्री? नेमकं काय आवडेल तिला असं म्हणालास तू?" मी मिश्कीलपणे विचारते. पण हेन्री आता उत्तर देण्याच्या स्थितीत नसतो.

"जपून हं हेन्री..."

"काळजी करू नकोस! मी एकदम जपून करीन..." असं म्हणत हेन्री सराईतपणे माझे आणि मग त्याचे कपडे उतरवून टाकतो आणि मग, त्याची जीभ माझ्या शरीराशी गोड, मखमली खेळ खळू लागते!!

अल्बा, ॲन इंट्रोडक्शन

बुधवार, १६ नोव्हेंबर, २०११ (हेन्री ३८ वर्षांचा, क्लेअर ४० वर्षांची)

हेन्री : मी भविष्यात प्रवास करून, आर्ट इन्स्टिट्यूट ऑफ शिकागोच्या सुरिलयिस्ट गॅलरीजमध्ये पोचलो आहे. माझा पेहराव फारसा चांगला होऊ शकलेला नाहीये – पहारेकऱ्याच्या कपाटात सापडलेला लोकरीचा ढगळ कोट आणि विजारीवरच मला वेळ मारून न्यावी लागतेय. तरी नशीब, मला ह्यावेळी बूट मिळाले – एरव्ही ते सगळ्यात मोठं दिव्य असतं!

थोडा विचार करून मी ठरवतो की, आता कुणाचं तरी पाकीट मारून, संग्रहालयाच्या दुकानामधून टी-शर्ट विकत घ्यावा, मग थोडं जेवावं आणि त्यानंतर थोडी चित्र वगैरे बघून इथून बाहेर पडावं. मी कुठल्या काळात पोचलोय, ह्याची मला काही कल्पना येत नाहीये! पण खूप दूरवर पोचलेलो दिसत नाहीये – कारण, लोकांचे पेहराव व केसांच्या तऱ्हा २००१ मध्ये होत्या त्यापेक्षा फार वेगळ्या दिसत नाहीयेत. मला ह्या प्रवासाबद्दल उत्सुकताही वाटतेय आणि वैतागही! कारण, वर्तमानात, क्लेअर आता कुठल्याही क्षणी अल्बाला जन्म द्यायला सज्ज आहे आणि त्या वेळी मला तिच्यासोबत असायचंय. मात्र, दुसऱ्या बाजूने विचार केला, तर हा तो काही मूठभर प्रसंगांमधला एक आहे, ज्यात मला भविष्यात प्रवास करता आलेला आहे. त्यामुळे मला त्याचा निश्चितच आनंद आहे.

मी माझ्या विचारात गुरफटलो असतानाच, शाळकरी मुलांचा एक जथ्था, मी उभ्या असलेल्या जोसेफ कॉर्नेलच्या दालनात दाखल होऊन, त्यांच्यासोबतच्या शिक्षिकेने सांगितलेल्या ठिकाणी निमूट बसून राहतो. कॉर्नेलच्या चित्रांची माहिती द्यायला एक

डोसेंटसुद्धा त्या जमावासोबत आलेली असते. (डोसेंट ही एक पदवी आहे – ज्याचा अर्थ होतो, एखाद्या विशिष्ट विषयाची तज्ज्ञ असलेली आणि त्या विषयावर अधिकारवाणीने बोलू शकणारी व्यक्ती) मी त्या सगळ्या माणसांत निरखण्यात दंग होतो. माझ्या अपेक्षेनुसार, डोसेंट करड्या चेहऱ्याची, सोनेरी केसांची एक मध्यमवयीन स्त्री असते. शिक्षिका चटपटीत, हसरी, फिक्कट जांभळ्या रंगाची लिपस्टीक लावलेली तरुणी असते. आणि त्या जमावातली मुलं ही फारतर १० वर्षांची, म्हणजे पाचव्या इयत्तेत शिकणारी असतात. ती बहुधा कुठल्याशा कॉन्व्हेंट शाळेतून आलेली असावीत. कारण त्यातल्या मुलींनी अगदी एकसारखे, हिरव्या चौकड्यांचे गणवेश घातलेले आहेत आणि मुलांनी निळ्या चौकड्यांचे. त्या सगळ्यांचे केस अगदी चापूनचोपून बसवलेले आहेत आणि सगळी मुलं दंगामस्ती न करता, निमूटपणे कार्यक्रम सुरू व्हायची वाट पाहत बसलेली आहेत. ही अशी शिस्त एखादं कॉन्व्हेंटच करू जाणे!

अखेर, डोसेंटचं भाषण सुरू होतं – मात्र ती त्या मुलांशी अशा सुरात बोलू लागते, जणू ती कुक्कुली बाळंच असावीत. तरीही ती बिचारी पोरं त्याबद्दल ब्र न काढता आज्ञाधारकपणे तिचं बोलणं ऐकत बसतात. त्या सगळ्यांमध्ये मागच्या ओळीत बसलेली एक लहानगी माझं सगळ्यात जास्त लक्ष वेधून घेते. मला तिचा चेहरा नीटसा दिसत नसतो, पण तिचे केस लांबसडक आणि काळेभोर असतात आणि ती एकटीच अशी असते, जिने हिरव्या चौकड्यांचा गणवेश न घालता, एक सुंदर मोरपिशी रंगाचा झगा घातलेला असतो. डोसेंट विचारत असलेल्या प्रत्येक प्रश्नाला त्या मुलीचा हात वर जातो, पण डोसेंटने जणू तिच्याकडे मुद्दाम दुर्लक्ष करायचं ठवलंय की काय, देव जाणे? ती तिला एकदाही उत्तर द्यायची संधी देत नाही. शेवटी, ती मुलगी वैतागतेच.

आता कॉर्नेलच्या सुप्रसिद्ध 'आयव्हरी बॉक्सेस'बद्दल डोसेंट बोलू लागते. अतिशय रुक्ष, रिकाम्या दिसणाऱ्या त्याच्या त्या पांढऱ्याशुभ्र कलाकृती, कॉर्नेलच्या इतर भडक रंगीत कलाकृत्यांपेक्षा इतक्या वेगळ्या असल्या कारणाने अधिक गाजल्या.

"कॉर्नेलने हे असे डबे का बनवले असतील बरं? कुणी सांगू शकेल?" डोसेंट विचारते आणि पुन्हा त्या चटपटीत पोरीकडे दुर्लक्ष करत, समोर बसलेल्या एका लाजाळू मुलाला उत्तर द्यायला सांगते.

"कारण त्याला पक्षी आवडत असतील... म्हणून?" तो पोरगा किनऱ्या आवाजात उत्तर द्यायचा प्रयत्न करत बोलतो.

आता मात्र त्या मुलीच्या संयमाची पराकाष्ठा होते. ती शिष्टाचाराचे सगळे नियम झुगारून उभी राहते आणि बोलू लागते "कॉर्नेलचे ते डबे बनवले, कारण तो एकटा पडला होता. तो जिच्यावर प्रेम करू शकेल अशी कोणीच व्यक्ती त्याच्या आयुष्यात नव्हती आणि त्यामुळे त्याने ते डबे बनवले. जेणेकरून लोकांना त्याच्या अस्तित्वाची

जाणीव होऊन, ते त्याच्या वेगळ्या कामाकडे आकृष्ट होऊन त्याच्यावर प्रेम करायला लागतील. तसंच, त्यामागे असंही कारण होतं की, पक्षी मुक्त असतात आणि हे डबे त्यांना लपण्यासाठी एक सुरक्षित जागा असते. त्याला ह्या मुक्त पक्ष्यांना अशी एक जागा द्यायची होती, जिथे त्यांना सुरक्षितही वाटेल आणि त्यांचं स्वातंत्र्य गमावल्यासारखंही वाटणार नाही. एका अर्थी, कॉर्नेलने ते डबे स्वत:साठी निर्माण केले, कारण त्याला पक्षी बनून मुक्त संचार करण्याची खूप इच्छा होती.'' एका दमात इतकं सगळं बोलून ती मुलगी शेवटी खाली बसते.

मी तर तिच्या त्या उत्तराने पुरता हलून जातो. निव्वळ १० वर्षांच्या ह्या मुलीला, जोसेफ कॉर्नेलसारख्या क्लिष्ट चित्रकाराची मन:स्थिती इतक्या बारकाईने समजलीच कशी? माझ्याचप्रमाणे, डोसेंट आणि त्या मुलीचे सहाध्यायीसुद्धा, तिच्याकडे आ वासून पाहत असतात. शेवटी, त्यांची शिक्षिका (जिला कदाचित त्या मुलीच्या हुशारीची सवय असावी) तिच्याकडे गोड हसून म्हणते, ''थँक्यू अल्बा! खूप छान उत्तर दिलंस तू!''

ते नाव ऐकून मी थबकतो आणि मान उंचावून तिला बघायचा प्रयत्न करायला लागतो. तसं काही क्षणांत, मला माझ्या मुलीचा चेहरा दिसतो. मी ह्या आश्चर्यातून सावरणार, इतक्यात ती मुलगी ''डॅडी? तुम्ही इथे?'' असं म्हणत धावत माझ्याजवळ येते आणि माझ्या पायाला बिलगते. तिचा तो आनंदाने फुललेला चेहरा पाहून माझ्यावर काय जादू होते कुणास ठाऊक, पण मी क्षणात तिला माझ्या कडेवर उचलून घेतो.

आता सगळ्यांचं लक्ष इथेच खिळलेलं असतं. शेवटी ती शिक्षिका आमच्याजवळ येत अल्बाला विचारते, ''अल्बा, कोण आहेत हे? सर, कोण तुम्ही?''

''मी हेन्री डी'टॅम्बल, अल्बाचा पिता.''

ह्यावर ती शिक्षिका अजूनच चिंताग्रस्त चेहरा करून म्हणते ''कसं शक्य आहे सर? अल्बाचे वडील तर ह्या जगात नाहीत! ते कधीच वारलेत!''

असं म्हणत माझ्याकडे गोंधळल्या नजरेने बघू लागते. इतक्यात, अल्बा तिला समजावते, ''तेसुद्धा माझ्यासारखेच सी.डी.पी. आहेत मॅडम.'' मग माझ्याकडे बघत खुसफुसते ''काहीतरी बोला ना डॅडी!''

''अं? हो, हो... मिस...?''

''कूपर.''

''बरं. मिस. कूपर, तुमची हरकत नसेल, तर मी अल्बाला थोडा वेळ माझ्यासोबत नेऊ शकतो का? काय आहे ना की, आम्हाला एकमेकांबरोबर फारसा वेळ घालवायला मिळत नाही. मला तिच्याशी जरा बोलायला मिळालं, तर बरं होईल.''

पण मिस कूपर दिलगीर स्वरात उत्तर देते ''अं... मला ते शक्य नाही वाटत सर. आम्ही इथे शाळेच्या सहलीला आलेलो आहोत आणि ह्या सगळ्या मुलांची

जबाबदारी माझ्यावर आहे. त्यामुळे असं एखाद्या पाल्याला कुणाबरोबर सोडून देणं, मला योग्य वाटत नाही. तसंही मी तुम्हाला ओळखत नाही. कशावरून तुम्ही खरंच हिचे वडील आहात?''

हे ऐकून अल्बा चटकन आपल्या बॅगेमधून मोबाईल फोन काढत मला म्हणते, ''डॅडी, थांबा, आपण ममाला फोन करून मॅडमशी बोलायला सांगू या.'' असं म्हणत ती शिताफीने फोनवरचे अंक दाबू लागते. लागलीच समोरचा फोन उचलला जातो आणि अल्बा बोलू लागते ''ममा? मी आर्ट इन्स्टिट्यूटला आलेय. हो गं, मी बरी आहे, पण ऐक ना, डॅडी इथे आलेत! हो, हो, तू कूपर मॅडमना सांग ना की, ते डॅडीच आहेत आणि मी त्यांच्यासोबत गेले तर चालेल म्हणून. थँक्यू मॉम. काय? हो इथेच आहेत, हं देते'' आणि मग ''डॅडी, ममाला बोलायचंय,'' असं म्हणत फोन माझ्या हातात देते. मला क्षणभर काय बोलावं हेच सुचत नाही. मग शेवटी मी दबक्या आवाजात बोलतो, ''हॅलो? क्लेअर?''

''हेन्री!! देवा! खरं म्हणजे माझा तर विश्वासच बसत नव्हता. तू आधी घरी ये लवकर!''

''हं, प्रयत्न करीन.''

''तू कुठून आला आहेस?''

''२००१ मधून. अल्बाचा जन्म व्हायच्या नुकत्याच आधी.'' मी अल्बाकडे हसून बघत म्हणतो.

''थांब, त्यापेक्षा मीच तिथे येऊ का?''

''हो, का नाही? मला वाटतं ते जास्त बरं पडेल. माझ्यापेक्षा लवकर पोचशील. बरं ऐक, अल्बाच्या मॅडम तुझ्याशी बोलायला थांबल्या आहेत. त्यांच्याशी बोलून जरा सांग ना की, मी अल्बाचा डॅडीच आहे.''

''हो, त्यांना फोन दे ना... ए पण एक मिनिट - त्या आधी मला सांग की, तुम्ही माझ्यासाठी कुठे थांबाल? मी येऊ कुठे?''

''सिंहाच्या पुतळ्यापाशी तुझी वाट पाहत उभे राहू आम्ही. ठीक आहे? आता त्यांना फोन देतो हं.'' असं म्हणत मी कूपर मॅडमच्या हातात फोन देतो. मग समोरून कूपर मॅडमना क्लेअर सगळं समजावून सांगते आणि त्यांचं बोलणं झाल्यावर कूपर मॅडम मोठ्या चांगुलपणाने अल्बाला माझ्यासोबत जायची परवानगी देतात. मग, मी आणि अल्बा, आनंदाने हातात हात घालून मोर्टन विंगमधून बाहेर पडून चायनीज सिरॅमिक्सचं दालन पार करत मुख्य दरवाज्याकडे जाऊ लागतो. माझ्या मनात विविध विचार सुरू असतात - काय बोलावं माझ्या ह्या लाडक्या लेकीशी?

इतक्यात अल्बाच बोलू लागते, ''डॅडी, कॅसेट्सबद्दल थँक्स हं! ममाने मला मागच्या वाढदिवसाला दिल्या त्या.''

कॅसेट्स? कुठल्या कॅसेट्स? मला तर काहीच समजत नाही. पण अल्बाला मी त्याबद्दल विचारणार, इतक्यात तीच पुढे सांगते, ''मला येल आणि मास्टर जमायला लागले. आता सध्या मी त्यातून वॉल्टर शिकतेय.''

ते ऐकून माझ्या डोक्यात प्रकाश पडतो - कुलपं! ती कुलपं फोडायला शिकतेय!

''छान! वा, उत्तम! बरं, अल्बा, मला एक सांग.''

''काय डॅडी?''

''हे सी.डी.पी. म्हणजे काय?''

''ओ! सी.डी.पी. म्हणजे क्रोनो डिस्प्लेस्ड पर्सन.'' माझ्यासमोर एका बाकड्यावर बसत अल्बा सांगते. तिच्याकडे बघून मला एकदम माझ्या लहानपणाच्या रूपाची आठवण होते. मी दहा वर्षांचा असताना अगदी असाच दिसायचो. काय गंमत आहे नाही? वर्तमानात अजून आमच्या मुलीच्या जन्मही झालेला नाही आणि इथे मी तिच्या दहा वर्षांच्या मूर्तीशी गप्पा मारत बसलोय.

मग मी तिच्याशी जरा मैत्री वाढवण्याच्या हेतूने तिला सांगू लागतो, ''अल्बा, तुला माहितेय? मी आज तुला पहिल्यांदा भेटतोय.''

हे ऐकून अल्बा माझ्याकडे बघून गोड हसत बोलते ''हो का? किती छान... कसे आहात तुम्ही? मला तुम्हाला भेटून खूप आनंद झाला.''

मी तिला निरखू लागतो. हिच्यात क्लेअर कुठेच कशी दिसत नाहीये? मग अल्बाला म्हणतो, ''तू मला आतापर्यंत बरेचदा पाहिलं आहेस का?''

''नाही. तसं नाही म्हणता येणार. मी तुम्हाला ह्यापूर्वी पाहिलं ते गेल्या वर्षी. आणि त्या आधी, मी आठ वर्षांची असताना, दोन-तीनदा बघितलं होतं.''

''मी, मी वारलो तेव्हा तू किती वर्षांची होतीस?'' मी कसाबसा तिला तो प्रश्न विचारतो आणि श्वास रोखून उत्तराची वाट पाहू लागतो.

''५ वर्षांची...''

देवा, मला हे सहन होत नाहीये. कदाचित माझ्या मनातले हे भाव चेहऱ्यावर तिला दिसले असतील, कारण अल्बा लगेच माझ्याकडे काळजीने बघत म्हणते, ''सॉरी, मला तुम्हाला दुखवायचं नव्हतं डॅडी! तुम्ही विचारलं म्हणून सांगितलं.''

अल्बाचा कष्टी चेहरा मला हेलावून टाकतो. मग तिला मिठी मारत मी तिची समजूत काढतो. ''तू काहीच चूक केली नाहीस अल्बा! मीच विचारलं ना. मग? तू का वाईट वाटून घेतेस?'' थोडा वेळ आम्ही तसेच एकमेकांना बिलगून बसून राहतो. मग मी उसासा टाकत अल्बाला आणखी एक कठीण प्रश्न विचारतो, ''क्लेअर कशी आहे गं?''

''ठीक आहे. बरीचशी दुःखीच असते.'' तिचे शब्द माझ्या मनाला डागण्या देऊन जातात. मला त्यापुढे काही ऐकावंसं वाटत नाही. म्हणून मग मी विषय

बदलत अल्बाला विचारतो, "बरं, मला सांग, तुझी शाळा कशी चाललीये?"

अल्बा मिश्किलपणे हसत माझ्याकडे बघते आणि म्हणते, "शाळा चांगली चाललीये, मी तिथे फारसं काही शिकत नाहीये. पण मी भरपूर आणि विविध प्रकारचं वाचन करतेय. पुरातन काळातल्या वाद्यांबद्दल, इजिप्तबद्दल– सध्या मी आणि ममा एकत्र मिळून 'लॉर्ड ऑफ दि रिंग्स' वाचतोय. मी तर ॲस्टर पिआझोलाचा एक टॅन्गोसुद्धा शिकतेय."

दहाव्या वर्षी? बापरे! कमाल आहे ह्या मुलीची! अर्थात, मी अल्बासमोर असं म्हणत नाही. फक्त तिला विचारतो, "व्हायोलिन? वा! कुणाकडून शिकतेस?"

"ग्रॅम्प्सकडून" असं ती उद्गारते, तर क्षणभर मला वाटतं, ती माझ्याच आजोबांबद्दल बोलतेय; पण मग लक्षात येतं की, ती माझ्या डॅडबद्दल बोलतेय. अरे वा! चांगलीच प्रगती दिसतेय! म्हणजे, डॅड जर चक्क अल्बाला शिकवायला तयार झालेत, तर ती निश्चितच चांगली वादक असावी. तरी मी तिची जरा गंमत करण्याच्या हेतूने अल्बाला विचारतो, "अच्छा? पण तुला काही वाजवता तरी येतं का? म्हणजे... जरा तरी सुरात आहेस का?"

"म्हणजे काय? हे काय विचारणं झालं?" ती फुरंगटून बोलते आणि मला ठणकावून सांगते, "मी चांगलीच सुरात वाजवते."

"नशीबच म्हणायचं मग! मला तर संगीतातला ओ की ठो समजायचा नाही."

"ग्रॅम्प्ससुद्धा तेच सांगत असतात!" अल्बा खिदळत बोलते आणि मग म्हणते "पण तुम्हाला गाणी ऐकायला आवडतात ना?"

"हो, खूप! पण मला कुठलं वाद्य वगैरे वाजवता येत नाही बुवा!"

"मी तर ग्रॅन्डमा ॲनेटचं गाणंसुद्धा ऐकलंय. किती सुंदर गायची ना ती?"

"कुठलं ध्वनिमुद्रण ऐकलंस?"

"ध्वनिमुद्रण कशाला?" ती गोंधळून विचारते. "मी तिला प्रत्यक्षात बघितलंय. लिरीकला! माहितेय ना तुम्हाला तो कार्यक्रम? तिचं 'आईदा' ऐकून तर मी पार वेडीच झाले."

बापरे! मी विसरलोच! "तू काळप्रवास करतेस!" मी मंत्रमुग्ध होऊन स्वत:शीच पुटपुटतो.

"येस!" अल्बा मोठं स्मित करत होकार भरते. "ममा मला नेहमी म्हणते की, तुम्ही आणि मी अगदी एकसारखे आहोत. डॉ. केन्ड्रीक तर मला 'असामान्य मूल' म्हणून संबोधतात."

"असं का?"

"कारण, मला कधीकधी मला पाहिजे त्या ठिकाणी आणि पाहिजे त्या काळात जाता येतं." अल्बा हे इतकं आनंदाने सांगते, की क्षणभर मला तिचा हेवाच वाटतो.

"आणि जर तुला एखाद्या ठिकाणी जायची इच्छा नसेल, तर तू प्रवास थांबवूसुद्धा शकतेस का?" मी तिला कुतूहलाने विचारतो.

पण त्यावर अल्बा एकदम खजील होत म्हणते, "अं! नाही हो! पण ते जे काही असलं ना, तरी हे तितकंच खरं की, प्रवास माझ्या मनानुसार असो अथवा नसो, मला तो नेहमीच आवडतो. किती वेगवेगळे अनुभव येतात माहितेय?" हो. मला माहितेय. मी उसासा टाकत मनात बोलतो. मग तिला म्हणतो, "मग कधीतरी मलाही भेटायला येत जा ना."

"मी एकदा तसा प्रयत्न केला होता. मी तुम्हाला एका रस्त्यावर बघितलं होतं. एका सोनेरी केसांच्या मुलीबरोबर फिरताना. पण तुम्ही... तुम्ही तिच्यात जरा मश्गुल वाटत होतात. म्हणून मग मी तुमच्याशी बोलायला आले नाही!" अल्बा मला हे अडखळत सांगते तशी तिच्या गालावर लाली चढत जाते. क्षणभर, मला तिच्याजागी क्लेअरच उभी असल्याचा भास होतो.

"अगं, ती इंग्रिड असेल! तुझ्या ममाला भेटण्यापूर्वी मी काही वेळ तिच्याबरोबर असायचो." मी अल्बाला असं सांगत असताना, माझ्या मनात विचार येतो की, नेमकं काय करत असू आम्ही त्या वेळेला की अल्बा इतकी अस्वस्थ झाली? मला क्षणभर, नकळत का होईना, ह्या भोळ्या मुलीवर चुकीचे संस्कार केल्याचा पश्चात्ताप वाटायला लागतो. म्हणून मग मी विषय बदलत तिला म्हणतो, "बरं, ते जाऊ दे. चल तुझी ममा आली का बघू या." तसंही, माझे कान आता वाजू लागले असतात आणि इथून गायब होण्याआधी मला कसंही करून क्लेअरला भेटायचंच असतं. म्हणून मग मी अल्बाचा हात धरून झपझप चालत मुख्य दरवाज्यापाशी ठरल्या ठिकाणी येऊन उभा राहतो. थंडी वाढायला लागलेली असते आणि अल्बाने कोट घातलेला नसतो. म्हणून मग मी माझा कोट तिच्याभोवती लपेटतो. तीसुद्धा निखळ प्रेमाने मला बिलगून उभी राहते. तिच्या त्या निर्व्याज कृतीने, मला पुन्हा एकदा तिच्याबद्दल भरभरून प्रेम दाटून येतं. ती मला धरून अशी उभी असते, जणू आम्हाला आता कुठलीच शक्ती वेगळी करू शकणार नाहीये. आम्ही सदैव असेच एकमेकांजवळ राहणार आहोत. मी मात्र तिला बिलगून राहतो, तो थकव्याला आणि माझ्या वर्तमानाच्या ओढीला सर्व शक्ती पणाला लावून लढा देत! जणू माझ्या मुलीसमोर काळाची शक्ती फिकी पडेल.

आम्ही बराच वेळ तिथे उभे असतो, वेळ पुढे सरकत असतो. आता मला भीती वाटायला लागते की, मी क्लेअरला बघितल्याशिवायच इथून खेचलो जाईन की काय? घाबरून मी मनात सतत एकच धोशा सुरू करतो – देवा, मला फक्त एकदा क्लेअरला भेटू दे मग मला पाहिजे तिथे घेऊन जा!

अखेर बऱ्याच वेळाने, माझ्या कानाला अल्बाचे ते मधुर शब्द भिडतात –

''मम आली!'' बघतो तर, क्लेअर एका पांढऱ्या गाडीमधून उतरून, ट्रॅफिकची पर्वा न करता सुसाट धावत, आमच्याजवळ येत असते. आमच्याजवळ पोचल्यावर, क्षणभर माझ्याकडे अनिमिष नेत्रांनी पाहत, ''हेन्री!'' असं चित्कारत मला मिठी मारायला हात पुढे करते. इतक्यात... इतक्यात, मी त्या पायऱ्यांवरच कोसळतो. तरीही, मी कसाबसा क्लेअरकडे माझे हात उंचावतो. पण क्लेअर मला दूर जाताना दिसत राहते. अल्बा काहीतरी बोलत असते, पण मला ते ऐकू येत नाही. मग मी कसाबसा, शरीरातलं सगळं त्राण एकवटून, दूर गेलेल्या क्लेअरला ओरडून म्हणतो ''आय लव्ह यू!'' आणि मग... मी गायब होतो! छे! छे!!

शुक्रवार, २४ ऑगस्ट, २००१ (क्लेअर ३० वर्षांची, हेन्री ३८ वर्षांचा)
वेळ : संध्याकाळचे ७.२०

क्लेअर : मी आमच्या घरापाठच्या अंगणातल्या मोठ्या दिवाणावर, मासिकं-पेपरांच्या ढिगाऱ्यात, मस्त थंडगार लेमोनेड पीत पहुडलेली आहे. वातावरणातला गारवा वाढत चाललाय ही चांगलीच गोष्ट आहे. किती गरम होत होतं, बाप रे बाप! मला तर सहनच होत नव्हतं! आता मात्र छान वारा वाहायला लागलाय, पावसाळी किड्यांची किरकिर आसमंतात घुमू लागलेय. आज संध्याकाळभर, आमच्या घरावरून तब्बल पंधरा विमानं ओ'हारे विमानतळाच्या दिशेने गेलेली आहेत.

माझं पोट आता इतकं वाढलंय, की मला माझे पायसुद्धा दिसेनासे झालेत. हेन्री काल रात्री ८ वाजल्यापासून जो गायब झालाय, तो अजूनही परतलेला नाही. मला तर आता भीती वाटायला लागलीये. तो इथे नसताना मला इस्पितळात न्यायची पाळी आली तर? त्याच्या अनुपस्थितीत बाळाचा जन्म झाला तर? त्याला अपघात तर झाला नसेल ना? तो... मेला तर नसेल ना? आणि तो येईपर्यंत मीच मेले तर? विचारांचं नुसतं थैमान चाललंय डोक्यात! एरव्ही मला हेन्रीची वाट बघत घरातली कामं उरकायला आवडतं. कपडे धुणं, लाद्या पुसणं, कलाकृतींसाठीचे कागद भिजवून ठेवणं. पण आज मला काहीच करावंसं वाटत नाहीये. फक्त इथे पडून राहून हेन्रीची वाट बघत बसावंसं वाटतंय. हेन्री, लवकर ये रे. लवकर ये! देवा, माझ्या हेन्रीला लवकर घरी पाठव!

पण तसं काहीच होत नाही. देव माझं गाऱ्हाणं ऐकत नाही. अखेर संध्याकाळ रात्रीत विलीन होते, पण तरीही हेन्रीचा पत्ता नसतो.

आता मला भूक लागलीये; पण हेन्री नाही, तर स्वयंपाक कोण करणार, हा प्रश्नच आहे. मी बहुतेक आज इथे भुकेने कासावीस होऊन मरून जाईन, असं दिसतंय. त्यात, अल्बाला आज जरा जास्तच उत्साह आलेला दिसतोय - कधीपासून

गोलगोल फिरत राहिलीये आतमध्ये! काय करावं बरं! स्वयंपाकघरात जाऊन आपल्याला एखादा सॅण्डवीच वगैरे बनवता येईल का, ते बघावं का? पण स्वयंपाकघरात जायच्या विचारानेच मला इतका आळस भरून येतो की, मी शेवटी हेन्री घरात नसताना जे गरोदर होण्याआधी करायचे, तेच करायचं ठरवते. सरळ माझी पर्स उचलते, घरातले काही दिवे भगभगत ठेवते आणि घराबाहेर पडते. आह! किती बरं वाटतंय इतकं चालायला! घरात पडून पडून वीट आलेला नुसता! मला तर अजूनही माझ्या शरीराला आलेल्या गोलाईबद्दल आश्चर्य वाटतंय. त्याहीपेक्षा आश्चर्य वाटतंय ते ह्या गोष्टीचं, की माझ्या शरीराचा एकच भाग इतका मोठा कसा वाढू शकतो!

असा विचार करत, मी माझं आणि अजूनही आत फिरणाऱ्या अल्बाचं वजन सांभाळत, सयामी जुळ्यांची जोडी जशी चालते तशा प्रकारे चालत, माझ्या आवडत्या 'ओपार्ट थाई' रेस्टॉरंटमध्ये जाते.

रेस्टॉरंटमध्ये चांगलीच गर्दी असते, पण नशिबाने मला खिडकीजवळची चांगली जागा मिळते. मी स्प्रिंग रोल्स आणि भरपूर तोफू टाकलेले थाई नूडल्स मागवते. उगीच नसतं तिखट काही मागवण्यापेक्षा हे बरं... मग मी जेवण येईपर्यंत पाणी पीत बसते. अखेर, त्यामुळे जे व्हायचं तेच होतं. मला बाथरूमला जावं लागतं. परत येईपर्यंत, माझं जेवण येऊन सुबकपणे टेबलावर मांडलेलं असतं. मी जेवू लागते. जेवता-जेवता, आता हेन्री इथे असता, तर आम्ही काय गप्पा मारल्या असत्या, ह्याचा विचार करू लागते. हेन्रीचा विचार मनात आल्यावर, पुन्हा माझा चाळा सुरू होतो. कुठे गेला असेल तो? मी मनातल्या मनात त्या सगळ्या दृश्यांचा विचार करून बघते, ज्यात हेन्रीने काल घरातून बाहेर पडतानाची विजार घातलेली आठवतेय. छे, ह्यात काही अर्थ नाही! तो घरी आला असेल का? हा विचार मनात येताच, मला क्षणभर, सगळं जेवण बाजूला सारून घरी धावत जाऊन बघावंसं वाटतं... पण मग मी तो विचार बाजूला सारून, माझ्या न्यूडल्सवर लिंबू पिळून जेवायला सुरुवात करते. का कुणास ठाऊक, पण त्या क्षणी मला एकदम, माझ्या आत विसावलेल्या इवल्याशा अल्बाचा विचार येतो. तीसुद्धा आत बसून तिच्या छोट्याश्या चॉपस्टिक्सने थाई नूडल्सचा आस्वाद घेत असेल का? मग माझ्या डोळ्यासमोर एकदम अल्बा मोठी झाल्यावर कशी दिसेल, ह्याचं चित्र तरळू लागतं. लांब, काळ्याभोर केसांचीच असेल ती, नाही का? आणि डोळे? हं, हिरवे! मग ती आणि मी अशाच जेवायला बाहेर जात जाऊ. ती आनंदाने जेवत बसेल आणि तिच्याकडे बघूनच माझं पोट भरेल.

विचार करता करता माझं जेवण संपतं. मी पैसे भरल्यावरही थोडा वेळ तिथेच बसून राहते, पण मग शेजारच्या टेबलावर कुणीतरी सिगारेट शिलगावतं, तेव्हा मात्र मी उठतेच.

वेस्टर्न ॲव्हेन्यूवरून हळूहळू चालत घरी पोचते. घराचं दार उघडायला किल्लीच शोधत असते, इतक्यात आतून हेन्रीच दार उघडतो. मला पाहून, ''थँक्यू गॉड!'' असं म्हणत मला कडकडून मिठी मारतो आणि आम्ही एका दीर्घ चुंबनात मश्गुल होतो.

शेवटी एकदाचे मोकळे झाल्यावर हेन्री मला विचारतो, ''अगं कुठे केली होतीस तू? विचार करकरून वेडा झालो.''

''मी 'आपोर्ट'ला जेवायला गेले होते. पण तू कुठे केला होतास ते सांग आधी.'' मी हेन्रीच्या वर सूर लावत विचारते.

तर तो माझ्या प्रश्नाकडे दुर्लक्ष करत बोलतो, ''तू आधी तुझ्याबद्दल बोल. एखादी चिठ्ठी तरी लिहून ठेवायचीस ना! मी घरी आलो आणि बघतो तर तू कुठेच नाहीस. सगळं घर, तुझी कार्यशाळा फिरून आलो, पण तू कुठेच दिसेना. जीव नुसता घाबराघुबरा झाला. शेवटी मी इस्पितळात फोन केला. न जाणो! तुझ्या कळा सुरू झाल्या असतील तर? पण त्यांनी सांगितलं, की तू तिथेही नाहीयेस.''

हेन्रीचा हवालदिल आवाज ऐकून मला खूप हसायला येतं. मी खदखदून हसायला लागते, तसा हेन्री गोंधळून विचारतो, ''काय झालं इतकं हसायला?''

हसण्याचा बहर जरा ओसरल्यावर मी त्याला म्हणते, ''काही नाही. आता तरी तुला समजलं ना की, मला एरव्ही कसं वाटत असेल? बरं झालं! चांगला धडा मिळाला तुला.''

हे ऐकून हेन्री माझ्याकडे बघून स्मित करत कबूल करतो, ''सॉरी! खरंच, तुझ्या मनाची काय स्थिती होत असेल, ते समजलं मला. पण तू मला नेमकी कुठे असशील हे समजेना, तेव्हा मी खरंच खूप घाबरलो. एक तर, तुला काही इजा वगैरे झाली असेल का ह्या विचाराने, आणि दुसरं म्हणजे, मला वाटतं की मी अल्बाचा जन्म चुकवला. म्हणूनसुद्धा.''

''पण तू कुठे होतास, ते अजूनही सांगितलं नाहीयेस.'' मी त्याचं बोलणं मध्येच तोडत विचारते.

त्यावर हेन्री मोठ्ठं स्मित करत माझ्याकडे पाहत म्हणतो, ''ते मी तुला सांगितलं ना, तर तुझा विश्वासच बसणार नाही. थांब, तू आधी खाली बस, मगच सांगेन मी...''

''त्यापेक्षा मी जरा पडते. खूप दमायला झालंय.''

''माझी बिच्चारी क्लेअर!'' असं म्हणत, हेन्री मला आमच्या बेडरूममध्ये पोचवून स्वयंपाकघरात जातो. मी पडदे बंद करून ए.सी. चालू करते, तेवढ्यात हेन्री माझ्यासाठी जिंजर ॲले आणि स्वत:साठी बीयरचा चषक भरून आणतो.

''हं, सांग आता.''

"अं... कसं सांगू काही कळत नाहीये. जरा थांब हं क्लेअर." हेन्री मुद्दाम माझी उत्सुकता ताणायला आढेवेढे घेऊ लागतो.

"सांग ना आता." मी शेवटी न राहवून त्याच्यावर खेकसते.

तसा तो हसत सांगू लागतो, "बरं ऐक. तो माझ्याबरोबर आतापर्यंत घडलेल्या सगळ्या अनुभवांपैकी, सर्वात विचित्र अनुभव म्हणता येईल."

"म्हणजे आपल्या प्रेम-कहाणीपेक्षाही विचित्र?"

"हो, हो. त्या तुलनेत आपली कहाणी तर फारच सरळधोपट."

"तुझ्या आईच्या मृत्युपेक्षाही विचित्र?"

"अगं, ते आता माझ्यासाठी एक विदारक पण सुपरिचित सत्य बनून राहिलंय. त्या घटनेला मी स्वप्नात इतक्यांदा बघितलंय की, त्यातला घटनाक्रम आता मला पाठ झालाय. पण मी ज्या घटनेबद्दल तुला सांगणार आहे, ती निव्वळ अद्भुत होती." असं म्हणत हेन्री माझ्या पोटावर हळुवारपणे हात फिरवत सांगू लागतो, "मी कधी नव्हे तो भविष्यात गेलो होतो आणि मी तिथे कोणाला भेटलो असेन ओळख? आपल्या मुलीला! अल्बाला!"

"काय? खरं सांगतोयंस? हेन्री, मला आता ह्या क्षणी तुझा इतका हेवा वाटतोय ना की, तू माझा लाडका नवरा नसतास ना, तर..." मी चित्कारू लागते! आणि का नाही? जे घडलं ते आहेच अद्भुत! मग हेन्रीने ते एकटंच का बरं अनुभवावं? अशा वेळी, मी काळप्रवासी नसल्याचं मला प्रचंड दु:ख होतं.

हेन्री हसून पुढे सांगायला लागतो "हो मी खरं सांगतोय, क्लेअर! ती दहा वर्षांची होती. क्लेअर, अगं ती किती हुशार आहे. आणि इतकी आत्मविश्वासपूर्ण, इतकी धीट... आणि हो, संगीतात एकदम निपुण बरं का!"

"कशी दिसते रे ती?"

"अगदी माझ्यासारखी! म्हणजे, मी मुलगी असतो, तर कसा दिसलो असतो, ह्याची कल्पना कर. अल्बा अगदी तशी दिसते. अर्थात, तिने सौंदर्य तुझंच घेतलंय. तिचे डोळे तर हुबेहूब तुझ्यासारखे आहेत. पण बाकी– तिचे काळेभोर केस, फिक्कट कांती, त्यावर थोडे तपकिरी डाग. सगळं माझ्यासारखं आहे. फक्त तिचे ओठ आकाराने माझ्यापेक्षा जरा लहान आहेत आणि तिचे कान असे माकडासारखे बाहेर येत नाहीत." हेन्री आपल्याला कानाला हात लावत सांगतो.

"अजून सांग ना." मी अधाशासारखं विचारते.

"अजून? अं...हं, तिचे केस कुरळे आहेत, ती उंच आहे आणि तिची बोटं सुंदर निमुळती, लांबसडक आहेत. अगदी कलाकाराचा हात आहे तिचा!"

"वा उत्तम!" मी खुशीने मान डोलावते. मात्र, नियतीच्या वरदानावर मी तिचे आभार मानणार, इतक्यात हेन्री म्हणतो, "क्लेअर, तिने व्यक्तिमत्त्व तुझं घेतलंय.

मी तिला बघितलं, तेव्हा ती इतक्या अधिकारवाणीने जोसेफ कॉर्नेलच्या चित्रकलेबद्दल बोलत होती ना की, मी मंत्रमुग्ध होऊन ऐकतच बसलो. पण... पण.. तिनं जनुकं मात्र माझी घेतली आहेत.''

''म्हणजे?'' मला आता पुढचा प्रश्न विचारायची भीती वाटायला लागते. ''म्हणजे तीसुद्धा काळ...''

''हो!'' हेन्री चाचरत बोलतो. ''हो क्लेअर! तीसुद्धा काळप्रवासी आहे!''

हे ऐकून मला रडूच येतं. हेन्री माझ्या मनाची अस्वस्थता समजून, माझा चेहरा कुरवाळत मला समजावू लागतो, ''मला समजतंय गं क्लेअर! तुझ्या मनातलं द्वंद्व मला समजतंय. पण तुला ऐकून आनंद होईल की, असं असूनसुद्धा अल्बा मला त्याबद्दल खूश दिसली. मी तिला काळप्रवास करायला कसं वाटतं, त्रास होतो का, असं विचारल्यावर ती मला म्हणाली की, उलट तिला काळप्रवास करायला फार आवडतं. रोमहर्षक वाटतं!''

हेन्रीचं हे बोलणं ऐकून मी नियतीच्या ह्या क्रूर थट्टेवर आधी उदासपणे हसते. पण, मग, एका क्षणी आम्हा दोघांची नजरानजर होते आणि आम्ही मनापासून खो-खो हसू लागतो. कारण हे सगळं खरंच रोमहर्षक होणार आहे, हे निश्चित! फारच रोमहर्षक होणार आहे!

बर्थ डे

. . . .

बुधवार, ५ सप्टेंबर, गुरुवार, ६ सप्टेंबर, २००१
(हेन्री ३८ वर्षांचा, क्लेअर ३० वर्षांची)

हेन्री : क्लेअर आज दिवसभर, घरामध्ये, पिंजऱ्यात ठेवलेल्या पिसाळल्या वाघासारखी, येरझाऱ्या घालतेय. दर वीस-पंचवीस मिनिटांनी तिच्या पोटात कळा येत आहेत. ''थोडा वेळ पडून राहा बरं,'' मी तिला सुचवतो. तशी ती जरा वेळासाठी आडवी होते, पण मग परत उठून फेऱ्या मारायला लागते. अखेर, पहाटे ३ वाजता तिचा डोळा लागतो. मी तिच्या शेजारी जागा राहून, तिच्या केसांशी खेळत, तिला निरखत राहतो. मला क्लेअरची खूप काळजी वाटतेय. जरी पुढे काय होणार आहे, हे मी बघितलेलं असलं आणि सगळं व्यवस्थित होणार आहे, तरीसुद्धा!

३.३० वाजता क्लेअर जागी होते आणि मला म्हणते, ''चल हेन्री, इस्पितळात जाऊ या.''

''थांब, टॅक्सी बोलवायला लागेल. इतक्या रात्री कसं जाणार?'' असं म्हणत मी टॅक्सीसाठी फोन करायला उठतो, तशी क्लेअर मला अडवत म्हणते ''गोमेझने बजावून ठेवलंय, की कितीही वाजले असतील तरी त्याला बोलावून घ्यायचं.''

''बरं'' असं म्हणत मी गोमेझच्या घरी फोन लावतो. बऱ्याच वेळा घंटी वाजल्यानंतर अखेर गोमेझचा अतिशय पेंगुळल्या स्वरातला आवाज येतो, ''हॅलो?''

''गोमेझ, मित्रा, वेळ आली.''

ह्यावर तो काय बडबडतो, ते मला नीटसं समजत नाही, पण नशिबाने शॅरीस त्याच्या हातातून फोन घेत मला म्हणते, ''आम्ही निघालोच, पोचतोय.''

मग मी डॉ. अमितच्या कार्यालयात फोन लावून, त्यांच्या आन्सरिंग मशीनवर निरोप ठेवतो. तोपर्यंत, क्लेअर जमिनीवर बसून कळा सहन करत डोलायला लागलेली असते.

"क्लेअर? खूप त्रास होतोय का गं?" मी तिचं डोकं थोपटत विचारतो.

तसं ती माझ्याकडे कसनुशा चेहऱ्याने बघत विचारते, "हेन्री, आपण ह्या मूर्खपणाला का कबूल झालो, तुला आठवतंय का रे?"

"अं... कारण त्यातला त्रास सरल्यावर आपल्याला एक सुंदरसं बाळ मिळतं, म्हणून कदाचित?" मी मिश्कीलपणे म्हणतो, तशी क्लेअर माझ्याकडे गुरकावून बघते.

पंधरा मिनिटांनी आम्ही क्लेअरला गोमेझच्या नव्याकोऱ्या व्होल्वो गाडीत बसवतो.

"क्लेअर, बाकी काहीही कर, पण माझ्या सुंदर गाडीच्या नव्या आसनांवर बाळंतीण वगैरे होऊ नकोस बाई." गोमेझ गमतीने दरडावून म्हणतो. मग शॅरीस आमच्या घरातून कचऱ्यासाठीच्या काळ्या पिशव्या आणून, त्या आसनांवर पसरून, क्लेअरला त्यावर बसायला सांगते. वाढत जाणाऱ्या कळा सहन करत, माझा हात पकडून क्लेअर बसते आणि आम्ही तातडीने इस्पितळाकडे रवाना होतो.

"मला सोडून कुठे जाऊ नकोस हं हेन्री!" क्लेअर मध्येच माझ्याकडे बघून कळवळ्याने म्हणते; तसा मी तिला जवळ ओढत, मृदू आवाजात हमी भरतो, "नाही क्लेअर! मी कुठेही जाणार नाही!" हे ऐकल्यावर गोमेझ समोरच्या आरशातून माझ्याकडे साशंकपणे बघतोय हे मला लक्षात येतं, पण मी त्याकडे दुर्लक्ष करतो.

"आह! दुखतंय! हेन्री, मला खूप त्रास होतोय रे!" क्लेअरचं ओरडणं आता वाढायला लागलेलं जाणवतं.

"कुठल्यातरी गमतीशीर, चांगल्या गोष्टीचा विचार करत राहा बरं... म्हणजे मग त्रासावरून जरा लक्ष विचलित होईल." मी रस्त्यावर गाड्यांची गर्दी किती आहे, ह्याचा अंदाज घेत तिला सुचवतो. नशिबाने, मध्यरात्र नंतरची वेळ असल्याने, रस्त्यावर तुरळकच वाहनं दिसताहेत.

"कसला विचार करू? तूच सांग." क्लेअर मला विनवते.

मी चटकन डोकं चालवून तिला सुचवतो, "ए, तुला तो दिवस आठवतोय, जेव्हा तू १२ वर्षांची असताना आपण एकदा तलावावर गेलो होतो? आपण पोहायला गेलेलो आणि तू संपूर्ण वेळ मला तुझ्या नुकत्याच सुरू झालेल्या मासिक पाळीचं अगदी सचित्र वर्णन करून सांगत होतीस."

"हो?" क्लेअर माझ्या हातावरची पकड अजून घट्ट करत विचारते.

"हो! तुला त्याबद्दल थोडी लाज वाटत होती – नाही असं नाही – पण

त्याहीपेक्षा तुझी पाळी चालू झाली, त्याबद्दल तुला अभिमानही वाटत होता. कारण आता तूसुद्धा स्वत:ला मोठी म्हणवू शकणार होतीस ना. तुला आठवत असेल की नाही माहीत नाही, पण तू त्या दिवशी हिरव्या आणि गुलाबी रंगाची बिकिनी घातलेलीस आणि त्यावर एक पिवळाधमक चष्मा चढवला होतास. भरीस भर, त्या चष्म्यावर प्लॅस्टिकची हृदय डकवलेली होती! काय ध्यान दिसत होतं!'' मला त्या आठवणीने हसू फुटतं!

''हो मला आठवतंय. आह! खूप दुखतंय रे हेन्री! मला सहन होत नाहीये!''

हे ऐकून आपली अनुभवाने आलेली अधिकारवाणी वापरायचं ठरवून क्लेअरला जरा दमात घेत शॅरीस म्हणते, ''क्लेअर! जरा अजून सहन कर. इतकं काही झालेलं नाहीये. बाळाचं वजन तुझ्या मणक्यावर येतंय, म्हणून दुखतंय, इतकंच... चल, कूस बदल.'' असं म्हणत शॅरीस तिची कूस वळवते, इतक्यात आम्ही इस्पितळात पोचतोच.

तेवढ्यात क्लेअर म्हणते, ''माझं पाणी पडायला लागलंय.'' हे ऐकून, गोमेझ घाबरून, तिला गाडीबाहेर काढण्याच्या प्रयत्नात जुंपतो. क्लेअर उतरल्यावर दोन पावलं चालत नाही तोच, खरंच तिची पाण्याची पिशवी फुटते. गोमेझ मोठ्याने सुस्कारा टाकत उद्गारतो, ''हा! वाचलो बुवा! थँक्यू मनीमाऊ!'' मग, शॅरीस पुढे जाऊन काय कागदपत्रं भरावी लागतील, ते बघायला लागते आणि मी आणि गोमेझ क्लेअरला आधार देत, गरोदर स्त्रियांच्या विभागाकडे घेऊन जातो. तिथल्या परिचारिका क्लेअरसाठी खोली तयार करण्यात जुंपतात, तशी ती पुन्हा माझ्याकडे वळून विनवते, ''नक्की कुठे जाऊ नकोस हं हेन्री!'' मी तिला आश्वस्त करायला होकार भरतो खरा, पण त्याचसोबत देवाकडे मला कुठे वाहून न नेण्याची विनंती करतो. इतक्यात, क्लेअर मला कशीबशी मिठी मारते – तसं, आमचं बाळ मला बाहेर येण्याच्या जय्यत तयारीत असल्याचं जाणवतं. ये बाळा, लवकर बाहेर ये! मी तिला मूकपणे विनवतो. क्लेअर आता फारच थकलेली दिसायला लागते. एक परिचारिका आम्हाला तिच्यासाठी राखून ठेवलेल्या खोलीत न्यायला येते – आम्ही तिथे पोचतो, तोच क्लेअरच्या शरीराला जोरजोरात हादरे बसायला लागतात. तशी ती परिचारिका लागलीच क्लेअरचा ताबा घेते. मग, शॅरीस चटचट तिच्या सामानाची मांडामांड करण्यात गुंतते – मी आणि गोमेझ मात्र हताशपणे, गुरासारख्या ओरडणाऱ्या क्लेअरकडे पाहत उभे राहतो.

तेवढ्यात शॅरिस क्लेअरला सुचवते, ''क्लेअर तू गरम पाण्याने अंघोळ करून घेतेस का? बरं वाटेल जरा.''

क्लेअर होकार देते, तशी शॅरीस गोमेझला खोलीबाहेर पिटाळते. ते पाहून मी शॅरीसला विचारतो, ''मीसुद्धा जाऊ? की थांबू?''

"नाही नाही, तू थांब! मला लगेच दिसशील, अशा ठिकाणी खोलीतच उभा राहा आणि जरा बाथरूममध्ये गरम पाणी लाव. तोपर्यंत मी क्लेअरला अंघोळीसाठी तयार करते." रणांगणावर लढणाऱ्या ॲलेक्झांडरच्या थाटात, शॅरिस सगळी सूत्रं शिताफीने आपल्या हातात घेत मला फर्मावते. मग मी तिने सांगितल्याप्रमाणे बाथरूममध्ये जाऊन गरम पाण्याखाली बादली भरायला लावतो आणि उलट्या पावली धावत तिथून बाहेर पडून दरवाज्यापाशी उभा राहतो. इस्पितळातली ती टीचभर न्हाणीघरं माझ्या अगदी अंगावर येतात. त्यांच्यातला तो स्वस्तातल्या साबणाचा, फिनाईलचा आणि रोगट त्वचेचा दुर्गंध मला साहवेनासा होतो.

इतक्यात क्लेअर जोरात ओरडून विचारते, "हेन्री! कुठे आहेस तू?"

तसा मी झटकन तिच्या शेजारी जात म्हणतो, "मी इथेच आहे क्लेअर! काळजी करू नकोस."

"तू माझ्याजवळ थांब. इथेच! मी सांगितलेलं ना, मला सोडून कुठे जाऊ नकोस म्हणून!" क्लेअर आपली सगळी शक्ती एकवटून मला रागावत बोलते. मग मी तिथे उभा राहतो आणि शॅरीस पाण्याचं बघायला आत जाते. मी क्लेअरचा हात थोपटू लागतो, तशी ती इतकी जोराने किंचाळते की क्षणभर, मी सुन्न होऊन पाहतच राहतो.

एखाद्या मनुष्याला इतकं आतडं पिळवटून ओरडताना मी पहिल्यांदाच ऐकत असतो. छे! काय स्थिती करून ठेवलीये मी हिची! मला स्वत:ची प्रचंड चीड येते. अचानक माझ्या डोळ्यासमोर, ती हिरवी-गुलाबी बिकिनी घालून वाळूमध्ये पहुडून मनापासून खिदळणाऱ्या क्लेअरचं चित्र डोळ्यासमोर येतं आणि मग तर माझ्या डोळ्यात टचकन पाणीच उभं राहतं. सॉरी क्लेअर! खरंच सॉरी! मला माहीत नव्हतं की तुला इतका त्रास भोगावा लागेल.

जरा वेळाने एक परिचारिका आत येऊन क्लेअरचा अंगरखा वर करून तिचा योनीमार्ग तपासते. "६ सेंटिमीटर. चांगलं आहे. चांगलं आहे."

हे ऐकून क्लेअर थोडी सुखावते, मग परत पोट पकडून कण्हायला लागते. आता तर तिचं दुखणं मिनिटागणिक वाढू लागतं. मी आणि परिचारिका तिला हाताला धरून शांत करण्याचा प्रयत्न करू लागतो. इतक्यात डॉ. अमित तिथे पोचतात आणि क्लेअरला धीर देऊन, परिचारिकेशी चर्चा करण्यात गुंततात. इथे मला क्लेअरचं दुखणं बघवेनासं होतं – म्हणून मी त्यांना कळवळून विचारतो, "आपण तिला वेदनाशामक औषध देऊ शकत नाही का?"

माझं म्हणणं ऐकून डॉ. अमित क्लेअरलाच विचारतात, "क्लेअर? तुला चालेल का?"

क्लेअर मान डोलवून आपला होकार कळवते. मग लागलीच भराभर सुया,

औषधं, नळ्यांची तयारी केली जाते. मी क्लेअरचा हात धरून तिला बसवतो. ती आपला अश्रूंनी भरलेला चेहरा माझ्याकडे वळवत, हळूहळू एका कुशीवर वळते. मग एक डॉक्टर तिच्या मणक्यात सुई टोचतात आणि डॉ. अमित समोरच्या पडद्याकडे गंभीर चेहऱ्याने निरखून पाहायला लागतात. त्यांच्या चेहऱ्यावरचे भाव बघून, क्लेअर घाबरीघुबरी होऊन डॉ. अमितना विचारते, "काय झालंय? काय झालंय डॉक्टर? काहीतरी अडचण उद्भवली आहे ना? मला खरं सांगा!"

"अगं क्लेअर? असं काय करतेस? काहीही झालेलं नाहीये. तुझी मुलगी तुझ्याचसारखी भित्री दिसतेय. तिची हृदयाची धडधड एकदम वाढली, म्हणून मी तसं बघत होते." डॉ. अमित क्लेअरला समजावून सांगतात. "आणि तू आधी शांत हो बरं. तू शांत झालीस की आपोआप तुझं बाळसुद्धा शांत होईल."

"पण मला प्रचंड दुखतंय हो." क्लेअर कळवळून म्हणते!

"अगं, तुझं बाळ आकाराने मोठं आहे ना, म्हणून जरा जास्त त्रास होत असेल" डॉ. अमित अगदी संयमाने, तिला धीर देत म्हणतात. "आता हे बघ, आम्ही तुला एक छानसं औषध देणार आहोत. ज्यामुळे तुला आणि तुझ्या बाळालाही आराम वाटेल, चालेल? देऊ ना?"

क्लेअर हो म्हणते, तशा डॉ. अमित हसतात आणि वातावरणातला ताण थोडा हलका करायला मला विचारतात आणि "आणि हेन्री? तू कसा आहेस?"

"अगदी बरा आहे असं नाही म्हणता येणार हो!" मी कसनुसा हसत म्हणतो. खरंतर मी डॉ. अमितना तसं उघडपणे सांगत नाही; पण ह्या क्षणी मला त्यांनी क्लेअरला दिलेलं एखादं झोपेचं औषध घ्यायला फार आवडेल. मी असा विचार करत असतानाच, मला दुहेरी दिसायला लागतं. काळप्रवासाचं पहिलं लक्षण दिसू लागल्यावर मी दीर्घ श्वसन करून माझं मन थाऱ्यावर आणतो. नशिबाने माझी दृष्टी पुन्हा स्थिरावते.

डॉ. अमित थोड्या वेळाने सांगू लागतात, "बघितलंस हेन्री? तिची स्थिती सुधारतेय. काळा ढग आल्यासारखं असतं रे! थोड्या वेळासाठी येतो आणि आपल्याला जरासं घाबरवून निघून जातो. आता काळजीचं काही कारण नाही. ऐकलंस ना क्लेअर? तूसुद्धा आता डोक्याला त्रास करून घेऊ नकोस. तू आणि तुझी छोटुली दोघीही मस्त आहात. तिला छानसं गाणं म्हणून दाखव बरं."

मग क्लेअरच्या चेहऱ्यावर बऱ्याच वेळाने समाधानाचं हास्य पसरतं. ती आपल्या पोटाकडे बघत हळुवार आवाजात बोलू लागते, "अल्बा, बघ, आता घाबरायचं काही कारण नाहीये. डॉक्टर म्हणाल्या की नाही तसं?" मग ती माझ्याकडे वळून म्हणते, "हेन्री, ती, गालिच्यावर उडणाऱ्या प्रेमिकांबद्दलची कविता म्हण ना जरा."

क्षणभर मला ती कविता आठवतच नाही. मग आठवते, तेव्हा रिल्केची कविता इतक्या लोकांसमोर म्हणायच्या कल्पनेने मला जरा बुजायलाच होतं. मग ती शक्कल लढवून, ती कविता जर्मन भाषेत म्हणू लागतो : ''एंजेल! एस् वारे आइन प्लात्झ.''

तर क्लेअर मला मध्येच तोडत फर्मावते, ''अरे इंग्रजीत म्हण की!''

मग मी क्लेअरच्या जवळ बसून, तिच्या पातळ शर्टमधून हात आत घालत, अल्बाशी थेट संवाद साधण्यासाठी तिच्या पोटावर हात ठेवतो आणि क्लेअरकडे बघून खणखणीत आवाजात कविता म्हणायला लागतो.

माझी कविता म्हणून संपते, तशा डॉ. अमित समाधानी चेहऱ्याने माझ्याकडे बघत उद्गारतात, ''चल, सगळं उत्तम आहे!'' आणि बाहेर निघून जातात. त्यांच्यापाठून बाहेर पडणारा ॲनेस्थिशियोलॉजिस्ट मात्र माझ्याकडे पाहून इतका घृणास्पद चेहरा का बनवतो, देवच जाणे!

क्लेअर : सूर्य उगवतोय आणि मी अजूनही ह्या गुलाबी खोलीतल्या, मला मुळीच न आवडलेल्या पलंगावर पडून आहे. पोटामध्ये अल्बाची बाहेर पडण्यासाठीची सुरू असलेली धडपड जाणवत आहे. दुखण्याचं प्रमाण कालच्यापेक्षा बरंच कमी झालंय, पण मला माहितेय, ही त्याची चाल आहे. माझं लक्ष नसताना, ते दुखणं लागलीच माझ्यावर झडप घालायला तयार असेल, ह्याची मला खात्री आहे. मला सतर्क राहिलं पाहिजे. पण कसं? मला झोप कधी अनावर होते, समजतच नाही. मग त्यापाठोपाठ मरणाच्या कळा चालू होतात.

हेन्री माझ्या शेजारी झोपलाय. दमलेला दिसतो बिचारा! पण ही बाकीची लोकं कोण? का सतत आत-बाहेर करून आम्हाला त्रास देत आहेत?

मला उलटीची उबळ येते, पण मी ती दाबून ठेवते. मला बरं वाटावं म्हणून, माझ्यासाठी बर्फाळ गोळा घेऊन शॅरीस येते; मी तो कसाबसा खाते. आजूबाजूला लावलेल्या नळ्या, रक्ताच्या पिशव्या बघून मला मॉमची प्रकर्षाने आठवण येते. हेन्री एका बाजूला उभा राहून माझ्याकडे काळजीने बघत असतो. त्याचा चेहरा इतका दुःखी, इतका यातनामय दिसत असतो की, मला माझ्या दुखण्यापेक्षा त्याच्या मनातल्या दुःखामुळे जास्त भडभडून येतं. तो सतत माझ्या पोटावर मायेने हात फिरवत, माझा हात हातात घेत म्हणत असतो, ''सगळं ठीक होईल हं क्लेअर! काळजी करू नकोस! अगदी थोडा वेळ सहन कर अजून.'' डॉ. अमितसुद्धा सारख्या माझ्या प्रकृतीवर पाळत ठेवून आहेत. पण ही सगळी माणसं आजूबाजूला असूनही, मला सारखं वाटत राहतंय, की मी माझ्या बाळासोबत एकटी पडलीये. 'सगळं ठीक आहे अल्बा, काळजी करू नकोस. तू मला मुळीच त्रास देत नाहीयेस.' मी असं

अल्बाला समजावतेय खरी, पण मिनिटागणिक, ती माझ्या एकेक अवयवाचा अडसर दूर करत बाहेर येऊ पाहतेय, हे मला जाणवतंय. आणि तसतसं, माझं शरीर जिवाच्या आकांताने आक्रंदतंय. हेन्रीच्या चेहऱ्यावरचं काळजीचं जाळं आता वाढत चाललेलं दिसतंय. तो अस्वस्थपणे खोलीभर येरझाऱ्या मारतोय. शेवटी त्याच्या त्या फिरण्यामुळे माझं डोकं गरगरायला लागतं, तसं मी त्याला थांबायला लावते. मला आता माझ्या आत अल्बाची हालचाल जाणवायला लागलेली आहे – हळूहळू त्या हालचालींची गती वाढते आहे. पण मला आता त्यातली वेदना जाणवत नाहीये. खरंतर, ती वेदना मला अनुभवायची आहे. मला पुन्हा एकदा माझ्या अल्बाला माझ्या आत नीट अनुभवायचं आहे. थोड्या वेळाने, वेदनाशामकाचा प्रभाव ओसरल्यावर, मला ती वेदना जाणवायला लागते. पण आता तिचा त्रास होत नाहीये.

अजून थोडा वेळ जातो. किती, ते समजण्याच्या पल्याड मी गेलेली आहे. अमित येऊन 'प्रसूतीची वेळ जवळ आली आहे,' असं सांगतात. मग, परिचारिकांना माझ्या अंगावर हिरवा गाऊन चढवायला लावून, मला प्रसूतीसाठी इतरही सगळ्या दृष्टींनी तयार करून, लेबर रूममध्ये हलवायच्या सूचना देतात. त्या हिरव्या आणि पांढऱ्या रंगसंगतीत असलेल्या खोलीमध्ये जाताच, मला तिथल्या विशिष्ट वासामुळे एट्टाची प्रकर्षाने आठवण होते. पण एट्टा इथे कुठे असणार म्हणा? ती तर मेडोलार्कला कामात दंग असेल. आता मला माझ्या आजूबाजूला काय होतंय, हे समजेनासं झालंय. फक्त, हेन्री मध्येच कुठेतरी दृष्टिआड गेल्याचं जाणवातंय. कुठे गेला आता हा नेमका? अल्बा आता कुठल्याही क्षणी येईल आणि नेमका हा हजर नसेल. पण नशिबाने, तो येतो – जवळच कुठेतरी गेलेला बहुधा. नीट कपडेसुद्धा चढवता येत नाहीत का रे हेन्री तुला? पण ठीक आहे, तो आलाय हेच माझ्यासाठी खूप आहे. आणि... आणि अल्बासुद्धा येतेय. मला तिचं डोकं बाहेर येताना जाणवतंय. मी त्या सगळ्या गोंधळात, चाचपडून बघते, तर जाणवतं की तिचं जावळ खूपच दाट आहे, मग तेवढ्यात, तिचा एक लहानसा ओलेता हात बाहेर येताना जाणवतो. आणि मग, काही क्षणात, सगळीकडे एकच जल्लोष होतो. मला हेन्रीचा अश्रूंनी भरलेला चेहरा दिसू लागतो, आणि त्याच्या हातात असते, आमची मुलगी! आमची अल्बा! अचानक, त्या कोलाहलात अल्बाची पहिली किंकाळी मिसळते. आणि मग, तिला माझ्याजवळ आणलं जातं. मी माझ्या डोळ्यांत, नकळत जमलेल्या आनंदाश्रूंना दूर सारत तिला निरखू लागते. तिचा तो इवलासा गुलाबी चेहरा, काळेभोर डोळे, माझ्याकडे झेपावणारे हात! मी मंत्रमुग्ध होऊन, निसर्गाच्या त्या चमत्काराकडे पाहू लागते. तसा, हेन्री, माझ्या – अंहं, आमच्याजवळ झुकतो आणि हळूच म्हणतो, "अल्बा! आपली अल्बा!"

त्याच दिवशी – थोड्या वेळाने

क्लेअर : अल्बाची ह्या विश्वातली पहिली संध्याकाळ आहे. मला आणि तिला एका छानशा खोलीत नेण्यात आलंय आणि ती खोली आता फुलं, फुगे, टेडी बेअर्सने नुसती भरून गेलीय. मी अल्बाला कुशीत घेऊन बसलेय आणि हेन्री आमच्या प्रत्येक कृतीचे फोटो काढतोय. मी अल्बाला पहिल्यांदाच माझं दूध पाजलं, तर हेन्रीने त्याचेही फोटो काढले! वेडाच आहे तो! आता अल्बा पोट भरल्यावर संतुष्टपणे तोंडातून फुरफुरे काढत, माझ्याकडे बघून हसत पडलेय! मला तर इतकं गहिवरून आलंय की, काही बोलायलाच सुचत नाहीये. मी तिच्याकडे अनिमिष नेत्रांनी पाहत बसते, तसा हेन्री आमचे फोटो काढत, अख्खं रीळ संपवून टाकतो. थोड्या वेळाने, अल्बा आपल्या लहानशा पापण्या मिटून गाढ झोपून जाते. तेव्हा कुठे मला हेन्रीकडे नीट लक्ष द्यायला मिळतं. मग मी त्याला विचारते, ''काय रे हेन्री, तू मध्ये कुठे गायब झाला होतास?''

तसा तो जरा अपराधीपणे हसतो आणि म्हणतो, ''तू बघितलंस का ते? मला वाटलं होतं, मी गेल्याचं तुझ्या लक्षात येणार नाही.''

''कुठे गेला होतास, ते सांगशील का?''

''मी 'फ्रॅन्सीस पार्कर' नावाच्या माझ्या जुन्या शाळेत भटकत होतो...''

''किती वेळासाठी?''

''काय माहिती? कदाचित काही तास? मी पोचलो तेव्हा मध्यरात्र होती, आणि निघालो तेव्हा दिवस उजाडत होता. मी इथून किती वेळ गायब होतो?''

''अगदी पाच मिनिटं!''

''तुला काय सांगू, मी इतका वैतागलो ना. इथे तू प्रसूतीच्या इतक्या शेवटच्या टप्प्यावर पोचलेलीस आणि मी तिथे भिरकावलो गेलो. तुला माझी काहीच मदत होत नाहीये, तू सगळ्या त्रासाला एकटीच तोंड देत उभी आहेस, ह्या विचाराने मी इतका हवालदिल झालेलो ना, की सांगता सोय नाही. पण चला, एकदाचं सगळं सुरळीत पार पडलं ना? बास!''

''हो, खरंच हे हेन्री! म्हणतात ना, ज्याचा शेवट गोड ते सगळंच गोड!''

आम्ही असं बोलत असतानाच, हेन्रीचे वडील रिचर्ड आत येतात.'' त्यांना पाहून क्षणभर हेन्री बावचळतोच. मग त्यांना प्रेमाने आत आणत, माझ्याशेजारी बसवतो. रिचर्डने माझ्यासाठी आणलेली फुलं आणि अल्बासाठी आणलेलं टेडी बेअर. हेन्री खिडकीवर ठेवून देतो.

रिचर्ड हळुवारपणे माझा हात पकडत म्हणतात, ''क्लेअर! अभिनंदन!''

मग हेन्री त्यांना विचारतो, ''तुम्हाला अल्बाला उचलून घ्यायला आवडेल

का डॅड?''

त्यावर रिचर्ड माझी संमती मागण्यासाठी माझ्याकडे पाहतात. मी अर्थातच त्यांना ती देते – पण खरं सांगायचं तर त्यांचा एकंदरीत अवतार पाहून, ते गेले बरेच दिवस बीयरच्या नशेत धुंद असतील, हे समजायला मला वेळ लागत नाही; त्यामुळे मला, नाही म्हटलं, तरी अल्बाला त्यांच्याकडे सोपवण्याबद्दल काळजीच वाटत असते. पण त्यांना नकार तरी कसा देणार? म्हणून मग मी देवाचं नाव घेत, अल्बाला माझ्या कुशीतून उचलत डॅडच्या हातात ठेवते. तशी अल्बा आपला गोल गुलाबी चेहरा त्यांच्याकडे वळवत तोंडाचं बोळकं पसरवून हसते आणि लागलीच तिचा हात त्यांच्या छातीकडे वळतो. पण तिथे तिला पाहिजे ते न मिळाल्यामुळे, ती क्षणात कंटाळते आणि आमच्यावर रागावली असावी, अशी डोळे बंद करून झोपून जाते. तिच्या त्या बाळलीला पाहून रिचर्डच्या चेहऱ्यावर निर्व्याज हसू उमलतं आणि क्षणार्धात त्यांचा चेहरा इतका सुंदर दिसायला लागतो, की मी पाहतच बसते.

अखेर रिचर्डचे शब्द माझी तंद्री भंग करतात. ते अल्बाकडे पाहत उद्गारतात, ''किती सुंदर आहे गं ही! अगदी तुझ्या आईसारखी आहे हं हेन्री!''

हेन्री होकारार्थी मान डोलवत म्हणतो, ''डॅड, हीच तुमच्या व्हायोलिनचा वारसा पुढे चालवणार आहे हं. माझ्या पिढीला चुकवून, तुमचे गुण ह्या छोटुलीमध्ये उतरलेत, बरं का!''

हे ऐकून रिचर्डच्या चेहऱ्यावर आनंदमिश्रित कुतूहलाचे भाव पसरतात. ''व्हायोलिन वादक! ही बाहुली व्हायोलिन वादक होणार आहे?'' असं उद्गारत ते तिची लहानशी, मुठीत वळलेली बोटं निरखू लागतात. मग हेन्रीकडे पाहत विचारतात, ''पण तुला कसं... अरे हो! मी तरी काय प्रश्न विचारतोय!'' ''पण त्यासाठी तिला एका चांगल्या शिक्षकाची गरज असेल हं डॅड...'' ''चांगला शिक्षक?! त्या मूर्ख सुझुकीच्या हातात तर प्लायचा विचार नाहीये ना तुमचा?'' रिचर्डच्या ह्या प्रश्नावर हेन्री चाचरत म्हणतो, ''नाही डॅड, अहो, असं कसं करू आम्ही? उलट आम्ही तर विचार करत होतो की, म्हणजे तशी काही सक्ती नाही तुमच्यावर. पण तुम्हाला जर त्या वेळी वेळ आणि उत्साह असला, तर तुम्हीच...''

हे ऐकून हेन्रीचं बोलणं पूर्ण व्हायच्या आत रिचर्ड उद्गारतात, ''हे काय विचारणं झालं? ते तर माझं भाग्य असेल!''

मला त्यांचा तो आनंदाने फुललेला चेहरा बघून लक्षात येतं की, त्यांनाही हे लक्षात आलंय की, त्यांच्या नातीला व्हायोलिनचं सर्वोत्कृष्ट शिक्षण कोणी देऊ शकत असेल, तर ते फक्त तिचे आजोबा– रिचर्ड 'डी' टॅम्बल!!

मंगळवार, ११ सप्टेंबर, २००१ (क्लेअर ३० वर्षांची, हेन्री ३८ वर्षांचा)

क्लेअर : पहाटे ६.४३ ला मला जाग येते.बघते, तर हेन्री माझ्याशेजारी नसतोच. अल्बासुद्धा पाळण्यात नसते. माझ्या स्तनांना ठणका लागलेला असतो. किंबहुना, माझं अवघं अंग ठणकत असतं. वेदनेचे ते लोळ सहन करत मी कशीबशी उठून बाथरूमला जाते. मग हळूहळू पायऱ्या उतरून दिवाणखान्यात येते – बघते तर, हेन्री अल्बाला कडेवर घेऊन फेऱ्या मारत असतो. समोर टी.व्ही. चालू असतो, पण हेन्रीचं त्याकडे लक्ष नसतं. मी सोफ्यावर जाऊन बसते, तसा हेन्री त्याच्या कुशीत झोपलेल्या अल्बाला सांभाळत माझ्या शेजारी येऊन बसतो.

"इतक्या लवकर कसा काय जागा झालास?" मी हेन्रीला विचारते.

"झोपच आली नाही. कदाचित, सामान्य माणसाप्रमाणे जग पाहण्याची संधी फार कमी वेळा मिळते. त्या माझ्या मनाला गमवाव्याशा वाटल्या नाहीत, म्हणून त्याने मला जागं ठेवलं कदाचित..."

"हं... असेल" असं म्हणत, मी हेन्रीच्या खांद्यावर डोकं ठेवून पडून राहते. टी.व्ही. अजूनही चालूच असतो. मी अधूनमधून, त्यावर चालू असणाऱ्या जाहिरातींकडे, कार्यक्रमांकडे निरुत्साहाने पाहत असते. थोड्या वेळाने, हेन्री अल्बाला माझ्या हातात देऊन नाश्ता बनवायला जातो. अल्बाची चुळबुळ चालू होते – मी तिला पाजायला घेते. माझी स्तनाग्रं इतकी ठणकत असतात की, विचारता सोय नाही. पण इलाज नसतो. मुलीची भूक सगळ्यात महत्त्वाची! मी तिला पाजता-पाजता कधी डुलक्या काढायला लागते, काही समजत नाही. जाग येते, तेव्हा अल्बा अजूनही माझ्या छातीला बिलगलेली असते आणि अंडी, टोस्ट आणि संत्र्याचा ज्यूस घेऊन हेन्री दिवाणखान्यात येत असतो. मला खरंतर कॉफी हवी असते – पण मला ती प्यायची परवानगी नाही म्हणून, हेन्रीने लबाडपणा करून त्याची कॉफी स्वयंपाकघरातच प्यायलेली आहे, हे मला त्याच्या श्वासावरूनच जाणवतं. पण मी काही बोलत नाही. अल्बाला एका हाताने सांभाळत, दुसऱ्या हाताने नाश्ता खाऊ लागते. हेन्रीसुद्धा टी.व्ही. पाहत आपला नाश्ता संपवतो. टी.व्हीवर आता लहान मुलांचा कुठलासा कार्यक्रम सुरू झालेला असतो. मजेशीर असतो – म्हणून मी तो पाहू लागते, तसा हेन्री आमच्या रिकाम्या ताटल्या उचलून आत जातो. तो परत आल्यावर, मी अल्बाला त्याच्याकडे सुपूर्द करून, अंघोळीला पळते. मला कधीपासून अंघोळ करायची होती. शॉवरचं पाणी जरा जास्तीच गरम असतं, पण माझ्या थकलेल्या शरीरावर त्या धारा अक्षरश: स्वर्गीय वाटतात. मी आज अगदी आरामात अंघोळ करायची ठरवलेली असते – त्यामुळे मी गाणी गुणगुणत, हळुवारपणे एकेक अवयवाला साबण लावत अंघोळ करू लागते. अखेर माझी अंघोळ संपते. मग मी

स्वेटपॅन्ट आणि स्वेटर चढवून, माझे ओलेते केस जरासे विंचरल्यासारखं करून बाथरूमच्या बाहेर पडते. दिवाणखान्यात येऊन बघते, तर हेन्री आता डोळे मिटून पडलेला असतो आणि अल्बा त्याच्या हातात विसावून आपला अंगठा चोखत बसलेली असते. मला बघितल्यावर तिच्या चेहऱ्यावर जरा गोंधळलेले भाव पसरतात. मग एकदम ढग छाटून सूर्य उगवल्यासारखं हास्य उमलतं. टी.व्ही.वर आता वाळवंटात चाललेल्या कुठल्याशा सफारीबद्दल सांगत असतात. हेन्रीने टी.व्ही.चा आवाज बंद केलेला असल्याने, फक्त दृश्य दिसत असतात. ती दृश्य पाहून मला थोड्या वेळाने परत गुंगी येते. मी किती वेळ झोपते, हे समजत नाही, पण जागी होते, ते हेन्रीच्या आरडाओरड्याने!

"क्लेअर! अगं, ऊठ! ऊठ! बघ काय दाखवतायंत!"

मी कशीबशी डोळे उघडून समोर पाहते, तर टी.व्ही.वर दोन उंच इमारती दाखवत असतात. अचानक, खेळण्यातल्यासारखी दिसणारी विमानं त्यावर येऊन धडकतात. आणि मग आगीचा लोळ उठून त्या इमारतींना नष्ट करतो. तिसऱ्यांदा तेच दृश्य पाहिल्यावर, अखेर हेन्री भानावर येत उद्गारतो, "अरे देवा!... काय गं हे क्लेअर? अरे देवा!!" आम्ही पूर्ण बातमी ऐकावी, म्हणून टी.व्ही.चा आवाज मोठा करतो, तर त्यातली निवेदिका हेच म्हणत असते, "अरे देवा! ओ माय गॉड!"

मंगळवार, ११ जून २००२ (क्लेअर ३१ वर्षांची)

क्लेअर : मी अल्बाचं चित्र काढण्यात दंग आहे. अल्बा आता ९ महिने ५ दिवसांची झालेली आहे. मी तिला चितारत असताना, ती दिवाणखान्यातल्या पिवळ्या-जांभळ्या धाग्यांनी विणलेल्या चिनी गालिच्यावर, एका आकाशी निळ्या रंगाच्या सुंदर गोधडीवर स्वस्थपणे पहुडलेली आहे. नुकतंच तिला पाजून झालंय – तिला बहुधा खूपच भूक लागलेली असावी, कारण माझे स्तन अक्षरश: रिकामे वाटतायंत. अल्बाला इतकं गाढ झोपलेलं पाहून, मी माझ्या कार्यशाळेत जाऊन चित्र पूर्ण करण्याचा निर्णय घेते.

बऱ्यात महिन्यांत न वापरल्यामुळे, धूळ खात पडलेल्या माझ्या कार्यशाळेत पाऊल ठेवताच, मला गहिवरून येतं. पण मग अचानक मी माझा निर्णय बदलून, तिथून काही ड्रॉइंग बोर्ड, कागद आणि रंग घेऊन पुन्हा घरात येते. खरंतर, पुन्हा एकदा माझ्या कार्यशाळेला एकटं सोडून परतण्याबद्दल मला अपराधी वाटत असतं, पण न जाणो, अल्बा मध्येच जागी झाली आणि मी तिथे नाही, असं पाहून रडायला लागली तर? असा विचार करून मी परत घरात येते आणि अल्बाशेजारी सगळं सामान मांडून ठेवते.

घरात आता नि:शब्द शांतता पसरलेली असते. फक्त हेन्री तळघरात चालवत असलेल्या वॉशिंग मशीनची आणि दिवाणखान्यात वातानुकूलनाची घरघर ऐकू येत असते.

मी ड्रॉइंग बोर्डवर कागद अडकवून, हातात पेन्सिल घेऊन माझ्या मुलीला, चित्रकाराच्या नजरेने निरखायला लागते. ती गाढ झोपलेली असते. तिचा छातीचा भाता वरखाली होताना पाहून, मला खूप गंमत वाटते. जूनचा उन्हाळी दिवस असल्याने मी तिला फक्त एक डायपर घातलेलं असतं – बाकी तिच्या अंगभर, एकही कपडा नसतो. त्यामुळे ती जरा जास्तच गोड दिसत असते. त्यात गरमीमुळे तिच्या अंगावर पसरलेली लालसर छटा, खिडकीतून पाझरणाऱ्या उन्हाच्या तिरिपीत अधिकच खुलून दिसत असते. अल्बाने आपल्या डाव्या हाताची मूठ घट्ट बंद करून ठेवलेली असते. पण जरा वेळाने पाहते तर, ती लयबद्धपणे त्या मुठीची उघडमीट करत असते. जणू एखाद्या संगीताच्या तुकड्यांचा ठेका पाठ करत असावी!

मी अल्बाच्या डोक्यापासून चित्र काढायला सुरुवात करते. मग, ते तंत्र सोडून, झरझर तिच्या शरीरयष्टीचं मापन करून, पेन्सिलीने तिचा मूळ आकार चितारायला लागते. बाळसेदार त्वचेखाली गोंडसपणे विलीन होणारी तिची मान, तिने झोपेत लाथा झाडल्यावर तिच्या गुडघ्यांना पडणाऱ्या खळ्या, तिच्या डायपरच्या बंदावर येऊन स्थिरावलेलं तिचं फुगीर पोट, तिचे गुबगुबीत हात-पाय. मी एकेक करत सगळं चित्र पेन्सिलीने काढून घेते.

मग मी त्या चित्रामध्ये रंग भरू लागते. अल्बावर पडणाऱ्या ऊन-सावल्यांचे, आजूबाजूच्या निर्जीव वस्तूंचे रंग भरून झाल्यावर ते चित्र अगदी जिवंत वाटायला लागतं. जणू अल्बा कुठल्याही क्षणी त्यामधून उठून दुडूदुडू धावायला लागेल.

सरतेशेवटी, मी अल्बाच्या शरीरावर रंग भरू लागते. शंखाच्या आतल्या बाजूला असणारा हलका गुलाबी आणि ट्यूना माशाच्या कातडीवरचा गडद गुलाबी रंग वापरून मी तिचं शरीर रंगवायला लागते. तिच्या कानांना, नाकाला आणि ओठाला हलका जांभळा रंग वापरून उठावदार करू लागते. तिचे मूळचे काळेभोर केस अधिक गडद करायला, मी निळ्या आणि लाल रंगाचा वापर करते. अल्बाच्या भुवया चितारताना तर मी विशेष काळजी घेते. तिच्या चेहऱ्यावर आयतं घर मिळाल्याच्या आनंदात नाचणाऱ्या दोन लहानशा सुरवंटासारख्या दिसत असतात त्या!

आता सूर्याची किरणं अल्बाचा ताबा घेतात. ती जराशी हलते. मग आपली इवलीशी मूठ तोंडावर आणून जांभई देते. मी कागदाच्या खालच्या बाजूला तिचं आणि माझं नाव व आजची तारीख लिहून, पूर्ण झालेल्या चित्राकडे कौतुकाने बघायला लागते. मग शेजारी झोपलेल्या अल्बाकडे पाहत मनात म्हणते 'प्रिय

अल्बा, मी आणि तुझा बाबा गेल्यानंतर, हे चित्र तुला ह्या गोष्टीची सतत आठवण करून देत राहील की, मी तुझ्यावर निरतिशय प्रेम केलं. मी तुला निर्माण केलं. नव्हे, आम्ही तुला निर्माण केलं. तू आमच्या परस्पर प्रेमातून निर्माण झालीस. आणि म्हणूनच तू आज इथे आहेस. इथे, आत्ता!'

माझं हे चिंतन संपतं नाही तोच, अल्बा आपले डोळे उघडते आणि माझ्याकडे बघून खुदकन हसते.

सीक्रेट

. . . .

रविवार, १२ ऑक्टोबर, २००३ (क्लेअर ३२ वर्षांची, हेन्री ४० वर्षांचा)

क्लेअर : तुम्हाला एक गुपित सांगू? कधीकधी ना, मला हेन्री गायब असल्याचा आनंदच होतो. कारण तो वेळ सर्वस्वी माझा असतो. अशा वेळी, मी एकटीच घरभर फिरत राहते – ना कुणी मला स्पर्श करायची अडचण, ना मला कुणाशी बोलत बसायची सक्ती! मला माझ्या मर्जीनुसार वाटेल तिथे बसता येतं, झोपता येतं, पाहिजे तितका वेळ अंघोळ करता येते. म्हणजे असं नाही की मला हेन्रीचा सहवास, त्याचा वावर नकोसा झालाय. पण मीपण माणूस आहे ना? मलाही कधीकधी फक्त स्वत:साठी, स्वत:च्या लहरीनुसार जगायची हौस येणारच की!

मी अशी एकटी असताना, दिवाणखान्यातल्या गालिच्यावर लोळून, हेन्रीला मुळीच सहन न होणाऱ्या, पण मला अतिशय आवडणाऱ्या फ्लीटवूड मॅक, दे बॅन्गल्स, बी-५२, ईगल्स इत्यादी बॅण्ड्सची गाणी ऐकत बसते. कधी, अल्बाला घेऊन (कुठे चाललेय, ह्याबद्दल चिठ्ठी न लिहून ठेवता) पायी चालत फिरायला जाते; तर कधी सीलियासोबत कॉफी प्यायला बसून; हेन्रीबद्दल, इंग्रिडबद्दल आणि सीलियाच्या त्या गर्लफ्रेंडबद्दल खुमासदार गप्पा मारते. अधेमधे, शॅरीसच्या घरी जाऊन, तिच्याशी आणि गोमेझशी भरपूर गप्पा मारून येते. शक्यतो, त्या वेळी आम्ही हेन्रीबद्दल बोलणं टाळतो आणि तरीही आमच्या मजेत कुठेही कमतरता येत नाही. एकदा तर मी थेट मिशिगनला गेलेले. परत आले, तेव्हाही हेन्री गायबच होता. मग तो अखेर जेव्हा परतला, तेव्हा मी त्याला माझ्या जाण्याबद्दल काहीच सांगितलं नाही. सांगून काय फरक पडला असता? कधीकधी मी अल्बाला

बेबीसीटरकडे सोपवून एकटीच सिनेमा बघायला किंवा मन्टरोझ बीचवर, दिवे न लावता सायकल चालवायला जाते. तसं करताना, आकाशातून उडत असल्यासारखं वाटतं अगदी!

पण हेन्री नसताना मला असं कधीकधी जरी बरं वाटत असलं, तरी तो प्रत्येक वेळेस परतून आला की माझ्या मनाला होणारा आनंद, कधीच शब्दात वर्णन करता येणार नाही.

एक्स्पीरियंसिंग टेक्निकल डिफिकल्टीज

शुक्रवार, ७ मे, २००४ (हेन्री ४० वर्षांचा, क्लेअर ३२ वर्षांची)

हेन्री : आम्ही शिकागो कल्चरल सेंटरमध्ये, क्लेअरच्या कलाकृतींच्या प्रदर्शनाच्या उद्घाटनासाठी आलेलो आहोत. गेलं संपूर्ण वर्ष, ह्या प्रदर्शनासाठी क्लेअर अतोनात मेहनत करत होती. तिने निरनिराळ्या प्रकारच्या तारा वापरून भलेमोठे पक्षी बनवले आहेत. मग त्या तारांच्या सांगाड्यावर विविधरंगी कागद लावून, त्यावर लाखेचे थर दिले आहेत– जेणेकरून आता ह्या दालनातल्या जमिनीवर ठेवलेले आणि छतावर टांगलेले ते पक्षी, इतके जिवंत वाटतायंत, की जणू कुठल्याही क्षणी आकाशात झेप घेतील. त्यात क्लेअरने कल्पकतेने काही पक्ष्यांच्या आत अशी यंत्रं बसवली आहेत, ज्यामुळे ते आपले पंख फडफडवत आहेत, माना वेळावत आहेत. इतकंच काय, तर दोन कोंबडे एकमेकांशी चक्क झुंजतायंत! संपूर्ण प्रदर्शन अगदी लक्षवेधी बनलेलं आहे.

क्लेअरच्या आनंदाला तर पारावारच उरलेला नाहीये! आणि का नसावा? गेले वर्षभर तिने दिवस-रात्र एक करून हे प्रदर्शन उभं केलेलं आहे. मात्र, एक सुंदर काळा गाऊन घालून हसतमुखाने आपल्या पाहुण्यांचं स्वगत करणाऱ्या क्लेअरच्या चेहऱ्यावरच्या आनंदाला, त्या वर्षभराच्या थकव्याने अधिकच शोभा आलेली आहे. खरंच, परिपूर्णतेतून येणारा आनंद, जरी सोबत कष्ट घेऊन आला, तरी ते कष्ट त्या आनंदात मिठाचा खडा न टाकता, उलट मोत्याचा दाणा बनून चमकतात, हेच खरं!

क्लेअरचे हात आता लोकांनी तिच्यासाठी आणलेल्या एकाहून एक सुंदर फुलांच्या गुच्छांनी ओसंडून वाहत आहेत. शुभ्र गुलाब, रजनीगंधा, ऑर्किड्स... एक

ना दोन! अख्खं दालनच फुलांनी भरून गेलेलं दिसतंय. सगळे पाहुणे मंत्रमुग्ध होऊन क्लेअरच्या कलाकृतींचा आस्वाद घेत, तिच्यावर अभिनंदनाचा वर्षाव करत आहेत. आजच्या 'ट्रिब्यून' वर्तमानपत्रात तर तिचं कौतुक करणारा छानसा लेखही लिहिलेला आहे. आमचा सगळा मित्रपरिवार आज इथे झालेला आहे. क्लेअरचे घरचेही मिशिगनवरून आलेले आहेत. फिलीप, मार्क, अलीसिया, शॅरन, त्यांची मुलं, नेल, एट्टा सगळे आता क्लेअरच्या भोवती कोंडाळा करून उभे आहेत. शॅरीस त्या सगळ्यांचे फोटो काढण्यात दंग आहे. फोटो काढताना क्लेअर अगदी सुंदर दिसतेय; पण मला माहितेय, की काही आठवड्यांनी जेव्हा शॅरीस आम्हाला त्या फोटोंची प्रत आणून देईल, तेव्हा मी क्लेअरच्या डोळ्यांखालची काळी वर्तुळं आणि तिच्या खंगलेल्या देहाकडे बघून अवाक होणार आहे!

मी अल्बाचा हात धरून, गर्दीपासून थोड्या अंतरावर उभा आहे. अल्बाला इतर सगळ्या उंच माणसांच्या दाटीमधून समोरचं काही दिसत नव्हतं, म्हणून मी तिला कडेवर उचलून घेतलं आहे.

आता क्लेअर, लेह जेकब्स नावाच्या तिच्या प्रतिनिधीने ओळख करून दिलेल्या एका गर्भश्रीमंत वयस्कर दांपत्याशी चर्चा करण्यात गुंतलेली आहे. अल्बाने तिला बघितल्यावर, ती 'मला ममाकडे जायचंय, मला ममाकडे जायचंय'चा हट्ट धरून बसली आहे. "ममा कामात आहे बाळा." मी तिला समजावू पाहतो, पण ऐकेल तर ती अल्बा कुठली!

इतक्यात मला अस्वस्थ वाटू लागतं. मी चटकन अल्बाला खाली ठेवून माझ्या श्वसनावर नियंत्रण ठेवण्याचा प्रयत्न करू लागतो. तेवढ्यात अल्बा मी तिला उचलून घ्यावं, म्हणून रडू लागते. मी तिला कसाबसा उचलून घेतो, तर ती माझे कान ओढत 'ममा हवी, ममा हवी' म्हणून रडायला लागते.

"रडू नकोस गं अल्बा! ममा येईलच इतक्यात..." मी तिला समजवायला लागतो; इतक्यात माझे डॅड समोरून येताना दिसतात. त्यांना पाहून माझा जीव भांड्यात पडतो. मी अल्बाला म्हणतो, "बघ, ग्रॅन्डपा आले! जा त्यांच्याकडे..." पण ती आज माझं काहीही ऐकण्याच्या मन:स्थितीत नसते. ती डॅडकडे न जाता, माझ्या पायाला बिलगून 'ममा, ममा'चा जप करत बसते. मी तिला तसंच ओढत डॅडच्या दिशेने जाऊ लागतो. आणि मध्येच अदृश्य होतो.

क्लेअर : किती लोकं आली आहेत. आणि विशेष म्हणजे, सगळ्यांना माझं काम अतिशय आवडलेलं आहे. गेल्या वर्षभराच्या मेहनतीचं चीज झालेलं पाहून, मला भरून येतंय. मी आज इतकी खूश आहे, की हसून-हसून माझे गाल दुखायला लागले, तरी माझ्या चेहऱ्यावरचं हास्य कमी होत नाहीये.

तेवढ्यात, सीलियाशी बोलत असताना, मला दालनाच्या मागच्या बाजूला काहीतरी गडबड ऐकू येते. त्यापाठोपाठ, मला जिवाच्या आकांताने हाका मारणाऱ्या अल्बाचा आवाज येतो– ते ऐकून तर माझ्या काळजात धस्स होतं. नेमकं झालंय तरी काय? हेन्री कुठे आहे? असा विचार करत मी धावत मागे जाते. तिथे पोचल्यावर मला काहीच वावगं दिसत नाही. क्षणभर, काय झालं असेल, हे समजतच नाही. रिचर्डने अल्बाला उचलून घेतलेलं असतं. मला बघितल्यावर ती माझ्याकडे झेपावते आणि मला घट्ट मिठी मारून हुंदके देत राहते. मी तिला शक्य तितक्या शांत आवाजात विचारते, ''काय झालं अल्बा? डॅडी कुठे आहेत?'' तर ती एका शब्दात उत्तर देते, ''गेले!''

नेचर मोर्ते

. . . .

रविवार, ११ जुलै, २००४ (क्लेअर ३३ वर्षांची, हेन्री ४१ वर्षांचा)

क्लेअर : स्वयंपाकघराच्या फरशीवर अस्ताव्यस्त पसरून हेन्री झोपलेला आहे. जखमी, रक्ताळलेल्या अवस्थेत! मला त्याला उठवावंसं वाटत नाहीये. म्हणून मग, मी शांतपणे, त्याने आपणहून जागं होण्याची वाट बघत त्याच्याशेजारी फरशीवर बसून राहते. शेवटी बऱ्याच वेळाने मी कॉफी बनवायला उठते. कॉफी तयार होत असताना, मला हेन्रीच्या कण्हण्याचा आवाज येतो. तो आपल्या दुखऱ्या डोळ्यांवर एक हात ठेवून कसाबसा जागा होण्याचा प्रयत्न करत असतो.

हेन्रीच्या भयंकर अवतारावरून हे तर स्पष्ट आहे की, त्याला बेदम मार बसलाय. त्याच्या अंगावर काळेनिळे व्रण आहेत, एक डोळा सुजून मिटलेला आहे, नाकातून रक्त वाहतंय, हाता-पायांवर कापल्याच्या खुणा आहेत. त्याच्या शरीरातून रक्त, गवत आणि मिठाचा संमिश्र दर्प येत आहे. हेन्री आज इतका खंगलेला दिसतोय की, सांगता सोय नाही! नुसता खंगलेलाच नाही, तर आजारी, मृतवत! त्याच्या अंगावर शर्ट असूनही मला त्याच्या बरगड्या दिसत आहेत, त्याची गालफडं बसलेली आहेत. कमरेची हाडं बाहेर निघालेली आहेत. अंग मळलेलं आहे.

मी पुन्हा त्याला जागं करण्याचा प्रयत्न करत, त्याचा चेहरा कुरवाळत म्हणते, "हेन्री उठतोस ना? बघू, तू आता घरी आहेस. आपल्या घरी." तसा, तो "क्लेअर... क्लेअर" असं कण्हत, आपल्या चांगल्या डोळ्याने घळाघळा रडू लागतो. मी त्याला हळुवारपणे जवळ ओढून, त्याचं डोकं माझ्या मांडीवर ठेवते. माझ्याही डोळ्यांना आता अश्रूंच्या धारा लागलेल्या असतात. मग, आम्ही एकमेकांना

बिलगून, धीर देत कितीतरी वेळ तसेच धाय मोकलून रडत बसतो.

गुरुवार, २३ डिसेंबर, २००४ (क्लेअर ३३ वर्षांची, हेन्री ४१ वर्षांचा)

क्लेअर : नाताळचा आदला दिवस आहे – अल्बाला वॉटर टॉवर प्लेसमधल्या मार्शल फील्ड्सला सॅन्ता क्लॉस बघायला हेन्री घेऊन गेलाय, जेणेकरून, मला शांतपणे माझी खरेदी उरकता यावी.

दिवसभर मनसोक्त खरेदी करून, मी आता थकल्या पायांना आराम देण्यासाठी, बॉर्डर्समधल्या एका कॅफेमध्ये येऊन; मस्त, गरमागरम कापुचिनो पीत बसलेले आहे. कधी नव्हेतो मला खिडकीजवळची छान जागा मिळाल्यामुळे, मी अजूनच खूश आहे. बाहेर, आता दिवस मावळत चाललाय, तसे नाताळच्या त्या विशिष्ट झाडांवरचे दिवे टिमटिम करू लागले आहेत आणि काही अति उत्साही लोक अजूनही आपल्या खरेद्या उरकत फिरत आहेत. हेन्री आणि अल्बाला मी इथेच यायला सांगितलं आहे. त्यामुळे ते आले का, हे बघायला मी दरवाज्याकडे बघते, इतक्यात कुणीतरी मला हाक मारतं. बघते तर; केन्ड्रीक, त्यांनी पत्नी नॅन्सी आणि मुलं कॉलिन व नादिया माझ्या दिशेने येत असतात.

केन्ड्रिक आणि नॅन्सीच्या चेहऱ्यावरच्या दिङ्मूढ भावावरून मला क्षणात लक्षात येतं की, ते एफ.ए.ओ. स्क्वाईझ नावाच्या खेळण्यांच्या महागड्या दुकानाच्या गल्ल्यात भरपूर पैसे अर्पण करून आलेले आहेत. नादिया माझ्याकडे धावत येत "अल्बा कुठे आहे?" असं विचारते. कॉलिन माझ्याकडे पाहून लाजून हसत, आपल्या हातातला नवाकोरा पिवळा ट्रक दाखवतो.

"अरे वा! किती छान आहे हे तुझा ट्रक, कॉलिन!" असं म्हणत मी त्याच्या पसंतीला दाद देते आणि नादियाला सांगते, "अल्बा येईलच इतक्यात. ती तिच्या डॅडसोबत सॅन्ता क्लॉस बघायला गेलीये." त्यावर नादिया मला सांगते, "मी तर सॅन्ताला गेल्याच आठवड्यात भेटले."

"असं? अरे वा! काय मागितलंस तू त्याच्याकडून?" मी नादियाला विचारते, तशी ती लाजून उत्तर देते, "एक बॉयफ्रेंड!" नादियाचं वय? ३ वर्षं!!

तिचं उत्तर ऐकून, मी केन्ड्रीक आणि नॅन्सीकडे बघून हसते. इतक्यात, केन्ड्रीक नॅन्सीच्या कानात काहीतरी कुजबुजतात; तशी ती मुलांना "चला, आपण सिल्व्ही मावशीसाठी पुस्तकं बघायला जाऊ या" असं म्हणत त्यांना कॅफेबाहेर घेऊन जाते. ते तिघे गेल्यानंतर, केन्ड्रीक माझ्यासमोरच्या खुर्चीत बसून उद्गारतात, "मला हा नाताळ सण अजिबात आवडत नाही."

"तुम्हीसुद्धा हेन्रीसारखेच आहात तर!"

"अच्छा! तोसुद्धा...? मला माहिती नव्हतं." असं म्हणत, केन्ड्रीक डोळे मिटून स्तब्ध बसून राहतात. मग थोड्या वेळाने डोळे उघडून मला एकदम विचारतात, "हेन्रीची औषधं नियमितपणे सुरू आहेत ना?"

"अं...हो... म्हणजे तसा तो त्या बाबतीत खूपच सतर्क आहे. फक्त, गेल्या काही दिवसांपासून त्याचा काळप्रवास बराच वाढलाय. त्यामुळे त्या अवधीत मात्र जरा खंड पडतो."

"आणि खंड साधारणत: किती असतो?"

"अं... काही दिवस..."

माझं उत्तर ऐकून, केन्ड्रीकचा चेहरा रागाने फुलून येतो. "काय? हेन्री मला ह्या सगळ्या गोष्टी का सांगत नाही?"

"मला वाटतं, त्याला अशी भीती असेल, की त्याने तुम्हाला सांगितलं, तर तुम्ही त्याच्यावर रागवाल आणि त्याचे उपचार बंद कराल."

"तो माझा एकमेव असा रुग्ण जो बोलू शकतो आणि तोच माझ्याशी बोलत नाही म्हटल्यावर मी काय करू सांग?"

त्यांच्या उद्विग्नतेपाठचं कारण ऐकून मी खळखळून हसायला लागते आणि त्यांना म्हणते "तुम्हाला ऐकून बरं वाटेल, की ही समस्या झेलणारे तुम्ही एकटे नाही आहात. मी आहे ना तुमच्या जोडीला! तो माझ्याशी तरी कुठे बोलतो?"

पण केन्ड्रीक, माझं उत्तर ऐकून सैलावण्यापेक्षा, अजूनच उद्विग्न होऊन बोलतात, "मी इथे काही प्रयोग करू पाहतोय. त्यामध्ये यशस्वी होण्यासाठी मला हेन्रीच्या पूर्ण साथीची गरज आहे. तो असा माझ्यापासून गोष्टी लपवायला लागला, तर कसं चालेल?" मला त्यांचं म्हणणं पटतं. मग आम्ही जरा वेळ काही न बोलता बाहेर भुरभुरणारा बर्फ पाहत बसतो.

थोड्या वेळाने केन्ड्रीक बोलतात, "क्लेअर?"

"काय?"

"तू मला अल्बाची जनुकं का तपासू देत नाहीयेस?"

हेन्री आणि माझे ह्या विषयावर हज्जारदा वाद झालेले आहेत. मी केन्ड्रीकसमोर माझ्या भीतीपाठचा युक्तिवाद मांडत सांगते, "तिची जनुकं तपासण्याबद्दल माझी ना नाही; पण एकदा का तुम्हाला त्यामधले दोष समजले की तुम्ही तिच्यावर निरनिराळ्या औषधांचा मारा कराल आणि त्यासाठी माझी परवानगी नाही."

"अगं पण क्लेअर, अल्बा इतकी लहान आहे. ती त्या औषधांना फार लवकर प्रतिसाद देईल!"

"नाही! मी एकदा सांगितलं ना? नाही! अल्बा १८ वर्षांची झाल्यावर, तिने त्या बाबतीत स्वत:ला पाहिजे तो निर्णय घ्यावा – माझी काही हरकत नसेल. पण

तोपर्यंत, मी ह्या गोष्टीला कदापि परवानगी देणार नाही. आतापर्यंत तुम्ही हेन्रीवर जे प्रयोग केलेले आहेत, ते आम्हाला इतके महागात पडलेत, की सांगता सोय नाही. आता तुम्ही माझ्या मुलीचा बळी मागताय काय?'' मी माझ्या चढणाऱ्या आवाजाला ताब्यात ठेवण्याचा निष्फळ प्रयत्न करत म्हणते.

तरीही केन्ड्रीक नेट लावत म्हणतात, ''पण आपण तिच्यासाठी एखादी 'जीन थेरपी' निर्माण करू शकू क्लेअर!''

''ह्या 'जीन थेरपी'च्या जंजाळात अडकून कित्येक लोकांनी आपले प्राण गमावले आहेत.'' मी जवळजवळ ओरडतेच.

ते ऐकून, केन्ड्रीक शांत बसून राहतात. काही वेळ अशाच घुसमटणाऱ्या शांततेत गेल्यावर, अल्बाचा गोड आवाज माझ्या कानावर पडतो! ''ममा!!'' असं म्हणत ती हेन्रीच्या खांद्यावर बसून कॅफेच्या आत येत असते. केन्ड्रीकला बघितल्यावर, हेन्री क्षणभर अस्वस्थ होतो आणि माझ्या मनात विचार येतो की, हे दोन पुरुष माझ्यापासून नेमकं काय लपवतायंत? पण मग हेन्रीच्या चेहऱ्यावर पुन्हा हसरे भाव येतात आणि खूशीने डोलत बसलेल्या अल्बाला घेऊन तो आमच्याजवळ येतो, तसे मी ते विचार डोक्याबाहेर घालवून टाकते.

बर्थ डे

. . . .

बुधवार, २४ मे १९८९ (हेन्री ४१ वर्षांचा, क्लेअर १८ वर्षांची)

हेन्री : मी मेडोलार्कच्या कुरणामध्ये क्लेअरच्या पायाशी रक्ताळलेल्या, कळकट अवतारामध्ये येऊन आदळतो. एक सुंदर पांढराशुभ्र झगा, बूट-मोजे आणि हातमोजे घालून, तिथल्या मोठ्या दगडावर बसलेली क्लेअर असते – मला पाहून ती इतक्या थंडपणे ''हॅलो हेन्री'' असं म्हणत माझी दखल घेते, जणू मी शेजारच्या घरातून चहा प्यायलाच डोकावलोय.

''काय चाललंय? तू तर अशी सजलेली आहेस, जणू येशू ख्रिस्ताकडे जेवायला जाणार असावीस.''

माझा हा फाजील विनोद ऐकून क्लेअर माझ्याकडे रोखून बघते आणि म्हणते, ''आज २४ मे, १९८९ आहे.''

मी भराभर विचार करून त्या तारखेशी निगडित संदर्भ शोधू लागतो, तेव्हा लक्षात येतं, आज तर क्लेअरचा वाढदिवस!

''हॅपी बर्थडे, क्लेअर! बरं, मला सांग, माझ्यासाठी काही कपडे ठेवलेत का?''

माझा प्रश्न ऐकून, क्लेअर काही न बोलता दगडाच्या मागून एक पिशवी काढते आणि त्यातला टक्सीडो, शर्ट आणि विजार माझ्या हातात ठेवते. पण ती तेवढ्यावरच थांबत नाही. अजून एक पिशवी काढून, त्यामधून नवीन अंतर्वस्त्र, कमरबंद, बो-टाय, स्टड्स आणि गार्डेनियाचं एक फूल काढून माझ्या हातात ठेवते. त्या सगळ्या वस्तू बघून मी जरा चक्रावूनच जातो आणि घाबरून क्लेअरला विचारतो, ''क्लेअर? तू आज आपल्या लग्ना-बिग्नाचा वेडा घाट तर घातलेला

नाहीयेस ना? हे बघ, मला लक्षात आहे की आपल्या लग्नाचा वाढदिवस हिवाळ्यामध्ये येतो. बहुतेक ऑक्टोबरमध्ये. त्यामुळे तू तसला काही विचार केला असशील, तर तो सोडून दे.''

''तू निमूट ते कपडे चढवशील का?'' असं फर्मावत क्लेअर, मी कपडे बदलताना तोंड फिरवत विचारते, ''आणि काय रे? तुला आपल्या लग्नाच्या वाढदिवसाची नेमकी तारीखसुद्धा लक्षात नाही का?''

मी त्यावर उसासा टाकत म्हणतो, ''डार्लिंग, तुला माहितेय की तसं नाहीये. फक्त मला ह्या क्षणी ती डोक्यात येत नाहीये, इतकंच. बरं, ते सोड. तुला पुन्हा एकदा वाढदिवसाच्या हार्दिक शुभेच्छा!''

''मी आज १८ वर्षांची झालेय.''

''बापरे! खरंच की! वेळ कसा जातो काही कळत नाही बुवा! मला तर तो दिवस काल घडल्यासारखा आठवतोय, जेव्हा तू ६ वर्षांची असताना मी तुला पहिल्यांदा भेटायला आलो होतो.'' मी अचंबित स्वरात उद्गारतो.

नेहमीप्रमाणे, आजही क्लेअर मला विचारते, ''तू मला नुकतंच कधी ६व्या वर्षांत असताना बघितलं होतंस?'' क्लेअरला नेहमीच उत्सुकता असते की मी तिच्या भूत अथवा भविष्यकाळातल्या रूपाला नुकतंच भेटून आलोय काय?

''अं... हे बघ, मी आता इथे येण्यापूर्वी, तुझ्यासोबत गादीवर स्वस्थ पहुडलो होतो. तू ३३ वर्षांची होतीस आणि मी ४१ वर्षांचा. तू 'एम्मा' नावाचं पुस्तक वाचत होतीस आणि मी तुला निरखत पडलेलो.'' असं म्हणत मी माझ्या दाढीच्या खुंटावरून हात फिरवत क्लेअरला म्हणतो, ''सॉरी क्लेअर, पण तुझ्या वाढदिवसाला येताना मला आज माझ्या गबाळ्या अवताराला सुधरवता नाही आलं.'' मग मी माझा तो अवतार, त्यातल्या त्यात जरा बरा करण्यासाठी, टक्सीडोच्या बटणांना स्टड्स लावत आणि गार्डेनियाचं फूल अडकवत, क्लेअरला म्हणतो, ''मी तुला दोन आठवड्यांपूर्वी तुझ्या ६ वर्षांच्या रूपात बघितलं खरं! तू मला बदकाचं चित्र काढून दिलंस.''

हे ऐकून क्लेअर लाजते. मग विषय बदलत म्हणते, ''तुला भूक लागलीय का? मी आपल्यासाठी मस्त जेवण बनवलंय.''

''हो, हो लागलेय तर! मी तर इतका भुकेजला आहे, की मला पुढच्या काही क्षणांत जेवण नाही मिळालं, तर मी मनुष्यभक्षक बनेन!''

''त्याची काही गरज नाही... निदान सध्या तरी!'' क्लेअर असं म्हणते आणि तिच्या आवाजातून उमटणारा अर्थ मला चमकवून जातो. नक्कीच तिच्या मनात काहीतरी वेगळं शिजतंय. जे मला सध्या माहीत नाही, पण ती ते मला लवकरच सांगेल, असं माझं अंतर्मन मला सांगतंय. क्लेअर तर गुणगुणायला लागली आहे.

मी तिला स्पष्ट काय ते विचारावं, की बाळबोधपणाचं कातडं ओढून निमूट बसून राहावं, ह्याबद्दल खूप विचार करतो आणि शेवटी दुसरा पर्याय निवडून क्लेअरने पसरलेल्या रजईवर आडवा होतो. ती रजई, नंतर आमची शय्या बनणार असते, पण अर्थात, ते मला त्या वेळी माहिती नसतं. सध्या तरी, मला त्या हिरव्यागार रजईवर बसून फार सुखावल्यासारखं वाटतं.

मी असा पहुडलो असताना, क्लेअर, तिने आमच्यासाठी आणलेलं जेवण, रजईवर मांडायला लागते. सॅन्डविच, कागदाचे लहानसे पेले, कागदी ताटल्या, चांदीचे काटे-चमचे, क्रॅकर्स, उत्कृष्ट प्रतीच्या केव्हियारची एक छोटीशी बाटली, थिन मिंट गर्ल स्काऊट कुकीज, स्टॉबेरी, ब्राय चीझ आणि कॅबर्नेची मोठी बाटली! क्लेअरने आपल्या शब्दानुसार खरंच खूप छान बेत आखलेला असतो. मी कौतुकाने उद्गारतो, "वा, क्लेअर! वाईन, चीझ... क्या बात है!" पण तरीही, मनाच्या एका कोपऱ्यात, मी तिची ही जंगी तयारी पाहून जरासा बिथरलेलोही असतो.

माझ्या हातात कॅबर्ने आणि बाटली उघडण्यासाठी वापरला जाणारा कॉर्कस्क्रू क्लेअर देते. मला तिचं मन मोडायचं जिवावर येतं, पण माझा नाईलाज असतो - म्हणून शेवटी मी तिला सांगून टाकतो, "सॉरी क्लेअर! मला तुला हे आधीच सांगायला हवं होतं, पण मला मद्यसेवन वर्ज्य आहे. डॉक्टरांची तशी सक्त ताकीद आहे." हे ऐकून क्लेअरचा चेहरा पडतो. मग मी तिचा मूड सुधारावा म्हणून गमतीने म्हणतो, "ए, पण मला खायला काहीही वर्ज्य नाहीये हं! म्हणजे, तुझी हरकत नसेल, तर मी हे सगळं जेवण फस्त करू शकतो. आणि वाटल्यास, तुला सोबत व्हावी म्हणून वाईन पिण्याचं नाटकसुद्धा करू शकतो! कशी वाटली कल्पना!" मला खरं तर ह्या क्षणी, भातुकली खेळत असल्यासारखं वाटत असतं. पण क्लेअरसमोर हे बोलायची माझी आता तरी शामत नसते! "पण क्लेअर, तू ही वाईन वगैरे पीत असशील, असं मला वाटलं नव्हतं हं! म्हणजे, मी कधी तुला ते पिताना बघितलेलं नव्हतं ह्या पूर्वी..."

"मला खरं म्हणजे वाईन प्यायला आवडत नाही, पण आजचा दिवस खास आहे. म्हणून म्हटलं, थोडी प्यावी! खरं तर मला शॅम्पेन हवी होती, पण मला ती सापडली नाही. त्यामुळे आज आपल्याला वाईनवरच भागवावं लागेल."

मग मी वाईनची बाटली उघडतो आणि दोन कागदी पेल्यांमध्ये वाईन ओततो. एकमेकांना 'चीअर्स' करून, आम्ही त्या पेयाचा आस्वाद घेऊ लागतो. म्हणजे. क्लेअर आस्वाद घेऊ लागते आणि मी तसं नाटक करू लागतो. क्लेअर अगदी सराईत असल्यासारखी वाईनचा एक घोट घेत म्हणते, "हं, बरी आहे वाईन!"

"क्लेअर! २० डॉलरची बाटली आहे ती, चांगली नसायला काय झालं?"

"ओ, असं का? खरं सांगायचं तर उत्कृष्टच आहे वाईन. मी आपलं उगीच

आगाऊपणा करायला म्हणून म्हटलं.''

मला क्लेअरच्या ह्या निरागसपणावर हसावं की तिचं कौतुक करावं, समजत नाही.

थोड्या वेळाने, आपली वाईन संपवून, काकडीच्या तुकड्यांनी ओथंबून वाहणारे राय सॅण्डविच क्लेअर बाहेर काढते. माझ्या हातात त्यातला एक सॅण्डवीच देत गोडपणे हसते, तसा मी तिला अपराधी सुरात म्हणतो, ''क्लेअर... क्लेअर, अं... मला माहितेय की कदाचित माझा बिनडोकपणाच ठरेल, पण आज तुझा वाढदिवस आहे–''

''नुसता वाढदिवस नाही! १८ वा वाढदिवस!'' क्लेअर माझी चूक सुधारत उद्गारते.

''हो, १८ वा वाढदिवस! तर तुझा १८ वा वाढदिवस असूनही मी तुझ्यासाठी काहीच भेट आणू शकलेलो नाहीये.'' माझं हे बोलणं ऐकून, क्लेअर माझ्याकडे चमकून बघते. मला तिच्या त्या दृष्टीचा नेमका अर्थ समजत नाही, पण तिच्या मनात काहीतरी निराळंच चालू आहे, ह्याची मला आता खात्री होते. तरी मी त्याकडे दुर्लक्ष करत पुढे बोलतो, ''पण तुला तर माहितेय ना, मी कधीही, कुठूनही येत असतो आणि त्यात मी माझ्यासोबत कुठलीच वस्तू आणू शकत नाही.''

''ते सगळं मला माहितेय रे हेन्री!'' क्लेअर पुन्हा माझं बोलणं तोडत म्हणते, ''पण तुला लक्षात नाही का? तू मागच्या वेळेस तू इथे आलेलास, तेव्हा आपण सगळं ठरवलेलं ते... आपल्या यादीनुसार, आज आपला शेवटचा दिवस आहे. आणि माझा १८वा वाढदिवससुद्धा!'' क्लेअर माझ्यावर आपले टपोरे डोळे रोखून बोलते.

''ओ! नाही, मी अजून तिथपर्यंत पोचलेलो नाहीये. ते संभाषण अजून माझ्या भविष्यातच आहे. मी तुला हे आधीच सांगायला कसं विसरलो, देव जाणे! माझ्या यादीत तर अजून आपल्या भेटींचे बरेच दिवस उरलेले आहेत. खरंच आज आपला शेवटचा दिवस आहे का? पण तू काळजी करू नकोस हं. आपण काही वर्षांनी वर्तमानात भेटणारच आहोत की!''

''पण माझ्या दृष्टीने तरी ती वेळ अजून कितीतरी दूर आहे.'' क्लेअर पडेल आवाजात म्हणते तसा मी एकदम अंतर्मुख होतो! विचार केला, तर सगळं किती विचित्र आहे, नाही? एका बाजूला, मी शिकागोमधला २५ वर्षांचा तरुण आहे - ज्याला क्लेअरच्या अस्तित्वाची पुसटशीसुद्धा जाणीव नाहीये. इतकंच काय, त्याला त्याच्या स्वत:ची, ह्या कुरणातल्या अस्तित्वाची जाणीवदेखील नाहीये.

आता आमचं संभाषण जरासं तुटल्यासारखं वाटायला लागतं. आम्ही दोघेही, सॅण्डविच आणि केव्हियार लावलेले क्रॅकर्स खाण्यात मश्गुल होऊन, आपापल्या

विचारचक्रात गुरफटत राहतो. क्षणभर, मला आयुष्यात पहिल्यांदा, क्लेअर करत असलेल्या विधानांबद्दल शंका दाटून येते. पण मग मी बऱ्याच प्रयासाने तो विचार माझ्या डोक्यातून बाहेर ढकलतो.

शेवटी अगदी आम्ही स्ट्रॉबेरीजपर्यंत पोचल्यावरही क्लेअर काही बोलत नाहीसं पाहून, मीच तोंड उघडतो.

"क्लेअर? मला स्पष्टपणे सांगशील? मागच्या वेळेस आपण भेटलो, तेव्हा तुझ्या वाढदिवसाला काय करण्याचं ठरवलंय आपण?"

माझा प्रश्न ऐकून क्लेअरच्या गालावर लाली चढू लागते – म्हणजे नक्कीच काहीतरी खास गोष्ट असणार! पण तसं थेट न सांगता, ती आमच्या आजूबाजूला पसरलेल्या जामाजिम्याकडे निर्देश करत म्हणते, "हेच! हेच सगळं!"

"नाही! हे तर छानच आहे गं, पण अजूनही काही ठरवलेलं का?"

"अं...हो!"

"काय? सांग मला." मला आता साधारणत: तिच्या उत्तराचा अंदाज आलेला असतो. पण उगीच तर्क न लढवता, तिच्याकडूनच काय ते ऐकावं, असा विचार करत, मी शांतपणे उत्तराची वाट पाहत बसून राहतो.

क्लेअर आधी बरेच आढेवेढे घेते, पण मग अखेर सांगून टाकते, "आपण प्रेम करायचं ठरवलेलं."

"अच्छा!" असं उद्गारत मी निमूट बसून राहतो. खरं सांगायचं तर, आम्ही वर्तमानात पहिल्यांदा भेटल्यापासून, मी २६ ऑक्टोबर १९९१च्या आधी क्लेअरला सेक्सबद्दल असलेल्या (वा नसलेल्या) अनुभवांबद्दल नेहमीच उत्सुक राहिलो आहे. तिने ह्यापूर्वी मला बरेचदा, कधी तर अगदी थेटपणे चाळवण्याचा प्रयत्न केलेला आहे. मी जरी तिला प्रत्येक वेळेस नकार दिलेला असला, तरी तसं करताना मला काही त्रास झाला नाही, असं जर मी म्हटलं, तर मी पार खोटारडा ठरेन. क्लेअर मला बिनदिक्कत चाळवत राहायची आणि मी माझ्या जोरकसपणे उफाळून येणाऱ्या भावनांना गप्पागोष्टींच्या बासनात दडवून ठेवायचो. पण आज... आज क्लेअर सगळ्या अर्थाने वयात आलेली आहे – शारीरिकदृष्ट्या, भावनिकदृष्ट्या आणि कायद्याच्या दृष्टीनेही.

बरं, कदाचित भावनिकदृष्ट्या ती अजून जरा अपरिपक्व असली, तरी आज मी तिच्या मागणीला होकार दिला तर - जितकं, गेली काही वर्षं बिघडलं असतं - तितकंसं काही बिघडणार नाहीये. तसंही, मी माझ्या अस्तित्वाने तिचं बालपण, इतर लहान मुलींच्या बालपणापेक्षा बरंच विचित्र करून ठेवलेलं आहेच. म्हणजे बघा ना, इतर कुठल्या मुलींच्या बालपणात, त्यांचा भावी नवरा, वेळोवेळी त्यांच्यासमोर नग्नावस्थेत प्रकट होतो का?

माझ्या डोक्यात हे विचार सुरू असताना, मला क्लेअर माझ्याकडे एकटक बघत असल्याचं जाणवतं. तेवढ्यात मला त्या प्रसंगाची आठवण होते, जेव्हा मी पहिल्यांदा क्लेअरशी संभोग केला; ती वेळ क्लेअरसाठीसुद्धा पहिलीच वेळ होती का? जाऊ देत, वर्तमानात गेल्यावर विचारीन तिला...

आता रजईवरच्या सामानाची आवराआवर करण्यात क्लेअर गुंतलेली असते. मध्येच माझ्याकडे बघून विचारते "मग?..."

छे! आता विचार करत बसण्याची वेळ संपली. "हो! मला चालेल!"

माझं उत्तर ऐकून क्लेअर आधी खूप खूश होते, मग जराशी बिथरते. "हेन्री, तू आतापर्यंत माझ्याशी खूपदा... हे... केलं असशील ना?"

"हो, खूप, खूप वेळा..."

क्लेअरला पुढचा प्रश्न विचारणं कठीण जातंय, हे ओळखून मी म्हणतो "आणि ती प्रत्येक वेळ माझ्या आयुष्यात भरपूर आनंद घेऊन येणारी ठरलेली आहे. तो अनुभव अक्षरश: जगावेगळा असतो. दर वेळेला! आणि तू काळजी करू नकोस... मी आज अगदी हळुवारपणे करीन सगळं, ठीक आहे?" मी क्लेअरला हे सगळं समजावून तिला आश्वस्त करतो खरा, पण आता माझ्या मनातही जरा धाकधुक व्हायला लागलेली असते. जणू आमच्या प्रत्येक हालचालीकडे शंभर डोळे लागले असावेत. तसंच, माझ्यावर आता क्लेअरला सर्वार्थाने सांभाळून घ्यायचीही जबाबदारी पडलेली असते.

शेवटी मी मन घट्ट करून, मोठा उसासा टाकत क्लेअरला म्हणतो, "आय लव्ह यू!" मग आम्ही दोघे लटपटत्या पायांनी रजईवर उभे राहतो. मी क्लेअरला मिठीत यायचं आमंत्रण देत माझे हात फैलावतो, तशी ती मला घट्ट बिलगते. त्या क्षणी, आम्ही बहुतेक लग्नाच्या केकवर असणाऱ्या त्या नवरा-नवरीच्या लहानग्या पुतळ्यांसारखे दिसत असू. अचानक मला जाणवतं, की ही तर ती क्लेअर आहे जी माझ्या ४१ वर्षांच्या मूर्तीकडे त्याप्रमाणे आलेली आहे, ज्याप्रमाणे ती मला पहिल्यांदा भेटलेली – संपूर्णपणे अनभिज्ञ!

क्लेअर आपलं डोकं मागे टाकते, मी पुढे झुकून तिचं चुंबन घेतो. तेवढ्यात, मला काहीतरी आठवतं' "क्लेअर?"

"हं? काय?"

"आपण नक्की इथे एकटे आहोत ना?"

"हो बाबा! नेल आणि एट्टा सोडल्यास, बाकीचे सगळे कालामाझूला गेले आहेत आणि त्या दोघी तर कामात गर्क असतील."

"नाही. कारण मला इथे त्या टी. व्ही. च्या कार्यक्रमात असल्यासारखं वाटतंय...तो नाही का, ज्यात घरभर कॅमेरे लावून तुमची प्रत्येक हालचाल टिपली जाते..."

"काहीतरीच! अगदीच घाबरट आहेस हं तू!"

"तुला ना, काही सांगायलाच नको."

"बरं, बरं, रागावू नकोस रे. चल, आपण माझ्या खोलीत जाऊ या."

"नको हं. ते तर अजूनच भीतिदायक. शाळेत गेल्यासारखं वाटेल मला... दोन हेडमास्तरणींची नजर चुकवून व्रात्यपणा करत असल्यासारखं..."

"काय?"

"जाऊ देत. आता बोलत बसण्यात वेळ कशाला दवडत बसलोय आपण?"

मी असं म्हटल्यावर क्लेअर शांतपणे आपला झगा काढून रजईवर भिरकावून देते. मग बूट, मोजे उतरवून ब्रा आणि पॅन्टीसुद्धा तितक्याच बिनधास्तपणे काढून भिरकावून देते. आता ती माझ्यासमोर संपूर्णपणे विवस्त्र होऊन उभी असते. मला तिच्या देहाच्या रसरशीत सौंदर्यापेक्षा, समोर उलगडलेल्या लहानसहान किमयांबद्दल जास्त आश्चर्य वाटतं- गेल्या इतक्या वर्षांत, तिच्या शरीरावर निर्माण झालेल्या आणि माझ्या अंगवळणी पडलेल्या बारीकसारीक खुणांचा ह्या तरुण देहावर कुठेही मागमूस नाहीये. तिचं पोट एकदम सपाट आहे - आम्हाला इतकं दुःख देऊन गेलेल्या गरोदरपणाचा त्यावर लवलेशही नाहीये. मी वर्तमानात ज्या क्लेअरवर प्रेम करतोय, तिच्यापेक्षा ही क्लेअर बरीच हडकुळी आणि निर्व्याज व आनंदी आहे. आता माझ्या लक्षात येतंय की, आयुष्याने आमच्यावर दुःखाचं किती मोठं सावट टाकलेलं आहे.

पण मग मी दुसऱ्याच क्षणी मनातून तो विचार निग्रहाने पुसून टाकतो. आज फक्त आनंदात रमायचं, दुःखांचा विचारही करायचा नाही, असं घोकत, मी रजईवर गुडघे टेकतो. क्लेअर माझ्यासमोर येऊन उभी राहते. मी तिच्या कमरेला मिठी मारतो आणि मग तिचा चेहरा निरखायला वर बघतो...तर, क्लेअर माझ्याकडे इतक्या प्रेमाने बघत असते, की त्या तिच्या नजरेसाठी मी माझं अवघं आयुष्य पणाला लावायला तयार होईन, असं वाटत राहतं. मग क्लेअर हळुवारपणे माझ्या केसांमधून हात फिरवायला लागते.

थोड्या वेळाने मी उठून उभा राहतो. माझं जाकिट आणि टाय काढून टाकतो. क्लेअर माझे स्टड्स काढण्यात मग्न होते. मग मी माझी विजार आणि अंतर्वस्त्र उतरवतो. तसं करताना मला क्षणभर लाज वाटायला लागते, पण मग मी ठरवतो, की ही क्रिया करण्यासाठी ह्याहून 'सुबक' पद्धत नाहीये. मग मी सगळी लाज-भीड सोडून ते कपडे उतरवू लागतो. क्लेअर माझ्यकडे बघून हसत असते. "तुला मी ह्यापूर्वी कपडे उतरवताना पाहिलेलं नव्हतं, तेच चांगलं होतं हं हेन्री! नेहमीच असा टोळासारखा नाचत कपडे उतरवतोस का रे तू?" ती खिदळत विचारते.

"हे बघ, रोज मी काय करतो ते सोडून दे, आज तुझ्यासमोर करावं लागतंय.

म्हणून जरा गडबडलोय, समजलं ना? चल, आता खिदळणं बंद कर आणि माझ्या जवळ ये. बघ कसा तुझा हा आगाऊपणा पार मोडीत काढतो ते.''

मी तसं गंमतीने म्हणतो खरं, पण माझ्याच नकळत माझे ते शब्द खरे ठरतात. मागच्या पंधरा मिनिटात क्लेअर जितकी घाबरलेली आणि आखडलेली वागू लागलेय, तितकी गेल्या कित्येक वर्षांच्या अनुभवात कधीच वागलेली नव्हती. हे प्रकरण माझ्यासाठी नवीनच आहे! खरं तर माझी अशी इच्छा होती की, मला पहिल्यांदा संभोग करताना जी दैवी अनुभूती आलेली, तीच क्लेअरलाही यावी. पण दुर्दैवाने तसं होत नाहीये.

मग मी तिच्या केसातून हात फिरवत मृदू आवाजात क्लेअरला विचारतो ''तू ठीक आहेस ना?''

''मला भीती वाटतेय.''

''अगं, भ्यायचं काही कारण नाही. उलट तुला माहीत नाही, पुढच्या वेळेला तू अक्षरशः माझ्यावर बलात्कार करणार आहेस.''

हे ऐकून क्लेअरचा चेहरा इतका घाबराघुबरा होतो, की बास! ते पाहून मी तिला समजावतो ''अगं म्हणजे, माझ्या म्हणण्याचा अर्थ होता की तू, आज जरी घाबरत असलीस ना, तरी खरं म्हणजे तू ह्या बाबतीत माझ्यापेक्षाही पटाईत आहेस. फक्त आज तुझी पहिली वेळ आहे म्हणून तुला जरा बिथरायला झालंय, इतकंच!''

''खरं सांगतोयंस?'' क्लेअर माझ्याकडे मोठे डोळे करून बघत विचारते.

''१०० टक्के!'' अशी तिची समजूत घालून मी क्लेअरने आणलेल्या बास्केटमध्ये शोधाशोध करू लागतो. त्यात मला वाइनची अजून एक बाटली, चषक, टॉवेल आणि कॉन्डम सापडतात. मी खूश! पोरगी हुशार आहे म्हणायची! मी आमच्यासाठी दोन चषकांमध्ये वाईन ओततो. मग क्लेअरच्या हातात त्यातला एक चषक देत म्हणतो ''घे क्लेअर...तुझ्या कौमार्याला शानदारपणे निरोप दे!''

क्लेअर हातात चषक घेते खरी, पण वाईन प्यायला आढेवेढे घ्यायला लागते.

''काय झालं क्लेअर?''

''तुला वाईन पिण्याची परवानगी नाही ना?''

''कधीकधी खास प्रसंगी चालतं. चल, चल पी आता.''

मग क्लेअर, एका घोटात आपली वाईन संपवते, तसा मी तिला विचारतो, ''अजून देऊ?''

''अजून? नको बाबा, मी झोपूनच जाईन मग.''

''छे, उलट जरा अजून सैलावशील.'' असं म्हणत मी तिच्या चषकात अजून थोडी वाईन ओततो. मग वाईन पिऊन संपल्यावर, मी समाधानाने रजईवर आडवा होतो. क्लेअर माझ्याशेजारी येऊन पहुडते. मी कुशीवर वळून, क्लेअरला माझ्या

बाहुपाशात ओढून घेतो; तसे तिचे सुंदर केस तिच्या स्तनांवर इतक्या मोहकपणे येऊन विसावतात की, मला पुन्हा एकदा माझ्या बोटात चित्रकलेची जादू नसल्याची अतिशय खंत होते.

"क्लेअर?"

"हं?"

"अशी कल्पना कर की तू पूर्णपणे रिकामी आहेस. जणू कुणीतरी तुझ्या आतमध्ये असलेले सगळे अवयव बाहेर काढून फक्त मज्जातंतू शिल्लक ठेवले आहेत.' असं म्हणताना मी हळुवारपणे माझं एक बोट, क्लेअरच्या योनीमार्गाच्या टोकावर ठेवून देतो.

"का?" क्लेअर मादक आवाजात विचारते.

"कारण, तुलाच चांगलं वाटेल. म्हणजे बघ ना, किडनी, आतडं, यकृत वगैरेसारख्या नसत्या गोष्टी बाहेर काढल्यावर आतमध्ये केवढी जागा रिकामी होईल? मग तुला त्यामध्ये केवढं काय काय टाकता येईल!"

"काय टाकता येईल बरं?" क्लेअरचा आवाज आता जास्तच मादक झालेला असतो आणि खालच्या स्थितीवरून, ती बरीच उत्तेजितही झाल्याचं समजत असतं, मी चटकन माझा हात बाजूला करून, कॉन्डमचं एक पाकिट शोधून, ते दातात धरून फोडतो. मला ही कसरत करून कैक वर्षं होऊन गेली आहेत. इतकी की, मला तर वाटलेलं मी ती विसरलोही असेन. पण नशिबाने, तसं होत नाही.

"जसं... काहीही... एखादा टोस्टर, कांगारू... माझं शिश्न" मी तोंडाला येईल ते बोलत असतो.

इतक्यात क्लेअर माझ्या हातातून ते कॉन्डम काढून घेत, त्याकडे वैतागून बघत विचारते "आपण हे वापरलंच पाहिजे का?"

आता जरी मी क्लेअरला काही गोष्टी उघडपणे सांगत नसलो, तरी मी तिच्याशी कधीच खोटं बोललेलो नाहीये. त्यामुळे मला वाईट वाटत असूनही, तिला सांगावं लागतं "हो क्लेअर! त्याबद्दल कुठलीच चर्चा होणं शक्य नाही." असं म्हणत मी क्लेअरच्या हातातून कॉन्डम घेत, ते घालायला लागतो. पण मग एकदम, मला तिचा बिघडलेला मूड चांगला करायचा एक नामी उपाय सुचतो. मी काही न बोलता तिच्या योनीवर माझी जीभ टेकवतो.

अचानक मिळालेल्या ह्या सुखद धक्क्याने क्लेअर आनंदाने शहारते! "ओ... ओ हेन्री! किती मस्त वाटतंय रे."

"अं! क्लेअर, अजिबात ओरडायचं नाहीयेस हं. नाहीतर मी तिथल्या तिथे थांबेन!" क्लेअरला ह्या प्रकाराची किती आवड आहे, हे मला पक्कं माहितेय. तिला त्याचं व्यसनच आहे, म्हणा ना! आणि त्यात भरीस भर म्हणजे, हा प्रकार करताना

ती उत्तेजित झाली, की जोरजोराने चित्कारू लागते! एरव्ही आमच्या बेडरूममध्ये तिने काही केलं, तरी माझी हरकत नसते; पण इथे जर ती अशी चित्कारू लागली, तर एट्टा आणि नेल धावत, काय झालं ते बघायला येतील. आणि ते मला तरी नक्कीच नकोय.

मात्र मी क्लेअरला तंबी दिल्यावर, ती माझं म्हणणं ऐकते. मग पुढची पंधरा मिनिटं आम्ही आनंदाच्या निरनिराळ्या पायऱ्या सर करत शेवटच्या पायरीपर्यंत पोचतो. एका क्षणी, मी माझ्या ताठरलेल्या शिश्नावर शिताफीने कॉन्डम चढवतो आणि एका झटक्यात क्लेअरच्या आत शिरतो. क्लेअरचे डोळे कितीतरी वेळ मिटूनच राहतात - इतकं, की मला वाटू लागतं की, मी तिच्या आत आहे हे तिला समजलंय तरी, की नाही? पण मग थोड्या वेळाने, क्लेअर आपले डोळे उघडते आणि माझ्याकडे बघून संतुष्टीने, गोड हसते.

तिचं ते हास्य बघून मी क्षणात उत्तेजनाच्या अंतिम पदाला पोचतो आणि मग काही क्षणांनी, क्लेअरच्या अंगावर थकून, दमून कोसळतो. आमचं दोघांचं अंग घामाने निथळत असतं, हृदयं जोरजोरात धडधड करत असतात.

मग मी हळुवारपणे क्लेअरपासून दूर होतो आणि कॉन्डोम काढून फेकून देतो.

मग आम्ही किती तरी वेळ निरव, निळ्या आभाळाकडे पाहत, नि:शब्दपणे पडून राहतो. थोड्या वेळाने मी क्लेअरकडे पाहतो - ती अजूनही जराशी धक्क्यात असल्यासारखी दिसत असते.

"क्लेअर..." मी मृदू आवाजात तिला हाक मारतो.

"अं?"

"दुखलं का खूप?"

"हो."

"पण तरीसुद्धा तुला आवडलं का?" मी चाचरत विचारतो.

"हो. खूप! खूप आवडलं!" असं म्हणत क्लेअर चक्क रडायला लागते. मी चटकन तिला आपल्या मिठीत घेत विचारतो, "क्लेअर? अगं काय झालं? मला सांग बरं... सांग नीट..."

तशी ती हुंदके देत बोलते, "तू... तू आता निघून जाणार ना? मी तुला कित्येक वर्षं पाहणार नाहीये आता! कशी राहू मी तुझ्याशिवाय?"

"कित्येक वर्षं वगैरे काही नाही क्लेअर... फक्त दोन वर्षं. दोन वर्षं आणि काही महिने! बास... मग आपण आयुष्यभरासाठी एकत्र असणार आहोत."

माझं हे बोलणं ऐकूनही क्लेअरला मूकपणे रडत बसलेलं पाहून, मला भडभडून येतं. मी तिला आणखी जवळ घेत बोलतो, "सॉरी क्लेअर! खरंच सॉरी! पण ह्या गोष्टी माझ्या हातात नाहीयेत गं! तुला एक गंमत सांगू? मी आत्ताच थोड्या

वेळापूर्वी इथे पडल्या-पडल्या विचार करत होतो, की आजचा दिवस किती चांगला आहे. कधी नव्हे तो, मी आज काळाच्या कुठल्यातरी कोपऱ्यात, कुठल्यातरी निर्जन रस्त्यावर थंडीने काकडून पडलेलो नाहीये. किंवा माझ्यापाठी लागलेल्या मारेकऱ्यांना चुकवत जीव तोडून धावत नाहीये. उलट, आज नियती माझ्यावर इतकी प्रसन्न झाली की, चक्क मला तुझ्यासोबत ह्या सुंदर कुरणात एकत्र सोडून गेलेय. तुझ्यावर प्रेम करू दिलंय आणि मी परत वर्तमानात गेल्यावरही, मी तुझ्याचसोबत असणार आहे. एकूण आजचा दिवस सर्वार्थाने परिपूर्ण ठरणार आहे.'' माझं हे बोलणं ऐकून क्लेअरची कळी जरा खुलते. ती हळूच स्मित करते. तसं मी तिचं हलकंसं चुंबन घेतो.

मग क्लेअर परत जराशी फुरंगटून बोलते, ''पण मलाच प्रत्येक वेळेस वाट पाहावी लागते, असं का?''

''कारण तुझ्या जनुकांमध्ये बिघाड नाहीये आणि देवाच्या ह्या वरदानासाठी तू त्याचे हज्जारदा आभार मानले पाहिजेस. तू माझ्यासारखी वाट्टेल तेव्हा, वाट्टेल तिथे भिरकावली जात नाहीस. आणि तसंही, हे सगळं जरी सोडलं, तरी एक लक्षात ठेव, संयम हा गुण मुलींमध्ये असलेला चांगला असतो.'' हे ऐकून, क्लेअर माझ्या छातीवर जोरजोरात बुक्के मारू लागते. तसा मी हसत पुढे बोलतो, ''आणि अजून एक गोष्ट विसरलीस. तू मला गेली कित्येक वर्षं ओळखतेस. अगदी तुझ्या पूर्ण आयुष्यभर, असं म्हणायला हरकत नाही. पण मी बापडा मात्र तुला माझ्या २८ व्या वर्षी भेटलो. म्हणजे मला तुझा किती विरह सोसावा लागला, विचार कर बरं? ती सगळी वर्षं मला -''

''इतर बायकांना शय्यासोबत करण्यात घालवावी लागली, हो ना?''

''हो. पण माझ्याही नकळत, ते सगळं, तुझ्यासाठीची तालीम होती. पण क्लेअर, मजेचा भाग सोडला, तरी तुला एक सांगू का? जरी हे खरं असलं, की मला तुझ्या आधी मैत्रिणींची ददात नव्हती, तरी त्यांच्याबरोबरचे माझे संबंध फार विचित्र आणि... कसं सांगू? अं... औपचारिक होते गं! त्यात प्रेम असं फारसं नव्हतंच! बघ, तुला जर माझ्या ह्या बोलण्यावर विश्वास बसत नसेल ना, तर तू स्वत: असा एखादा मित्र करून बघ. तुला स्वत:लाच पटेल, की जेव्हा तुम्हाला समोरच्या व्यक्तीबद्दल, त्याच्या भावनांबद्दल फारशी आस्था नसते ना, तेव्हा सगळी समीकरणंच बदलतात.''

''मला काही गरज नाही दुसऱ्या कोणाला माझा मित्र बनवायची!''

''मग झालं तर!''

''बरं, हेन्री, मला काहीतरी खुणा सांगून ठेव ना. तू राहतोस कुठे? आपण कुठे भेटणार आहोत? कोणत्या दिवशी?''

"मी एकच खूण सांगेन - शिकागो."

"नाही, अजून काहीतरी सांग ना."

"क्लेअर, थोडा विश्वास आणि संयम ठेव. सगळं तुझ्यासमोरच आहे - फक्त ते तुला आत्ता दिसत नाहीये, इतकंच."

"बरं, एवढं तर सांगशील, की आपण एकमेकांसोबत खूश आहोत की नाही?"

"काही वेळा आपण अत्यंत खूश आहोत आणि काही वेळा आपल्या दोघांनाही मरणप्राय दु:ख भोगायला लागतंय."

"खरंच? कां? केव्हा?" क्लेअर दचकून विचारते.

"वेगवेगळ्या कारणांनी. उदाहरणार्थ, जेव्हा आपल्याला एकत्र राहता येत नाही, तेव्हा."

"म्हणजे, आता हा सगळा वेळ जो तू इथे माझ्यासोबत घालवतो आहेस, तेव्हा तू वर्तमानात माझ्यासोबत नाहीयेस का?"

"अं... कसं बरं समजावू तुला? हे बघ, कसं आहे ना, की मी कुठेही, कितीही वेळ गेलो, तरी वर्तमानातून मी त्या वेळी कधी फक्त दहा मिनिटांसाठी गायब असेन, तर कधी, दहा दिवसांसाठी! तुझ्यासाठी हेच सगळ्यात क्लेषकारक ठरतं. तसंच, बरेचदा मी परत येतो तो भरपूर मार खाऊन, जखमी अवस्थेत. म्हणून मी गेल्यावर तू ह्या कारणासाठीही माझी काळजी करत बसतेस. तुझ्यासाठी बहुधा ते एखाद्या पोलिसवाल्याशी लग्न केल्यासारखं असावं."

मला आता बोलून बोलून थकवा जाणवायला लागलाय. मी वर्तमानात आता जरी ४१ वर्षांचा असलो, तरी मानसिकदृष्ट्या किती वर्षांचा आहे, देव जाणे! ह्या ये-जा करण्यामुळे मी बहुतेक ४५-४६ चा तरी असेन. पण काय माहीत, कदाचित ३९चा सुद्धा असू शकतो. बरं, ते एक असो, पण मला क्लेअरला काहीतरी महत्त्वाचं सांगायचंय, ते राहून जायला नको.

"क्लेअर?"

"काय रे?"

"तुला काहीतरी सांगायचं होतं. हे बघ, तू मला दोन वर्षांनी भेटशील ना, तेव्हा मी तुला ओळखत असणार नाहीये. तू माझ्यासाठी सर्वस्वी नवीन मुलगी असशील. त्यामुळे मी तुझ्याशी औपचारिकपणे वागलो किंवा ओळख दाखवली नाही, तर रागावू नकोस आणि प्लीज, माझ्या आठवणी जाग्या करायला सगळं एकत्र सांगून माझं डोकं उठवू नकोस. कृपा कर!"

"ठीक आहे हेन्री, मी लक्षात ठेवीन. तू काळजी करू नकोस, पण तू आता अजून थोडा वेळ थांब ना."

"शू! मी गेलो तरी तुझ्याचबरोबर असेन क्लेअर... सदैव!'' असं म्हणत मी तिला माझ्या मिठीत ओढतो आणि रजईवर पुन्हा आडवा होतो, पण तोपर्यंत थकव्याने माझा पूर्णपणे ताबा घेतलेला असतो. मला समजत असतं की, मी कुठल्याही क्षणी इथून खेचला जाईन.

"आय लव्ह यू हेन्री! माझ्या वाढदिवस इतका खास बनवल्याबद्दल. खरंच... तुझे जितके आभार मानावे तेवढे कमी आहेत.'' क्लेअर आपल्या घशातला आवंढा लपवण्याचा प्रयत्न करत म्हणते.

"आय लव्हू यू टू, क्लेअर! नीट राहा... काळजी घे स्वत:ची...''

मी असं म्हणतो न म्हणतो तोच अदृश्य होतो.

सिक्रेट

. . . .

गुरुवार, १० फेब्रुवारी, २००५ (क्लेअर ३३ वर्षांची, हेन्री ४१ वर्षांचा)

क्लेअर : गुरुवारची दुपार आहे आणि मी माझ्या कार्यशाळेत पिवळा कोझो कागद बनवण्यात मग्न आहे. हेन्रीला गायब होऊन चोवीस तास होत आलेत आणि नेहमीप्रमाणेच मी त्याच्याबद्दल काळजी कर-करून वेडी झालेली आहे; तितकीच, तो इथे नसल्याबद्दल त्याच्यावर आणि त्याची काळजी करत बसल्याबद्दल स्वत:वर संतापलेसुद्धा आहे. त्याचे विचार डोक्यात थैमान घालत असल्यामुळे, माझं कामात काहीएक लक्ष लागत नाहीये. आतापर्यंत एक कागद धड बनलेला नाहीये. नुसता विचका झालाय! शी!

मी शेवटी रीतसर सुट्टी घेऊन, छानशी कॉफी प्यायचं ठरवते. तसंही, कार्यशाळेत आताशा बरीच थंडी पडायला लागलेली आहे... तरी नशीब, कागद बनवण्यासाठी कोमट पाणी तयार ठेवलेलं, ते बरं झालं... त्यात हात बुडवून जरा तरी बरं वाटत होतं.

मी कॉफी बनवून घेते. वाफाळती कॉफी असलेला तो चिनी मातीचा मग हातात धरून खरंच खूप छान वाटू लागतं. मी त्या मगमधून उठणाऱ्या सुगंधी वाफांची मजा घेत उभी असते, इतक्यात हेन्रीची ठरावीक शीळ ऐकू येते. म्हणजे हेन्री आला! "थँन्क गॉड!" असं उद्‌गारत मी बाहेर जाऊन बघते, तर साहेब अगदी आरामात, बुटाला लागलेला बर्फ झटकत, बागेमधून चालत येत असतात. हेन्री आज बराच खूश दिसत असतो. हर्षभरीतच म्हणायला हवा, खरं तर. मला एकदम त्यामागच्या कारणांचा अंदाज येतो - हेन्री जवळ आल्यावर, त्याने काही सांगण्याच्या आधीच मी त्याला विचारते "२४ मे, १९८९?"

उत्तरदाखल हेन्री मला उचलून घेत जोरजोराने हसत उद्‌गारतो "हो, माझ्या प्राणप्रिय क्लेअर! हो! बरोब्बर ओळखलंस!" आता आम्ही दोघे टाळ्या वाजवत हसायला लागतो. अखेर, हेन्री मला खाली ठेवून मिठ्या मारत आणि गुदगुल्या करत विचारतो, "तू मला इतकी वर्षं काही सांगितलं का नाहीस? मी उगीच एवढी काळजी करत बसलो होतो, लब्बाड कुठली!!"

"पण तुला ते काही माहितीच नव्हतं, तर मी तुला सांगणार तरी काय?"

"ओ, तेपण बरोबर आहे म्हणा. पण क्लेअर, तू मला माझ्या आयुष्यातला अक्षरशः जगावेगळा अनुभव दिलास हं. थँन्क्यू...थँन्क्यू, थँन्क्यू, थँन्क्यू!"

मग आम्ही थोडा वेळ, हातात हात घालून, त्या सुंदर क्षणांना आपल्या मनात पुन्हा एकदा जगत बसून राहतो. मग हेन्री मला विचारतो, "मी किती वेळासाठी अदृश्य होतो गं?"

"एक अख्खा दिवस!"

त्यावर हेन्री उसासा टाकत विचारतो "तुला बरं वाटलं का? काही तासांच्या आनंदासाठी पूर्ण चोवीस तास चिंतेत व्यतीत करणं?"

"हो, वाटलं! तो दिवस माझ्या आयुष्यातल्या सगळ्यात अप्रतिम दिवसांपैकी एक होता!" आणि हे खरं आहे. जेव्हा जेव्हा त्या दिवसाची आठवण होते, तेव्हा माझ्या ओठांवर नकळत हास्य उमलतं. त्या दिवशी हेन्री निघून गेला तो क्षण आठवला, की रात्र-रात्र झोप येत नाही मला.

माझं उत्तर ऐकून हेन्री मला आपल्या मिठीत घेत विचारतो "मला सांग, त्या दिवशी मी निघून गेल्यानंतर, नेमकं काय घडलं?"

"अं... मी माझ्या भरून आलेल्या मनाकडे कसंबसं दुर्लक्ष करत, सगळं सामानसुमान आवरलं आणि स्वतःचा अवतार ठीकठाक करत घरी परत गेले. घरी पोचल्यावर सगळ्यांची नजर चुकवून माझ्या खोलीत गेले आणि गरम पाण्याने अंघोळ करायला बसले. इतक्यात नेमकी एट्टा माझ्या खोलीत आली आणि 'मी भर दुपारी अंघोळ का करतेय' असं विचारायला लागली. मी तिला, मला बरं वाटत नाहीये, म्हणून अंघोळ करतेय' असं सांगून कटवलं खरं, पण तिला तसं पटवून द्यायला मला जो त्रास पडला ना हेन्री, तो फक्त मलाच माहितेय! त्यानंतर उन्हाळ्याचे सगळे दिवस मी भरपूर झोपण्यात, पुस्तकं वाचून माझं मन रमवण्यात घालवले. मी त्या काळात खूपच अंतर्मुख बनले होते. फारशी कुणाशी बोलायचे नाही, तासन्तास कुरणात जाऊन बसायचे - ह्या आशेने की, तू चुकूनमाकून कधी तरी तिथे येशील. मी तुला त्या काळात कित्येक पत्रं लिहिली. मग ती कोणत्या पत्त्यावर टाकायची हे न उमजून, फाडून टाकली. काही काळासाठी तर माझं जेवणखाणसुद्धा इतकं कमी झालेलं की, शेवटी मॉमने मला मानसोपचार तज्ज्ञाकडे

नेलं. तेव्हा कुठे मी पुन्हा नीट जेवायला लागले. तरीही माझा एकंदरीत आविर्भाव दु:खीच होता. अखेर जेव्हा मॉम-डॅडने मला तंबी दिली, मी माझं असंच वागणं सुरू राहिलं, तर ते मला त्या हिवाळ्यात शाळेत पाठवणार नाहीत, तेव्हा कुठे मी माणसात आले. कारण, माझ्यासमोर एकच ध्येय होतं - मला त्या घरातून बाहेर पडून लवकरात लवकर शिकागोला यायचं होतं. त्यासाठी शाळेत जाणं हा राजमार्ग होता. तसंही, मला नव्या शहरात, नव्या शाळेत, स्वत:च्या छोट्याशा घरात जाण्याची संधी गमवायची नव्हती. मी जितक्या लवकर शिकागोला येईन, तितक्या लवकर तुला शोधू शकेन, अशी मी माझ्या मनाशी खूणगाठ बांधली असल्याने, मला कुठलाही मूर्खपणा करून माझ्या पायावर धोंडा मारून घ्यायचा नव्हता. तसंच, दुसऱ्या बाजूने विचार केला तर, मी एकदा शाळेच्या कारभारात गुंतले, की तुझ्याबद्दल स्वत:चं डोकं खपवत बसायला मला फारसा वेळ मिळणार नव्हता, हीसुद्धा एक जमेचीच बाजू होती. मी कितीही नाकारलं, तरी सत्य हेच होतं की, तू मला दोन वर्षांनंतरच भेटणार होतास. ह्या सगळ्याच दृष्टीने मी लवकरात लवकर शिकागोला येऊन शाळेत जायला लागले, ही गोष्ट खूप शहाणपणाची ठरली. कारण त्यामुळे तुला भेटेपर्यंत मला भरपूर शिकता आलं, मला कामं मिळायला लागली, बरेच मित्र-मैत्रिणी बनवता आले आणि वेळ आल्यावर तुलासुद्धा भेटता आलं.''

''तू मित्र-मैत्रिणींचा उल्लेख केलास... अं... म्हणजे तू इतर मुलांसोबत डेटवरसुद्धा जायचीस का?'' हेन्री अडखळत विचारतो.

''हो, अर्थातच!'' मी बेफिकिरीने बोलून जाते. मात्र ते उत्तर ऐकून हेन्रीचा उतरलेला चेहरा पाहून त्याला समजावून सांगते, ''अरे म्हणजे, मी डेटवर जायचे ते त्या मुलांमध्ये गम्य असायचं म्हणून नाही काही. काय व्हायचं ना, की कधीकधी मला विचार करून खूप राग यायचा की त्या दोन वर्षांत तू कित्येक मुलींसोबत डेट करत असशील. मग त्या रागात मी एखाद्या मुलाला होकार द्यायचे. पण तुला माहितेय का, की त्या प्रत्येक डेटला मी मारे उत्साहाने जायचे खरी, पण अवघ्या पाच मिनिटांत मला त्या मुलाचा कंटाळा यायला लागायचा. कदाचित ती सगळी मुलं इतकी कंटाळवाणी नसतीलही, पण मला मनाच्या एका कोपऱ्यात हे पक्कं माहीत होतं, की ह्या सगळ्यातून काहीही निष्पन्न होणार नाही. त्यामुळे मी त्या मुलांच्या बोलण्यात काही रसच घेऊ शकायचे नाही. आणि मग जांभया देत, घड्याळ बघत बसून राहायचे. अर्थातच, ती मुलं माझ्यावर प्रचंड रागवायची. शेवटी मग पाच मुलांसोबत असाच अनुभव आल्यावर, मी ती प्रथाच बंद करून टाकली. मला काय हक्क होता, एखाद्या चांगल्या मुलाच्या वेळेचा असा अपव्यय करायचा? पण तुला माहितेय, माझ्या चांगुलपणाचा वेगळाच परिणाम झाला, कुणीतरी अशी बातमी पसरवली की, मी समलिंगी आहे आणि त्यानंतर मला इतक्या मुलींची

डेटवर जाण्याची आमंत्रणं आली, की सांगता सोय नाही.'' मला त्या आठवणींनी आजही खळखळून हसू फुटतं!

''नाही, त्यात मला तरी काही वावगं वाटत नाही. मी जर तुला ओळखत नसतो ना, तर मीसुद्धा तुला समलिंगी समजू शकलो असतो.''

''हो का? जास्त शहाणा बनू नकोस. नाहीतर, मला आताही तसली जीवनशैली निवडायला वेळ लागणार नाही, समजलं ना?''

''तुला माहितेय, मला स्वत:ला समलिंगी मुलगी, (अर्थात लेस्बियन) असण्याची खूप हौस होती.'' हेन्री स्वप्नाळू डोळ्यांनी सांगू लागतो, तशी मी चमकतेच. आणि मला त्याचा जरा रागही येतो. इथे मी डोळ्यांत प्राण आणून त्याची वाट पाहात असते आणि ह्याला तर समलिंगी बनायची इच्छा आहे. काय म्हणावं आता नशिबाच्या ह्या थट्टेला? मी ह्या मुद्द्यावरून हेन्रीला छेडणार इतक्यात तो म्हणतो ''पण जाऊ दे? ह्या जन्मात तरी ते शक्य नाही. अतीच गुंतागुंत होईल, नाही का क्लेअर? तुला काय वाटतं?''

मी हेन्रीवर वैतागलं असल्याचं कितीही नाटक केलं, तरी त्याची ही निर्व्याज कबुली मला हेलावून सोडते आणि माझ्या मनाला थोडीशी अपराधीपणाची बोचही देऊन जाते. मला आठवतो तो क्षण, जेव्हा फादर कॉम्पटनने आमचं लग्न लावून देण्याआधी, मला हेन्रीला काही कबुलीजबाब द्यायचाय का, असं विचारलेलं. मी त्या वेळी अगदी मान उंचावून सांगितलेलं, ''नाही. त्याला माझ्याबद्दल सगळं माहिती आहे. आमच्यात काहीच गुपितं नाहीत.'' पण नंतर (आणि मी स्वत:च्या मनाला आजतागायत असंच समजावत आलेय, की नंतर म्हणजे मद्याची धुंदी उतरल्यावर) मला माझ्या वागण्याचा जो पश्चात्ताप होत आलाय, तो अजूनही कायम आहे. अर्थात, गेल्या काही वर्षांत मी शिताफीने त्या विषयाचा उल्लेखही न करण्याचा पवित्रा उचलल्यामुळे, पश्चात्तापाची धार बोथट झाली असली; तरी आज हेन्रीला माझ्याशी इतकं प्रामाणिकपणे बोलताना पाहून, माझ्या मन:पटलावर गोमेझ... त्याची बेडरूम... त्यामध्ये तो...आणि मी... ह्या आठवणीचं चित्र उभं राहतं आणि पुन्हा एकदा, हेन्रीला नकळत का होईना, फसवल्याची जाणीव, माझ्या मनात कळ उमटवून जाते. मी ते मुद्दाम नव्हतं केलं हेन्री! मी तुझी, फक्त तुझीच वाट पाहात होते. पण मीपण माणूस आहे. एका क्षणी, एकटेपणाची जाणीव इतकी तीव्र झाली, की नको ती चूक घडून गेलीच. पण मी तेव्हाही फक्त तुझीच होते अणि आताही फक्त तुझीच आहे हेन्री. प्लीज, मला माफ कर! माझ्या मनातला एक आवाज मला सांगत असतो, की सांग, हेन्रीला अजूनही सगळं स्पष्ट सांगून मोकळी हो. तो तुला समजून घेईल, पण माझं धारिष्ट्य होत नाही. तो मला माफ करेल, पण मला माहितेय, की तो कधीच पूर्वीप्रमाणे माझ्यावर मनापासून प्रेम करू शकणार नाही.

तेव्हा काय होईल!? मी ते सहन करू शकेन? छे! मुळीच नाही! जाऊ दे, मी पण कशाला उगीच नको त्या गोष्टींची मल्लिनाथी करतेय? मी स्वत:वरच वैतागून मनातल्या मनात बोलते. तेवढ्यात हेन्रीचा आवाज माझी तंद्री भंग करतो.

"क्लेअर! अगं, लक्ष कुठेय तुझं?"

"सॉरी. कसलातरी विचार करीत होते."

"ते ठीक आहे, पण एवढा कसला विचार करतेस की ज्यामुळे तुझा चेहरा इतका दु:खी दिसू लागलाय?"

मी हेन्रीच्या प्रश्नाला बगल देत, त्यालाच उलट विचारते: "हेन्री, तुला कधी अशी चिंता वाटते का रे, की सगळ्या चांगल्या गोष्टी आधीच घडून गेल्या आहेत. मग, आता पुढे काय?"

"नाही. म्हणजे, हो एका अर्थी तसं होतं खरं, पण तू म्हणतेस त्या प्रकारे नाही. तू ज्या काळाच्या आठवणींत रमतेस, तो माझ्यासाठी अजून यायचाय - त्यामुळे माझ्यासाठी तो प्रश्न नसतो. मला उलट ही बाब सतावते की, भूत आणि भविष्याच्या ह्या चक्रात फिरताना, मी वर्तमानाकडे तितकंसं लक्ष, महत्त्व देऊ शकत नाही. मला बरेचदा असं वाटतं, की जितकी जाण मला भूतकाळातल्या आणि विशेषत: भविष्यकाळातील घटनांबद्दल आहे, तितकीच ती वर्तमानाबद्दलही असती ना, तर मी खरंच खूप सुखी झालो असतो; पण ठीक आहे. सध्या आपल्या वर्तमानातल्या आयुष्यात बऱ्याच चांगल्या गोष्टी घडल्या आहेत, त्यामुळे मी तसा संतुष्ट आहे." असं म्हणून हेन्री माझ्याकडे बघून त्याचं ठेवणीतलं गोड, निरागस स्मित करतो, तेव्हा मी माझ्या मनातलं अपराधीपण महत्प्रयासाने बाजूला सारून त्याच्या आनंदात भाग घ्यायचा प्रयत्न करते.

"अल्बा! तिच्याचबद्दल बोलतो आहेस ना तू?"

"अर्थातच! अल्बासाठी माझ्याकडे एकच शब्द आहे. 'परफेक्ट' परिपूर्ण! ती सर्वार्थाने उत्कृष्ट आहे आणि तूसुद्धा! मी तुझ्यावर पूर्वी जितकं प्रेम केलंय, तितकंच, किंबहुना त्याहीपेक्षा जास्त प्रेम आज करतो. तुझ्या सोबतीने आयुष्य घालवायला मिळाल्यामुळे, तुला जाणल्यामुळे, माझं आयुष्य सगळ्या अर्थाने परिपूर्ण झालंय क्लेअर!" हेन्री गहिवरल्या आवाजात म्हणतो, तशी मीसुद्धा भारावून जाते आणि त्याला म्हणते, "प्रत्येक सुख-दु:खात आपण एकत्र असल्याने माझ्याही आयुष्याला एक आगळा अर्थ आलाय हेन्री!"

"तुला सांगू क्लेअर, आपण दु:खं आली की, त्यांना नावं ठेवतो, पण मला तरी दु:खांमुळे आपलं आयुष्य, आपलं सहजीवन, अधिक वास्तव वाटतं... खरं वाटतं. आणि मला ह्या खरेपणाची खूप ओढ आहे, गरज आहे."

'सांग क्लेअर, सांगून टाक...' हेन्री बोलत असताना, माझ्या डोक्यातला

आवाज आता अजूनच स्पष्ट होत जातो.. मग शेवटी जेव्हा तो असह्य होऊ लागतो, तेव्हा मी अडखळत बोलते "कधीकधी सत्यसुद्धा फार असत्य रूप धारण करू शकतं." मी पुढे काय बोलते, हे ऐकायला हेन्री थांबलेला असतो. मला समजत असतं, की काही कबूल करायचं असेल, तर हीच वेळ आहे - त्यानंतर कदाचित अशी संधी मिळणार नाही.

"क्लेअर?" अखेर हेन्री मला माझ्या तंद्रीतून बाहेर काढत म्हणतो, तेव्हा मी अत्यंत कष्टी चेहऱ्याने त्याच्याकडे बघत म्हणते, "मी कुणाला तरी शय्यासोबत केली."

माझं हे विधान ऐकून हेन्रीचा चेहरा पार थिजून जातो. तो माझ्याकडे न बघता, भरल्या आवाजाने विचारतो "कुणाला?"

"गोमेझला!"

हे ऐकून तर हेन्रीचा चेहरा पारच चुरगळतो! "पण का?"

"मुद्दाम... मुद्दाम नाही केलं रे मी! मी एका पार्टीला गेले होते आणि जरा जास्तच मद्यपान झालं. शॅरीस नेमकी बोस्टनला गेली होती आणि गोमेझ एकटा पडलेला. काय, कसं उलगडत गेलं, काही समजलंच नाही."

"एक मिनिट... हे सगळं कधी घडलं?"

"१९९० साली."

माझं उत्तर ऐकून, अगदी अनपेक्षितरीत्या, हेन्री खदखदून हसायला लागतो. "देवा! क्लेअर! तू पण ना कमाल करतेस कधीकधी! काय हादरवून टाकलंस मला क्षणभर! मला वाटलं की तू आता नुकत्याच घडलेल्या कुठल्यातरी घटनेबद्दल सांगत आहेस." त्याचं बोलणं ऐकून मला इतकं हायसं वाटतं, की मला त्यावर काय प्रतिक्रिया द्यावी, हे समजतच नाही. मी मख्खपणे हेन्रीकडे पाहत बसते. तसा तो पुढे म्हणतो, "म्हणजे तुझ्या ह्या कबुलीने मला फार आनंद झालाय, असं मुळीच नाही. पण आता काही वेळापूर्वी, मी तुला निरनिराळे अनुभव घेण्यासाठी प्रोत्साहित करत होतो म्हटल्यावर, तुझ्या हातून कैक वर्षांपूर्वी घडलेल्या ह्या प्रमादाबद्दल मी तुझ्यावर रागवावं, हे मला शोभणारं नाही, नाही का?" हेन्री असं मिश्किलपणे म्हणतो, तशी मी त्याच्याकडे आ वासून पाहतच बसते. म्हणजे इथे मी गेली पंधरा वर्षं, गोमेझकडून हेन्रीला काही समजल्यावर हेन्रीची काय प्रतिक्रिया होईल, ह्याबाबत विचार कर-करून वेडी व्हायची बाकी होते आणि हेन्री आज मला थंडपणे सांगतोय, की 'इट्स ओ.के.?' खरंच? त्याच्यासाठी ही बाब इतकी क्षुल्लक आहे?

मी असा विचार करतानाच हेन्री मला अगदी सहज सुरात विचारतो, "कसं वाटलं होतं?"

त्याच्या प्रश्नाचा रोख मला समजेनासा होतो - म्हणून मी अगदी काळजीपूर्वक माझे शब्द निवडून उत्तर देते "अं...वेगळा अनुभव होता. म्हणजे, गोमेझबद्दल काही

वावगं बोलायचा माझा हक्कही नाहीये आणि इच्छाही! पण...''

''अगं बोल बिनधास्त!''

''असं वाटत होतं की, मी काचसामानाने भरलेलं दुकान असावं आणि तो त्यात घुसलेला बैल!''

हेन्री माझ्या या वर्णनावर खो-खो हसत उद्गारतो, ''म्हणजे तो माझ्यापेक्षा श्रेष्ठ आहे म्हणायचं तर.''

हेन्री हे इतक्या सहजपणे बोलतो, जणू बातम्या वाचत असावा. मी त्याच्या त्या सहजीपणाने नाही म्हटलं तरी बावचळतेच आणि गडबडून उत्तर देते ''ते मला आता काही लक्षात नाही बुवा. पण एवढं मात्र लक्षात आहे, की कौशल्य, शिष्टाचार म्हणून काही गोष्टी असतात, हे त्याला ठाऊकच नव्हतं मुळी! तुझा विश्वास बसणार नाही, पण तो माझ्या अंगावर पहुडून चक्क सिगारेट ओढत होता!!... अर्थात हे मी त्यावेळचं बोलतेय. आता शॅरीसमुळे त्याच्यात सुधारणा झाली असावी कदाचित. पण आपल्याला त्याच्याशी काय देणंघेणं म्हणा?'' असं म्हणत मी उठून हेन्रीजवळ जाते आणि मनापासून बोलते, ''सॉरी हेन्री. ती खरंच एक चूक होती. मद्याच्या नशेत घडलेला एक अपघात! मी खरंच खूप संयमाने आणि प्रामाणिकपणे तुझी वाट पाहात होते, पण एक क्षण असा...''

मला आता पुढे बोलवेना. मी माझ्याच नजरेत उतरलेली असते. पण हेन्री मला मिठीत घेत, माझं डोकं थोपटत समजावू लागतो, ''क्लेअर, इतकं मनाला लावून घेऊ नकोस. मी तुझ्यावर अजिबात रागावलेलो नाहीये.''

हेन्री एवढं बोलूनसुद्धा, माझ्या मनात विचार आल्यावाचून राहात नाही, की तो मनातल्या मनात, नुकत्याच भेटून आलेल्या १९८९मधल्या निरागस क्लेअरची आणि त्याच्या मिठीत शिरून बसलेल्या ह्या फसव्या क्लेअरची तुलना करून, कपाळावर हात तर मारून घेत नसेल ना?

इतक्यात हेन्री मला विचारतो ''अजून काही आश्चर्याचे धक्के द्यायचे बाकी आहेत का क्लेअर?''

''नाही, इतकंच सांगायचं होतं.''

''बापरे! तू गुपित लपवून ठेवण्यात खरंच हुशार निघालीस हं क्लेअर! खरं तर मुलींच्या तोंडात तीळ धरत नाही, पण तू वेगळीच आहेस बाबा!'' हेन्री हे गंमतीने म्हणतो खरं, पण मला जाणवतं, की त्याचा माझ्याकडे बघण्याचा दृष्टिकोन थोडासा का होईना, बदललाय हे निश्चित.

''अं... मला त्यामुळे तुला... आपल्या नात्याला अजून व्यवस्थित समजून घेण्याची संधी मिळाली रे हेन्री!''

''म्हणजे तुला असं म्हणायचंय का, की माझा एकंदरीत काहीच तोटा झालेला

नाही?''

"हो...'' असं म्हणत, मी हेन्रीचं चुंबन घेते. हेन्री जरासा अडखळतो, मग तोसुद्धा मला चुंबू लागतो... आणि बघता-बघता, आम्ही एकमेकांशी नेहमीच्या सहजतेने वागू लागतो. खरं सांगायचं तर, आता आमच्यातले सगळे आडपडदे बाजूला सारल्यानंतर, एक वेगळीच जवळीक निर्माण झालेली जाणवते. खरंच, ज्याने कुणी म्हटलंय की, आपली चूक कबूल करणं ही स्वत:वर केलेली सगळ्यात मोठी मेहेरबानी आहे, तो इसम मोठाच विद्वान! हेन्रीला सगळं खरं खरं सांगितल्यावर, माझ्या मनावरचं इतकं मोठं वजन हलकं झाल्यासारखं वाटतंय, की सांगता सोय नाही. आणि विशेष म्हणजे, त्या कबुलीजबाबानंतर, हेन्रीची माझ्याबद्दलची ओढ अजूनच तीव्र झाल्यासारखी वाटतेय. बघा ना, अधाशासारखा मला मिठीत घेऊन, माझ्यावर आपल्या प्रेमाचा वर्षाव करतोय!!

शनिवार, १४ एप्रिल १९९० (क्लेअर १८ वर्षांची) वेळ : पहाटेचे ६:४३

क्लेअर : मी डोळे उघडून पाहते, तर मी कुठे आहे, हे क्षणभर लक्षातच येत नाही. पिवळ्या भिंतीच्या ह्या खोलीमध्ये सिगारेटीचा शिळा दरवळ भरून राहिलाय. खिडक्यांवरचे पडदे ओढलेले असल्यामुळे अजूनच घुसमटायला होतंय. इतक्यात माझी नजर डावीकडे जाते, तर शेजारी गोमेझ पहुडलेला असतो. त्याला बघून, सगळ्या घटनेचा क्रम लागू लागतो. मी आणि गोमेझ... मद्यधुंद अवस्थेत... त्याच्या घरी... तोल ढळला... अरे देवा! हेन्री? हेन्री माझा खून करेल! शॅरीस तर मला शिव्यांची लाखोली वाहील. मी घाबरून गादीवरच उठून बसते. गोमेझची बेडरूम म्हणजे सिगारेटीची थोटकं, कपडे, वकिलीची पुस्तकं, वर्तमानपत्र, न विसळलेली भांडी ह्या सगळ्यांचं आगर दिसतंय. माझे कपडेसुद्धा त्या गदारोळातच एका बाजूला अस्ताव्यस्त पडलेले आहेत. गोमेझ किती शांतपणे झोपलाय! आपल्या गर्लफ्रेंडला फसवून आपण तिच्या मैत्रिणीसोबत झोपलो, ह्या गोष्टीची तसूभरही खंत त्यांच्या चेहऱ्यावर दिसत नाहीये. किंबहुना, त्याच्या कपाळावर पडणाऱ्या सोनेरी केसांखालचा त्याचा निरागस चेहरा, एखाद्या खेळून दमून आल्यावर, गाढ झोपलेल्या लहान मुलाच्या चेहऱ्यासारखा दिसतो आहे.

माझी मात्र इथे पार गाळण उडालेली आहे!

धडधडत्या हृदयाने आणि लटपटत्या पायाने मी कशीबशी बाथरूमपर्यंत जाते. त्या दमट बाथरूममध्ये पोचल्यावर, मी इथे नक्की का आले, हेच माझ्या लक्षात येईना. मग मी उगीच हात-पाय धुते, विचित्र वास असलेल्या एका साबणाच्या तुकड्याने चेहरा खसखसून धुऊन काढते. मग धीर एकवटून स्वत:ला आरशात

निरखू लागते. माझ्या चेहऱ्यावर, डोळ्यांत अपराधीपणाचे भाव दाटून आले आहेत का? हेन्रीने जर मला आता बघितलं, तर त्याला माझी फसवणूक लागलीच लक्षात येईल का? मला त्या विचारानेच मळमळायला लागतं आणि मी तडक त्या घुसमटवणाऱ्या वातावरणातून बाहेर पडते.

घरात शांतता पसरलेली असते. फक्त दूरवर कुठेतरी टिकटिकणाऱ्या घड्याळाचा आवाज येत असतो. ह्या घरात गोमेझच्या सोबत त्याच्याबरोबर वकिली शिकणारे दोन मित्रही राहतात. मला आता ह्या अवस्थेत कुणालाही सामोरं जायचं नसतं. त्यामुळे मी गोमेझच्या खोलीत परतून, पलंगावर त्याच्यापासून सुरक्षित अंतरावर थरथरत बसून राहते. माझ्या चाहुलीने गोमेझला जाग येते - मला पाहून तो हसतो आणि 'गुड मॉर्निंग' म्हणत, मला जवळ घ्यायला जातो. तशी मी झटक्यात स्वत:ला आखडून घेत, धाय मोकलून रडायला लागते. माझा तो अवतार बघून, गोमेझची झोपच उडते. तो मला कसाबसा आपल्या मिठीत घेऊन "क्लेअर, बेबी, काय झालं?...काय झालं?" असं म्हणत माझी समजूत घालू लागतो. त्या क्षणी, मला त्या सगळ्या प्रसंगांची आठवण होते, जेव्हा मी हेन्रीला माझ्या सगळ्या समस्या सांगून, त्याच्या खांद्यावर निर्धास्तपणे रडायचे! हेन्री कुठे आहेस रे तू? मला तुझी खूप गरज आहे रे! ये ना लवकर!

गोमेझ मला बराच वेळ थोपटत राहतो. रडण्याचा बहर जरा ओसरल्यावर मला प्रश्न पडतो की मी नेमकी इथे काय करतेय? माझ्या अंगावर एकही कपडा नाहीये आणि माझ्याच इतक्या नग्न असलेल्या गोमेझच्या बाहुपाशात हुंदके देत, मी नेमकी काय करते आहे? हा विचार मनाला डसल्यावर, मी गोमेझपासून विलग होते. तो मला डोळे पुसायला टिश्यू पेपर देतो. मी डोळे पुसते आणि त्याच्याकडे गोंधळलेल्या, हताश नजरेने पाहात बसते. तोसुद्धा माझ्याकडे तशाच नजरेने पाहत बसतो.

मग अखेर थोड्या वेळाने गोमेझ मला विचारतो "बरं वाटतंय का?"

नाही! कसं बरं वाटेल मला? मी फसवी आहे, दुटप्पी आहे... माझं मन आक्रंदायला लागतं, पण गोमेझला तसं सांगण्यात काही अर्थ नसतो. म्हणून मग मी त्याला म्हणते "हो!"

"काय झालंय?"

त्याच्या ह्या प्रश्नावर मी निव्वळ खांदे उडवते. तसा गोमेझ आपला वकिली पवित्रा धारणा करून, मला स्पष्टपणे विचारतो, "क्लेअर, तू ह्या आधी कधी संभोग केलायंस का?"

मी होकारार्थी मान डोलावते, तसा तो पुढे म्हणतो "बरं, मग तुला शॅरीसबद्दल विचार करून वाईट वाटतंय का?" मी "नाही" म्हणते. "मग मी काही चूक केली का?" मी परत "नाही" म्हणते.

शेवटी गोमेझ मला वैतागून विचारतो "क्लेअर, हा हेन्री कोण?"

त्याचा तो प्रश्न ऐकून मी उडतेच. "तुला... तुला काय माहीत हेन्रीबद्दल?" मी त्याच्याकडे आ वासून पाहात विचारते.

माझ्या प्रश्नाचं लागलीच उत्तर न देता गोमेझ शांतपणे सिगारेट शिलगावतो. मग आळस देत, त्या सिगारेटीचे झुरके घेत राहतो. हातातल्या सिगारेटीमुळे मला गोमेझची नग्नता जरा झाकल्यासारखी वाटू लागते. थोड्या वेळाने, तो मलासुद्धा एक सिगारेट देऊ करतो. खरं तर, मला मुळीच तो प्रकार आवडत नाही, पण सध्याच्या तणावपूर्ण मन:स्थितीत, मला त्या सिगरेटीचा आधार वाटू लागतो. तसंच सिगारेट ओढून संपेपर्यंत मला गोमेझशी हेन्रीबद्दल काय बोलावं, ह्याचा विचार करायला वेळ मिळेल, हे जाणवल्यावर मी जरा सैलावते.

मी सिगारेट ओढू लागते. तसा गोमेझ त्याच्या कपाटात खुडबूड करून माझ्यासाठी एक निळा बाथरोब घेऊन येतो. मी तो अंगावर चढवते, तसा गोमेझही आपल्या जीन्स चढवायला लागतो. माझ्या त्या हादरलेल्या मन:स्थितीतही मला जाणवल्यावाचून राहात नाही की, गोमेझ किती देखणा आहे. किती उंच, रुंद... हेन्रीच्या निमुळत्या शरीरापेक्षा ह्याचं शरीर किती निराळ्या दृष्टीने देखणं आहे. दुसऱ्याच क्षणी मला माझ्या ह्या विचारांबद्दल स्वत:ची घृणा वाटू लागते. शी! झालंय तरी काय मला! हेन्रीसारखा प्रेमळ साथीदार असताना मी एका परपुरुषाला शय्यासोबत केली तर केली, वर त्याच्या देहाला अशी अधाशासारखी का निरखतेय? वर त्याची हेन्रीशी तुलना करतेय! शी!

इतक्यात गोमेझ माझ्या हातात एक ॲश ट्रे देत, शेजारी येऊन बसतो आणि म्हणतो "तू काल झोपेत हेन्री म्हणून कुठल्याशा मुलाशी बडबडत होतीस."

काय? काय? "हो का?..अं, नेमकं काय म्हणत होते मी?"

"फारसं काही नाही. जास्त करून तू त्याला हाका मारत होतीस आणि मध्ये मध्ये सॉरी, सॉरी असं म्हणत होतीस. फक्त एकदा तू एक सलग वाक्य बोललीस : 'तू इथे नव्हतास, मग मी तरी काय करावं.' एकदंरीत आविर्भावावरून, तू बरीच रागावलेली वाटत होतीस. कोण आहे हा हेन्री?"

"हेन्री माझा प्रियकर आहे."

माझं हे विधान ऐकून दचकण्याऐवजी, गोमेझ माझ्याकडे स्तब्धपणे बघत बोलतो, "क्लेअर, उगाच खोटं बोलू नकोस. तुझा कोणी प्रियकर नाहीये. शॅरीस आणि मी तुला गेले सहा महिने बघतोय. ना तू कुणासोबत डेटवर जातेस, ना तुला कुणाचा फोन येतो."

"हे बघ, तुझा विश्वास बसो ना बसो, सत्य हेच आहे की, हेन्री माझा प्रियकर आहे. तो काही काळासाठी थोडा दूर गेलाय इतकंच, पण १९९१च्या हिवाळ्यात

तो मला पुन्हा भेटणार आहे.''

''गेलाय कुठे तो? इथेच जवळपास, की कुठे परदेशी?''

''ते मला माहीत नाही.''

माझं हे उत्तर ऐकून गोमेझ काही बोलत नाही, पण त्याच्या चेहऱ्यावरून स्पष्ट जाणवतं की, त्याला मी काहीतरी बनवाबनवीची उत्तरं देतेय, असं वाटतंय. का कुणास ठाऊक, पण मला अचानक त्याचा तो अविश्वास खोटा पाडायची उर्मी दाटून येते आणि मी माझी पर्स उघडून त्यात असलेला हेन्रीचा फोटो गोमेझला दाखवत म्हणते, ''बघ, हा आहे हेन्री!'' गोमेझ तो फोटो माझ्या हातातून काढून घेत बारकाईने निरखू लागतो. मग थोड्या वेळाने बोलतो, ''मी ह्या माणसाला कुठेतरी बघितलंय... अं, किंवा बहुतेक तो ह्याचाच सारखा दिसणारा दुसरा कुणीतरी माणूस होता. कारण हा तोच माणूस असणं जरा कठीण वाटतंय. तो माणूस ह्याच्यापेक्षा बराच तरुण होता. पण काय आश्चर्य आहे? त्या माणसाचं नावसुद्धा हेन्रीच होतं!''

गोमेझ बोलत असताना माझं हृदय जोरजोरात धडधड करायला लागलेलं असतं. पण मी अगदी सहज वाटावं, अशा आवाजात त्याला विचारते ''कुठे बघितलेलंस तू त्या माणसाला?''

''एकदा नाही, मी बरेचदा बघतो त्याला. जास्त करून वेगवेगळ्या क्लबसमध्ये. त्यातही तो 'एक्झिट' आणि 'स्मार्ट'बारला विशेष दिसतो. पण खरंच सांगतो, तो तुझा मित्रच असेल, असं मला तरी नाही वाटत; कारण हा माणूस चक्क वेडसर आहे. जिथे जाईल तिथे धिंगाणा घालत असतो. दारूच्या नशेत पडलेला असतो आणि मी तर असंही ऐकलंय की, तो मुलींना खूप त्रास देतो.''

''त्रास देतो? म्हणजे त्यांना मारतो?'' मी अविश्वासाने गोमेझकडे पाहत त्याला विचारते. हेन्री एखाद्या मुलीला मारू शकेल, ह्यावर माझा कधीच विश्वास बसणार नाही!

''ते काही मला माहीत नाही.''

''त्याचं आडनाव काय म्हणालास?''

''मला माहीत नाही गं क्लेअर! तो माझा मित्र आहे का, की मला त्याच्याबद्दल एवढी इत्थंभूत माहीत असेल? माझं ऐकशील तर तो जो कोण आहे, तू त्याचा नाद सोड. तो तुला वापरेल आणि फेकून देईल. तुला तसल्या माणसांची गरज नाही, समजलं?'' गोमेझचं बोलणं ऐकून मी त्यावर काही प्रतिक्रिया न देता, फक्त स्मित करते. मला अशा प्रकारच्या नाही, तर नेमक्या ह्याच माणसाची गरज आहे, गोमेझ! पण मला माहितेय, की असे क्लब धुंडाळत बसणं हा त्याला शोधण्याचा उपाय नाही. त्यासाठी मला गोमेझला बांधून ठेवायला हवं. मग मी गोमेझकडे गोड हसत त्याला विचारते, ''असं का? मग, तुझ्या मते, मला कोणत्या प्रकारच्या माणसाची गरज आहे?''

“माझ्यासारख्या! किंबहुना तुला माझीच गरज आहे. फक्त ती तुला आता लक्षात येत नाहीये.”

“तुझ्याकडे शॅरीस आहे की! मग तुला मी कशाला पाहिजे आहे?”

“का ते मला माहीत नाही. फक्त पाहिजे आहेस, हे नक्की!”

“तू वेडा-बिडा झालायंस काय?”

हे ऐकून गोमेझ माझ्याकडे गंभीर चेहऱ्याने बघत म्हणतो, “क्लेअर, हे बघ... मी... तुझ्यावर...”

“गोमेझ, पुढे एक शब्दही बोलू नकोस.” मी त्याला दटावते.

“पण खरंच, मी...”

“नाही! मला जाणून घ्यायचीच इच्छा नाही.” असं त्याला ठणकावत, सिगारेट विझवून उठते आणि माझे कपडे चढवायला लागते. गोमेझ हताश चेहऱ्याने माझ्याकडे तसाच पाहात बसतो. मला खरं तर गोमेझसमोर, काल रात्रीचा तो गद्दार झगा चढवताना स्वत:ची खूप घृणा वाटत असते; पण मी निग्रहाने त्याकडे दुर्लक्ष करते. झग्याची लांबुडकी चेन मला लावता येत नाही, तेव्हा गोमेझ मला मदत करायला येतो आणि निमित्त साधून बोलतो “क्लेअर, प्लीज, माझ्यावर रागावू नकोस.”

“मी तुझ्यावर रागावलेले नाहीये गोमेझ. मी स्वत:वर रागावलेय.”

“खरंच, हा माणूस, ज्याला तू आपला प्रियकर म्हणवतेस, हा काही औरच असेल हं! म्हणजे बघ ना, जर त्याला वाटत असेल की तो बिनधास्तपणे तुला दोन वर्षांसाठी सोडून देऊन, इतर मुलींसोबत मजा मारून, दोन वर्षांनंतर परतल्यावर, तू डोळ्यात प्राण आणून त्याची वाट पाहात बसली असशील, तर अशा माणसाला अजून काय म्हणावं?”

गोमेझचं बोलणं ऐकून मी त्याच्याकडे स्मित करत उद्‌गारते “हो, तो काही औरच आहे.”

मला समजतंय, की माझ्या ह्या वागण्याने गोमेझ खूप दुखावला गेलाय, पण माझा इलाज नसतो. “गोमेझ, मला माफ कर. पण काही गोष्टी नशिबाच्याच हातात असतात. कदाचित तू एकटा असतास आणि मीसुद्धा एकटी असते, तर आपल्यात काहीतरी शक्य होतं. पण दुर्दैवाने...”

माझं बोलणं ऐकून गोमेझ हताशपणे मान डोलावतो आणि मग मला काही समजायच्या आत मला चुंबू लागतो. मीसुद्धा त्याचं चुंबन घेते आणि क्षणभर मला वाटून जातं की कदाचित...

पण मी वेळीच ते विचार मनातून झटकत गोमेझला म्हणते “मला निघायला हवं गोमेझ!”

तो भरल्या आवाजात उत्तर देतो "हं..." तशी मी मागे वळून न बघता, जिना उतरून निघून जाते.

शुक्रवार, २७ एप्रिल १९९० (हेन्री २६ वर्षांचा)

हेन्री : मी आणि इंग्रिड, रिव्हिएरा थेटरला, इग्गी पॉपच्या तालावर बेधुंद होऊन नाचत आहोत. आम्ही दोघं एकमेकांसोबत सगळ्यात खूश तेव्हाच असतो, जेव्हा आम्ही नाचत असतो, किंवा संभोग करत असतो किंवा अजून कुठली अशी क्रिया करत असतो, ज्यात आम्हाला एकमेकांशी संभाषण करण्याची गरज पडत नाही.

संगीताची लय वाढत चाललेय, तसा आमचा ठेकाही जबरदस्त वाढू लागलाय. मी एकदा इंगला म्हटलेलं की, ती जर्मनांसारखी नाचते. तिला माझ्या ह्या विधानाचा भारी राग आला होता, पण हे खरं आहे. ती अगदी एखाद्या सैनिकासारखी नाचते - एक-दोन-एक करत! जणू तिच्या माथ्याला कुणी बंदूक लावून तिला नाचायला सांगितलं असावं, असं!

इग्गी आता अशा अर्थाचं एक गाणं गात असतो की, 'मला आता हे इतकं असह्य होतंय, की मला इथून पळून जावंसं वाटतंय!' मला त्याच्या मन:स्थितीची पूर्ण कल्पना आहे. असं काही ऐकलं की, मला माझं आणि इंग्रिडचं भविष्य (जर आमच्या नात्याला काही भविष्य असलंच तर!) कसं असेल, ह्याबद्दल भीती वाटायला लागते.

आता आम्ही 'लस्ट फॉर लाईफ', 'चायना डॉल' आणि 'फन टाइम' ही गाणी पार करत इतक्या जोमाने नाचतोय की, त्यातून येणाऱ्या नशिल्या आनंदात आम्ही आयुष्य काढू शकलो, तर आम्ही जगातलं सर्वांत सुखी जोडपं होऊ, असं मला वाटायला लागतं.

इंग्रिडच्या अंगाला घामाच्या धारा लागल्या आहेत. इतक्या, की तिचा पांढरा टी-शर्ट चिंब भिजून, त्यातून सगळं आर-पार दिसत आहे. मला क्षणभर तिचा टी-शर्ट काढून भिरकावून द्यावासा वाटतो, पण मी स्वत:वर ताबा ठेवतो. कारण, तिने ब्रा घातलेली नाहीये आणि त्यावरून ती मला पुढचा आठवडाभर सुनवत राहील, ह्याची मला खात्री आहे.

अखेर थोड्या वेळाने, कार्यक्रम संपतो तसे आम्ही दोघं तिथून बाहेर पडतो. पुढे काय करावं समजत नसतं. इतक्यात इंग्रिड बाथरूमला जाते आणि मी तिची परत यायची वाट बघत ब्रॉडवेवर उभा राहतो. बी. एम. डब्ल्यूमधल्या एका माणसाला पार्किंगवाल्या पोऱ्याशी झगडताना पाहत मी उभा असतो. इतक्यात सोनेरी केसांचा एक धष्टपुष्ट मनुष्य माझ्याजवळ येत विचारतो "तू हेन्रीच आहेस ना?"

मी चाचरतच त्याला 'हो' म्हणतो, तसा तो बोलतो, "क्लेअरने तुला हॅलो सांगितलंय." आता ही क्लेअर कोण?

इतक्यात माझ्या नकळत तिथे पोहोचलेली इंग्रिड त्या माणसाकडे रोखून पाहात म्हणते "सॉरी, रॉंग नंबर! तुमचा काहीतरी गैरसमज झालेला दिसतोय."

तसा तो माणूस माघार घेत म्हणतो, "ओ, असं का? मला माफ करा हं! मात्र साहेब, मी तुम्हाला सावध केलं पाहिजे, की तुमचा बहुरुप्या ह्याच शहरात वावरतोय हं."

त्याच्या ह्या बोलण्याने इंग्रिड निर्धास्त होते, पण माझ्या मनात मात्र शंकेची पाल चुकचुकायला लागते. नक्कीच काहीतरी वेगळं चालू आहे... जणू माझं भविष्य माझ्या वर्तमानात डोकावू पाहतंय. पण त्याबाबत चौकशी करण्याची ही वेळ नाही मात्र तो माणूस जेव्हा स्वत:शी हसत निघून जातो, तेव्हा तर माझ्या कयासाला दुजोराच मिळतो.

तो गेल्यावर इंग्रिड मला विचारते "नेमकं काय घडलं?"

मी खांदे उडवत म्हणतो, "मला वाटतं त्याचा काहीतरी घोळ झाला असावा."

हे ऐकून इंग्रिडचा चेहरा थोडा चिंताग्रस्त होतो. खरंतर माझ्या प्रत्येकच गोष्टीबाबत इंग्रिड चिंता करत बसते, त्यामुळे मी त्याकडे दुर्लक्ष करायचं ठरवतो. मग तिचा मूड सुधारायला विचारतो, "इंग, ते सगळं मरू दे. आपण आता काय करू या, सांग."

मला खरंतर ह्या क्षणी एखाद्या मोठ्या इमारतीच्या छतावर जाऊन उडी मारावीशी वाटतेय (!) पण, जेव्हा इंग सुचवते की, "माझ्या घरी जाऊ या का?" तेव्हा मला हसून होकार भरण्याशिवाय गत्यंतरच नसतं.

तिच्या घराकडे जाताना आम्ही 'मार्जीज आइस्क्रीम'ला थांबून भरपूर आइस्क्रीम विकत घेतो आणि लहान पोरांसारखे खिदळत, एकमेकांच्या कपांमधून आइस्क्रीम खात, घरी पोचतो. मध्यरात्री मला जेव्हा जाग येते, तेव्हा का कुणास ठाऊक, पण मनात विचार चमकतो की, ही क्लेअर कोण? पण मग लक्षात येतं, की ह्या गोष्टीचं उत्तर इतक्या सहजी सापडण्यासारखं दिसत नाही. म्हणून मग, मी तो विचार डोक्याबाहेर काढून परत झोपून जातो.

शुक्रवार, १८ फेब्रुवारी २००५ (हेन्री ४१ वर्षांचा, क्लेअर ३३ वर्षांची)

हेन्री : मी शॅरीसला 'ट्रिस्टान ॲण्ड आयसोल्ड' नावाचा ऑपेरा दाखवायला घेऊन आलोय. मी क्लेअरच्या ऐवजी शॅरीसला घेऊन आलोय, हे ऐकून दचकलात का? पण निश्चिंत राहा. ह्यामागचं कारण एवढंच आहे, की क्लेअरला वॅग्नरच्या ऑपेराचा

चक्क तिटकारा आहे. तसं मलासुद्धा वॅग्नर फारसा आवडतो, असं नाही, पण ह्या ऑपेराची टिकिटं अनायासे मिळाल्यावर, न जाण्या-इतपतही माझा तो नावडता नाही. आम्ही सगळे एका संध्याकाळी शॅरीस-गोमेझच्या घरी बसून ह्याबद्दल बोलत असताना, शॅरीस पडेल आवाजात म्हणाली की, तिने कधीच ऑपेरा बघितलेला नाहीये. त्याची परिणिती म्हणून, आज मी आणि शॅरीस इथे आलोय आणि अल्बाला सांभाळत, आमच्याकडे सुट्टी घालवायला आलेल्या अलीसियासोबत क्लेअर घरी स्क्रॅबल खेळत बसलेय.

मला, खरं म्हणजे, आज इथे शॅरीस सोबत यायची अजिबात इच्छा नव्हती. मी जेव्हा तिला घ्यायला तिच्या घरी गेलो, तेव्हा गोमेझने माझ्याकडे पाहत डोळा मारून, अगदी मोठ्या माणसाच्या आवाजात मला बजावलं "हेन्री, तिला लवकर घरी आणून सोड, बरं का?" मला त्याच्या त्या विधानावर हसावं की रडावं, कळेना. म्हणजे, मला शॅरीस आवडते - नाही असं नाही - पण फक्त एक मैत्रीण म्हणून. त्यापुढे, माझ्या मनात तिच्याबद्दल काही भावना निपजणं तेव्हाही शक्य नसेल, जेव्हा मी आणि ती ह्या पृथ्वीतलावरचे शेवटचे पुरुष आणि स्त्री उरले असू.

अखेर आम्ही ऑपेराला पोचतो. मी शॅरीसचा हात धरून, तिकडे जमलेल्या गर्दीतून वाट काढायला लागतो. थिएटरमध्ये लावलेल्या नेत्रदीपक चित्रांकडे, तिथल्या भव्य सजावटीकडे आणि आजूबाजूला फिरणाऱ्या श्रीमंत लोकांकडे पाहात शॅरीस हळूहळू पुढे सरकत असते. माझ्या ओळखीचं कुणी दिसतंय का, म्हणून मी मान वेळावून पाहात असतो, पण तसं कुणीच दिसत नाही. तसे वॅग्नरचे चाहते हे अगदी कट्टर चाहते आणि एकमेकांच्यात अगदी घट्ट बंधुत्व ठेवणारे असतात बरं! त्यामुळे, अशा ठिकाणी कुणी ना कुणी ओळखीचं भेटतच असतं. आज मात्र तसं कुणी दिसत नाहीये.

मी शॅरीसला आमच्यासाठी राखीव असलेल्या खासगी बाल्कनीत घेऊन जातो. बाल्कनीचे पडदे उघडून तिला आत जायला सांगतो, तेव्हा क्षणभर शॅरीसच्या तोंडून आनंदाने शब्दच फुटत नाहीत. ती हरखून, माझ्या हातात आपला कोट देऊन आणि गाऊनच्या निऱ्या सारख्या करत, अलगदपणे स्थानापन्न होते. तिचे काळेभोर केस, चहूकडे लावलेल्या दिव्यांच्या रोषणाईत नागिणीसारखे चमचमत असतात. तिच्या नाजूक ओठांवरची गडद लिपस्टिक आणि सुंदरपणे रंगवलेले डोळे शॅरीसला आगळंच सौंदर्य बहाल करत असतात, पण एक मात्र म्हटलं पाहिजे, की त्या सगळ्या रंगरंगोटीमुळे शॅरीस एखाद्या खट्याळ लहान मुलीसारखी दिसत असते, जिला तिच्या आईने मोठ्यांच्या पार्टीला मेकअप करून यायची परवानगी दिली असावी.

शॅरीस अगदी मनापासून ऑपेरा ऐकण्यात रमलेली असते. कार्यक्रमाचा पहिला अंक संपतो, तशी ती माझ्याकडे बघून रुंद स्मित करत म्हणते "थँक्यू हेन्री! तुझे

खूप खूप आभार!'' मग थोड्या वेळाने पुन्हा कार्यक्रम सुरू होतो आणि शॅरीस आयसोल्डच्या कथेत हरवून जाते.

चार तासांचा तो भरीव कार्यक्रम संपल्यावर मी शॅरीसला विचारतो ''काय मग? आवडला का ऑपेरा?''

तशी ती उत्तरादाखल माझ्याकडे वळून म्हणते ''कथानक जरा तकलादूच होतं, पण गाण्यांमुळे खूप मज्जा आली. तुला काय वाटतं?''

तिला तिचा कोट हातात देत मी म्हणतो ''तकलादू? हं... तसं म्हणाला हरकत नाही. पण जेन इंग्लंड जरी ३०० पौंड वजनाची वयोवृद्धा असली, तरी तिच्या दैवी आवाजासाठी मी तिच्यावर आयुष्य ओवाळून टाकायला तयार आहे.''

असं बोलता-बोलता आम्ही ऑपेरा ऐकून तृप्त झालेल्या लोकांच्या गर्दीत मिसळतो आणि थिएटरबाहेर पडतो. वॅकर ड्राईव्हवर जरासं पुढे जाऊन, आम्हाला नशिबाने लगेच टॅक्सी मिळते. पण मी टॅक्सी चालकाला शॅरीसच्या घरचा पत्ता सांगणार, इतक्यात ती म्हणते, ''हेन्री, चल ना, आपण कुठेतरी छानशी कॉफी प्यायला जाऊ या. मला इतक्यात घरी जावंसं वाटत नाहीये.'' म्हणून मग मी त्या चालकाला आम्हाला जार्व्हिसमध्ये असलेल्या 'डान्स कॉफी क्लब'ला घेऊन जायला सांगतो. तिथे पोचेपर्यंत शॅरीसची सतत बडबड सुरू असते - ऑपेरातलं संगीत कसं होतं, तिथले सेट मात्र कसे अगदीच तकलादू होते आणि सगळ्यात म्हणजे, वॅग्नर ह्या ज्यू द्वेष्ट्याला ऐकून त्याचं कौतुक करणं, तिच्या नीतीमत्तेला कसं आव्हानात्मक ठरलं, इत्यादी..

अखेर आम्ही डान्सला पोचतो. नारिंगी शर्ट घालून क्लबमध्ये सगळ्यांची विचारपूस करत फिरणाऱ्या डॉनला अभिवादन करत, एका कोपऱ्यातलं छानसं टेबल मी पटकावतो. शॅरीस पाय अ ला मोड आणि कॉफी मागवते. मी नेहमीप्रमाणे कॉफी आणि पीनट बटर-जेली सॅण्डविच मागवतो. सिगारेटींचा धूर आणि पेरी कोमोचे सूर, ह्यामुळे त्या वातावरणाला एक आगळीच 'आभा' प्राप्त झालेली असते. शॅरीस तृप्तपणे टेबलावर हात टेकत, पुढे झुकून बोलते ''किती मज्जा आली ना आज हेन्री? आजकाल तर मी अशा प्रकारे बाहेर-बिहेर जाणं विसरूनच गेलेय.''

''का? तू आणि गोमेझ आता फारसे फिरायला जात नाही का?''

माझा प्रश्न ऐकून, शॅरीस थेट उत्तर देण्याऐवजी तिचं आइस्क्रीम ढवळत बसते.

''ज्योला असं करायला फार आवडतं. देवा, मी पण ना! माझ्या मुलांच्या वाईट सवयी मोडण्याऐवजी, त्यांच्याचप्रमाणे वागतेय!'' ती असं हसत-हसत बोलते आणि मग पायचा एक तुकडा खात बोलते ''आम्ही बाहेर जातो खरे, पण अशा मजेशीर ठिकाणी नाही. आमचं बाहेर जाणं जास्त करून राजकीय कार्यक्रमांनाच असतं. गोमेझला राजकारणात शिरायचंय ना. त्याची पूर्वतयारी!''

तिचं बोलणं ऐकून माझा घास घशातच अडकतो. लागलेला ठसका थांबल्यावर मी शॅरीसला डोळे विस्फारून विचारतो ''गोमेझ आणि राजकारण? कसं शक्य आहे? तो तर सतत राजकारण्यांना शिव्या देत असतो.''

हे ऐकून शॅरीस माझ्याकडे हताशपणे बघत उद्गारते ''हं!! नेमक्या त्याच कारणास्तव आता त्याला त्या चक्रव्यूहात घुसून, समाजसुधारणा करायची आहे. त्या लोकांनी केलेल्या चुका सुधारायच्या आहेत. लहान मुलांवर सर्रासपणे होणारे अन्याय त्याला आता असह्य व्हायला लागले आहेत आणि त्याने आता डोक्यात घेतलंय, की सामान्य माणसाने बाहेर राहून बोटं मोडत बसण्यापेक्षा, आत जाऊन काहीतरी ठोस करावं. त्याच्या मते, हातात सत्ता असली की बऱ्याच गोष्टी सुकर होतात.''

शॅरीसचं हे स्पष्टीकरण ऐकून मला कुठेतरी गोमेझचं मत पटायला लागतं. मी तसं शॅरीसला सांगतोही. ''शॅरीस, कदाचित, तो जे म्हणतोय ते एका अर्थी योग्यच आहे.''

पण शॅरीस खिन्नपणे नकारार्थी मान हलवत म्हणते ''मला राजकारणी होण्यापेक्षा क्रांतिकारी होणं कधीही आवडेल हेन्री. आणि गोमेझनेही तसंच करायचं ठरवलं असतं, तर मला जास्त आवडलं असतं. कुणाची चापलुसी करून खुर्ची मिळवण्यापेक्षा रणांगणावर प्राण गमावलेला कधीही बरा ना?''

मी तिच्या ह्या जोरकस विधानावर स्मित करत उद्गारतो ''बापरे शॅरीस! तू इतक्या टोकाची भूमिका घेऊ शकतेस, हे मला एरवी ऐकून खरं वाटलं नसतं हं.''

''हो, बरेच लोक मला हेच सांगतात, पण गोमेझपेक्षा मीच फार तुडतुडी आहे. गोमेझ अगदी संयमी, थंड प्रकृतीचा माणूस आहे.''

''गोमेझ? आणि संयमी?'' मी हसत-हसत विचारतो.

''अरे हो! खरंच! म्हणजे, क्लेअरच्या प्रकरणातच बघ ना...'' शॅरीस बोलून जाते आणि मग एकदम गप्प बसते.

''काय? क्लेअरच्या बाबतीत काय?'' मी हा प्रश्न विचारतो तेव्हाच लक्षात येतं की, शॅरीसने बहुतेक मला ह्याच गोष्टीवर बोलण्यासाठी इथे आणलं असावं. माझ्या मनात शंकेची पाल चुकचुकू लागते - शॅरीसला असं काय माहितेय जे मला माहीत नाही? तिला जे माहीतेय, ते माहिती करून घ्यायची माझी इच्छा आहे का? नाही... मला नाही वाटत मला तसं करण्याची हौस आणि हिंमत आहे...

माझं हे विचारचक्र सुरू असताना शॅरीस मला निरखत बसते. मग अखेर कॉफीचे घुटके घेत बोलते, ''मला वाटलेलं, की तुला ह्याची कल्पना असेल की... अं... गोमेझ क्लेअरच्या प्रेमात आहे!!''

''हो, ते मला माहितेय.'' मी अशी थंड प्रतिक्रिया दिल्यावर, शॅरीस जराशी

गांगरतेच. मग कशीबशी, आपला मुद्दा पुढे रेटत बोलते "क्लेअर त्याला सतत उडवतेय, पण गोमेझ वाट बघत बसलाय... की, काहीतरी होईल... आणि मग तो क्लेअरला मिळवू शकेल."

"काहीतरी होईल... म्हणजे?"

"अं... तुला!" शॅरीस चाचरत म्हणते, तसा माझ्या चेहऱ्याचा रंगच उडतो. मी धडपडत बाथरूममध्ये जाऊन, थंड पाण्याने तोंड धुतो. मग भिंतीशी पाठ टेकून, मन स्थिर करायचा प्रयत्न करत, थोडा वेळ तसाच बसून राहतो. शेवटी जेव्हा मला खात्री होते, की माझ्या मनावरचा ताण पूर्णपणे उतरलेला आहे आणि म्हणून मी आता कुठे गायब होणार नाहीये, तेव्हा मी बाहेर जाऊन शॅरीसला म्हणतो, "हं, बोल आता, काय म्हणत होतीस?"

"हेन्री, तू ठीक आहेस ना?" शॅरीस घाबऱ्या आवाजात विचारते. तिला बहुतेक आता तिच्या बोलण्याचा पश्चात्ताप होत असतो.

"मी ठीक आहे गं. तू सांग..."

"मी काय सांगणार? तूच सांग."

"मी? मी तुला काय सांगू?"

"हेच, की तू कुठेही जाणार नाहीयेस, की क्लेअरला गोमेझमध्ये रस नाहीये, की हा गुंता सुटून सगळं सुरळीत होणार आहे... जे काय! पुढे काय होणार आहे ते सगळं सांग मला, प्लीज!" शॅरीस, माझ्या हातावर हात ठेवत, कळकळीने विनवते. मी महत्प्रयासाने तिचा हात न झटकता, शॅरीसला समजावतो, "सगळं सुरळीत होणार आहे शॅरीस. तू काळजी करणं सोड. गोमेझ तुला सोडून कुठेही जाणार नाहीये."

"आणि तू?" शॅरीस उसासा टाकत विचारते.

मी त्यावर नि:शब्द बसून राहतो. शॅरीसही मान खाली घालून बसून राहते. अखेर बऱ्याच वेळाने मला म्हणते "चल, घरी जाऊ या!"

तसे आम्ही आपापल्या घरी जायला निघतो.

रविवार, १२ जून, २००५ (क्लेअर ३४ वर्षांची, हेन्री ४१ वर्षांचा)

क्लेअर : रविवारची छान दुपार असते. मी स्वयंपाकघरात जाते, तर हेन्री खिडकीशी उभा राहून मागच्या बागेकडे टक लावून पाहात असतो. माझी चाहूल लागल्यावर, तो मला जवळ बोलावत समोरचं दृश्य दाखवतो : अल्बा तिथे एका मुलीशी खेळण्यात दंग असते. ती मुलगी सात-आठ वर्षांची असावी. लांब, काळेभोर केस असलेली ती मुलगी अनवाणीच फिरत असते. तिच्या अंगावर कब्सचं

चिन्ह असलेला मळकट टी शर्ट असतो. ती आमच्याकडे पाठ करून बसली असल्याने, मला त्या मुलीचा चेहरा दिसत नाही, पण अल्बा मात्र तिच्या संगतीत बरीच खूश दिसत असते. हसून, खिदळून, हातवारे करत, तिच्याशी गप्पा मारत असते. मी हेन्रीकडे प्रश्नार्थक नजरेने पाहात विचारते ''कोण आहे ती मुलगी?''

''अल्बा.''

''ती नाही रे! अल्बासोबत खेळत असणारी ती मुलगी कोण, असं विचारतेय मी!''

ह्यावर, हेन्री किंचितसं हसून उत्तर देतो ''हो, मला माहितेय. ती अल्बाच आहे. मोठेपणाची. ती काळप्रवास करून इथे आलेय!''

हेन्रीचं बोलणं ऐकून माझ्या पायाखालची जमीनच सरकते ''ओ माय गॉड!... ओ माय गॉड!'' मला अजून काय बोलावं, काही सुचतच नाही. इतक्यात ती मोठी मुलगी क्षणभरासाठी मागे वळून बघते, तेवढ्यात मला तिचा चेहरा दिसतो. हो, अल्बाच आहे ही!! मग मी हेन्रीला विचारते ''आपण बाहेर जाऊ या का?''

''नको, त्यांना खेळू दे. वाटलं तर त्याच आत येतील.''

''पण मला तिला भेटायला आवडेल रे.''

''नको! माझं ऐकशील तर तसं करू नकोस.'' पण हेन्री असं बोलत असतानाच, दोन्ही अल्बा हातात हात घालून आत येतात. हसत-हसत स्वयंपाकघरात येतात आणि मग माझी ३ वर्षांची अल्बा तिच्या मैत्रिणीला सांगते ''ही माझी ममा! मी सांगत होते ना तुला तिच्याबद्दल...'' मग माझ्याकडे वळून उत्साहाने उद्‌गारते ''आणि ममा, ही मोठी अल्बा.''

तिने ओळख करून दिल्यावर मोठी अल्बा माझ्याकडे बघून हसत म्हणते, ''हॅलो ममा! कशी आहेस?'' मग मीसुद्धा तिला अभिवादन करते. इतक्यात मोठ्या अल्बाला हेन्री दिसतो. तशी ती ''डॅडी!!'' अशी चित्कारत त्याला मिठी मारून रडायला लागते! तसा हेन्री माझ्याकडे बघतो आणि अल्बाच्या कानात काहीतरी खुसफुसतो.

हेन्री : क्लेअरच्या चेहऱ्यावर तर भूत बघितल्यासारखे भाव आहेत. लहानग्या अल्बाचा हात धरून, आमच्याकडे आ वासून पाहात ती उभी आहे.

इतक्यात मी प्रसंगावधान राखून मोठ्या अल्बाच्या कानात कुजबुजतो, ''मी वारलोय, हे ममाला सांगू नकोस हं!'' ते ऐकून ती माझ्याकडे पाणावलेल्या डोळ्यांनी आणि थरथरत्या ओठांनी पाहात, 'हो' म्हणते. मग, क्लेअर अल्बाच्या हातात टिश्यू पेपर देऊन तिला सांगते ''चल, आता डोळे पूस आणि बाथरूममध्ये जाऊन चेहरा धुऊन ये.'' क्लेअर अल्बाला बाथरूमकडे घेऊन जाते, तशी लहानगी

क्लेअर माझ्या पायाला लगटून विचारते "डॅडी, ती रडत का होती?"

आता तिला ह्या प्रश्नाचं काय बरं उत्तर द्यावं? मी विचारच करत असतो इतक्यात क्लेअर आणि अल्बा परत येतात. अल्बाने क्लेअरचा टी-शर्ट आणि माझी एक हाफ पॅण्ट घातलेली असते. मग क्लेअर विचारते "चला आपण सगळे आइस्क्रीम खायला जाऊ या का?" तशा दोन्ही मुली आनंदाने टाळ्या पिटत, फेर धरून नाचू लागतात. थोड्या वेळाने, आम्ही सगळे गाडीत बसून आइस्क्रीमच्या दुकानाकडे जायला निघतो. क्लेअर गाडी चालवत असते आणि छोटी अल्बा तिच्याशेजारी बसलेली असते. मी आणि मोठी अल्बा मागच्या सीटवर बसतो. रस्ताभर अल्बा माझा हात पकडून बसलेली असते. माझा आणि क्लेअरचा प्रवास नि:शब्दपणे होत असतो, पण दोन्ही अल्बांची मात्र नुसती वटवट चालू असते. विशेषत: छोटी अल्बा तर फारच उत्साहात असते - आपल्या नव्या मैत्रिणीला तलाव, बागा, कुत्रे दाखवण्यात गर्क असते.

क्लेअर आम्हाला 'झेफायर' नावाच्या छानशा आइस्क्रीम पार्लरमध्ये घेऊन जाते. तिथे आम्ही दोन बनाना स्प्लिट, एक चॉकलेट मॉल्ट आणि एक व्हॅनिला कोन विथ स्प्रिंकल्स मागवतो. दोन्ही मुली आपल्या बनाना स्प्लिटचा फडशा पाडू लागतात. थोड्या वेळाने, क्लेअर मोठ्या अल्बाला विचारते "मग, अल्बा, काय विशेष चाललंय तुझ्या वर्तमानात?"

क्लेअरचा प्रश्न ऐकून अल्बा माझ्याकडे चोरटा कटाक्ष टाकत उत्तरते, "खास काही नाही. ग्रॅम्प्स मला सेंट साएन्सचं सेकण्ड व्हायोलिन कॉन्सर्टो शिकवतायेत."

"हं, तू शाळेच्या कार्यक्रमात वाजवणार आहेस ना?" मी अल्बाला विचारतो; तशी ती माझ्याकडे गोंधळलेल्या नजरेने पाहात विचारते "हो का? मला नाही माहीत. कदाचित नंतर होणार असेल तसं."

"ओ सॉरी! मला वाटतं, माझी काहीतरी गडबड झाली हं. पुढच्या वर्षी होणार आहे ते."

अशा प्रकारे आम्ही बराच वेळ गप्पा मारत राहतो - कधी मनमोकळेपणाने, तर कधी थांबत, अडखळत... लहान अल्बाला आणि क्लेअरला काय सांगू नये ह्याची काळजी घेत.

थोड्या वेळाने लहान अल्बा थकून, टेबलावर डोकं ठेवून पेंगायला लागते. तशी क्लेअर तिला सुचवते, "चला, हेन्री, मला वाटतं आपण आता घरी जाऊ या."

मग आम्ही पैसे भरून घरी निघतो. लिंकन ॲव्हेन्यूवरून जाताना मोठी अल्बा अचानक गायब होते. तसा मी क्लेअरकडे पुढच्या आरशामध्ये बघत म्हणतो "ती परत गेली." ते ऐकून, लहानगी अल्बा विचारायला लागते "परत गेली, म्हणजे कुठे गेली डॅडी? सांगा ना, कुठे गेली?"

त्यानंतर थोड्या वेळाने :

क्लेअर : मी अल्बाला तिच्या खोलीत झोपवून, आमच्या खोलीत येते. बघते तर, हेन्री पलंगावर बसून स्कॉचचे घुटके घेत, बाहेरच्या झाडावर बागडणाऱ्या खारींचा खेळ पाहात असलेला असतो. मी हळुवारपणे त्याच्याजवळ जाऊन उभी राहते, तसा तो मला प्रेमाने जवळ ओढतो.

मग मी त्याला विचारते, ''हे सगळं नेमकं कसं होतं ते मला नीट सांगशील का?''

उत्तरादाखल हेन्री आपला चषक बाजूला ठेवून माझ्या शर्टाची बटणं उघडत विचारतो, ''न सांगून चालणार आहे का?''

''नाही.'' मी त्याच्या जीन्सचं बटण उघडत उत्तर देते.

तसा तो माझ्या मानेचं चुंबन घेत विचारतो ''नक्की?''

मी त्याच्या जीन्सची चेन खाली ओढत, त्याच्या शर्टाखाली हात सरकवत बोलते ''हो.''

''नाही, विचारतोय, कारण कदाचित तुला मी जे सांगेन, ते ऐकल्यानंतर आवडणार नाही.'' हेन्री माझ्या कानाच्या पाळीवर जीभ फिरवत विचारतो. मी हुळहुळते. तो माझा शर्ट काढतो, मग ब्रासुद्धा! मी तशीच पलंगावर आडवी होत, हेन्रीला आपले कपडे उतरवताना बघू लागते...शर्ट, जीन्स, अंतर्वस्त्र, मोजे!

''तू उगाच वेळ काढतोयंस हं हेन्री आणि माझं लक्ष विचलित करतोयंस.'' मी अखेर कुरबुरत म्हणते.

तसा हेन्री माझं पोट कुरवाळत म्हणतो ''नाही गं! खरंतर मी स्वत:चंच लक्ष विचलित करू पाहतोय. त्यात तुझंही लक्ष विचलित झालं, तर बरंच आहे.''

''तुला मला खरं काय ते सांगावंच लागेल हेन्री!''

''असंच अगदी काही नाही.'' हेन्री माझे स्तन हळुवारपणे हातात घेऊन, स्तनाग्रांवरून आपले अंगठे फिरवत बोलतो.

''तू असं वागायला लागलास, तर मग माझ्या मनातल्या शंकेला अजूनच बळ मिळेल, की तू कसल्यातरी फारच भयानक घटनेची सूचना देतोयंस.''

''तुला तसं समजायचं असेल, तर माझी ना नाही.'' असं म्हणत हेन्री माझ्या जीन्स खाली ओढत माझ्यावर स्वार होतो, पण आता माझं लक्ष त्याच्यावरून उडून गेलेलं असतं. मी विचार करू लागते, बापरे, हेन्री कशाबद्दल बोलत असेल? आतापर्यंत घडलेली सगळ्यात वाईट घटना कोणती बरं? मी डोळे मिटून घेते. तशी, माझ्या मन:पटलावर एक आठवण इतरांपेक्षा लख्खपणे उठून चमकू लागते – माझ्या बालपणातली एक हिवाळी सकाळ होती. मी शुष्क गवतावरून धावत

कुरणाकडे जात असते. इतक्यात कसलातरी आवाज होतो. तो माझं नाव घेत असतो.

माझं हे विचारचक्र चालू असतानाच, हेन्री मध्येच बोलतो "क्लेअर? अगं, कुठे गेलीस अचानक?"

"१९८४मध्ये!"

माझं उत्तर ऐकून हेन्री क्षणभर स्तब्ध होतो आणि मग विचारतो "का?"

"मला वाटतं, तिथेच घडलं ते."

"काय? कशाबद्दल बोलतीयंस?"

"तेच, जे मला सांगायला तू इतका चाचरतो आहेस."

हे ऐकून हेन्री माझ्या अंगावरून बाजूला होत, गंभीर आवाजात म्हणतो "मला सगळं नीट सांग, क्लेअर!"

"हिवाळ्यातली एक सकाळ होती. पहाटच बहुधा... डॅड आणि मार्क हरणांची शिकार करायला गेले होते. इतक्यात, मला जाग आली. मला असा भास व्हायला लागला की, तू मला हाक मारतोयंस. मी धावतच कुरणात गेले; बघते तर, डॅड आणि मार्क काहीतरी निरखून पाहात होते. पण मी त्यांच्याजवळ गेल्यावर, त्यांनी मला घरी पिटाळलं. ते काय बघत होते, ते मला अखेरपर्यंत समजलं नाही."

"ओ! असं? मग?"

"मग दिवस नीट उजाडल्यावर, मी तिथे परत गेले. बघते तर, तिथे गवतावर सुकलेल्या रक्ताचं थारोळं होतं."

ह्यावर हेन्री काहीच बोलत नाही. ओठ घट्ट मुडपून, निमूट बसून राहतो. मी त्याला घट्ट मिठी मारत म्हणते "सगळ्यात वाईट..."

तसा तो माझं बोलणं मध्येच तोडत म्हणतो "शू! क्लेअर! काही बोलू नकोस."

"पण..."

"शू!!"

बाहेर सोनसळी दुपार पसरलेली असते, पण आतमध्ये आम्ही अक्षरशः गारठल्यागत एकमेकांना बिलगून बसून राहतो. अल्बा, आपल्या झोपेत, गोडगोड आइस्क्रीमची, आम्हा तिघांच्या सुखी कुटुंबाची स्वप्न बघत असते. पण भविष्यात कुठेतरी असलेली अल्बा मात्र, तिच्या डॅडला मिठी मारण्याची स्वप्न पाहात असते... पण उठल्यावर बघते तर? तर काय..???

द एपिसोड ऑफ द मन्रो स्ट्रीट पार्किंग गॅरेज

. . . .

सोमवार ७ जानेवारी २००६ (क्लेअर ३४ वर्षांची, हेन्री ४२ वर्षांचा)

क्लेअर : एका थंडगार हिवाळी पहाटे आम्ही सगळे गाढ झोपेत असतो, इतक्यात फोन वाजायला लागतो. मी दचकून जागी होते. सवयीप्रमाणे शेजारी पाहते, तर हेन्री माझ्याजवळच झोपलेला असतो. फोन अजून दोनदा खणखणल्यावर, तोसुद्धा जागा होतो. घड्याळात बघतो, तर पहाटेचे ४:३२ वाजलेले असतात. हेन्री रिसीव्हर उचलून पेंगुळल्या आवाजात म्हणतो "हॅलो, कोण बोलतंय?" आता माझी झोप पुरती उडालेली असते. मी नीट लक्ष देऊन हेन्रीच्या चेहऱ्याकडे बघत बसते. मात्र तो शिताफीने चेहऱ्यावरची सुरकुतीही हलू न देता बोलत असतो. अखेर "तिथेच थांब, मी आता येतोय!" असं म्हणत, फोन खाली ठेवतो. मी त्याला विचारते "कोण होतं?"

तसा तो उत्तर देतो "मीच! मी मन्रो स्ट्रीट पार्किंग गॅरेजच्या जवळ, -१५ डिग्रीच्या गारठ्यात बिनकपड्यांचा काकडून पडलेलो आहे. मला निघायला हवं. गाडी सुरू झाली म्हणजे मिळवलं बाबा."

आम्ही लागलीच तयारीला लागतो. आदल्या दिवशीचेच कपडे घालून हेन्री गाडी चालू करायला पुढे जातो आणि मी अल्बाला उठवण्यासाठी तिच्या खोलीत जाते. मग परत आमच्या खोलीत येऊन, हेन्रीसाठी काही गरम कपडे, चादरी आणि मोजे वगैरे बांधून घेते. परत अल्बाच्या खोलीत जाऊन, तिला कसेबसे कपडे चढवून, कडेवर घेऊन झर्रकन घराबाहेर पडते. हेन्रीने गाडी सुरू केलेली असते; पण ती नीट गरम होण्याआधीच मी तिला गॅरेजच्या बाहेर

काढते, तर ती लागलीच बंद पडते. आम्ही महत्प्रयासाने रागावर संयम ठेवून, मिनिटभर तसेच बसून राहतो. मग मी पुन्हा गाडी सुरू करते. ह्या वेळी ती नशिबाने व्यवस्थित पळायला लागते. आदल्या दिवशी, ६ इंच बर्फ पडलेला असल्याने, आईन्स्ली पूर्णपणे बर्फाच्छादित झालेलं असतं.

झोपमोड झालेली अल्बा आता कुरकुर करायला लागते. हेन्री तिला कसंबसं शांत करतो. लॉरेन्सला पोचल्यावर मी गाडीचा वेग वाढवते आणि आम्ही अवघ्या दहा मिनिटांत मुख्य रस्त्याला लागतो. रस्त्यावर रहदारी नसल्याने आमचा प्रवास बराच वेगाने होत असतो. लेक शोर ड्राइव्हवरून जाताना मला सतत वाटत राहतं, की मी हे सगळं आधी बघितलंय. मी ह्या सगळ्या अनुभवातून आधी गेलेय.

आम्ही अर्व्हिंग, बेलमॉन्ट, ला सॅल इत्यादी पार करत, मिशिगनच्या पुढे जातो. ओक स्ट्रीट, रॅन्डॉल्फ, मन्रो इत्यादी दुकानांवरून जात, अखेर पार्किंग गॅरेजच्या इथे पोचतो. हेन्री सांगतो, त्याप्रमाणे मी वायव्य दिशेने गाडी हाकत, पे फोन (सार्वजनिक टेलिफोन) कुठे आहे, ते शोधू लागते. अखेर रांगेने उभे केलेले ते पे फोनसुद्धा सापडतात, पण हेन्रीचा मात्र पत्ता नसतो!

"तू वर्तमानात तर परतला नसशील ना?" मी हेन्रीला विचारते.

"नाही... मला तसं वाटत नाही गं." हेन्री गोंधळल्या आवाजात उत्तरतो. शेवटी आम्ही दोघं गाडीतून खाली उतरतो. बाहेर अतिशय गारठा असतो, मला खरंतर वाटत असतं की, आम्ही गाडीतून उतरायला नको होतं, पण आता तो विचार करायची वेळ नसते. हेन्रीला शोधायचं असतं. सगळीकडे सामसूम असते. ना तिथे कुणी पहारेकरी असतो, ना दुसरा कुणी मनुष्य! काय करावं काही सुचत नसतं. मग मी अखेर हेन्रीला सुचवते, "चल गाडीतून इथे-तिथे फिरत हेन्रीला हुडकायचा प्रयत्न करू या." परंतु अख्खा पार्किंग लॉट पालथा घालूनही हेन्रीचा पत्ता लागत नाही, तेव्हा आम्ही शेवटी एके ठिकाणी हताशपणे बसून राहतो.

"तू कोणत्या काळामधून आलेलास?"

"ते कळलं नाही."

शेवटी आम्ही नि:शब्दपणे घरी परत यायला निघतो. अल्बा परत झोपून गेलेली असते. पहाटेचं आभाळ आता अजूनच गुलाबी आणि मग हळूहळू निळसर व्हायला लागलेलं असतं. रस्त्यावरची रहदारी वाढू लागलेली असते. सकाळच्या फेरफटक्याला निघालेले आनंदी लोक, पिल्लांसाठी खाद्य आणायला बाहेर पडलेले सीगल पक्षी, सगळे एकेक करून आमच्या शहराला सौंदर्य बहाल करायला लागलेले असतात. त्यात हलकेच भुरभुरू लागलेला बर्फ तर

अधिकच शोभा आणत असतो. सगळं एखाद्या चित्राप्रमाणे देखणं दिसायला लागतं. मी ते सौंदर्य निरखत असते, पण अलिप्तपणे! सध्यातरी आम्ही सुरक्षित निसटलोय, पण मला जाणवत राहतं, की ह्याची भरपाई आम्हाला लवकरच द्यावी लागणार आहे... तीसुद्धा, भरघोस!

बर्थ डे

. . . .

गुरुवार १५ जून, २००६ (क्लेअर ३५ वर्षांची)

क्लेअर : उद्या हेन्रीचा वाढदिवस आहे. मी 'विंटाज व्हिनाईल'मध्ये त्याच्यासाठी गाण्याच्या कॅसेट्स घ्यायला आले आहे. खरं तर, इथे येताना मी आशेवर होते की, वॉघन म्हणून जो ह्या दुकानाचा मालक आहे, त्याच्या मदतीने मला हेन्रीला आवडतील, अशा कॅसेट्स निवडता येतील - कारण हेन्री इथला बराच जुना ग्राहक आहे. पण इथे येऊन बघते तर वॉघनऐवजी एक शाळकरी पोरगा मालकाच्या खुर्चीवर बसलेला असतो. त्याच्याकडून काय मदतीची अपेक्षा करणार? म्हणून मग मीच शोधाशोध करायला लागते. दुकानामध्ये सेक्स पिस्टल्स, पॅटी स्मिथ, सुपरट्रॅम्प, मॅथ्यू स्वीट, फिश, पिक्सीज, पोग्स, द नेल्स, द क्लॅश, एको इत्यादी बऱ्याच जुन्या संगीतकारांच्या कॅसेट्स उपलब्ध असतात. खरं सांगायचं तर, निवडीला इतका वाव असतो की, मी तर पुरती गोंधळून जाते. काही कॅसेट्स अशाही असतात, ज्यात विविध संगीतकारांच्या रचना एकत्र आणल्या आहेत, पण त्यापैकी बहुतांश गाणी हेन्रीकडे अगोदरच असल्यामुळे मी अधिकच बुचकळ्यात पडते.

थोड्या वेळाने वॉघन एक मोठा डबा घेऊन दुकानात येतो. असे अजून दोन-तीन डबे आणल्यावर, तो आणि तो शाळकरी मुलगा त्या डब्यांमधल्या एल. पी. बाहेर काढत वेगवेगळ्या माणसांची, गाण्यांची नावं उद्गारत मांडामांड करायला लागतात. शेवटी मी वॉघनसमोर जाऊन, माझ्या हातातल्या तीन एल. पी. त्याच्यासमोर फडकवत, हताश चेहऱ्याने विनवते, "वॉघन, उद्या हेन्रीचा वाढदिवस आहे आणि त्याच्यासाठी काय घ्यावं, ह्याबद्दल मी पुरती गोंधळून गेलेली आहे. प्लीज मला

मदत करशील का?''

वॉघन माझ्या हातातल्या 'लिलिपुट' व 'द ब्रीडर्स'च्या एल. पी. निरखत मला सांगतो, ''ह्या घेऊ नकोस. ह्या हेन्रीकडे अगोदरच आहेत आणि ती 'प्लॅस्मॅटिक'ची एल. पी. निवडली आहेस ना, ती आधी ठेवून दे. अगदीच भयानक आहेत त्यातली गाणी!''

''बरं! मग आता काय करावं?'' मी अजूनच हताशपणे विचारते. ''तू ह्या आता आणलेल्या डब्यांमध्ये काही मिळू शकेल का?''

''छे गं! मला नाही वाटत. ह्या सगळ्या ५० च्या दशकातल्या गाण्यांच्या एल. पीज आहेत. एक वृद्ध स्त्री वारली, तर तिच्या नातलगांनी मला तिचा हा संग्रह सुपूर्द केला. थांब, कदाचित तुला काल नवीन आलेला 'गोल्डन पॅलोमिनोस'चा संग्रह आवडेल.'' असं म्हणत, वॉघन ती कॅसेट आणायला जाणार, इतक्यात तो पुन्हा माझ्याकडे वळून म्हणतो ''नाहीतर, थांब. मी तुला त्याहीपेक्षा एक सरस गोष्ट देतो. तशीही मी ती हेन्रीसाठीच बाजूला काढून ठेवणार होतो.'' असं म्हणत, वॉघन माझ्या हातात एक कृष्णधवल आवरण असलेली एल. पी. काढून देतो. मी ती हातात घेऊन बघते, तर त्यावर लिहिलेलं असते : ॲनेट लिन रॉबिन्सन, पॅरिस ऑपेरा, १३ मे, १९६८, लुलू.

मी प्रश्नार्थक नजरेने वॉघनकडे पाहते, तसा तो माझ्याकडे हसून बघत म्हणतो, ''हो, हो, मला माहितेय, ही हेन्रीच्या पसंतीपेक्षा जरा वेगळी गोष्ट आहे. पण मला खात्री आहे, त्याला आवडेल. खरं सांगायचं तर, हेन्रीनेच मला ह्या गायिकेच्या एल. पीं.साठी लक्ष ठेवायला सांगितलेलं होतं. एरव्ही मी हे काम कुणासाठीही करत नाही, पण हेन्री आपला खास माणूस आहे... तुला माहितेय, ही ध्वनीफित बाजारात आलीच नव्हती. एका खासगी शौकिनाकडून ही प्रत मिळालेय मला. मी ऐकून बघितलेय... खूप छान आहे.''

''थँक्यू वॉघन!'' माझ्या तोंडातून शब्दच फुटत नसतात.

''ठीक आहे गं! इतकं काय मोठं आहे त्यात?''

''मोठं आहे वॉघन. ॲनेट हेन्रीची आई होती.''

मी वॉघनला हे सांगते तसे त्याचे डोळे बशीएवढे मोठ्ठे होतात! ''काय? काय सांगतेस काय क्लेअर? खरंच? हो गं, नीट बघितलं तर दोघांच्या चेहऱ्यातलं साम्य लगेच लक्षात येतं. बापरे! कमालच म्हणायची ही! त्याने ही गोष्ट मला ह्यापूर्वी का सांगितली नाही?''

''तो तिच्याबद्दल फारसं बोलत नाही. हेन्री खूप लहान असताना, त्याच्या आईच्या गाडीचा अपघात झाला आणि ती त्यातच दगावली. म्हणून तिचा विषय निघाला की, हेन्रीला खूप त्रास होतो.''

"हं. मी समजू शकतो. त्या अपघाताबद्दल मला आता धूसरसं आठवतंय. बराच भयंकर अपघात होता तो. बरं, मला सांग, तुला अजून काही हवंय का?"

"नाही, आज एवढंच पुरे." असं म्हणत, मी पैसे भरून, हेन्रीच्या आईच्या आवाजाला छातीशी बिलगत, धावत-पळत घरी जाते."

शुक्रवार, १६ जून २००६ (हेन्री ४३ वर्षांचा, क्लेअर ३५ वर्षांची)

हेन्री : आज माझा त्रेचाळिसावा वाढदिवस आहे. कामावरून रजा घेतली असूनसुद्धा, सवयीनुसार मला सकाळी ६:४६ ला जाग येतेच. त्यानंतर पुन्हा झोप लागणं शक्यच नसतं. मी क्लेअरकडे वळून बघतो, तर ती अजूनही गाढ झोपलेली असते. तिचे लांब, सुंदर केस, उशीवर जपानी पंख्यासारखे पसरलेले असतात. तिच्या गालावर उशीच्या सुरकुत्या पडल्या असूनसुद्धा ती इतकी सुंदर दिसत असते, की मी तिच्याकडे पाहतच बसतो.

मग थोड्या वेळाने, बाथरूममध्ये जाऊन अंघोळीसाठी गरम पाणी लावून येतो. ह्या गीझरमध्ये नक्कीच काहीतरी बिघाड आहे - पाणी गरम व्हायला इतका वेळ घेतं, की विचारता सोय नाही. कधीपासून प्लंबरला बोलवायचं चाललंय, पण ते एक काम सतत राहूनच जातं. मी असंच स्वत:शी पुटपुटत, स्वयंपाकघरात जाऊन कडक कॉफी बनवून, ती बाथरूममध्ये घेऊन येतो. बेसिनच्या कडेला कॉफीचा मग ठेवून, मी दाढी करू लागतो. एरवी, मला आरशात न बघता मस्त दाढी करता येते आणि बहुतांश वेळेला मी तसंच करतो - पण आजचा दिवस खास असल्याने, मी चक्क आरशात बघून दाढी करतो.

दाढी करताना मी माझा चेहरा निरखू लागतो. कानशिलं सोडली, तर माझे सगळे केस आता पिकलेले आहेत. भुवया मात्र अजूनही काळ्याभोर राहिल्यात. माझी त्वचा आता बरीच राकट दिसतेय. डोळ्यांच्या कडांना, नाकाजवळ आणि कपाळावर सुरकुत्या दिसू लागल्या आहेत. थोडक्यात काय, तर हा चेहरा, बरीच सुख-दु:खं पाहिलेल्या माणसाचा आहे, हे बघितल्या क्षणी लक्षात येतं, पण एक आहे - मी माझ्या वयाचा इतर पुरुषांसारखा सुटलेलो नाहीये. किंबहुना मी अजून हडकुळाच आहे. म्हणजे अगदीच काही उपासमारीचा शिकार असल्यासारखा बारीक नव्हे; पण अंमली पदार्थ घेणारे किंवा कर्करोग असलेले जसे बारीक दिसतात ना, तसाच काहीसा दिसतो मी.

ते विचार मनात आल्यावर, मी निग्रहाने त्यांना दूर सारत, पुन्हा दाढी करू लागतो. मग आफ्टरशेव्ह लावून बाथरूमच्या बाहेर पडतो.

काल ग्रंथालयात कुणाला तरी लक्षात आलं, की उद्या माझा वाढदिवस आहे;

म्हणून मग, रॉबर्टो, इसाबेल, मॅट, कॅथरीन आणि अमेलिया, ह्या सगळ्यांनी मिळून मला 'ब्यू थाई'ला जेवायला नेलेलं. मला माहितेय, की माझ्या अपरोक्ष माझ्या सहकाऱ्यांमध्ये ह्या गोष्टीची चर्चा वाढत चालली आहे, की माझं वजन अचानक असं घटू का लागलंय? मी अचानक इतका वृद्ध का दिसू लागलोय? त्यामुळेच असेल कदाचित, पण काल जेवणाच्या वेळी सगळे जण माझ्याशी जरा जास्तीच आपुलकीने वागत होते... जसे आपण एखाद्या एड्सग्रस्ताशी वा कर्करोग्याशी वागतो ना, तसं. एका क्षणी प्रकर्षाने वाटू लागतं, की कुणीतरी मला त्याबद्दल स्पष्टपणे विचारावं आणि मीसुद्धा त्यांना स्पष्टपणे खुलासा करून, माझ्या मनावरचा हा ताण हलका करावा, पण तसं काही झालं नाही. आम्ही फाद थाई नूडल्स, प्रिक किंग, कॅश्यू चिकन आणि फाद साऊ खात, हास्यविनोद करत अख्खी दुपार घालवतो. अमेलियाने माझ्यासाठी भेट म्हणून पौंडभर कोलंबियन कॉफी बीन्स आणलेले असतात; तर बाकी चौघांनी मिळून, मला कधीपासून हवं असलेलं 'मिरा कॅलिग्राफी मॉन्यूमेन्टा' नावाचं पुस्तक आणलेलं असतं. मी त्यांच्या प्रेमाने खरंच खूप गहिवरून जातो. इतका की, त्यांचे आभार मानताना माझ्या घशातून शब्दच फुटत नाहीत. असं फार कमी वेळा होतं की, मला काय बोलावं हे सुचत नाही - पण काल, माझ्या सहकाऱ्यांच्या प्रेमासमोर, माझे शब्द माझ्यापासून दूर गेले खरे!

माझे विचार सुरू असतानाच क्लेअर जागी होते आणि तिच्यापाठोपाठ अल्बासुद्धा. आम्ही चटचट तयार होऊन गोमेझ-शॅरीसच्या घरी त्यांना घ्यायला जातो. आज आमची दोन्ही कुटुंबं मिळून, ब्रूकफील्ड प्राणिसंग्रहालयात जाणार असतो. तिथे गेल्यावर आम्ही अख्खा दिवस पोलार बेअर, माकडं आणि फ्लेमिंगो बघत घालवतो. अल्बाला सगळ्यात जास्त तिथले वाघ आणि चित्ते आवडतात. रोझा अल्बाला डायनॉसॉरच्या गोष्टी सांगायला लागते, गोमेझ माकड बनून सगळ्यांना वेडावून दाखवतो आणि जो व मॅक्स, व्हिडियो गेम्स खेळत हत्तींचं रूप घेऊन इथे-तिथे भटकतात. मी, क्लेअर आणि शॅरीस गप्पा मारत त्या सगळ्या वरातीमागे फिरत असतो. अखेर दुपारी ४ वाजता, सगळी मुलं प्रचंड दमल्यानंतर आम्ही घरी परततो.

संध्याकाळी ७ वाजता आमच्या घरी बेबीसिटर पोचते. क्लेअर अल्बाला बरीच आमिषं दाखवून, नीट वागण्याचं वचन घेते आणि मग आम्ही दोघे लेक शोर ड्राईव्हच्या दिशेने जाऊ लागतो. क्लेअरच्या सूचनेबरहुकूम, आम्ही दोघांनी अगदी देखणे पोशाख घातलेले असतात; पण आम्ही नेमके कुठे जातोय, हे क्लेअरने मला अजूनही सांगितलेलं नसतं. मी जेव्हा तिला आता पुन्हा त्याबद्दल छेडतो, तेव्हा ती गूढपणे म्हणते "अजून थोडासा धीर धर ना हेन्री! लवकरच कळेल तुला."

"क्लेअर, ही कुठलीशी गुप्त पार्टी वगैरे नाहीये ना?" मी तिला अडखळत विचारतो.

तशी ती म्हणते. ''नाही, काळजी करू नकोस.''

थोड्या अंतरावर गेल्यानंतर, क्लेअर रूझवेल्टवरून खाली उतरून पिल्सेन नावाच्या शहराच्या हिस्पॅनिक भागात शिरते. निमुळत्या गल्ली-बोळातून, त्यावर खेळणाऱ्या लहान मुलांना वळसा घालत-घालत, आम्ही अखेर एका इमारतीसमोर येऊन उभे ठाकतो. त्या जुनाट इमारतीच्या लटपटत्या जिन्यांवरून वर गेल्यावर क्लेअर एका घराच्या दारावर थाप मारते. क्षणात ते दार उघडलं जातं आणि समोर उभी असते लूरडेस– क्लेअरच्या कलाशाळेतील एक मैत्रीण! लूरडेस तोंडभर हसून आमचं स्वागत करते आणि आम्हाला घरात नेते. आत बघतो तर, घराचं स्वरूप पालटून त्याला एखाद्या रेस्टॉरंटचं रूप दिलेलं आढळतं - मात्र तिथे एकच टेबल मांडलेलं असतं. त्याच्या आजूबाजूला सगळीकडे सुंदर मेणबत्त्या लावून ठेवलेल्या असतात. पांढऱ्याशुभ्र टेबलक्लॉथने सजवलेल्या टेबलावर भातुकलीत शोभावी, अशी बोन चायनाची नाजूक भांडी सुबकपणे मांडलेली असतात. एका बाजूला मोठाला टेपरेकॉर्डर सज्ज ठेवलेला असतो... इतकंच काय, तर दिवाणखान्यात दुसऱ्या बाजूला पोपट, कॅनरी आणि लव्हबर्ड्स असलेले पिंजरेसुद्धा ठेवलेले असतात.

लूरडेस माझ्या गालाचं हलकसं चुंबन घेऊन म्हणते, ''हॅपी बर्थडे हेन्री!'' तसा आतमधून एक सुपरिचित आवाज येतो ''हो! माझ्याकडूनसुद्धा हं हेन्री!'' बघतो, तर समोर नेल उभी!! ती माझ्याकडे बघून तिचं ठेवणीतलं रुंद हास्य करत, परत स्वयंपाकघराकडे धाव घेते. मी तिच्या मागोमाग जातो - ती कसलासा सॉस ढवळण्यात मग्न झालेली असते (हं, आता मला घरभर पसरलेल्या त्या दैवी सुगंधापाठचं रहस्य लक्षात येतं!) मी तिला घट्ट मिठी मारून जमिनीवरून उचलून गरागरा फिरवू लागतो. तशी नेल चित्कारू लागते ''हेन्री! वेडा मुलगा! सोड, सोड मला! क्लेअर तुला काय चारून राहिलेय बाबा, की तू मला उचलू शकतोस?''

इतक्यात क्लेअर आत येते आणि नेलला प्रेमाने मिठी मारते. तशी नेल तिला म्हणते, ''हेन्री अगदीच आश्चर्यचकित झालेला दिसतोय. म्हणजे तू तुझा शब्द पाळलास तर! त्याला कशाचा वास लागून दिलेला दिसत नाहीयेस.'' ते ऐकून क्लेअर नेलकडे बघून अजून हसते आणि मग नेल आपल्या डोळ्यातलं पाणी पुसत आम्हाला फर्मावते ''चला चला, जेवण तयार आहे. टेबलावर बसून घ्या.''

मग नेलच्या बरहुकूम, मी आणि क्लेअर टेबलावर समोरासमोर स्थानापन्न होतो. लूरडेस, सुंदर सजवलेले ॲन्टीपास्ती घेऊन येते. पिवळ्या कलिंगडाच्या तुकड्यांसहित पारदर्शक प्रॉस्यूटो, छान अळणी मसेल्स, बडीशेप आणि ऑलिव्ह ऑइलसहित हलकेशी शिजवलेली गाजरं व बीट-रूट इत्यादी. मेणबत्त्यांच्या प्रकाशामध्ये क्लेअरची गोरीपान कांती अजूनच चमकतेय, डोळे अजून पाणीदार

दिसत असतात. तिच्या छातीवर रुळणारा मोत्यांचा सर श्वासागणिक वरखाली होत असतो. माझी त्या सराच्या मोहक हालचालींवर खिळलेली नजर क्लेअरच्या नजरेतून सुटत नाही. ती माझ्याकडे पाहून मंद हसते आणि मग इकडेतिकडे पाहू लागते. तसा मी भानावर येतो आणि लक्षात येतं की, माझ्या नकळत माझे मसेल्स खाऊन संपले आहेत आणि मी बावळटासारखा हातातला काटा-चमचा हवेत फिरवत बसलो आहे.

मी चटकन तो काटा-चमचा माझ्या रिकाम्या डिशमध्ये ठेवतो, तशी झटकन सगळं आवरून लूरडेस आत जाते. थोड्या वेळाने नेलने बनवलेलं टोमॅटो, बसिल व सफरचंदाच्या सॉसमध्ये शिजवलेला खास ट्यूनाफिश, रॅडिशियो व ऑरेंज पेपर्सने बनवलेली छोटी सॅलड्स आणि लहानगे तपकिरी ऑलिव्हस घेऊन लूरडेस येते. मला तो सगळा साज बघून, खूप पूर्वी मॉमसोबत एथन्समधल्या एका हॉटेलमध्ये केलेल्या जेवणाची आठवण होते.

थोड्या वेळाने मी आणि क्लेअर सॉविन्यॉन ब्लॉ नावाची महागडी वाईन पीत. एकमेकांवर अभिनंदनाचा वर्षाव करतो. ते झाल्यावर नेल स्वयंपाकघरामधून मेणबत्त्यांनी मढवलेला एक पांढराशुभ्र केक घेऊन येते. क्लेअर, लूरडेस आणि नेल माझ्यासाठी "हॅपी बर्थडे"चं गाणं गातात, तसा मी मेणबत्त्या विझवून केक कापतो. नेल मला म्हणते "हेन्री, सगळ्या मेणबत्त्या एका फुंकरीत विझल्या ह्याचा अर्थ, तू आता मागशील ती इच्छा पूर्ण होईल. माग, तुझ्या मनात जे असेल ते माग." पण मी नेलला काय सांगणार, की माझ्या मनात जी इच्छा आहे, ती काही केल्या पूर्ण होऊ शकणार नाही, हे मला माहितेय!

थोड्या वेळाने, पक्ष्यांच्या किलबिलाटात, आम्ही सगळे केक खायला बसतो. केक संपल्यावर, नेल आणि लूरडेस आवराआवर करायला स्वयंपाकघरात जातात. इतक्यात क्लेअर मला म्हणते "हेन्री, डोळे बंद कर ना. मी तुझ्यासाठी एक खास भेट आणलेय." मी डोळे बंद करून बसतो, तशी क्लेअर उठून काहीतरी आणायला गेल्याचं जाणवतं. मग प्लॅस्टिक फाडल्याचा आवाज येतो, त्यापाठोपाठ टेपरेकॉर्डरची खरखर... आणि मग, एका क्षणी, एक दिव्य आवाज आसमंतात घुमू लागतो... माझ्या मॉमचा आवाज! सोप्रानो! ती 'लुलू' गातेय! माझे डोळे आपोआपच उघडले जातात. बघतो तर, क्लेअर टेपरेकॉर्डरपाशी उभी राहून माझ्याकडे पाहात हसत असते. मी भावना अनावर होऊन तिला घट्ट मिठी मारतो आणि मिठीला ह्यापेक्षा घट्ट करता येणार नाही, असं जाणवल्यावर, तिला चुंबू लागतो.

बऱ्याच वेळाने आम्ही साश्रू नयनांनी नेल आणि लूरडेसचा, त्यांच्या सहकार्याबद्दल आभार मानत निरोप घेतो. घरी पोचल्यावर बेबीसिटरला मोकळं करतो. झोपलेल्या अल्बाचा पापा घेतो आणि मग आमच्या खोलीत जाऊन एकमेकांत विलीन होऊन

जातो! अखेर भानावर आल्यावर क्लेअर मला विचारते "वाढदिवस आवडला ना हेन्री?"

"अर्थातच क्लेअर! हा माझा सगळ्यात सुंदर वाढदिवस होता!" मी क्लेअरला मिठीत ओढत मनापासून बोलतो.

तशी ती माझ्याकडे एकटक बघत विचारते "तुला कधी असं वाटतं का रे, की तुला काळाला थांबवता आलं असतं तर चांगलं झालं असतं? कारण, मला ह्या क्षणात कायमचं राहायला खूप आवडेल."

"हं..." मी अनावर झालेल्या झोपेला आवर घालायचा प्रयत्न करत बोलतो. तशी क्लेअर पुढे म्हणते, "कारण मला ना, आता एखाद्या रोलर-कोस्टरच्या शिगेवर पोचल्यासारखं वाटतंय!"

मला खरंतर तिला तिच्या ह्या विधानपाठचा खुलासा विचारायचा असतो. पण मी तसं करू शकण्याआधीच, निद्रादेवी मला आपल्या राज्यात घेऊन जाते.

ॲन अनप्लेझन्ट सीन

बुधवार, २८ जून २००६ (हेन्री ४३ व ४३ वर्षांचा)

हेन्री : मला जाग येते, तेव्हा मी एका थंडगार सिमेंटच्या फरशीवर पडलेलो असतो. उठण्याचा प्रयत्न करतो, तर तेवढ्याशा श्रमानेही मला घेरी येते आणि मी पुन्हा खाली कोसळतो. थोड्या वेळाने, मला माझ्या डोक्याच्या मागच्या बाजूला ठणका जाणवू लागतो. मी हाताने चाचपडून पाहतो, तर डाव्या कानाच्या पाळीमागे बरीच सूज आलेली असते. डोळे किलकिले करून पाहतो, तर समोर जिने, ट्यूबलाईट वगैरे दिसू लागतात. काही क्षणांनी लक्षात येतं की, मी 'न्यूबेरी ग्रंथालयात'ल्या पिंजऱ्यामध्ये येऊन पडलेलो आहे.

घाबरू नकोस! ठीक आहे, सगळं ठीक आहे! मी स्वत:च्या मनाला समजवायला लागतो. पण मग त्याचा काही परिणाम होत नाहीये, हे लक्षात आल्यावर, मी तो चाळा थांबवत, धडपडत उभा राहतो. माझ्या अंगात हुडहुडी भरलेली असते. किती वेळ इथे थांबावं लागणार आहे, काहीच समजत नसतं. सगळ्यात महत्त्वाचं म्हणजे, माझ्या सहकाऱ्यांना मला इथे अडकलेलं बघितलं, की मी इतके दिवस शिताफीने लपवून ठेवलेलं माझं रहस्य उघडकीला येणार, ह्या कल्पनेनेच मला घाम फुटतो.

मग मी माझं मन शांत करायला, त्या टीचभर जागेत जमेल तशा फेऱ्या मारू लागतो. पण त्यामुळे माझं डोकं ठणकू लागतं - म्हणून मग मी थांबतो आणि पिंजऱ्याच्या मधोमध अंग आक्रसून बसून राहतो. कित्येक तास तसेच निघून जातात. मी त्या वेळात मला शोधणाऱ्याला माझ्या इथे असण्याची काय सबब सांगावी,

ह्याचा विचार करत बसतो. त्या चाळ्याने मेंदू शिणवल्यावर मी गाणी गुणगुणायला लागतो.

'गँग ऑफ फोर'च्या 'आय लव्ह अ मॅन इन अ युनिफॉर्म' ह्या गाण्याचे बोलच आठवत असतो, इतक्यात बाहेर कुणाचीतरी पावलं वाजतात. बघतो तर, पहारेकऱ्यांच्यातला सगळ्यात खडूस केव्हिन वाचनालयाचं दार उघडत असतो. देवा! सगळी चांगलं माणसं सोडून, नेमकं ह्या केव्हिनलाच इथे पाठवायची काही गरज होती का? आता मला असं नग्नावस्थेत, तेसुद्धा ह्या पिंजऱ्यात पडलेलं बघून, तो काय करेल, असा विचार करत असतानाच, केव्हिन पिंजऱ्याजवळ येत, उगीच आवाज चढवून ओरडतो. "कोण आहे तिथे?" थोड्या वेळाने, अजून जवळ येत ओरडतो, "तू आत पोचलासच कसा?" मी काहीही न बोलता बेशुद्ध असल्याचं नाटक करत आत पडून राहतो. शेवटी केव्हिन पिंजऱ्याभोवती घिरट्या घालू लागतो. मग अजून जवळून निरखून पाहत उद्गारतो "ओ! मिस्टर डी 'टॅम्बल? तुम्हीच आहात ना आत?" त्याला ओळख पटल्यावर, मला केव्हिनची माझ्यावर रुतलेली नजर आता अधिकच बोचू लागते. मी काही बोलत नाहीसं पाहून, केव्हिन त्याच्या वायरलेसवरून रॉय नावाच्या त्याच्या सहकाऱ्याला बोलावून घेतो आणि मग माझ्याकडे वळून म्हणतो "देवा, मिस्टर डी टॅम्बल, तुम्ही इथे पोचून काय सिद्ध करू पाहताय, ते मला समजत नाहीये, पण ते जे काय आहे, त्यात तुम्ही यशस्वी झाला आहात एवढं नक्की." असं म्हणून केव्हिन पायरीवर बसून रॉयची वाट पाहू लागतो. थोड्या वेळाने रॉय येतो – तो आल्यावर मला बरंच हायसं वाटू लागतं. हा हसऱ्या चेहऱ्याचा रॉय, सगळ्या पहारेकऱ्यांपैकी माझा सर्वांत लाडका माणूस आहे.

रॉय तिथे पोचल्यावर केव्हिनला विचारतो, "काय झालंय काय?"

"ते बघ, डी 'टॅम्बल त्या पिंजऱ्यात बसून राहिलेत."

"काय? तिथे पोचला कसा हा माणूस?" असं म्हणत रॉय माझ्याजवळ येत उद्गारतो "सर, इथे कसे काय आलात तुम्ही?"

पण मी काहीच उत्तर देत नाही, ते बघून ते दोघं आपसात बोलू लागतात, "आपण ह्यांना इथून बाहेर काढलं पाहिजे."

"पण कसं? ते तर बेशुद्ध झालेले दिसताहेत."

"पण किमान जिवंत आहेत ना? इथेच पडून राहतील, तर कुठल्याही क्षणी त्यांचा प्राण जाऊ शकतो. चल, त्यापेक्षा पटकन रुग्णवाहिकेला बोलवू या."

"त्याआधी अग्निशमन दलाला बोलवावं लागेल - त्यांना बाहेर काढण्यासाठी तो पिंजरा कापण्यावाचून गत्यंतर नाही."

केव्हिनचं हे भाष्य ऐकून मी कण्हतो. अरे देवा! हा प्रकार तर फारच जटील

होत चाललाय!

माझं कण्हणं ऐकून रॉय माझ्याकडे वळून बोलतो, ''गुड मॉर्निंग मिस्टर डी 'टॅम्बल'. आज तुम्ही कामावर जरा जास्तच लवकर पोचलेले दिसताय, नाही का?''

मी त्या दोघांचे चेहरे निरखू लागतो. मग जराशाने विचारतो, ''तुम्हाला दोघांना थोडी चिरीमिरी दिली, तर हे प्रकरण इथेच संपू शकेल का?''

माझी कल्पना ऐकून ते दोघे एकमेकांकडे बघत बोलतात, ''तुम्ही काय चिरीमिरी देताय, ह्यावर सगळं अवलंबून राहील. पण तसंही, आम्हाला ह्याबद्दल अगदीच गुप्तता पाळणं शक्य होणार नाही, कारण तुम्हाला इथून काढण्यासाठी आम्हाला कुणाचीतरी मदत ही घ्यावीच लागेल.''

''नाही नाही, त्याबद्दल माझी काहीच हरकत नाही. तुम्ही फक्त माझ्यासाठी दोन कामं करा त्या बदल्यात मी तुम्हाला प्रत्येकी १०० डॉलर्स देईन. ठीक आहे? पहिले तर माझ्यासाठी एक छानशी कॉफी घेऊन या.''

ते ऐकून रॉय आपलं रुंद हास्य करत म्हणतो, ''ते तर मी फुकटातसुद्धा करीन हो. पण तुम्ही ती कॉफी पिणार कशी?''

''एक स्ट्रॉ घेऊन या आणि ती मशीनची कडवट कॉफी आणू नका बुवा! मस्त, भरपूर दूध असलेली मलाईदार कॉफी आणा, बिनसाखरेची.''

''बरं. आणि मग? दुसरं काम कोणतं?''

''माझ्या टेबलापाशी जाऊन, खालच्या खणात ठेवलेले कपडे घेऊन या. कुणाच्याही नजरेत न येता हे काम केलंत, तर बक्षिसाची रक्कम अजून वाढवली जाईल.''

''ठीक आहे'' असं केव्हिन म्हणतो आणि मी आजपर्यंत ह्या माणसाचा एवढा तिरस्कार का करत होतो, हे मलाच समजेनासं होतं.

इतक्यात रॉय माझ्याकडे केविलवाण्या नजरेने पाहत विचारतो, ''पण तुम्ही इथे पोचलातच कसे?''

मी त्यावर खांदे उडवत उत्तर देतो, ''रॉय, खरं सांगायचं तर त्यासाठी माझ्याकडे कुठलंच सूज्ञ उत्तर हजर नाहीये.''

ते ऐकून रॉय हसतो आणि मला म्हणतो, ''मग आम्ही कॉफी घेऊन येईपर्यंत काहीतरी सूज्ञ उत्तर तयार ठेवा. कदाचित तुम्हाला त्याची गरज पडू शकते.'' वीस मिनिटांनंतर मला पुन्हा कुणाच्यातरी पावलांचा आवाज येतो. बघतो तर, केव्हिन आणि त्याच्यामागे मॅट आणि रॉबर्टो आलेले असतात. केव्हिन माझ्याकडे पाहत नजरेच्या खुणेने सांगतो की, मी खरंच प्रयत्न केला, पण त्यात यशस्वी नाही होऊ शकलो, सॉरी! तो नि:शब्दपणे पिंजऱ्याच्या फटींमधून माझ्याकडे माझा शर्ट

सरकवतो. रोबर्टोच्या रोखलेल्या नजरेखाली मी तो कसाबसा चढवतो. विजार जराशी जाड असल्यामुळे तिला सरकवायला जरा वेळ लागतो, पण थोड्या वेळाने कशीबशी ती माझ्या हातात पडतेच. सगळ्यांसमोर विजार चढवायला, मला नाही म्हटलं तरी लाजच वाटत असते. इतक्यात नशिबाने रॉय माझी कॉफी घेऊन येतो. त्यामध्ये स्ट्रॉ टाकून माझ्यासमोर धरतो. पण आधी कॉफी प्यावी की विजार चढवावी, हे न सुचून मी हताशपणे उभा राहिलेला पाहून, कसं कुणाला ठाऊक, पण रोबर्टोला माझ्या कुचंबणेची जाणीव होते आणि तो मला एकांत देण्याचं फर्मान सोडतो.

त्यानुसार सगळे जण तिथून निघून जातात आणि मी...? जरी मला विजार चढवण्यासाठी एकांत मिळाल्याचा आनंद होतो, तरी रोबर्टोच्या तावडीत एकटं सापडल्यावर आता माझ्या जिवाचा थरकाप उडू लागतो. काय सांगणार आहे...काय स्पष्टीकरण देणार आहे मी ह्या भल्या माणसाला, ज्याने आजतागायत मला हर प्रकारे मदत केली आणि मी एकदाही त्याला विश्वासात घेऊन सत्य न सांगता, सतत त्याच्याशी खोटं बोलत राहिलो. आणि आता जे सत्य मी त्याला सांगणार आहे, ते ऐकून त्याची काय प्रतिक्रिया होईल?

मी श्वास रोखून अखेर रॉबर्टोच्या नजरेला नजर भिडवतो, तसा तो मला ठाम स्वरात सांगतो, ''चला हेन्री! खेळ खल्लास! आता तरी मला खरं काय ते सांगशील का?''

हेन्री : जूनमधली प्रसन्न सकाळ आहे आज मला कामावर पोचायला उशीर झालाय - कारण अल्बाने आज तयार व्हायला फार त्रास दिला - पण ठीक आहे! इतपत उशीर चालण्यासारखा आहे.

कार्यालयात पोचल्यावर मी हजेरीपटावर सही करायला जातो, तर तिथे मला रॉयऐवजी मार्शा सापडते. मी तिला विचारतो, ''काय गं, रॉय कुठेय?''

तर ती उत्तर देते, ''कसल्याशा कामासाठी बाहेर गेलाय.''

मग मी लिफ्टने चौथ्या मजल्यावरच्या 'स्पेशल कलेक्शन्स' नावाच्या दालनात येऊन दाखल होतो. इसाबेल मला उशीरा आल्याबद्दल टोकते, पण मी तिच्याकडे दुर्लक्ष करत, खिडकीपाशी उभ्या असलेल्या मॅटकडे जाऊन त्याच्या पाठीवर थाप मारतो. तसा तो मला पाहून असा काही दचकतो, जणू एखादं भूतच पाहात असावा.

त्याच हैराण नजरेने माझ्याकडे बघत मॅट मला विचारतो, ''काय रे हेन्री? तू पिंजऱ्यामधून कसा आणि कधी सुटलास?''

''पिंजऱ्यामधून? मी? काय बोलतोयेस तू मॅट?''

''हो! अरे तू पिंजऱ्यामध्ये अडकलेलास ना? रॉबर्टो सध्या तिथेच आहे...

मीसुद्धा होतो. पण मग तू मला इथे वर येऊन तुझी वाट बघत थांबायला सांगितलंस... म्हणून... मी...''

मॅटचं बोलणं ऐकून मी मट्टकन खाली बसतो! ''अरे देवा... देवा रे... हे बघ मॅट, मी तुला सगळं नीट समजावून सांगीन...''

''खरंच? सांगू शकशील?''

''अर्थात! कसं आहे ना...अरे देवा...कसं सांगू बरं?''

''हे काहीतरीच बरंच गुंतागुंतीचं प्रकरण आहे, हो ना हेन्री?''

''हो...हो, तसंच आहे रे मॅट!'' मी हताशपणे मॅटकडे बघत उद्गारतो, ''चल, आपण दोघं खाली जाऊ या. मग मी तुला आणि रॉबर्टोला मिळूनच काय ते समजावतो.''

''बरं, चल.''

आम्ही खाली जातो. बघतो तर रॉय जिन्याच्या पायथ्याशी उभा असतो. मला बघून तो दचकतो. पण तो मला काही विचारणार, इतक्यात दुसऱ्या बाजूने कॅथरीन येते आणि जिन्याचा दरवाजा उघडायचा प्रयत्न करते. मात्र तिला तो उघडता येत नाही, तेव्हा आमच्याकडे पाहत विचारते, ''काय झालंय? काही तांत्रिक बिघाड झालाय का?''

रॉय जिभेवरनं ओठ फिरवत तिला अडळखत काहीतरी समजावू लागतो, तेव्हा त्याची अडचण लक्षात घेऊन मीच पुढाकार घेत म्हणतो, ''ठीक आहे रॉय, दार उघड. मी कॅथरीनला व्यवस्थित घेऊन जातो. काळजी करू नकोस.''

ते ऐकून रॉय नाइलाजानेच दरवाजा उघडतो. मी आणि कॅथरीन जिना चढू लागतो. इतक्यात मला रॉबर्टोचा आवाज येतो. तो कुणालातरी सांगत असतो, ''हे बघ, आम्हाला ह्या विज्ञानकथा सांगून भुलवू नकोस. ह्याच कथा ऐकायच्या असत्या, तर आम्ही अमेलियाकडची पुस्तकं वाचली असती. इथे तुझ्याशी मल्लिनाथी करत बसलो नसतो.''

आमच्या पावलांचा आवाज ऐकून, कोण आलंय ते पहायला रॉबर्टो मागे वळून पाहतो. मी त्याला अभिवादन करत म्हणतो ''हॅलो रॉबर्टो...''

इतक्यात कॅथरीन जोरजोरात श्वास घेऊ लागते. तिचा चेहरा पांढराफटक पडतो. रॉबर्टोसुद्धा धडपडत उभा राहतो आणि मग मटकन खाली बसतो. अचानक ह्या लोकांना काय झालंय, असा मी विचार करत असतानाच, माझी नजर पिंजऱ्याकडे जाते. आणि बघतो तर, तिथे असतो मी! पांढरा शर्ट आणि खाकी विजार घालून, थंडीने कुडकुडत, उपाशीपोटी...पिंजऱ्याच्या बाहेर माझ्यासाठी ठेवलेली कॉफी प्यायची मला संधी मिळत नाही.

आता सगळ्यांची नजर आमच्या दोघांवर खिळलेली असते.

मी त्या सगळ्यांकडे दुर्लक्ष करत पिंजऱ्यातल्या हेन्रीला विचारतो, ''तू कुठून आलायेस?''

''ऑगस्ट २००६ मधून.'

मग मी त्याचा कॉफीचा कप त्याच्यासमोर धरून, स्ट्रॉला पिंजऱ्याच्या फटीमधून आत सरकावतो. हेन्री घटाघटा सगळी कॉफी संपवतो. मग मी त्याला विचारतो, ''तुला हा गोड रोल हवाय का?'' तो होकार देतो, तसा मी त्याला त्या रोलचे तीन तुकडे करून खायला देतो. मला प्राणीसंग्रहालयात असल्यासारखं वाटत राहतं. त्याने रोल संपवल्यावर मी हेन्रीला विचारतो, ''तुला लागलेलं दिसतंय.''

''हो, माझं डोकं आपटलं कशावर तरी.''

''इथे अजून किती वेळ थांबणार आहेस?'' मी त्याला विचारतो.

''बहुतेक अजून अर्धा तास.''

इतक्यात आतापर्यंत भानावर आलेली कॅथरीन मला दबक्या आवाजात विचारते, ''हेन्री, हे सगळं नेमकं काय चाललंय?''

मी पिंजऱ्यातल्या हेन्रीकडे पाहत विचारतो, ''तू सांगतोस?''

''नको, तूच सांग. मी खूप दमलोय.''

म्हणून मग मी कॅथरीनला 'काळप्रवास' ह्या मला असलेल्या व्याधीबद्दल सविस्तरपणे समजावून सांगू लागतो. मी तिला त्यातल्या जैविक आणि व्यावहारिक, दोन्ही बाजू नीट समजावून सांगतो. तिला हेही समजावतो की, हा खरंतर एक आजार आहे, ज्यावर माझं काही नियंत्रण नाही. मी तिला डॉ. केन्ड्रीकच्या संशोधनाबद्दल आणि माझ्या आणि क्लेअरच्या एकमेकात गुंतलेल्या आयुष्याबद्दलही सांगतो. प्रोटॉन्स, क्वांटम मेकॅनिक्स, प्रकाशाचा वेग ह्या सगळ्या काळप्रवासाशी निगडित असलेल्या गोष्टींबद्दल सांगतो. इतर सामान्य लोकांपेक्षा सर्वस्वी निराळ्या काळप्रवाहात आयुष्य कंठताना मला किती यातना झेलाव्या लागतात, कशा चोऱ्या-माऱ्या कराव्या लागतात, प्रसंगी कसा मार खावा लागतो, ह्याबद्दल सांगतो आणि अखेर ह्या सगळ्यातनं, सामान्य आयुष्य जगण्यासाठी माझ्या रोज चालणाऱ्या तारेवरच्या कसरतीबद्दलही तिला सांगतो.

माझं बोलणं संपल्यावर कॅथरीन माझ्याकडे डोळे विस्फारून पाहत राहते. ''बापरे हेन्री! हे कसलं आयुष्य जगतोयेस तू?''

''हं. सामान्यांपेक्षा फारच वेगळं अस्तित्व आहे माझं, कॅथरीन.'' पिंजऱ्यातला हेन्री उद्गारतो.

मग मी जिन्यावर आपलं डोकं धरून बसलेल्या रॉबर्टोकडे पाहत विचारतो, ''तुम्ही मला आता नोकरीवरून काढून टाकणार का?''

तसा रॉबर्टो मोठा उसासा टाकत उठतो आणि बोलतो ''नाही, नाही हेन्री. तुला

आम्ही बरखास्त का करावं? पण मला एक समजत नाही, तू मला हे सगळं आधीच का सांगितलं नाहीस?''

उत्तरादाखल पिंजऱ्यातला हेन्री बोलतो, ''कारण, तुम्ही माझ्यावर विश्वास ठेवला नसता. आताही, तुम्ही हे जेव्हा तुमच्या डोळ्यांनी बघितलं, तेव्हाच तुमचा विश्वास बसला ना?''

''हो, ते खरं आहे पण...'' असं रॉबर्टो बोलू लागतो, इतक्यात पिंजऱ्यातल्या हेन्रीच्या गायब होण्याच्या आवाजात त्याचे पुढचे शब्द विरून जातात. पिंजऱ्यात आता फक्त हेन्रीच्या अंगातले कपडे पडलेले असतात. मी ते नंतर परत येऊन, गोळा करून, पुन्हा हँगरला लावून ठेवीन. पण सध्या मला ह्या सगळ्या विचित्र प्रकाराच्या धक्क्यातून न सावरलेल्या मॅट, रॉबर्टो आणि कॅथरीनला भानावर आणायला हवं.

''बापरे! मला तर क्लार्क केंटसोबत चित्रपटात असल्यासारखं वाटतंय.''

''म्हणजे मग तू लोई लेन झालीस की!'' रॉबर्टो कॅथरीनला चिडवत म्हणतो.

''नाही, नाही, खरी लोई लेन कुणी असेल, तर ती क्लेअर!''

''हो, खरं आहे. क्लेअरची साथ नसती, तर मी इतकी वर्षं तग धरू शकणं केवळ अशक्य होतं.'' मी क्लेअरविषयी मनापासून कृतज्ञता दर्शवत म्हणतो. ''मला खरंच समजत नाही, की चित्रपटामध्ये क्लार्क केंट लोई लेनला विश्वासात का घेत नाही? तुमचा जोडीदार तुमच्या सोबत असला, की सगळ्या गोष्टी किती सुकर होतात!''

''खरंच? काय माहीत? असेलही.''

शुक्रवार ७ जुलै, २००६ (हेन्री ४३ वर्षांचा)

हेन्री : मी केन्ड्रीकच्या कार्यालयात बसून, माझ्या मनात असलेला एक विशिष्ट प्रयोग का सफल होऊ शकणार नाही, ह्याबद्दल त्यांचं बोलणं ऐकत असतो. बाहेर आज जरा जास्तच गरम होतंय; त्यामुळे की काय, इथल्या वातानुकूलित वातावरणात मला अजूनच छान वाटतंय. नेहमीप्रमाणे केन्ड्रीकच्या समोरच्या खुर्चीत मी बसलेलो आहे खोलीभर केन्ड्रीक ओढत असलेल्या सिगारेटीचा धूर भरून राहिलेला आहे.

मला केन्ड्रीकने आता ही सिगारेट ओढणं थांबवायला हवंय, मला काहीतरी प्यायला हवंय, मला केन्ड्रीकची बडबड थांबायला हवी आहे, मला त्यांना भरपूर प्रश्न विचारायचे आहेत, मला खिडकीतून बाहेर बघायचं आहे; पण मला निमूट केन्ड्रीकचं भाषण ऐकत बसावं लागतंय. मी तेच करायचा प्रयत्न करतोय, पण आज माझं लक्ष सारखं विचलित होतंय.

इतक्यात केन्ड्रीक बोलता-बोलता माझ्याकडे पाहत विचारतात, "हेन्री? मी काय बोलतोय? तुझं लक्ष आहे का?"

त्यांचा दरडावणीचा स्वर ऐकून मी ओशाळून त्यांच्याकडे बघत म्हणतो, "अं, नाही!"

तसे ते माझ्याकडे रागीट चेहऱ्याने बघत म्हणतात, "मी तुला विचारत होतो, की तुला माझं स्पष्टीकरण समजलंय का? हा प्रयोग का यशस्वी होणार नाही, हे तुझ्या लक्षात आलंय का?"

"अं, हो...म्हणजे, तुम्ही म्हणालात, की हा प्रयोग चालणार नाही, कारण माझी प्रतिकारशक्ती पूर्णपणे निकामी झालेली आहे, माझं वयसुद्धा फार जास्त आहे आणि त्यात ह्या प्रयोगात जरा जास्तच जनुकांची गरज पडणार आहे...त्यामुळे..."

"हं, बरोबर!" एखाद्या व्रात्य पोराने, तोंडी हिशोब घडघड म्हणून दाखवल्यावर शाळेतले कडक मास्तर जशी प्रतिक्रिया देतील, तशीच प्रतिक्रिया देत, केन्ड्रीक पुढे बोलतात, "आय ॲम सॉरी हेन्री! मी खूप प्रयत्न केले, पण हे शक्य नाही."

मी केन्ड्रीकच्या निराश चेहऱ्याकडे निरखून पाहू लागतो. मी त्यांना प्रथम भेटलो, त्या गोष्टीला आता आठ वर्षं लोटली आहेत. किती तरुण होतो आम्ही दोघं त्या वेळेला. किती आशावादी...ह्या भन्नाट प्रयोगाबाबत किती उत्साही...क्लेअरला तर खरंच वाटलं नव्हतं की, माझ्या ह्या व्याधीवर प्रयोग करून काही निष्पन्न होऊ शकेल.

बऱ्याच वेळाने मी आवंढा गिळत केन्ड्रीकना विचारतो, "तुमचं अल्बाबद्दल काय मत आहे?"

ते माझ्याकडे गोंधळलेल्या नजरेने पाहत विचारतात, "अल्बाबद्दल? माझं मत? कशासंदर्भात विचारतोयेस तू?"

"हा प्रयोग तिच्यावर यशस्वी होऊ शकतो का?"

"ते मी इथे बसून कसं सांगू शकेन हेन्री? त्यासाठी मला तिच्यावर प्रयोग करावा लागेल. आणि तुला तर ठाऊकच आहे, की क्लेअरचा ह्या गोष्टीला किती विरोध आहे ते."

"पण डॉक्टर, जर तुमच्याकडे अल्बाचा डी. एन. ए. असला, तर तुम्ही तो उंदरांमध्ये टाकून, त्यावर प्रयोग करू शकाल ना? त्यानंतर मग अल्बा जेव्हा १८ वर्षांची होईल, तेव्हा तिला तो प्रयोग स्वत:वर करून घ्यायचाय का, हे तिचं तिला ठरवता येईल, हो की नाही?"

"हो."

"म्हणजे, जरी माझं आयुष्य व्यर्थ गेलं असलं, तरी अल्बाला आशा आहे, हो ना?"

"हो."

"ठीक आहे." मी निग्रहाने उभा राहत बोलतो, "मी बघतो काय ते."

शुक्रवार १४ जुलै, २००६ (क्लेअर ३५ वर्षांची, हेन्री ४३ वर्षांचा)

क्लेअर : मी माझ्या कार्यशाळेत, गाम्पी टिश्यू नावाचा पारदर्शक कागद बनवण्यात गुंतले आहे.

मी सु-केत्ताला माझ्यासमोरच्या कुंभात बुडवून पटापट मिश्रण तयार करते. इतक्यात मला अल्बाच्या खळखळून हसण्याचा आवाज येतो. खिडकीमधून डोकावून पाहते, तर अल्बा कार्यशाळेच्या दिशेने धावत येत असते. क्षणार्धात, कार्यशाळेचा दरवाजा धाडकन उघडला जातो आणि माझी चिमुकली माझ्याकडे झेपावत म्हणते "ममा, बघ डॅडीने माझ्यासाठी काय घेतलं. रूबी स्लिपर्स! अगदी डोरोथीसारख्या!" मी तिच्या उत्साहात सामील व्हायचा प्रयत्न करते, पण माझं लक्ष ह्या गोष्टीकडे जास्त असतं, की अल्बाच्या शरीराला जराशी हुडहुडी भरलेली असते. पण मी माझ्या मनात गर्दी करू पाहणाऱ्या शंकांना मागे लोटून, ती त्या चपला घालून मला करून दाखवत असलेल्या नृत्यात रस घेण्याचा प्रयत्न करू लागते. हेन्रीसुद्धा अल्बाचं गोंडस नृत्य पाहत हसत असतो. इतक्यात मी त्याला विचारते, "हेन्री, पोस्टात जाऊन आलास ना?"

तसा त्याचा चेहरा पडतो. "छे! फार विसराळू झालोय मी! सॉरी क्लेअर, उद्या नक्की जाईन," असं म्हणत, गिरक्या घेत असलेल्या अल्बाला थांबवायला हेन्री जातो.

"तसं फिरत बसू नकोस अल्बा, चक्कर येईल."

"पण मला चक्कर आलेली आवडते ना डॅडी." अल्बा कुरकुरते.

पिता-पुत्रीचा हा प्रेमळ संवाद सुरू असताना, माझं लक्ष जातं अल्बाच्या हाताच्या मधोमध लावलेल्या बॅण्ड-एडकडे!

"अल्बा, इथे ये बघू. काय लागलं तुझ्या हाताला?" मी तिला काळजीने विचारते.

माझा प्रश्न ऐकून अल्बाच्या चेहऱ्यावर थोडे गांगरल्याचे भाव येतात. ती हेन्रीकडे दृष्टिक्षेप टाकते. तसा तो सांगू लागतो "काही नाही गं, जरासं खरचटलं तिला, म्हणून लावलंय ते."

"फक्त खरचटलंच आहे, तर मग बॅण्ड-एड लावायची काय गरज?"

माझा शंकेखोर स्वर ऐकून की काय, हेन्री जरासा ओशाळतच उत्तर देतो, "तिला बॅण्ड-एड लावायला आवडतं, म्हणून."

एरव्ही मी त्याच्या ह्या खुलाशावर विश्वास ठेवला असता, पण आज एका आईचं मन सांगत असतं, की गोष्ट वरकरणी वाटते तेवढी साधी नाहीये. म्हणून मग मी अल्बाच्या जवळ जात बोलते, ''बघू बरं, कितपत खरचटलंय.''

तशी ती पटकन हात मागे सारत बोलते, ''नको गं ममा, बॅण्ड-एड काढलं तर दुखेल ना!''

''काही नाही दुखायचं. मी सावकाश काढेन.'' असं म्हणत मी अल्बाचा हात घट्ट पकडून, ते बॅण्ड-एड सोलून काढते. बघते तर, तिथे एक निळसर व्रण असतो आणि त्याच्या मधोमध, एक लहानसं छिद्र! मी त्याला बोट लावायला जाते, तशी अल्बा ओरडते ''नको ममा, त्याला हात लावू नकोस. दुखेल.''

मग मी त्यावर काही न बोलता, अल्बाला सांगते, ''जा अल्बा, किमीला जाऊन विचार की, तिला आपल्याकडे जेवायला यायला आवडेल का?'' तशी ती निरागस पोर गोड हसते आणि धावत घराबाहेर पडते मग, मी सावकाशपणे, आरामखुर्चीवर बसलेल्या हेन्रीकडे वळते.

''हेन्री!! तू माझा विश्वासघात केलास!!...कसं...कसं करू शकलास तू असं?'' मी त्याच्यावर ओरडत विचारते.

''क्लेअर, मला समजून घे.'' हेन्री विनवणीच्या स्वरात मला समजावू लागतो. ''माझ्याकडे गत्यंतर उरलं नव्हतं– हे बघ, मला तिला एक संधी द्यायची होती...पालक म्हणून आपण जर आपल्या मुलीला, तिचं आयुष्य बदलवण्याची संधी देऊ केली नाही, तर आपण चुकतोय असं नाही वाटत तुला? आणि तसंही, केन्ड्रीक सध्या अल्बावर प्रत्यक्ष प्रयोग करणार नाहीयेत. सध्या सगळे प्रयोग उंदरांवर होतील. पुढे मोठं झाल्यावर, तिने ठरवावं, की स्वत:वर ते प्रयोग, करून घ्यायचे की नाही. तो निर्णय सर्वस्वी तिचा राहील.'' असं म्हणत हेन्री खांदे पाडून माझ्यापासून तोंड फेरत उभा राहतो. त्याच्या चेहऱ्यावर पडणाऱ्या प्रकाशाच्या तिरिपीत मी हेन्रीला निरखायला लागते. फार थकलेला, हरलेला दिसतोय आज हेन्री! चेहऱ्यावर रेषांचं जाळं विणलं गेलंय. त्याचं वजनसुद्धा जरा जास्तच घटल्यासारखं वाटतंय. माझं हे निरीक्षण सुरू असतानाच, हेन्री मध्येच माझ्याकडे वळून बोलतो, ''क्लेअर, मी अल्बाला सांगितलेलं नाहीये आम्ही केलं, ते...कशासाठी केलं ते! तूच सांग तिला. योग्य वेळ आली की...''

हेन्रीचं बोलणं ऐकून मी नकारार्थी मान हलवत त्याला फर्मावते, ''नाही! तू आताच्या आता, केन्ड्रीकला फोन करून सगळं थांबवायला सांग.''

''नाही. मी तसं करणार नाही.''

''मग मी करीन.''

''नको क्लेअर...प्लीज!''

“हेन्री, तू तुझ्या शरीराशी काय वाट्टेल ते कर - माझं काही म्हणणं नाही. पण मी तुला माझ्या मुलीच्या आयुष्याशी खेळू देणार नाही, समजलं? मी आत्ताच्या आत्ता -”

“क्लेअर!” हेन्री ज्या जोराने माझं नाव उच्चारतो, त्याने मी थबकते. आणि त्याला घाबरतच विचारते “काय?”

“सगळं संपलंय!! समजलं तुला? सगळं संपलेलं आहे. माझ्या सगळ्या आशा इथेच संपल्यात. केन्ड्रीक ह्यापुढे माझ्यावर कुठलेही प्रयोग करू शकणार नाहीयेत.”

हेन्रीचं बोलणं ऐकून मी भयचकित होऊन त्याच्याकडे बघतच बसते. माझा माझ्या कानांवर विश्वासच बसत नसतो. शेवटी कसाबसा धीर एकवटत, मी हेन्रीला विचारते, “पण मग...मग आता पुढे काय होणार हेन्री? आपण काय करायचं?”

हेन्री हताशपणे मान डोलावत म्हणतो, “मला माहिती नाही क्लेअर. खरंच नाही माहिती. कदाचित आपल्याला जे वाटलंय, ज्याची भीती आहे, तेच होईल. पण एक आहे क्लेअर, पुढे माझ्या आयुष्यात काही झालं तरी, मला अल्बाला मदत केल्याशिवाय जायचं नाहीये गं. प्लीज क्लेअर, मला तिचा पिता म्हणून, अल्बाला मदत करायची फक्त संधी दे. कदाचित तो प्रयोग सफलही होणार नाही. झाला, तरी कदाचित ती त्याचा कधी वापरही करणार नाही. कदाचित तिला काळप्रवास करायला चक्क आवडेल. ती कदाचित कधी उपाशी राहून इथेतिथे भटकणार नाही, कधी कुणाचा मार खाणार नाही, तिच्यावर कधी कुठले अत्याचार होणार नाहीत. पण एक विचार कर, तिला जर कदाचित काळप्रवास करणं आवडलं नाही - तर? तिला जर इतर मुलींसारखं सामान्य आयुष्य जगावंसं वाटलं तर? तर काय?...क्लेअर, क्लेअर...रडू नकोस गं! प्लीज, माझ्यासाठी?”

पण मला रडू आवरणं केवळ अशक्य होतं. मी गदगदून रडत राहते. किती तरी वेळ! अखेर हेन्री मला आपल्या कवेत घेत समजावतो, “आपल्याला मुभा होती अशातली गोष्ट नाही क्लेअर! पण मला अल्बासाठी किमान एक सुरक्षा कवच बनवून जायचंय. किमान तेवढं करू देशील? प्लीज?”

हेन्रीची ही विनंती ऐकून मी अखेर कशीबशी त्याला होकार देते. तसा, तो माझ्या कपाळाचं चुंबन घेत म्हणतो, “थॅन्क्यू क्लेअर!” आणि पुन्हा एकदा माझ्या अश्रूंचा बांध फुटतो.

रविवार, २७ ऑक्टोबर १९८४ (हेन्री ४३ वर्षांचा, क्लेअर १३ वर्षांची)

हेन्री : माझा अंत आता समीप आहे. मला जाणवतंय. किंबहुना, माझा अंत कसा

होणार आहे, हेसुद्धा मला ठाऊक आहे : मी एका हिवाळी सकाळी कुरणात बसलेलो असेन. हवा बरीच कुंद, थंड असेल. मी लोकरीचा काळा कोट, हातमोजे आणि उंच बूट घातलेले असतील. आमच्या यादीत त्या दिवशी आमची भेट नमूद केलेली नसेल. आपल्या उबदार गादीमध्ये क्लेअर शांतपणे झोपलेली असेल. ती त्या वेळी १३ वर्षांची असेल. दूरवर कुठेतरी, बंदूक झाडल्याचा आवाज त्या कोरड्या हवेला चिरत जाईल. हरणांच्या शिकारीचा मोसम असेल - भडक, नारिंगी कपडे घातलेले काही पुरुष दबा धरून, हरणांची वाट पाहत बसले असतील. मध्येच एखाद्याची बंदूक बोलायला लागेल. थोड्या वेळाने, ते सगळे सॅण्डविच आणि थंडगार बीयरचा आस्वाद घेऊ लागतील.

हवेचा एक जोरकस झोत वाहू लागेल - थंडीमुळे झाडांवरून गळून पडलेली पानं, त्या झोतासोबत इथेतिथे उंडारू लागतील. इतक्यात मेडोलार्कचा मागचा दरवाजा उघडला जाऊन, त्यातून दोन आकृत्या बाहेर पडताना दिसतील. दोघांनीही नारिंगी कपडे घातले असतील, दोघांच्याही हातात शिकारीच्या बंदुका असतील. त्या आकृत्या जवळ आल्यावर लक्षात येईल, की ते फिलीप आणि मार्क आहेत. ते दोघं माझ्या दिशेने पावलं टाकू लागतील, पण मी त्यांच्या दृष्टीस पडणार नाही - कारण मी शक्कल लढवून, उंच गवताचा आडोसा घेऊन लपून राहीन. माझ्यापासून अवघ्या वीस फुटांवर येऊन, ते दोघं जंगलाच्या दिशेने जाणारं वळण पकडून चालू लागतील.

इतक्यात ते दोघं थबकतील आणि कान टवकारून ऐकू लागतील. माझ्याही आधी त्यांना ते ऐकू येईल...गवतात होणारी कसलीशी सरसर, कशाचीतरी हालचाल...काहीतरी मोठं, ओबडधोबडसं गवतामधून लपून निसटण्याचा प्रयत्न करेल...त्या प्रयत्नात, ते माझ्याच दिशेने झेपावेल...माझ्या आधी मार्कचं त्याच्याकडे लक्ष जाईल. तो आपली बंदुक उचलून, नेम धरून, गोळी झाडेल.

क्षणभराने एक आरोळी उठेल...मानवी आरोळी! मग क्षणभराची निःशब्द शांतता...आणि त्यामागोमाग : "क्लेअर! क्लेअर!"...आणि मग, काहीच नाही!!

मी काही क्षणांसाठी तसाच बसून राहीन. कसलाही विचार न करता, श्वास न घेता! मग, एका क्षणी, तीरासारखा धावत सुटेन! माझ्यामागे फिलीप असेल...मार्कसुद्धा आणि मग एके ठिकाणी, आम्ही एकत्र येऊ.

पण तिथे काहीच नसेल. फक्त मरगळून वाकलेली गवताची पाती...जमिनीवर पसरलेलं गरम, ताजं रक्त! आम्ही त्या दृश्याकडे पाहत, एकमेकांना निरखत राहू..ते मला ओळखणार नाहीत.

खोलीत झोपलेल्या क्लेअरला एक आरोळी ऐकू येईल. तिला कुणीतरी हाका मारतंय, असं वाटू लागेल. धडधडत्या हृदयाने, ती मागच्या दरवाजाने, सुसाट

धावत कुरणात येऊन पोचेल. आम्हाला तिघांना एकत्र बघितल्यावर, ती गोंधळून जाईल. काही बोलणार इतक्यात, मी तिला हलकेच खूण करून काही न बोलण्याचा संकेत देईन. मग ती आपल्या वडिलांचा आधार घेऊन, थरथरत्या देहाने पुन्हा घराकडे जाऊ लागेल. १५ वर्षांचा मार्क त्या वेळी आपल्या नुकत्याच उगवत असणाऱ्या दाढीची खुंट खाजवत, माझ्याकडे गोंधळल्या नजरेने पाहत काहीतरी आठवण्याचा प्रयत्न करत राहील.

आणि इतक्यात क्लेअर चोरून माझ्याकडे वळून बघेल. मी तिच्याकडे बघून हसून, तिला दिलासा देईन, तशी ती घरात जाईल...आणि मी त्या रक्ताने माखलेल्या जमिनीच्या तुकड्याकडे पाहत, हे समजून जाईन, की दूर कुठेतरी, मी माझे शेवटचे श्वास मोजत आहे!

द एपिसोड ऑफ द मन्रो स्ट्रीट पार्किंग गॅरेज

. . . .

सोमवार, ७ जानेवारी २००६ (हेन्री ४३ वर्षांचा)

हेन्री : थंडी आहे, जबरदस्त थंडी आहे! मी बर्फाने माखलेल्या फरशीवर पडलेलो आहे, पण मी नेमका कुठे आहे? काहीच समजत नाहीये.

थोड्या वेळाने. मी उठून बसण्याचा प्रयत्न करतो. माझे पाय पूर्णपणे गारठलेले आहेत, त्यांच्यात काही संवेदनाच शिल्लक वाटत नाहीयेत. तरीही मी कसाबसा मनाचा हिय्या करून उभा राहून पाहतो, तर मी ज्या ठिकाणी येऊन पडलेलो असतो, ती एक ओसाड जागा असते - तिथे ना इमारती असतात, ना झाडं! रात्रीची वेळ असते, दुरून कुठूनतरी वाहनांचा आवाज येत असतो. मी अजून निरखून पाहतो, तर लक्षात येतं की मी ग्रँट पार्क परिसरात आहे. समोर पसरलेल्या बर्फाच्या गालिच्यापार, मिशिगन ॲव्हेन्यूवरच्या शानदार इमारती आणि आर्ट इन्स्टिट्यूट, दिमाखाने उभ्या आहेत.

पहाट फुटू लागते, तसा मी त्या ठिकाणाहून बाहेर पडण्याची धडपड करायला लागतो. माझे पाय आता अजूनच गारठलेले असतात - इतके, की मला धड चार पावलंही पुढे टाकता येत नसतात. एका क्षणी तर मी जमिनीवर कोसळतोच. आणि मग सगळं असह्य होऊन चक्क रांगायला लागतो. मात्र माझ्या गुडघ्यांना जखमा होऊन, त्यातून रक्त वहायला लागतं. तरीही मी थांबत नाही. निग्रहाने, एक पे - फोन शोधून काढतो आणि तिथून फोन लावतो.

सात वेळा घंटी वाजते. आठ वेळा, नऊ वेळा...आणि मग दुसऱ्या बाजूने हेन्रीचा आवाज येतो, ''हॅलो! कोण बोलतंय?''

"मला मदत कर हेन्री. मी मन्रो स्ट्रीट पार्किंग गॅरेजमध्ये आणि इथे प्रचंड थंडी पडलेय. -१५ डिग्री तरी असेल! माझ्या अंगावर एकही कपडा नाहीये. मी पहारेकऱ्याच्या ठाण्यापाशी बसलेलो आहे. प्लीज इथे येऊन मला घेऊन जा."

"तिथेच थांब, मी आता येतोय!" असं म्हणून हेन्री फोन ठेवून देतो. तसा मीसुद्धा फोनला त्याच्या नेमक्या जागी ठेवायचा प्रयत्न करतो, पण थंडीने माझे हात इतके थरथरत असतात, की मला धड तेवढंही करता येत नाही. मी आता थंडीने काकडायला लागलेले असतो. तरीही कसंबसं उठून पहारेकऱ्याच्या खोलीचा दरवाजा उघडू पाहतो...पण व्यर्थ! बरं, तो दरवाजा फोडावा म्हणावं, तर त्यासाठी माझ्याकडे काहीच शस्त्र नसतं.

शेवटी अतिशय हताश होऊन, मी ओरडतो, "मला मदत करा! कोणीतरी मला मदत करा! प्लीज!" पण कुणीही येत नाही. मग, थकून-हरून, मी अंगाचं मटकुळं करून, त्याच दरवाज्यापाशी पडून राहतो आणि मग...एका क्षणी अदृश्य होतो.

फ्रॅगमेंट्स

. . . .

सोमवार, मंगळवार, बुधवार २५, २६, २७ सप्टेंबर २००६
(क्लेअर ३५ वर्षांची, हेन्री ४३ वर्षांचा)

क्लेअर : हेन्री आज पूर्ण दिवस गायब आहे. मी आणि अल्बा रात्री मॅकडॉनल्सड्सला जेवायला गेलो. घरी आल्यावर 'गो फिश' आणि 'क्रेझी फाइट्स' खेळलो. अल्बाने उडत्या कुत्र्यावर बसलेल्या लांब केसांच्या मुलीचं चित्रं काढलं. मग आम्ही तिचा उद्या शाळेत घालण्यासाठीचा ड्रेस निवडला आणि त्यानंतर ती झोपायला गेली. मी आता घराच्या पुढच्या दारापाशी बसून 'प्राऊस्ट' वाचायचा प्रयत्न करत आहे; पण फ्रेंच वाचायची सवय गेल्यामुळे, माझे डोळे आता जड व्हायला लागले आहेत. मी डुलक्याच काढू लागले असते, इतक्यात दिवाणखान्यात काहीतरी येऊन आदळल्याचा आवाज येतो. मी तीरासारखी धावत आत जाऊन बघते, तर हेन्री तिथल्या फरशीवर थंडीने गारठलेल्या अवस्थेत पडलेला असतो. ''क्लेअर, मला मदत कर!'' काकडणाऱ्या दातांतून कसेबसे हे शब्द उच्चारत हेन्री बेशुद्ध होतो आणि मी लटपटत्या पायांनी फोनकडे धाव घेते.

थोड्या वेळाने :

इस्पितळाचा अतिदक्षता विभाग : वेगवेगळ्या व्याधींनी जखडलेले वृद्ध, तापाने फणफणलेल्या लहान मुलांना मांडीवर घेऊन बसलेल्या चिंताग्रस्त आया,

रक्ताळलेल्या हाता-पायांनी बसलेले तरुण (इथून निघाल्यावर ते नक्कीच आपल्या मैत्रिणींना त्यांच्या ह्या हीरोगिरीबद्दल फुशारक्या मारून सांगतील, पण आता तरी ते बरेच शांत बसलेत - आपल्या वेदना ओठात दाबून!)...ह्या सगळ्यांनी तो विभाग नुसता भरगच्च भरून गेलाय.

थोड्या वेळाने :

स्थळ : एक लहानशी, पांढरी खोली. काही परिचारिका हेन्रीला उचलून ब्लँकेटवर ठेवतात. तो क्षणभरासाठी आपले डोळे उघडतो - मला बघितल्यावर, पुन्हा डोळे मिटतो. एक परिचारिका त्याच्या थरथरणाऱ्या हाताला पकडून, हेन्रीला किती ताप आहे, त्याच्या नाडीचा ठोका कितपत आहे, हे बघण्याचा प्रयत्न करते. इतक्यात एक शिकाऊ डॉक्टर येऊन, हेन्रीचे डोळे, कान, नाक, बोट...अगदी जननेंद्रियसुद्धा तपासून जातो. मग ते झाल्यावर, त्या परिचारिका हेन्रीला ब्लँकेटमध्ये आणि ॲल्युमिनियम फॉइलसारख्या दिसणाऱ्या एका गोष्टीमध्ये व्यवस्थित लपेटून टाकतात. थोड्या वेळाने हेन्री पुन्हा एकदा डोळे उघडतो. तो काहीतरी बोलायचा प्रयत्न करत असतो. बहुतेक माझं नाव घेत असतो. मी ब्लँकेटमधून हात घालून हेन्रीच्या हाताला स्पर्श करते, तर तो बर्फाहून गार पडलेला असतो. मी जवळ उभ्या असलेल्या परिचारिकेकडे घाबरून पाहते, तशी ती मला धीर देत म्हणते, "आपल्याला त्यांच्या अंगातील उष्णता वाढवायला हवी आहे. त्यासाठीचे सगळे प्रयत्न सुरू आहेत. तुम्ही काळजी करू नका."

थोड्या वेळाने :

"मला एक गोष्ट समजत नाहीये, की त्यांना भर सप्टेंबरमध्ये हायपोथर्मिया झालाच कसा?" शिकाऊ डॉक्टर मला विचारत असतात.

"मला काय माहीत? हे तुम्ही त्यांनाच विचारा ना."

थोड्या वेळाने :

सकाळ झाली आहे. मी आणि शॅरीस इस्पितळातल्या कॅफेमध्ये बसलो आहोत. हेन्रीला वरच्या मजल्यावरच्या खोलीत ठेवलेलं आहे. किमी त्याच्याजवळ

बसलेय. शॅरीसने आपल्या चॉकलेट पुडिंगवर ताव मारलेला आहे. माझ्यासमोरच्या ताटलीत ब्रेड-बटर आहे, पण मला ते खावेसे वाटत नाहीयेत.

इतक्यात शॅरीसशेजारी एक माणूस येऊन बसतो. बघते तर डॉ. केन्ड्रीक! ते माझ्याकडे बघून हसत म्हणतात, "क्लेअर, चांगली बातमी आहे. हेन्रीच्या अंगातली उष्णता ९७.६ डिग्रीपर्यंत गेलेली आहे. मेंदूला काही इजा पोचलेली दिसत नाहीये. म्हणजे, एकंदरीत धोका टळला असं म्हणायला हरकत नाही."

केन्ड्रीकचं बोलणं ऐकून माझा जीव इतका भांड्यात पडतो, की मला त्यांचे आभार मानण्यासाठीसुद्धा शब्द सुचत नाहीत.

अखेर केन्ड्रीक उठतात आणि मला म्हणतात, "क्लेअर, मग मी निघू? संध्याकाळी परत येईनच."

असं बोलून केन्ड्रीक निघून जायला लागतात, तेव्हा कुठे मी भानावर येते आणि त्यांना म्हणते, "थॅन्क्यू डेव्हिड!" तसे ते माझ्याकडे वळून, मंदसं स्मित करतात आणि निघून जातात.

थोड्या वेळाने डॉ. मुरे, स्यू नावाच्या भारतीय दिसणाऱ्या परिचारिकेसोबत हेन्रीच्या खोलीत येतात. स्यूने आपल्यासोबत एक बादली, थर्मोमीटर आणि एक घमेलं आणलेलं असतं.

"गुड मॉर्निंग, मिस्टर ॲन्ड मिसेस डी'टॅम्बल. आज आपण तुमच्या पायांना जरा ऊब देणार आहोत हं सर." असं म्हणत ती भली स्यू, घमेलं जमिनीवर ठेवून, बाथरूममध्ये जाऊन गरम पाणी सोडते.

इथे डॉ. मुरे आपल्या कोटाच्या खिशातून एक लहानशी बाटली आणि इंजक्शन काढतात. बऱ्याच स्थूल असलेल्या डॉ. मुरे, त्यांच्या विशिष्ट आफ्रिकन केशभूषेमुळे आणि पांढऱ्या कोटाखाली घातलेल्या चकचकीत बुटांमुळे, खूपच छान दिसत असतात. त्यांनी आणलेल्या जामानिम्याकडे पाहून, मी डॉ. मुरेंना विचारते, "हे काय आहे?"

"मॉरफाईन. मी उगीच खोटं नाही सांगणार. हे त्यांना बरंच दुखेल, पण इलाज नाही. त्यांचे पाय बरेचसे कामातून गेलेत." असं म्हणत त्या हलक्या हाताने हेन्रीच्या हातात इंजक्शनची सुई खुपसतात. इतक्यात स्यू बाथरूममधून गरम पाणी घेऊन येते आणि ते घमेल्यामध्ये ओतते. मग त्या दोघी हेन्रीला बसतं करून, पाण्याचं तापमान तपासून, त्याचे पाय पाण्यात बुडवतात. मग डॉ. मुरे माझ्याकडे वळून म्हणतात, "आता ह्यांच्या पायातल्या ज्या कुठल्या पेशी लालसर बनतील, त्याच वाचतील. प्रार्थना कर, की हेन्रीचे पाय अगदी झिंग्यासारखे लालबुंद पडू देत."

हे ऐकल्यावर मी आवंढा गिळून हेन्रीच्या पायांकडे बघते - ते पांढरेफटक

पडलेले असतात. बर्फासारखे पांढरे, संगमरवरासारखे पांढरे, पावासारखे पांढरे...स्यू हेन्रीच्या पायांमुळे थंड पडणारे पाणी सतत बदलत असते. पाण्याच्या तापमानात १०६ डिग्रीवरून थेट ९५ डिग्रीपर्यंत घट होत असते. हेन्रीचे पाय त्या घमेल्यामध्ये मेलेल्या माशासारखे दिसू लागलेले असतात - निस्तेज, निर्जीव! मी मध्येच त्याच्याकडे बघते, तर हेन्रीच्या गालांवरून अश्रू ओघळत असतात. ते पाहून माझ्या डोळ्यांत उभ्या राहणाऱ्या अश्रूंना मी निग्रहाने मागे सारत, त्याचा चेहरा पुसते. मग त्याच्या डोक्यावर थोपटत, त्याचे पाय लाल पडायची, डोळ्यांत प्राण आणून वाट बघत बसते. एखाद्या छायाचित्रात रंग भरत पाहत असावंसं वाटत राहतं.

शेवटी एकदाचा हेन्रीच्या दोन्ही पायांच्या घोट्याजवळ थोडा लालसरपणा दिसू लागतो. त्यानंतर त्याचा डावा पाय शहाण्या मुलासारखा पटपट लाल पडत जातो, पण उजवा मात्र बराच हटवादीपणा करत राहतो. अखेर बऱ्याच प्रयत्नांती, उजवा पाय हळूहळू थोडा गुलाबी पडतो. पण त्यापुढे काहीच होत नाही. शेवटी, तासाभराने डॉ. मुरे हेन्रीला पाण्यातून बाहेर पडायची परवानगी देतात. मग स्यू त्याचे पाय नीट वाळवते आणि प्रत्येक बोटाच्यामध्ये कापूस टाकून त्याला पुन्हा पलंगावर झोपवते. सरतेशेवटी, ती हेन्रीच्या पायांना कशाचा स्पर्श होऊ नये, ह्यासाठी त्यावर एक मोठाला डबा आणून ठेवते.

पुढची रात्र :

बरीच रात्र झालीये. मी मर्सी हॉस्पिटलमध्ये हेन्रीच्या खोलीत त्याच्या पायाशी बसून त्याला बघत बसले आहे. समोरच्या खुर्चीवर गोमेझ डुलक्या काढत आहे. गोमेझ खुर्चीच्या पाठीवर डोकं मागे टाकून, तोंड उघडं ठेवून झोपतो. मध्येमध्ये तो तोंडातून विचित्र आवाज काढत, मान झटकतो. हेन्री मात्र अगदीच स्तब्ध झोपलेला आहे.

हेन्रीला लावलेलं सलाईन थेंबथेंब करत पडत असतं. कितीही नाही करायचं ठरवलं, तरी शेवटी माझं लक्ष हेन्रीच्या पायांकडे जातंच. इतकंच, की तिथे आता त्याचे पाय नसतात!! बर्फाने त्याचे दोन्ही पाय गिळंकृत केलेले असतात! आज सकाळीच घोट्याखालचे त्याचे पाय कापलेले आहेत.

हेन्रीच्या (नसलेल्या) पायांवर पांघरूण टाकलेलं आहे. मला कल्पना करता येत नाहीये. किंबहुना, मला कल्पना करवत नाहीये - की त्या पांघरुणाखालचं दृश्य कसं दिसत असेल. त्याचे पट्ट्यामध्ये बांधलेले हात मात्र पांघरुणाच्या वरच आहेत. मी हलकेच त्याचा एक हात माझ्या हातात घेते - तो बऱ्यापैकी

थंड असतो, मात्र त्यात धुगधुगी असते. मला त्या धुगधुगीनेच इतका धीर येतो, की सांगता सोय नाही.

हेन्रीचं ऑपरेशन झाल्यानंतर डॉ. मुरेने मला विचारलं होतं की, त्याच्या कापलेल्या पायांचं काय करावं? मला त्या वेळी त्यांना सांगावंसं वाटलं होतं की, त्यांना परत त्याच्या शरीराशी जोडा. पण अर्थात तसं करणं शक्य नव्हतं.

थोड्या वेळाने एक परिचारिका आत येऊन हेन्रीला इंजक्शन देते. तो काही क्षणांसाठी डोळे उघडतो, माझ्याकडे पाहून मंदसा हसतो आणि लागलीच, इंजक्शनाद्वारे अंगात भिनायला लागलेल्या झोपेच्या औषधाच्या आधीन होतो.

मला प्रार्थना करावीशी वाटायला लागते, पण का कुणास ठाऊक, एकही प्रार्थना आठवेनाशी होते. सारखं बालवाडीत शिकलेलं 'इनी, मिनी, मायना मो' हे बालगीतच मनात रुंजी घालायला लागतं! देवा! का रे असं खेळतो आहेस माझ्याशी? नको रे माझा असा छळ करूस!

नेमके किती वाजले आहेत, हे कळायचीसुद्धा सोय नसते. खिडकीतून बाहेर बघते, तर थोडं उजाडायला लागलेलं असतं. हेन्रीचा पांघरुणातून बाहेर पडलेला हात मी परत त्याच्या छातीवर ठेवत असतानाच गोमेझ जागा होतो. आळोखेपिळोखे देत, मला "गुड मॉर्निंग, मनीमाऊ" असं अभिवादन करत बाथरूमला जातो. इतक्यात हेन्रीला जाग येते.

डोळे उघडल्या क्षणी तो मला विचारतो "मी कुठे आहे?"

"मर्सी हॉस्पिटलमध्ये. आज २७ सप्टेंबर २००६ आहे."

हेन्री काही क्षण छताकडे टक लावून बघत बसतो. मग स्वत:च्या शरीराला उचलून पायावर टाकलेलं पांघरूण काढायला जातो. मी माझे डोळे गच्च मिटून घेते.

क्षणभर स्तब्ध शांतता पसरते...आणि मग! मग हेन्री जोरजोरात किंचाळायला लागतो!

मंगळवार, १७ ऑक्टोबर, २००६
(क्लेअर ३५ वर्षांची, हेन्री ४३ वर्षांचा)

क्लेअर : हेन्रीला इस्पितळातून घरी येऊन एक आठवडा लोटलाय. त्यातला बहुतांशी वेळ त्याने झोपण्यात अथवा नि:शब्दपणे, तासन्‌तास खिडकीबाहेर बघत बसण्यात घालवलेला आहे. मी त्याला सूप, मॅकरोनी, टोस्ट वगैरे त्याचे आवडीचे पदार्थ खाऊ घालण्याचा सतत प्रयत्न करत असते, पण तो फारसं काहीच खात नाही. तो फारसं बोलतही नाही.

अल्बा तर बिचारी पार गोंधळून गेलेय. तिच्या हसत्या-खेळत्या डॅडीला अचानक असं अबोल झालेलं पाहून बावरलीये. ती हेन्रीला खूश करण्यासाठी, त्याला बोलतं करण्यासाठी सतत त्याच्यासाठी काहीतरी करत बसते - कुठे संत्रंच सोलून दे, कुठ वर्तमानपत्रंच आणून दे...पण हेन्री त्या वस्तू फक्त घेतो, तिच्याकडे बघून कसंनुसं हसतो आणि पुन्हा आपल्या तंद्रीत जातो. मग त्या वस्तू अगदी बापुडवाण्या होऊन त्याच्या शेजारच्या टेबलावर पडून राहतात.

सोनिया ब्राऊन नावाची एक चुणचुणीत परिचारिका दररोज हेन्रीच्या पट्ट्या बदलायला घरी येते. ती हेन्रीला देत असलेले वैद्यकीय सल्ले तो एका कानाने ऐकतो आणि ती आपल्या लालभडक फोक्सवॅगन बीटलमधून निघून गेली, की दुसऱ्या कानाने सोडून देत, पुन्हा शून्यात नजर लावून बसतो. मी त्याला सतत बोलतं करायचा प्रयत्न करत राहते, त्याला काय हवं-नको ते विचारत असते, त्याचे कपडे बदलून देत असते, त्याचा बेडपॅन साफ करत असते...पण तो मला शून्य किंवा फार तर फार, अगदी माफक प्रतिसाद देत राहतो. थोडक्यात काय, तर जरी हेन्री माझ्या डोळ्यासमोर असला, तरी एका अर्थी तो अदृश्यच आहे.

एक दिवस मी आमच्या बेडरूमवरून कपड्यांचा ढीग घेऊन जात असते, इतक्यात किलकिल्या झालेल्या दारामधून, मला अल्बा हेन्रीच्या पलंगापाशी उभी असलेली दिसते. कुतूहलाने मी तिथेच थांबून तिला निरखू लागते. निळ्या रंगाच्या शर्टावर, लांब, काळ्याभोर केसांच्या दोन घट्ट वेण्या रुळवत, ती अगदी गंभीरपणे हेन्रीच्या जवळ उभी असते. थोड्या वेळाने हेन्रीचा अंदाज घेत हळूच बोलते "डॅडी?" हेन्री काहीच प्रतिक्रिया देत नाही, पण तरी ही पठ्ठी, हार न मानता जरा वरचा आवाज लावत म्हणते "डॅडी?" तसा हेन्री आपले डोळे उघडून, तिच्या दिशेने कूस बदलतो. आता अल्बा थोडी अजून धिटाई दाखवत पलंगावर बसते आणि हेन्रीला म्हणते, "डॅडी, मला तुम्हाला काहीतरी विचारायचंय. विचारू का?"

"हं."

"तुम्ही मरणार आहात का?"

अल्बाचा प्रश्न ऐकून हेन्री आपले डोळे पूर्णपणे उघडतो आणि अल्बाला ठाम स्वरात म्हणतो "नाही!"

"पण मग ती असं का म्हणाली?"

"कोण ती?"

"अल्बा! ती मला म्हणाली की तुम्ही मरणार आहात."

"ते सगळं भविष्यात होणार आहे अल्बा! आता नाही! अल्बाला सांग,

असल्या गोष्टी सांगून घाबरवू नकोस.'' असं म्हणत हेन्री त्याच्या दाढीवर हात फिरवत राहतो. इस्पितळातून आल्यापासून त्याने दाढी करणं सोडूनच दिलंय. अल्बा, थोडीशी घाबरून की काय, हाताची घडी घालून बसून राहते. मग थोड्या वेळाने पुन्हा धीर एकवटून हेन्रीला विचारते, ''तुम्ही आता सतत गादीवरच पडून राहणार का?''

तिचा प्रश्न ऐकून हेन्री कसाबसा उठून बसतो आणि म्हणतो, ''हो, कदाचित!'' असं म्हणत औषधांच्या खणात खुडबुड करायला लागतो.

''का?''

''कारण मला मरायचं आहे, म्हणून! समजलं तुला?...समजलं?'' हेन्री अल्बावर खेकसतो. तशी ती भेदरून हेन्रीपासून मागे सरकते आणि खोलीचा दरवाजा उघडून तिथून धूम ठोकते. इतक्यात ती माझ्यावर येऊन आदळते आणि माझ्या कमरेला घट्ट विळखा घालत, हमसून-हमसून रडायला लागते. मी काही न बोलता तिला कडेवर घेऊन थोपटत राहते...मी तुला काय आणि कसं समजावू अल्बा? मलाच काही कळेनासं झालंय!

बुधवार आणि गुरुवार १८ व १९ ऑक्टोबर आणि
गुरुवार २६ ऑक्टोबर, २००६ (क्लेअर ३५ वर्षांची, हेन्री ४३ वर्षांचा)

क्लेअर : मी माझ्या कार्यशाळेत, एका हातात वायरचा गुंडाळा आणि दुसऱ्या हातात काही रेखाटनं घेऊन उभी आहे. माझ्यामागच्या भिंतीवरसुद्धा काही रेखाटनं अडकवलेली आहेत. थोडक्यात, मसुदा तयार आहे. आता तो प्रत्यक्षात कसा उतरवावा, हा प्रश्न आहे.

मी मनातल्या मनात, माझ्या कलाकृतीचा सांगाडा उभा करायचा प्रयत्न करायला लागते. ३-डीच करावा, नाही का? तसाच छान दिसेल! मधल्या अंगाला पूर्ण वायर गुंडाळावी. पाय बनवावे की नकोच? बघू या, ते पुढे ठरवता येईल. माझं हे विचारचक्र सुरू असताना अचानक मला वाटून जातं, छे! मला हे करायचं नाहीये! वैताग आलाय मला ह्या सगळ्या गोष्टींचा! मी चिडून त्या सगळ्या वस्तू टेबलाखाली ढकलून देते. पण मग पुन्हा थोड्या वेळाने, त्यांना बाहेर काढून वेगळ्या प्रकारे विचार करू लागते.

मला ह्या कलाकृतीला फक्त पंख द्यायचे आहेत... भलेमोठे, विस्तारलेले बारीक वायरींने बनवलेले पंख! मी हवेमध्ये एखाद्या नर्तिकेसारखे हात फिरवत, पंखांचा आकार रेखाटायला लागते. मग माझ्या समाधानानुसार आकार मिळाल्यावर, वायर घेऊन त्यांना प्रत्यक्षात उतरवू लागते. अखेर बऱ्याच वेळाने ते पंख बनून

तयार होतात. मी त्यांना छतावर टांगते - ते तिथून तरंगत राहतात... सुंदर, नाजूक...निकामी!

आधी माझ्या मनात त्यांना शुभ्र पांढरा रंग द्यावा, असं होतं. पण आता मी तो विचार बदललाय. त्याऐवजी कुठला रंग चपखल बसेल, ह्याचा विचार करत मी माझ्या रंगांचा डबा उघडते. अल्ट्रामरीन, यलो ऑकर, रॉ अंबर, विरीडियन, मॅडर लेक...अं...नाही, हाच सगळ्यात योग्य राहील! रेड आयर्न ऑक्साईड! सुकलेल्या रक्ताचा रंग. कारण मी बनवत असलेली कलाकृती आहे, एका देवदूताची...पण प्रत्येक देवदूतात एक दानव लपलेला असतो, असं म्हणतात...आणि त्या दानवाला बाहेर काढण्यासाठी ह्या लाल रंगापेक्षा योग्य रंग कुठला?

माझा निर्धार पक्का झाल्यावर, मी त्या लाल रंगाच्या बरणीला, बोन ब्लॅक रंगाच्या बरणीसहित, टेबलावर आणून ठेवते. मग खोलीच्या दुसऱ्या टोकाला ठेवलेल्या कोझो आणि लिनेनच्या ताग्यांना बाहेर काढते. कुभांमध्ये पाणी गरम करून कोझोला त्यामध्ये टाकून देते. त्याचा लगदा होऊ लागतो तशी, त्यामध्ये सोडा ॲश टाकते. मग अखेरीस त्या मिश्रणामध्ये लिनेन टाकून, त्याला उकळी यायची वाट पाहत, कॉफी पीत खिडकीशी बसून राहते.

त्याच वेळेला :

हेन्री : माझी आई पलंगाच्या पायथ्याशी बसलेली आहे. तिला माझ्या कापलेल्या पायांबद्दल कळायला नको, म्हणून मी डोळे मिटून झोपलो असल्याचं नाटक करतोय.

"हेन्री? उठ. मला माहितेय तू जागा आहेस." तिचा आवाज येतो. पण त्यानंतर जेव्हा ती म्हणते, "उठ मित्रा, किती वाजलेत बघितलंस का?" तेव्हा मी गोंधळून, डोळे किलकिले करून पाहतो. समोर आई नाही - किमी उभी असते.

"अं...गुड मॉर्निंग, किमी!" मी कसाबसा बोलतो.

"मॉर्निंग? दुपारचे २.३० वाजलेत तरीही तू अजून लोळतच पडलायंस! चल ऊठ. आधी त्या पलंगातून बाहेर पड बाबा."

"किमी, माझे पाय कापले गेले आहेत. मी ह्या पलंगावरून, ठरवलं तरी उठू शकत नाही."

"पाय कापले गेले, तर काय झालं? चाकाची खुर्ची आहे ना आपल्याकडे? मग? कशाला काळजी करतोस? चल चल ऊठ, तुला आज आपण अंघोळ

घालूया, दाढी करू या.'' असं म्हणत, माझं काहीएक न जुमानता, माझ्या पायांवरचं पांघरूण किमी बाजूला सारते. मी मात्र तसाच बसून राहतो - निरुत्साही, निष्क्रीय, निर्जीव! किमी माझ्या ह्या मूक असहकाराकडे लक्ष न देता मला चाकाच्या खुर्चीत बसवते आणि बाथरूममध्ये घेऊन जाते. मात्र तिथे पोचल्यावर, बाथरूमच्या दरवाज्यामध्ये माझी खुर्ची अडकून राहते.

"अरे बापरे! आता काय करावं बरं?'' असं किमी स्वत:शीच पुटपुटत असताना मी तिच्याकडे त्वेषाने बघत उद्गारतो, "मला काय माहीत किमी? माझ्यासारख्या लुळ्यालंगड्या माणसाकडून कसली अपेक्षा करतेस तू?''

माझा तो स्वर ऐकून किमी आ वासून माझ्याकडे पाहत बसते. मग जराशाने भानावर येत मला दटावत म्हणते, "हेन्री, मला वाटतं, अपंग हा शब्द जास्त योग्य ठरेल, नाही का? स्वत:वर इतकं रागावण्याची गरज नाहीये, समजलं?'' असं म्हणत ती माझ्या शर्टाची बटणं उघडू लागते.

"'किमी, माझे फक्त पाय गेलेत, हात नाही. नशिबाने तेवढे शाबूत आहेत.'' असं करवादत मी स्वत:च बटणं उघडायला लागतो. किमी त्यावर काही प्रतिक्रिया न देता पाणी लावायला जाते, पण तिच्या आविर्भावावरून लक्षात येतं, की ती दुखावली गेलेय. तरीही ती निग्रहाने माझ्याकडे न बघता, मला आत जाण्यासाठी मदत न करता, साबण, टॉवेल, शेव्हिंग क्रीम इत्यादी सामानाची सोय पहायला लागते. इथे ती चाकाची खुर्ची आत नेणं अशक्य वाटू लागल्यावर, मी कसाबसा जमिनीवर बसून, अंग घसटत पुढे सरकण्याचा प्रयत्न करायला लागतो.

इस्पितळात ह्या सगळ्या कामात मदत करण्यासाठी पेनी फेदरवेट नावाची एक चुणचुणीत फिजियोथेरपिस्ट हजर होती. किती बरं पडायचं तिची मदत असताना! इथे मात्र स्वत:च सगळं मरा! चडफडतच मी वर पाहतो, तर ८२ वर्षांची किमी माझ्याकडे अपार दयनीय भावांनी पाहत असते. तिच्या चेहऱ्यावरचे ते भाव बघून मी खजील होतो आणि ठरवतो,' नाही, काही झालं तरी मी हार मानणार नाही, किमीला माझ्याकडे पुन्हा असं पाहण्याची संधी देणार नाही.' मग मी सगळं बळ एकवटून पायजम्यातून बाहेर पडतो, माझ्या पायांना बांधलेल्या पट्ट्या सोडायला लागतो. पाणी कितपत तापलंय, हे तपासून बघतो. शेवटी किमी शॉवर सुरू करून बाथरूमच्या बाहेर पडते. जाताना तिच्यासोबत ती चाकांची खुर्ची घेऊन जाते. मग मी मनाचा निग्रह करून, माझ्या कापलेल्या उजव्या पायाच्या जागी गोळा झालेल्या कातडीच्या घड्यांवर बोट फिरवतो. त्या थंड, मृत कातडीच्या पहिल्या स्पर्शाने मी शहारतो. त्या क्षणी असं वाटायला लागतं, की मी गुंगीत होतो तेच बरं होतं. पुन्हा एकदा व्हिकोडिन घ्यावं का,

असा विचार करत असतानाच नेमकी किमी आत येते. तिने आता आपल्याबरोबर स्वयंपाकघरातली खुर्ची आणलेली असते. त्यावर बसून किमी माझ्या डाव्या पायावरची पट्टी सोडायला लागते.

"काम चांगलं बजावलंय तिने, नाही का?" किमी पट्टी सोडताना उद्गारते.

"कोणी? डॉ. मुरेनी?"

"हो."

"हं...खरंय..." असं म्हणत मी किमीला फोनच्या डिरेक्टऱ्या घेऊन यायला सांगतो. तिने त्या आणल्यावर मी त्या माझ्या चाकाच्या खुर्चीवर ठेवून, पुन्हा कसाबसा रांगत खुर्चीवर बसतो आणि मग लहान मुलासारखा बाथटबमध्ये घरंगळतो. थोड्या वेळाने, मनसोक्त अंघोळ करून बाहेर पडत असतो, इतक्यात पाहतो की किमी, तिच्या पायांवर उडालेल्या पाण्याचे शिंतोडे पुसून काढत असते. ते दृश्य पाहून मी पुन्हा स्वत:ला टबात बुडवून घेतो.

थोड्या वेळाने :

क्लेअर : कोझोला कैक तास गरम पाण्यात शिजवल्यानंतर मी त्याला बाहेर काढून गाळून घेते आणि मग त्याला कुटायला लागते. जितका जास्त तो कोझो कुटला जाईल, तितका तो छान झिरझिरीत बनेल.

चार तासांनंतर मी त्या लगद्यामध्ये रिटेन्शन ॲसिड क्ले आणि पिग्मेंट कालवते. हे सगळे पदार्थ मिसळल्यानंतर, फिक्कट रंगाचं ते मिश्रण लालभडक रंग धारण करतं. मग पुन्हा त्या कुंभामध्ये सगळं मिश्रण ओतून, मी घरात जाते. आत जाते, तर किमी स्वयंपाकघरात उभी राहून ट्यूना फिश विथ पोटॅटो चिप्सचं कॅसेरोल बनवत असते.

"कसं चाललंय?"

"अगदी छान! तो दिवाणखान्यात बसलाय बघ."

मी हेन्रीचा शोध घेत दिवाणखान्याकडे जायला लागते - बाथरूमपासून दिवाणखान्यापर्यंत पाण्याची रीघ लागलेली दिसत असते. दिवाणखान्यात पोचते तर हेन्री, 'बोरर्जेस' फीसिऑन्स नावाचं एक पुस्तक छातीवर उपडं करून झोपलेला असतो. मी त्याच्याजवळ जाते, तर त्याच्या अंगाला साबणाचा, आफ्टरशेव्हचा मादक संमिश्र गंध येत असतो. मी त्याच्या त्या शांत मूर्तीला निरखत थोडा वेळ तिथेच उभी राहते. मध्येच अल्बाचा चिवचिवाट ऐकू येतो. ती तिच्या खोलीमध्ये तिच्या लाडक्या टेडी-बेअरशी बोलत बसलेली असते. क्षणभर मला वाटायला लागतं की मीच काळप्रवास करू लागलेय. जणू हा

आमच्या पूर्वायुष्यातलाच क्षण असावा. पण मग माझी नजर आपसूकच हेन्रीच्या पायाच्या ठिकाणी असलेल्या पोकळीकडे जाते, तशी मी एकदम जमिनीवर येते. नाही, मी इथेच आहे...ह्याच क्षणात!

दुसऱ्या सकाळी पावसाची संततधार लागलेली असते. मी कार्यशाळेमध्ये जाते, तेव्हा ते पंख माझी वाट बघत लटकलेले असतात. मी रेडियो सुरू करते, तसे शोपिनचे स्वर आसमंतात घुमायला लागतात. मी माझे रबराचे बूट व ॲप्रन चढवून, केस बांधून कामाला लागते. पुढचे कित्येक तास मी कागदाचा लगदा घोटण्यात मग्न होते. शोपिनच्या पियानोच्या दैवी निनादासोबत माझं काम अत्यंत सुंदर, लयबद्धरीत्या होत राहतं. शेवटी मी हायड्रॉलिक पेपर प्रेसमध्ये पेपर बनवायला लावून, पुन्हा घरात जाऊन हॅम सॅण्डविच खाते. अल्बा शाळेत गेलेली असते आणि हेन्री वाचन करत असतो.

जेवणानंतर मी पुन्हा कार्यशाळेत जाऊन, तयार झालेल्या कागदाला हातात गोळा करून, त्या पंखांसमोर जाऊन उभी राहते. कागद अजूनही ओलेताच असतो - पण मी हळुवारपणे त्याला पंखांवर गुंडाळण्यात अखेर यशस्वी होतेच! लालसर-काळ्या रंगाचे कागद चढल्यावर, ते पंख वटवाघळाच्या पंखांसारखे दिसू लागतात. मग मी न वापरलेला कागद नीट वाळवून अखेर, ते पूर्णपणे सुकल्यावर, मी त्यांना लाल, काळ्या आणि रंगाने रंगवू लागते. थोड्या वेळाने, त्यांना एकेक करून त्या पंखांवर शिवून टाकते...तेव्हा कुठे तयार होतो, माझा 'डेडली बर्ड!'

आठवड्याभरानंतर एका संध्याकाळी :

हेन्री : क्लेअरने अखेर मला, चांगले कपडे घालून तयार होण्यासाठी राजी केलंच. इतकंच काय, तर तिने गोमेझला बोलावून, मला उचलून तिच्या कार्यशाळेत घेऊन जाण्यासाठीही पाचारण केलं. त्याप्रमाणे गोमेझ येतो आणि मला क्लेअरच्या कार्यशाळेत घेऊन जातो.

तिथे जाऊन बघतो तर, क्लेअरने संपूर्ण कार्यशाळेत मेणबत्त्यांची जणू आरासच मांडलेली असते. टेबलांवर, जमिनीवर, खिडक्यांवर...जिथे नजर जाईल, तिथे सुंदर मेणबत्त्या लावलेल्या दिसत असतात. गोमेझ मला खोलीच्या मध्यभागी असलेल्या कोचावर अलगदपणे ठेवून बाहेर निघून जातो. कार्यशाळेच्या छताच्या ऐन मध्यभागी एक चादर लटकवलेली असते. मला तिचं प्रयोजन नीटसं लक्षात येत नाही.

क्लेअरने काही चित्रपट वगैरे बघायचा मनसुबा रचलाय की काय, असं

वाटून मी प्रोजेक्टरचा शोध घेण्यासाठी मागे वळून पाहतो, पण तसं काहीच दिसत नाही.

थोड्या वेळाने एक सुंदर काळा गाऊन, घालून क्लेअर आत येते आणि मला विचारते, "तुला कॉफी हवी आहे?"

मी इस्पितळातून आल्यापासून कॉफीचा एक थेंब प्यायलेला नसतो, त्यामुळे क्लेअरने कॉफीसाठी विचारल्यावर, मी लागलीच म्हणतो "हो, चालेल!" तशी ती दोन कपांमध्ये मलईदार कॉफी तयार करून, माझ्या हातात एक कप देऊन, समोर बसते. त्या गरमागरम कपाच्या स्पर्शाने मी हेलावून जातो.

इतक्यात क्लेअर मला म्हणते, "मी तुझ्यासाठी काहीतरी बनवलंय."

"काय बनवलयंस? पाय? मला सध्या त्यांची सर्वाधिक गरज आहे." मी माझ्याच नकळत उपहासाने बोलून जातो.

नशिबाने क्लेअर माझ्या उपहासाकडे दुर्लक्ष करते आणि अगदी सहज आवाजात बोलते, "नाही, पंख! मी तुझ्यासाठी पंख बनवले आहेत." असं म्हणत क्लेअर ती छतावरची पांढरी चादर ओढून काढते.

क्षणार्धात छतावरून हेलकावे खाणारे ते पंख मला भुरळ घालतात. मेणबत्त्यांच्या प्रकाशात एका निराळ्याच तेजाने चमचमणारे ते पंख, मला जितके नकोसे वाटतात, तितकाच त्यामधून येणारा स्वातंत्र्याचा गंध मला आकर्षित करतो. त्या पंखांकडे बघून मला धावावंसं वाटतं - हो, माझ्या स्वत:च्या दोन पायांवर धावावंसं वाटतं - आसमंतात झेप घेऊन उडावंसं वाटतं. मी त्यांच्याकडे टक लावून बघत बसतो...किती तरी वेळ. थोड्या वेळाने, क्लेअर माझ्याजवळ येऊन बसते. ती माझ्याकडेच बघतेय, हे मला जाणवतं, पण मी तरीही काही प्रतिक्रिया न देता, तसाच स्तब्ध बसून राहतो. मला काहीच बोलावंसं वाटत नसतं...कोणाशीच! (बघा, मी जिवंत आहे. कशावर? ना बालपण ना भविष्य / होत आहे लहान...अवघं अस्तित्वच माझं, माझं हृदय व्यापून टाकतंय.)

"हेन्री किस मी!" मध्येच क्लेअर माझी तंद्री भंग करत मला फर्मावते; तसा मी यंत्रवतच तिच्याकडे वळतो आणि तिच्या लालचुटुक ओठांचं चुंबन घेतो. आणि काय आश्चर्य? मी मुक्त होतो! माझ्या नावावरचं जोखड बाजूला सारून मी उडू लागतो!

फीट ड्रीम

. . . .

ऑक्टोबर / नोव्हेंबर २००६ (हेन्री ४३ वर्षांचा)

हेन्री : मला एक स्वप्न पडतं : की मी न्यूबेरीमध्ये, कोलंबिया कॉलेजच्या काही विद्यार्थ्यांसाठी 'शो ॲण्ड टेल' करतोय. मी त्यांना इकान्युबूला (कैक शतकांपूर्वी छापलेली पुस्तकं) दाखवतो, 'ग्युटेन्बर्ग फ्रॅग्मेंट' दाखवतो, कॅक्स्टनचं 'गेम ॲण्ड प्ले ऑफ चेस' दाखवतो, जेन्सेनचं 'युसेबियस' दाखवतो. विद्यार्थीसुद्धा खूप चांगले असतात. खूप उत्साहाने सगळं ऐकत असतात, मला प्रश्न विचारत असतात. त्यांचा तो उत्साह बघून मी त्यांना एक खास पुस्तक दाखवावं म्हणून खणांमध्ये खुडबूड करायला लागतो. गेली कित्येक वर्षं ते पुस्तक आमच्याकडे आहे, ह्याचा मला पत्ताच नव्हता. मला ते नुकतंच सापडलं आणि आता ह्या विद्यार्थ्यांना ते बघायला आवडेल, म्हणून मी ते कुठे आहे, ह्याचा शोध घेत असतो. अखेर मला ते पुस्तक, एका लाल झाकणाच्या मोठाल्या डब्यात सापडतं. डब्यावर पुस्तकाचं नाव लिहिलेलं नसतं. फक्त न्यूबेरीच्या छाप्याखाली सोनेरी अक्षरात लिहिलेला त्याचा नोंदणी क्रमांक असतो – केस विंग एफ झेड एक्स ९८३ डी ४५३. मी तो डबा टेबलावर ठेवून उघडतो, तर आतमध्ये पुस्तकाऐवजी काय सापडतं माहितेय? माझे पाय!!! सुंदर, सुबक, गुलाबी रंगाचे पाय! मी त्यांना डब्यामधून उचलायला जातो - तर ते बरेच जड असतात! तरीही मी हिय्या करून त्यांना कसंबसं उचलून टेबलावर ठेवतो - तशी माझ्या पायाची बोटं वळवळ करायला लागतात. जणू मला दाखवायला, की बघ, आम्ही अजूनही असं करू शकतो. आता सगळे विद्यार्थी माझ्या पायांकडे कुतूहलाने पहायला लागले असतात. मी

त्यांना १५ व्या शतकातल्या व्हेनेशियन चित्रकलेत माझ्या पायांना असलेल्या महत्त्वाबद्दल सांगू लागतो. सगळी मुलं भराभर टिपणं काढत असतात. तेवढ्यात त्यांच्यातली एक गोड पोरगी लहानशी किंकाळी फोडत बोलते, "बघा, बघा, पाय पांढरे पडले." मी घाबरून वळून बघतो, तर खरोखरीच माझे पाय पांढरेफटक पडलेले असतात. त्याला सगळा जीवनरस शोषून घेतला गेला असतो...ते मेलेले असतात! पण का कुणास ठाऊक, धक्क्याचा पहिला बहर ओसरल्यानंतर, मी त्यांच्याकडे अलिप्तपणे पाहू शकतो...आणि उद्या त्यांना शवागृहात धाडून देण्याचं स्वत:ला बजावत पुन्हा कामाला लागतो.

थोड्या वेळाने मला अजून एक स्वप्न पडतं. त्यामध्ये मी चक्क धावत असतो. ओक स्ट्रीट बीचवरून उत्तरेकडे जात मी एका छानशा तलावाकाठी धावत असतो. इतका वेळ धावल्यामुळे माझं हृदय जोरजोरात धडधडायला लागलेलं असतं, पण मला आज त्याची पर्वा नसते. किती बरं वाटत असतं, पुन्हा धावताना! मला तर वाटलं होतं की मी पुन्हा कधी धावूच शकणार नाही, पण नाही. नशिबाने साथ दिली म्हणायचं.

मात्र माझा हा आनंद फार काळ टिकत नाही. एकेक करून माझ्या शरीराचे सगळे अवयव गळून पडायला लागतात. पहिले माझा डाव हात निखळून पडतो. मी गोंधळून, त्याला जमिनीवरून उचलून पुन्हा माझ्या शरीरावर जोडतो. तो फारसा नीट बसत नाही, पण मी त्याकडे दुर्लक्ष करून पुन्हा धावू लागतो. अर्धा मैल जातो न जातो, तोच तो पुन्हा निखळून पडतो. मी दुसऱ्या हाताने तो पडलेला हात उचलून घरी न्यावा म्हणून वाकायला जातो, तर तो दुसरा हातसुद्धा तसाच गळून पडतो. मी तसाच निग्रहाने धावत राहतो, तर थोड्या वेळाने माझं शिश्न गळून पडतं. आता मला वैताग यायला लागतो. शिव्या हासडत मी धावत राहतो, तर अचानक माझी पावलं रस्त्यावर विखरू लागतात. काही क्षणांतच मी रस्त्यावर कोसळतो. अचानक मला मागून धावत येणाऱ्या माणसांच्या पावलांचा आवाज येतो. जसजसा तो आवाज जवळ यायला लागतो, तसतसा मी थरथर कापायला लागतो आणि त्यांच्या पावलांखाली चिरडलो जाण्यापासून स्वत:ला वाचवायला, महत्प्रयासाने लोळत तलावाकाठी पोचतो. आणि क्षणभर विचार करून, त्या थंडगार पाण्यात स्वत:ला झोकून देतो. तलावातलं पाणी माझ्या नाका-तोंडात जातं, तसा मी गुदमरून झोपेतून जागा होता.

थोड्या वेळाने मला पुन्हा झोप लागते आणि पुन्हा एकदा स्वप्नांचं सत्र सुरू होतं. मला स्वप्न पडतं, की मी बॅलेमध्ये गेलोय आणि अगदी अव्वल बॅलेरिना

झालोय. आज माझा कार्यक्रम आहे आणि बार्बरा मला गुलाबी टुटूमध्ये लपेटते आहे. बार्बरा माझ्या मॉमची ड्रेसर होती- ती खूप कडक आहे. त्यामुळेच, माझ्या पायाच्या थोटकांना ती जेव्हा बॅलेच्या विशिष्ट लांब बुटांमध्ये घालायला लागते, तेव्हा मला मरणाचं दुखत असूनसुद्धा मी ओठ आवळून निमूट बसून राहतो. मात्र एका क्षणी माझा धीर सुटतोच. बार्बरा जेव्हा मला तयार केल्यानंतर उभं राह्यला सांगते, तेव्हा वेदनेने माझ्या डोक्यात अक्षरश: कळ जाते आणि मी जोरात किंचाळतो. ''बावळटासारखं वागू नकोस हेन्री!'' बार्बरा मला ओरडते, पण मग माझ्या स्थितीवर दया वाटून अखेर मला मॉरफाइनचं इंजक्शन देते. तेवढ्यात अंकल ईश मला न्यायला येतात आणि आम्ही घाईघाईने मंचापाठी जाऊन उभे राहतो. अचानक मला मंचावर ढकललं जातं. मी तिकडच्या सगळ्या चकमकाटाने जरासा बावरतो आणि मग लक्षात येतं की, हा 'द नटक्रॅकर्ज' नावाचा बॅले आहे आणि मी त्यातल्या शुगर प्लम फेअरीचा भाग रंगवतो आहे. त्या जाणिवेने मी, नाही म्हटलं तरी, जराशा घुश्शातच जातो. मला दुसरी कुठली तरी भूमिका हवी होती! पण तेवढ्यात मला पडद्यामागून सूचना केली जाते, ''नाच हेन्री नाच!'' आणि मी चावी दिल्याप्रमाणे नाचायला लागतो. संगीताची लय चढू लागते, तसा मी अधिकाधिक बेफाम, बेधुंद होऊन नाचायला लागतो. माझं सगळं दुखणं विसरून, माझ्यासमोर कोण बसलंय, हे विसरून...फक्त नाचत बसतो! अखेर बऱ्याच वेळाने माझा नाच संपतो...किंबहुना, मी प्रचंड थकून खाली कोसळल्यामुळे, मला तो संपवावा लागतो आणि अचानक, माझ्या हुंदक्यांच्या आवाजामधून, मला टाळ्यांचा प्रचंड कडकडाट ऐकू येऊ लागतो! माझे प्रेक्षक चक्क उभे राहून मला मानवंदना देत असतात.

शुक्रवार ३ नोव्हेंबर २००६ (क्लेअर ३५ वर्षांची, हेन्री ४३ वर्षांचा)

क्लेअर : हेन्री माझ्या डोळ्यामसोर एक कांदा नाचवत गंभीर चेहऱ्याने बोलतो, ''हा...कांदा आहे!''

मी मनातलं हसू दाबत, तितक्याच गंभीरपणे मान डोलवत उत्तर देते ''हं...मी वाचलंय त्याच्याबद्दल!''

त्यावर हेन्री एक भुवई उंचावून बोलतो ''उत्तम! अगदी तिथपासूनच सुरू करायची गरज नाहीये तर! बरं झालं!...बरं चल, आता गंमत पुरे! आधी हा कांदा सोलून दाखव.'' त्याच्या फर्मानानुसार मी कांदा सोलून हेन्रीच्या हातात ठेवते. मग तो पुढे बोलतो, ''छान! आता त्याला उभं पकडून, चार भाग कर. आता लक्षात

ठेव, जर तू ओनियन रिंग्स बनवत असलीस, तर कांद्याला आडवं धरून त्याचे पातळ काप करावे लागतात. काप मध्येच तुटणार नाहीत, ह्याची काळजी घ्यावी लागते. पण जर तू सूप किंवा स्पॅघेटी सॉस बनवत असलीस, तर आपण आता केलं त्याप्रमाणे कांद्याला उभं धरून त्याचे काप करायचे आणि मग त्या कापांना एकेक करून बारीक चिरावं...हे असं...'' हेन्री मला प्रात्यक्षिक देत म्हणतो.

हेन्रीने मला स्वयंपाक शिकवायचा विडा उचललाय! त्यामुळेच आज आमचं हे डी' टॅम्बल दाम्पत्य स्वयंपाकघरात एकत्र दिसतंय. पण ओटा आणि बाकीची कपाटंसुद्धा हेन्रीच्या व्हीलचेअरपेक्षा बरीच उंच असल्याने आम्ही शक्य तितका जामाजिमा घेऊन टेबलाशी बसलेलो आहोत.

हेन्री मला सुबकपणे कांदा कापून दाखवतो आणि मग अजून एक कांदा व सुरी माझ्याकडे सरकवून म्हणतो, ''आता तुझी पाळी.'' मी अडखळतच तो कांदा आणि सुरी हातात घेते आणि हळूहळू कांद्याचे तुकडे करू लागते. अर्ध्याहून अधिक कांद्याची वाट लागते, पण हेन्री फारच संयमी शिक्षक असल्यामुळे तो मला त्याबद्दल न रागवता, उलट प्रोत्साहित करत राहतो. अखेर त्याच्या प्रोत्साहनाला फळ येतं आणि मी एक अख्खा कांदा व्यवस्थित कापू शकते.

''वा! उत्तम! प्रगती आहे हं क्लेअर. चला, आता ढोबळी मिरची कापायला घेऊ या. आधी तिचा देठ छाटून टाक...हा असा...आणि मग...''

असं करत करत, आम्ही त्या दिवशी मॅरीनारा, स्पॅघेटी आणि पेस्तो सॉस बनवतो. दुसऱ्या दिवशी चॉकलेट चिप कुकीज, ब्राऊनीज आणि क्रेम ब्रूली बनवतो. त्या दिवशी अल्बा तर सातव्या आस्मानातच तरंगू लागते. सगळ्या पदार्थांचा अक्षरशः फडशा पाडते. तिसऱ्या दिवशी तर हेन्री मला पोच्ड एग्स ॲण्ड सॅल्मन बनवायला शिकवतो. यीस्ट टाकून पिझ्झा बेस बनवण्यापासून पिझ्झा करायला शिकवतो. मी उघडपणे कबूल करत नसले तरी मला आता स्वयंपाक करताना मजा यायला लागलेली असते.

मात्र ज्या दिवशी हेन्री मला एकटीला सगळा स्वयंपाक करायला सांगतो, त्या दिवशी मला खूपच दडपण येतं. स्वयंपाकघरातली ती चकचकीत भांडी माझ्यावर चाल करून येताहेत, असं वाटत राहतं. त्या गडबडीत माझं ॲस्पॅरगस करपून जातं, ओव्हनमधून मन्कफिश काढताना माझा हात भाजतो.

मात्र शेवटी एकदाचं माझं पहिलं संपूर्ण जेवण तयार होतंच. नाजूक प्लेट्समध्ये सगळं जेवण वाढून मी जेव्हा बाहेर घेऊन येते, तेव्हा हेन्री आणि अल्बा माझ्याकडे पाहून छानपैकी हसतात. हेन्री तर आपल्या दुधाचा ग्लास उंचावून मला अभिवादन करत म्हणतो, ''घरातल्या नव्या शेफसाठी, हिप हिप हुर्रे!'' अल्बासुद्धा मग तसंच करते आणि आम्ही आनंदाने जेवणाचा आस्वाद घ्यायला बसतो. पहिला घास

घेतल्यावरच मला लक्षात येतं की, मला चक्क जेवण बनवायला जमलंय. इतक्यात अल्बा म्हणते, ''ममा, खूपच छान झालंय सगळं!'' त्यावर हेन्री म्हणतो, ''नुसतं छान नाही...अगदी उत्कृष्ट झालंय! मला तुझा अभिमान वाटतो क्लेअर!'' असं म्हणत हेन्री माझ्याकडे प्रेमाने कटाक्ष टाकतो. आणि मी मनोमन प्रार्थना करत बोलते, 'मला सोडून जाऊ नकोस हेन्री!'

व्हॉट गोज अराऊन्ड, कम्स अराऊन्ड

सोमवार, १८ डिसेंबर, २००६/रविवार, २ जानेवारी, १९९४
(हेन्री ४३ वर्षांचा)

हेन्री : मी मध्यरात्री उठतो, तोच हज्जारो कीटक माझ्या पायाचा फडशा पाडत असल्याची जाणीव होऊन! पण व्हिकोडीनची बाटली हातात घेईपर्यंत, मी जमिनीवर कोसळतोसुद्धा. मात्र, खाली पडल्यावर लक्षात येतं की, ही आमच्या घरातली फरशी नाहीये. मग मी आहे तरी कुठे? खरंतर, वेदनेच्या इंगळ्या मला डसूनडसून वेडं करत असतात. पण तरीही त्या कोलाहलात मला प्रकर्षाने जाणवतो तो एक संमिश्र गंध...ब्लीच, घाम, अत्तर...सगळ्याचा संमिश्र गंध...माझ्या चांगल्याच माहितीचा वास आहे हा! पण कसं शक्य आहे ते!

मी विचार करत असतानाच मला पायऱ्यांवर कुणाच्यातरी पावलांचा आवाज येतो...मग बोलण्याचा...आणि त्यापाठोपाठ, दारावरची सतराशेसाठ कुलपं उघडल्याचा...मी कुठे लपावं, ह्याचा विचार करत असतानाच दरवाजा उघडला जातो आणि क्षणार्धात खोलीतला भगभगीत दिवा लावला जातो. त्या प्रकाशाने माझे डोळे किलकिले होतात आणि मग त्या पाठोपाठ एका मुलीचा आवाज येतो, ‘‘ओ माय गॉड!’’

अरे बापरे! मला नेमकं इथेच यायचं होतं? इतक्यात दरवाजा बंद होतो आणि इंग्रिडचा आवाज येतो, ‘‘सीलिया, तू आज गेलेलंच बरं!’’ बहुतेक इंग्रिडने सीलियाला बाहेर काढलेलं दिसतंय आणि आता त्या दोघी दरवाज्याच्या विरुद्ध बाजूंना उभं राहून वाद घालत आहेत.

मला खरंतर इथून लवकरात लवकर बाहेर पडायचंय, पण रस्ता सापडत नाहीये. हे नक्कीच इंग्रिडचं क्लार्क स्ट्रीटवरचं घर असावं. मी ह्या घरात पूर्वी आलेलो नाहीये, पण इंग्रिडच्या आधीच्या घरात बघितलेलं सामान मला ओळखीचं आहे - ती ईम्सची खुर्ची, नेहमीप्रमाणेच चकचकीत फॅशन मॅगझीन्सने भरलेलं संगमरवरी टेबल, तो गलिच्छ नारिंगी सोफा, ज्यावर आम्ही...जाऊन देत! सांगायचा मुद्दा एवढाच की, त्या सगळ्या वस्तू माझ्या परिचयाच्या आहेत, पण तरीही मला त्यात गुदमरायला होतंय. पण कसं? कसं बाहेर पडावं ह्या जंजाळातून?...सर्वांत आधी मला अंगावर काहीतरी ओढून घ्यायला हवं...काय घ्यावं बरं? हं, कोचावर पडलेलं ते पिवळं जांभळं कापड बरं दिसतंय..असा विचार करत मी झटकन ते कापड ओढून अंगावर पांघरतो आणि सोफ्यावर टेकतच असतो इतक्यात, सीलियाची समजूत घालण्यासाठी बाहेर गेलेली इंग्रिड (एकटीच) आत येत आणि माझ्याकडे टक लावून बघत राहते..मीसुद्धा तिच्याकडे बघत बसतो, पण माझ्या मनात त्या वेळी एकच विचार - नव्हे, प्रश्न - रुंजी घालत असतो, की 'इंग, तू स्वत:च्या आयुष्याशी अशी का खेळलीस गं!''

माझ्या मनात बसलेली इंग्रिड ही, मला १९८८मध्ये जिंबोज फोर्थच्या जुलै पाटीमध्ये प्रथम दिसलेली सोनेरी केसांची, सुंदर, अल्लड तरुणी होती. त्या वेळी, इंग्रिड कारमायकल ही परी मला केवळ अप्राप्य वाटली होती. सौंदर्य आणि श्रीमंतीच्या कवचामध्ये लपेटलेली! पण तरीही का कुणास ठाऊक, मरगळलेली, कंटाळलेली! पण आता माझ्यासमोर उभी असलेली इंग्रिड पोक्त, थकलेली, परिस्थितीने गांजलेली दिसतेय. ती ह्या क्षणी आपली मान कलती करून, माझ्याकडे कुतूहलमिश्रित आश्चर्याने बघतीय.

दोघांनाही काय बोलावं काही सुचत नाहीये. शेवटी इंग्रिड आपल्या अंगावरचा कोट भिरकावून देते आणि कोचावरती माझ्या समोरच्या बाजूला येऊन बसते.

''हेन्री!''

''इंग्रिड!''

''तू इथे काय करतोयेस?''

''मला...मला नाही माहिती! सॉरी...मला तुला त्रास द्यायचा नव्हता पण...कसं सांगू?...'' मला इंग्रिडला काय कारण द्यावं हे सुचत नसतं, हे जितकं खरं असतं, तितकंच हेही खरं, की माझ्या पायाला लागलेल्या ठणक्यामुळे मला काही सुचेनासं झालेलं असतं.

''असा काय दिसतोयेस तू? ओढल्यासारखा?''

''मला प्रचंड वेदना होताहेत इंग!''

''अरे! गंमतच आहे! मलासुद्धा तसंच होतंय!''

''इंग्रिड, प्लीज हसण्यावारी नेऊ नकोस. मला खूप दुखापत झालेय, त्यामुळे वेदना होताहेत.''

''का?'' इंग्रिड असं विचारते खरी, पण इतक्या निरुत्साहाने, की मी तिच्यासमोर जळून राख झालो, तरी ती तसूभरही हलणार नाही, असं वाटावं. तरीही मी न राहवून तिला माझ्या पायाची थोटकं दाखवतो.

ते पाहून, ना ती शहारत, ना दुःखी होत! इतर लोकांप्रमाणे ती ह्या किळसवाण्या प्रकारापासून आपली दृष्टी वळवण्याचाही प्रयत्न करत नाही. उलट ती थेट माझ्या डोळ्यांत पाहते आणि त्या क्षणी मला लक्षात येतं, की इतर कुणाहीपेक्षा इंग्रिडच मला पूर्णपणे ओळखू शकली आहे. कर्मधर्मसंयोगाने आम्ही दोघंही एकाच वेळेला आयुष्याच्या एका वळणावर पोहचलेलो आहोत.

इंग्रिड काही न बोलता आतल्या खोलीत जाते आणि तिच्या नेहमीच्या सवयीप्रमाणे सुईदोऱ्यांचा डबा घेऊन येते. मी तो डबा पाहून हरखतो - कारण, मला माहितेय, त्या सुईदोऱ्यांच्या पसाऱ्यामध्ये इंग्रिडच्या 'खास' औषधांचाही साठा असतो. माझा कयास खोटा ठरत नाही - इंग्रिड आपला डबा उघडून, मला विचारते, ''काय हवंय तुला?''

''ओपियेट्स दे.''

इंग्रिड मला त्यातल्या बऱ्याचशा ओपियेट्स काढून देते. मी त्यामधून दोन अल्ट्राम निवडून बाकीच्या गोळ्या तिला परत देतो आणि पाण्याच्या घोटासोबत त्या गोळ्या गिळून टाकतो.

माझा हा कार्यक्रम आटोपल्यावर इंग्रिड माझ्याजवळ सरकत, आपल्या लांब, सोनेरी केसांमधून रंगवलेल्या नखांची निमुळती बोटं फिरवत, मादक आवाजात विचारते, ''मग? आज कुठल्या पर्वामधून येताय आपण?''

''डिसेंबर २००६. इथे काय तारीख आहे?''

इंग्रिड आपल्या हातावरच्याा घड्याळाकडे पाहत उत्तरते, ''खरं तर नववर्षाचा पहिला दिवस होता, पण आता रात्रीचे १२ वाजून गेलेत. त्यामुळे नेमकंच सांगायचं तर आज आहे २ जानेवारी, १९९४.''

काय?? अरे देवा! नाही! नको!...मी हे सगळं उघडपणे बोलत नाही, पण माझ्या चेहऱ्यावर पसरलेलं चिंतेचं धुकं इंग्रिडच्या चाणाक्ष नजरेतून सुटत नाही.

''काय झालं हेन्री?'' ती मला विचारते.

''काही नाही...'' कसं सांगू मी इंग्रिडला, की आजचाच तो दिवस आहे, जेव्हा ती आत्महत्या करणार आहे? काय सांगू मी तिला? तिला मी रोखू शकतो का? कुणाला तिच्या सोबतीला बोलावून घेतलं तर? तर, तिला आत्महत्या करण्याची संधीच मिळणार नाही, हो की नाही?

“हे बघ इंग, मला तुला एवढंच सांगायचंय की...” मी बोलू लागतो खरा, पण लागलीच अडखळतो. मी तिला असं काय सांगू शकणार आहे, ज्यामुळे ती घाबरणार नाही, पण तरीसुद्धा आपला निर्णय बदलेल? खरं सांगायचं तर, ह्याचा काही उपयोग तरी आहे का - जेव्हा मला माहितेय, की ती मरणार आहे...ती मेलेली आहे! जरी ती ह्या क्षणी माझ्यासमोर बसलेली असली, तरी वास्तविक ती मेलेली आहे.

“काय?”

मला आता घाम फुटायला लागलाय.“काही नाही...हेच की...तू स्वत:ची काळजी घे, स्वत:शी नीट वाग. मला माहितेय की त खूप आनंदी नाहीयेस, पण तरी.”

“त्यासाठी कोण दोषी आहे हेन्री?” इंग्रिड माझं वाक्य तोडत करवादते.

पण मी तिला उत्तर देत नाही. काय उत्तर द्यावं मी तिला? तो दोष माझा आहे का? मला नाही माहिती...असेलही...किंवा नसेलही!

इंग्रिड माझ्याकडे उत्तराच्या अपेक्षेने पाहत असते - मी तिची बोचरी नजर टाळण्यासाठी इथेतिथे पहायला लागतो, तशी ती मला विचारते, “हेन्री? तू माझ्याशी इतका वाईट का वागलास रे? काय घोडं मारलं होतं मी तुझं?”

“मी तुझ्याशी वाईट वागलो? खरंच? माझा तसा इरादा नव्हता गं...”

हे ऐकून इंग्रिड निराशपणे मान हलवत बोलते, “हुं! तुला तर इतकीही पर्वा नव्हती, की मी जिवंत आहे की मेलेय!”

“नाही गं इंग्रिड! तसं नाहीय! खरंच! मला तुझी काळजी होती. आजही आहे. तू मरावंस, असं मला अजिबात वाटत नाही.” मी खऱ्याखुऱ्या कळवळ्याने म्हणतो.

“नाही! तू मुळीच काळजी केली नाहीस. कधीच केली नाहीस! तू मला बेफिकीरपणे सोडून दिलंस आणि त्यानंतर माझी काय स्थिती झाली असेल, ह्याची जुजबी चौकशीसुद्धा तुला करावीशी वाटली नाही. तू तर मला दवाखान्यात कधी भेटायलाही आला नाहीस.” दु:खावेगाने इंग्रिडचे शब्द आता तिच्या घशात अडकायला लागलेले असतात. तिचा बांध फुटू नये, ह्याची काळजी घेत मी इंग्रिडला सांगतो, “इंग, मी आलो नाही, कारण तुझ्या घरच्यांना मी तिथे यायला नको होतं. तुझ्या आईनेच मला कटाक्षाने तुझ्यापासून दूर राहण्याबद्दल बजावलं होतं.”

“पण तरीही तू यायला हवं होतंस. माझी खूप इच्छा होती.”

मी उसासा टाकत पुढे बोलतो, “इंग्रिड, तुझ्या डॉक्टरनेसुद्धा मला तुझ्यापासून दूर राहायला सांगितलं होतं.”

“मी जेव्हा कधी तुझ्याबद्दल विचारायचे, तेव्हा मला सांगितलं जायचं, की

तुझा काही पत्ता नाहीये. जणू तू अदृश्यच झाला होतास.''

''हे खोटं आहे इंग! मी फोन केला होता...तेव्हा मला सांगण्यात आलं की, तुला माझ्याशी बोलायचं नाहीये आणि म्हणूनच मी पुन्हा फोन करून तुला त्रास देऊ नये.''

इंग्रिडने दिलेल्या औषधांचा आता परिणाम व्हायला लागलेला असतो. त्यामुळेच वेदनेची तीव्रता कमी होऊन मला जरा सुसंबद्धपणे बोलणं शक्य व्हायला लागलं असतं.

''तुला माहितेय हेन्री? मी मृत्यूच्या दारात जाऊन परत आले होते. पण तरीही तू मला भेटायला आला नाहीस.''

''मी तुला खरंच सांगतो इंग्रिड, मला वाटलं होतं की तुलाच माझ्याशी काही देणंघेणं नकोय - म्हणूनच मी परत आलो नाही. मला कसं समजणार, काय खरं होतं आणि काय खोटं होतं?''

''तू लग्न केलंस आणि मला साधं आमंत्रणही दिलं नाहीस. त्यात भरीसभर, तू सीलियाला लग्नाला बोलावलंस. नक्कीच मला जळवण्यासाठी केलं असशील तसं, हो ना?''

इंगचं हे विधान ऐकून मला त्या परिस्थितीतही हसू फुटतं.'' इंग्रिड, खरंच वेडी आहेस तू! अगं, मी असं कशाला करीन? सीलियाला क्लेअरने आमंत्रित केलं होतं. त्या दोघी मैत्रिणी आहेत. हं, आता त्या मैत्रिणी का आहेत, ते मला विचारू नकोस. इतक्या वर्षांनंतरही ते माझ्यासाठी कोडंच आहे.ते जाऊ देत. सांगायचा मुद्दा असा की, त्याचं तुझ्याशी काहीच देणंघेणं नव्हतं, समजलं?''

मी इतकं समजावूनसुद्धा इंग्रिड काहीच बोलत नाही. तिचा चेहरा मात्र अजूनही उतरलेलाच दिसत असतो. थोड्या वेळाने इंग्रिड आपल्या खिशामधून इंग्लिश ओव्हल्स सिगारेट आणि एक लायटर बाहेर काढते. ते पाहून मी आश्चर्यचकित होतो.

इंग्रिडला सिगारेटींचा तिटकारा होता. तिला तर कोक आणि क्रिस्टल मेथ आणि काव्यमय नावांची पेयं आवडायची.

''इंग्रिड? अगं, काय पाहतोय मी? तू आणि सिगारेट?'' मी तिला माझ्या मनात घोंघावणारा प्रश्न अखेर विचारून टाकतोच, पण त्याचं उत्तर देण्याऐवजी, इंग्रिड संथ गतीने एक सिगारेट शिलगावून, दोन-चार झुरके घेत, मलाच उलट प्रश्न विचारते : ''हेन्री? पायांशिवाय आयुष्य कसं वाटतं रे? आणि हे झालंच कसं?''

''ग्रॅन्ट पार्कमध्ये ऐन बर्फात गारठून पडलो आणि त्या निष्ठुर बर्फाने माझ्या पायांचा बळी घेतला. फ्रॉस्टबाईट झालं.''

''पण मग तुझं निभावतं कसं?''

"चाकाच्या खुर्चीवरच अवलंबून रहावं लागतं मला आता..."

"खरंच? शी, कसला त्रास आहे ना?"

"हो, तो तर आहे."

पुढची काही मिनिटं शांततेत गेल्यावर इंग्रिड मला एकदम विचारते, "तू अजून क्लेअरसोबतच आहेस का?"

"हो."

"मुलं?"

"आहे ना... एक मुलगी...अल्बा."

"ओ!" इंग्रिड सिगारेटीचा एक झुरका घेत स्वत:शीच बोलल्यासारखी बोलते, "मलासुद्धा मुलं हवी होती."

"इंग! आपण एकत्र असताना तर तुला कधीच मुलांबद्दल आस नव्हती."

माझं हे विधान ऐकून इंग्रिड विचित्रपणे रोखून बघत म्हणते, "असं तुला वाटायचं हेन्री. खरं सांगायचं तर, मला नेहमीच मुलाबाळांची हौस होती, पण तू कधीच तशी इच्छा न दर्शवल्यामुळे, मी तुझ्यासमोर तो विषय काढायचे नाही, इतकंच."

इंग्रिडच्या ह्या भाष्याने मी जरासा गांगरतोच. मग स्वत:ला सावरायचा प्रयत्न करत, तिला म्हणतो, "इंग, तू तर अजूनही आई होऊ शकतेस की."

हे ऐकून इंग्रिड खोखो हसत मला विचारते, "खरंच हेन्री? मग मला सांग ना, भविष्यामध्ये मी आई झालेले आहे का? २००६मध्ये माझ्याजवळ नवरा, पंचवीस-एक मुलं, विनेटकामध्ये एक भलंमोठं घर हे सगळं आहे का?"

"अं...अगदी तसंच नाही इंग." मी आता पुरता कचाट्यात सापडलेलो असतो. इंग्रिडने मला बरंच अडकवलं म्हणायचं!

"अगदी तसंच नाही." इंग्रिड माझी नक्कल करत बोलते. पण दुसऱ्याच क्षणी तिच्या आवाजाला एक वेगळीच धार चढते. "मग कसं हेन्री? नेमकं कसं आहे, सांग ना? सरळ का नाही सांगत, की २००६मध्ये मी भिकारी बनून रस्त्यावर फिरत असणार आहे. कोणी घर देता का घर, असं म्हणत. असंच ना?"

"काहीतरीच बडबडू नकोस इंग्रिड." मी तिला दटावत बोलतो.

"अच्छा! चला, हे तर प्रस्थापित झालं, की मी ना भिकारी असणार आहे, ना पंचवीस मुलांची आई!" असं म्हणत इंग्रिड आपली सिगारेट विझवून, आपले लांबसडक पाय उलगडते. मला इंग्रिडचे पाय नेहमीच भुरळ घालायचे. त्यात आज तिने उंच टाचेचे बूट घातले असल्यामुळे तर ती अजूनच मादक दिसतेय. नक्कीच ती आणि सीलिया पार्टीला गेल्या होत्या. छे! कसले विचार करतोय मी ह्या वेळेला? इतक्यात इंग्रिडचा आवाज माझ्या विचारांची तार कापतो. "हं, मग हेन्री, पुढे सांग

ना. मग मी त्या वेळी नेमकी काय असेन - किंवा, कशी असेन, ह्याबद्दल काही खुणा तरी सांग.''

मी काही न बोलता निमूट बसून राहतो. मला हा बीभत्स खेळ खेळण्यात मुळीच रस नसतो.

तरी इंग्रिड आपलं घोडं दामटवत बोलत राहते, ''बरं चल, आपण तुझ्यासाठी हे जरा सोपं बनवू या. मी तुला पर्याय देते हं– तू त्यापैकी कुठला पर्याय बरोबर आहे, तेवढं सांग. इतकं तरी करशील? बघ हं. (१) मी रश स्ट्रीटवरच्या एका घाणेरड्या क्लबमध्ये स्ट्रिपर बनलेय. (२) मी सीलियाचा खून करून तिला माल्कमला खायला घातल्याबद्दल तुरुंगात आहे. (३) मी एका श्रीमंत माणसासोबत रिया दे सोलमधल्या एका अप्रतिम घरात ऐशोआरामात राहत आहे. सांग हेन्री, तोंड उघड.''

''हा माल्कम कोण?''

''सीलियाचा डॉबरमन कुत्रा!''

''वाटलंच मला. असलंच काहीतरी प्रकरण असणार.''

''बंर, मग मला सांग पर्याय क्रमांक (४) तुला कसा वाटतो? की, मी मेलेले आहे. चांगला वाटतोय?''

''मुळीच नाही.''

''का? मला तर तो पर्याय सगळ्यात जास्त आवडलाय.'' इंग्रिड हलकेच स्मित करत बोलते. पण ते स्मित सुंदर वाटण्यापेक्षा, माझ्या जिवाचा थरकाप उडवतं. इंग्रिड पुढे बोलते, ''किंबहुना, मला तो पर्याय इतका आवडलाय की त्यामुळे मला एक छान कल्पना सुचलेय.'' असं म्हणत ती लांब ढांगा टाकत दुसऱ्या खोलीत जाते आणि तिथल्या खणांमध्ये खुडबुड करू लागते. काही मिनिटांतच तेच बीभत्स स्मित करत इंग्रिड बाहेर येते - तिने आपले हात स्वत:मागे दडवलेले असतात. माझ्यासमोर उभी राहत ती बोलते, ''हेन्री! तुला एक गंमत दाखवू?...'' आणि मग, माझ्या उत्तराची वाट न पाहता, माझ्या कपाळावर तिने दडवून आणलेलं पिस्तुल रोखत उद्गारते, ''सरप्राईज!''

पिस्तुल फार मोठं नसतं - खरंतर, लहानसंच असतं, पण त्याचा तो नागिणीसारखा चकचकीत काळा रंग हृदयात कापरं भरतो. सगळ्यात महत्त्वाचं म्हणजे, ते पिस्तुल इंग्रिडच्या - आणि तेसुद्धा, मद्यधुंद असलेल्या इंग्रिडच्या - हातात आहे, ह्याची मला सगळ्यात जास्त चिंता वाटत असते. इंग्रिड ज्या बेफिकीरीने पिस्तुल हाताळत असते, ते बघून कुणाचीही तीच गत झाली असती.

इंग्रिडच्या डोळ्यांत आता जरा वेडाची झाक दिसू लागलेय की काय, असा मी विचार करत असतानाच, तिचा पुढचा प्रश्न माझ्या ह्या शंकेला बळ देतो. ती मला

म्हणते, ''हेन्री, तुला माहितेय? मी ह्या पिस्तुलाने तुला मारू शकते.''

''हो, मला माहितेय.'' मी माझा आवाज शक्य तितका सहज ठेवण्याचा प्रयत्न करत म्हणतो.

''आणि मग मी स्वत:लाही मारू शकते.''

''हो! तेसुद्धा होऊ शकतं.''

''पण तसं झालंय का? हं? हे तर तूच सांगू शकतोस ना हेन्री.''

''मला नाही माहिती इंग्रिड. तो निर्णय तुझ्यावर अवलंबून आहे ना.''

''ए! जास्त बकबक करू नकोस! सांगायचंय तर नीट, स्पष्ट काय ते सांग.'' इंग्रिड माझ्यावर गुरकावते.

''बरं, तुला ऐकायचंच असेल, तर ऐक. तसं काहीही झालेलं नाहीये.'' मी शक्य तितक्या ठाम स्वरात तिला उत्तर देतो.

पण त्यावर इंग्रिड विषय सोडून न देता, उलट माझ्याकडे दयनीय नजरेने बघत विचारते, ''पण जर मलाच तसं व्हावंसं वाटत असेल, तर?''

''इंग्रिड, ते पिस्तुल इथे आण. बास झाला तुझा हा पोरखेळ!''

''इथे येऊन घे ना.'' ती मला चिडवत म्हणते.

''तुला माझ्यावर गोळ्या झाडायच्यात का?''

मी तिला असं विचारल्यावर इंग्रिड फक्त गूढपणे हसते आणि मग नकारार्थी मान डोलावते. मग मी इंग्रिडची नजर चुकवून तिच्या हातातून पिस्तुल काढायला झेपावतो. पण ती माझ्यापेक्षा चपळ निघते. पटकन मागे सारून, मला चिडवू लागते, ''घे, घे ना! तुला पिस्तुल हवंय ना? मग घे की!'' मला तिच्या ह्या मस्तीची आता खरंच खूप भीती वाटायला लागलेली असते. कुठल्या क्षणी मस्करीची कुस्करी होईल, काही सांगता येत नसतं.

इतक्यात इंग्रिड पुन्हा माझ्या मस्तकाला पिस्तुल टेकवून, चटकन स्वत:च्या डोक्याला लावते.'' असं? हेन्री? असं काही झालंय का?''

''नाही!'' मी जोरात ओरडतो! ''नाही!''

''नक्की हेन्री? तुला नक्की आठवतंय का, की असं झालेलं नाहीये. बरं मग, असं झालंय का?'' असं म्हणत इंग्रिड आपल्या छातीशी पिस्तुल रोखून धरते. मी क्षणभर थबकून विचार करतो - काय करावं? आधी तिच्या हातातली पिस्तुल काढून घ्यावी? की तिला विळखा घालून खाली पाडावं?-

पण मी असा विचार करत असतानाच इंग्रिड माझ्या छातीवर सणसणीत लाथ मारते. तसा मी कोलमडून खाली पडतो आणि इंग्रिड माझ्या चेहऱ्यावर थुंकते.

''तू कधीतरी माझ्यावर प्रेम केलंस का रे हेन्री?''

''हो इंग!''

“हं! खोटारडा!” असं म्हणत इंग्रिड पिस्तुलाचा चाप ओढते!!!

सोमवार, १८ डिसेंबर २००६ (क्लेअर ३५ वर्षांची, हेन्री ४३ वर्षांचा)

क्लेअर : मला मध्यरात्री अचानक जाग येते, शेजारी बघते, तर हेन्री गायब असतो. मी घाबरून गादीवर उठून बसते. डोक्यात असंख्य विचार रुंजी घालायला लागतात - त्याला अपघात झाला असेल का? तो पुन्हा कुठेतरी थंडीत काकडून पडला असेल का? एखाद्या विराण इमारतीत अडकून राहिला असेल का?...एक ना दोन! इतक्यात मला कुणाच्यातरी रडण्याचा आवाज येतो. अल्बाच असणार, अजून कोण? काहीतरी वाईट स्वप्न पडलं असेल. असा विचार करत मी तिच्या खोलीत जाऊन बघते, तर अल्बा अगदी शांत झोपलेली असते. मग मी त्या आवाजाचा मग काढत दिवाणखान्यात पोहचते. बघते तर, हेन्री आपल्या गुडघ्यात मान खुपसून, हमसून-हमसून रडत असतो.

मी त्याच्या शेजारी बसत विचारते, “काय झालं हेन्री? रडतोयेस का?”

माझा आवाज ऐकून हेन्री आपला अश्रूंनी माखलेला चेहरा माझ्याकडे वळवत बोलतो, “इंग्रिड मेली गं!”

ते ऐकून मी हेन्रीला अलगद मिठी मारत म्हणते, ‘तिला मरून तर कित्येक वर्षं झालेत हेन्री.”

त्यावर हेन्री हताशपणे मान हलवत म्हणतो, “वर्षं, मिनिटं...काय फरक पडतो? सगळं सारखंच आहे की! इंग्रिड गेली हेच त्या सगळ्यातलं अटळ सत्य आहे.”

मग आम्ही बराच वेळ काही न बोलता, हातात हात घालून तसेच बसून राहतो. मग हेन्री मला विचारतो, “पहाट झाली असेल का गं?”

“हो!” मी म्हणते खरी, पण बाहेर अजून मिट्ट अंधार असतो. पक्ष्यांचा चिवचिवाटसुद्धा सुरू झालेला नसतो.

“मग चल, दिवसाची सुरुवात झाली म्हणायची.” असं हेन्री म्हणाल्यावर, मी त्याची चाकाची खुर्ची आणि बाथरोब घेऊन येते. बाथरोब चढवून, त्याला त्याच्या खुर्चीत बसवून मी स्वयंपाकघरात आणते आणि कॉफी बनवण्याच्या कामाला जुंपते. स्वयंपाकघराच्या खिडकीमधून बर्फाने आच्छादलेल्या आमच्या बागेकडे हेन्री बघत बसतो. मी हेन्रीला काही खायला हवंय का, ते विचारते, पण तो मानेनेच नकार देतो. मग मी कॉफी तयार होण्याची वाट पहात, त्याच्यासमोर जाऊन बसते. हेन्रीचा चेहरा आज अजूनच ओढलेला दिसतोय हातापायांच्या नुसत्या काड्या झाल्यात...रडून-रडून सुजलेले डोळे लालबुंद झालेत.

“सगळा दोष माझा होता!” हेन्री मध्येच बोलू लागतो. “मी तिथे गेलोच नसतो तर...तर कदाचित...”

“तर काय? तुझ्या तिथे नसण्यानं तिने आपला निर्णय बदलला असता, असं तुला वाटतंय का?”

“नाही, तसं काही झालं नसतं. तसंही तिने तिचा निर्णय बदलावा, ह्यासाठी मी खूप प्रयत्न केला.”

“मग झालं तर!”

पण हेन्री इतक्या सहजासहजी स्वत:ला माफ करू शकला असता, तर तो हेन्री कुठला? तो ओंजळीत तोंड लपवून बडबडत बसतो, “आता मला समजलं, की तिने आत्महत्या करण्यापूर्वी चिठ्ठी वगैरे का लिहून ठेवली नाही ते.”

त्याच्या ह्या बोलण्यापाठचा नेमका अर्थ काय, असं मी हेन्रीला विचारणार, इतक्यात आपला गुलाबी नाईटगाऊन आणि हिरव्या स्लीपर्स घालून, जांभया देत अल्बा स्वयंपाकघरात येते.

“अरे! माझं बाळ जागं झालं?” असं हेन्री तिला म्हणताच, अल्बा मांजरीसारखी पटकन त्याच्या मांडीवर चढून बसते आणि झोपाळलेल्या आवाजात म्हणते, “गुड मॉर्निंग डॅडी!”

“अल्बा, अजून सकाळ झालेलीच नाहीये. रात्रच आहे.”

“पण मग तुम्ही दोघे जागे कसे? आणि त्यात ममा, तू कॉफी बनवते आहेस, म्हणजे तर सकाळच झालीये ना?”

‘पिल्लू, हे गणित आता जुनं झालं. तू विसरतेस, की तुझे आई-वडील कॉफीसाठी किती वेडे आहेत ते. आम्हाला दिवसाच्या कुठल्याही प्रहरी कॉफी चालते असं म्हटलं तर वावगं ठरणार नाही. आम्ही एक नंबरचे कॉफीबाज आहोत.”

“मग मीसुद्धा कॉफीबाज आहे! मलासुद्धा कॉफी पाहिजे!” अल्बा असा हट्ट करायला लागते, तशी हेन्री तिला मस्तपैकी उचलून माझ्या हातात देतो. बापरे! किती जड झालेय अल्बा! मुलं किती पटपट मोठी होतात, काही लक्षातच येत नाही! मी अल्बाला परत तिच्या खोलीत नेऊन तिच्या पलंगावर ठेवते. आता तिची झोप पुरती उडालेली असते. त्यामुळे ती मस्ती करू लागते आणि मलाही त्यात सामील होण्यासाठी गळ घालायला लागते. शेवटी मी तिला भिंतीवरचं घड्याळ दाखवत बोलते, “अल्बा, आता वेडेपणा पुरे झाला हं! बघ, पहाटेचे ४.१६ वाजलेत. अजून शाळेला जायला चिक्कार वेळ आहे. तू आता परत झोपून जा. मी तुला दोन तासांनी उठवेन, ठीक आहे?” शेवटी हो-ना करता, अल्बा झोपून जाते आणि मी पुन्हा स्वयंपाकघरात येते. हेन्रीने आमच्यासाठी अजून कॉफी बनवलेली असते. मी मगभर कॉफी घेऊन टेबलाशी येऊन बसते, तसा हेन्री मला म्हणतो,

“क्लेअर?”

“हं, काय रे?”

“मी जेव्हा मरीन ना...” असं म्हणत तो क्षणभर थबकतो, मग उसासा टाकून पुढे बोलतो, “हे बघ, जे होणार आहे, ते होणार आहे. मला तुला तेच सांगायचंय, की मी सगळ्या महत्त्वाच्या कागदपत्रांची सोय लावतोय. सगळी महत्त्वाची पत्रं, मृत्युपत्र, अल्बासाठी काही वस्तू...सगळं खणात ठेवलंय.”

मी फक्त ऐकत राहते. काही बोलायला सुचतच नसतं. शेवटी बऱ्याच वेळाने धीर एकवटून मी हेन्रीकडे पाहत विचारते “केव्हा...? किती महिने? आठवडे? दिवस?”

“मला माहीत नाही क्लेअर.” हेन्री असं बोलतो खरा, पण मला माहितेय की तो खोटं बोलतोय!

“तू वर्तमानपत्रातला मृत्युलेख बघून आलास ना?’ मी हेन्रीला ठणकावून विचारते, तसा तो आधी काहीच बोलत नाही. मग हळूच, मान डोलवून होकार देतो. मी त्याला पुन्हा तोच प्रश्न विचारायला तोंड उघडते...आणि मग, तितक्याच चटकन गप्प बसते. कारण आता मला त्याच्या उत्तराची भीती वाटायला लागते.

आवर्स, इफ नॉट डेज

. . . .

शुक्रवार २४ डिसेंबर, २००६ (हेन्री ४३ वर्षांचा, क्लेअर ३५ वर्षांची)

हेन्री : मला भल्या पहाटे जाग येते, इतक्या पहाटे की बेडरूममध्ये पहाटेचा तो विशिष्ट निळसर प्रकाश पाझरलेला दिसतो. मी क्लेअरचा लयबद्ध श्वास ऐकत, लिंकन अॅव्हेन्यूवर सुरू झालेल्या रहदारीचा आवाज ऐकत, कावळ्यांची कावकाव ऐकत गादीवर बसून राहतो. थोड्या वेळाने मला पाय ठणकत असल्याची जाणीव होते. तसा मी बाटलीमधून व्हिकोडीनच्या दोन गोळ्या काढून, रात्रीच्या उरलेल्या आणि आता कोमट झालेल्या कोकसोबत गिळून टाकतो.

मग मी पुन्हा स्वत:भोवती पांघरूण लपेटून झोपायचा प्रयत्न करायला लागतो. शेजारी झोपलेल्या क्लेअरचे केस तिच्या पांघरुणाखाली दडले असल्याने ती अगदी लहानपणी दिसायची, तशी दिसत असते. मी तिला कितीतरी वेळ निरखत राहतो. मला त्या सगळ्या निमित्तांची आठवण होते जेव्हा मी तिला तिच्या लहानपणी भेटलोय...तेव्हा मला एकदम लक्षात येतं, की मी क्लेअरला तिच्या लहानपणी कधीच झोपलेल्या अवस्थेत बघितलं नाही! अरेच्चा! कमालच म्हणायची!

आता पहाट फुटायला लागते, तसा बाहेरच्या प्रकाशाचा रंगसुद्धा बदलायला लागतो. उन्हाची पहिली तिरीप चेहऱ्यावर पडल्यावर, क्लेअर नकळत माझ्या दिशेने कूस बदलते. त्या पहिल्या किरणांमध्ये, मला क्लेअरच्या डोळ्याच्या टोकांना, ओठांच्या कडेला नव्याने येऊ घातलेल्या सुरकुत्यांची जाणीव होते...आणि दुसऱ्याच क्षणी, मला अपार दु:ख होतं, की ह्या रेषांना पोक्त होताना बघणं,

माझ्या नशिबात नाही. क्लेअरचा तो नवा चेहरा - एका पोक्त स्त्रीचा चेहरा - मला कधीच अनुभवता येणार नाही...मला कधीच तिच्या सुरकुत्यांचं प्रेमाने चुंबन घेता येणार नाही...त्यावर बोटं फिरवत गेल्या दिवसांच्या आठवणींना उजाळा देता येणार नाही!

आज माझ्या आईची ३७ वी (सदतिसावी) पुण्यतिथी आहे. गेल्या सदतीस वर्षांत असा एकही दिवस गेलेला नाही जेव्हा मी तिची आठवण काढली नाही, जेव्हा मला तिची उणीव भासली नाही. किती बरं झालं असतं; जर माझ्या (आणि डॅडच्या) सतत स्मरणाने, ती बायबलमध्ये सांगितलेल्या लेडी लझारसप्रमाणे पुन्हा जिवंत झाली असती तर! पण नाही! सामान्य माणसं आपण! आपलं भाग्य कुठून इतकं थोर व्हायला? त्यातल्या त्यात माझं नशीब इतकंच, की माझ्या ह्या जगावेगळ्या व्याधीमुळे मी तिला कधीकधी बघू तरी शकायचो. पण...पण मी गेल्यावर क्लेअर काय करेल? कशी जगेल? मी तिला सोडून जाऊच कसा शकतो?

माझं हे विचारचक्र सुरू असतानाच, अल्बा तिच्या खोलीत जागी झाल्याचं लक्षात येतं. ती तिच्या लाडक्या टेडीशी बोलत असते. मग थोड्या वेळाने ती मला तिच्या गोड आवाजात हाक मारते, ''डॅडी?'' मी क्लेअरची झोपमोड होऊ नये, अशा प्रकारे धडपडत गादीतून बाहेर पडत अल्बाच्या खोलीत जातो.

''बाळा, तू इतक्या लवकर जागी कशी झालीस? आणि कोणाशी बोलतेस?''

''ह्या ब्लू टेडीशी! तो मार्शमॅलो खायचेत, म्हणून हट्ट करतोय.''

ते ऐकून मी ब्लू टेडीकडे वळून बोलतो, ''टेडी, आता तरी तुला मार्शमॅलो मिळणं शक्य नाही रे. पोच्ड एग्स आणि टोस्ट खाशील का? मग नंतर आपण तुला भरपूर मार्शमॅलो आणून देऊ या, चालेल?''

तशी अल्बा आपलं तोंड वेंगाडत बोलते, ''शी! त्याला नाही आवडत पोच्ड एग्स!''

''शू! अल्बा, ममा जागी होईल ना! किती मोठ्याने बोलतेस?''

मी असं दटावल्यावर ती खुसफुसून बोलू लागते, ''बरं मग, टेडीला जेल-ओसुद्धा चालेल!''

''त्याऐवजी क्रीम ऑफ व्हीट दिलं तर? साखरेसोबत? चालेल त्याला? विचारून बघ बरं?''

''अं...चालेल!''

''तुला बनवायचंय का ते?'' मी अल्बाला विचारतो.

''हो...पण तुम्ही मला घोडा-घोडा करत न्याल?'' अल्बाच्या ह्या प्रश्नावर मी जरासा अडखळतो. आता ती तशी लहान नाही राहिलेय, त्यामुळे तिला पाठुंगळी

घेऊन जायचं, म्हणजे पुढचा दिवसभर मला कण्हत रहावं लागणार. पण तरी मला त्या पोरीचं मन मोडायचं जिवावर येतं, म्हणून मी तिला म्हणतो, "हो, चल ये!"

मी असं म्हटल्यावर अल्बा टुणकन उडी मारत माझ्या पाठीवर चढते आणि मी गुडघ्यांवर रांगत कसाबसा स्वयंपाकघरापर्यंत पोचतो. इतक्यात क्लेअरसुद्धा जागी होते आणि पेंगुळलेल्या अवस्थेतच, आमच्या पाठोपाठ स्वयंपाकघरात येते. तिथे पोहचल्यावर क्लेअर कॉफी करायला घेते - तसा, माझ्या आणि अल्बाच्या मस्तीला जोर चढतो.

थोड्या वेळाने क्लेअर मला विचारते, "आज नाश्त्याला काय आहे, शेफसाहेब?"

"जेल-ओ!" अल्बा चित्कारते.

"नाही!"

"बेकन जेल-ओ?"

"शी, मला नाही आवडत...म्हणजे, माझ्या टेडीला नाही आवडत."

"बरं मग...ओटमील जेल-ओ?"

"नाही! मी सांगू?...क्रीम ऑफ व्हीट जेल-ओ!"

"वा! सही! चला, आपण बनवू या का ते?" असं विचारत क्लेअर क्रीम ऑफ व्हीट जेलओचं पाकीट, साखर आणि दूध बाहेर काढून टेबलावर मांडते. मग माझ्याकडे वळून विचारते, "आपली फर्माइश काय? ऑमलेट जेल-ओ?"

"तुम्ही बनवत असाल तर...का नाही? जरूर!"

हे ऐकून क्लेअर छानसं हसते आणि ऑमलेट बनवायला जाते. तसा, मी तिच्या चपळ, धीट हालचालींकडे मंत्रमुग्ध होऊन बघतच बसतो. स्वयंपाकघरातल्या तिच्या आश्वासक वावराकडे पाहून, नव्याने बघणाऱ्याला विश्वास ठेवणं कठीण जाईल, की काही महिन्यांपूर्वी ह्याच क्लेअरला साधं अंडंही फोडता येत नव्हतं! हं, माझ्या पश्चात चांगला निभाव लागेल क्लेअरचा! पण मनात असा विचार डोकावल्याच्या दुसऱ्याच क्षणी विचार येतो, 'कोणाला फसवतो आहेस हेन्री? काहीही झालं तरी तू गेल्यानंतर क्लेअरचा निभाव लागणं कठीणच नाही, अशक्य आहे."

त्या विचाराने नकळत माझ्या डोळ्यात पाणी तरळतं, मला नाही जायचंय! मला क्लेअरसोबत, अल्बासोबत अजून बरीच वर्षं काढायची आहेत. क्लेअरला म्हातारं होताना बघायचं आहे. अल्बाला पंधरा, वीस, पंचवीस वर्षांची होताना बघायचं आहे. मला त्यांच्यावर प्रेमाचा वर्षाव करायचा आहे. त्यांना जगातलं प्रत्येक सुख आणून द्यायचं आहे. मला जगायचं आहे!!!

इतक्यात अल्बा क्लेअरच्या कानात कुजबुजते, “ममा, डॅडी रडतायेत!” अर्थात ती कुजबुजतेय, असं तिला वाटतं. मला मात्र सगळं ऐकू जातं, आता क्लेअरची काय प्रतिक्रिया होणार, ह्याचा विचार करत मी तिच्याकडे पाहतो, तशी क्लेअर माझ्याकडे डोळे मिचकावत म्हणते, “अगं, मनावर घेऊ नकोस. त्यांना आता माझ्या हातचं ऑमलेट खावं लागणार आहे ना, म्हणून रडताहेत ते!”

तिचं उत्तर ऐकून मात्र माझ्या चेहऱ्यावर हास्य उमलल्यावाचून राहत नाही.

न्यू इयर्स ईव्ह, टू

रविवार, ३१ डिसेंबर, २००६ (क्लेअर ३५ वर्षांची, हेन्री ४३ वर्षांचा)
वेळ : संध्याकाळचे ७.२५

क्लेअर : आमच्याकडे आज पार्टी आहे. आधी हेन्री तयार नव्हता, पण आता तोसुद्धा, अल्बाला गाजराची फुलं कशी बनवायची ते शिकवत, आतुरतेने पार्टी सुरू होण्याची वाट बघत बसलाय.

खरं सांगायचं तर मी रडीचा डाव खेळले. हेन्रीला पार्टीसाठी नकार देता येऊ नये, म्हणून मी बरोबर संधी साधून, त्याला अल्बाच्या समोरच पार्टीबद्दल विचारलं. मला माहिती होतं, की काही झालं तरी, तो तिचं मन मोडणार नाही. आणि माझा कयास चुकीचा नव्हता. नाही म्हणायला, त्याने आढेवेढे घेतले खरे.

"मज्जा येईल हेन्री! प्लीज, हो म्हण ना. आपण आपल्या ओळखीच्या सगळ्या लोकांना बोलवू या."

"सगळ्यांना?" त्याने माझ्याकडे मिश्किलपणे बघून विचारलं होतं.

"बरं, बरं. अगदी सगळ्यांना नाही. पण आपल्याला आवडणाऱ्या सगळ्यांना...आपल्या दोघांना आवडणाऱ्या सगळ्यांना, मग तर झालं?"

मी असं म्हटल्यावर हेन्रीने परवानगी दिली आणि मग आमच्या घरात पार्टीची जोरदार तयारी सुरू झाली.

गेले कित्येक दिवस मी घराच्या साफसफाईत गुंतून गेले होते; हेन्री आणि अल्बाने मिळून, निरनिराळ्या प्रकारच्या अप्रतिम कुकीज बनवल्या. काल मी आणि शॅरीसने सुपरमार्केटला जाऊन भरपूर चिप्स, डिप्स, वाईन, शॅम्पेन, भाज्या, लहानसहान

खायचे पदार्थ, टूथपिक्स, सोनेरी अक्षरात 'हॅपी न्यू ईयर' असं लिहिलेले नॅपकीन्स, तशाच कागदी प्लेट्स...सगळं खरेदी करून आणलं.

अखेर आज पार्टीचा दिवस उजाडला. ह्या क्षणी घरात मीटबॉल्सचा दैवी सुगंध दरवळतोय आणि आमच्या मदतीला आलेली अलीसिया आत वाईनचे चषक साफ करतेय.

थोड्या वेळाने हेन्री माझ्याकडे येत म्हणतो, ''क्लेअर? तू अजून तयार नाही झालीस? चल आवर, पाहुणे यायची वेळ झाली.'' त्याने असं म्हटल्यावर, मी घड्याळाकडे बघते. तर खरंच पाहुणे यायची वेळ झाली असते. ह्या कामांमध्ये वेळ कुठे गेला काही समजलंच नाही,'' असं पुटपुटत मी तयार व्हायला जाते.

पहिले छान मनसोक्त अंघोळ करते आणि मग केस वाळवून, सिल्कचा काळा झगा घालते. त्यासोबत उंच टाचेचे सॅण्डल घालून, परफ्यूम आणि लिपस्टीक लावून, आरशाकडे शेवटचा कटाक्ष टाकत बाहेर पळते. खरं तर, मला स्वत:ला आरशात बघितल्यावर जर धक्काच बसतो. पण त्याबद्दल विचार करायला आता माझ्याकडे वेळ नसतो.

मी धावतपळत स्वयंपाकघरात जाते, तर आश्चर्य म्हणजे अल्बाचा नवाकोरा निळा झगा अजूनही स्वच्छ राहिलेला असतो (थॅन्क गॉड!) आणि हेन्री मात्र अजून घरातल्याच कपड्यांमध्ये लोळत बसलेला असतो.

''हे काय? तू अजून तयार नाही झालास?''

''कसा होणार? तुझी मदत लागेल ना मला?''

''अरे हो, सॉरी.'' असं म्हणत मी हेन्रीची खुर्ची आमच्या खोलीकडे नेऊ लागते. तिथे पोहचल्यावर, मी कपाटामधून त्याचे शर्ट, विजारी, मोजे बाहेर काढत हेन्रीला विचारते, ''ह्यापैकी काय घालायचंय?''

''तू ठरव गं. तू सांगशील ते घालीन.'' असं म्हणत, हेन्री बेडरूमचा दरवाजा लावतो आणि मला म्हणतो, ''पण त्या आधी, जरा इकडे ये,''

मी चमकून हेन्रीकडे वळून पाहते. तर तो खुर्चीतून गादीवर पडायचा प्रयत्न करत असतो.

''हेन्री...अरे...वेळ नाहीये रे.''

''तेच म्हणतोय मी. आपल्याकडे फारसा वेळ नाहीये...त्यामुळे, आता उगीच बडबडण्यात वेळ न दवडता, लवकर इथे ये!''

''पण मी आताच तर तयार झाले रे! पुन्हा सगळं...''

''शू!'' असं म्हणून मला गप्प करत, हेन्री मिठीत घेतो. आणि मी माझ्या मनात रुंजी घालू लागणाऱ्या, ''वेळ नाहीये...वेळ नाहीये'' ह्या विधानाकडे दुर्लक्ष करायचा प्रयत्न करत त्याच्यात विलीन होते.

वेळ : संध्याकाळचे ८.०५

हेन्री : मी टायची गाठ बांधत असताना दारावरची बेल वाजते. क्लेअर माझ्याकडे बघत काळजीच्या सुरात विचारते, "मी ठीक दिसतेय ना हेन्री?"

"सुंदर दिसतेस!" मी तिला आश्वस्त करत म्हणतो. आणि ती खरंच सुंदर दिसत असते.

आम्ही बेडरूममधून बाहेर पडतच असतो, इतक्यात अल्बा तोंडभर हसत, धावत येऊन आरोळी ठोकते, "ग्रॅण्डपा! ग्रॅण्डपा आलेत...आणि किमीसुद्धा!"

डॅड मला आणि क्लेअरला शुभेच्छा देईपर्यंत, अल्बा किमीला तिचं सुकत जाणारं ख्रिसमसचं रोपटं दाखवायला नेते.

डॅड मला प्रेमाने अभिवादन करतात, तसा माझ्या मनात एकदम हा विचार चमकून जातो की, आज माझं पूर्ण आयुष्य माझ्यासमोर येऊन उभं ठाकणार आहे. कारण आज डॅड आणि किमीपासून ती सगळी माणसं इथे येणार आहेत, ज्यांनी ह्या ना त्या प्रकारे माझ्या - आमच्या - आयुष्यावर आपला ठसा उमटवलाय...अलीसिया, गोमेझ, शॅरीस, फिलीप, मार्क, शॅरन, त्यांची मुलं, ग्रॅम, बेन, रुथ, हेलन, केन्ड्रीक, नॅन्सी, त्यांची मुलं, रॉबर्टो, कॅथरीन, इसाबेल, मॅट, अमेलिया, क्लेअरच्या कलाशाळेतले मित्रमैत्रिणी, अगदी सीलिया अॅटलीसुद्धा! क्लेअरने तिला आवर्जून बोलावलं आहे...का ते तिलाच ठाऊक! हजर नसणाऱ्या व्यक्ती त्याच असतील, ज्यांना काळानेच आमच्यापासून कायमसाठी दूर नेलेलं आहे...जशी, माझी मॉम, ल्यूसील, इंग्रिड...देवा! वाचव रे बाबा! इंग्रिडच्या आठवणीने आजही गळा दाटून येतोय.

वेळ : रात्रीचे ८.२०

क्लेअर : गोमेझ आणि शॅरीस नेहमीप्रमाणे घाईगडबडीने पोहचतात. आल्याआल्या गोमेझ हेन्रीला बोलतो, "लायब्ररी बॉय, तुम्हाला घराबाहेरचा बर्फ साफ करता येत नाही का रे? आळशी कुठला!"

तसा हेन्री खजील आवाजात उत्तर देतो, "सॉरी! विसरलो! तरी मला वाटलेलंच की मी काहीतरी काम विसरलोय म्हणून." गोमेझ हसतो आणि त्याने आणलेल्या सी. डी.ज हेन्रीकडे सुपूर्द करून स्वतःच तो बर्फ साफ करायला जातो. शॅरीस माझ्यामागे स्वयंपाकघरात येऊन, तिने आणलेल्या रशियन व्होडकाच्या बाटल्या फ्रीजमध्ये गार करायला ठेवते. बाहेरून गोमेझचा 'लेट इट स्नो' गाणारा भसाडा आवाज ऐकू येत असतो. तो गाणी गात बर्फ साफ करण्यात मग्न झालेला असतो.

"मुलं कुठे आहेत?" मी शॅरीसला विचारते.

“त्यांना मी माझ्या ममकडे ठेवून आलेय. ते तिकडे जास्त मजा करतील आणि तसंही त्यांच्यासमोर दारूच्या नशेत धुंद होणं आम्हाला दोघांनाही पटत नाही. म्हणून मग म्हटलं, सगळ्यांचाच विरस होण्यापेक्षा, त्यांना तिथेच सोडून आलेलं बरं.”

शॅरीसचं हे बोलणं ऐकून मला लक्षात येतं, की मला ह्या गोष्टीची पर्वा करायची कधीच गरज पडलेली नाहीये. कारण अल्बाच्या जन्माच्या आधीपासूनच, मी माझं मद्यपान अगदी कमी केलेलं आहे.

इतक्यात अल्बा दुडदुडत आत येते. शॅरीस तिला बघून म्हणते, “जा बाळा, आम्ही तुझ्यासाठी नाताळच्या निमित्ताने मस्त भेट आणलेय. ती बघ आणि मला सांग, तुला आवडली का?”

अल्बा माझ्याकडे परवानगीच्या अपेक्षेने बघते. मी तिला ती देते - तशी अल्बा सुसाट वेगाने पळत शॅरीसची भेटवस्तू बघायला जाते. शॅरीसने अल्बासाठी, खास लहान मुलींसाठी बनवलेला गोंडस मॅनिक्यूर सेट आणलेला असतो. अगदी लहानशा नेलपॉलीशच्या बाटलीसहित असलेला तो सेट अल्बाला इतकी भुरळ घालतो की, मी तिला लक्षात आणून देईपर्यंत ती शॅरीसचे आभार मानायचंही विसरून जाते.

मी तिला त्याबाबत टोकल्यावर म्हणते, “थॅन्क्यू आंटी शॅरीस!”

“वेलकम अल्बा! तुला आवडला ना? मग झालं तर!”

“जा अल्बा, डॅडींना दाखवून ये तुझी भेट.”

मी असं म्हणता क्षणी, अल्बा धावत हेन्रीकडे जाते आणि उत्साहाने त्याला तो सेट दाखवायला लागते. बाप-लेकीच्या त्या प्रेमळ संवादाकडे मी आणि शॅरीस कितीतरी वेळ अनिमिष नेत्रांनी पाहत बसतो. अखेर भानावर आल्यावर शॅरीस मला सांगते, “तुला माहितेय क्लेअर? लहानपणी माझं एक स्वप्न होतं - की मोठं झाल्यावर सौंदर्यतज्ज्ञ बनून स्वतःचं पार्लर उघडायचं.”

शॅरीसच्या ह्या बोलण्यावर मला हसू आल्यावाचून राहत नाही. “पण तुला ते जमलं नाही, म्हणून तू चित्रकार झालीस, हो ना?”

“नाही. मी गोमेझला भेटले आणि त्याच्या बोलण्यामुळे मला लक्षात आलं की, इतर लोकांचे केस कातरून आपण भांडवलशाहीला टक्कर देऊ शकत नाही.” शॅरीस मंदसं हसत उद्‌गारते.

“हो ना! आणि चित्र विकून आपण त्याला फारच मोठी टक्कर देतोय, नाही का?” असं म्हणत मी शॅरीसला पुढे विचारते, “बरं ते जाऊ देत. मला सांग, तू आता कुठल्या नव्या विषयावर काम करते आहेस?”

“तुला तो विषय आवडेल. मी ना, संगणकातील व्हायरस वापरून चित्र काढतेय.”

“काय? अगं, पण तो तर बेकायदेशीर प्रकार होईल ना?”

“मी कुठे त्याला बाजारात विकायला काढणार आहे? मी फक्त त्याचं प्रदर्शन भरवणार. लोकांना वेगळ्या प्रकारची चित्रकला बघता यावी, एवढाच माझा हेतू आहे.”

“अग, पण तू नाही केलास, तरी इतर कुणी तर त्याचा गैरवापर करू शकेलच ना?”

“हं, करेलही कदाचित!” शॅरीस खट्याळपणे हसत बोलते, “आणि मी तर म्हणते, करूच दे! गोमेझ माझ्या ह्या कल्पनेची टर उडवतोय, पण विचार कर क्लेअर - तसं झालं तर बिल गेट्स, वर्ल्ड बॅन्क आणि एटीएम यंत्र बनवणाऱ्या त्या नालायकांची काय फॅफॅ उडेल नाही?”

“वा! काय कल्पना आहे. प्रदर्शन आहे कधी?”

“मे महिन्यात. मी तुला आमंत्रण पाठवीनच की!”

आमचं हे बोलणं सुरू असतानाच, अमेलिया आणि कॅथरीन येतात आणि मग तो विषय बंद होऊन, कोणाचा ड्रेस सगळ्यात छान आहे, ह्या विषयावर गहन चर्चा सुरू होतात.

वेळ : रात्रीचे ८.५०

हेन्री : आमच्या सगळ्या लाडक्या लोकांनी आज आमचं घर गजबजून गेलंय. ह्यापैकी कित्येक लोकांना मी माझ्या शस्त्रक्रियेनंतर पहिल्यांदा पाहतोय. क्लेअरची प्रतिनिधी– लेह जेकब्स माझ्याकडे इतक्या दयेने बघते की, ती नजर मला असह्य होते. पण सीलिया मात्र अगदी गंभीरपणे माझ्याशी हस्तांदोलन करून, “मला तुला ह्या अवस्थेत बघून खूप दुःख झालं,” असं म्हणून आश्चर्यचकित करते सीलिया कधीपासून इतकी विचारी झाली?

मग मीसुद्धा तिला म्हणतो, “आणि तू खूप सुंदर दिसतेयेस सीलिया!” आणि ते खरंच असतं. केसांची आकर्षक रचना करून, चकचकीत निळा झगा घालून आलेली सीलिया खरंच खूप गोड दिसत असते.

“पण तुला खरं सांगू हेन्री? मला तू आधी होतास ना, तो वाईट्ट हेन्री फार आवडायचास. किमान मी तुझ्यावर दात-ओठ तरी खाऊ शकायचे.”

तिचं हे बोलणं ऐकून मी मनापासून हसत बोलतो, “आह, ते जुने, सोनेरी दिवस...”

इतक्यात सीलिया आपल्या पर्समध्ये हात टाकून शोधत, मला म्हणते, “मी तुझ्यासाठी एक गोष्ट आणलेय. किंबहुना, क्लेअरसाठी एक गोष्ट आणलेय. मला हे इंग्रिडच्या खणात सापडलं.” असं म्हणत, सीलिया माझ्या हातात एक छायाचित्र

देते. ते माझं छायाचित्र असतं...बहुतेक १९९० च्या आसपासचं...ओक स्ट्रीट बीचवर काढलेलं. किती छान दिसत असतो मी त्या छायाचित्रात. लांब केस असलेले, बिनशर्टाचा, हसरा...इंग्रिडने हे छायाचित्र काढलं कधी, देव जाणे! मला तर लक्षातसुद्धा नाही. पण त्यात काही आश्चर्य नाही म्हणा. इंग्रिडसोबतचं माझं बरंचसं आयुष्य आता माझ्यासाठी फक्त एक पुसटशी आठवण बनून राहिलंय!

पण सीलियाला तसं जाणवून न देता मी तो फोटो फडकवत म्हणतो, ''चांगलं केलंस हा फोटो आणलास ते. क्लेअरला खरंच आवडेल. तिच्याकडे चांगली आठवण राहील.''

हे ऐकून सीलिया माझ्याकडे चमकून बघत म्हणते, ''हेन्री डी' टॅम्बल! तू अजून चांगला जिवंत आहेस, गेलेला नाहीयेस. मग नसत्या गोष्टी का बडबडतोस?''

''छे छे, माझ्या म्हणण्याचा तो अर्थ नव्हता गं.'' मी हसत-हसत बोलतो, ''मला अजून इथून निरोप घ्यायला बराच वेळ आहे.''

''हं मग ठीक आहे. पण यदाकदाचित जर तू तिथे माझ्या आधी स्वर्गात - नव्हे, नरकात - पोहचलास ना, तर माझ्यासाठी इंग्रिडशेजारी एक जागा नक्की राखून ठेव.'' असं म्हणत सीलिया, चटकन निघून जाते.

वेळ : रात्रीचे ९.४५

क्लेअर : सगळी मुलं आता मनसोक्त खेळून, दंगा करून, पोटभर खाऊन दमून गेलेली आहेत. खरं तर झोपायलाच आलेली आहेत. मी कॉलिन केन्ड्रीकला दिवाणखान्यात पेंगुळलेल्या अवस्थेत बसलेलं बघते, तशी त्याला विचारते ''कॉलिन, तुला झोपायचं असेल तर अल्बाच्या खोलीत झोपू शकतोस हं!''

तसा तो अगदी मोठ्या माणसाप्रमाणे म्हणतो, ''थॅन्क्यू आण्टी क्लेअर, पण मी इथे ठीक आहे.'' त्याचा तो मृदू आवाज, शांत अविर्भाव आणि मोठं होऊ पाहणारं त्याचं चौदा वर्षांचं निरागस बाल्य मला भुरळ घालतं. मी त्याच्याकडे कौतुकाने पाहतच बसते! त्याचं हे मार्दव मात्र त्याच्या बहिणीत, नादियात आणि आमच्यात अल्बात अजूनतरी दिसलेलं नाहीये ते कधी निपजेल, हे त्या परमेश्वरालाच ठाऊक!

मी असा विचार करत असते, तोच अल्बाची किंकाळी ऐकू येते, ''ममा, आम्ही जाग्या राहिलो तर चालेल, असं तूच म्हणालेलीस ना? मग नादियाला सांग ना तसं.''

''घ्या, आल्याच दोन्ही वावटळी!'' असं पुटपुटत मी त्यांच्याकडे वळून माझी परवानगी असल्याचं सांगून त्यांना म्हणते ''पण आता दोघींनी अल्बाच्या खोलीत

जाऊन निमूट खेळत बसायचंय. तरच माझी परवानगी राहील. ठीक आहे? दंगा करायचा नाहीये.''

''हो!'' असं म्हणत त्या दोघी आनंदाने उड्या मारत आत जातात, तशी मी कॉलिनला पुन्हा एकदा विचारते, ''तुला नक्की झोपायचं नाहीये? बघ, अजून सांग.''

''नाही आण्टी.'' तो तितक्याच लाजाळूपणे उत्तर देतो.

मग, मी कॉलिनच्या वडिलांशी बोलण्यात गर्क असते इतक्यात, अलीसिया माझ्याकडे धावत येते आणि कुजबुजते, ''क्लेअर! तिथे बघ! आपले डॅड त्या मुलीवर छाप पडायचा कसा प्रयत्न करतायेत बघ!''

''काय?'' असं उद्‌गारत मी तिने सांगितलेल्या बाजूला बघते तर खरंच डॅड इसाबेलसोबत गप्पाटप्पा मारण्यात पुरते गुंग झालेले दिसतात.

''बापरे! डॅडना अगदी हीच सापडायची होती? अगं, ही तर इसाबेल बर्क! हेन्रीची सहकारी! तू जर तिच्या कामवासनांना बळी पडलेल्या बिचाऱ्या पुरुषांच्या 'वीरगाथा' ऐकशील ना, तर हसून-हसून वेडी होशील.'' असं म्हणत मी अलीसियाला त्यातले काही किस्से सांगायला लागते, तर खरंच तिची हसूनहसून पुरेवाट होते.

आम्हाला असं पोट धरधरून हसताना पाहून रिचर्ड आमच्याजवळ येत विचारतात, ''सुंदऱ्यांनो! इतका काय गमतीशीर प्रकार घडलाय? ह्या म्हाताऱ्यालाही सांगा की.''

आम्ही खिदळतच उत्तर देतो, ''आम्ही आमच्या ओळखीच्या काही पिकल्या पानांना फुटू पाहणाऱ्या धुमाऱ्यांकडे बघून हसतोय.'' ते ऐकून रिचर्ड आमच्याकडे पाहून मिश्किल हसतात आणि मग ते व अलीसिया बुचारेस्ट आणि बार्टोकबद्दलच्या गप्पांमध्ये मग्न होतात.

इतक्यात केन्ड्रीक माझ्या शेजारी येऊन उभे राहतात. त्यांच्या गंभीर चेहऱ्यावरून मला लगेच लक्षात येतं की, त्यांना त्याच विषयावर बोलायचं आहे, ज्याबद्दल ऐकणं मला आवडणार नाहीये. म्हणूनच मी त्यांच्यापासून दूर जायला लागते. पण केन्ड्रीक मला अडवत म्हणतात, ''थांब क्लेअर, माझं जरा ऐकून घे...आय...आय ॲम सॉरी! मला माफ कर!''

''ठीक आहे डेव्हीड.'' मी त्यांच्यापासून नजर चोरत कशीबशी बोलते.

थोड्या वेळ कुणीच काही बोलत नाही. मग केन्ड्रीक थरथरत्या हाताने सिगारेट शिलगावत मला म्हणतात, ''तुला कधी त्या चाचण्यांचे परिणाम बघायचे असतील, तर कार्यालयात ये क्लेअर. मी तुला नीट समजावू शकीन, की आम्ही नेमकं काय करू पाहतोय.''

केन्ड्रीक बोलत असताना, हेन्री कुठे दिसत नसल्याचं लक्षात येऊन, माझं लक्ष

विचलित होतं. बाकी सगळे असतात - गोमेझ शॅरनला र्‍हम्बा शिकवत असतो. मुलांचा दंगा सुरू असतो, बाकी सगळे हसण्या-खिदळण्यात मग्न असतात...फक्त ह्या सगळ्यांमधून, हेन्री गायब असतो! मला अचानक त्याला शोधायची, तो ठीक आहे ना. ह्याची खात्री करायची घाई लागते, त्यानुसार, मी लगबगीने निघतेच. केन्ड्रीक मला थांबवण्याचा प्रयत्न करतात, पण मी त्यांना ठामपणे सांगते, ''नंतर डेव्हीड! आपण ह्या विषयावर नंतर बोलू या. पण आता मला जायलाच हवं.''

नशिबाने केन्ड्रीक मला पुन्हा थांबवू शकण्याआधीच त्यांची बायको नॅन्सी, कॉलिनला घेऊन तिथे पोहचते आणि मग त्यांना नाईलाजाने गप्प बसावंच लागतं.

वेळ : रात्रीचे ९.४८

हेन्री : घरात फारच गरम व्हायला लागलं होतं, म्हणून मी बाहेर उघड्यावर येऊन बसलो. आतमध्ये पार्टी अगदी जोरात चालू आहे. बाहेर मस्त बर्फ पडतोय. सगळी झाडं, गाड्या, घरांची कौलं पांढरीशुभ्र पडलेली आहेत. सुंदर रात्र आहे! मी तिला निरखत बसून राहतो. इतक्यात गोमेझ माझ्या पाठोपाठ तिथे पोचतोच. मी त्याला सुचवतो, ''ए गोमेझ, चल बाहेर जाऊ या.''

तसा तो माझ्याकडे डोळे मोठे करत उद्गारतो, ''वेडाबिडा झालायेस काय? किती थंडी आहे बाहेर!''

''गोमेझ, तू कधीपासून असल्या गोष्टींना भ्यायला लागलास?'' मी त्याच्याकडे आश्चर्याने बघत उद्गारतो.

माझ्या आवाजाने की, माझ्या उद्गारांनी ते मला माहीत नाही; पण गोमेझ आपला पवित्रा बदलत म्हणतो, ''बरं, बरं, जाऊ या. पण जरा थांब. आपले कोट घेऊन येतो. उगीच विषाची परीक्षा नको.''

गोमेझ आमचे कोट घेऊन येतो आणि त्यासोबत एक व्होडकाची बाटलीसुद्धा! बाटली माझ्यासमोर धरत म्हणतो, ''घे, उरलीसुरली थंडीसुद्धा पळून जाईल ह्याने!''

''नको गोमेझ.''

''अरे, पण का?''

''कारण गांज्यासोबत व्होडका प्यायला, तर माझी काय हालत होईल, हे तुला वेगळं सांगायची गरज नाही ना?''

''देवा! कसं काय विसरलो मी, देव जाणे! बरं, ते सोड. चल, बाहेर जाऊन मजा करू या... फक्त आपण दोघं तरुण! बाकी कोणी नको!'' रुंद हास्य करत गोमेझ माझ्याकडे डोळे मिचकावत बोलतो आणि मला पाठुंगळी घेऊन बाहेर हिरवळीवर येतो.

त्याच्या त्या निर्व्याज प्रेमाने मी गहिवरून जातो आणि रुद्ध कंठाने, जे त्याच्यापासून इतके दिवस लपवत आलोय, ते अखेर त्याला सांगत म्हणतो, "गोमेझ, मला तुझे किती आभार मानावे, तेच समजत नाहीये. कितीही मानले, तरी ते कमीच पडतील. कारण तू माझ्यासाठी इतकं केलंयेस ना." मी असं बोलत असताना मला गोमेझ अस्वस्थ झाल्याचं जाणवतं.

"काय बोलतोयेस... कशाबद्दल बोलतोयेस तू हेन्री? आता ह्या सगळ्याची काय..."

"गरज आहे गोमेझ. कारण माझी वेळ संपत आलेय. काही दिवसांतच मी तुमच्यात नसेन. तेव्हा मला आता थांबवू नकोस. तू माझ्यासाठी, क्लेअरसाठी, अल्बासाठी खूप चांगला मित्र बनलास. त्याबद्दल मी खरंच तुझा खूप ऋणी आहे."

"कधी!" गोमेझ आपल्या गळ्यात दाटून आलेले अश्रू लपवण्याचा प्रयत्न करत एवढंच विचारू शकतो.

"लवकरच."

"किती लवकर?"

"नक्की माहीत नाही, पण बरंच लवकर." मी गोमेझला खोटं सांगतो. "पण ते महत्त्वाचं नाहीये रे. महत्त्वाचं हे आहे की, मी तुला इतका त्रास दिला... खरंतर, छळलंच! पण तरीही, तू मला प्रत्येक वेळेस समजून घेतलंस, मला मदत केलीस. खरंच, आपल्या ह्या मैत्रीने मला इतकं समृद्ध केलंय ना, की मी जाताना ज्या गोष्टींबद्दल देवाचे मनापासून आधार मानेन, त्यापैकी हे अग्रगण्य असेल." मी भरल्या आवाजात म्हणतो, तसा गोमेझ आपल्या डोळ्यांतलं पाणी बाहेर न येऊ द्यायचा आटोकाट प्रयत्न करत, मला मिठी मारतो आणि रुद्ध कंठाने बोलतो, "चल, आत जाऊ या."

वेळ : रात्रीचे १०.१५

क्लेअर : दिवाणखान्यात वेगवेगळ्या प्रकारच्या नृत्यांना नुसता ऊत आलाय. शॅरीस आणि मॅट चा-चा सारखे काहीतरी दिसणारे अंगविक्षेप करताहेत, तर किमी आणि रॉबर्टो अगदी शिताफीने फोक्सट्रॉट करत आहेत. गोमेझने कधीच शॅरनला सोडून कॅथरीनला पकडलंय आणि सिगारेटचे झुरके घेत, त्यांचं जोरदार नर्तन सुरू आहे. ह्या सगळ्यात हेन्री मात्र कुठेच दिसत नाहीये. माझी नजर सतत त्याला शोधतेय. त्याला शोधत, मी अगदी स्वयंपाकघरापर्यंत पोहचलेय. पण तो तिथेही नाहीये. उलट तिथे तर माझ्याच चित्रकार मित्रपरिवाराने गप्पांचा खुमासदार फड जमवलाय. राऊल, लूरडेस, जेम्स वगैरे मंडळी, सगळे चित्रकार सध्या विचित्र

कलाकृती बनवून, त्यांना वाटेल त्या किंमतींना विकून गब्बर होण्यात कसे माहीर झालेत; त्यातले काही प्रयोग त्यांच्या प्रतिनिधींना कसे महागात पडत आहेत, ह्याबद्दल तावातावाने बोलत बसलेत. मी त्याही गोंधळात त्यांना दटावत म्हणते, ''हे सगळं लेहच्या कानावर पडणार नाही, ह्याची काळजी घ्या हं!'' लेहचं नाव निघताच, जेम्स ताडकन उठून चित्कारतो, ''ए, लेह आहे कुठे? तिच्याकडे तर असल्या गप्पांचा खजिना असेल. थांबा, तिला घेऊनच येतो.'' असं म्हणत जेम्स लेहच्या शोधात निघतो. ती त्याला मार्कसोबत कॉनियॅक पीत बसलेली सापडते.

इथे माझा शोध पुन्हा सुरू होतो. अखेर मला बेन भेटतो– तो स्वत:बरोबर आणलेल्या काही मुळ्या कालवून, स्वत:साठी चहा बनवण्यात गर्क असतो. मी त्याला विचारते, ''बेन, हेन्रीला पाहिलंस का रे कुठे?''

''हो, आताच माझ्याशी गप्पा मारून, बाहेर अंगणात गेलाय.'' असं बोलून बेन थोडा वेळ माझा चेहरा निरखत राहतो. अखेर काहीशा निश्चयाने मला सांगतो, ''क्लेअर, खरं सांगायचं तर मला त्याची काळजी वाटू लागलीय. त्याचा अविर्भाव एकंदरीत माझ्या त्या सगळ्या रुग्णांसारखा आहे, ज्यांना त्यांच्या जीवनाच्या अखेरीस हे समजू लागतं, की त्यांचा अंत समीप आलाय.''

बेनचं बोलणं ऐकून माझ्या पोटात खड्डाच पडतो; पण तरीही, त्याला तसं जाणवू न देता, मी स्थिर आवाजात म्हणतो, ''अरे, त्याचे पाय गेल्यापासून तो पूर्वीचा हसताखेळता हेन्री राहिलाच नाहीये रे. म्हणून कदाचित तुला तसं वाटलं असेल.''

''नाही, ते मलासुद्धा माहितेय. पण आज तो ज्या प्रकारे माझ्याशी बोलत होता... स्पष्टच सांगायचं तर, निर्वाणीचं बोलत होता. त्यामुळे मला भीती वाटली. तो म्हणत होता की, आता लवकरच त्याची गाडी सुटायची वेळ आली आहे. माझे त्याच्यावर खूप उपकार आहेत, जे तो ह्या जन्मी फेडू शकणार नाही, पण पुढच्या जन्मी नक्की प्रयत्न करेल. म्हणजे बघ ना, असं बोलणं फक्त तेच करतात ना, ज्यांना काहीतरी वेगळं जाणवतंय. आपल्या आयुष्याबद्दल...'' बेन चाचरू लागतो. मला बेनला असं बावरलेलं पाहून गलबलून येतं. मी त्याच्या कृश देहाभोवती आपले हात टाकून प्रेमाने मिठी मारते, तसं मला त्याचं हुंदक्यांनी गदगदणारं शरीर जाणवतं आणि माझ्या मनाला आगळीच हुरहूर लागते.

थोड्या वेळाने जरा शांत झाल्यावर बेन म्हणतो, ''सगळं किती विचित्र आहे बघ ना क्लेअर! मी गेल्या कित्येक वर्षांपासून असा भकास, आजारग्रस्त शरीराने वावरत आहे. पण देवाने माझ्या आधी माझ्या धडधाकट मित्रांना न्यायचा घाट घातलाय. त्याला काय म्हणावं, सांग बरं! मला खूप इच्छा होती की, मी गेल्यावर हेन्रीने आपल्या धीरगंभीर पद्धतीने डॉनचं 'देथ बी नॉट प्राऊड...' म्हणावं... पण...''

''ए, हेन्री नसला, तरी मी तुझी इच्छा पूर्ण करू शकते हं! मी हेन्रीच्या

आवाजाची खूप छान नक्कल करते.'' मी रडवेल्या बेनला (आणि कुठेतरी स्वत:लाही) त्याच्या दु:खातून बाहेर काढायचा प्रयत्न करत म्हणते. नशिबाने बेन माझ्या ह्या प्रयत्नाला हसून प्रतिसाद देतो. मी त्याच्या गालाचं हलकंसं चुंबन घेऊन हेन्रीकडे जायला निघते.

मला हेन्री सापडतो तो दाराबाहेर बर्फ न्याहाळत बसलेला! बर्फ आणि अंधार बघितल्यावर मला लक्षात येतं की, मी आज शेवटचं खिडकीबाहेर डोकावून कित्येक तास लोटले आहेत. बाहेर लिंकन ॲव्हेन्यूवर बर्फ साफ करण्याच्या यंत्रांचा गडगडाट ऐकू येतोय. आमचे शेजारीसुद्धा अंगणात साचलेला बर्फ काढण्यात मग्न आहेत.

काही क्षणातच मला वातावरणातला बोचरा गारवा जाणवू लागतो, तशी मी हेन्रीला हळुवारपणे सुचवते, ''हेन्री, चल आत जाऊ या. किती गारवा आहे!''

ह्यावर हेन्री माझं बोलणं ऐकलंच नसावं, अशा अविर्भावात माझ्या कमरेला विळखा घालून उद्‌गारतो, ''क्लेअर, मला ह्या क्षणी काय वाटतंय माहितेय? मला वाटतंय की हा काळ जर आपल्याला आता, इथेच थांबवता आला असता, तर किती छान झालं असतं.'' त्याचं मनोगत ऐकून मी काही न बोलता हेन्रीच्या केसातून हात फिरवू लागते. त्याचे केस पिकायला लागल्यापासून जरा जास्तच राठ झालेत, असं पुन्हा एकदा जाणवून जातं.

''क्लेअर...?''

''काय हेन्री?'' मी जीव मुठीत घेऊन विचारते.

''वेळ झाली.''

''कसली? कशाबद्दल बोलतोयंस तू हेन्री?''

''तुला माहितीये... माझी... जाण्याची...''

''नाही... नाही हेन्री! नको जाऊस! मी पाया पडते तुझ्या...थांब...प्लीज!''

''क्लेअर, जे घडायचं होतं ते घडून गेलंय. आधीच! ये इथे माझ्याजवळ बस जरा.'' हेन्रीने असं सांगता मी यंत्रवत त्याच्या शेजारी विसावते. तसा तो माझ्या खांद्याभोवती हात टाकतो... नेहमीप्रमाणे! आतमध्ये आनंदोत्सव साजरा करणाऱ्या आमच्या पाहुण्यांचा आवाज वाढलेला जाणवत असतो. मला एकदम त्या सगळ्या उत्साहाचा, आनंदाचा संताप येतो. इथे माझा प्राण माझ्यापासून दूर चाललाय. आणि ह्या लोकांना मज्जा मारणं सुचतंच कसं? शी!... मग काही वेळाने जाणवलं, की त्या बिचाऱ्यांवर चिडण्याची काय गरज आहे? आम्हीच तर त्यांना इथे बोलावलं ना? म्हणजे खरंतर मीच बोलावलं, आणि हेन्रीने नेहमीप्रमाणे माझं म्हणणं मान्य केलं. पण मग... त्याने असं का केलं?

''हेन्री, तुला जर हे सगळं माहिती होतं, तर तू मला ह्या पार्टीला परवानगी

का दिलीस?'' त्याच्यावर रागवायचं नाही, असं ठरवूनही शेवटी माझा उद्रेक होतोच.

''कारण क्लेअर... मी जाईन तेव्हा मला तुला एकटं सोडायचं नव्हतं... त्या वेळी तुझ्यासोबत आपल्या जवळची काही माणसं असावी, असं वाटत होतं, म्हणून मी तुला अनुमती दिली. आणि तसंही मला ह्या सगळ्यांचे प्रत्यक्ष-अप्रत्यक्षपणे आभार मानायचे होते. आपापल्या परीने ह्या सगळ्यांनी मला खूप मदत केलीये, माझं सगळं वैचित्र्य सहन केलंय.''

हेन्रीच्या ह्या अपार काळजीने तर माझं मन इतकं भरून येतं, की मला काय बोलावं तेच सुचत नाही. मी फक्त नि:शब्दपणे हेन्रीचा हात हातात घेऊन हेन्रीच्या शेजारी पडून राहते.

थोड्या वेळाने हेन्री मला विचारतो, ''किती वाजलेत गं क्लेअर?''

मी घड्याळ बघत त्याला सांगते, ''अं... नुकतेच ११ वाजून गेलेत.'' आणि मग एकदम लक्षात येतं, अरे देवा! म्हणजे ती घटिका जवळ आलेय की... मला माहिती होतं की तो क्षण कधी ना कधी येणार. मी स्वत:शी कैकदा तसं घोकलंही होतं, स्वत:चं मन तयार केलं होतं... पण आता खरंच जेव्हा तो क्षण माझ्यासमोर येऊन ठाकलाय, तेव्हा सगळे निर्धार गळून पडताहेत... पायांना कापरं भरतंय... आता आमच्या हातात आहे फक्त वाट पाहणं... त्या निर्घृण क्षणाची!

हे सगळं समजत असूनही, मी मध्येच एकदा कळवळ्याने हेन्रीला विचारते, ''का नाही रे आपण थांबवू शकत काळाला? स्वत:ला नियती म्हणवणाऱ्या ह्या क्रूर चेष्टेला?''

माझ्या उद्रेकावर हेन्री काहीच प्रतिक्रिया देत नाही. फक्त मला अजून जवळ ओढून घेत थोपटत राहतो.

त्याच्या त्या विधीलिखिताला शांतपणे स्वीकारण्याच्या वृत्तीने मला अधिकच उद्विग्नता येते. ''ते काही नाही. तू सगळं थांबवच! जे घडलंय, ते घडूच देऊ नकोस. बदलून टाक सगळं.'' मी काय बरळत आहे, मला काहीच समजेनासं होतं... पण मग, जेव्हा हेन्री अश्रूभरल्या डोळ्यांनी माझ्याकडे पाहत, नकारार्थी मान हलवतो, त्या क्षणी मला जाणवतं की, आम्ही खरोखरीच नियतीपुढे हरलोय!!!

मग आम्ही काही न बोलता, एकमेकांना बिलगून तिथे कितीतरी वेळ बसून राहतो. मध्येच मला जाणवतं की, हेन्रीला घाम फुटलाय. मी दचकून त्याच्या गळ्याला हात लावते, तर तो तापाने फणफणला असल्याचं जाणवतं.

तेवढ्यात हेन्री मला विचारतो, ''किती वाजले क्लेअर?''

''बारा वाजायला आलेत.''

''मला भीती वाटतेय क्लेअर...'' हेन्रीच्या आवाजात वाढत जाणारं कंपन मला अधिकच धस्स करून जातं. मी त्याला घट्ट मिठी मारते... एकदम घट्ट! जणू आम्ही

दोन वेगळी शरीरं नसून एकच आहोत. मला खरंच वाटत नाही की, हा माणूस, माझा प्रियकर, माझा नवरा, माझा सगळ्यात चांगला मित्र... जो गेली कित्येक वर्षं माझ्या आयुष्याचा अविभाज्य भाग बनून माझ्याबरोबर आहे– तो काही क्षणांतच माझ्यासमोरून कायमचा अदृश्य होणार आहे. माझी साथ सोडून जाणार आहे.

मी पटकन त्याचं चुंबन घेऊ लागते... आणि एका क्षणात... मी तिथे एकटी उरते! पूर्ण एकटी!

आतमधल्या जल्लोषाला उधाण आलेलं असतं... गोमेझ '१०, ९, ८...' म्हणताना ऐकू येत असतं... मग "हॅपी न्यू इयर!" चे कानठळ्या बसवणारे चित्कार ऐकू येऊ लागतात. सगळे जण एकमेकांना नववर्षाचं अभिनंदन करू लागतात. मला सगळं ऐकू येत असतं... आणि मी सुन्नपणे तिथेच बसून असते... जिथे हेन्री मला एकटीला सोडून कायमसाठी निघून गेलेला असतो, तिथेच! इतक्यात आतून आवाज येतो, "अरे, क्लेअर आणि हेन्री कुठे आहेत?"

बाहेर फटाके फुटू लागतात... आणि मी माझं डोकं हातात धरून तिथेच बसून राहते!!!

३

अ ट्रीटीज ऑन लॉन्गिंग

त्याचं त्रेचाळिसावं वर्षं... त्याच्या छोट्याशा जीवितकालाचा अंत...
त्याचा जीवितकाल....
तो काळ ज्याने बघितलं अनंताला... आपल्या अगणित छिद्रांमधून
घटनांच्या, वस्तूंच्या पारदर्शक कुडीमधून... आणि ओढावला आपला अंत
त्यामधून!

– ए. एस. ब्याट ह्यांच्या 'पझेशन' या काव्यातील पदाचा अनुवाद

ती निघाली त्याच्या मागे, हळूवारपणे, वेळ काढत
जणू मार्गात असावे बरेच अडथळे;
आणि तरीही, जणू का एकदा ते सर केल्यावर
ती चालत नव्हे... उडत त्यांना पार करणार असावी!

– राइनर मारिया रिल्के ह्यांच्या 'गोइंग ब्लाइंड' ह्या कवितासंग्रहामधल्या पदाचा अनुवाद इंग्रजी अनुवादक स्टीफन मिशेल

शनिवार, २७ ऑक्टोबर, १९८४/सोमवार, १ जानेवारी, २००७
(हेन्री ४३ वर्षांचा, क्लेअर ३५ वर्षांची)

हेन्री : आकाश निरभ्र आहे आणि मी त्या उंच, सुकलेल्या गवतामध्ये पडतो आहे– सगळं पटकन आटपा बाबा... मला दुरून कुठूनतरी बंदूक झाडल्याचा आवाज आला होता... पण त्याच्याशी माझं काय देणेघेणं होतं म्हणा! पण मग... पण मग आता, मी आता गलितगात्र होऊन खाली का पडलोय? माझं पोट डाळिंबं फोडल्यासारखं उघडू पडून, त्यामधून रक्ताची कारंजी का वाहत आहेत? आतलं आतडं बाहेर आल्यासारखं जाणवतंय का? पण मग गंमत म्हणजे, मला काही दुखत कसं नाहीये? उलट मला माझ्या शरीरामध्ये असं डोकावण्यात मजा येतेय. कुणीतरी धावत जवळ येतेय... पण मला फक्त क्लेअरला बघायचंय... फक्त एकदा... मी जाण्याआधी– "क्लेअर, क्लेअर!!!"

आणि क्लेअर खरंच आलीये! माझ्यावर झुकून धाय मोकलून रडतीये. आणि अचानक अल्बाचा आवाज येतो, "डॅडी?"

लव्ह यू...
हेन्री –
नेहमीच!
अरे देवा! अरे देवा!!!
वर्ल्ड इनफ –
नाही!!!

ॲण्ड टाइम –

हेन्री!!!

क्लेअर : काही मिनिटांपूर्वी गजबजून गेलेल्या त्या दिवाणखान्यात, आता नीरव शांतता पसरते. सगळे जण आमच्याकडे पाहत असतात. फक्त सीडी प्लेयरमधून बिली हॉलिडेचा आवाज त्या शांततेत खडा टाकत असतो. मध्येच कुणीतरी भानावर येऊन, तेसुद्धा बंद करतं. आता तर स्मशानशांतता पसरते.

मी हेन्रीचं डोकं माझ्या मांडीवर घेऊन बसलेली असते. अल्बा त्याच्या कानात काहीतरी बोलून, त्याचे हात हलवून त्याला बोलतं करायचा प्रयत्न करत असते. हेन्रीचं अंग अजून गरम असतं, त्याचे डोळे उघडे असतात... जणू माझ्यातून आरपार बघत असावेत! पण त्याची फिकट कातडी छिन्नविच्छिन्न झालेली असते. सगळीकडे नुसतं रक्तच रक्त असतं. त्याचं शरीर आता माझ्या हातात जड व्हायला लागलेलं असतं... तरीही मी त्याला सोडत नाही. मी त्याला मिठी मारून बसते... इतक्यात मला दिसतं की, त्याच्या तोंडाच्या कडेला रक्त लागलेलं आहे. मी ते तातडीने पुसून टाकते. छे! हेन्रीला अजिबात असला घाणेरडेपणा आवडत नाही... बरं झालं मला ते वेळीच दिसलं ते...

दुरून कुठूनतरी, फटाके फुटण्याचा आवाज येऊ लागतो... आणि गोमेझ मला म्हणतो, ''क्लेअर, पोलिसांना बोलवायला हवं.''

डिझल्यूशन

. . . .

शुक्रवार, २ फेब्रुवारी, २००७ (क्लेअर ३५ वर्षांची)

क्लेअर : मी दिवसभर झोपून राहते. घरात काही ना काही गडबड चालूच असते... अल्बाची बडबड, फोनची घंटा, खिडकीच्या काचेवर मारा देणारा पाऊस... पण मी त्या सगळ्या आवाजांकडे निग्रहाने दुर्लक्ष करत माझ्या नव्या प्रियकराला बिलगून राहते. असे घाबरू नका! माझा नवा प्रियकर म्हणजे झोप! हो, मला माहितेय की व्याकरणाच्या नियमांनुसार झोप स्त्रीलिंगी आहे. पण व्याकरण वगैरेंसारख्या क्षुल्लक गोष्टींनुसार माझं आयुष्य घालवण्याच्या मन:स्थितीत मी सध्या तरी नाहीये हं!

मी माझ्या नव्या प्रियकरासोबत दिवसच्या दिवस घालवते... कधी त्याची आराधना करते... सगळ्या स्वप्नांना, विचारांना दूर लोटत त्याच्यात गुरफटून जाते! झोप आता माझं सर्वस्व आहे... माझं विस्मरण आहे, माझी नशा आहे, माझं दैवत आहे, माझा रक्षणकर्ता आहे.

फोनची घंटी सतत वाजत राहते. अल्बा घरी असली, तर ती फोन उचलते, पण बहुतेक वेळा तो तसाच वाजत राहतो... पोरका, दुर्लक्षित, अनाथ! मी हेन्रीच्या आवाजात असलेलं आन्सरिंग मशीनसुद्धा काढून ठेवलंय.

दुपार होते, मग रात्र येते... मग पुन्हा सकाळ होऊन दुपार होते... पण माझं सगळंच अस्तित्व ह्या पलंगाशी बांधलं गेलंय. माझा सगळा वेळ इथेच जातो. इतका, की थोड्या वेळाने, वेळ ही संकल्पनाच मला हास्यास्पद वाटायला लागते. कारण तिचा एक गुंता होऊन बसतो– ना तासांना काही अर्थ उरत, ना मिनिटांना!

कधीकधी मात्र माझा हा नवा प्रियकरसुद्धा माझ्यावर रुसतो आणि मला एकटं

सोडून निघून जातो. मग मी कल्पना करते की, पुन्हा लहानपणची क्लेअर बनलेय आणि एट्टा मला शाळेसाठी उठवायला आलेली आहे. मग मी त्या वेळी करायचे तसंच मुद्दाम माझ्या डोळ्यांना स्थिर करते, मनाला दटावून सांगते की मला झोप येतेय. माझी झोप अजून पूर्ण झालेली नाही. आणि मग तो बिचारा प्रियकर माझ्या ह्या नाटकांना फसून पुन्हा माझ्याजवळ येतो.

कधीकधी मी जागी होते आणि सवयीनुसार हेन्रीला बिलगायला हात पुढे करते. झोप सगळ्या फरकांना पुसून टाकते–जिवंत, मृत, काल, आज... त्याच्या दृष्टीने सगळं एकच! मी तर भूक, काळज्या ह्या सगळ्यांपासून कित्येक मैल दूर गेलेय! जणू माझ्यात कुठल्या भावनाच उरलेल्या नाहीत! एके दिवशी, मी कशी कोण जाणे, पण बाथरुममध्ये पोहचले... नकळत, तिथल्या आरशात स्वत:चं प्रतिबिंब बघितलं माझी त्वचा शुष्क पडली होती. केसांचा गुंता झाला होता. डोळ्यांखाली काळी वर्तुळं आली होती. नाही, नाही, ते पाहून मी हादरले वगैरे नाही हं! कारण मी जशी दिसत होते, तशी खरोखरीच मृत झालेले आहे. मला कशाचीच आस नाहीये... मला काही नकोय, मला काहीच नकोय!

किमी पलंगावर बसून मला विचारते, "क्लेअर, बघ, अल्बा शाळेतून आलीये. तिला तुझ्याशी बोलायचंय, तिचा दिवस कसा गेला ते सांगायचंय. बोलतेस जरा तिच्याशी? हं?" पण मी काही उत्तर न देता, झोपेचं सोंग घेऊन पडून राहते. थोड्या वेळाने अल्बाचा लहानसा हात माझ्या चेहऱ्यावर फिरताना जाणवतो, तशा नकळत माझ्या डोळ्यांना अश्रुधारा लागतात. अल्बा तिच्या हातातली काहीतरी वस्तू (शाळेचं दप्तर? व्हायोलिनचा डबा? देव जाणे काय!) जमिनीवर ठेवते आणि पलंगावर माझ्याशेजारी येऊन बसायला चढू लागते, तशी किमी तिला दटावते, "अल्बा, बूट घालून गादीवर चढू नकोस." मग अल्बा निमूटपणे आपले बूट उतरवून गादीवर चढते आणि मला मिठी मारून, माझ्या कुशीत शिरते. मी कसेबसे डोळे उघडून तिच्याकडे पाहते, तर अल्बा आपले डोळे मिटून पडलेली असते. तिचं लक्ष नसल्याचं निमित्त साधून, मी अल्बाला निरखायला लागते. तिच्या लांब, काळ्याभोर पापण्या, तिची दुधाळ त्वचा, तिचे डाळिंबी रंगाचे ओठ... तिचा श्वास जलद येतोय... तिच्या अंगाला शॅम्पू व पेन्सिलींचा संमिश्र गंध येतोय.

अचानक मी अनावर होऊन अल्बाच्या मस्तकाचं चुंबन घेते. ती आपले टप्पोरे डोळे उघडून माझ्याकडे बघते, तसं तिचं हेन्रीशी असलेलं साम्य मला भारावून टाकतं. पण मी महत्प्रयासाने स्वत:चा तोल ढळू न द्यायची काळजी घेते. थोड्या वेळाने, किमी खोलीबाहेर जाते आणि मी आणि हेन्रीचं प्रतिरूप असलेली अल्बा एकमेकींच्या सहवासाचा, आधाराचा आनंद लुटायला लागतो.

रात्री मी खसखसून अंघोळ करते आणि कित्येक दिवसांनंतर किमी आणि

अल्बासोबत जेवणाच्या टेबलाशी बसून जेवण करते. मग, अल्बा झोपल्यानंतर, मी अतिशय निग्रहीपणे हेन्रीच्या टेबलाशी जाते आणि त्यात ठेवलेल्या चिठ्ठ्या-चपाट्या, वह्या इत्यादी लेखनाचं सामान बाहेर काढून चाळायला लागते.

अचानक माझी दृष्टी एका विशिष्ट पत्रावर पडते, त्यावर हेन्रीच्या हस्ताक्षरात लिहिलेलं असतं : 'माझ्या मृत्यूनंतर हे पत्र उघडावं...'

दि. १० डिसेंबर, २००६

प्राणप्रिय क्लेअर,

मी हे पत्र लिहितोय, ते आपल्या बेडरूममध्ये बसून, बाहेर भुरभुरणाऱ्या बर्फाच्या पटलामधून, तुझ्या कार्यशाळेकडे बघत. नेहमीप्रमाणेच हिवाळ्याने आपल्या सुस्तीची चादर आसमंतावर पसरलेली आहे. काळ जणू मुंगीच्या गतीने चालत आहे. मला तर ह्या हळुवारपणे चालत जाणाऱ्या वेळेच्या सोबतीने आयुष्य कंठताना तोच अनुभव मिळतोय, जो मला पूर्वी काळप्रवास करताना व्हायचा. काळाच्या लहरीवर, त्याच्या तालावर नाचण्याचा! का कुणास ठाऊक, पण आज ह्या आपल्या घरात बऱ्याच दिवसांनी एकट्याने वेळ काढताना (तू अलीसियाच्या कार्यक्रमाला गेली आहेस), मला तुला एक पत्र लिहावंसं वाटलंय. अचानकच असं वाटून गेलं की, मी गेल्यानंतर तुझ्या सोबतीला माझा काहीतरी शब्दरूप अंश असावा. म्हणून ह्या पत्राचं प्रयोजन!

तू जर हे पत्र आता वाचत असशील, तर मी कदाचित गेलेलो असेन (मी कदाचित अशासाठी म्हणतोय, की कधी काय घडेल, हे आपल्यासारख्या सामान्य माणसांना समजत नाही. स्वतःच्या मृत्यूबाबत इतकं शाश्वत राहणं शहाणपणाचं नव्हे.) ते एक असो. सांगायचा मुद्दा असा, की माझा हा मृत्यू तुला फारसा क्लेशकारक झाला नसेल अशी आशा करतो. म्हणजे मी तुझ्या मनातल्या दुःखाबाबत बोलत नाहीये. मी माझ्या मरणाच्या पद्धतीबद्दल, त्यामधून उडू शकलेल्या गोंधळाबद्दल बोलतोय. तुला/तुम्हाला फार जिकीर झाली असेल, तर त्याबद्दल मी क्षमा मागतो. मला माफ कर. (ही एखाद्या आत्महत्या करणाऱ्या माणसाची चिठ्ठी वाटते, नाही का? गंमतच आहे!) पण तुला माहितेय ना क्लेअर... तुला माहितेय, की मला जर थांबता आलं असतं, तर मी निश्चितच थांबलो असतो. नियतीने मला जर अजून काही क्षण जरी देऊ केले असते ना, तर मी त्यांनाही जिवापाड उपभोगलं असतं. पण तुला माहितेय ना, की माझा काही इलाज चाललाच नाही, त्या मृत्युरूपी राक्षसासमोर!

क्लेअर, मी हे तुला आयुष्यात हजारदा सांगितलंय... पण कितीही वेळा सांगितलं तरी कमीच आहे–म्हणून आज पुन्हा सांगतो–आय लव्ह यू! मी तुझ्यावर

सततच जिवापाड प्रेम करत आलोय. माझ्या विचित्र आयुष्यात तुझ्या प्रेमाने एक प्रकारचं स्थैर्य आणलं. मला वेळोवेळी धीर दिला... आपल्यातल्या घट्ट नात्यानेच मला माझ्या ह्या विचित्र आयुष्यात विश्वासाचा आधार दिला. इतकं, की आता मृत्यूच्या दाराशी उभं असतानाही मला खात्री आहे, की आपलं हे प्रेम, मी नसताना तुला सावरत राहील, मी तुझ्या जवळ असल्याची जाणीव देत राहील.

तू वाट पाहत राहशील, ह्या कल्पनेनेच माझ्या अंगावर शहारा येतो–कारण मला माहितीये, की तू तुझं बहुतांशी आयुष्य माझी वाट पाहण्यातच घालवलं आहेस. त्यात भरीस भर म्हणजे, मी प्रत्येक वेळी निघून गेल्यानंतर, आपल्याला किती वेळ वाट पहावी लागणार आहे, हेदेखील तुला माहिती नसायचं. दहा मिनिटं? दहा दिवस? की दहा महिने? काही कळायची सोय नाही! मी किती बेभरवशाचा नवरा बनलो ना क्लेअर! आपल्या सांसारिक जीवनातल्या अडचणींना तुला एकटीला तोंड द्यायला लावून मी माझ्या मर्जीविरुद्ध का होईना, पण तुझ्यावर अन्यायच केला. त्यात तुझ्या नशिबी आलेली ही सततची प्रतीक्षा... त्यातून उद्‌भवणाऱ्या काळज्या... किती रात्री तू माझ्या काळजीने जागून काढल्या असशील, हे मला समजत नाही का? त्यामुळेच क्लेअर, आज मी तुला एक विनंती करणार आहे– आणि कृपा करून, माझी ही विनंती तुला कितीही कठोर वाटली, तरी ती डावलू नकोस... मी गेल्यानंतर माझी वाट बघणं थांबव!!! माझ्यापासून मुक्त हो. मी कळत-नकळत तुला माझ्याशी जरा अतीच बांधून घेतलंय. मला काही हक्क नव्हता–तुला असा त्रास द्यायचा. जरी त्याबद्दल माझा काही इलाज नसला, जरी मी ते मुद्दाम केलं नसलं, तरी त्याबद्दल मी तितकाच दिलगीर आहे, जितका मी तसं मुद्दाम करून झालो असतो. का माहितीये? कारण मी तुझ्यावर जिवापाड प्रेम केलंय आणि ज्या व्यक्तीवर आपण इतकं प्रेम करतो, तिला इतकासाही त्रास झालेला आपल्याला बघवत नाही. माझंही तसंच आहे. आणि त्यामुळेच मी तुला पुन्हा एकदा विनंती करतो– की मी गेल्यावर, माझ्यापासून मुक्त हो! मला तुझ्या मनात खोलवर कुठेतरी बसवून, पुन्हा एकदा नव्याने जीवन सुरू कर! स्वत:वर प्रेम कर, स्वत:ची काळजी घे. त्या विश्वावर प्रेम कर ज्यामध्ये मी नसेन– त्या विश्वातून ह्या विश्वासाने पुढे जात रहा की आता त्यामध्ये तुझ्या आयुष्याला वैचित्र्य बहाल करायला काहीही उरलेलं नाहीये तोडून टाक ते सगळे पाश; ज्यांनी तुला, तुझ्या निर्मितीक्षमतेला इतकी वर्षं जखडून ठेवलं. अर्थात, ह्याचा अर्थ असा मुळीच नाही की, इतक्या वर्षात तू काहीच चांगलं निर्माण केलं नाहीस. खरंतर, ह्या सगळ्या गोंधळामधून, तू ज्या प्रकारे स्वत:ची सौंदर्यबुद्धी, विनोदबुद्धी, कलादृष्टी आणि निस्सीम धैर्य राखून ठेवलंस, इतक्या सुंदर कलाकृती निर्माण केल्यास; आणि सगळ्यात महत्त्वाचं म्हणजे, आपल्या अल्बाला निर्माण करण्यात मला मदत केलीस, त्याबद्दल तुझं

जितकं कौतुक करावं तितकं थोडं आहे. माझ्याबद्दल बोलायचं झालं, तर माझ्यासाठी तू माझं सर्वस्व बनलीस. मी गेल्या जन्मी खरंच खूप पुण्य केलं असेन–ज्यामुळे मला तुझ्यासारखी सहचरी लाभली.

माझी आई गेल्यानंतर, तिने माझ्या वडिलांना तिळतिळ नष्ट केलं. तिला हे कधी समजलं असतं, तर तिने स्वत:ला कधीच माफ केलं नसतं. तिच्या मृत्यूनंतर, डॅडच्या आयुष्यातला प्रत्येक क्षण तिच्या नसण्याने अधोरेखित झाला, त्यांची प्रत्येक कृती निरर्थक बनली. कारण त्याबद्दल त्यांचं कौतक करायला ती हजर नव्हती. लहानपणी मला ह्या गोष्टींच्या गांभीर्याची जाणीव नव्हती. पण मोठं झाल्यावर लक्षात येऊ लागलं, की एखाद्याचं अस्तित्व, त्याच्या जाण्यानंतरही तुमच्या आयुष्यावर सावट बनून राहू शकतं– आणि ते तुम्हाला कधीच सुखाने जगू देत नाही. मला माहितेय की, जर मला तुझ्याशिवाय जगण्याचा प्रसंग आला असता, तर मी तो निभावू शकलो नसतो. पण मला माहितेय–किंबहुना मी ते दृश्य कित्येकदा माझ्या मनातल्या आरशात बघितलंय– की मी गेल्यानंतर, तू पुन्हा स्वत:ला सावरशील, उभी राहशील. तुझ्यात तितकी ताकद, तितकी अंत:प्रेरणा आहे.

क्लेअर, जाता जाता अजून एक लहानशी गोष्ट सांगावीशी वाटतीये. ही गोष्ट मी तुला ह्याआधी सांगितली नाही. कारण माझी अशी अंधश्रद्धा होती, (मला माहितीये, की तुला ती कदाचित फार मूर्खासारखी वाटेल) की तुला त्याबद्दल आधीच सांगून, ती गोष्ट पूर्ण होणार नाही आणि ह्यासाठीही सांगितली नाही, की तिच्या परिणतीसाठी तुला अजून किती वेळ वाट बघावी लागेल, हे मला माहीत नाही. आणि आधीच म्हटल्याप्रमाणे मला तुला अजून कशाचीच वाट बघत बसवायचं नाहीये. पण आज मी तुला त्या गोष्टीबद्दल सांगणार आहे. कारण न जाणो, तुला कधी त्याची नंतर गरज पडली तर?

काही महिन्यांपूर्वी मी केन्ड्रीकच्या प्रतिक्षाकक्षात बसलो असताना, अचानक काळप्रवासाला लागलो आणि पोहचलो एका काळोख्या, मोठ्या घरात. ते घर माझ्या परिचयाचं नव्हतं. त्यामुळे मी जरा दबकतच माझा मार्ग काढत होता. इतक्यात... इतक्यात मी एका उन्हाच्या प्रकाशाने भरून गेलेल्या खोलीत पोचलो! समोर बघतो, तर तिथल्या खिडकीशी गुलाबी रंगाचा स्वेटर घातलेली एक वृद्ध स्त्री कसलंसं विणकाम करत बसली होती. तिची माझ्याकडे पाठ होती. त्यामुळे मला फक्त तिचे पाठीवर रुळणारे पांढरेशुभ्र केस आणि शेजारच्या टेबलावर ठेवलेला चहाचा कप दिसत होता. ती कोण आहे ते मला कळेना. म्हणून मी तिला जाणवणार नाही, अशा पद्धतीने तिला नीट बघता यावं, ह्यासाठी पुढे सरकू लागलो, तर त्या स्त्रीला बहुतेक माझी चाहूल जाणवली असावी. कारण ती

वळली– आणि तिने थेट माझ्याकडे बघितलं आणि तिचा चेहरा बघून मी इतका हरखून गेलो, की सांगता सोय नाही. का माहितीये? कारण ती स्त्री तू होतीस क्लेअर!!! हो क्लेअर! ती तू होतीस! मी साक्षात तुला तुझ्या म्हातारपणच्या रूपात बघितलं क्लेअर! आणि काय सांगू? तो अनुभव फार अविस्मरणीय होता. ह्या जाणिवेने आताही माझं ऊर भरून येतंय, की मी पुन्हा एकदा तुला भेटणार आहे. तुझ्या चेहऱ्यावर आपली भूतकाळातली सगळी वर्षं बघणार आहे– पण आता मी तुला त्या भेटीबद्दल इतकंच सांगणार आहे. जेणेकरून तो क्षण प्रत्यक्षात आल्यावर तू त्याचा पुरेपूर आनंद घेऊ शकशील. तो क्षण येणार आहे–त्याबद्दल निश्चिंत रहा... शक्य झालं, तर त्याची वाट बघत बसू नकोस! आपण एकमेकांना पुन्हा एकदा भेटणार आहोत क्लेअर! तोपर्यंत मात्र स्वत:चं आयुष्य पुरेपूर जग. हे विश्व तुझ्यासाठी घेऊन येणाऱ्या आनंदाला अबाधितपणे उपभोग.

आता अंधार पडू लागलाय आणि मला प्रचंड थकवा जाणवतोय. त्यामुळे आता माझं लेखन थांबवतो. आय लव्ह यू! सतत, नेहमीच...प्रेम हा काळाच्या पिंजऱ्यात अडकणारा पक्षी नव्हे...

तुझाच हेन्री

दा – सीन

. . . .

शनिवार, १२ जुलै २००८ (क्लेअर ३७ वर्षांची)

क्लेअर : आज सकाळी अल्बा, रोझा, मॅक्स आणि जोला स्केटिंग करायला शॅरीस रेनबोला घेऊन गेली. मी ठरल्या वेळेला अल्बाला घेऊन येण्यासाठी शॅरीसच्या घरी जाते, तर ती अजून आलेलीच नसते. गोमेझच दरवाजा उघडतो. कमरेला फक्त एक टॉवेल गुंडाळल्या अवस्थेत!

"ये, ये क्लेअर," तो मला घरात घेत बोलतो, "कॉफी घेणार?"

"हो, चालेल," असं म्हणत मी त्याच्या मागोमाग त्यांच्या अस्ताव्यस्त दिवाणखान्यात शिरते. तिथल्या टेबलावर अजूनही सकाळच्या नाश्त्याच्या ताटल्या पडलेल्या असतात. मी त्यांना बाजूला सारून कशीबशी बसते. गोमेझ स्वयंपाकघरात कॉफी बनवायला जातो.

कॉफीचे दोन मग हातात घेऊन येत मला म्हणतो, "किती दिवस झाले तुमचं दर्शन होऊन! होतात कुठे?"

"मी कुठे जाणार बाबा? इथेच होते, पण कामाच्या रगाड्यात दिवस कधी संपतो ना, ते कळतच नाही. त्यात अल्बाच्या शिकवण्या सुरू झाल्यापासून तर अख्खा दिवस तिला ने-आण करण्यातच जातो."

"आणि तुझ्या चित्रकलेचं काय? काही नवीन बनवलंस की नाही?" माझ्या हातात कॉफीचा मग देत गोमेझ विचारतो.

"नाही रे. वेळच नाही मिळालाय."

"ओ!" असं उद्गारत गोमेझ स्वत:च्याच विचारात हरवून जातो. मी त्याला

निरखताना लक्षात येतं, की गोमेझचे केस विरळ होत चाललेत. मध्येच आपल्या तंद्रीतून जागं होत विचारतो, "बरं मग, राणीसरकारांची ड्रायव्हरगिरी करण्याशिवाय अजून सध्या तुमचं काय चाललंय?"

सध्या माझं काय चाललंय? सध्या मी वाट बघतेय... सध्या मी सतत विचार करतेय... सध्या मी रोज आमच्या पलंगावर बसून हेन्रीच्या चौकड्यांचा निळा शर्ट छातीशी धरून, त्यातून अजूनही येणाऱ्या त्याच्या गंधात स्वत:ला हरवून टाकतेय... सध्या मी अल्बा झोपल्यावर रात्रीच्या २-२.३० वाजता फिरायला जातेय. किमान त्यामुळे तरी माझं शरीर शिणून मला झोप येईल, ह्या आशेने... सध्या मी हेन्रीशी सतत बोलतेय–तशीच, जशी तो जिवंत असताना मी त्याच्याशी बोलत बसायचे, तासन्तास...

"अं, विशेष काही नाही." गोमेझला हे सगळं सांगण्यात काय अर्थ आहे म्हणा? "माझं सोड, तुझं काय चाललंय सध्या?"

"माझं काय? नेहमीचंच! वकिली चालू आहे."

"असं."

पुढचे काही क्षण नि:शब्दच जातात. मध्येच माझं लक्ष घड्याळाकडे जातं तेव्हा लक्षात येतं की ११.४५ वाजलेले आहेत.

"तुला काही खायला देऊ का क्लेअर?"

"नको रे, ठीक आहे." टेबलावरच्या ताटल्यांकडे बघून लक्षात येतंय; की गोमेझ आणि शॅरीसने कलिंगड, स्क्रॅम्बल्ड एग्स आणि टोस्टचा भरपेट नाश्ता केलेला आहे. पोरांनी लकी चार्म्स, चीरियोज आणि पीनट बटर असलेल्या कुठल्याशा पदार्थांवर ताव मारलेला आहे. मी ते विहंगम दृश्य न्याहाळत असताना मध्येच गोमेझ मला विचारतो, "क्लेअर, तू कोणाला डेट करतेयेस का?"

त्याचा प्रश्न मला धक्काच देऊन जातो, पण त्याला तसं न दाखवता मी थंडपणे उत्तर देते, "नाही."

"का नाही?"

त्याच्याशी तुझं काहीही देणंघेणं नाही गोमेझ! "गरजच वाटली नाही."

"तुला त्या दृष्टीने विचार करायला हवा क्लेअर!"

"का?"

"कारण आयुष्य पुढे जात राहतं क्लेअर! ते कुणासाठीही थांबत नाही. तुला आता लक्षात येत नसेल, पण तुला नव्याने आयुष्य सुरू करण्याची गरज आहे. नव्या माणसाची गरज आहे. तू तुझं पूर्ण आयुष्य हेन्रीची वाट बघत, त्याच्या आठवणी काढत तर नाही ना काढू शकणार?"

"का नाही? मी तसंच करणार आहे गोमेझ! पाहशीलच तू!"

माझं उत्तर ऐकून गोमेझ माझ्याजवळ सरकतो आणि अचानक मला आपल्याजवळ ओढून, माझ्या कानावर आपली जीभ फिरवत विचारतो "खरं सांग क्लेअर... तुला कधीच ह्याची उणीव भासत नाही?" हो, भासते! अर्थात, त्याला तसं न सांगता मी निग्रहाने गोमेझवर फुत्कारते– "दूर हो गोमेझ! सोड मला!" पण मी जरी त्याला असं म्हणते, तरी मी स्वत: त्याच्यापासून दूर जाण्याचा प्रयत्न न करता, तशीच बसून राहते... कारण मला एक नामी युक्ती सुचलेली असते. गोमेझ मात्र माझ्या ह्या वागण्याचा निराळाच अर्थ घेतो. त्याला त्यात माझी संमती दिसते आणि मग तो अजूनच चेकाळतो. माझे केस बाजूला सारून माझ्या मानेचं चुंबन घेऊ लागतो.

ये, जवळ ये माझ्या...

मी डोळे मिटून घेते. गोमेझचे हात आता माझ्या सर्वांगावर मुक्त संचार करू लागतात. मग तेच काम त्याची जीभ करू लागते... माझ्या ओठांवर, गळ्यावर, स्तनांवर त्याची जीभ बिनधास्तपणे वावरू लागते... मध्येच कधीतरी माझे कपडे गळून पडतात. त्यापाठोपाठ त्याचा टॉवेलसुद्धा... टेबलावरची ताटली खाली पडते, पण त्याकडे लक्ष द्यायचं दोघांनाही भान नसतं. थोड्या वेळाने माझे पाय विलग होतात. गोमेझचा संचार माझ्या योनीपर्यंत जातो, तशी मी डोळे अजूनच घट्ट बंद करून घेते आणि मग माझ्या डोळ्यांसमोर उभा राहतो माझा अठरावा वाढदिवस! ये हेन्री! माझ्याजवळ ये! माझ्यात विलीन हो! मी तुझीच वाट बघत होते! किती अंत पाहिलास रे माझा! आता मला 'हेन्री' माझ्या आत जाणवू लागतो... त्याच उन्मादात मी कण्हते, "हेन्री!!!"

आणि दुसऱ्याच क्षणी माझ्या आतली हालचाल बंद होते. सगळीकडे चिडीचूप शांतता पसरते. फक्त दूरवरून घड्याळाच्या टिकटिकीचा आवाज ऐकू येत राहतो. मी डोळे उघडून पाहते तर गोमेझ माझ्याकडे विचित्र नजरेने पाहत असतो. काय असतं नेमकं त्याच्या नजरेत? दु:ख? संताप? आश्चर्य?... पण मग दुसऱ्याच क्षणी, त्याचा चेहरा कोरा बनतो. इतक्यात बाहेर गाडीचा दरवाजा वाजल्याचा आवाज येतो, तसे गोमेझ भराभर आपले कपडे चढवून दरवाजा उघडायला जातो आणि मी माझे कपडे गोळा करून बाथरुमकडे धाव घेते. काही क्षणातच अल्बाची हाक येते "ममा! कुठे आहेस तू?"

"बाथरुममध्ये आहे बेटा. येते."

मी बाहेर जाण्यापूर्वी एक क्षण, स्वत:ला तिथल्या आरशात निरखते. माझ्या केसात थोडे चीरियोज अडकून राहिले असतात. माझ्या चेहऱ्यावर हरवलेले भाव असतात. मी कशीबशी केस विंचरते, चेहरा धुते... आणि तसं करत असताना एकदम माझ्या मनात विचार डोकावतो की माझं नेमकं काय चाललंय? मी स्वत:ला काय बनवून ठेवलंय?

अचानक, कुठूनतरी एक उत्तर डोळ्यासमोर तरळतं. आता तू प्रवासी बनली आहेस!!!

शनिवार, २६ जुलै, २००८ (क्लेअर ३७ वर्षांची)

क्लेअर : आम्ही आज शॅरीससोबत एका कलादालनात गेलो असताना, अल्बा अगदी शहाण्या मुलीसारखी वागली, त्याबद्दल शाबासकी म्हणून तिला मी 'एड डेबिविक्स' नावाच्या हॉटेलात घेऊन आलेय. साठच्या दशकात शोभेलशी सजावट असलेल्या ह्या हॉटेलात निरनिराळे गमतीशीर फलक लावले आहेत. उदाहरणार्थ : 'आमची कॉफी इतकी चांगली आहे, की ती आम्हीच पिऊन संपवतो!', 'तुम्ही खरंच खूप चांगले ग्राहक असाल, तर अजून जास्त पदार्थ मागवाल!' इत्यादी.

आज बहुधा 'बलून-ॲनिमल डे' दिसतोय. एका माणसाने अल्बाला कागदाचा छान कुत्रा बनवून दिलाय आणि तिने आता तो तिच्या डोक्यावर टोपी म्हणून चढवलाय.

अर्ध्या तासाच्या कंटाळवाण्या प्रतिक्षेनंतर आम्हाला अखेर जागा मिळते. स्पॅंझ नावाचा वेटर आमच्या हातात मेनूकार्ड देतो. मी एक बी.एल.टी. मागवते, तर शॅरीस मॅकरॉनी व चीझ घेते. अल्बा पीनट बटर मिल्कशेक (आणि नुसत्या मिल्कशेकने तिचं पोट भरणार नाही, म्हणून माझ्या आग्रहाने) फ्रेंच फ्राईज मागवते. स्पॅंझ आमची यादी घेऊन निघून गेल्यावर, शॅरीस अचानक गायला लागते तसा. बझ नावाचा दुसरा वेटर, आमच्या टेबलापाशी येऊन बॉब सीगरचं 'ओल्ड टाइम रॉक ॲण्ड रोल' गाऊ लागतो. पोचतो

"मला बॉब सीगरची गाणी मुळीच आवडत नाहीत! कसलं बिनडोक काव्य असतं त्यात." बझ निघून गेल्यावर शॅरीस कुरकुरते.

तेवढ्यात अल्बाचा मिल्कशेक येतो–काठोकाठ भरलेल्या ग्लासमध्ये वाकणारी स्ट्रॉ टाकलेला तो मिल्कशेक प्यायला अल्बाला उभं रहावं लागतं. डोक्यावर कलंडणारी आपली टोपी सांभाळत, अल्बा घटाघट तो मिल्कशेक पिऊन टाकते.

मिल्कशेक पिऊन झाल्यावर, एकदम आपल्या टपोऱ्या डोळ्यांनी माझ्याकडे बघत विचारते, "ममा, डॅडी आता घरी कधी येणारेत गं?"

तिचा प्रश्न ऐकून शॅरीसला ठसकाच लागतो. ती बावरल्या नजरेने माझ्याकडे पाहू लागते. मी तिला 'नंतर सांगते' ह्या अर्थाची खूण करत, अल्बाला सांगते, "२९ ऑगस्टला." शॅरीसच्या प्रश्नार्थक नजरेकडे दुर्लक्ष करत, मी जेवण संपवते आणि मग आम्ही घरी जायला निघतो. अर्ध्या रस्त्यात अल्बा झोपून जाते आणि ते निमित्त साधून शॅरीस मला विचारते, "हेन्री मेलाय, हे अल्बाला अजून समजलेलं

नाहीये का?''

''अर्थात समजलंय! ती त्या वेळी तिथंच होती की.''

''मग तू तिला असं का सांगितलंस, की हेन्री ऑगस्टमध्ये परत येणार आहे?''

''कारण तो खरंच येणार आहे. त्यानेच मला ती तारीख सांगितली होती.''

''ओ... पण हे सगळं फारच विचित्र आहे, नाही का क्लेअर?''

''अल्बाला त्यातनं आनंद मिळतो ना... बास! माझ्यासाठी तेवढं पुरेसं आहे!''

''आणि तुला?''

''वाटतो ना... पण हेन्री फक्त तिला भेटतो, मला नाही.'' मी शक्य तितक्या सहजपणे शॅरीसला सांगते. अर्थात, मी वरकरणी कितीही सहजपणा दाखवला, तरी मला ह्या अन्यायाबद्दल वाईट वाटतं... अल्बाची तिच्या डॅडीसोबत घालवलेल्या वेळेची रसभरित वर्णनं ऐकताना माझ्या मनाला किती डागण्या लागतात हे माझं मला माहिती!

मला हे भाग्य का नाही हेन्री? अल्बालाच का? शॅरीस–गोमेझच्या दाराशी गाडी थांबवताना मी त्याला मूकपणे विचारते. पण नेहमीप्रमाणेच माझा प्रश्न अनुत्तरित जातो. आहे हे असं आहे, झालं.

शॅरीस गाडीतून उतरते, तसा तिच्या घराचा दरवाजा उघडतो. समोर गोमेझ आणि रोझा उभे असतात. रोझा आपल्या आईला बिलगून ओढत घरात नेते, तसा गोमेझ माझ्याकडे निमिषभर पाहत राहतो आणि मग हळूच अभिवादनासाठी हात उंचावून, घरात निघून जातो. क्षणभराने घराचा दरवाजा बंद केला जातो.

मी मात्र तिथेच, गाडीमध्ये बसून राहते! हेन्री, कुठे आहेस रे तू? प्लीज, मला मदत कर रे! पण माझ्या ह्या मूक आर्जवाला काहीच प्रतिसाद येत नाही. अखेर कंटाळून मी तिथून गाडी बाहेर काढत आमच्या घराच्या दिशेने चालू पडते.

शनिवार, ३ सप्टेंबर, १९९० (हेन्री २७ वर्षांचा)

हेन्री : इंग्रिडची गाडी चुकीच्या ठिकाणी पार्क केल्यामुळे अधिकाऱ्यांकडून उचलली गेलेय आणि आम्ही आता मद्यधुंद अवस्थेत, काळ्यामिट्ट काळोखात, लिंकन पार्क परिसरात गाडीचा शोध घेत भटकतोय.

इंग्रिड आता प्रचंड भडकलेली आहे आणि तिचा सगळा राग अचानकपणे माझ्यावर निघतोय, जणू गाडी उचलून नेण्याचा कट मीच केला असावा! पण नीट विचार केला तर एका अर्थी चूक माझीसुद्धा आहेच... पार्किंग नसतानाही, क्लबात जायची घाई लागली होती, म्हणून मी इंग्रिडला नो पार्किंगमध्ये गाडी लावण्याचा

आग्रह केला.

देव जाणे हे लोक असल्या ठिकाणी क्लब उघडतातच का, जिथे पाहुण्यांना साधी गाडीही शांतपणे लावता येत नाही. मी असा चडफडत असताना, मध्येच इंग्रिड मला हाक मारते, ''हेन्री!''

''काय गं?''

''ती लहान मुलगी बघ. ती परत आलीये.''

''कोण लहान मुलगी? काय बडबडतेस?''

''अरे, ती त्या दिवशीची लहान मुलगी... आपण बघितलेली...''

इंग्रिडचं बोलणं ऐकून मी त्या मुलीच्या दिशेनं निरखून पाहतो. सात-आठ वर्षांची ती गोरीपान मुलगी, अनवाणी, रात्रीच्या ह्या प्रहरी एकटी रस्त्यावर काय करतीये, ह्या विचाराने मी अस्वस्थ होतो. मी तिला काही विचारणार, इतक्यात इंग्रिडच पुढे होऊन तिला (कोरडेपणाने) विचारते, ''तुला काही होतंय का? तू हरवली आहेस का?''

तशी ती मुलगी उत्तर देते, ''मी हरवले होते, पण आता मी नेमकी कुठे आहे हे लक्षात आलंय... थॅन्क्यू!''

''तुला आम्ही तुझ्या घरी सोडू का? अर्थात, आमची गाडी मिळाली तरच ते शक्य होईल म्हणा.''

''नाही नको. तसंही मी इथून फार दूर राहते.'' लांबसडक, काळेभोर केस आणि पाणीदार, टप्पोरे डोळे असलेली ती मुलगी माझ्याकडे अर्थपूर्णपणे पाहत उद्गारते,

''तुझी आई कुठेय?''

इंग्रिडने तिला असं विचारल्यावर, ती मुलगी माझ्याकडे हलकंसं स्मित करत उत्तर देते, ''आहे, घरी आहे. मी इथे आलेय. हे तिला माहिती नाहीये.''

''ह्याचा अर्थ तू घरातून पळून आली आहेस का?''

ह्यावर ती मुलगी खळखळून हसत म्हणते ''नाही, नाही... मी माझ्या वडिलांचा शोध घेत होते, पण मला वाटतं मी जरा जास्तच लवकर पोहचलेय. मी नंतर येईन.'' असं म्हणत ती मुलगी जाण्याच्या तयारीला लागते. जाता-जाता माझ्या कानात कुजबुजते, ''गाडी पुढच्या गल्लीत आहे.'' आणि माझं हलकंसं चुंबन घेऊन पळतपळत त्या अंधारात गुडूप होते. मी जाऊन बघतो; तर खरंच इंग्रिडची लाल पोर्शे, शेजारच्या गल्लीत उभी असते. आम्ही निःश्वास टाकत गाडीत बसतो, तेव्हा लक्षात येतं की, इंग्रिड माझ्याकडे रोखून बघतेय. मी तिचं संशयनिरसन करण्याचा प्रयत्न करत उद्गारतो, ''छे! काहीतरीच विचित्रच होता नाही तो?''

तशी इंग्रिड माझी कीव करत उद्गारते, ''हेन्री, मला वाटलेलं की तू खूप हुशार आहेस, पण मला माझं मत बदलावं लागेल बहुधा!''

रविवार, २९ जुलै, १९७९ (हेन्री ४२ वर्षांचा)

हेन्री : मी भूतकाळातल्या कुठल्याशा पर्वात ढकलला गेलोय आणि अल्बासोबत लाईटहाऊस बीचवर बसलेलो आहे. ती दहा वर्षांची आहे आणि मी बेचाळीस वर्षांचा. आम्ही दोघेही काळप्रवास करून इथे पोहोचलोय. वातावरण तसं उष्ण वाटतंय–म्हणजे बहुधा जुलै, ऑगस्टचा काळ दिसतोय. नॉर्थ इव्हॅन्स्टनमधल्या एका शानदार घरामधून चोरलेला जीन्स आणि पांढरा टी-शर्ट मी घातलाय, तर अल्बाने कुठल्यातरी धुणं वाळवण्याच्या दोरीवरून चोरलेला गुलाबी शर्ट-पायजमा चढवलाय. तो तिला खूप मोठा होतोय, म्हणून आम्ही तिच्या कमरेला नाडी बांधून तो घट्ट बसवलाय. येणारे-जाणारे लोक आमच्याकडे विचित्र, कुतूहलभरल्या नजरेने पाहत आहेत. कदाचित आम्ही सर्वसामान्य बाप-मुलीसारखे दिसत नाहीयेत... पण इलाज नाही! आम्ही त्याप्रमाणे दिसा-वागायचा प्रयत्न केलाय. समुद्राच्या पाण्यात मनसोक्त डुंबलोय, वाळूचा किल्ला बनवलाय, हॉटडॉग आणि फ्रेंचफ्राईज खाल्लेत... आणि आता मस्तपैकी वाळूवर लोळून, लहान मुलं आणि त्यांच्या सोबत असलेल्या अजस्त्र कुत्र्यांच्या गमतीजमती पाहत, गप्पा मारतोय.

"डॅडी, मला गोष्ट सांगा ना..."

"कुठली गोष्ट, अल्बा?"

"अं... कुठलीतरी चांगली गोष्ट. तुमची आणि ममाची गोष्ट... ममाच्या लहानपणातली..."

"बरं... एकदा काय झालं...

"एकदा म्हणजे कधी?"

"म्हणजे नेहमीच... आताही आणि पूर्वीही..."

"असं दोन्ही वेळेला कसं असू शकेल?"

"तुला गोष्ट ऐकायची आहे की नाही?"

"हो."

"मग निमूट ऐक! बरं, तर एकदा काय झालं, की तुझी ममा एका मोठ्या घरात राहायची आणि त्या घराला लागून एक कुरण होतं. तुझी ममा त्या कुरणात खेळायला जायची. एकदा ती अशीच तिथे गेली असताना, तिच्या समोर आला."

"एक माणूस! बिनकपड्यांचा!"

"बरोब्बर! मग तुझ्या ममाने त्याला स्वत:कडचा एक टॉवेल पांघरायला दिला. त्या माणसाने तिला सांगितलं की तो काळप्रवासी आहे... आणि तिने त्याच्या बोलण्यावर विश्वास ठेवला. कारण–"

"कारण तो खरं बोलत होता!"

“हो, पण तिने ह्या बोलण्यावर का बरं विश्वास ठेवला असेल? काय माहिती? पण तिने तो ठेवला खरा. आणि मग त्यांचं लग्न झालं आणि त्यामुळेच आज आपण दोघं इथे बसलोय... एकमेकांशी गप्पा मारत!”

अल्बा माझ्या पोटात जोरात गुद्दा मारत ओरडते, “ही काय गोष्ट झाली? नीट सांगा ना!”

“बापरे! अल्बा! तू अशी मारामारी करायला लागलीस, तर मी तुला गोष्ट कशी सांगू शकेन?”

ह्यावर अल्बा थोडा वेळ गप्प राहते; मग एकदम माझ्याकडे वळून विचारते, “तुम्ही कधी भविष्यामध्ये ममाला भेटायला का येत नाही, डॅडी?”

“मी तिला भेटायला येऊ शकेन की नाही, हे मला आता नाही सांगता येणार अल्बा! जर तसं करता आलं, तर मी ते जरूर करीन.” सूर्य आता मावळतीला लागला आहे आणि त्याबरोबर समुद्राचा रंगही गडद होत चाललाय. मी उठतो आणि अल्बालाही हात देऊन उभं करतो. ती आपल्या पायजम्यांना लागलेली वाळू झटकून माझ्या दिशेने झेपावते आणि इतक्यात “ओ!” असं उद्गारत लोप पावते. मी त्या किनाऱ्यावर, एका हातात लहानसा शर्ट-पायजमा धरून, रेतीवर उमटलेली अल्बाची लहानशी पावलं निरखत उभा राहतो.

रीनेसन्स

. . . .

गुरुवार, ४ डिसेंबर, २००८ (क्लेअर ३७ वर्षांची)

क्लेअर : आज सकाळी-सकाळीच बराच गारठा जाणवू लागलाय. मी कार्यशाळेच्या दरवाज्यावर लावलेलं कुलूप उघडून आत येते आणि बूटांना लागलेला बर्फ झटकते. मग कॉफी तयार करायला लावून, आजूबाजूला निरखून पहायला लागते.

दोन वर्ष!... दोन वर्षं झाली मला ह्या जागेत पाऊल ठेवून... ७३० दिवसांची धूळ आणि स्तब्धता, इथल्या सगळ्या वस्तूंवर चढून राहिलेली आहे. माझं ड्रॉइंग टेबल ओकंबोकं पडलंय... कुंभ रिकामा आहे; वायरींचे तागे केविलवाणे होऊन टेबलावर पडलेले आहेत... सगळे रंग, कुंचले, कागद... मी त्यांना शेवटचं जसं ठेवून गेले होते तसेच पडून राहिलेत बिचारे!

मी मोठा श्वास घेऊन भराभर कामाला लागते. सगळ्या निरुपयोगी झालेल्या वस्तू फेकून देऊन, उपयोगी वस्तू नीट मांडून ठेवते. सगळी आवराआवर झाल्यावर, माझ्यासमोर एक नवाकोरा कागद ओढून, टेबलाशी बसते आणि डोळे बंद करून विचार करायला लागते.

बाहेर झाडांशी शिवाशिव खेळणाऱ्या वाऱ्याचा आवाज येत असतो. रस्त्यावरून बर्फ तुडवत चाललेल्या गाडीचा खडखडाट आणि कॉफी उकळत असलेल्या भांड्यांची गुडगुडसुद्धा...

मी आज सकाळी उठले, तेव्हा कित्येक महिन्यांनंतर प्रथमच, मला इथे यावंसं वाटलं. जणू एखाद्या जुन्या प्रियकराची वाटावी, तशी क्षणैक ओढ वाटली आणि त्या ओढीकडे दुर्लक्ष न करता मी त्याच्या हाकेला दाद देत, त्याच्या बाहुपाशात

विलीन व्हायला धावत इथे आले. पण आता मी खूप अपेक्षेने इथे ह्या टेबलासमोर डोळे मिटून थांबलेय... की माझ्या मन:चक्षूंसमोर मला काहीतरी दिसेल... काही सुचेल... काहीतरी स्फुरेल... पण नाही! तशी काहीच जादू होत नाही!

अखेर मी नाईलाजाने उठते आणि मोरपंखी रंगाचा एक जाडसर कागद बाहेर काढते. त्याला टेबलावर ठेवून निरखत, मग काही पांढरे खडू बाहेर काढते. मग गरमागरम कॉफीचा आस्वाद घेत, खिडकीशी जाऊन उभी राहते.

समोर, आमच्या बेडरूमची खिडकी दिसतेय. हेन्री असता, तर तिथे बसलेला दिसला असता... काहीतरी लिहीत, वाचत, अल्बासोबत स्क्रॅबल खेळत... मी कॉफीचे घुटके घेत वर्तमान आणि त्या काळामधला दुरावा पुसायचा प्रयत्न करायला लागते. फक्त माझी स्मरणशक्ती अशी चीज आहे, जी मला ह्या क्षणाशी जखडून ठेवतेय... हे क्षणा, मला अदृश्य कर! मगच जे आमच्या अस्तित्वामुळे विलग राहतं, ते एकत्र येऊ शकतं!

कॉफी संपवून, मी आत्मविश्वासाने हातात खडूचा तुकडा घेऊन त्या कागदासमोर उभी राहते. कागद खूपच मोठा असतो. वाकून वाकून कंबर तुटून येणार आहे. पण ठीक आहे. मी मोजमाप करून माझ्या मनातलं चित्र कागदावर रेखाटायला लागते. डोकं, मधलं शरीर, पाय... मग पुन्हा चेहऱ्याकडे येऊन तिथले भकास डोळे, पण आश्चर्याने विलग झालेले ओठ, उंचावलेल्या भुवया, गळा, खांदे, थोडंसं सुटलेलं पोट... असं करत करत, एका आकृतीच्या कधी अनेक होतात, कळतच नाही. मी तंद्रीत गेल्यागत चितारत राहते आणि नवनव्या आकृती जन्म घ्यायला लागतात... त्यांना आकार येतो, अर्थ येतो... त्यांच्या सहअस्तित्वाला एक परिमाण मिळतं... आपलं विश्वसुद्धा असंच सजतं, भरतं, नाही का?

अखेर माझ्या मनाप्रमाणे चित्र काढून झाल्यावर, मी ते खिडकीच्या गजाशी बांधून टाकते आणि मग एक सुई घेऊन, त्यात बारीक बारीक छिद्रं पाडू लागते. ती छिद्र पाडून झाल्यावर मी एका विशिष्ट (माझ्याशी साम्य असणाऱ्या) स्त्रीच्या अवतीभवती छिद्र पाडायला लागते. ते कार्य पूर्ण झाल्यावर तिच्या कपाळावर बोट ठेवून फर्मावते, ''अदृश्य हो!''

पण ती तिथेच राहते– अटळ, अविचल... अदृश्य तर मी होत असते...

ऑल्वेज अगेन

. . . .

गुरुवार, २४ जुलै, २०५३ (हेन्री ४३ वर्षांचा, क्लेअर ८२ वर्षांची)

हेन्री : मी एका काळोख्या मोठाल्या घरात पोहचलोय. हे घर माझ्या परिचयाचं नाहीये. म्हणून मी जरा दबकतच मार्ग काढतोय. कुठे आलोय मी नेमका? काही कळायला मार्ग नाही बुवा...

विचार करतच मी पुढे सरकत राहतो. इतक्यात मी उन्हाच्या प्रकाशाने भरून गेलेल्या एका खोलीत पोचतो. समोर बघतो तर, तिथल्या खिडकीशी गुलाबी रंगाचा स्वेटर घातलेली एक वृद्ध स्त्री, कसलंसं विणकाम करत बसलेली असते. तिची माझ्याकडे पाठ असते, त्यामुळे मला फक्त तिचे पाठीवर रुळणारे पांढरेशुभ्र केस आणि शेजारच्या टेबलावर ठेवलेला चहाचा कप दिसत असतो.

ती कोण आहे कळत नाहीये... पण का कुणास ठाऊक मला ती खूप ओळखीची वाटतेय! तिच्या पाठीला पडलेल्या पोकावरून ती फार थकलेली जाणवतेय... माझ्याचप्रमाणे! कोण आहे ही स्त्री! मला बघितलंच पाहिजे... ह्या विचाराने मी तिला जाणवणार नाही, अशा पद्धतीने त्या स्त्रीला नीट बघता यावे, म्हणून पुढे सरकू लागलो... तर तिला माझी चाहूल लागते... आणि ती वळते– आणि थेट माझ्याकडे बघते...

ती क्षणभर माझ्याकडे गोंधळलेल्या नजरेते पाहते आणि मग एकदम तिचा सुरकुतलेला चेहरा अत्यानंदाने फुलून येतो. तशी माझ्याही मनात आनंदाची लहर दौडून जाते... कारण? कारण माझ्यासमोर उभी असते माझी क्लेअर!!!

ती चेहऱ्यावर हसू आणि भरल्या डोळ्यांनी माझ्याजवळ येते... आणि मी तिला

माझ्या मिठीत सामावतो!!!

सोमवार, १४ जुलै, २०५३ (क्लेअर ८२ वर्षांची)

क्लेअर : आज सकाळपासून वातावरण बरंच निवळलंय, शांत झालंय... रात्रीच्या वादळामुळे अंगणात विखुरलेल्या फांद्या उचलायला मला नंतर जावं लागेल म्हणा. पण बाकी सगळीकडे नव्याची नवलाई दिसत आहे. निशिगंधाची शुभ्र फुलं आगळ्याच टवटवीने डोलतायेत. समुद्राकाठची वाळूसुद्धा चापूनचोपून बसवल्याप्रमाणे एका थरात निमूट पसरलेली आहे... सगळं कसं आखीवरेखीव दिसतंय!

मी माझा चहाचा कप गोंजारत, खिडकीशी बसून, निसर्गाची ही टापटीप निरखतेय.

माझ्यासाठी मात्र आजचा दिवस इतर दिवसांप्रमाणेच आहे. मी सकाळी उठले, आन्हिकं आवरली, मग चहा आणि टोस्ट घेऊन खिडकीशी बसून राहिले... त्याची वाट बघत! आज तरी येईल का तो? मला ह्या गोष्टीची मुळीच तक्रार नाही की, मला त्याची प्रतीक्षा करावी लागतेय.. उलट, एरव्ही जेव्हा तो जायचा, तेव्हा माझ्या प्रतिक्षेला काळ-वेळाचं गणितच नसायचं! किमान, ह्या वेळी मला इतकं तरी नक्कीच माहितेय की तो येणार आहे! कधी ना कधी...

मला कधीकधी वाटत राहतं, की ह्या अशा वाट पाहण्यामुळे, ह्या अपेक्षेमुळे, घडणाऱ्या घटनेतली नवलाई संपून जाते का? पण तसं जरी असलं, तरी इलाज नाही... तो येतोय आणि मी इथे थांबलेय... त्याच्यासाठी!!!

आता त्याच्या हृदयामधली वेदना त्याच्या डोळ्यांमध्ये उतरू लागली,
आणि अखेर त्याच्या अश्रूंचा बांध फुटलाच....
त्याच्या बाहूंमध्ये विसावलेल्या सुंदर, निरागस पत्नीच्या सहवासाचे
काही क्षणच आता उरले आहेत ह्या जाणिवेने....
तुफानी समुद्रामध्ये रौद्ररूपी लाटांशी झगडून थकलेला एखादा पोहरा
ज्या तळमळीने किनाऱ्याची आस करतो;
त्याच तळमळीने तो त्यांचे उर्वरित एकत्र क्षण उपभोगू पाहात आहे;
फार कमी भाग्यवंत असतात ज्यांना समुद्राच्या क्रूर विळख्यामधून
सुटका मिळून, पुन्हा धरणीचं दर्शन होते;
ही जाणीव असलेली त्याची पत्नी, आता आपल्या प्रिय पतीच्या भोवती
आपल्या सुकोमल बाहूंचा वेढा घालत, त्या क्षणांमध्ये शोधू पाहात आहे
त्यांच्या सहजीवनाचा अनंतकाळ! चिरकाल!

– होमर लिखीत 'ओडीसी'चे रॉबर्ट फित्झजेराल्ड ह्यांनी केलेल्या
अनुवादातील काही भाग

■

© +91 020-24476924 / 24460313

Email : production@mehtapublishinghouse.com

Website : www.mehtapublishinghouse.com